ಬೆಳ್ಳಿ ದೋಣಿ

ಸಾಯಿಸುತೆ

ಸುಧಾ ಎಂಟರ್‌ಪ್ರೈಸಸ್
ನಂ. 761, 8ನೇ ಮುಖ್ಯರಸ್ತೆ, 3ನೇ ಬ್ಲಾಕ್,
ಕೋರಮಂಗಲ, ಬೆಂಗಳೂರು – 560 034

BELLIDONI (Kannada): a social novel written by Smt. Saisuthe; published by Sudha Enterprises, # 761, 8th Main, 3rd Block, Koramangala, Bangalore - 560 034.

ಹಿಂದೆ ಮುದ್ರಿತವಾದ ವರ್ಷಗಳು	:	1983, 1985, 2005
ಐದನೆಯ ಮುದ್ರಣ	:	2017
ಬೆಲೆ	:	ರೂ. 150
ಉಪಯೋಗಿಸಿದ ಕಾಗದ	:	70 ಜಿ.ಎಸ್.ಎಂ. ಮ್ಯಾಪ್‌ಲಿಥೋ
ಪುಟಗಳು	:	242
ಮುಖಪುಟ ವಿನ್ಯಾಸ	:	ಶ್ರೀ ಚಂದ್ರನಾಥ ಆಚಾರ್ಯ
ಹಕ್ಕುಗಳು	:	ಲೇಖಕಿಯವರದು
ISBN	:	978-93-81119-86-0

ಸಗಟು ಮಾರಾಟಗಾರರು
ವಸಂತ ಪ್ರಕಾಶನ
360, 10ನೇ 'ಬಿ' ಮುಖ್ಯರಸ್ತೆ, 3ನೇ ಬ್ಲಾಕ್,
ಜಯನಗರ, ಬೆಂಗಳೂರು – 560 011
ದೂರವಾಣಿ : 080–22443996
email : vasantha_prakashana@yahoo.com
website: www.vasanthaprakashana.com

ಅಕ್ಷರ ಜೋಡಣೆ :
ಲೇಜರ್‌ಲೈನ್ ಗ್ರಾಫಿಕ್ಸ್

ಮುದ್ರಣ :
ರೀಗಲ್ ಪ್ರಿಂಟರ್ಸ್

ಮುನ್ನುಡಿ

ಆತ್ಮೀಯ ಓದುಗರಲ್ಲಿ,

ಇತ್ತೀಚೆಗೆ ಒಬ್ಬ ವಯೋವೃದ್ಧರು, ಸಾಹಿತ್ಯಾಭಿಮಾನಿಗಳು, ಪುಸ್ತಕ ಪ್ರಿಯರು ತಾವು ಓದಿದ ನನ್ನ ಕಾದಂಬರಿಗಳ ಬಗ್ಗೆ ಮೆಚ್ಚಿಗೆಯಾಡುತ್ತ 'ಸಾಹಿತ್ಯ ಜೀವಿಸುವುದು, ಸಾಹಿತಿ ಬದುಕಿರುವುದು ಓದುಗರ ಮೆಚ್ಚಿಗೆಯಲ್ಲೇ ವಿನಃ ವಿಮರ್ಶೆ, ಪ್ರಶಸ್ತಿಗಳಲ್ಲಲ್ಲ. ಮೆಚ್ಚಿಗೆ ಹುಟ್ಟುವುದು ಮನಸ್ಸಿನಿಂದ' ಎಂದರು. ಅದನ್ನು ಈ ಕಾದಂಬರಿಯ ಮುನ್ನುಡಿಯಲ್ಲಿ ದಾಖಲಿಸಬೇಕೆನಿಸಿತು.

ನಿಮ್ಮ ಮೆಚ್ಚಿಗೆಯಿಂದಲೇ ನನಗೆ ಇಷ್ಟೆಲ್ಲ ಬರೆಯಲು ಸಾಧ್ಯವಾಯಿತು. ಇತ್ತೀಚೆಗೆ ಪ್ರಕಟವಾದ ನನ್ನ 'ಸಮನ್ವಿತ' ಕಾದಂಬರಿ ನಿಮಗೆ ಮೆಚ್ಚಿಗೆಯಾಗಿದೆ.

ಪ್ರಕಾಶಕರಾದ ಶ್ರೀ ಕೆ.ಎಸ್. ಮುರಳಿಯವರಿಗೆ ಧನ್ಯವಾದಗಳು.

– ಸಾಯಿಸುತೆ
"ಸಾಯಿಸದನ"
\# 12, 2ನೇ ಮುಖ್ಯರಸ್ತೆ, 2ನೇ ಅಡ್ಡರಸ್ತೆ,
ಮಾರುತಿನಗರ, ಕೋಗಿಲೆ ಕ್ರಾಸ್, ಯಲಹಂಕ
ಓಲ್ಡ್ ಟೌನ್, ಬೆಂಗಳೂರು – 560064.
ದೂ.: 080–23195445

ನಮ್ಮಲ್ಲಿ ದೊರೆಯುವ ಸಾಯಿಸುತೆಯವರ ಇತರ ಕಾದಂಬರಿಗಳು

ಕಾರ್ತೀಕದ ಸಂಜೆ
ನಾ ನಿನ್ನ ಧ್ಯಾನದೊಳಿರಲು
ಸುಪ್ರಭಾತದ ಹೊಂಗನಸು
ಕರಗಿದ ಕಾರ್ಮೋಡ
ಹೃದಯ ರಾಗ
ಅಮೃತಸಿಂಧು
ಬಣ್ಣದ ಚುಂಬಕ
ಸ್ವರ್ಣ ಮಂದಿರ
ಶ್ರೀರಸ್ತು ಶುಭಮಸ್ತು
ಗಂಧರ್ವಗಿರಿ
ಶುಭಮಿಲನ
ಸಪ್ತಪದಿ
ಚೈತ್ರದ ಕೋಗಿಲೆ
ಬೆಳ್ಳಿದೋಣಿ
ವಿವಾಹ ಬಂಧನ
ಮಂಗಳ ದೀಪ
ಡಾ॥ ವಸುಧಾ
ಮುಂಜಾನೆಯ ಮುಂಬೆಳಕು
ಸೊಬಗಿನ ಪ್ರಿಯದರ್ಶಿನಿ
ರಾಗಬೃಂದಾವನ
ಬಿಳಿ ಮೋಡಗಳು
ಅನುಬಂಧದ ಕಾರಂಜಿ
ಮಿಂಚು
ನಾಟ್ಯಸುಧಾ
ಪಸರಿಸಿದ ಶ್ರೀಗಂಧ
ಬೆಳದಿಂಗಳ ಚೆಲುವೆ
ವರ್ಷಬಿಂದು
ಸಪ್ನ ಸಂಭ್ರಮ
ನನ್ನ ಭಾವ ನಿನ್ನ ರಾಗ
ಸುಮಧುರ ಭಾರತಿ
ಮೌನ ಆಲಾಪನ
ಮತ್ತೊಂದು ಬಾಡದ ಹೂ
ಶಿಶಿರದ ಇಂಚರ
ಮುಂಗಾರಿನ ಹುಡುಗಿ
ಸಾಮಗಾನ
ಕಡಲ ಮುತ್ತು
ಆಡಿಸಿದಳು ಜಗದೋದ್ಧಾರನಾ
ಪಂಚವಟಿ
ಶ್ಯಾನುಭೋಗರ ಮಗಳು
ಮೂಡಿ ಬಂದ ಶಶಿ
ಜನನೀ ಜನ್ಮಭೂಮಿ
ಬಿರಿದ ನೈದಿಲೆ
ಶರದೃತುವಿನ ಚಂದ್ರ
ಮೋಹನ ಮುರಳಿ ಕರೆಯಿತು
ಮುಗಿಲ ತಾರೆ
ಅಗ್ನಿದಿವ್ಯ
ಧವಳ ನಕ್ಷತ್ರ
ಕಲ್ಯಾಣಮಸ್ತು
ದಂತದ ಗೊಂಬೆ
ಸುಭಾಷಿಣಿ
ಮಮತೆಯ ಸಂಕೋಲೆ
ಮಂತ್ರಾಕ್ಷತೆ
ಸಪ್ತಧಾರೆ
ಹೇಮಂತದ ಸೊಗಸು
ಬೆಳಕಿನ ಹಣತೆ
ಗ್ರೀಷ್ಮದ ಸೊಬಗು
ಗ್ರೀಷ್ಮ ಋತು
ಪ್ರಿಯ ಸಖೀ
ಚಿರಬಾಂಧವ್ಯ
ಅಗ್ನಿದಿವ್ಯ
ಆಶಾಸೌರಭ
ಗಿರಿಧರ

ವೇಣುಗೋಪಾಲ್‌ಗೆ 'ಥತ್, ಈ ಕೆಲ್ಸನೂ ಸಾಕು, ಈ ಲೈಫೂ ಸಾಕು' ಎನ್ನಿಸಿಬಿಟ್ಟಿತ್ತು. ಮಳೆಗಾಲದಲ್ಲಿ ತಲೆ ಚಿಟ್ಟೆನಿಸುವಷ್ಟು ಮಳೆ; ಬೇಸಿಗೆಯಲ್ಲಿ ಹುಚ್ಚೆಡಿಸುವಷ್ಟು ಸೆಕೆ. ಡ್ಯಾಮ್, ಟನಲ್ ಕನ್‌ಸ್ಟ್ರಕ್ಷನ್, ಸ್ಟ್ರೆಕ್ ಪಾಯಿಂಟ್, ಅದರ ಮೂಲಕ ಕಾಣುವ ಜನರೇಟಿಂಗ್ ಸ್ಟೇಷನ್‌ಪ್ಲಾಂಟ್‌ಗಳು ಅವನಲ್ಲಿ ಉತ್ಸಾಹವನ್ನು ಚಿಮ್ಮಿಸಿತ್ತು. ಪ್ರಪಾತದಾಳದಲ್ಲಿ ಜನರೇಟರ್ ಜೋಡಿಸಿ ವಿದ್ಯುತ್ ಉತ್ಪಾದಿಸಬೇಕು. ಮೊದಲು ಈ ವೃತ್ತಿಯ ಬಗ್ಗೆ ಬೇಸರವಿದ್ದರೂ ರೆಕ್ಕೆಗಳನ್ನು ಕಟ್ಟಿಕೊಂಡು ಹಾರಿಬಂದಿದ್ದ.

ಥಗಥಗ ಶಬ್ದ ಮಾಡುತ್ತ ಎಕ್ಸ್‌ಲೇಟರ್ ಸಿಳ್ಳು ಹಾಕುತ್ತ ಬಂದಾಗ ಅಷ್ಟು ದೂರದಲ್ಲಿ ನಿಂತು ಪ್ಯಾಂಟ್ ಜೇಬಿನಲ್ಲಿದ್ದ ಕರ್ಚೀಫ್‌ನ ಎಳೆದು, ಮುಖದ ಮೇಲಿನ ಬೆವರನ್ನು ಒತ್ತಿದ. ಡ್ರೈವರ್‌ಗೆ, ಕೆಲಸದಾಳುಗಳಿಗೆ ಸೂಚನೆ ಕೊಡುತ್ತ ನಿಂತ. ಅಷ್ಟು ದೂರದಲ್ಲಿ ಪ್ರಭಾಕರ ಏನೋ ಕೂಗಿ ಕೂಗಿ ಹೇಳುತ್ತಿದ್ದ.

ಸುರಂಗ ಬಾಯಿಯ ಕಡೆ ನಡೆದ ಪ್ರಭಾಕರ ಮೇಸ್ತ್ರಿಗೆ ಏನೋ ಸೂಚನೆ ಕೊಡುತ್ತ ಹಿಂದಿರುಗಿ ಬಂದ. ಇಡೀ ಮುಖ ಬೆವರಿನಿಂದ ತೊಯ್ದು ಹೋಗಿತ್ತು.

"ವಿಪರೀತ ಬಿಸ್ಲು. ಊಟಕ್ಕೆ ಹೋಗಿ ಬಂದುಬಿಡೋಣ್ವಾ?" ಕರ್ಚೀಫ್‌ನಿಂದ ಇಡೀ ಮುಖದ ಬೆವರನ್ನು ತೊಡೆದ. ವೇಣು ಸರಿಯೆನ್ನುವಂತೆ ತಲೆಯಾಡಿಸಿದ.

ಜೀಪು ಹತ್ತಿದರು. ನೇರವಾಗಿ ಕಾಲೋನಿಯತ್ತ ನಡೆಯದೆ ಸ್ಟ್ರೆಕ್ ಪಾಯಿಂಟ್‌ನ ಬಾಟಮ್‌ನಲ್ಲಿ ಕೆಲಸ ನಡೆಯುತ್ತಿರುವ ಕಡೆ ಹೋಗಿ ಕೆಲವು ಸೂಚನೆ, ಸಲಹೆಗಳನ್ನು ಕೊಟ್ಟೇ ಮನೆಯ ದಾರಿ ಹಿಡಿದಿದ್ದು.

"ಒಂದೊಂದು ಸಲ ನಡಿತೀರೋ ಕೆಲ್ಸನ ಗಮನಿಸಿದ್ರೆ – ಜೀವ ನಿಂತತ್ತೇ ಆಗುತ್ತೆ." ಪ್ರಭಾಕರ ಯೋಚನೆಯಲ್ಲಿ ಬಿದ್ದ.

ಆದರೆ ವೇಣು ತುಟಿ ಬಿಚ್ಚಲಿಲ್ಲ. ಬಹಳ ಗಂಭೀರವಾಗಿ ಜೀವನವನ್ನ ಕುರಿತು ಯೋಚಿಸುತ್ತಿದ್ದ.

"ವೇಣು, ಎಂಥ ಯೋಚ್ನೇ! ಸಣ್ಣ ವಿಷ್ಯಗಳಿಗೆಲ್ಲ ತಲೆ ಕೆಡಿಸ್ಕೋಬಾರ್ದು. ಇದೆಲ್ಲ ಕಾಮನ್!" ಬೆನ್ನು ಚಪ್ಪರಿಸಿದ.

ಜೀಪು ನಿಂತಾಗ ಇಳಿದು ಕೈಬೀಸಿ ನಡೆದ. ವಾಚ್‌ನತ್ತ ನೋಡಿದ. ಎರಡರ ಮೇಲೆ ಇಪ್ಪತ್ತು ನಿಮಿಷವಾಗಿತ್ತು. ಬೇಸರದಿಂದ ಹಣೆಯುಜ್ಜಿ ಕಂಟ್ರಾಕ್ಟರ್ ದೆಸೆಯಿಂದ ಮೇಲಧಿಕಾರಿಗಳ ಕೈಯಲ್ಲಿ ಛೀಮಾರಿ ಹಾಕಿಸಿಕೊಂಡಾಗ ಅದು ಅವನ ಪ್ರಾಮಾಣಿಕತೆಗೆ ಸಿಕ್ಕ ಪ್ರತಿಫಲವಾಗಿತ್ತು. ಎದೆಯ ಮೇಲೆ ಕೈಯಾಡಿಸಿಕೊಂಡ.

ಬಾಗಿಲನ್ನು ತಳ್ಳಿಕೊಂಡು ಒಳಗೆ ನಡೆದ. ಬಿಸಿಲಿನ ವೇಳೆ ಬೇಸತ್ತ ಮನ. ಮಡದಿಯ ಸಂಗೀತಾಲಾಪನೆ ಕೇಳಿದಾಗ ಅವನ ಮೈ ಉರಿದು ಹೋಯಿತು.

ಗಾಳಿ, ನೀರಿನ ಒತ್ತಡ ಉಪಯೋಗಿಸಿ ಡ್ರಿಲ್ಲಿಂಗ್ ಮಾಡೋ ಸಂದರ್ಭದಲ್ಲಿ ತೂತುಗಳಲ್ಲಿ ಜಿಲಟಿನ್ ಎಲೆಕ್ಟ್ರಿಕಲ್ ಡಿಟೋನೇಟರ್ಸ್ ತುಂಬೋ ಸಮಯದಲ್ಲಿ ತಾನು ಸರಿಯಾಗಿ ಸಲಹೆ ಸೂಚನೆ ಕೊಡಲಿಲ್ಲವೆಂದು ದೊಡ್ಡದಾಗಿ ಕಂಟ್ರಾಕ್ಟರ್ ಆರೋಪಿಸಿದಾಗ ನಿಂತ ನೆಲ ಬಾಯಿ ತೆರೆಯಬಾರದೇ! ಎನ್ನಿಸಿಬಿಟ್ಟಿತ್ತು.

ಬಂದ ಕೋಪವನ್ನು ನುಂಗಿಕೊಂಡ. ಮದುವೆಯಾಗಿ ಇನ್ನು ಒಂದು ತಿಂಗಳು ಕೂಡ ಆಗಿರಲಿಲ್ಲ. ಹೇಗೆ ಮನದ ಕೋಪವನ್ನು ಪ್ರಕಟಿಸಬಲ್ಲ?

"ಸ್ವಲ್ಪ ರಾಣಿ ಸಾಹೇಬ್ರು ಹೊರ್ಗಡೆ ಬರ್ತಿರಾ!" ಆದಷ್ಟು ಸ್ವರವನ್ನು ಸಮಾಧಾನಿಸಿದರೂ ಮುಖ ಕೆಂಪಗಾಗದೇ ಹೋಗಲಿಲ್ಲ.

"ನನ್ನ ಮೂಡ್ ಕೆಡ್ಸಿಬಿಟ್ರಿ!" ಸ್ವರದಲ್ಲಿ ತೀಕ್ಷ್ಣತೆ ಮಿನುಗಿದಾಗ ತುಟಿ ಕಚ್ಚಿದ.

ಹಾಲ್‌ನಲ್ಲಿದ್ದ ಸೋಫಾ ಮೇಲೆ ಕೂತು ಛಾವಣಿಯತ್ತ ನೋಡಿದ ಸೆಕೆಯೆನಿಸಿತು. ಎದ್ದು ಫ್ಯಾನ್ ಸ್ವಿಚ್ ತಿರುಗಿಸಿದ. ಮಿದುಳು ಸಿಡಿಯ ತೊಡಗಿತು. ಅವನು ಸುಖೀ ಜೀವನದ ಬಗ್ಗೆ ಕನಸುಗಳು ಹೆಣೆದಿಲ್ಲದಿದ್ದರೂ ಇದ್ದ ಕಲ್ಪನೆಗಳು ಕೂಡ ನುಚ್ಚುನೂರಾಗಿದ್ದವು.

"ಊಟಕ್ಕೆ ಬನ್ನಿ" ಎಂದಾಗ ಅವನ ಮುಖ ಗಂಟಾಯಿತು. ಮುಖವನ್ನು ಬೇರೆಡೆ ತಿರುಗಿಸಿ "ಬೇಡ" ಎಂದ. ಪದ್ಮಿನಿ ತಕ್ಷಣ ನಿಂತ ಜಾಗ ಖಾಲಿ ಮಾಡಿದಳು. ಅಡಿಗೆ ಮನೆಯ ಪಾತ್ರೆಗಳ ಸದ್ದಿನೊಂದಿಗೆ ಅವನ ಹೊಟ್ಟೆ ಚುರುಗುಟ್ಟತೊಡಗಿತು. ಎದ್ದು ಹೋಗಿ ಊಟ ಮಾಡಲು ಸ್ವಾಭಿಮಾನ ಅಡ್ಡ. ಮನ ಅಶಾಂತಿಯಿಂದ ಕುದಿಯತೊಡಗಿತು.

ಪದ್ಮಿನಿ ಊಟ ಮಾಡಿ ಹೊರಗೆ ಬಂದಾಗ ವೇಣು ಕೂತಿದ್ದ ಜಾಗ ಖಾಲಿಯಾಗಿತ್ತು. ಅವಳ ಕೋಪವಿನ್ನೂ ಕಡಿಮೆಯಾಗಿರಲಿಲ್ಲ; ಭಾವನಾ ವೇಗಕ್ಕೆ ಒಳಗಾಗಿ ಹಾಡುತ್ತಿರುವ ಸಮಯದಲ್ಲಿ ಮತ್ತೆ ಎಚ್ಚರಿಸಿ ತನಗೇ ತಪೋಭಂಗ ಮಾಡಿದ್ದಾನೆಂದು.

ಹೊರಳಾಡಿ ಎದ್ದು ಕೂತ ವೇಣು ಇಪ್ಪತ್ತರವರೆಗೂ ಎಣಿಸಿದ. ಪ್ರಯೋಜನವಿಲ್ಲವೆಂದು ಮೈಮುರಿದು ಎದ್ದು ಹೊರಗೆ ಬಂದಾಗ ಒಂದಷ್ಟು ಪುಸ್ತಕಗಳನ್ನ ಮುಂದೆ ಹಾಕಿಕೊಂಡು ಕೂತಿದ್ದಳು. ಕೆಮ್ಮಿ ಸದ್ದು ಮಾಡಿದ. ಹಸಿದ ಹೊಟ್ಟೆ ಚೀತ್ಕರಿಸುತ್ತಿತ್ತು. ಮುಷ್ಠಿ ಬಿಗಿ ಹಿಡಿದ. ಮುಸುಡಿಗೆ ಗುದ್ದುವ ಮನಸ್ಸಾಯಿತು.

"ಸ್ವಲ್ಪ ಕಾಫಿ ಮಾಡು" ಮೆಲುವಾಗಿ ಹೇಳಿ ಬಾತ್‌ರೂಮಿನತ್ತ ನಡೆದ.

ವೇಣು ಮುಖ ತೊಳೆದು ಹೊರಗೆ ಬಂದಾಗ ಪದ್ಮಿನಿ ಅದೇ ಸ್ಥಿತಿಯಲ್ಲಿ ಅದೇ ಜಾಗದಲ್ಲಿ ಕೂತಿದ್ದಳು. ಅವನ ಕಣ್ಣು ಕೆಂಪಾಯಿತು.

"ಹೇಳಿದ್ದು ಕೇಳಿಸಲಿಲ್ವಾ?" ಸಿಡಿದ.

ಪದ್ಮಿನಿ ಮೆಲ್ಲಗೆ ತಲೆಯೆತ್ತಿದಳು. ವೇಣು ಮುಖ ಬೆಂಕಿಯಂತೆ ಉರಿಯುತ್ತಿತ್ತು. ತಟ್ಟನೆ ಮೇಲಕ್ಕೆದ್ದು? ಹೇಳಿದಳು.

"ರೀ ಮಿಸ್ಟರ್, ನಿಮ್ಗೆ ಸ್ವಲ್ಪವಾದ್ರೂ ಸೆನ್ಸ್ ಬೇಡ್ವಾ?" ಅವಳ ಪ್ರಶ್ನೆಯಿಂದ ವೇಣು ದಿಗ್ಭ್ರಮೆಗೊಂಡ. "ಖಂಡಿತ ಇಲ್ಲ," ಮೆಲ್ಲಗೆ ತುಟಿಯಂಚಿನಲ್ಲಿ ಮುಗುಳ್ನಕ್ಕು ಕೋಣೆಯೊಳಗೆ ನಡೆದ.

ಮದುವೆಯಾದ ದಿನದಿಂದ ಪದ್ಮಿನಿಯನ್ನು ಅರ್ಥಮಾಡಿಕೊಳ್ಳಲು ಪ್ರಯತ್ನಿಸುತ್ತಿದ್ದ. ಏನೇನೂ ಅರ್ಥವಾಗಿರಲಿಲ್ಲ. ಒಮ್ಮೊಮ್ಮೆ ಅವಳ ಬಾಲಿಶ ನಡೆನುಡಿಗಳನ್ನು ನೋಡಿದಾಗ ಸಹಾನುಭೂತಿಯಿಂದ ಮರುಗುತ್ತಿದ್ದ ಇವಳನ್ನ ಹೇಗೆ ತಿದ್ದುವುದು? ಒಂದೇ ಸಮಸ್ಯೆಯಾಗಿತ್ತು. ವ್ಯರ್ಥವಾಗುವ ಅಮೂಲ್ಯ ಕ್ಷಣಗಳನ್ನು ನೆನೆದರೆ ಅವನೆದೆಯೊಡೆದಂತಾಗುತ್ತಿತ್ತು.

ಬೇಸತ್ತ ಮೈ ಮನಸ್ಸಿಗೆ ನೆಮ್ಮದಿ ಬೇಕಾಗಿತ್ತು. ಈ ದಿನ ಅವನ ಲಲ್ಲೆಯಾಡುವ, ರಮಿಸುವ ಸಹನೆ ಸತ್ತುಹೋಗಿತ್ತು.

"ಬಾಗ್ಲು ಹಾಕ್ಕೋ" ಎಂದು ಹೇಳಿ ಸ್ಕೂಟರ್ ತಳ್ಳಿಕೊಂಡು ಹೊರಟಾಗ ತಲೆಯೆತ್ತಿದ ಪದ್ಮಿನಿಯ ಕಣ್ಣಂಚಿನಲ್ಲಿ ತುಂತುರು ಶೇಖರವಾಯಿತು.

ಬೇಸರದಿಂದಲೇ ಸ್ಕೂಟರ್ ಹತ್ತಿದ. ಸದ್ಯಕ್ಕೆ ಹಸಿದ ಹೊಟ್ಟೆಯನ್ನು ಸಮಾಧಾನಿಸಬೇಕಾಗಿತ್ತು. ಹೊಸದಾಗಿ ಎದ್ದ ಹೋಟೆಲ್ ಮುಂದೆ ನಿಲ್ಲಿಸಿ ಒಳ ಹೊಕ್ಕ. ಮುಖ ಸಿಂಡರಿಸಿಯೇ ಊಟ ಮಾಡಿದ.

ಹೊರಗಡೆ ಬಂದ. ಸದ್ಯಕ್ಕೆ ಮನೆಗೆ ಹೋಗುವ ಮನಸ್ಸಾಗಲಿಲ್ಲ. ಪ್ರಭಾಕರನ ಮನೆಯತ್ತ ಹೋಗಿ ಬರುವುದು ಸರಿಯೆಂದುಕೊಂಡ. ಸ್ಕೂಟರ್ ಹತ್ತಿ ಅಷ್ಟು ದೂರ ಹೋದ ಮೇಲೆ ಯೋಚಿಸಿದ. "ಯಾಕಯ್ಯ ದೊರೆ ಮ್ಯಾರೇಜ್ ಲೈಫ್ ಇಷ್ಟು ಬೇಗ ಬೋರಾಯ್ತ!" ಎಂದು ಅಣಕವಾಡಿದರೇ! ಸ್ಕೂಟರನ್ನ ಅಭಿಮುಖವಾಗಿ ತಿರುಗಿಸಿದ. ಡ್ಯಾಮ್ ಕನ್‌ಸ್ಟ್ರಕ್ಷನ್ ಕಡೆ ನಡೆಸಿದ.

ದಢಾರನೇ ಕಿವಿ ಗಡಚಿಕ್ಕುವ ಸದ್ದು ಕೇಳಿದಾಗ ಸ್ಕೂಟರ್ ಬ್ಯಾಲೆನ್ಸ್ ತಪ್ಪಿ ರಸ್ತೆಯಲ್ಲಿಯೇ ನಾಟ್ಯವಾಡಿತು. ಒಂದು ಕಡೆ ನಿಲ್ಲಿಸಿ ಇಳಿದ. ಡಾಂಬರ್ ರಸ್ತೆಯಿಂದ ಅವನ ನೋಟ ಅಕ್ಕಪಕ್ಕ ಹರಿಯಿತು. ದಟ್ಟವಾದ ಅರಣ್ಯ ಸಂಪತ್ತು. ಅದರ ಒಳಗಿನ ರುದ್ರ ಸೌಂದರ್ಯದ ನೆನಪಾದಾಗ ಮೈಮನ ಮರೆಯುವಂತಾಯಿತು. ಎತ್ತರವಾಗಿ ಬೆಳೆದು ನಿಂತ ಸೀಸಂ, ಸಾಗವಾನಿ, ಹೊನ್ನೆ, ನಂದಿ ಮರಗಳು ಕಣ್ಮುಂದೆ ನಿಂತವು. ಡ್ಯಾಮ್ ಕೆಲಸ ಶುರುವಾಗುವ ಮುನ್ನವೇ ಅವನಿಲ್ಲಿಗೆ ಬಂದಿದ್ದ. ರೂಪು ರೇಷೆಗಳನ್ನಿಡಿದು ಹಿರಿಯ ಇಂಜಿನಿಯರ್‌ಗಳ ಮಾರ್ಗದರ್ಶನದಿಂದ ಕೆಲಸ ಶುರುವಾಗಿತ್ತು. ಕೋವಿ ಹಿಡಿದು ಓಡಾಡಬೇಕಾದ ಪರಿಸರದಲ್ಲಿ ಈಗ ನಿರ್ಭೀತಿಯಿಂದ ಓಡಾಡಬಹುದಿತ್ತು. ಮಾನವನ ಅತಿಕ್ರಮ ಪ್ರವೇಶದಿಂದ ವನ್ಯಮೃಗಗಳು ಕಾಣುವುದೇ ಕಷ್ಟವಾಗಿತ್ತು.

"ವಣಕಂ" ಸ್ವರ ಬಂದತ್ತ ವೇಣು ನೋಟ ಹರಿಯಿತು. ದಷ್ಟಪುಷ್ಟ ಮೈನ, ಕಪ್ಪು ಬಣ್ಣದ ಪೆರಿಯಾರ್. ಕೈ ಕಟ್ಟಿ ವಿನಯದಿಂದ ನಿಂತಿದ್ದ.

ಹುಬ್ಬೆತ್ತಿ "ಎಲ್ಲಿಗೆ ಹೊರಟೆ" ನಿಧಾನವಾಗಿ ಕೇಳಿದಾಗ ತಲೆಗೆ ಕಟ್ಟಿದ್ದ ತುಂಡು ಟವಲನ್ನು ಬಿಚ್ಚಿ ಹೆಗಲ ಮೇಲೆ ಹಾಕಿಕೊಂಡ "ಶುಮ್ಮ.." ಅವನ ನೋಟ ನೆಲದಲ್ಲಿ ನೆಟ್ಟಾಗ "ಬ್ಲಾಕ್ಟಿಂಗ್ ಆಯ್ತ?" ಎಂದಾಗ ಸುಮನೆ ತಲೆಯಾಡಿಸಿದ. ಹೋಗು ಎನ್ನುವಂತೆ ಸನ್ನೆ ಮಾಡಿ ಸ್ಕೂಟರ್ ಹತ್ತಿದ ಬಾಯಿಗೆ ಬಂದಿದ್ದು ಕೇಳಿದ.

ಗೆಳೆಯ ಚಿದಾನಂದ ಪದೇ ಪದೇ ಹೇಳುತ್ತಿದ್ದ. "ಲೋ ಮರಿ, ಇಲ್ಲಿಗೆ ಸ್ಕೂಟರ್ ಬೇಡ. ಮಾರ್ಬಿಟ್ಟು ಬುಲೆಟ್ ಕೊಂಡ್ಕೊ." ಅತ್ತ ಅವನ ಯೋಚನೆ ಹರಿಯುತ್ತಲೇ ಇರಲಿಲ್ಲ.

ಇವನು ಕೆಲಸ ನಡೆಯುತ್ತಿದ್ದ ಸ್ಥಳಕ್ಕೆ ಬಂದಾಗ ಎಕ್ಸ್‌ಲವೇಟರ್ ತನ್ನಷ್ಟಕ್ಕೆ ಕ್ರೈನ್‌ಗಳಿಂದ ಕಲ್ಲುಗಳನ್ನೆತ್ತಿ ಟಿಪ್ಪರ್‌ಗೆ ತುಂಬುತ್ತಿತ್ತು. ಯಂತ್ರ ಶಕ್ತಿಯ ಆ ಸದ್ದಿಗೆ ಕಿವಿಗಳು ಗಡಚಿಕ್ಕಿ ಹೋಗುತ್ತಿತ್ತು. ಒಮ್ಮೊಮ್ಮೆ ವೇಣುಗೆ ಈ ವಾತಾವರಣದಿಂದ ಓಡಿ ಹೋಗಿಬಿಡಬೇಕೆನಿಸುತ್ತಿತ್ತು.

ಸ್ಕೂಟರ್ ನಿಲ್ಲಿಸಿ ಹತ್ತಿರ ನಡೆದ. ಪೂರ್ತಿ ಧೂಳಿನಿಂದಲೇ ಮಿಂದ ಹೆಣ್ಣಾಳು, ಗಂಡಾಳುಗಳು ಕೆಲಸಕ್ಕೆ ಸಿದ್ಧರಿದ್ದರು. ರಾಕ್ಷಸಾಕಾರದ ಯಂತ್ರಗಳ ಕೆಲಸಗಳಿಗೆ ಹೋಲಿಸಿದರೆ, ಇವರ ಕೆಲಸದ ಪ್ರಮಾಣ ತುಂಬ ಕಮ್ಮಿ ಒಣಗಿದ ಕೈಕಾಲುಗಳು, ಗುಳಿಬಿದ್ದ ಕೆನ್ನೆಗಳು, ಬಣ್ಣಗೆಟ್ಟ ಮುಖಗಳು ವೇಣು ಮುಖ ಮೇಲೆತ್ತಿ ಭಾರವಾದ ಉಸಿರನ್ನು ದಬ್ಬಿದ.

ಗಂಡಾಳುಗಳು ಕೆಡವಿದ ಕಲ್ಲು ಚೂರುಗಳನ್ನು ಬಾಂಡಲಿಗೆ ತುಂಬುತ್ತಿದ್ದ ಹೆಣ್ಣಾಳುಗಳತ್ತ ದೃಷ್ಟಿ ಹರಿಸಿದ. ಯಾವ ವಿಧವಾದ ಸ್ಪಂದನವೂ ಇಲ್ಲದೆ ಸಣ್ಣ ಯಂತ್ರಗಳಂತೆ ಕೆಲಸ ಮಾಡುತ್ತಿದ್ದರು. ಇವರಲ್ಲಿ ಹೈದರಾಬಾದ್ ಮತ್ತು ಮದ್ರಾಸ್‌ನಿಂದ ಕರೆದುಕೊಂಡು ಬಂದ ತೆಲುಗರು, ತಮಿಳರೇ ಹೆಚ್ಚು ಜನರಿದ್ದರು.

"ಹಲೋ..." ಸ್ವರ ಬಂದತ್ತ ನೋಟವರಿಸಿದ. ಪ್ರಭಾಕರನ ಜೊತೆ ಅವನ ತಂಗಿ ಸರಳ ಸೀರೆಯ ನೆರಿಗೆಗಳನ್ನು ಒಂದು ಕೈಯಲ್ಲಿ ಎತ್ತಿ ಹಿಡಿದು ಬರುತ್ತಿದ್ದಳು. ಮಾರುದ್ದ ಜಡೆ ಹೆಗಲ ಮೇಲೆ ತೂಗಿಬಿದ್ದಿತ್ತು.

ನೇರವಾಗಿ ನಿಂತು ಅವಳತ್ತ ನೋಡಿದ. ಪ್ರಭಾಕರ್ ಅಷ್ಟು ದೂರದಲ್ಲಿ ನಿಂತು ಪ್ರಾಜೆಕ್ಟ್ ರಚನಾವಿನ್ಯಾಸದ ಬಗ್ಗೆ ಚರ್ಚಿಸುತ್ತಿದ್ದ. ಗಡಚಿಕ್ಕುವ ಯಂತ್ರದ ಸದ್ದಿನಲ್ಲಿ ಅದೇನು ಕೇಳುತ್ತಿರಲಿಲ್ಲ.

"ಯಾವಾಗ್ಬಂದ್ರಿ ?" ಪ್ಯಾಂಟ್ ಜೇಬಿನಲ್ಲಿ ಕೈ ತುರುಕಿದ.

ಎತ್ತಿ ಹಿಡಿದ ನೆರಿಗೆಗಳನ್ನು ಕೆಳಗೆ ಚೆಲ್ಲಿದಳು. ಬೆರಳು ನೆರಿಗೆಗಳ ಮೇಲಾಡಿತು. ಅರೆ ಬಾಯಿ ತೆರೆದ ಸುರಂಗದತ್ತ ವೇಣುವಿನ ನೋಟ ಹೊರಳಿತು.

"ಎರಡು ದಿನವಾಯ್ತು. ನೀವು ಕಾಣ್ಲೇ ಇಲ್ಲ!" ವೇಣು ಜೋರಾಗಿ ನಕ್ಕುಬಿಟ್ಟ.

"ಯಾಕೆ ನಗು? ನಾನು ಕೇಳಿದ್ದು ತಪ್ಪಾ? ಮದ್ವೆ ಆದ್ಮೇಲೆ ನಮ್ಮ ಮನೆ ಕಡೆ ಬರೋದೇ ಮರ್ತುಬಿಟ್ಟಿದ್ದೀರಾ" ಮೃದುವಾಗಿ ಆಕ್ಷೇಪಿಸಿದಳು.

ಇದೆಷ್ಟು ಸರಿ? ಬೆರಳುಗಳತ್ತ ನೋಡಿದ. ಪ್ರಭಾಕರನ ಮನೆಗೆ ಹೋಗುವುದಕ್ಕೆ ಯಾವ ತೊಂದರೇನು ಇರಲಿಲ್ಲ. ಮನ ಕೂಡ ಬಯಸುತ್ತಿತ್ತು. ಆದರೆ ಹಿಂದಿನಷ್ಟು ಫ್ರೀಯಾಗಿ ಹೋಗಲು ಸಂಕೋಚ ಅಡ್ಡಿಯಾಗಿತ್ತು.

"ಹಾಗೇನು ಇಲ್ಲ" ನಸುನಕ್ಕು.

"ಐ ಡೋಂಟ್ ಲೈಕ್ ಇಟ್. ನೀವಿಬ್ರೂ ಈ ದಿನ ಬರ್ಲೇಬೇಕು" ಹಟ ಹಿಡಿದವಳಂತೆ ಹೇಳಿದಳು.

ಆ ಕಣ್ಣುಗಳಲ್ಲಿನ ಮಿನುಗುವ ಉತ್ಸಾಹದತ್ತಲೇ ನೋಡಿದ. ಪ್ರಭಾಕರನ ಮನೆಯವರಿಗೆಲ್ಲ ಪ್ರೀತಿಸುವುದು ಗೊತ್ತೇ ವಿನಃ ದ್ವೇಷಿಸುವುದಾಗಲಿ, ಅಸಹಿಸಿಕೊಳ್ಳುವುದಾಗಲಿ ತಿಳಿಯದು.

"ಆಯ್ತು, ಬನ್ನಿ ಹೋಗೋಣ?" ಸ್ಕೂಟರ್‌ನತ್ತ ನಡೆದಾಗ ಸರಳ ಎರಡೆಜ್ಜೆ ಹಿಂದಕ್ಕೆ ನಡೆದಳು. ಜೋರಾಗಿ ಚಪ್ಪಾಳೆ ತಟ್ಟಿದಳು. ಪ್ರಭಾಕರನ ಕತ್ತು ಇತ್ತ ತಿರುಗಲಿಲ್ಲ.

"ಪ್ರಭಾಗೆ ಹೇಳ್ಬೇಕೂ..... ಇಲ್ಲದಿದ್ರೆ ಹೆದರ್ಕೊತಾನೆ!" ಎಂದಾಗ ವೇಣು ಕತ್ತು ತಿರುಗಿಸಿ ನಕ್ಕ ಈಗ ಸರಳ ಬೆಳೆದ ಹುಡುಗಿಯಾಗಿ ಕಾಣಲಿಲ್ಲ. ಸಣ್ಣ ಹುಡುಗಿಯಂತೆ ಕಂಡಳು.

ಸರಳ ಸೀರೆಯ ನೆರಿಗೆಗಳನ್ನು ಎತ್ತಿ ಹಿಡಿದು ಹಾರಿ ಬಿದ್ದ ಕಲ್ಲುಗಳ ನಡುವೆ ಓಡಿದಳು. ವೇಣು ಕೈಕಟ್ಟಿ ನಿಂತ. ಪ್ರಭಾಕರ ನಿಷ್ಠಾವಂತ ಪ್ರಾಮಾಣಿಕ ವ್ಯಕ್ತಿ ಮಾತ್ರವಲ್ಲ ಯಾರಾದರೂ ಪ್ರೀತಿಸಬಹುದಾದ ವ್ಯಕ್ತಿ ಇವನ ಗೌರವದ ಉದ್ದಗಲಕ್ಕೂ ಬೆಳೆದುನಿಂತಿದ್ದ.

ಪ್ರಭಾಕರ ಸರಳ ಬಂದಾಗ ಇವನು ಬೇರೆಡೆ ಮುಖಮಾಡಿ ನಿಂತ. ಬೆಳಗಿನ ಕಟುಪ್ರಸಂಗ ಅವನ ಮುಂದೆಯೇ ನಡೆದಿತ್ತು. ಮೇಲಧಿಕಾರಿ ಚುಚ್ಚುಮಾತುಗಳಿಂದಲೇ ಮಂಗಳಾರತಿ ಎತ್ತಿದ್ದರು.

"ಮತ್ತೆ ಯಾಕ್ಬಂದೆ?" ಹಣೆಯ ಮೇಲಿನ ಬೆವರನ್ನು ಕರ್ಚಿಫ್‌ನಿಂದ ತೊಡೆಯುತ್ತಲೇ ಕೇಳಿದಾಗ "ಸುಮ್ನೇ" ಎಂದ.

ಜೀಪು ವಾಲಾಡುತ್ತಲೇ ಬಂದು ನಿಂತಿತು. ಡ್ರೈವರ್ ಇಣಕಿ ನೋಡಿದ. ಪ್ರಭಾಕರ ಬಂಡೆಯ ಲಡ್ಡುನ ಕುರಿತು ಚರ್ಚಿಸಿದ.

ಪ್ರಭಾಕರ ಅತ್ತ ನಡೆದು ಡ್ರೈವರ್‌ಗೆ ಏನೋ ಹೇಳಿದ. ಅವನು ಇಳಿದು ಪಕ್ಕಕ್ಕೆ ನಿಂತಾಗ ಪ್ರಭಾಕರ್ ಹತ್ತಿ ಕೂತ. ಜೀಪು ಬಳಕುವಂತೆ ಇತ್ತ ತಿರುಗಿತು.

"ವೇಣು ಹತ್ತು, ನಿನ್ನ ಸ್ಕೂಟರ್ ಡ್ರೈವರ್ ತರ್ತಾನೆ." ತಣ್ಣನೆಯ ಸ್ವರದಲ್ಲಿ ಹೇಳಿದ.

ವೇಣು ಹಿಂದೂ ಮುಂದೂ ನೋಡಿದ. ಬೆಳಗಿನ ಘಟನೆ, ಪದ್ಮಿನಿಯ

ನಡತೆಯಿಂದ ತುಂಬ ನೊಂದಿದ್ದ.

"ನಾನ್ಬರ್ತೀನಿ ನಡೀ." ಬೇರೆಡೆ ಮುಖ ಮಾಡಿದಾಗ ಪ್ರಭಾಕರ ಜೀಪಿನಿಂದ ಧುಮುಕಿದ.

ಅವನು, ಇವನು ಒಟ್ಟಿಗೆ ಈ ಪ್ರಾಜೆಕ್ಟ್‌ಗೆ ಬಂದಿದ್ದರು. ಸಹೋದ್ಯೋಗಿಗಳು ಅನ್ನುವ ಪರಿಚಯಕ್ಕೆ ಮೀರಿ ಗೆಳೆತನ ಬೆಳೆದಿತ್ತು.

ವೇಣು ಭುಜದ ಸುತ್ತ ಕೈ ಹಾಕಿದ. ಇಂತಹ ಮನಸ್ಥಿತಿ ಒಳ್ಳೆಯದಲ್ಲವೆಂದು ಅವನ ಅನಿಸಿಕೆ.

"ಈ ಮನುಷ್ಯ ವಿಪರೀತ ಬ್ಲಡ್‌ಪ್ರೆಷರ್‌ನಿಂದ ನರಳ್ತಾ ಇದ್ದಾನೆ. ಸ್ವಲ್ಪಕ್ಕೆ ಕೂಗಾಡೋದು ಅಭ್ಯಾಸ ಆಗ್ಬಿಟ್ಟಿದೆ."

ಸರಳ ಕಣ್ಣರಳಿಸಿ ನಿಂತಳು. ಕೆಲವು ವಿಷಯದಲ್ಲಿ ಪ್ರಭಾಕರ್ ಕಟ್ಟುನಿಟ್ಟು ಸಂಬಂಧಪಡದ ವಿಷಯಗಳನ್ನು ಮನೆಯವರಿಗೆ ಹೇಳಿ ತಲೆಬಿಸಿ ಮಾಡುವುದಾಗಲಿ ಅವರುಗಳು ಮೂಗು ತೂರಿಸುವುದಾಗಲಿ ಅವನು ಇಷ್ಟಪಡುತ್ತಿರಲಿಲ್ಲ.

ಇಬ್ಬರೂ ನಗುನಗುತ್ತಾ ಬಂದು ಜೀಪ್ ಹತ್ತಿದಾಗ ತಣ್ಣಗೆ ಹತ್ತಿ ಕೂತಳು. ಇಲ್ಲಿಗೆ ಬಂದಾಗ ಇದ್ದ ಅವಳ ಆಸಕ್ತಿ ಈಗ ಹೊತ್ತಿ ಉರಿದುಹೋಗಿತ್ತು. ಸಣ್ಣದಾಗಿ ಶಬ್ದ ಮಾಡುತ್ತಾ ಹೊರಟ ಜೀಪು ಏರು ತಗ್ಗಿನ ರೋಡ್‌ನಲ್ಲಿ ನಾಟ್ಯಗತಿಯಲ್ಲಿ ಸಾಗುತ್ತಿತ್ತು.

ಕಾಲನಿಯಲ್ಲಿ ವೇಣು ಕ್ವಾರ್ಟರ್ಸ್ ಮುಂದೆ ಜೀಪು ನಿಂತಾಗ ವೇಣುವತ್ತ ನೋಡಿದ. ಅವನು ಗಂಭೀರವಾಗಿ ಚಿಂತಿಸುತ್ತಿರುವಂತೆ ಕಂಡ. ಹುಬ್ಬು ಸಂಕುಚಿಸಿ ತುಟಿ ಕಚ್ಚಿದ ಮನದಲ್ಲಿ ಅನುಮಾನದ ಹೊಗೆಯಾಡಿತು.

"ಸಾಹೇಬ್ರು ಇಳೀತಾರ?" ತುಟಿಯಂಚಿನಲ್ಲಿ ನಕ್ಕ. ವೇಣು ಒಂದು ಕ್ಷಣ ಪೆಚ್ಚಾದರೂ ಗೆಲುವಿನ ಮುಖವಾಡ ಹೊತ್ತು ಇಳಿದ. ತಾವು ಇಳೀಬಹುದು! ಸ್ವರದಲ್ಲಿ ನಾಟಕೀಯತೆ ಮಿನುಗಿತ್ತು.

ಪ್ರಭಾಕರ್ ಇಳಿದು ತಂಗಿಯನ್ನು ಕಣ್ಸನ್ನೆಯಿಂದಲೇ ಇಳಿಯುವಂತೆ ಹೇಳಿದ.

ಹತ್ತು ನಿಮಿಷ ಬೆಲ್ ಮಾಡುತ್ತ ನಿಂತ ಮೇಲೇನೆ ಪದ್ಮಿನಿ ಬಂದು ಬಾಗಿಲು ತೆರೆದಿದ್ದು. ಪ್ರಭಾಕರ್ ನಿದ್ದೆ ಮಾಡುತ್ತಿರಬಹುದೆಂದು ಸಂಕೋಚಗೊಂಡಿದ್ದ. ಅವಳು ಎದುರಾದಾಗ ನಿದ್ದೆ ಮಾಡಿದ ಲಕ್ಷಣಗಳೇ ಇರಲಿಲ್ಲ.

"ಸಾರಿ, ತೊಂದರೆ ಕೊಟ್ಟೆ!" ನವಿರಾಗಿ ಹೇಳಿದ.

"ನೋ, ನೋ, ಎಂಥದ್ದೂ ಇಲ್ಲ. ನೀವು ಬಂದಿದ್ದು ಒಳ್ಳೇದೇ ಆಯ್ತು." ಅವಳು ಹೋದತ್ತಲೇ ಪ್ರಭಾಕರ್ ನೋಡಿ ಮುಷ್ಠಿ ಬಿಗಿಹಿಡಿದು ಹುಬ್ಬೇರಳು ಎತ್ತಿ "ಏನು ವಿಷ್ಯ?" ಎಂದು ಕಣ್ಣಿನಲ್ಲಿಯೇ ಕೇಳಿದ. ಗೊತ್ತಿಲ್ಲವೆನ್ನುವಂತೆ ಗೋಣಾಡಿಸಿದ.

ವೇಣು ಕೋಣೆಯತ್ತ ಹೋಗದೇ ಹಾಲ್‌ನಲ್ಲೇ ಕೂತ. ಟೀಪಾಯಿ ಮೇಲಿದ್ದ ಪತ್ರಿಕೆಯಿಂದ ಗಾಳಿ ಹಾಕಿಕೊಂಡ. ಮನದ ಬಿಸಿ ತಣ್ಣಗಾಗಲೆಂದೇ!

ಪದ್ಮಿನಿ ಕೋಣೆಯೊಳಗೆ ಬಂದವಳೇ ಹರಡಿಕೊಂಡಿದ್ದ ಪತ್ರಗಳನ್ನೆಲ್ಲಾ ಜೋಡಿಸಿದಳು. ಅಭಿಮಾನದಿಂದ ಅವಳ ಮುಖದ ಶೋಭೆ ತೊನೆದಾಡುತ್ತಿತ್ತು.

"ಈ ಪತ್ರಗಳನ್ನು ನೋಡಿದಾಗ ಅವ್ರ ಮುಖದ ಪ್ರತಿಕ್ರಿಯೆ ಹೇಗಿರಬಹುದ್ದು! ಅಸೂಯೆಪಡಬಹುದ್ದು! ಅಚ್ಚರಿಯಿಂದ ಕಣ್ಣರಳಿಸಬಹುದು!" ಪತ್ರಗಳನ್ನು ಕೈಯಲ್ಲಿ ಹಿಡಿದೇ ಯೋಚಿಸಿದಳು.

ತಲೆಯೆತ್ತಿದಾಗ ವೇಣು ಬಾಗಿಲಿನ ಉದ್ದಕ್ಕೂ ನಿಂತಿದ್ದ. ಅವನ ಕಣ್ಣುಗಳಲ್ಲಿ ಭಯಂಕರ ಸಿಟ್ಟಿತ್ತು. ಮೂಗು ಕೋಪದಿಂದ ಕೆಂಪಾಗಿತ್ತು. ಹಲ್ಲಿನಿಂದ ಕೆಳತುಟಿ ಕಚ್ಚಿ ಸಿಟ್ಟನ್ನು ನುಂಗುತ್ತಿರುವಂತೆ ಕಂಡ.

"ಅವೆಲ್ಲ ಏನು?" ಹುಬ್ಬು ಬೆಸೆದು ರೇಗಿದ.

ಯಾಕೋ ಪದ್ಮಿನಿ ನಾಲಿಗೆಯಲ್ಲಿನ ತೇವ ಆರಿಹೋಯಿತು. ಸೋಲಿನ ಅನುಭವವಾಯಿತು. ಅವಳ ಕೈಯಲ್ಲಿನ ಪತ್ರಗಳನ್ನು ಕಿತ್ತು ಕಪಾಟಿನೊಳಕ್ಕೆ ಎಸೆದ.

"ಹೊರ್ಗಡೇ ಬಾ."

ಅವನು ಹೋದತ್ತಲೇ ನೋಡಿದಳು. ಜಗತ್ತು ಪೂರಾ ತನಗೆ ಅನ್ಯಾಯ ಮಾಡಿದೆ – ಮೂಕವಾಗಿ ಒಳಗೇ ರೋದಿಸಿದಳು.

ಪದ್ಮಿನಿ ಹೊರಗೆ ಬಂದಾಗ ಮೂವರ ನಡುವೆ ನಗು ಮಾತುಕತೆ ನಡೆದಿತ್ತು. ಪ್ರಭಾಕರ ಅವಳತ್ತ ತಿರುಗಿ ನಕ್ಕ. ಆದರೆ ವೇಣು ಅವಳತ್ತ ನೋಟವರಿಸಲೇ ಇಲ್ಲ ಅವನೆದೆ ರೋಷದಿಂದ ಕುದಿಯುತ್ತಿತ್ತು.

ಸರಳ ಮುಖವೆತ್ತಿ ತುಟಿಯಂಚಿನಲ್ಲಿ ನಕ್ಕು "ಹೇಗಿದ್ದೀರಿ? ನೀವು ಯಾವ್ದೋ ಮೂಡ್‌ನಲ್ಲಿರಬೇಕು! ಏನಾದ್ರೂ ಬರೀತಾ ಇದ್ರಾ?" ಪದ್ಮಿನಿ ಮುಖ ಹೆಮ್ಮೆಯಿಂದ ಅರಳಿತು. ವೇಣು ಎದೆಯ ಮೇಲೆ ಕೈಯಿಟ್ಟುಕೊಂಡ. ಅವಳ ಮೇಲೆ ಬಂದ ಕೋಪವನ್ನು ನುಂಗಿಕೊಂಡ. "ಲವ್ ಲೆಟರ್ ಬರೀತಾ ಇದ್ರು!" ಬಿರುಸಾಗಿ ತಾನೇ ಹೇಳಿದ ವೇಣು. ಅವಳಿಗೆ ಚಾಟಿಯೇಟಿನಂತಿತ್ತು. ಕೋಪದಿಂದ ಪದ್ಮಿನಿಯ ಮೂಗಿನ ಹೊಳ್ಳೆಗಳು ಬಿರಿದವು. "ನಿಮ್ಗಂತೂ ಅಲ್ಲ". ಹಿಂದೂ ಮುಂದೂ ಯೋಚಿಸದೇ ಸರಾಗವಾಗಿ ನುಡಿದಾಗ ಸರಳ, ಪ್ರಭಾಕರ್ ಪೆಚ್ಚಾದರು.

ವೇಣು ಮುಖ ಚಿಕ್ಕದಾಯಿತು. ಈಗಾಗಲೇ ಪ್ರಭಾಕರ್ ದಾಂಪತ್ಯ ಜೀವನದಲ್ಲಿ ಅಡಿಯಿಟ್ಟು ನಾಲ್ಕು ವರ್ಷ ಕಳೆದುಹೋಗಿತ್ತು. ವಿರಸ, ಕೋಪ, ಸೆಡವು ಎಲ್ಲಾ ತಿಳಿದವನೇ. ಅದಕ್ಕಾಗಿ ಹೆಚ್ಚು ತಲೆಕೆಡಿಸಿಕೊಳ್ಳಲು ಹೋಗಲಿಲ್ಲ.

"ಸಮಯ ಸರ್ಯೋಗಿಲ್ಲ. ರಾಜಿಯಾದ್ಮೇಲೆ ಬರ್ತಿವಿ. ವೇಣು ಅತ್ತ ಕಣ್ಣೊಡೆದು ನಕ್ಕು ಮೇಲಕ್ಕೆದ್ದ. ಸರಳ ಮಾತ್ರ ಷೋಕೇಸ್‌ನಲ್ಲಿದ್ದ ಬೊಂಬೆಯತ್ತ ನೋಡುತ್ತಿದ್ದಳು.

"ಪ್ಲೀಸ್ ಕೂತ್ಕೋ, ವೇಣು." ತೋಳಿಡಿದು ಜಗ್ಗಿದಾಗ ಅನಾಮತ್ತು ಅವನ ಮೇಲೆ ಬಿದ್ದಂತೆ ನಟನೆ ಮಾಡಿದ.

ಆದರೂ ಸರಳ, ಪ್ರಭಾಕರ್ ಬಹಳ ಹೊತ್ತು ಇರಲಿಲ್ಲ.

ಜೀಪ್ ಹೋದತ್ತಲೇ ನೋಡಿದ ವೇಣು. ಮೆಲ್ಲಗೆ ಒಳಗೆ ನಡೆದ. ಸೆಕೆಯನಿಸಿತು. ಷರಟಿನ. ಗುಂಡಿ ಬಿಚ್ಚಿದ. ಪ್ಲಾನ್, ಎಸ್ಟಿಮೇಟ್, ಡ್ಯಾಮ್‌ಗೆ ಸಂಬಂಧಪಟ್ಟ ಮಿಕ್ಕೆಲ್ಲ ಕಾಗದ ಪತ್ರಗಳನ್ನ ಹರಡಿಕೊಂಡು ಕೂತ. ಅದರಲ್ಲಿ ಮುಳುಗಿ ಎಲ್ಲಾ ಮರೆತುಬಿಟ್ಟ.

"ವೇಣು..." ಮೃದು ಮಧುರವಾಗಿದ್ದ ಪದ್ಮಿನಿಯ ದನಿಗೆ ತಲೆಯೆತ್ತಿದ ಬಿಳಿಯ ಷಿಫಾನ್ ಸೀರೆಯುಟ್ಟು, ಕೂದಲನ್ನೆಲ್ಲ ಎತ್ತಿ "ಮೇಲಕ್ಕೆ ಕಟ್ಟಿ ವಯ್ಯಾರದ ಭಂಗಿಯಲ್ಲಿ ನಿಂತಿದ್ದಳು. ಅವನ ಮೈ ಬಿಸಿಯಾಯಿತು. ಕಣ್ಣೊಡೆದು ನಕ್ಕ "ಎಲ್ಲಾದ್ರೂ ಹೋಗೋಣ?" ತುಟಿ ಕೊಂಕಿಸಿ ಹೇಳಿದಾಗ ಅವನದೆ ಜಲ್ ಎಂದಿತು. ಹೆಣ್ಣಿನ ಸೊಬಗು, ಸ್ವರದಲ್ಲಿ ಎಷ್ಟೊಂದು ಮಾದಕವಿದೆ.

"ಓ.ಕೆ. ಡಾರ್ಲಿಂಗ್" ಮೇಲಕ್ಕೆದ್ದ. ಅನಾಥವಾಗಿ ಬಿದ್ದ ಕಡತಗಳು ಮೂಕವಾಗಿ ರೋದಿಸಿದಂತಾಯಿತು.

ವೇಣು ಎರಡೇ ನಿಮಿಷದಲ್ಲಿ ರೆಡಿಯಾದ. ಕೈಹಿಡಿದ ಮಡದಿಯನ್ನು ಮನಸಾರೆ ಪ್ರೀತಿಸುತ್ತಿದ್ದ. ಅವಳ ಕೆಲವು ಅಭ್ಯಾಸ, ಸ್ವಭಾವಗಳನ್ನು ದ್ವೇಷಿಸುವುದಕ್ಕಿಂತ ಹೆಚ್ಚಾಗಿ ಸಹಾನುಭೂತಿಯಿಂದ ನೋಡುತ್ತಿದ್ದ. ಆದರೆ ಒಮ್ಮೊಮ್ಮೆ ತಲೆ ಬಿಸಿಯಾಗುತ್ತಿತ್ತು.

ಅವರುಗಳು ಹೊರಡುವುದಕ್ಕೆ. ಮುನ್ನವೇ ಪದ್ಮಿನಿಯ ತಾಯಿತಂದೆಯರು ಬಂದಿಳಿದರು.

"ಡ್ಯಾಡ್, ಮಮ್ಮಿ" ಎಳೆಯ ಹುಡುಗಿಯಂತೆ ಅವರೆದೆಯಲ್ಲಿ ಹುದುಗಿದಾಗ ವೇಣುಗೆ ಅಲ್ಲಿ ನಿಲ್ಲಲಾಗಲಿಲ್ಲ. ಹೊರಗೆ ಬಂದ. ಗುಡ್ಡದ ಕಡೆಯಿಂದ ಬೀಸುತ್ತಿದ್ದ ತಣ್ಣನೆಯ ಗಾಳಿಗೆ ಮುಖವೊಡ್ಡಿದ.

ಕಾಲನಿ ಬಿಟ್ಟು ನೇರ ರಸ್ತೆಗೆ ಬಂದ. ಅವನಿಗೆ ಇಂಜಿನಿಯರಿಂಗ್ ಓದಲು ಇಷ್ಟವಿರಲಿಲ್ಲ. ಅಪ್ಪ, ಅಮ್ಮನ ಬಲವಂತಕ್ಕೆ ಓದಿ ಮುಗಿಸಿ ಹೊರಬಂದಿದ್ದ. ಈ ಹುದ್ದೆಯ ಬಗೆಗೆ ಅಂತಹ ಅಕ್ಕರೆಯಾಗಲಿ, ಆಸ್ಥೆಯಾಗಲಿ ಇರಲಿಲ್ಲ. ಸುಮ್ಮನೇ ಅಂಟಿಕೊಂಡಿದ್ದ. ಮದುವೆಯ ವಿಷಯದಲ್ಲೂ ಅವನು ತಲೆಕೆಡಿಸಿಕೊಂಡಿರಲಿಲ್ಲ. ಅಪ್ಪ, ಅಮ್ಮ! ಒಪ್ಪಿ ಅವನ ಮುಂದೆ ಪದ್ಮಿನಿಯನ್ನು ತಂದು ನಿಲ್ಲಿಸಿದಾಗ ಮೌನವಾಗಿಯೇ ಒಪ್ಪಿಗೆ ಸೂಚಿಸಿದ್ದ. ಮತ್ತೆ ಯಾವುದೇ ವ್ಯವಹಾರದಲ್ಲಿ ಅವನು ಭಾಗಿಯಾಗಿರಲಿಲ್ಲ. ಈಗ ತಾನು ದುಡುಕಿದೆನೇನೋ ಎಂದು ಪಶ್ಚಾತ್ತಾಪಪಡುತ್ತಿದ್ದ.

* * *

ಬೆಳಿಗ್ಗೆ ಎದ್ದವನೇ ಸ್ನಾನ ಕೂಡ ಮಾಡದೇ ವೇಣು ಮನೆಯಿಂದ ಹೊರಬಿದ್ದ. ಮನೆಯೊಳಗಿನ ಸ್ಥಿತಿ ಕುಲುಮೆಯಲ್ಲಿ ಬೇಯುವಂತಾಗಿತ್ತು.

ರಾತ್ರಿ ತೀರಾ ಸಹನೆಗೆಟ್ಟಿದ್ದ. ಸ್ವಲ್ಪ ಖಾರವಾಗಿಯೇ ಪದ್ಮಿನಿಯನ್ನು ಕೇಳಿದ.

"ನಿಮ್ಮಪ್ಪ, ಅಮ್ಮಯಾವಾಗ್ಹೋಗ್ತಾರೆ?"

ಅವನ ಮಾತಿನಿಂದ ಪದ್ಮಿನಿಯ ಮೈ ಬೆಂಕಿಯಾಗಿತ್ತು. ಉದ್ವಿಗ್ನತೆಯಿಂದ ಭುಸುಗುಟ್ಟಿದಳು.

"ಅಮ್ಮನ್ನ ಕಳ್ಸೋಕೆ ಯಾಕೆ ನಿಮ್ಗೇ ಆತ್ರ?" ಎಂದಾಗ ಮುಖ ಮೇಲೆತ್ತಿ "ಮೆಂಟಲ್ ಆಸ್ಪತ್ರೆಯಲ್ಲಿದ್ದ ಅನುಭವ ಆಗಿದೆ" ಎಂದು ಕೋಣೆಯಿಂದ ಹೊರಬಂದಿದ್ದ.

ಪದ್ಮಿನಿ ತಾಯಿ ತಂದೆಯವರ ಪ್ರೋತ್ಸಾಹ ಏಕಮುಖವಾಗಿತ್ತು. ಅವಳು ಕೆಲಸಕ್ಕೆ ಬಾರದ್ದು ಗೀಚಿ ಅವರ ಮುಂದೆ ಹಿಡಿದಾಗ ವಿವೇಚನೆ, ಮುಂದಾಲೋಚನೆ ಇಲ್ಲದೆ ದೊಡ್ಡ ಕವಿ, ಸಾಹಿತಿಯ ಪಟ್ಟ ಕಟ್ಟಿ ಅವಳನ್ನೇ ಮುಗಿಲಿಗೇರಿಸಿಬಿಡುತ್ತಿದ್ದರು. ಅವಳು ಸ್ವಲ್ಪ ಕೈಕಾಲು ಕುಣಿಸಿದರೆ ಪ್ರಸಿದ್ಧ ನೃತ್ಯಗಾತಿಯರ ಸಾಲಿನಲ್ಲಿ ಅವಳನ್ನು ನಿಲ್ಲಿಸಿ ಹೊಗಳುತ್ತಿದ್ದರು. ಸ್ವಲ್ಪ ಗುನುಗಿದರೂ ಅವಳ ಸ್ವರದ ಮಾಧುರ್ಯತೆಯ ಕೊಂಡಾಡುತ್ತಿದ್ದರು. ನೃತ್ಯಾಭ್ಯಾಸ, ಸಂಗೀತಾಭ್ಯಾಸ ಮಾಡಿಸಿದ್ದರು. ಆದರೆ ಅವಳಿಗೆ ಯಾವ ಕಲೆಯೂ ಒಲಿಯಲಿಲ್ಲವೆಂದು ಬೇರೆಯವರ ಅಭಿಪ್ರಾಯ.

"ವೇಣು...." ಪ್ರಭಾಕರನ ಕೈ ಅವನ ಹೆಗಲ ಮೇಲೆ ಬಿದ್ದಾಗಲೇ ಅವನು ವಾಸ್ತವ ಪ್ರಪಂಚಕ್ಕೆ ಮರಳಿದ್ದು. ಕೈ ಪ್ಯಾಂಟ್ ಜೇಬಿನಲ್ಲಿ ತುರುಕಿ ಅವನತ್ತ ತಿರುಗಿದ. "ಎಲ್ಲಿಗೆ ಹೊರಟೆ?" ಪ್ರಭಾಕರನ ಕಣ್ಣುಗಳು ಕಿರಿದಾದವು.

"ವಾಕ್‌ಗೆ ಹೊರಟೆ." ತುಟಿಗಳ ಮೇಲೆ ನೀರಸ ನಗೆ ಇಣುಕಿದಾಗ ಪ್ರಭಾಕರ್ ಗೊಂದಲದಲ್ಲಿ ಬಿದ್ದ. ವೇಣು, ಪದ್ಮಿನಿಯ ದಾಂಪತ್ಯ ಜೀವನ ತೀರಾ ಒಗಟಾಗಿ ಕಂಡಿತು. ಯಾಕೆ? ಕಾಲರ್ ಬಳಿ ಧಾವಿಸಿತು.

"ಒಬ್ನೇ ಹೋಗೋದು ಚೆನ್ನಲ್ಲ! ಶ್ರೀಮತಿಯವ್ರು ಇನ್ನೂ ಎದ್ದಿಲ್ವಾ?" ಕಣ್ಣು ಮಿಟುಕಿಸಿ ಕೇಳಿದಾಗ ವೇಣು ಬೇರೆಡೆ ಮುಖ ತಿರುಗಿಸಿಕೊಂಡ.

ಅವನ ತಲೆಯಲ್ಲಿ ಭಯಂಕರ ಬಿರುಗಾಳಿ. ಸಹನೆ ಅದರ ಮಧ್ಯೆ ಉಳಿಯುವುದು ಕಷ್ಟವೆನಿಸಿತು.

"ಬೇರೇನಾದ್ರೂ ಮಾತಾಡೋಣ." ನೇರವಾಗಿ ಹೇಳಿದಾಗ ಪ್ರಭಾಕರ್‌ನ ಕಣ್ಣಲ್ಲಿ ವಿಸ್ಮಯ ಇಣುಕಿತು.

ಆ ವಿಷಯವನ್ನು ಪೂರ್ತಿಯಾಗಿ ಅಲ್ಲಿಗೇ ಬಿಟ್ಟು ಡ್ಯಾಮ್‌ಗೆ ಸಂಬಂಧಪಟ್ಟ ವಿಷಯಗಳ ಬಗೆಗೆ ಮಾತನಾಡುತ್ತಾ ನಡೆದರು.

ತಮಗೆ ಅರಿಯದಂತೆ ಬೆಟ್ಟದ ಹಾದಿ ಹಿಡಿದಿದ್ದರು. ಏರು ಹಾದಿ ಪ್ರಾರಂಭವಾದಾಗಲೇ ನಿಂತು ಯೋಚಿಸಿದ್ದು.

"ಇಲ್ಲಿವರ್ಗೂ ಬಂದಿದ್ದು ಆಯ್ತು. ಹತ್ತೇಬಿಡೋಣ." ಪ್ರಭಾಕರ ಹೇಳಿದಾಗ ವೇಣು 'ಸರಿ'ಯೆಂದು ಒಪ್ಪಿಗೆ ಸೂಚಿಸಿದ. ಕಾಡು ಮುಚ್ಚಿದ್ದ ಬೆಟ್ಟ ಸಣ್ಣ ಗುಡ್ಡವಾಗಿ ಕಂಡರೂ ಏರಲು ಸ್ವಲ್ಪ ಶ್ರಮವಾಗುತ್ತಿತ್ತು. ಪ್ರಕೃತಿಯ ವೈವಿಧ್ಯಮಯವಾದ ವನಸಂಪತ್ತನ್ನು ಕಣ್ಣರಳಿಸಿ ನೋಡುತ್ತ ಬೆಳಗಿನ ತಂಪು ವಾತಾವರಣದಲ್ಲಿ,

ನಿಧಾನವಾಗಿ ಹೆಜ್ಜೆ ಹಾಕತೊಡಗಿದರು. ಮೇಲೆ ಹೋಗುತ್ತಾ ಮರಗಳ ಸಾಂದ್ರತೆ ಕಡಿಮೆಯಾಗುತ್ತ ಬಂಡೆಗಳು ಜಾಸ್ತಿಯಾದವು.

ಸಮತಟ್ಟಾದ ಪ್ರದೇಶಕ್ಕೆ ಬಂದವೇ ಸುಮ್ಮನೇ ನಿಂತು ಸುತ್ತಲೂ ನೋಟವರಿಸಿದ್ದರು. ಡ್ಯಾಮ್ ಮೇಲಿದ್ದ ಕಾಲನಿಯ ಮನೆಗಳು ಪುಟ್ಟದಾಗಿ ಕಾಣುತ್ತಿದ್ದವು.

"ಇಷ್ಟಕ್ಕೆ ಸುಸ್ತಾಯ್ತು. ಸಾಕು" ಪ್ರಭಾಕರ ಮೇಲುಸಿರು ದಬ್ಬಿ ಬಂಡೆಯ ಅಂಚಿಗೆ ಒರಗಿ ಕೂತ. ವೇಣು ಹಣೆಯ ಮೇಲೆ ಮುತ್ತಿನ ಮಣಿಗಳಂತೆ ಸಾಲುಗಟ್ಟಿ ನಿಂತ ಬೆವರಿನ ಬಿಂದುಗಳನ್ನೇ ದಿಟ್ಟಿಸಿದ.

"ಮಗ್ಳ ಮೇಲೆ ತುಂಬ ಪ್ರೀತಿ ಇರ್ಬೇಕೂ!" ಪ್ರಭಾಕರ ನುಡಿದಾಗ ವೇಣು ನಿರಾಸೆಯ ಅಂಚಿಗೆ ಜಾರಿದ. "ಒಬ್ಬೇ ಮಗ್ಳು ಅಂದ್ಮೇಲೆ ಪ್ರೀತಿ ಸ್ವಲ್ಪ ಅತಿಶಯವಾಗಿರೋದು ಸಹಜ!" ಮತ್ತೆ ಪ್ರಭಾಕರನೆ ಅಂದ.

"ಯಾರು ಬೇಡಾಂದ್ರೂ!" ನೀರಸವಾಗಿ ನುಡಿದ.

ಪ್ರಭಾಕರನ ಕಣ್ಣುಗಳು ಕಿರಿದಾದವು. ಅವನು ತಿಳಿದ ಹಾಗೆ ವೇಣುಗೋಪಾಲ್ ನಿವೃತ್ತ ಶ್ರೀಮಂತ ಇಂಜಿನಿಯರ್ ಪುತ್ರ. ಮೂರನೇ ಮಗ. ಯಾವ ಜವಾಬ್ದಾರಿಗಳೂ ಇರಲಿಲ್ಲ. ಇವನ ದುಡಿಮೆಯ ಅಗತ್ಯ ಅವರಿಗಿರಲಿಲ್ಲ.

"ಕೈ ಹಿಡಿದವ್ಳತ್ರ ಸೋತು ಗೆಲ್ಲೋದು ಕಲೀ, ವೃಥಾ ಹಟ, ವಿರಸದಿಂದ ಮಧುರ ಕ್ಷಣಗಳೆಲ್ಲ ಹಾಳು!"

ವೇಣು ತುಟಿಯಂಚಿನಲ್ಲಿ ನಸುನಗು ಇಣಕಿತು. ಸೋಲು, ಗೆಲುವಿನ ಬಗೆಗೆ ಅವನಿನ್ನೂ ಒಂದು ನಿರ್ಧಾರಕ್ಕೆ ಬಂದಿರಲಿಲ್ಲ.

"ನಂಗೊಂದೂ ಅರ್ಥವಾಗೋಲ್ಲ. ನನ್ನದೊಂದು ವಿಚಿತ್ರ ಸಮಸ್ಯೆ" ಎಂದು ಉಸುರಿದಾಗ ಪ್ರಭಾಕರನ ಹುಬ್ಬುಗಳು ಬೆಸೆದುಕೊಂಡವು.

ನೈಜವಾದ ಸಮಸ್ಯೆಯೇನೆಂದು ವೇಣುವಿಗೆ ಅರ್ಥವಾಗಿಲ್ಲದಿದ್ದರಿಂದ ತಾನೇನು ಹೇಳುವುದೂ ಬೇಡವೆಂದು ಪ್ರಭಾಕರ್ ನಿರ್ಧಾರಕ್ಕೆ ಬಂದ.

ಅವರು ಇಳಿದು ಬರುವ ವೇಳೆಗೆ ಯಂತ್ರಗಳ ಸದ್ದು ಶುರುವಾಗಿತ್ತು. ವೇಣು ಮನೆಗೆ ಬಂದಾಗ ಪದ್ಮಿನಿ ಕಾಲುಗಳಿಗೆ ಗೆಜ್ಜೆಗಳನ್ನ ಕಟ್ಟಿಕೊಂಡು ನೃತ್ಯ ಮಾಡುತ್ತಿದ್ದಳು. ಅಪ್ಪ, ಅಮ್ಮ ಮೆಚ್ಚಿಗೆಯ ಉದ್ಗಾರವೆತ್ತುತ್ತ ತಾಳ ಹಾಕುತ್ತಿದ್ದರು.

ಮುಖ ಗಂಟು ಹಾಕಿಕೊಂಡು ಕೋಣೆಯತ್ತ ನಡೆದ. ಗೆಜ್ಜೆಗಳ ಝುಣಝುಣ ಸದ್ದು ಕೇಳಲಾರದೆ ಕಿವಿಗಳು ಮುಚ್ಚಿಕೊಂಡ. ತುಂಟ ಮಗುವಿನ ಗೆಜ್ಜೆಗಳು ಸಿಕ್ಕಾಗ ತನ್ನ ಇಷ್ಟದಂತೆ ನೆಲಕ್ಕೆ ಬಡಿಯುವಂತೆ ಕೇಳಿಸುತ್ತಿತ್ತು. ಸಾಕು ನಿಲ್ಸು ಎಂದು ಕೂಗುವ ಮನಸ್ಸಾಯಿತು. ಆದರೆ ತುಟಿಗಳು ಸ್ವರ ಹೊರಬರದಂತೆ ಬಿಗಿಯಾಗಿ ತಬ್ಬಿಕೂತಿದ್ದವು.

"ಶಹಭಾಷ್!" ಪದ್ಮಿನಿಯ ತಂದೆ ಉದ್ಗರಿಸಿದರು. ತಮ್ಮ ಮಗಳು ಭಾರತದಲ್ಲಿಯೇ ಶ್ರೇಷ್ಠ ನರ್ತಕಿಯಾಗುವ ಕನಸು ಕಂಡರು. "ಇಂಥ ಅಂಗ ಸೌಷ್ಟವ, ಲಕ್ಷ ಜನರಲ್ಲಿ ಒಬ್ಬರ್ಗಿಲ್ಲ!"

ಕೋಣೆಯಲ್ಲಿದ್ದ ವೇಣುವಿಗೆ ಕಿವಿ ಮುಚ್ಚಿಕೊಳ್ಳಬೇಕೆನಿಸಿತು. ಈ ಮೂರ್ಖರನ್ನು ಒದ್ದು ಹೊರಗೆ ಹಾಕಬೇಕೆನಿಸಿತು.

"ವೇಣು, ಸ್ವಲ್ಪ ಬಾ" ಎಂದು ಕೂಗಿದಾಗ ಅವನ ಮೈಯೆಲ್ಲ ಉರಿದು ಹೋಯಿತು. ತುಟಿ ಕಚ್ಚಿ ಹೊರಗೆ ಬಂದ.

"ಯು ಆರ್ ಲಕ್ಕಿ. ಸಾಹಿತ್ಯ, ಸಂಗೀತ, ನೃತ್ಯ ಪದ್ಮಿನಿಗೆ ತಾನಾಗಿ ಒಲಿದಿದೆ. ಸಾಕಷ್ಟು ಪ್ರೋತ್ಸಾಹ ತುಂಬಿ ಬೆಳಕಿಗೆ ತರೋ ಪ್ರಯತ್ನ ಮಾಡ್ಬೇಕು."

ವೇಣು ಎದೆಯ ಮೇಲೆ ದೊಡ್ಡ ಬಂಡೆಯೇರಿದಂತಾಯಿತು. ಇಷ್ಟು ವರ್ಷ ಮಗಳ ಬಗ್ಗೆ ಎಷ್ಟೋ ತಿಳಿಯದ ವಿಷಯಗಳನ್ನು ಒಂದು ತಿಂಗಳಲ್ಲಿ ತಿಳಿದಿದ್ದ. ಅವಳು ತೀರಾ ಸಾಧಾರಣ ಹೆಣ್ಣು. ಖಂಡಿತ ಅವಳಿಗೆ ಅಂತಹ ಪ್ರತಿಭೆಯೇನು ಇಲ್ಲ ಝಾಡಿಸಿ ಹೇಳುವ ಮನಸ್ಸಾಯಿತು.

ಪದ್ಮಿನಿಯತ್ತ ನೋಟ ಚೆಲ್ಲಿದ. ಅವಳು ಭೂಮಿಯ ಮೇಲಿದ್ದ ಹಾಗೆ ಕಾಣಲಿಲ್ಲ. ಮೋಡಗಳ ಮಧ್ಯೆ ತೂಗುವಂತೆ ಕಂಡಳು.

"ನಂಗೆ ಹೊತ್ತಾಗುತ್ತೆ" ಬಾತ್‌ರೂಮಿನತ್ತ ನಡೆದ.

ಚಿದಂಬರಯ್ಯ ಧುಮಗುಟ್ಟಿದರು. ಅಳಿಯನ ಉದಾಸೀನ ಚುರುಕಾಗಿ ಮುಟ್ಟಿತ್ತು. ದವಡೆಗಳು ಮೇಲಕ್ಕೂ ಕೆಳಕ್ಕೂ ಆಡಿದವು. ಮಗಳತ್ತ ಸಹಾನುಭೂತಿ ನೋಟವರಿಸಿದರು.

"ಪದ್ಮಿನಿ..." ಬಾತ್ ರೂಮಿನಿಂದ ಕೂಗಿದ.

ಪದಿನಿ ಮುಖ ಉಮ್ಮಿಸಿಕೊಂಡೇ ಎದ್ದುಹೋದಳು. ವೇಣು ಸ್ನಾನಕ್ಕೆ ಇಳಿದಿದ್ದ. ತೆರೆದ ಎದೆಯಲ್ಲಿ ದಟ್ಟವಾದ ಕೂದಲನ್ನೇ ನೋಡಿ ಮೈ ಮರೆತಳು.

"ಸೋಪು ತಗೊಂಡ್ಬಾ" ಜೋರಾಗಿಯೇ ಹೇಳಿದ. ಅಲ್ಲೇ ನಿಂತಿದ್ದಳು.

ಅವಳತ್ತ ನೋಟವರಿಸಿದ. ಕಣ್ಣುಗಳಲ್ಲಿ ಕಂಡ ಮಾದಕತೆಯಲ್ಲಿ ಕರಗಿ ಹೋಗಬೇಕೆನಿಸಿತು. ಒದ್ದೆ ಕೈನಿಂದ ಅವಳ ಕೆನ್ನೆ ಸವರಿ ನಸುನಕ್ಕ.

"ಮೊದ್ಲು ಸೋಪು ತಗೊಂಡ್ಬಾ." ತೋಳು ಜಗ್ಗಿ ನುಡಿದ. ಕನಸುಗಳನ್ನು ತುಂಬಿಕೊಂಡ ಕಣ್ಣುಗಳತ್ತ ಸಹಾನುಭೂತಿಯಿಂದ ನೋಡಿದ.

ಸ್ನಾನ ಮುಗಿಸಿ ಹೊರಬಂದಾಗ ಮಾವ ಚಿದಂಬರಯ್ಯ ದಿನಪತ್ರಿಕೆ ನೋಡುತ್ತ ಕೂತಿದ್ದರು. ಅಡಿಗೆ ಮನೆಯಲ್ಲಿನ ಪಾತ್ರೆಗಳ ಸದ್ದಿನಿಂದ ಉಪಾಹಾರದ ಸಿದ್ಧತೆ ನಡೆದಿದೆಯೆಂದು ತಿಳಿದುಕೊಂಡ.

"ವೇಣು, ಇಲ್ಲಿನ ಹವಾ ತುಂಬಾ ಚೆನ್ನಾಗಿದೆ" ಎಂದಾಗ ಚಿದಂಬರಯ್ಯ ಅವನೆದೆ ಧಸಕ್ಕೆಂದಿತು. ಮಾವ ಅನ್ನೋದು ಮರೆತು ಮುಖಕ್ಕೆ ಅಪ್ಪಳಿಸುವ ಮನಸ್ಸಾಯಿತು.

"ಇಲ್ಲೇ ಇಡ್ಬಿಡಿ ಡ್ಯಾಡಿ" ಪದ್ಮಿನಿಯ ಸ್ವರಕ್ಕೆ ಬೆಚ್ಚಿ ಕೈಯಲ್ಲಿದ್ದ ಬಾಚಣಿಗೆಯನ್ನು ನವಿರಾಗಿ ಎಸೆದ.

ಆದಷ್ಟು ಬೇಗ ಉಡುಪು ಧರಿಸಿ ಮನೆಯಿಂದ ಹೊರಬಿದ್ದ. ನೇರವಾಗಿ ಪ್ರಭಾಕರನ ಮನೆಯತ್ತ ನಡೆದ. ಹಸಿದ ಹೊಟ್ಟೆಗೆ ಸಂಕೋಚ ಬಾಧಿಸಲಿಲ್ಲ.

ಸ್ಕೂಟರ್ ನಿಲ್ಲಿಸಿ ಒಳಹೊಕ್ಕ. ಸರಳ ಸಣ್ಣ ದನಿಯಲ್ಲಿ ಹಾಡುತ್ತ ಗೋಡೆಯಂಚಿಗೆ ರಂಗೋಲಿ ಬಿಡುತ್ತಿದ್ದಳು. ಮಾರುದ್ದ ಜಡೆ ತೂಗಿ ನೆಲವನ್ನ ಮುಟ್ಟಿತ್ತು. ಸರಳ, ಪದ್ಮಿನಿಯರನ್ನ ಅಕ್ಕಪಕ್ಕದಲ್ಲಿ ನಿಲ್ಲಿಸಿ ನೋಡಿದ. ಸರಳೆಗಿಂತ ಪದ್ಮಿನಿ ಅಂದಗಾತಿಯೆಂದು ಯಾರಾದರೂ ಒಪ್ಪಬಹುದಿತ್ತು. ಆದರೆ ಸದಾ ಕನಸು ಕಾಣೋ ಕಣ್ಣುಗಳೆಂದರೆ ಇವನಿಗೆ ಬೇಸರ.

"ಪ್ರಭಾಕರ್ ಇಲ್ವಾ?" ಎಂದು ಕೇಳಿದಾಗ ತಲೆ ತಿರುಗಿಸಿ "ಇದ್ದಾರೆ, ಕೂತ್ಕೊಳ್ಳಿ" ಅವನ ಹಿಂದೆ ನೋಟವರಿಸಿದಾಗ ಅವನೇ ಗಲಿಬಿಲಿಗೊಂಡು "ಯಾರ ನಿರೀಕ್ಷಣೆಯಲ್ಲಿದ್ರಿ?"

ಎದ್ದು ನಿಂತಾಗ ಸರಳ ಜಡೆ ತೂಗಿ ಮುಂದಕ್ಕೆ ಬಿತ್ತು. "ಯಾರ ನಿರೀಕ್ಷಣೆನೂ ಇಲ್ಲ!" ಮುಸಿಮುಸಿ ನಗುತ್ತಾ ಒಳಗೆ ಹೋದಳು.

ವೇಣು ಕೂತು ಕಾಲನ್ನ ಮುಂದಕ್ಕೆ ಚಾಚಿದ. ಸರಳ ನಗುವಿನ ಬಗೆಗೆ ತಲೆ ಕೆಡಿಸಿಕೊಳ್ಳಲು ಹೋಗಲಿಲ್ಲ. ಅವಳೊಬ್ಬಳೇ ಅಲ್ಲ, ಆ ಮನೆಯವರೆಲ್ಲ ಸರಳ ಸ್ವಭಾವದ ಜನರು. ವ್ಯಂಗ್ಯ ಅಸಹನೆಗಳ ಅರ್ಥ ಅವರಿಗೆ ಗೊತ್ತಿರಲಿಲ್ಲವೆಂದೇ ಹೇಳಬಹುದು.

"ಸರಳ, ತಿಂಡಿ ತಗೊಂಡ್ಬಾ." ಪ್ರಭಾಕರ ಹೊರಗೆ ಬಂದವನೇ ಕೂಗಿ ಹೇಳಿದ. ಇವನತ್ತ ತಿರುಗಿ ಹುಬ್ಬೇರಿಸಿ "ನಿಮ್ಮ ವಿರಸ, ವಿವಾದ ಬಗೆಹರೀಲಿಲ್ವಾ?" ನೇರವಾಗಿ ಕೇಳಿದ. ಅವನ ದಾಂಪತ್ಯ ಜೀವನದ ಅನುಭವದಲ್ಲಿ ಇದು ಒಳ್ಳೆಯ ಆರೋಗ್ಯವಂತ ಲಕ್ಷಣವಾಗಿ ಕಾಣಲಿಲ್ಲ.

ತಕ್ಷಣ ವೇಣು ಮುಖ ಗಂಟಾಯಿತು. ತುಟಿಯನ್ನು ಕಚ್ಚಿ ಹಿಡಿದ. ಮೂಗಿನ ತುದಿ ಕೆಂಪಾಯಿತು.

"ಪ್ಲೀಸ್, ಅರ್ಥಮಾಡ್ಕೋ?" ಪ್ರಭಾಕರ ಅವನ ಕೈಯನ್ನು ಹಿಡಿದು ಮೃದುವಾಗಿ ಒತ್ತಿದ. "ವಿರಸದ ನಂತರದ ಸಮಾಗಮ ಅತ್ಯಂತ ಸಿಹಿ. ಆದರೆ ನಿಮ್ಮಗಳ ಬಗ್ಗೆ ನಂಗೆ ಏನೇನು ಅರ್ಥವಾಗ್ಲಿಲ್ಲ. ಈ ವಿಷ್ಯ ಎತ್ತೋದು ನಿಂಗೇ ಬೇಡವಾಗಿರ್ಬೋದು," ಅವನ ಕಣ್ಣಲ್ಲಿ ಕಣ್ಣು ನೆಟ್ಟು ಹೇಳಿದ.

"ಗಂಡ ಹೆಂಡ್ತಿ ಜಗಳ ಉಂಡು ಮಲಗೋವರ್ಗೆ, ಅಂತ ದೊಡ್ಡವ್ರು ಹೇಳ್ತಾರೆ. ಸಣ್ಣಸಣ್ಣ ವಿಷ್ಯಗಳಿಗೆ ಭಿನ್ನಾಭಿಪ್ರಾಯ ಬೆಳ್ಸಿಕೊಳ್ಳೋದು ಬೇಡ. ನೀನೇ ಸೋಲು, ಅದೇನು ನಾಚ್ಗೇಗೇಡಿನ ವಿಷ್ಯವಲ್ಲ!"

ಅಷ್ಟರಲ್ಲಿ ಸರಳ ಬಂದಿದ್ದರಿಂದ ಇಬ್ಬರೂ ಬೇರೆ ವಿಷಯಕ್ಕೆ ಬಂದರು. ಬಂದ ಉಪಾಹಾರವನ್ನ ಇಬ್ಬರೂ ತಿಂದರು.

"ಸದ್ಯಕ್ಕೆ ಇವ್ಳೇ ಮನೆ ಯಜಮಾನಿ!" ಕಣ್ಣು ಹಾರಿಸಿ ಪ್ರಭಾಕರ ನಕ್ಕಾಗ ಸರಳ

ಒಳಗೆ ನಡೆದಳು.

ಪ್ರಭಾಕರನಿಗೆ ಮಡದಿಯ ನೆನಪಿನಿಂದ ಎದೆ ಭಾರವಾಯಿತು. ಉಸಿರೆಳೆದು ಹೊರಗೆ ದಬ್ಬಿದ.

"ಅವ್ರು ಬರೋವರ್ಗೂ ಒಂದು ತರಹ ವನವಾಸ!" ಅರ್ಥಗರ್ಭಿತವಾಗಿ ಹೇಳಿ ನಕ್ಕ.

ಪ್ರಭಾಕರ ಮಡದಿ ತವರು ಮನೆಗೆ ಬಾಣಂತನಕ್ಕೆ ಹೊರಟಾಗ ಮುಖ ಮುಚ್ಚಿ ಬಿಕ್ಕಳಿಸಿದ್ದನ್ನು ಅವನೇ ಕಂಡಿದ್ದ. ಇದೆಂತಹ ಅನುಬಂಧ! ತಾಯಿ ತಂದೆ ಸೋದರ ರಕ್ತ ಸಂಬಂಧಿಗಳ ಪ್ರೀತಿ, ಅಭಿಮಾನಕ್ಕಿಂತ ಕೈ ಹಿಡಿದವನ ಮೇಲಿನ ಪ್ರೀತಿ ಸಾವಿರಪಟ್ಟು ಹೆಚ್ಚು.

ಪ್ಯಾಂಟ್ ಜೇಬಿನಿಂದ ಕರ್ಚೀಫ್ ಎಳೆದು ಮೂತಿ ಒರೆಸಿಕೊಂಡು ಮೇಲಕ್ಕೆದ್ದ ಪ್ರಭಾಕರ ಮೆಲುವಾಗಿ ಹೇಳಿದ.

"ನಿಮ್ಮತ್ತೆ, ಮಾವ ಎಂದು ಹೊರಡ್ತಾರೆ? ನಮ್ಮನೆಯಲ್ಲಿ ಒಪ್ಪತ್ತು ಊಟ ಮಾಡ್ಲಿ."

ಸ್ವರದಲ್ಲಿ ಅಂತಃಕರಣ ಗುರ್ತಿಸಿ ವೇಣು ಮೂಕನಾದ. ಪ್ರಭಾಕರನ ಸಂಬಳ, ಅವನ ತಂದೆಗೆ ಬರೋ ಕಡಿಮೆ ಮೊತ್ತದ ಪೆನ್‌ಷನ್‌ನಿಂದ ಇಡೀ ಕುಟುಂಬ ನಡೆಯಬೇಕಿತ್ತು. ಸರಳ ಸೋದರಮಾವನ ಮನೆಯಲ್ಲಿದ್ದುಕೊಂಡು ಓದುತ್ತಿದ್ದಳು. ಅವಳ ಖರ್ಚುವೆಚ್ಚ ಇವನೇ ಪೂರೈಸಬೇಕಿತ್ತು. ಇನ್ನೊಬ್ಬ ತಮ್ಮ ಮೆಡಿಕಲ್ ಓದುತ್ತಿದ್ದ. ಅವನ ಜವಾಬ್ದಾರಿಯೂ ಇವನ ಮೇಲೆ. ಇನ್ನೊಬ್ಬ ತಂಗಿ ಮದುವೆಗಾಗಿ ಮಾಡಿದ ಸಾಲನೂ ಇತ್ತು... ಆದರೂ ಮಾನಸಿಕ ನೆಮ್ಮದಿ ಕೆಡಿಸಿಕೊಳ್ಳಲಾರ. ಸದಾ ಹಸನ್ಮುಖಿ. ಬೇರೆಯವರಿಗೆ ಸಹಾಯ ಮಾಡದಿದ್ದರೂ ಕೆಟ್ಟದ್ದನ್ನು ಮನದಲ್ಲಿ ಕೂಡ ಬಯಸಲಾರ.

"ಸದ್ಯಕ್ಕೆ ನೀನೇನು ತಲೆಕೆಡಿಸ್ಕೋಬೇಡ. ಅವರೇನು ಅಪರೂಪದ ಅತಿಥಿಗಳಲ್ಲ, ಮಗಳ್ನ ನೋಡೋಕೆ ತಿಂಗ್ಳಿಗೊಮ್ಮೆ ಬಂದ್ರೂ ಹೆಚ್ಚಲ್ಲ!" ಕಿರುನಗು ನಕ್ಕ.

ಪ್ರಭಾಕರ ಸುಮ್ಮನಾದ.

ಇಬ್ಬರೂ ಕೂಡಿಯೇ ಹೊರಟರು ಡ್ಯಾಮ್ ಕಡೆಗೆ. ವೇಣು ಮನೆಗೆ ಬಂದಿದ್ದು ರಾತ್ರಿನೇ. "ಚಿದಂಬರಯ್ಯ ಅಳಿಯನನ್ನು ಮೇಲಕ್ಕೂ ಕೆಳಕ್ಕೂ ನೋಡಿದರು. ಅವರ ಹೆಂಡತಿ ಮನಸ್ಸಿನಲ್ಲಿಯೇ ಗೊಣಗಿಕೊಂಡರು. ಅವರಿಗೆ ಅಳಿಯನ ಮೇಲೆ ಹೇಳತೀರಲಾರದಂಥ ಕೋಪ. ಅತಿಶಯವಾದ ಮಗಳನ್ನು ಕೊಟ್ಟಿರುವಾಗ ಒಂದು ಮೆಚ್ಚಿಗೆಯ ಮಾತಾಡಬಾರದೆ?

"ಇದೆಂಥ ಕೆಲ್ಸ!" ಗುರುಗುಟ್ಟಿದಾಗ ಕೇಳಿಸದವನಂತೆ ಬಾತ್‌ರೂಂ ಕಡೆ ನಡೆದ.

ಬಂದ ದಿನದಿಂದ ಅವನ ತಲೆ ಚಿಟ್ಟಿಡಿಸಿಬಿಟ್ಟಿದ್ದರು. ಸದಾ ಹೊಗಳಿ ಮಗಳನ್ನು ಉಬ್ಬಿಸುವುದು ಇಲ್ಲ ಅಳಿಯನಿಗೆ ಪದ್ಮಿನಿ ಪ್ರತಿಭೆಯ ಬಗ್ಗೆ ಕೊರೆಯುವುದು. ಎಷ್ಟೆಂದು

ಕೇಳಿಯಾನು? ಮುಖ ತಿರುಗಿಸಿ ಓಡಾಡುವುದನ್ನು ಕಲಿತಿದ್ದ. ಅತ್ತೆ, ಮಾವ ಎನ್ನುವ ಗೌರವ ಹತ್ತು ಮೈಲಿ ದೂರ ಓಡಿತು.

"ಈ ಹುಡ್ಗಿ ಹೇಗಿರಬೇಕು?" ಮುಖ ಸಿಂಡರಿಸಿದಾಗ ಅವರ ಹೆಂಡತಿ ಭಾರ ಹೊತ್ತವರಂತೆ ನಟಿಸಿದರು.

ತನ್ನ ಅಸಹನೆ, ಕೋಪ ನುಂಗಿಕೊಂಡು ಅವರೊಂದಿಗೆ ಊಟಕ್ಕೆ ಕೂತ. ಪದ್ಮಿನಿ ಅಮ್ಮ ಮಗಳನ್ನು ಕೂಡಿಸಿ ತಾವೇ ಬಡಿಸಿದರು.

"ಒಬ್ರು ಅಡ್ಗೆಯವ್ರನ್ನ ನೋಡಿ" ಅಂಬುಜಮ್ಮ ಸರಿಯಾಗಿ ಸೆರಗೊದ್ದರು. ಅನ್ನದಲ್ಲಿ ಕೈಯಾಡಿಸುತ್ತಿದ್ದ ವೇಣು ಕಿರುಗಣ್ಣಿನಿಂದ ಪದ್ಮಿನಿಯತ್ತ ನೋಡಿದ. ಅವಳು ತುಪ್ಪದಲ್ಲಿ ಬೆರಳು ಅದ್ದಿ ನೆಕ್ಕುತ್ತಿದ್ದಳು. ತುಟಿ ಬಿಚ್ಚಲಿಲ್ಲ,

"ಅವಳೊಬ್ಬೇ ಇಷ್ಟೊಂದು ಮಾಡ್ಕೊಂಡು ಕೂತ್ರೆ ಅವ್ಳ ಅಭ್ಯಾಸಗಳಿಗೆ ವೇಳೆ ಎಲ್ಲಿ ಸಿಗುತ್ತೆ?" ಈಗ ಅವನಿಂದ ಸುಮ್ಮನಿರಲಾಗಲಿಲ್ಲ.

"ಎಂಥ ಅಭ್ಯಾಸ! ಇಬ್ಬರ ಅಡ್ಗೆ ಮಾಡೋದೇನು ಕಷ್ಟ! ಅಷ್ಟನ್ನು ಮಾಡದಿದ್ರೆ ಮತ್ತೆ ಹೇಗೆ ವೇಳೆ ಕಳೀತಾಳೆ" ಅಂಬುಜಮ್ಮನ ಮುಖಕ್ಕೆ ರಾಚಿದಂತಾಯಿತು. ಕೋಪದಿಂದ ಉರಿಯುವ ವೇಣುವಿನ ಮುಖ. ನೋಡಿ ಸ್ವರವೆತ್ತಲೂ ಅವರಿಗೆ ಧೈರ್ಯ ಸಾಲದೆ ಹೋಯಿತು. ಬಲವಂತದಿಂದ ನುಂಗಿಕೊಂಡರು.

"ಪದ್ಮಿನಿ, ಎಷ್ಟು ಚೆನ್ನಾಗಿ ಹಾಡ್ತಾಡ್ತಾಳೇಂತ! ಅವ್ಳ ಸಂಗೀತದ ಗುರುಗಳು ಈ ಕಂಠದ ಸಿರಿ ಪ್ರಸಿದ್ಧ ಹಿನ್ನೆಲೆ ಗಾಯಕರಿಗೂ ಕೂಡ ಇಲ್ಲಾ ಅಂತಾ ಇದ್ರು!" ಚಿದಂಬರಯ್ಯನವರ ಮುಖ ಮೊರದಗಲವಾಯಿತು. ಬಂದ ನಗುವನ್ನು ವೇಣು ತಡೆದುಕೊಂಡ.

ಒಂದೆರಡು ಬಾರಿ ಬಲವಂತದಿಂದ ಅವನನ್ನ ಕೂಡಿಸಿ ಹಾಡಿದಳು. ಭಾವವಿಲ್ಲದ ಹಾಡು, ಕೀಚಲು ಸ್ವರ ಇನ್ನೆಂದೂ ಸಂಗೀತವನ್ನೇ ಕೇಳಬಾರದೆನ್ನುವಷ್ಟರಮಟ್ಟಿಗೆ ಬೇಸರವನ್ನ ತರಿಸಿತ್ತು. ಇದನ್ನು ಹೇಗೆ ಹೇಳಿಯಾನು?

"ನಂಗೆ ಸಂಗೀತಾ ಅಂದ್ರೆ ಅಷ್ಟಕ್ಕಷ್ಟೆ. ಪದ್ಮಿನಿ ಹಾಡೋದು ಬರದಿದ್ರೂ ನಂಗೇನು ಬೇಸರವಾಗ್ತಾ ಇರ್ಲಿಲ್ಲ!"

ಚಿದಂಬರಯ್ಯನವರ ಮುಖ ಬೆಳ್ಳಗಾಯಿತು. ಬೇಗ ಬೇಗ ಊಟ ಮುಗಿಸಿ ಎದ್ದರು. ಅವರು ಹೋದತ್ತಲೇ ನೋಡಿದ, ವೇಣು ಬಂದ ನಗುವನ್ನು ಮರೆಸಲು ಎಂಜಲು ಕೈಯನ್ನೇ ಬಾಯಿಗೆ ಅಡ್ಡವಾಗಿ ಹಿಡಿದ.

ಪಕ್ಕದಲ್ಲಿ ಊಟ ಮಾಡುತ್ತಿದ್ದ ಮಡದಿ ಸೊಂಟಕ್ಕೆ ಕೈನಿಂದ ತಿವಿದು ಹುಬ್ಬು ಹಾರಿಸಿ ನಕ್ಕ. ಪದ್ಮಿನಿ ಸಿಡಿಮಿಡಿಗೊಂಡಳು. ಅವಮಾನದ ದಾವಾನಿಲ ಎದೆಯಲ್ಲಿ ಕುದಿಯತೊಡಗಿತು.

ಅಂಬುಜಮ್ಮನ ಕೈಯಲ್ಲಿದ್ದ ಪಾತ್ರೆ ಕೆಳಕ್ಕೆ ಬಿದ್ದು ದೊಡ್ಡ ಸಪ್ಪಳವಾದಾಗ ತುಟಿ ಕೊಂಕಿಸಿ ಮೇಲಕ್ಕೆದ್ದ ಪದ್ಮಿನಿಯ ಸ್ವಭಾವ ಅವನಿಗೊಂದು ಸಮಸ್ಯೆಯಾಗಿತ್ತು. ಸದಾ

ಮುಗಿಲಿನಲ್ಲಿ ಹಾರಾಡುವ ಮನ ಭೂಮಿಗಿಳಿಯಲೇ ಸಂಕೋಚಿಸುತ್ತಿತ್ತು.

"ಸದ್ಯ ಮೇಲೆ ಹಾಕ್ಲಿಲ್ಲ." ಒದ್ದೆ ಕೈಯನ್ನು ಟವಲಿಗೊರೆಸುತ್ತಾ ವರಾಂಡದತ್ತ ಹೆಜ್ಜೆ ಹಾಕಿದ. ಚಿದಂಬರಯ್ಯನವರು ಮುಖಕ್ಕೆ ಪೇಪರನ್ನು ಅಡ್ಡ ಹಿಡಿದು ಕೂತಿದ್ದರು.

ಮಾತಾಡಲು ಇಷ್ಟವಿಲ್ಲವೆಂದರಿತು ತುಟಿಯಂಚಿನಲ್ಲಿ ನಕ್ಕು ಕೋಣೆಗೆ ಹೋದ. ಕೈಗೆ ಸಿಕ್ಕಿದ್ದ ಷರಟನ್ನು ಏರಿಸಿ ಹೊರಗಡೆ ಬಂದ. ತಣ್ಣಗೆ ಗಾಳಿ ಬೀಸುತ್ತಿತ್ತು. ಅಷ್ಟು ದೂರ ಅಡ್ಡಾಡಿ ಬರಲೇ? ಎಂದು ಯೋಚಿಸಿದ.

"ಪದ್ಮಿನಿ....?" ಷರಟಿನ ಗುಂಡಿಗಳನ್ನು ಹಾಕಿದ. ಅವಳು ಐದು ನಿಮಿಷದ ನಂತರ ಸಾವಕಾಶವಾಗಿ ಹೊರಗೆ ಬಂದಳು. "ಅಷ್ಟು ದೂರ ಹೋಗ್ಬರೋಣ?" ಗಡುಸಾಗಿ ಅಧಿಕಾರವಾಣಿಯಿಂದ ಹೇಳಿದ. ನಾಲ್ಕು ಹೆಜ್ಜೆ ಮುಂದಕ್ಕೆ ಹೊರಟುಬಿಟ್ಟ. ಪದ್ಮಿನಿ ಅವನನ್ನು ಹಿಂಬಾಲಿಸಬೇಕಾಯಿತು.

"ಎಷ್ಟು ತಣ್ಣಗೆ ಆಹ್ಲಾದಕರವಾಗಿದೆ ವಾತಾವರಣ" ಉದ್ಗರಿಸಿದ.

ಯಾವುದೋ ನೆನಪಿನಿಂದ ಅವಳ ಮುಖ ರಾಗರಂಜಿತವಾಯಿತು. ಕಲ್ಪನಾ ಲೋಕಾದಲ್ಲಿ ತೇಲಿದಳು.

ವೇಣು ಪದ್ಮಿನಿಯತ್ತ ತಿರುಗಿದ. ಮುಖದಲ್ಲಿನ ಮಾರ್ದವತೆ ಮೋಹಕವೆನಿಸಿತು. ಅವಳ ಕಣ್ಣಲ್ಲಿ ಮಿಂಚೊಡೆಯಿತು. ರೆಪ್ಪೆ ಮಿಟುಕಿಸದೆ ನೋಡಿದ.

"ಏಯ್... ಪದ್ಮಿನಿ?" ಮೃದುವಾಗಿ ಬೆನ್ನು ಮೇಲೆ ಕೈ ಹಾಕಿದ. "ನೀವು ಡಿಸ್ಟರ್ಬ್ ಮಾಡ್ಬಿಟ್ರಿ!" ಗೊಣಗಿದಾಗ ಹುಬ್ಬೇರಿಸಿದ. ಅವನಿಗೊಂದೂ ಅರ್ಥವಾಗಲಿಲ್ಲ.

"ಎಂಥ ಡಿಸ್ಟರ್ಬ್!" ಕೋಪದಿಂದ ರೇಗಿದ.

"ನಾನು ತುಂಬಿದ ಸಭಾಂಗಣದಲ್ಲಿ ನರ್ತಿಸುತ್ತಿದ್ದೆ.... ಎಂಥಾ ಉದ್ಗಾರ.. ಎಂಥಾ ಮೆಚ್ಚಿಗೆ..." ಕನಸಿನಲ್ಲಿ ತೇಲಿದಾಗ ಕಪಾಳಕ್ಕೆ ಬಾರಿಸುವಷ್ಟು ವೇಣುವಿಗೆ ಕೋಪ ಬಂತು. "ಸಾಕು ಬಾಯ್ಮುಚ್ಚು" ಗದರಿಸಿದ. ಅವನಿಗೆ ತಲೆ ಚಚ್ಚಿಕೊಳ್ಳಬೇಕೆನಿಸಿತು. ಮದುವೆಯಾದ ಇಷ್ಟು ದಿನಗಳಿಗೆ ರೋಸಿ ಹೋಗಿದ್ದ. ಜೀವನವೆಲ್ಲಾ ಈ ಹೆಣ್ಣಿನೊಂದಿಗೆ ಹೇಗೆ ದೂಡುವುದು? ದೊಡ್ಡ ಪರ್ವತ ಅವನ ತಲೆಯ ಮೇಲೆ ಬಿದ್ದಂತಾಯಿತು.

ಅವಳ ಮಂಕಾದ ಮುಖ ನೋಡಿ ಕರಗಿಹೋದ. ಬಳಸಿ ಪಕ್ಕಕ್ಕೆ ಎಳೆದುಕೊಂಡ. ಅವಳೆದೆಯ ಉದ್ವೇಗದ ಬಡಿತ ಅವನಿಗೆ ಕೇಳಿಸಿತು.

"ಆ ಕಲ್ಪನಾ ಪ್ರಪಂಚ ನಮ್ಗೆ ಬೇಡ. ಈ ಸುಖೀ ರಾಜ್ಯದಲ್ಲೇ ಹಾಯಾಗಿರೋಣ!" ಕೆನ್ನೆಯ ಬಳಿ ಪಿಸುಗುಟ್ಟಿದ.

ದಾರಿಯುದ್ದಕ್ಕೂ ವೇಣು ತಾನೇ ಜೋಕ್‌ಗಳನ್ನು ಹೇಳುತ್ತಾ, ನಗಿಸುತ್ತಾ ಕರೆದೊಯ್ದ. ಜೀರುಂಡೆ ಸದ್ದು ಜೋರಾದಾಗ ಪದ್ಮಿನಿಯ ಮುಖ ಭಯದಿಂದ ಬಿಳಿಚಿಕೊಂಡಿತು.

"ಹೋಗೋಣ?" ಪೂರ್ತಿಯಾಗಿ ಅವನತ್ತ ಸರಿದಾಗ ವೇಣು ಬಳಸಿ ಎದೆಗೊತ್ತಿಕೊಂಡ.

ಹತ್ತಾರು ಕಂಠಗಳು ಹಾಡುವುದು ಕೇಳಿಸಿತು. ಅವನ ಹುಬ್ಬುಗಳು ಬೆಸೆದುಕೊಂಡವು. ಅದು ಹಾಡಾಗಿ ಕಾಣಲಿಲ್ಲ. ಬಡ ಕೂಲಿಯಾಳುಗಳ ಆಕ್ರಂದನವಾಗಿ ಕೇಳಿಸಿತು. ಬದುಕಿನ ಭದ್ರತೆಯ ನೆಲೆ ಕಾಣದ ಜನ ಕುಡಿದು ತಮ್ಮ ದುರ್ಭರ ಬದುಕನ್ನ ಮರೆಯಲು ಮಾಡುವ ಪ್ರಯತ್ನ ಅವನೆದೆ ಹಿಂಡಿತು.

"ಥೂ... ಎಷ್ಟು ಕೆಟ್ಟದಾಗಿ ಹಾಡ್ತಾರೆ. ಈ ಜನ್ರನ್ನೆಲ್ಲ ಹಿಡ್ದು ಲಾಕಪ್‌ಗೆ ಹಾಕ್ಬಿಡ್ಬೇಕೂ!" ನಡುಗುವ ಸ್ವರದಲ್ಲಿ ಪದ್ಮಿನಿ ಉಸುರಿದಾಗ ಮುಖ ಮೇಲೆತ್ತಿ ಬಿಸಿ ಉಸಿರು ದಬ್ಬಿದ.

ಬಡಕಲಾಗಿ ಬಣ್ಣಗೆಟ್ಟ ದೇಹಗಳು, ಒಣಗಿದ ಕೈಕಾಲುಗಳು, ಮುಖದಲ್ಲಿ ಹತಾಶ ಭಾವನೆ – ದುರ್ಭರ ಬದುಕಿನ ಕೂಲಿಗಳು ಬಂದು ಅವನ ಕಣ್ಣೆದುರು ನಿಂತಂತಾಯಿತು – ಎದೆಯಲ್ಲಿ ಚೂರಿಯ ಅಲಗು ಆಡಿದಂತಾಯಿತು. ನೋವಿನಿಂದ ಮುಖ ಕಿವುಚಿದ. ಎಂದಿಗೂ ಇವನ ಜೀವನ ಕ್ರಮದಲ್ಲಿ ಬದಲಾವಣೆ ಸಾಧ್ಯವಿಲ್ಲವೇನೋ!

"ಬನ್ನಿ ಹೋಗೋಣ. ನಂಗೆ ಭಯ" ಪದ್ಮಿನಿಯ ಕಣ್ಣುಗಳಲ್ಲಿ ಭಯ ಇಣುಕಿದಾಗ "ಹೋಗೋಣ" ಎಂದ ನೀರಸ ಧ್ವನಿಯಲ್ಲಿ. ಆಮೇಲೆ ವೇಣುವಿನಲ್ಲಿ ಮಾತಾಡುವ ಉತ್ಸಾಹವೇ ಬತ್ತಿಹೋಯಿತು. ಯಾಂತ್ರಿಕವಾಗಿ ಹೆಜ್ಜೆ ಹಾಕಿದ.

ಮನೆಗೆ ಬಂದಾಗ ಚಿದಂಬರಯ್ಯ – ಅಂಬುಜಮ್ಮ ಹೊರಬಾಗಿಲಿನಲ್ಲೇ ನಿಂತಿದ್ದರು. ಅವರ ಮುಖಗಳು ಕಪ್ಪಿಟ್ಟಿದ್ದವು. ಇವರನ್ನು ನೋಡಿದ ಕೂಡಲೇ ಅಸಮಾಧಾನದಿಂದ ರೇಗಿದರು.

"ಅಯ್ಯಯ್ಯೋ.... ಸ್ವಲ್ಪ ಕೂಡ ವಿವೇಕ ಬೇಡ್ವಾ! ಈ ಕತ್ತಲೆ ಹೊತ್ತಿನಲ್ಲಿ ಇಂತಹ ಹೆಣ್ಣನ್ನು ಕಟ್ಟಿಕೊಂಡು ಒಡಾಡೋದು! ಏನಾದ್ರೂ ಹೆಚ್ಚು ಕಡ್ಮೆಯಾದ್ರೆ ಗತಿ?"

ವೇಣು ಫಕಫಕನೇ ನಕ್ಕುಬಿಟ್ಟ. ಉದಾಸೀನವಾಗಿ ಒಳಗೆ ನಡೆದ. ಷರಟು ಬಿಚ್ಚಿ ಹ್ಯಾಂಗರ್‌ಗೆ ನೇತು ಹಾಕಿ ಸುಮ್ಮನೆ ಲೈಟು ಆರಿಸಿ ಮಲಗಿಬಿಟ್ಟ.

ಅವರುಗಳ ಮಾತುಕತೆ ಬಹಳ ಹೊತ್ತು ನಡೆಯುತ್ತಿತ್ತು. ತನಗೂ ಅದಕ್ಕೂ ಸಂಬಂಧವೇ ಇಲ್ಲವೆನ್ನುವಂತೆ ನಿದ್ದೆ ಮಾಡುವ ಪ್ರಯತ್ನ ಮಾಡಿದ.

ಪದ್ಮಿನಿ ಬಂದಾಗ ಗಾಢ ನಿದ್ದೆಯಲ್ಲಿದ್ದ. ಉದಾಸೀನವಾಗಿ ಮಗ್ಗುಲಾಗಿ ಮಲಗಿದ. ಯೌವನ, ಸೌಂದರ್ಯ, ರೂಪಗಳ ಅಮಲು ಅವಳ ನೆತ್ತಿಗೇರಿತು.

"ವೇಣು...." ಕಿವಿಯ ಬಳಿ ಪಿಸುಗುಟ್ಟಿದಾಗ ವೇಣು ಎಚ್ಚರವಾದರೂ ನಿದ್ದೆಯ ನಟನೆ ಮಾಡಿದ. "ವೇಣು..." ಅವನ ಭುಜವಿಡಿದು ಅಲುಗಾಡಿಸಿದಾಗ ಬೇಸರದಿಂದ ಕೈ ಕಿತ್ತೆಸೆದ. "ಸುಮ್ನೇ ಮಲಕ್ಕೋ, ನಂಗೆ ನಿದ್ದೆ ಬರ್ತಾ ಇದೆ" ರೇಗಿದ. ಪದ್ಮಿನಿಯ ಉತ್ಸಾಹದ ಮೇಲೆ ತಣ್ಣೀರು ಸುರಿದಂತಾಯಿತು. ಅಷ್ಟೊತ್ತು ಕಂಬನಿಯಿಂದ ದಿಂಬನ್ನು ತೋಯಿಸಿ ಮಲಗಿ ನಿದ್ದೆ ಮಾಡಿದಳು. ಮತ್ತೆರಡು ದಿನಗಳ ನಂತರ ಚಿದಂಬರಯ್ಯ

ದಂಪತಿಗಳು ಹೊರಟು ನಿಂತರು. ಅವರುಗಳಿಗೆ ಮಗಳನ್ನು ಕರೆದೊಯ್ಯುವ ಆಸೆ. ಆದರೆ ಅಳಿಯನ ಬಿರುಸುತನದ ಬಗ್ಗೆ ಭಯ.

"ಪದ್ಮಿನಿ ತುಂಬ ಮಂಕಾಗಿದ್ದಾಳೆ" ಚಿದಂಬರಯ್ಯ ಅಂದಕೂಡಲೇ ವೇಣು ಕಣ್ಣುಗಳಲ್ಲಿ ಪರಿಹಾಸ್ಯ ಇಣುಕಿತು. ಅವಳತ್ತ ನೋಟವರಿಸಿದ.

"ನಂಗೇನು ಹಾಗೆ ಕಾಣೋಲ್ಲ?

ಚಿದಂಬರಯ್ಯನವರ ಮುಖ ಹರಳೆಣ್ಣೆ ಕುಡಿದಂತಾಯಿತು. ಅವರೇನು ಅತಿ ಗಡುಸುತನದ ಗಂಡಲ್ಲ. ಕೆಮ್ಮಿಗಂಟಲು ಸರಿಪಡಿಸಿಕೊಂಡರು. ಕನ್ನಡಕ ತೆಗೆದು ಮತ್ತೆ ಹಾಕಿಕೊಂಡರು.

"ಒಂದ್ನಾಲ್ಕು ದಿನ ನಮ್ಮ ಜೊತೆ ಬರ್ಲಿ, ಇಲ್ಲಿ ಒಗ್ಗಿಕೊಳ್ಳೋದು ಕಷ್ಟ!"

ವೇಣು ಮೈಯೆಲ್ಲ ಉರಿದುಹೋಯಿತು. ರೋಷತಪ್ತನಾದ. ತುಟಿ ತೆರೆದರೆ ಎಲ್ಲಿ ಬಿರುಸು ನುಡಿಗಳು ಸಿಡಿಯುವುದೋ ಎಂದು ಹೆದರಿದ.

"ನಂಗೆ ಸ್ವಲ್ಪ ಕೆಲ್ಸ ಇದೆ" ಹೊರಗೆ ನಡೆದ.

ಡ್ಯಾಮ್ ಬಳಿ ಕೆಲಸ ನಡೆಯುತ್ತಿದ್ದ ಕಡೆ ನಡೆದುಕೊಂಡೇ ಹೊರಟ. ಖಾಲಿಯಾಗಿ ಬಂದ ಜೀಪು ದಡಕ್ಕನೇ ನಿಂತಿತು. ಡ್ರೈವರ್ ತಲೆ ಹೊರಗೆ ಹಾಕಿದ.

"ಸಲಾಂ ಸಾಬ್, ನಡಕೊಂಡೇ ಹೊರಟ್ರಾ? ನಿಮ್ಮನ್ನ ಇಳ್ಸಿಬರ್ತಿನಿ, ಹತ್ತಿ."

ವೇಣು ಹತ್ತಿ ಕೂತ. ಜೀಪು ಡ್ರೈವರ್ ಅಹಮದ್ ಒಳ್ಳೆಯ ಮನುಷ್ಯ. ಮಾನವೀಯ ಮೌಲ್ಯಗಳಿಗೆ ಬೆಲೆ ಕೊಡುವಂಥಹ, ತಮ್ಮ ಜಾತಿಯ ಮೂಢಸಂಪ್ರದಾಯಗಳ ಬಗ್ಗೆ ಹೇಳಿಕೊಂಡು ವ್ಯಥೆಪಡುತ್ತಿದ್ದ. ಸಾಲ ಮಾಡಿ ಮದುವೆ ಮಾಡಿಕೊಟ್ಟ ಹೆಣ್ಣು ವರ್ಷದಲ್ಲಿಯೇ "ತಲಾಕ್" ಪಡೆದು ಅಪ್ಪನ ಮನೆ ಸೇರಿದ್ದಳು. ಅದೊಂದು ದೊಡ್ಡ ಗೋಳಿನ ಕತೆ. ಒಮ್ಮೆ ವೇಣು ಮುಂದೆ ತೋಡಿಕೊಂಡು ಕಣ್ಣಲ್ಲಿ ನೀರು ಹಾಕಿದ್ದ.

"ಸಾಬ್, ನೆಂಟರು ಹೊರಟ್ರಾ?" ತಲೆ ಝಾಡಿಸಿ ಕೇಳಿದ. ಅದು ಅವನ ಒಂದು ಅಭ್ಯಾಸ "ಇದ್ದಾರೆ?" ನೀರಸ ದನಿಯಲ್ಲಿ ಅಂದ.

ಜೀಪು ರಸ್ತೆ ಮುಗಿದು ಕಾಡಿನೊಡಲು ಹೊಕ್ಕಿತು. ಕಾಡು ಸವರಿ ವಿಶಾಲವಾದ ಸಮತಟ್ಟಾದ ಪ್ರದೇಶವನ್ನೇ ನಿರ್ಮಿಸಿದ್ದರೂ ಇಲ್ಲಿ ಸುತ್ತಲಿನ ನಿಸರ್ಗ ಮಂಕು ಕವಿದುಕೊಂಡಿತ್ತು. ಪೇರಿಸಿಟ್ಟ ಕಲ್ಲು ರಾಶಿಯ ಬಳಿ ಜೀಪು ನಿಂತಿತು. ಅತ್ತಿತ್ತ ನೋಡಿ ಕೆಳಗಿಳಿದ. ದೂರದಲ್ಲಿ ಕಾಣುವ ಮರಬುಡಗಳ ಬಳಿ ಧೂಳಿಡಿದ ಗಂಡಾಳು, ಹೆಣ್ಣಾಳುಗಳು ತಮ್ಮ ಮಧ್ಯಾಹ್ನದ ಭೋಜನ ಮುಗಿಸಲು ಕೂತಿದ್ದರು. ಅವರ ಸತ್ವರಹಿತ ಆಹಾರದ ನೆನಪಾಗಿ ಎದೆಯಲ್ಲಿ ಕಲಕಿದಂತಾಯಿತು. ಮೇಸ್ತ್ರಿ ಓಡಿ ಬಂದ.

ಒಂದು ಸಲ ಅವನ ಜೊತೆ ಸುತ್ತಾಡಿ ಬಂದ. ಅವನಿಗೆ ಈಚೆಗೆ ಕೆಲಸದ ಬಗೆಗಿನ ಉತ್ಸಾಹವೇ ಬತ್ತಿಹೋಗಿತ್ತು.

"ವೇಣು... ಪ್ರಭಾಕರನ ಹ್ಯಾಟ್ ಹಾಕಿದ ತಲೆ ಕಂಡಕೂಡಲೇ ಅವನ ಕಣ್ಣುಗಳು

ಕಿರಿದಾದವು. ಅವನತ್ತ ನಡೆದ.

"ಕಾಲನಿಗೆ ಹೋಗು. ಶ್ರೀಮತಿಯವ್ರು ನಿಂಗಾಗಿ ಕಾಯ್ತಾ ಇದ್ದಾರೆ" ಎಂದವನೇ ಕಾಂಕ್ರೀಟ್ ಕಲಸುತ್ತಿದ್ದ ಯಂತ್ರದ ಬಳಿ ನಡೆದ.

ಮತ್ತೆ ಹೊರಟ ಜೀಪು ಇವನನ್ನ ಹತ್ತಿಸಿಕೊಂಡು ಹೋಗಿ ಮನೆಯ ಬಳಿ ಇಳಿಸಿತು. ಚಿದಂಬರಯ್ಯನವರು ಇವನ ದಾರಿಯೇ ಕಾಯುತ್ತಿರುವಂತೆ ಹೊರಗಡೆಯೇ ಕೂತಿದ್ದರು. ತಕ್ಷಣ ಬಿರುಸಾಗಿ ಬಿರಬಿರನೆ ಹೊರಗೆ ನಡೆದರು.

ಪದ್ಮಿನಿಯ ಮುಖ ಕೋಪದಿಂದ ಕೆಂಪಾಗಿತ್ತು. ತುಂಬ ಮುದ್ದಾಗಿ ಕಂಡಳು. ಕಣ್ಣು ಹಾರಿಸಿ ನಕ್ಕ. ಮುಖ ಅತ್ತ ತಿರುವಿದಾಗ ಒಳಗೆ ನಡೆದ.

"ಯಾವಾಗ್ಬರ್ತೀರಿ?" ಎಂದು ಚಿದಂಬರಯ್ಯನವರು ಕೇಳಿದಾಗ ಪ್ಯಾಂಟ್ ಜೇಬುಗಳಲ್ಲಿ ಕೈಗಳನ್ನು ತುರುಕಿದ. "ಯಾಕೆ?" ನೇರವಾಗಿ ಕೇಳಿದಾಗ ಅವರ ಮುಖ ಚಿಕ್ಕದಾಯಿತು. ವೇಣು ನೊಂದುಕೊಂಡ. ಅವರಿಗೆ ಬೇಸರವಾಗುವಂತೆ ನಡೆದುಕೊಳ್ಳಬಾರದು, ಮಾತಾಡಬಾರದು ಎಂದು ಪ್ರಯತ್ನಿಸುತ್ತಿದ್ದ. ಯಾಕೋ ಸಿಡಿದುಬೀಳುವಂತಾಗುತ್ತಿತ್ತು.

"ಬರೋಕೆ ಕಾರಣ ಬೇಕಾ? ಈಗ ನಾವು ಬರಲಿಲ್ವಾ?" ಅಂಬುಜಮ್ಮ ಗಂಡನ ಸಹಾಯಕ್ಕೆ ಬಂದರು.

"ನಮ್ಗೆ ನಿಮ್ಮನ್ನ ನೋಡ್ಬೇಕೂ ಅನ್ನಿಸಿದಾಗ ಬರ್ತೀನಿ."

ಗಂಡ, ಹೆಂಡತಿ ಮುಖ ಮುಖ ನೋಡಿಕೊಂಡು ತೆಪ್ಪಗಾದರು. ಅವರನ್ನ ಜೊತೆಯಾಗಿಯೇ ಹೋಗಿ ಬಸ್ಸು ಹತ್ತಿಸಿ ಬಂದರು. ಕಡೆಯಲ್ಲಿ ಕೂಡ ಅವರು ತೋಡಿಕೊಳ್ಳದೇ ಹೋಗಲಿಲ್ಲ.

"ಪದ್ಮಿನಿದು ಅಪರೂಪದ ಚೆಲುವು. ಕಾಲೇಜು ಯುವಕರ ಕನಸಿನ ಕನ್ಯೆಯಾಗಿದ್ದಳು. ಒಂದು ಸಂದರ್ಭದಲ್ಲಿ ಒಬ್ಬ ಯುವಕ ಕವನ ಕಟ್ಟಿ ಹಾಡಿದ್ದ. ಇವಳು ಸ್ವರವೆತ್ತಿ ಹಾಡಿದರೆ ಹುಚ್ಚೆದ್ದು ಕುಣಿಯುತ್ತಿದ್ದರು. ನರ್ತನಕ್ಕೆ ಮಾಡಿದಂಥ ಮೈಕಟ್ಟು. ಪೆನ್ನು ಹಿಡಿದರೆ ಸಾಕ್ಷಾತ್ ಸರಸ್ವತಿ!"

ಎರಡು ಕೈಯಲ್ಲೂ ಅವನಿಗೆ ಕಿವಿಗಳು ಮುಚ್ಚಿಕೊಳ್ಳಬೇಕೆನಿಸಿತು. ಅವರ ಬಾಯಿಗೆ ಪ್ಲಾಸ್ಟರ್ ಹಾಕಿಸಿಬಿಡಬೇಕೆನಿಸಿತು. ಸದ್ಯ ಬಸ್ಸು ಹೊರಟರೇ ಸಾಕೆಂದು ಚಡಪಡಿಸಿದ. ಮನೆಗೆ ಬರುವ ವೇಳೆಗೆ ಮಾನಸಿಕವಾಗಿ ಸುಸ್ತಾಗಿದ್ದ.

ಎರಡು ಲೋಟ ತಣ್ಣಗಿನ ನೀರು ಕುಡಿದು ಸುಸ್ತಾದವನಂತೆ ಕೂತ.

"ಅಪ್ಪ ಬೇಜಾರು ಮಾಡ್ಕೊಂಡ್ರು." ಪದ್ಮಿನಿ ಮೆಲ್ಲಗೆ ರಾಗ ಎಳೆದಾಗ ಕಣ್ಮುಚ್ಚಿ ಒರಗಿದ. ಅವರ ಅರ್ಥವಿಲ್ಲದ ಮಾತುಗಳು ಅವನ ಕಿವಿಗಳಿಗೆ ಕಾದ ಸೀಸವಾಗಿತ್ತು.

ತಮ್ಮ ಮಗಳ ಮೇಲೆ ತಾಯಿ, ತಂದೆಯರಿಗೆ ಅಭಿಮಾನ, ಪ್ರೀತಿ ಇರುವುದು ಸಹಜ. ಇವರುಗಳದಂತೂ ತೀರಾ ಅತಿರೇಕವೆನಿಸಿತು. ಇದರಿಂದ ಪದ್ಮಿನಿಯ ಮಾನಸಿಕ ಸ್ಥಿತಿಯ ಮೇಲೆ ಆಗಿರುವ ವಿಪರೀತ ಪರಿಣಾಮದಿಂದ ಅವನಿಗೆ ಗಾಬರಿ.

"ಪದ್ಮಿನಿ, ಇಲ್ಬಾ..." ಕಣ್ಣುಮುಚ್ಚಿಯೇ ಮೃದುವಾಗಿ ಕೂಗಿದ.

ಪದ್ಮಿನಿ ಮಗುವಿನಂತೆ ಬಂದು ಅವನೆದೆಗೆ ಒರಗಿದಾಗ ಬೆರಳಿನಿಂದ ಮುಂಗೂದಲನ್ನು ಸವರಿದ. ಎಷ್ಟೋ ಹೊತ್ತು ಅದೇ ಸ್ಥಿತಿಯಲ್ಲಿದ್ದರು.

"ಸುಮ್ನೇ ತಲೆ ಕೆಡಿಸ್ಕೋಬೇಡ. ನಮ್ಮ ಬಗ್ಗೆ ನಾವೇ ತಲೆಕೆಡಿಸ್ಕೋಬಾರ್ದು. ಈ ದಿನ ಪ್ರತಿಭಾವಂತರೆನಿಸಿಕೊಂಡವರೆಲ್ಲ ಸುಖಿಗಳಲ್ಲ!"

ಪದ್ಮಿನಿ ಬೆಂಕಿ ಸೋಕಿದವಳಂತೆ ಎಚ್ಚೆತ್ತಳು. ಹೊಳಪು ಕಣ್ಣುಗಳಿಂದ ದುರದುರನೆ ನೋಡಿದಳು.

"ನನ್ನ ಬಗ್ಗೆ ನಿಮ್ಮ ಅಸೂಯೆ, ಅಸಹನೆ!"

ಅವಳ ದೂರನ್ನು ವೇಣು ನಿಧಾನವಾಗಿ ಅರಗಿಸಿಕೊಂಡ. ಸಹಾನುಭೂತಿಯಿಂದ ಅವಳತ್ತ ನೋಡಿದ. ಇವಳಿಗೆ ಹೇಗೆ ಬಿಡಿಸಿ, ತಿಳಿಸಿ ಹೇಳುವುದು? ಚೆನ್ನಾಗಿ ಬೇರುಬಿಟ್ಟ ಈ ಮನೋಭಾವವನ್ನು ಹೇಗೆ ಕಿತ್ತೆಸೆಯುವುದು?

"ಪೂರ್ ಚೈಲ್ಡ್..." ನವಿರಾಗಿ ಹೇಳಿದಾಗ ಕೆಣಕಿದ ಫಣಿಯಾದಳು.

"ನನ್ನ ವಿದ್ವತ್, ಪ್ರತಿಭೆಗೆ ನೀವು ಸಮರಲ್ಲ. ನನ್ನ ದುರಾದೃಷ್ಟ!" ಅವನ ಕೆನ್ನೆಗೆ ಬಾರಿಸಿದಂತಾಯಿತು. ತಮ್ಮ ಮದುವೆಯಾದ ದಿನಗಳನ್ನು ಲೆಕ್ಕ ಹಾಕಿದ. ಇಷ್ಟು ಕಡಿಮೆ ಸಮಯದಲ್ಲಿ ಇಂಥ ಆಘಾತ!

"ನಿಂಗೆಲ್ಲೋ ತಲೆ ಕೆಟ್ಟಿದೆ. ಮದ್ವೆ ಆಗೋಕೆ ಮೊದ್ಲು ಯೋಚಿಸ್ಬೇಕಾಗಿತ್ತು. ಈಗ್ಲೂ ಡೈವರ್ಸ್ ತಗೋ" ನಿರ್ದಾಕ್ಷಿಣ್ಯವಾಗಿ ಹೇಳಿದ.

ಪದ್ಮಿನಿ ಮಂಡಿಗೆ ಗದ್ದ ಹಚ್ಚಿ ಬಿಕ್ಕಿ ಬಿಕ್ಕಿ ಅಳತೊಡಗಿದಳು. ಕರುಳು ಕಿತ್ತು ಬರುವಂತೆ ದುಃಖಿಸುತ್ತಿದ್ದಳು. ಅವನ ಮನ ದ್ರವಿಸಿಹೋಯಿತು.

"ಅಳೋಕೇನಾಗಿದೆ! ತಮಾಷೆಗೆಂದೇ, ಸುಮ್ಮನಿರು!"

ಅವಳನ್ನ ಸಮಾಧಾನಗೊಳಿಸುವ ವೇಳೆಗೆ ಅವನಿಗೆ ಸಾಕುಸಾಕಾಯಿತು. ಅಷ್ಟೊತ್ತಿಗೆ ಅವನಿಗೆ ಬೇಸರದಿಂದ ತಲೆ ಚಚ್ಚಿಕೊಳ್ಳಬೇಕೆನಿಸಿತು.

ಅಂದೆಲ್ಲ ಮಂಕಾಗಿಯೇ ಇದ್ದಳು. ಸಂಜೆ ಬಲವಂತ ಮಾಡಿ ಪ್ರಭಾಕರನ ಮನೆಗೆ ಕರೆದೊಯ್ದ. ಸರಳ ಆತ್ಮೀಯವಾಗಿ ಎದುರುಗೊಂಡಳು. ಎಂ.ಎ. ಓದುತ್ತಿರುವ ಆ ಹೆಣ್ಣು ನಿಗರ್ವಿ. ಆ ಮನೆಯ ವಾತಾವರಣವೇ ಅಂಥದ್ದು.

"ನೀವಿಬ್ರೂ ಬಂದಿದ್ದು ತುಂಬ ಸಂತೋಷ" ಸರಳ ಪ್ರಾಮಾಣಿಕ ಕಣ್ಣುಗಳು ಸುಂದರವಾಗಿ ನಕ್ಕವು.

ಉಟ್ಟಿದ್ದಿದ್ದು ನೈಲೆಕ್ಸ್ ಸೀರೆ. ಅದು ತನ್ನ ಬಣ್ಣ ಕಳೆದುಕೊಂಡಿತ್ತು. ಆದರೆ ಅದು ಹರಿಯದ ಕಾರಣ ಉಡಲು ಯೋಗ್ಯವಾಗಿದೆಯೆಂದೇ ಅವರ ನಿರ್ಣಯ.

ಬಟ್ಟೆ ಐರನ್ ಮಾಡುತ್ತಿದ ಪ್ರಭಾಕರ್ ಹೊರಗೆ ಬಂದ. ಉಟ್ಟಿದ್ದ ಲುಂಗಿಯನ್ನು ಮೊಣಕಾಲು ಮೇಲೆ ಎತ್ತಿ ಕಟ್ಟಿದ್ದ. ತಕ್ಷಣ ಕೈ ಅದನ್ನು ಬಿಚ್ಚಿ ಕೆಳಗೆ ಹರಡಿತು.

"ಗುಡ್ ಈವ್ನಿಂಗ್ ಮಿಸಸ್ ವೇಣು." ಸ್ವರದಲ್ಲಿ ಆತ್ಮೀಯತೆ ಮಿನುಗಿತು. ಆಮೇಲೆ ವೇಣುವಿನತ್ತ ನೋಟವರಿಸಿ ಮುಗುಳ್ನಕ್ಕ. ಔಪಚಾರಿಕ ನರಳಾಟದಿಂದ ಅವರಿಬ್ಬರು ಬಿಡಿಸಿಕೊಂಡಿದ್ದರು.

ಅತ್ತಿತ್ತ ನೋಟವರಿಸಿ ಪದ್ಮಿನಿ ಕೂತಳು. ಸರಳ ತೂಗುಬಿದ್ದ ಜಡೆಯತ್ತ ನೋಡಿ ತಳಮಳಗೊಂಡಳು. ಒಂದು ತರಹ ಕಸಿವಿಸಿ ಶುರುವಾಯಿತು ಒಳಗೊಳಗೇ.

"ನೀವು ಯಾವ ಶಾಂಪೂ ಬಳಸೋದು?" ಅವಳ ಪ್ರಶ್ನೆಗೆ ಸರಳ ನಕ್ಕುಬಿಟ್ಟಳು. "ಎಂಥದ್ದೂ ಇಲ್ಲ; ಎಣ್ಣೆಯುಜ್ಜಿ, ಸೀಗೆಕಾಯಿ ಪುಡಿ ಹಚ್ಚಿ ಸ್ನಾನ ಮಾಡ್ತೀನಿ."

ವೇಣು ಕಣ್ಣುಗಳಲ್ಲಿ ಬೇಸರದ ನೆರಳಾಡಿತು. ಒರಗಿ ಕೂತು ಟೇಬಲ್ಲು ಮೇಲೆ ಹರಡಿದ್ದ ಪೈಂಟಿಂಗ್ಸ್ ಕಡೆ ನೋಡಿದ. ಸುತ್ತಮುತ್ತಲಿನ ಪರಿಸರವನ್ನು ಹೆಚ್ಚು ಭ್ರಾಮಕಗೊಳಿಸದೇ ಸೆರೆಹಿಡಿದಿದ್ದರು.

"ಇದ್ನ ಯಾರು ಮಾಡಿದ್ದು?" ಬಗ್ಗಿ ಕೈಗೆತ್ತಿಕೊಂಡ. ಕಣ್ಣುಗಳಲ್ಲಿ ಮೆಚ್ಚಿಗೆ ತುಳುಕಾಡಿತು. "ನಮ್ಮ ಸರಳ?" ಪ್ರಭಾಕರ ಹೇಳಿದಾಗ ಹುಬ್ಬೇರಿಸಿದ. ಸರಳಳತ್ತ ನೋಟವರಿಸಿದ.

"ನಂಗೆ ಗೊತ್ತೇ ಇರ್ಲಿಲ್ಲ!"

"ಇದೇನು ಅಂತಹ ಅತಿಶಯವಾದ ವಿಷ್ಯ! ಆಸಕ್ತಿಯಿದ್ದೋರು ಕಲೀಬಹ್ದು!"

ವೇಣು ಪದ್ಮಿನಿಯತ್ತ ತಿರುಗಿದ. ತೂಗಿಬಿದ್ದ ಜಡೆಯತ್ತಲೇ ಅವಳ ದೃಷ್ಟಿಯಿತ್ತು. ಮನದಲ್ಲೇ ಅವಳ ಬಾಲಿಶತನಕ್ಕೆ ನಕ್ಕ.

"ಈ ಪೈಂಟಿಂಗ್ಸ್ ನೋಡು." ಅವಳ ಗಮನ ಇತ್ತ ಸೆಳೆಯಲು ಪ್ರಯತ್ನಿಸಿ ಸೋತ. ಅವಮಾನವೆನಿಸಿತು. ಮುಖ ಗಂಟಾಕಿ ಮೇಲಕ್ಕೆದ್ದ.

"ಸ್ವಲ್ಪ ಹೊರ್ಗಡೇ ಹೋಗ್ಬರ್ತೀನಿ" ತಕ್ಷಣ ಹೊರಟುಬಿಟ್ಟ.

ಅಣ್ಣ, ತಂಗಿ ಮುಖ ಮುಖ ನೋಡಿಕೊಂಡರು. ಪದ್ಮಿನಿ ಸುಂದರವಾದ ಹುಡುಗಿ. ನೂರು ಹುಡುಗಿಯರಲ್ಲಿ ನಿಲ್ಲಿಸಿದರೂ ಅವಳ ಚೆಲುವು ಎದ್ದು ಕಾಣುತ್ತಿತ್ತು. ಮುಖದಲ್ಲಿ ಮಾತ್ರ ಹೆಚ್ಚು ಎನಿಸುವಷ್ಟು ಭಾವುಕತೆ, ಅದು ಕೂಡ ಆ ಚಂದದ ಮೈಬಣ್ಣ, ಮಾಟವಾದ ಮೈಕಟ್ಟಿಗೆ ಶೋಭಾಯಮಾನವಾಗಿತ್ತು.

"ಈಗ್ಬರ್ತೀನಿ" ಸರಳ ಅಡಿಗೆಯ ಮನೆಯತ್ತ ನಡೆದಾಗ ಪ್ರಭಾಕರ ಅಲ್ಲಿಯೇ ಕೂತ. ಮಾತಾಡೋಕೆ ಅವನೇನು ಚಡಪಡಿಸಬೇಕಾಗಿಲ್ಲ.

"ನಿಮ್ಗೆ! ತುಂಬ ಬೇಸರವಾಗಿರ್ಬಹ್ದು. ಸದ್ಯಕ್ಕೆ ನಮ್ಮ ಸರಳ ಇಲ್ಲೇ ಇರ್ತಾಳೆ. ನಿಮ್ಗೆ ಒಳ್ಳೆ ಜೊತೆ ಆಗ್ತಾಳೆ." ನಸುನಕ್ಕ.

"ಅಯ್ಯೋ, ನಂಗೆ ಸ್ನೇಹಿತ್ರೂ ಅಂದ್ರೆ ತುಂಬ ಇಷ್ಟ. ಕಾಲೇಜಿನಲ್ಲಿ ಒದ್ತಾ ಇದ್ದಾಗ ನಂಗೆ ಬಾಯ್ ಫ್ರೆಂಡ್‌ಗಳೇ ಜಾಸ್ತಿ ಇದ್ದಿದ್ದು. ಗರ್ಲ್ ಫ್ರೆಂಡ್‌ಗಳಿಗೆ ನನ್ನ ಕಂಡ್ರೆ ತುಂಬ ಅಸೂಯೆ!" ಮಗುವಿನ ತೊದಲ್ನುಡಿ ಕೇಳಿದಂತಾಯಿತು ಅವನಿಗೆ.

"ಆದ್ರೆ ನಮ್ಮ ಸರಳಾಗೇ ಅಸೂಯೆ ಅನ್ನೋ ಪದದ ಅರ್ಥವೇ ಗೊತ್ತಿಲ್ಲ. ಷಿ ಈಸ್ ಸಿಂಪಲ್!" ಅಂದವನು ತುಟಿ ಕಚ್ಚಿಕೊಂಡ. ತಂಗಿಯನ್ನ ತಾನು ಹೊಗಳಿಬಿಟ್ಟೆನಲ್ಲ!

ಅವಲಕ್ಕಿ ಪ್ಲೇಟುಗಳು ತರೋ ವೇಳೆಗೆ ವೇಣು ಒಳಗೆ ಬಂದ. ಹುಬ್ಬುಗಳು ಗಂಟಾಗಿಯೇ ಇತ್ತು. ತುಟಿಗಳನ್ನು ಬಲವಾಗಿ ಕಚ್ಚಿ ಹಿಡಿದಿದ್ದ.

"ತಗೊಳ್ಳಿ."

ಸರಳವಾಗಿ ಹೇಳಿದಳು.

ವೇಣು ಕೈಗೆತ್ತಿಕೊಂಡ. ಎಡಗೈನಲ್ಲಿ ಹಿಡಿದು ತಿಂದ. ಆತುರಾತುರವಾಗಿ ತಿಂದು ಮುಗಿಸಿ ಪ್ಲೇಟನ್ನು ಕೆಳಗಿಟ್ಟ. ಪ್ರಭಾಕರ್ ಕೈಯಲ್ಲಿ ಪ್ಲೇಟ್ ಹಿಡಿದೇ ನಸುನಕ್ಕ.

ಸರಳ ಹೆಚ್ಚೇನೂ ಹೇಳಿಸಿಕೊಳ್ಳಲಿಲ್ಲ. ನಿಧಾನವಾಗಿ ತಿಂದು ಮುಗಿಸಿದಳು. ಮೂವರ ಮಧ್ಯೆ ನೀರವತೆ ವ್ಯಾಪಿಸಿತ್ತು. ಸರಳಳಿಗೆ ನಗು ಬಂತು. ಮುಸಿ ಮುಸಿ ನಕ್ಕುಬಿಟ್ಟಳು.

ವೇಣು ಹುಬ್ಬೇರಿಸಿ ನೋಡಿದ. ತುಂಬು ಬೆಳದಿಂಗಳನ್ನು ಕಂಡಂತಾಯಿತು. ಮುಖದಲ್ಲಿ ತೃಪ್ತಭಾವ ಇತ್ತು. ಆಹ್ಲಾದಕರವೆನಿಸಿತು. ಮನದಲ್ಲಿ ಹೊಸ ಬೆಳಕೊಂದು ಮೂಡಿತು. ಪದ್ಮಿನಿ ಅವಳ ಸನಿಹದಲ್ಲಿ ಬದಲಾಗಬಲ್ಲಳು! ಎದೆಯ ಮೇಲಿನ ದೊಡ್ಡ ಬಂಡೆಯನ್ನ ಕೆಳಗಿಳಿಸಿದಂತಾಯಿತು.

"ಇನ್ನು ಮಾತಾಡ್ಬಹ್ದು" ಪ್ರಭಾಕರ್ ತಟ್ಟನೇ ಹೇಳಿದಾಗ ಮೂವರೂ ನಕ್ಕರು.

ಆಮೇಲೆ ವಾತಾವರಣ ಹಗುರವಾಯಿತು. ಮನ ಬಿಚ್ಚಿ ಹರಟಿದರು.

ಹೊರಟು ನಿಂತಾಗ ಪ್ರಭಾಕರ್ ಬಲವಂತದಿಂದ ಊಟಕ್ಕೆ ನಿಲ್ಲಿಸಿಕೊಂಡ. ಪದ್ಮಿನಿ ತಟ್ಟನೆ ಒಪ್ಪಿ ಕೂತಳು. ಆದರೆ ವೇಣುಗೆ ಮುಜುಗರವಾಯಿತು. ಅವನು ಈ ಮನೆಯಲ್ಲಿ ಪದೇ ಪದೇ ಊಟ ತಿಂಡಿ ಮಾಡುತ್ತಿದ್ದ. ಆದರೆ ಪ್ರಭಾಕರ ಅವನ ಮನೆಯವರು ಬಂದರೆ ಸಿಗುತ್ತಿದ್ದುದು ಕಾಫಿನೋ... ಹಾಲೋ ಅಥವಾ ಹಾರ್ಲಿಕ್ಸ್‌ನಲ್ಲಿ ಮುಗಿದುಹೋಗುತ್ತಿತ್ತು.

"ಬೇಡ...." ಅವನ ಹೆಜ್ಜೆಗಳು ಬಾಗಿಲಿನತ್ತ ಧಾವಿಸಿದವು. ಪ್ರಭಾಕರ್ ತಟ್ಟನೆ ಅವನನ್ನು ಹಿಂಬಾಲಿಸಿ ಭುಜದ ಮೇಲೆ ಕೈಹಾಕಿ ಮೃದುವಾಗಿ ಅಮುಕಿದ.

"ಹ್ಯಾವ್ ಎ ಲಿಟ್ಲ್ ಪೇಷನ್ಸ್"

ವರಾಂಡದಲ್ಲಿಯೇ ಇಬ್ಬರು ಮಾತಾಡುತ್ತಾ ಕೂತರು. ಸರಳ ಸೊಂಟಕ್ಕೆ ಸೆರಗು ಬಿಗಿದು ಚಕಚಕನೇ ಕೆಲಸದಲ್ಲಿ ತೊಡಗಿದಳು. ಅಲ್ಲೇ ಸ್ಟೂಲ್ ಮೇಲೆ ಕೂತಿದ್ದ ಪದ್ಮಿನಿ ಸುತ್ತಲೂ ಕಣ್ಣಾಡಿಸಿದಳು. ಪ್ರತಿಯೊಂದರಲ್ಲೂ ಶಿಸ್ತು. ಇದ್ದ ಅಷ್ಟು ಸ್ಟೀಲ್ ಪಾತ್ರೆಗಳೂ ಫಳಫಳನೇ ಹೊಳೆಯುತ್ತಿದ್ದವು.

"ಊಟ ರೆಡಿನಾ?" ಪ್ರಭಾಕರ್ ಒಳಗೆ ನುಗ್ಗಿದವನು ಅಲ್ಲೇ ನಿಂತ.

ಬಟ್ಟೆ ಸುಟ್ಟ ವಾಸನೆ ಮನೆಯೆಲ್ಲಾ ಹರಡಿಕೊಂಡಿತ್ತು. ಅಡಿಗೆ ಮನೆಯಲ್ಲೆಲ್ಲ ಕಣ್ಣಾಡಿಸಿದ, ಕಣ್ಣು ಕಿರಿದಾದವು.

"ಸುಟ್ಟ ವಾಸ್ನೆ!" ಮುಖ ಒಂದು ತರಹ ಮಾಡಿದ. ತಕ್ಷಣ ಜ್ಞಾಪಕಕ್ಕೆ ಬಂದಾಗ ಕೋಣೆಯ ಬಾಗಿಲನ್ನ ದಬ್ಬಿ ಒಳಗೆ ಓಡಿದ.

ನಿಲ್ಲಿಸಿದ್ದ ಐರನ್ ಬಾಕ್ಸ್ ಹೀಟ್‌ಗೆ ತಳದಲ್ಲಿದ್ದ ಬಟ್ಟೆಗಳೆಲ್ಲ ಹೊಗೆಯಾಡತೊಡಗಿತ್ತು. ಕೋಣೆಯ ಪೂರ್ತಿ ಕಮಟು ವಾಸನೆ, ಹೊಗೆ ತುಂಬಿಕೊಂಡಿತ್ತು. ಉಗ್ಗುವಂತಾಯಿತು. ಸ್ವಿಚ್ ಆರಿಸಿ ಕಿಟಕಿ ಬಾಗಿಲನ್ನು ಪೂರ್ತಿಯಾಗಿ ತೆರೆದ. ಷರಟಿನ ಜೊತೆ, ಹಾಯಿಸಿದ್ದ ಎರಡು ಬೆಡ್‌ಷೀಟ್‌ಗಳು ಹೊಗೆಯಾಡಿ ಅಂಗೈ ಅಗಲಕ್ಕಿಂತ ಹೆಚ್ಚಾಗಿ ಸುಟ್ಟು ಕಪ್ಪಗಾಗಿತ್ತು. ನೀರು ತಂದು ಚಿಮುಕಿಸಿ ನಂದಿಸಿದ. ಆದರೆ ಮುಖದ ಬಣ್ಣವೇನೂ ಬದಲಾಗಲಿಲ್ಲ.

"ಮೈ ಗಾಡ್, ಎಂಥ ಕೆಲಸವಾಯ್ತು!" ಬೇಸರದ ಮುಖವೊತ್ತು ಹೇಳಿದಾಗ ಪ್ರಭಾಕರ್ ಹಗುರವಾಗಿ ನಕ್ಕುಬಿಟ್ಟ. "ಮತ್ತೇನೂ ಪ್ರಮಾದವಾಗ್ಲಿಲ್ವಲ್ಲಾ!"

ವೇಣು ಭುಜದ ಮೇಲೆ ಕೈಹಾಕಿ ಹೊರಗೆ ಕರೆದುಕೊಂಡು ಬಂದ. ಪದ್ಮಿನಿ ಗೊಂಬೆಯಂತೆ ನಿಂತಿದ್ದಳು. ಸರಳ ಏನು ನಡೆಯಲೇ ಇಲ್ಲವೆನ್ನುವಂತೆ ತನ್ನ ಕೆಲಸದಲ್ಲಿ ಮಗ್ನಳಾಗಿದ್ದಳು.

"ಲ್ಯಾಂಡ್ರಿಯವ್ರು ಮಾಡೋ ಕೆಲ್ಸ ನೀವು ಮಾಡ್ತೀರಲ್ಲ!" ಎಂದಾಗ "ಪದ್ಮಿನಿ, ಐ ಗೆಟ್ ಎ ಸ್ಮಾಲ್ ಸ್ಯಾಲರಿ. ಇಷ್ಟು ದೊಡ್ಡ ಫ್ಯಾಮಿಲಿನ ಹೇಗೆ ಮೈನ್‌ಟೈನ್ ಮಾಡೋದು? ಅದಲ್ಲದೇ ಇದೇನು ಕಷ್ಟವಾದ ಕೆಲ್ಸವಲ್ಲ!" ತುಟಿಯಂಚಿನಲ್ಲೇ ನಕ್ಕ

ಪ್ರಭಾಕರ್ ರ್‍ಯಾಂಕ್ ಸ್ಟೂಡೆಂಟ್. ಬಹಳ ಕಷ್ಟಪಟ್ಟೇ ಇಂಜಿನಿಯರಿಂಗ್ ಮುಗಿಸಿ ಕೆಲಸ ದಕ್ಕಿಸಿಕೊಂಡಿದ್ದ: ಮಧ್ಯಮ ದರ್ಜೆಯ ಕುಟುಂಬ ನೋಡಿಯಲ್ಲದಿದ್ದರೂ, ಇವನ ವಿದ್ಯಾರ್ಹತೆ ಕೆಲಸ ನೋಡಿ ಸಾಕಷ್ಟು ಶ್ರೀಮಂತರು ಸಾವಿರಾರು ರೂಪಾಯಿ ವರದಕ್ಷಿಣೆ ಕೊಟ್ಟು ಮದುವೆ ಮಾಡಲು ಸಿದ್ಧರಿದ್ದರು. ಆದರೆ ಅಂಥ ಆಸೆಗೆ ಬಲಿ ಬೀಳಲಿಲ್ಲ. ಅವನು ಮದುವೆಯಾಗಿದು ಹೈಸ್ಕೂಲ್, ಮಾಸ್ಟರ್‌ನ ಮಗಳನ್ನ. ಸಂತೃಪ್ತಿ ಜೀವನದ ಬಗ್ಗೆ ಅರಿಯದ ಜನ ಅವನನ್ನ ಮೂಢನೆಂದರೂ ಸುಖಜೀವನ ಅವನ ಪಾಲಿಗಿತ್ತು. ಮಧ್ಯಮ ದರ್ಜೆಯ ಜೀವನದಲ್ಲಿ ಕಷ್ಟಸುಖ ಕಂಡ ಇವನ ಸಂಗಾತಿ ಬಂದ ಜೀವನವನ್ನ ಸಂತೋಷದಿಂದ ಸ್ವಾಗತಿಸಿ ಮನೆಗೆ ಬೆಳಕಾಗಿದ್ದಳು.

ಏನೂ ನಡೆಯಲೇ ಇಲ್ಲವೆನ್ನುವಂತೆ ನಗುನಗುತ್ತಾ ಪ್ರಭಾಕರ ಉಪಚರಿಸಿದ. ಮಧ್ಯಾಹ್ನದ ಹುಳಿ ಜೊತೆ ಒಂದಿಷ್ಟು ಟಮೋಟೋ ಸಾರು ಮಾಡಿದ್ದಳು. ಒಂದು ಚಟ್ನಿ, ಉಪ್ಪಿನಕಾಯಿ ಇದಿಷ್ಟೇ ಊಟ. ಆದರೂ ಹೊಟ್ಟೆಯ ತುಂಬಾ ಊಟ ಮಾಡಿದ್ದರು. ಎರಡು ಸಿಹಿ, ಒಂದೆರಡು ಪಲ್ಯದ ಅದ್ದೂರಿಯ ಊಟವಲ್ಲದಿದ್ದರೂ ಇಂತಹ ಸಂತೃಪ್ತಿಯ ಗುಟ್ಟೇನು? ಕೆದಕಿ ಹುಡುಕಬೇಕಿರಲಿಲ್ಲ. ಸರಳ ಭಾವನೆಗಳ ಮಿಳಿತದ ಸುಂದರ ಪರಿಸರ.

"ಈಗ್ಲಾದ್ರೂ ಹೊರಡಬಹುದಾ?" ಎಂದು ಕೇಳಿದಾಗ ವೇಣು ಪ್ರಭಾಕರನ ಕಣ್ಣು ಮಿಟುಕಿಸಿ "ಖಂಡಿತ ನಿಮ್ಮ ಏಕಾಂತದ ಮಧುರ ಕ್ಷಣಗಳಿಗೆ ಅಡ್ಡ ಬರೋಲ್ಲ."

ಪ್ರಭಾಕರ ಅರ್ಧ ದಾರಿಯವರೆಗೂ ಬಂದು ಅವರನ್ನು ಬೀಳ್ಕೊಟ್ಟ. ದೊಡ್ಡ ಸಂಸಾರದ ಪ್ರಭಾಕರನಿಗೆ ಹೊಸದಾಗಿ ತಲೆಯೆತ್ತಿದ್ದ ಕಾಲನಿಯಲ್ಲಿ ಕ್ವಾರ್ಟರ್ಸ್ ಕೊಟ್ಟಿದ್ದರು. ವೇಣು ತನ್ನ ಬ್ಯಾಚುಲರ್ ಕ್ವಾರ್ಟರ್ಸ್‌ನಲ್ಲಿಯೇ ಉಳಿದಿದ್ದ. ಅದು ಅವನಿಗೆ ಸಾಕಾಗಿತ್ತು. ಪದ್ಮಿನಿಯನ್ನು ಬಿಟ್ಟು ಅವನವರಾರೂ ಬಂದು ಹೆಚ್ಚು ದಿನ ಉಳಿಯುವ ಸಾಧ್ಯತೆ ಇರಲಿಲ್ಲ.

"ಏನು ಅನ್ನಿಸ್ತು?" ಮೆಲುವಾಗಿ ಪ್ರಶ್ನಿಸಿದ.

ಪದ್ಮಿನಿಗೆ ಅರ್ಥವೇ ಆಗಲಿಲ್ಲ. ಸರಳ ಉದ್ದ ಜಡೆಯ ಬಗೆಗೆ ಯೋಚಿಸುತ್ತಿದ್ದಳು. ತನ್ನ ಮೈಕಟ್ಟಿಗೆ ಅಷ್ಟು ಉದ್ದದ ಜಡೆಯಿದ್ದರೆ ಇನ್ನು ಅಂದ.

ಅವಳತ್ತ ನೋಡಿದ ವೇಣು ಸುಮ್ಮನಾದ. ಒಂದೆರಡು ಸಲ ಕಲ್ಲು ಎಡವಿದಾಗ ಅವನಿಗೆ ನಗು ಬಂತು.

"ದಾರಿಯಲ್ಲಿ ಕನಸು ಕಾಣೋದು ಅಪಾಯದ ಲಕ್ಷಣ!"

ಪದ್ಮಿನಿ ಸುಮ್ಮನೇ ಹೊರಟಳು. ಅವಳ ಕಣ್ಣಂಚಿನಲ್ಲಿ ಕಂಬನಿ ಶೇಖರವಾಗಿತ್ತು. ತನ್ನ ಕೋಮಲ ಪಾದಗಳು ಈ ಕಲ್ಲು ಮುಳ್ಳಿನಲ್ಲಿ ಹೆಜ್ಜೆಯೂರಲಾರವು. ಕೂತು ಬಿಕ್ಕಿಬಿಕ್ಕಿ ಅಳಬೇಕೆನಿಸಿತು.

ಮನೆಗೆ ಬಂದ ಕೂಡಲೇ ಪದ್ಮಿನಿ ಒಂದು ಕಡೆ ಕೂತು ಅಳತೊಡಗಿದಳು. ವೇಣುಗೆ ಗಾಬರಿಯಾಯ್ತು.

"ನೋವಾಯ್ತಾ?" ಕಕ್ಕುಲತೆಯಿಂದ ವಿಚಾರಿಸಿದ. ಎಡವಿದ ಬೆರಳಿಗೆ ಮುಲಾಮು ಸವರಿದ.

ನಿರಾಶೆ ಅವನನ್ನ ಆವರಿಸತೊಡಗಿತು. ಅವಳ ಪಾಡಿಗೆ ಅವಳನ್ನ ಮಲಗಲು ಬಿಟ್ಟು ತನ್ನ ಪಾಲಿಗೆ ತಾನು ಮಲಗಿದ. ಎಷ್ಟೋ ಹೊತ್ತಿನವರೆಗೂ ಅವನಿಗೆ ನಿದ್ದೆ ಬರಲಿಲ್ಲ. ಎದ್ದು ಕೂತ ಪದ್ಮಿನಿ ನಿರಾತಂಕವಾಗಿ ನಿದ್ರಿಸುತ್ತಿದ್ದಳು. ಹೊರಗೆ ಬಂದು ವರಾಂಡದಲ್ಲಿ ಕೂತ ಸಿಡಿಮಿಡಿಗೊಂಡ. ಅತ್ತಿಂದಿತ್ತ ಇತ್ತಿಂದತ್ತ ಓಡಾಡಿದ. ಇಡೀ ರಾತ್ರಿ ಜಾಗರಣೆಯಾಯಿತು.

ಬೆಳಗ್ಗೆ ಅವನ ಕಣ್ಣುಗಳು ಭಗಭಗನೇ ಉರಿಯುತ್ತಿದ್ದವು. ಎದ್ದು ಹೋಗಿ ಕಾಫಿ ಮಾಡಿದ. ದಿನವೂ ಮುದ್ದು ಮಾಡಿ ಲಲ್ಲೆಗರೆದು ಪದ್ಮಿನಿಯನ್ನ ಎಬ್ಬಿಸುತ್ತಿದ್ದ. ಇಂದು ಅದಕ್ಕೂ ತಿಲಾಂಜಲಿಯನ್ನಿತ್ತ. ಸೋಫಾದಲ್ಲಿ ಕಾಲು ಚಾಚಿ ಮಲಗಿಬಿಟ್ಟ.

ಪದ್ಮಿನಿ ಮುಜುಗರದಿಂದ ಮೇಲಕ್ಕೆ ಎದ್ದಾಗ ಎಂಟೂವರೆಯಾಗಿತ್ತು. ದಿನಾ ಏಳು ಗಂಟೆಗೆಲ್ಲ ವೇಣು ಎಬ್ಬಿಸುತ್ತಿದ್ದ. ಅವಳಿಗೆ ಗಾಬರಿಯಾಯಿತು.

ಮುಖ ತೊಳೆದು ಕಾಫಿಗಿಟ್ಟಳು. ಹಾಲಿಗಾಗಿ ಹೊರಗೆ ಬಂದಾಗ ಸೋಫಾ ಮೇಲೆ ಮಲಗಿದ್ದ ವೇಣು ಕಣ್ಣಿಗೆ ಬಿದ್ದ.

"ಇಲ್ಯಾಕೆ ಮಲಕ್ಕೊಂಡ್ರಿ?"

ಅವನ ಭುಜವಿಡಿದು ಅಲುಗಾಡಿಸಿದಾಗ ಸಿಡಿದು ಮೇಲಕ್ಕೆದ್ದು ಅವಳತ್ತ ತಿರುಗದೆಯೇ ಕೋಣೆಗೆ ಹೋದ. ಅವಮಾನದಿಂದ ಅವಳ ಮನ ತಪ್ತವಾಯಿತು.

ಇವಳು ಪಿ.ಯು.ಸಿ.ಯಲ್ಲಿ ಮೊದಲ ಸಲ ಫೇಲಾದಾಗ ಅವಳ ಸಹಪಾಠಿ ಗೋಪಾಲ ದೊಡ್ಡ ಪತ್ರ ಬರೆದಿದ್ದ. ಕಾವ್ಯಮಯವಾಗಿ ವಿಫುಲ ಸಾಹಿತ್ಯವನ್ನ ಸೃಷ್ಟಿ ಮಾಡಿದ್ದ. ಅವಳಂಥ ಕೋಮಲ ಸುಂದರ ಹೆಣ್ಣಿಗೆ ಇಂಥ ಓದು ಅವಶ್ಯಕವಿಲ್ಲವೆಂದು ಒತ್ತಿ ಬರೆದಿದ್ದ. ತಕ್ಷಣ ಜ್ಞಾಪಕಕ್ಕೆ ಬಂತು.

ಕೂಡಲೇ ತನ್ನ ಸೂಟ್‌ಕೇಸ್‌ನಲ್ಲಿರುವ ಬಟ್ಟೆಗಳನ್ನೆಲ್ಲ ಹೊರತೆಗೆದು ಎಸೆದು, ಪತ್ರಗಳಲ್ಲಿ ಆ ಪತ್ರವನ್ನು ಹೆಕ್ಕಿ ತೆಗೆದಳು. ಓದುತ್ತ ಕೂತಳು. ತನ್ನ ಸೌಂದರ್ಯ ವರ್ಣನೆ ಓದುತ್ತ ಅಭಿಮಾನ, ಅಹಂಕಾರದಿಂದ ಬೀಗಿದಳು.

ಪಾತ್ರೆ ತಳ ಹತ್ತಿದ ವಾಸನೆಗೆ ವೇಣು ಎದ್ದು ಅಡಿಗೆಯ ಮನೆಗೆ ಓಡಿದ. ಕಾಫಿಗಾಗಿ ಇಟ್ಟ ಒಂದು ಕಪ್ ನೀರು ಇಂಗಿ ಬರೀ ಪಾತ್ರೆ ಕಾಯುತ್ತಿತ್ತು ಹೀಟರ್ ಮೇಲೆ.

"ಪದ್ಮಿನಿ..." ಜೋರಾಗಿ ಅರಚಿದ. ಕೋಪದಿಂದ ಅವನ ತುಟಿಗಳು ನಡುಗುತ್ತಿತ್ತು.

ಪದ್ಮಿನಿ ಕೈಯಲ್ಲಿದ್ದ ಪತ್ರವನ್ನಿಡದೇ ಓಡಿ ಬಂದಳು. ಅವನ ಕಣ್ಣುಗಳಲ್ಲಿದ್ದ ಕೋಪ ಓದಿಕೊಂಡು ಗಡಗಡನೇ ನಡುಗಿದಳು. ವೇಣು ಮೆತ್ತಗಾದ.

"ಹೀಟರ್ ಮೇಲೆ ಪಾತ್ರೆಯಿಟ್ಟು ಎಲ್ಲಿಗ್ಹೋದೆ?" ಸ್ವರದಲ್ಲಿ ಬೇಸರ ಇಣಕಿತು.

"ಈ ಲೆಟರ್ ಓದ್ತಾ ಇದ್ದೆ." ಅಡಿಯಿಂದ ಮುಡಿಯವರೆಗೂ ನೋಡಿದ. ತುಟಿ ಕಚ್ಚಿ ಹೊರಗೆ ಬಂದ.

ಬಂದ ಪ್ಯೂನ್ ಕೈಯಲ್ಲಿ ರಜ ಚೀಟಿ ಕೊಟ್ಟು ಕಳುಹಿಸಿ ಮನೆಯಲ್ಲಿಯೇ ಉಳಿದ. ಜೀವನದಲ್ಲಿ ಅವನಿಗೆ ಯಾವ ಸ್ವಾರಸ್ಯವೂ ಉಳಿದ ಹಾಗೆ ಕಾಣಲಿಲ್ಲ. ಒಂಟಿಯಾಗಿ ಯಾರೂ ಕಾಣದ ಕಡೆ ಓಡಿ ಹೋಗಬೇಕೆನಿಸಿತು.

ಗಾಳಿಗೆ ಅಲ್ಲಿ ಇಟ್ಟಿದ್ದ ಪತ್ರಗಳೆಲ್ಲ ಕೋಣೆಯಲ್ಲೆಲ್ಲ ಹರಡಿಕೊಂಡಿತ್ತು. ಎಷ್ಟೋ ಸಲ ಪತ್ರಗಳೆಲ್ಲ ನೋಡಿದ್ದ. ಓದಿರಲಿಲ್ಲ. ಬೇರೊಬ್ಬರ, ಕಡೆಗೆ ಪದ್ಮಿನಿಗೆ ಬರೆದ ಪತ್ರವನ್ನು ಸಹ ಓದುವ ಸಣ್ಣ ಮನಸ್ಸು ಅವನದಲ್ಲ. ಆದರೆ ಅಭಿಮಾನದಿಂದ ಪದೇ ಪದೇ ಓದುವ ಆ ಪತ್ರಗಳಲ್ಲಿ ಏನಿರಬಹುದು? ಕುತೂಹಲದಿಂದ ಒಮ್ಮೊಮ್ಮೆ ನೋಡಬೇಕೆನಿಸುತ್ತಿತ್ತು.

ಕಾಫಿ ತಂದಾಗ ಛಾವಣಿ ದಿಟ್ಟಿಸುತ್ತ ಮಲಗಿದ್ದ. ಈ ಕನಸಿನ ಹೆಣ್ಣನ್ನು ಹೇಗೆ ವಾಸ್ತವ ಪ್ರಪಂಚಕ್ಕೆ ತರುವುದು?

"ತಗೊಳ್ಳಿ ಕಾಫಿ". ಅಷ್ಟು ದೂರದಲ್ಲಿ ನಿಂತಾಗ ಮುಖ ಮೇಲೆತ್ತಿ ನೋಡಿದ.

ಅವನ ಕಣ್ಣುಗಳು ಕಿರಿದಾದವು. ಅವಳನ್ನು ನೋಯಿಸುವ ಇಚ್ಛೆ ಅವನಿಗಿಲ್ಲ. ಹೇಗೆ ಅವಳ ನಡತೆಯನ್ನು ಸಹಿಸಬಲ್ಲ?

ಎದ್ದು ಕೂತು ನೆಟ್ಟ ನೋಟದಿಂದ ಅವಳನ್ನು ನೋಡಿದ. ಕಣ್ಣಲ್ಲಿ ಮಿಂಚೊಡೆಯಿತು. ಸಹಾನುಭೂತಿಯಿಂದ ಒಂದು ಕ್ಷಣ ಒದ್ದಾಡಿದ.

ಹತ್ತಿರಕ್ಕೆ ಕರೆದು ಕೂಡಿಸಿಕೊಂಡು ಸಮಾಧಾನ ಹೇಳಿದ. ಬೇಸರವಾದರೆ ಸರಳ ಬಳಿ ಪೈಂಟಿಂಗ್, ಕಸೂತಿ ಕಲಿಯಲು ಉಪದೇಶಿಸಿದ. ಸಂಜೆಯ ವೇಳೆ ಹಾಡಬಹುದೆಂದೂ ಉತ್ತೇಜಿಸಿದ.

"ಓದೋ ಅಭಿರುಚಿ ಹಚ್ಕೋ – ಸಾಕಷ್ಟು ಪುಸ್ತಕ ತರ್ಸಿಕೊಡ್ತೀನಿ" ಕೆನ್ನೆ ಸವರಿ ರಮಿಸಿದಾಗ ಅವಳ ಮುಖ ಗಂಟಾಯಿತು. "ನಾನಂತೂ ಓದ್ಲಾರೆ. ತಲೆ ಚಿಟ್ಟು ಹಿಡ್ದು ಹೋಗುತ್ತೆ. ಕಣ್ಣುಗಳಲ್ಲಿ ಕಾಂತಿನೇ ಕಮ್ಮಿ ಆಗುತ್ತೆ!"

ಪರಿಹಾಸ್ಯ ನಗು ಅವನ ತುಟಿಯಂಚಿನಲ್ಲಿ ಮಿನುಗಿತು. ತೋರುಬೆರಳಿನಿಂದ ಅವಳ ಮುಖವಿಡಿದು ಮೇಲಕ್ಕೆತ್ತಿ ಕಣ್ಣಲ್ಲಿ ಕಣ್ಣಿಟ್ಟು ನೋಡಿದ. ವಾಸ್ತವ ಲೋಕದ ಪ್ರಜ್ಞೆಯ ಕೊರತೆ ಅಪಾರ. ಬೆರಳು ಕೆಳಗಿಳಿಯಿತು. ನಿಟ್ಟುಸಿರು ಹೊರಗೆ ದಬ್ಬಿದ.

"ನಿಂಗೆ ಯಾರು ಹೇಳಿದ್ದು? ಓದೋದ್ರಿಂದ ಖಂಡಿತ ಕಣ್ಣು ಹಾಳಾಗೋಲ್ಲ. ಸುತ್ತಲಿನ ಸಮಾಜದ ಬದುಕನ್ನು ಅರಿಯಲು ಅದು ಸುಲಭ ಸಾಧನ. ವಿಚಾರ ಪ್ರಜ್ಞೆನು ಬೆಳೆಯುತ್ತೆ. ಪುಸ್ತಕ ಒಂದು ಉತ್ತಮ ಸಂಗಾತಿ."

ಪದ್ಮಿನಿ ಮುಖ ಕಿವುಚಿದಳು.

"ನಂಗೆ ಬೇಜಾರು; ಅವೆಲ್ಲಾ ಬೇಡ!" ಖಡಾಖಂಡಿತವಾಗಿ ಹೇಳಿದಾಗ ಉಗುಳು ನುಂಗಿದ.

"ನೀನು ಪೆನ್ನು ಹಿಡಿದ್ರೆ ಸಾಕ್ಷಾತ್ ಸರಸ್ವತಿ ಅಂತಾರೆ ನಿಮ್ಮಮ್ಮ..." ಮೆಲ್ಲಗೆ ಇರಿದ. ಅವಳ ಕಣ್ಣುಗಳಲ್ಲಿ ಭಾವನೆಗಳು ಏರುಪೇರಾದವು. ಉತ್ತರಿಸಲು ಅವಳು ಶಕ್ತಳಾಗಲಿಲ್ಲ. ಮಾತುಗಳಿಗಾಗಿ ತಡಕಾಡಿದಳು.

"ಹೌದು...." ಕಡೆಗೆ ಪೆಚ್ಚಾಗಿ ನುಡಿದಾಗ ವೇಣು ನಕ್ಕುಬಿಟ್ಟ. ವಾಸಿಯಾಗದ ಹುಚ್ಚೆನಿಸಿತು.

* * *

ದಿನಗಳು ಸರಿಯುತ್ತಿದ್ದವು. ಪದ್ಮಿನಿ ಬಿಡುವಿನ ವೇಳೆಗಳಲ್ಲಿ ಕಾಲಿಗೆ ಗೆಜ್ಜೆ ಕಟ್ಟಿ ಕುಣಿಯುತ್ತಿದ್ದಳು. ಹಾಡಲು ಶುರು ಮಾಡಿದರೆ ಗಂಟೆಗಟ್ಟಲೇ ನಿಲ್ಲಿಸುತ್ತಿರಲಿಲ್ಲ. ಬಂದವರ ಮುಂದೆ ತನ್ನ ಪ್ರತಿಭೆಯನ್ನು ಬಾಯಿತುಂಬ ಹೊಗಳಿಕೊಳ್ಳುತ್ತಿದ್ದಳು. ಕನ್ನಡಿಯ ಮುಂದೆ ನಿಂತರೆ ಅವಳಿಗೆ ವೇಳೆಯ ಪರಿವೆಯೇ ಇರುತ್ತಿರಲಿಲ್ಲ.

ವೇಣು ಬಂದಾಗ ತುಟಿಗಳಿಗೆ ಬಣ್ಣ ತೀಡುತ್ತಿದ್ದಳು. ನೋಡಿದರೂ ನೋಡದವನಂತೆ ಬಟ್ಟೆ ಬದಲಿಸಿ ಬಾತ್‌ರೂಂಗೆ ಹೋದ. ಅವನು ಮುಖ ತೊಳೆದು ಬಂದರೂ ಅವಳ ಕೆಲಸ ಮುಗಿದಿರಲಿಲ್ಲ. ಸಿಟ್ಟು ನೆತ್ತಿಗೇರಿತು.

"ಮುಗೀತಾ?" ಕಟುವಾಗಿಯೇ ಕೇಳಿದ.

ಪದ್ಮಿನಿ ಕನ್ನಡಿಯಿಂದ ಒಂದು ಇಂಚೂ ಸರಿಯಲಿಲ್ಲ. ತನ್ನ ಕೆಲಸದಲ್ಲಿ ನಿರತಳಾಗಿಯೇ ಇದ್ದಳು. ಕಪಾಳಕ್ಕೆ ಬಾರಿಸುವ ಮನಸ್ಸಾಯಿತು.

ಅವಳ ಭುಜದ ಮೇಲೆ ಒರಟಾಗಿ ಕೈಹಾಕಿ ಅವಳ ಕೈಯಲ್ಲಿದ್ದ ಗಂಟನ್ನು ಕಿತ್ತೆಸೆದ. ಕೋಪದಿಂದ ಅವನ ಮೂಗು, ಮುಖ ಕೆಂಪಗಾಗಿತ್ತು.

"ಇನ್ನು ಮುಗೀಲಿಲ್ವಾ ನಿನ್ನ ಅಲಂಕಾರ!" ಅವನ ಕಣ್ಣುಗಳಲ್ಲಿ ಕೆಂಡಗಳು ಉರುಳುತ್ತಿದ್ದವು. "ನಂಗೆ ಇದೆಲ್ಲ ಇಷ್ಟವಾಗೋಲ್ಲ ಹೆಣ್ಣಾದ ಮಾತ್ರಕ್ಕೆ ತೀರಾ ಕನ್ನಡಿಯ ಮುಂದೆ ನಿಲ್ಲಬೇಕಿಲ್ಲ. ನಿನ್ನ ಚೆಲುವಿನಿಂದ ಏನೇನೂ ಸಾಧಿಸೋಕಾಗೋಲ್ಲ! ಒಳ್ಳೆ ಮನಸ್ಸು, ವಿಚಾರಪ್ರಜ್ಞೆ... ಇರ್ಬೇಕೂ!" ಸಿಡಿದ.

ಪದ್ಮಿನಿ ಗೊಂಬೆಯಂತೆ ನಿಂತುಬಿಟ್ಟಳು. ಕಪ್ಪು ಹಚ್ಚಿದ ಅವಳ ಕಣ್ಣುಗಳು ಕಣ್ಣೀರಿನ ಮಡುವುಗಳಾದವು. ಹೊಗಳಿ ಹೊಗಳಿ ಅಟ್ಟಕ್ಕೇರಿಸುತ್ತಿದ್ದವರೆಲ್ಲ ಚಕ್ರಾಕಾರವಾಗಿ ಅವಳ ಮುಂದೆ ನಿಂತರು. ಅವರೆಲ್ಲರಿಗಿಂತ ಫರ್ಲಾಂಗ್ ದೂರದಲ್ಲಿ ವೇಣು ನಿಂತಿದ್ದ, ಜಗತ್ಪ್ರಸಿದ್ಧ ನೃತ್ಯಗಾತಿ, ಸುಪ್ರಸಿದ್ಧ ಲೇಖಕಿ, ಅಮೋಘ ಗಾಯಕಿ ಇವರೆಲ್ಲರ ಕೊಲೆ ನಡೆದುಹೋದ ಅನುಭವವಾಯಿತು.

"ನಿಮ್ಗೆ ನನ್ಮೇಲೆ ಪ್ರೀತಿ ಇಲ್ಲ– ಸೇಡು ತೀರಿಸ್ಕೋತಾ ಇದ್ದೀರಿ!"

ನಿಂತವನು ತಲೆ ತಿರುಗಿಸಿದ. ಕಣ್ಣುಗಳು ಕಿರಿದಾದವು, ಹುಬ್ಬುಗಳು ಸಂಕುಚಿಸಿದವು. ಕೈಯಲ್ಲಿದ್ದ ಟವಲನ್ನು ಸ್ಟಾಂಡ್ ಮೇಲೆಸೆದು ಅವಳತ್ತ ನಡೆದು ಬಂದ.

ಎರಡು ಭುಜದ ಮೇಲೆ ಕೈಗಳನ್ನು ಹಾಕಿದ. ಅವನ ಕೆನ್ನೆಯ ಸ್ನಾಯುಗಳು ಬಿಗಿದುಕೊಂಡವು.

"ಪ್ಲೀಸ್ ಪದ್ಮಿನಿ, ಮುಖ ಮೇಲೆತ್ತು. ನನ್ನ ಕಣ್ಣಲ್ಲಿ ಕಣ್ಣಿಟ್ಟು ನೋಡು. ದ್ವೇಷಿಸೋಕಾಗಿ ನಿನ್ನ ಮದ್ವೆಯಾದ್ನ? ಸೇಡು ತೀರಿಸ್ಕೋಬೇಕಾ? ನಿನ್ನ ಚೆಲುವಿನ ಬಗ್ಗೆ ನಂಗೆ ಹೆಮ್ಮೆ ಇಲ್ವಾ? ತೀರಾ ಅತಿಶಯವಾಗ್ಬಾರ್ದು!" ಕಡೆಯ ವಾಕ್ಯ ಕ್ಷೀಣವಾಯಿತು. ಅವನೆದೆ ನೋವಿನಿಂದ ಹಿಂಡಿತು.

ಪದ್ಮಿನಿ ಮುಖ ಮೇಲೆತ್ತಲಿಲ್ಲ. ಅವಳು ಬಯಸಿದ ಜೀವನವೇ ಬೇಕು. ಸದಾ ಗಂಡ ತನ್ನನ್ನು ಹೊಗಳುತ್ತಿರಬೇಕು. ಕೈಯಾರೇ ಸಿಂಗರಿಸಬೇಕು, ತನ್ನ ಪ್ರತಿಭೆನ ಪೂಜಿಸಬೇಕು. ಶ್ರೇಷ್ಠ ನೃತ್ಯಗಾತಿ, ಹೆಸರಾಂತ ಬರಹಗಾರ್ತಿ, ಸುಪ್ರಸಿದ್ಧ ಹಾಡುಗಾತಿಯಂತೆ ಮಾಡಲು ಶ್ರಮಿಸಬೇಕು. ತಾನು ಲಕ್ಷಾಂತರ ಮಂದಿಯ ಆರಾಧ್ಯ ದೇವತೆ ಆಗಬೇಕು. ತನ್ನ ಹಸ್ತಾಕ್ಷರಕ್ಕಾಗಿ ಜನ ಕ್ಯೂ ನಿಲ್ಲಬೇಕು. ಇದೆಲ್ಲ ತನ್ನ ಜೀವನದಲ್ಲಿ ನಡೆಯಬೇಕು.

"ನಾನು ನಂಬೋಲ್ಲ?" ಕಟುವಾಗಿ ನುಡಿದಾಗ ಅವನ ಕೈಗಳು ಜಾರಿದವು. ಮುಖದಲ್ಲಿ ಕಠಿಣತೆ ಮಿನುಗಿತು. "ಯಾವ್ದು ನಂಬೋಲ್ಲ?" ಒರಟಾಗಿ ಕೈ ಹಿಡಿದ.

"ನನ್ನ ಬಿಟ್ಬಿಡಿ."

ಅಷ್ಟು ದೂರಕ್ಕೆ ಸರಿದು ನಿಂತ. ಪ್ರತಿಯೊಮ್ಮೆ ಅವಳಿಗೆ ತಿಳಿ ಹೇಳಬೇಕೆಂದು

ಪ್ರಯತ್ನಿಸಿದಾಗಲೆಲ್ಲ, ಸಹನೆ ಸಿಡಿಸುವ ಪ್ರಯತ್ನ ಮಾಡುತ್ತಿದ್ದಳು.

"ನಿನ್ನ ಸ್ವಂತ ಬುದ್ಧಿಯಿಂದ ಯೋಚ್ನೇ ಮಾಡು."

ಮನೆಯಿಂದ ಹೊರಬಿದ್ದ. ಎಲ್ಲಿಗೆ ಹೋಗುವುದು? ಜನ ತನ್ನನ್ನು ಏನೆಂದು ತಿಳಿಯಬಹುದು? ಸೋತವನಂತೆ ಪುನಃ ಮನೆಗೆ ಬಂದವನೇ ಮಲಗಿಬಿಟ್ಟ. ತಲೆಯಲ್ಲಿ ಭಯಂಕರ ಸಿಡಿತ. ನಿರಾಶೆ ತುಂಬಿಕೊಂಡಂತಾಯಿತು.

ತೀರಾ ಅವಳಿಂದ ವಿಮುಖನಾಗತೊಡಗಿದ. ಪದ್ಮಿನಿ ತನ್ನ ಶೃಂಗಾರ ಕ್ರಿಯೆಯಲ್ಲಿ ಸದಾ ತಲ್ಲೀನಳಾಗಿರುತ್ತಿದ್ದಳು. ಮನಸ್ಸು ಬಂದಾಗ ಗೆಜ್ಜೆ ಕಟ್ಟಿಕೊಂಡು ಕುಣಿಯುವಳು. ಇಲ್ಲ ಮಧ್ಯರಾತ್ರಿಯವರೆಗೂ ಹಾಡುವಳು. ವೇಣು ತನ್ನಲ್ಲಿ ಮಾತಾಡದಿದ್ದದ್ದು ದೊಡ್ಡ ಕೊರತೆಯಾಗಿ ಅವಳಿಗೆ ಕಾಣಲಿಲ್ಲ.

ಸರಳ ಸಂಜೆ ಬಂದಾಗ ಪತ್ರಗಳನ್ನ ಮುಂದೆ ಹಾಕಿಕೊಂಡು ಓದಿ ತಾನೇ ಸಂತೋಷಪಡುತ್ತಿದ್ದಳು. ಇವಳಿಗೆ ಒಂದು ಕ್ಷಣ ದಿಗ್ಭ್ರಮೆಯಾಯಿತು. ನಾಲಿಗೆಯಲ್ಲಿನ ತೇವ ಒಣಗಿಹೋಯಿತು. ಇದು ಯಾವ ಸ್ಥಿತಿ?

"ಪದ್ಮಿನಿ....." ಮೆಲುವಾಗಿ ಸ್ವರವೆತ್ತಿದಳು.

ತಟ್ಟನೆ ಮುಖ ಮೇಲೆತ್ತಿದ ಪದ್ಮಿನಿಯ ಕಣ್ಣುಗಳಲ್ಲಿ ತೀಕ್ಷ್ಣತೆ ಇತ್ತು. ತುಟಿಗಳು ಸುಂದರವಾಗಿ ಬಿರಿದವು.

"ಬನ್ನಿ, ಬನ್ನಿ." ಸ್ವರದಲ್ಲಿ ಆತ್ಮೀಯತೆ ತುಳುಕಿದರೂ ಸರಳಳ ಮೈ ನಡುಕ ನಿಲ್ಲಲಿಲ್ಲ. "ಏನೋ ಮಾಡ್ತಾ ಇದ್ರಿ, ಡಿಸ್ಟರ್ಬ್ ಮಾಡ್ಬಿಟ್ಟೆ." ಪದ್ಮಿನಿ ಮುತ್ತು ಉದುರುವಂತೆ ನಕ್ಕಳು.

"ಕೂತ್ಕೊಳ್ಳಿ, ಇವೆಲ್ಲ ನಂಗೆ ಬಂದ ಪತ್ರಗಳು." ಪದ್ಮಿನಿ ಬೆರಳುಗಳು ಮೃದುವಾಗಿ ಪತ್ರಗಳ ಮೇಲಾಡಿತು. ಎಳೆ ಮಗುವಿನ ಮೈ ಸವರಿ ತಾಯಿ ಅನುಭವಿಸುವ ತನ್ಮಯತೆಯಲ್ಲಿ ಸುಖಿಸುವಂತೆ ಕಂಡಳು.

ಸರಳ ಸ್ನಾತಕೋತ್ತರ ವಿದ್ಯಾರ್ಥಿನಿ. ಕಡೆಯ ವರ್ಷದ ಪರೀಕ್ಷೆಗೆ ಬರೆದೇ ಇಲ್ಲಿಗೆ ಬಂದಿದ್ದಳು. ಕಾಲೇಜು ಜೀವನವನ್ನು ಚೆನ್ನಾಗಿ ಅರಿತವಳು. ಶೋಕಿಗಾಗಿ ಕಾಲೇಜಿಗೆ ಬಂದು ಸೇರಿದ ಯುವಕರು ಪತ್ರಗಳನ್ನು ಬರೆಯುವುದೇ ತಮ್ಮ ಮುಖ್ಯ ಹಾಬಿಯನ್ನಾಗಿ ಮಾಡಿಕೊಂಡಿರುತ್ತಿದ್ದರು. ಕೆಲವೊಮ್ಮೆ ಬರೆದು ಬರೆದು ಬೇಸತ್ತು ಸುಮ್ಮನಾಗಿಬಿಡುತ್ತಿದ್ದರು. ಕೆಲವು ದುರ್ಬಲ ಮನದ ಹೆಣ್ಣುಗಳು ಅವರ ಜಾಲದಲ್ಲಿ ಸಿಕ್ಕಿಹಾಕಿಕೊಂಡು ನರಳುವ ಪ್ರಸಂಗಗಳೂ ಇರುತ್ತಿದ್ದವು. ಆದರೆ ಅಂಥವರ ಪತ್ರಗಳನ್ನು ಕಾದಿರಿಸಿ ಪದೇ ಪದೇ ಓದುವ ಈ ಪದ್ಮಿನಿ ತೀರಾ ಮೂರ್ಖಳಾಗಿ ಕಂಡಳು.

"ಕೂತ್ಕೊಳ್ಳಿ...." ಪದ್ಮಿನಿ ಅವಳ ತೋಳಿಡಿದು ಜಗ್ಗಿ ಕೂಡಿಸಿದಳು. ಆದರೆ ಸರಳಳ ಮುದುರಿದ ಮುಖ ಅರಳಲಿಲ್ಲ.

"ಈ ಪತ್ರ ನೋಡಿ" ಪದ್ಮಿನಿ ಅವಳ ಕೈಯಲ್ಲಿಟ್ಟಾಗ ಸರಳ ಸಣ್ಣಗೆ ನಡುಗಿದಳು.

ನುಂಗಿಕೊಳ್ಳುವುದೇ ಕಷ್ಟವಾಯಿತು. "ದಯವಿಟ್ಟು ಬೇರೆಯವ್ರಿಗೆ ಬಂದ ಪತ್ರಗಳ್ನ ಓದೋದು ತಪ್ಪು. ಇಂಥ ಪತ್ರಗಳನ್ನು ಓದ್ಲೇಬಾರ್ದು!"

ಪದ್ಮಿನಿಯ ಮುಖ ಚಿಕ್ಕದಾಯಿತು. ಇವಳ ಪತ್ರಗಳನ್ನು ಓದಿ ಉಬ್ಬಿಸೋ ಒಂದಿಬ್ಬರು ಗೆಳತಿಯರು ಅಲ್ಲಿದ್ದರು. ಆದರೆ ಇಲ್ಲಿ – ಅವಳಿಗೆ ಇದೊಂದು ಮಾನಸಿಕ ಹಿಂಸೆಯಾಗಿತ್ತು.

"ಪದ್ಮಿನಿ, ಇವನ್ನೆಲ್ಲ ಸುಟ್ಟುಬಿಡಿ. ಎಂದಾದ್ರೂ ವೇಣುಗೋಪಾಲ್ ಕೈಗೆ ಸಿಕ್ರೆ – ದೊಡ್ಡ ಅನಾಹುತವಾಗುತ್ತೆ!" ಭಯ ಮಿಶ್ರಿತ ಧ್ವನಿಯಲ್ಲಿ ಹೇಳಿದಳು.

ಪದ್ಮಿನಿಯ ಮುಖ ಗೆಲುವಿನಿಂದ ಅರಳಿತು. ವೇಣು ಪತ್ರಗಳನ್ನು ಬಿಡಿಸಿ ಓದದಿದ್ದರೂ ಇವಳು ಆಗಾಗ ತೆಗೆದು ಓದುವುದನ್ನು ನೋಡಿದ್ದ. ಮೊದಲು ತಮಾಷೆಯೆನಿಸಿತು. ಆಮೇಲೆ ಬೇಸರಗೊಂಡ. ಈಗ ಸಹಾನುಭೂತಿ ಮಿಶ್ರಿತ ಸಿಟ್ಟಿನಿಂದ ನರಳುತ್ತಿದ್ದ.

"ಅವ್ರು ನೋಡ್ಲಿ.... ಆಗ್ಲಾದ್ರೂ ನನ್ನ ಸೌಂದರ್ಯ, ಪ್ರತಿಭೆಗಳ ಬಗ್ಗೆ ಅವರಲ್ಲಿ ಅರಿವು ಮೂಡುತ್ತೆ!" ಅವಳ ಕಣ್ಣಲ್ಲಿ ಮಿಂಚು ಕುಣಿದಾಡಿದಾಗ ಸರಳ ದಂಗಾದಳು.

ನಿಧಾನವಾಗಿ ಯೋಚಿಸಿದಳು. ವೇಣು ಅವಳಣ್ಣ ಪ್ರಭಾಕರನಿಗೆ ಆತ್ಮೀಯ ಸ್ನೇಹಿತನಾಗಿದ್ದ. ದಿನಕ್ಕೊಮ್ಮೆಯಾದರೂ ಬರುತ್ತಿದ್ದ. ತಮ್ಮ ಮನೆಯಲ್ಲಿ ಒಬ್ಬನೆನ್ನುವ ಆತ್ಮೀಯತೆಯಲ್ಲಿ ಅವನನ್ನು ಮನೆಯವರೆಲ್ಲ ನೋಡುತ್ತಿದ್ದರು. ವೇಣುವಿನ ಸ್ವಭಾವ ಎಲ್ಲರಿಗೂ ಮೆಚ್ಚುಗೆಯಾಗಿತ್ತು. ಈಗ ಯೋಚಿಸುವಂತಾಗಿತ್ತು. ವೇಣು ಅರಸಿಕನೇ? ಅವನಲ್ಲಿ ಸೌಂದರ್ಯಪ್ರಜ್ಞೆ ಇಲ್ಲವೇ? ಕೈಹಿಡಿದ ಮಡದಿಯನ್ನ ತೃಪ್ತಿ ಸಮಾಧಾನಗಳಿಂದ ನೋಡಿಕೊಳ್ಳಲಾರದಷ್ಟು ದುರ್ಬಲತೆ? ಅವಳಿಗೊಂದೂ ತೋಚಲಿಲ್ಲ.

ಹುಬ್ಬೆತ್ತಿ ಪದ್ಮಿನಿಯತ್ತ ನೋಡಿದಳು. ಸುಂದರ ಪ್ರತಿಮೆಯಂತೆ ಕಂಡಳು. ಆದರೆ ಕಣ್ಣುಗಳಲ್ಲಿ ಸಂತೃಪ್ತಭಾವವಿರಲಿಲ್ಲ; ಎಂತಹುದೋ ಗಲಿಬಿಲಿ.

"ನೀವು ಕೂತು ಯೋಚ್ಸಿ. ಕೈಹಿಡ್ದ ಮಡದಿಯ ಪ್ರತಿಭೆ ಸೌಂದರ್ಯ ಗುರ್ತಿಸುವುದಕ್ಕೆ ಬೇರೆಯವ್ರ ಪತ್ರಗಳ ಅವಶ್ಯಕತೆ ಇಲ್ಲ. ಇವೆಲ್ಲ ಸುಟ್ಟು ಬಿಡಿ. ಕೆಲ್ಸಕ್ಕೆ ಬಾರ್ದ ಕಿಡಿಗೇಡಿಗಳು ಬರ್ರ್ಯೋ ಪತ್ರಗಳಿಗೆ ಇಷ್ಟೊಂದು ಬೆಲೆ ಕೊಡ್ಬಾರ್ದು" ಕೈಯಲ್ಲಿನ ಪತ್ರಗಳು ಕೆಳಗೆ ಉದುರಿದವು. ಪದ್ಮಿನಿಯ ಮುಖ ಕೋಪ ಅವಮಾನದಿಂದ ಕೆಂಪಾಯಿತು.

"ನನ್ಮೇಲೆ ನಿಮ್ಗೇ ಅಸೂಯೆ!" ಅಬ್ಬರಿಸಿದಳು.

ಸರಳ ತುಟಿ ಕಚ್ಚಿಕೊಂಡಳು. ಈ ದೋಷಾರೋಪಣೆಯಲ್ಲಿ ಏನಾದರೂ ಹುರುಳಿದೆಯಾ? ಅವಳ ತುಟಿಯಂಚಿನಲ್ಲಿ ಕಿರುನಗು ಮೂಡಿತು.

"ನೀವು ತಪ್ಪು ತಿಳ್ಕೋತಾ ಇದ್ದೀರಾ" ಪದ್ಮಿನಿಯ ಕೈಬೆರಳುಗಳತ್ತ ನೋಡಿದಳು. ನಾಜೂಕಾಗಿ ಬೆಳೆಸಿ, ಕತ್ತರಿಸಿದ ಉಗುರುಗಳು ಬಣ್ಣದಿಂದ ಮಿರುಗುಟ್ಟುತ್ತಿತ್ತು.

ಕೆಳಗೆ ಬಿದ್ದ ಪತ್ರಗಳನ್ನ ಹೆಕ್ಕಿಕೊಂಡ ಪದ್ಮಿನಿ ಮುಖ ತಿರುಗಿಸಿಕೊಂಡು ಒಳಗೆ ಹೋದಾಗ ನಿಂತಲ್ಲಿಯೇ ಶಿಲೆಯಾದಳು. ಮುಖದಲ್ಲಿ ಗಂಭೀರತೆ ಮಿನುಗಿತು. ಬಾಗಿಲತ್ತ ಹೆಜ್ಜೆ ಹಾಕಿದಳು.

"ಓ..... ಸರಳಾ" ವೇಣು ಎದುರಾದಾಗ ಉಗುಳನ್ನು ಬಲವಂತವಾಗಿ ನುಂಗಿ ಮುಗುಳ್ನಕ್ಕಳು.

"ಆಗ್ಲೇ ಹೊರಟಿದ್ದೀರಾ!" ಎಂದಾಗ ಭಾವಣಿಯತ್ತ ನೋಟವರಿಸಿದಳು.

"ಬಂದು ತುಂಬ ಹೊತ್ತೇ ಆಯ್ತು" ಬರೀ ನಗುವ ಪ್ರಯತ್ನ ಮಾಡಿದಳು.

"ಪರ್ವಾಗಿಲ್ಲ..." ಅವನ ನೋಟ ಸುತ್ತ ಚೆಲ್ಲಾಡಿ ಕೋಣೆಯ ಬಳಿ ನಿಂತಾಗ ಮುಖ ಮೇಲೆತ್ತಿ ನಿಟ್ಟುಸಿರು ದಬ್ಬಿದ.

ಕೋಣೆಗೆ ಬಂದಾಗ ಪದ್ಮಿನಿ ಮುಖ ಊದಿಸಿಕೊಂಡು ಕೂತಿದ್ದಳು. ಹಲ್ಲಿನಡಿ ತುಟಿ ಕಚ್ಚಿದ. ಎಷ್ಟು ದಿನ ಅನುಭವಿಸಬೇಕು ಈ ಹಿಂಸೆ?

"ಸರಳ ಬಂದಿದ್ದಾಳೆ" ಅವಳತ್ತ ಬೆನ್ನಾಕಿ ಹೇಳಿದ. ಪ್ರತಿಕ್ರಿಯೆ ಸೊನ್ನೆ, ಕೋಪವನ್ನು ನುಂಗಿ ಅವಳತ್ತ ತಿರುಗಿದ.

ಪದ್ಮಿನಿಯ ಬಳಿ ಹೋಗಿ ನಿಂತ.

ಮೆಲ್ಲಗೆ ಭುಜದ ಮೇಲೆ ಕೈಹಾಕಿ ಕೆನ್ನೆಯ ಬಳಿ ಬಗ್ಗಿದ "ನಮ್ಮಗಳ ವಿರಸ ಬೇರೆಯವ್ರಿಗೆ ಗೊತ್ತಾಗೋದ್ಬೇಡ. ಎದ್ದು ನಡೀ" ತೋಳಿಡಿದು ಎಬ್ಬಿಸಿದ.

ಹೊರಗೆ ನಿಂತಾಗ ಸರಳಾಗೆ ಕಸಿವಿಸಿ. ವೇಣು ಮನಸ್ಸಿಗೆ ಅಸಮಾಧಾನ ಮಾಡುವುದು ಅವಳಿಗಿಷ್ಟವಿಲ್ಲ, ಕಡೆಗೆ ತುಟಿ ತೆರೆದು ಹೇಳಿದಳು.

"ನಾನು ನಾಳೆ ಬರ್ತೀನಿ."

ವೇಣು ಹೊರಗೆ ಬರುವುದಕ್ಕೆ ಮುನ್ನವೇ ಅಲ್ಲಿಂದ ಹೊರಬಿದ್ದಳು. ವರ್ಕರ್ಸ್ ಕಾಲೋನಿ ಹಾದು ಹೋಗಬೇಕಿತ್ತು. ಅವಳಿಗೆ ಮುಜುಗರವೇನು ಇಲ್ಲ. ಬೆತ್ತಲೆ ಮಕ್ಕಳನ್ನ ಕಂಡಾಗ ಅವಳೆದೆ ಸಹಾನುಭೂತಿಯಿಂದ ಮಿಡಿಯುತ್ತಿತ್ತು.

ಮನೆಗೆ ಬಂದಾಗ ಪ್ರಭಾಕರ ಹೊರಗೆ ನಿಂತು ಎದೆಯ ಮೇಲೆ ಕೈ ಕಟ್ಟಿದ್ದ. ಅವನ ತುಟಿಗಳ ಮೇಲೆ ಕಿರುನಗು ಅರಳಿತು.

"ಇಷ್ಟು ಬೇಗ ಮುಗ್ದುಹೋಯ್ತ ನಿಮ್ಮಗಳ ಮಾತುಕತೆ?" ಅರ್ಥಗರ್ಭಿತವಾಗಿ ಹೇಳಿದಾಗ ಸರಳ ತುಟಿಗಳು ಬಿಗಿದುಕೊಂಡವು. ಪದ್ಮಿನಿಯ ಸ್ವಭಾವದ ವಿವರಣೆ ಕೊಡಲು ಅವಳಿಗಿಷ್ಟವಿಲ್ಲ. "ವೇಣು ಬಂದ್ರು, ಬಂದ್ಬಿಟ್ಟೆ" ಪ್ರಭಾಕರನ ಮುಖದ ಗೆಲುವು ತಗ್ಗಿತು.

ಈಚೆಗಂತೂ ವೇಣು ಶೀರಾ ಸೋತಂತಿರುವುದು ಅವನಲ್ಲಿ ಆತಂಕವನ್ನು ಮೂಡಿಸಿತ್ತು. ಕೇಳಿ ತಿಳಿಯಬೇಕಾಗಿರಲಿಲ್ಲ. ಪದ್ಮಿನಿಯ ಸ್ವಭಾವ ಶೇಷ ಪ್ರಶ್ನೆಯಾಗಿತ್ತು.

"ಸರಳ, ಪದ್ಮಿನಿಗೆ ಸ್ವಲ್ಪ ಬುದ್ಧಿ ಹೇಳೋ ಪ್ರಯತ್ನ ಮಾಡು" ಪ್ರಭಾಕರ

ಗಂಭೀರವಾಗಿ ಹೇಳಿದಾಗ, ಪ್ರಯೋಜನವಿಲ್ಲವೆನಿಸಿತು ಅವಳಿಗೆ. "ಸಾಧ್ಯವಿಲ್ಲ. ಏನೇನೂ ಅರ್ಥವಾಗಿಲ್ಲ?" ಮೆಲ್ಲಗೆ ಹೇಳಿ ಒಳಗೆ ನಡೆದಳು.

ಪ್ರಭಾಕರ ಬಂದು ವರಾಂಡದಲ್ಲಿ ಕೂತ. ವೇಣು ಬಗ್ಗೆ ಯೋಚಿಸಿದ. ಅವನು ಪೂರ್ಣ ಸ್ವತಂತ್ರನಾಗಿದ್ದ. ಯಾವ ಜವಾಬ್ದಾರಿಗಳೂ ಅವನ ಮೇಲಿರಲಿಲ್ಲ. ಅವನ ದುಡಿಮೆಯ ಗಳಿಕೆಗಾಗಿ ಯಾರೂ ಕಾದು ಕೂತಿರಲಿಲ್ಲ. ಇಬ್ಬರೂ ಆರಾಮವಾಗಿ ಜೀವನ ನಡೆಸಬಹುದಿತ್ತು.

"ಈಗೇನು ಮಾಡ್ಲಿ?" ಸರಳ ಸ್ವರ ಅವನನ್ನು ಎಚ್ಚರಿಸಿತು.

"ಏನಾದ್ರೂ ಮಾಡು?" ಅವಳತ್ತ ತಿರುಗದೆಯೇ ಹೇಳಿದ.

ಸರಳ ಅಡಿಗೆಯ ಮನೆಗೆ ಬಂದಳು. ಬೇಸರ ಇಣಕಿತು. ಅವಳಿಗೆ ತುಂಬಿದ ಮನೆಯಲ್ಲಿದ್ದು ಅಭ್ಯಾಸ. ಅತ್ತಿಗೆ ತವರಿಗೆ ಹೋಗಿದ್ದರೆ ಅಪ್ಪ, ಅಮ್ಮ ಮಗಳ ಮನೆಗೆ ಹೋಗಿದ್ದರು. ಈಗ ಸದ್ಯಕ್ಕೆ ಮನೆಯಲ್ಲಿದ್ದವರು ಅವಳು, ಪ್ರಭಾಕರ ಮಾತ್ರ.

ಅನ್ನ ಮಾಡಿ ಸಾರು ಬಿಸಿ ಮಾಡಿಟ್ಟು ಬಂದಾಗ ಪ್ರಭಾಕರ ಅಲ್ಲೇ ಕೂತಿದ್ದ. ಗಹನವಾದ ಯೋಚನೆಯಲ್ಲಿ ಮುಳುಗಿದ್ದ. ತಲೆ ಕೆಡಿಸಿಕೊಳ್ಳದೆ ಜೀವನವನ್ನು ನಗುನಗುತ್ತಾ ಎದುರಿಸಬೇಕೆಂಬುದೇ ಅವನ ತತ್ವ.

"ಪ್ರಭಣ್ಣ...." ಸ್ವರದಲ್ಲಿ ವಾತ್ಸಲ್ಯದ ಸವಿ ತಂತಿ ಮಿಡಿಯಿತು. ವಿಶಿಷ್ಟವಾದ ಸಂದರ್ಭಗಳಲ್ಲಿ ಮಾತ್ರ "ಪ್ರಭಣ್ಣ" ಎಂದು ಸಂಬೋಧಿಸುತ್ತಿದ್ದಳು.

"ಆಗ್ಲೇ ಮುಗೀತಾ!" ಹುಬ್ಬೆತ್ತಿ ನಕ್ಕ.

ಸರಳ ಅವನ ಕಾಲ ಬಳಿಯಲ್ಲಿನ ನೆಲದ ಮೇಲೆಯೇ ಕೂತಳು. ಆರ್ಥಿಕ ಸಂಕಷ್ಟದ ಬಿಸಿ ಮನೆಯವರಿಗೆ ಮುಟ್ಟಬಾರದೆಂದು ಬಹಳ ಹಿಡಿತದಿಂದ ನಗುನಗುತ್ತಾ ಸರಿದೂಗಿಸಲು ಪ್ರಯತ್ನಿಸುತ್ತಿದ್ದ.

"ಎಲ್ಲಾದ್ರೂ ಕೆಲ್ಸಕ್ಕೆ ಪ್ರಯತ್ನಿಸ್ಬೇಕೂ" ಅವನ ದೃಷ್ಟಿ ನೆಲದಲ್ಲಿ ನೆಟ್ಟಾಗ ಪ್ರಭಾಕರನ ನೋಟ ಸರಳಳ ಬೈತಲೆಯನ್ನು ಮುತ್ತಿಕ್ಕಿತು. ಒಡಹುಟ್ಟಿದವರ ಮೇಲೆ ಪ್ರಭಾಕರನಿಗೆ ವಿಪರೀತ ಮಮತೆ.

"ಆಯ್ತು. ಅದಕ್ಯಾಕೆ ಅಷ್ಟೊಂದು ಚಿಂತೆ?" ಕೈ ಬೆರಳುಗಳು ಮುಂದಲೆಯನ್ನು ಸವರಿತು. ತಟ್ಟನೇ ನಕ್ಕ. "ನಾನು ಗಂಭೀರವಾಗಿ ಕೂತಿದ್ದು ನೋಡಿ ಏನೇನೋ ಕಲ್ಪನೆ ಮಾಡ್ಕೊಂಡ್ಯಾ! ನಾನು ಯೋಚಿಸ್ತಾ ಇದ್ದಿದ್ದು ವೇಣು ವಿಷಯ" ಅವನ ಮುಖದ ಗೆಲುವು ಸೋರಿಹೋಯಿತು.

"ವೇಣು ತುಂಬ ಒಳ್ಳೆಯವ. ಜೀವನದಲ್ಲಿ ಮದ್ವೆ ಅನ್ನೋದು ಒಂದು ತಿರುವು. ಇಲ್ಲೇನಾದ್ರೂ ಆಘಾತವಾದ್ರೆ ಅವ್ನಿಂದ ಏನೂ ನಿರೀಕ್ಷಿಸೋಕಾಗೋಲ್ಲ!" ಹುಬ್ಬುಗಳು ಸಂಕುಚಿಸಿದವು. ಕಣ್ಣುಗಳು ಕಿರಿದಾದವು. ಸರಳಳ ಮುಖದ ಮೇಲೆ ಆತಂಕದ ನೆರಳಾಡಿತು.

"ಏನ್ಮಾಡಿದ್ರೆ ಇವುಗಳು ಸರ್ಯೋಗಬಹುದು?" ಕೆನ್ನೆಯುಜ್ಜಿದ.

ಸರಳಳತ್ತ ನೋಟವರಿಸಿದ. "ಯು ಹ್ಯಾವ್ ಲಿಟ್ಲ್ ಪೇಷನ್ಸ್. ಸ್ವಲ್ಪ ಕಷ್ಟವಾದ್ರೂ ಪದ್ಮಿನಿನ ತಿದ್ದೋ ಕೆಲ್ಸ ಮಾಡು. ದುಡಿದು ತಿಂದು ಮಲಗೋ ಬದುಕಿಗೆ ನಿಜವಾದ ಅರ್ಥ ಸಿಗಬೇಕಾದ್ರೆ ಸಮಾಜದ ಕಷ್ಟದಲ್ಲಿ ನಮ್ಮಪಾಲು ಎಷ್ಟೂಂತ ಯೋಚಿಸ್ಬೇಕು!"

ಸರಳ ತುಟಿ ಬಿಗಿದು ಕೂತಳು. ಪ್ರಭಾಕರ ಮಾತ್ರವಲ್ಲ ಆ ಮನೆಯ ಪ್ರತಿಯೊಬ್ಬರೂ ಬದುಕಿನ ನಿಜವಾದ ಅರ್ಥ ಕಂಡುಕೊಂಡವರಂತೆ ವ್ಯವಹರಿಸುತ್ತಿದ್ದರು. ಅದಕ್ಕೇ ಅವರುಗಳು ಸಂತೃಪ್ತ ಜೀವನ ನಡೆಸಲು ಸಾಧ್ಯವಾಗಿತ್ತು.

"ಪದ್ಮಿನಿ ಸ್ವಭಾವ ಒಂದು ರೀತಿ ಒಗಟಾಗಿದೆ. ಈ ಮನೋಭಾವ ಹೇಗೆ ಬಂತು? ಆಕಾಶದಲ್ಲಿ ಕನಸು ಕಟ್ಟಿ ವಿಹರಿಸೋ ಹೆಣ್ಣಿಗೆ ಭೂಮಿಯ ಜೀವ್ನದ ಬಗ್ಗೆ ಸ್ಪಷ್ಟ ಕಲ್ಪನೆಗಳೇ ಇಲ್ಲ!" ಕಂಠ ಭಾರವೆನಿಸಿತು.

"ಊಟ ಮಾಡೋಣ?" ಪ್ರಭಾಕರ ಮೇಲಕ್ಕೆದ್ದ.

ಇಬ್ಬರು ಊಟ ಮುಗಿಸಿ ಹೊರಗೆ ಬಂದು ನಿಂತರು. ಕಾಂಪೌಂಡು ಗೋಡೆಗಳಿಗೆ ಬದಲಾಗಿ ಮುಳ್ಳು ತಂತಿಯನ್ನು ಬಿಗಿದಿದ್ದರು. ಪುಟ್ಟ ಪುಟ್ಟ ಗಿಡಗಳು ತಲೆಯೆತ್ತಿದ್ದವು. ತಾತ್ಕಾಲಿಕ ನಿವಾಸ ಸದ್ಯಕ್ಕೆ.

ಪಕ್ಕದಲ್ಲಿ ಕ್ವಾರ್ಟರ್ಸ್‌ಗಳ ಕಡೆ ನೋಟವರಿಸಿದ. ಸಾಲಾಗಿ ನಾಲ್ಕು ಮನೆಗಳ ಚಿಲಕಕ್ಕೆ ಬೀಗಗಳು ನೇತು ಬಿದ್ದಿದ್ದವು. ಉಳಿದ ಒಂದೆರಡು ಮನೆಗಳಲ್ಲಿ ದೀಪಗಳು ಉರಿಯುತ್ತಿದ್ದವು.

ಕತ್ತಲೆಯಲ್ಲಿ ಟಾರ್ಚ್ ಬೆಳಕು ಕಂಡಾಗ ಅವನ ಹುಬ್ಬುಗಳು ಸಂಕುಚಿಸಿದವು. ಸದ್ಯಕ್ಕೆ ಡ್ಯಾಮ್ ಕೆಲಸ ಹಗಲು ಹೊತ್ತಿನಲ್ಲಿ ಮಾಡುತ್ತಿದ್ದರು.

ಬೆಳಕು ಹತ್ತಿರವಾದಂತೆಲ್ಲ ಅವನ ಮನ ಆತಂಕಗೊಂಡಿತು. ಮಡದಿಯ ಹೆರಿಗೆಯ ದಿನಗಳನ್ನು ನೆನಪಿಸಿಕೊಂಡಾಗ ನಿರಾಳವಾಗಿ ಉಸಿರು ಬಿಟ್ಟ. ಆದರೆ ವೇಣು ಆಕೃತಿ ಸ್ಪಷ್ಟವಾದ ಮೇಲೆ ಅವನ ಹುಬ್ಬೇರಿತು.

"ಪೆರಿಯಾರ್‌ಗೆ ಜ್ಞಾನ ಇಲ್ಲ" ಬೇಗ ಬೇಗ ನಡೆದು ಬಂದಿದ್ದರಿಂದ ಭುಸುಗುಟ್ಟುತ್ತಿದ್ದ. "ಕುಡಿದಿದ್ದಾನೆ ತಾನೇ!" ಸಹಜ ಸ್ವರದಲ್ಲಿ ಕೇಳಿದ. ಹೌದೆನ್ನುವಂತೆ ವೇಣು ತಲೆಯಾಡಿಸಿದಾಗ "ತಲೆ ಕೆಡ್ಸಿಕೊಳ್ಳೋದು ಬೇಡ. ಅದಕ್ಕಾಗಿ ರಾತ್ರಿಗಳಲ್ಲಿ ಜೀಪುನ ಕೊಂಡೊಯ್ದರೇ ನಾಳೆ ಉತ್ತರ ಹೇಳೋದು ಕಷ್ಟವಾಗುತ್ತೆ. ಅಮಲು ಇಳಿದ್ಮೇಲೆ ಸರ್ಯೋಗ್ತಾನೆ!"

ವೇಣು ತಲೆ ಬಿಸಿಯಾಯಿತು. ಅವರುಗಳು ಒಬ್ಬ ಅಳುವಿಗೆ ಕರಗಿ ಬಿಡುವುದು ದೌರ್ಬಲ್ಯದ ಲಕ್ಷಣವೆಂದುಕೊಂಡ. ಸದಾ ಕುಡಿದು ತೂರಾಡೋ ಪೆರಿಯಾರ್ ಬಗ್ಗೆ ಇತ್ತೀಚೆಗೆ ತೀರಾ ಬೇಸರ. ಹಿಂದೆ ಒಂದೆರಡು ಬಾರಿ ಹೆಂಡ್ತಿ–ಮಕ್ಕಳ ಗೋಳಾಟ ನೋಡಲಾರದೆ ತುರ್ತು ಚಿಕಿತ್ಸೆ ಕೊಡಿಸಲು ಕರೆದೊಯ್ದಿದ್ದರು.

ಕೈಯಲ್ಲಿದ್ದ ಬ್ಯಾಟರಿಯನ್ನು ಮೃದುವಾಗಿ ಸವರಿದ.

"ಕೂತ್ಕೋ...." ಕೈ ಹಿಡಿದೇ ಒಳಗೆ ಕರೆದೊಯ್ದ.

ಕೂತ ವೇಣು ಹಣೆಯುಜ್ಜಿದ. ಮೈಯನ್ನೆಲ್ಲ ಹರಿದು ತಿನ್ನುವಂತಹ ಬೇಸರ ಸಂಜೆಯ ಪದ್ಮಿನಿಯ ಮಾತುಗಳು ಅವನಿಗೆ ಸವಾಲಾಗಿತ್ತು. ಹೇಗೆ ಸ್ವೀಕರಿಸುವುದು? ಎಂದು ಯೋಚಿಸುತ್ತಿದ್ದ. ಅವಳಲ್ಲಿರುವ ಪ್ರತಿಭೆಯನ್ನು ಕಣ್ಣಲ್ಲಿ ಕಣ್ಣಿಟ್ಟು ನೋಡಲು ಆ ಕ್ಷಣದಲ್ಲಿ ನಿಶ್ಚಯಿಸಿಕೊಂಡಿದ್ದ. ಮರುಕ್ಷಣ ಗಾಳಿಗೆ ಸಿಕ್ಕಿದ ತರಗೆಲೆಯಂತೆ ಹಾರಿಹೋಗುತ್ತಿತ್ತು.

"ಊಟ ಆಯ್ತ?" ತಟ್ಟನೆ ಬೆಚ್ಚಿದವನಂತೆ ಮುಖ ಮೇಲಕ್ಕೆ ಎತ್ತಿದ. ಪ್ರಭಾಕರನ ಸಂತೃಪ್ತಭಾವದ ಕಣ್ಣುಗಳನ್ನು ನೋಡದಾದ.

"ಆಯ್ತು", ಸುಳ್ಳೆಂದು ಮುಖಭಾವವೇ ಸೂಚಿಸಿದಾಗ ತಂಗಿಯನ್ನು ಕಣ್ಣಿನಲ್ಲಿಯೇ ಕೇಳಿದ, ಸರಳ ಒಳಗೆ ಹೋದಳು.

"ಸ್ವಲ್ಪ ಊಟ ಮಾಡು" ಭುಜದ ಮೇಲೆ ಬಿದ್ದ ಪ್ರಭಾಕರನ ಕೈ ಭಾರವೆನಿಸಿತು. ಮುಜುಗರದಿಂದಲೇ ತಲೆ ಮೇಲಕ್ಕೆತ್ತಿ "ಆಯ್ತು ಅಂತ ಈಗ ಹೇಳಿದ್ನಲ್ಲ?" ಎಂದ.

ತುಟಿಯಂಚಿಗೆ ಬಂದ ಮಾತುಗಳನ್ನ ಪ್ರಭಾಕರ ನುಂಗಿಕೊಂಡ. ಸಂಕೋಚ, ಮುಜುಗರದಿಂದ ಅವನು ಹಿಂಸೆಪಡುವುದು ಅವನಿಗೆ ಇಷ್ಟವಿಲ್ಲ.

ಎದ್ದು ಅಡಿಗೆಯ ಮನೆಗೆ ಬಂದ. ಉಪ್ಪಿಟ್ಟು ಮಾಡಲು ರವೆ ಡಬ್ಬಕ್ಕೆ ಕೈ ಹಾಕಿದ ಸರಳ ನಿಂತ ಭಂಗಿಯಲ್ಲಿಯೇ ಕತ್ತನ್ನ ತಿರುಗಿಸಿದಳು.

"ಏನ್ಮಾಡೋದು ಬೇಡ. ಹಾಲು ಮಿಕ್ಕಿದ್ರೆ ಬಿಸಿ ಮಾಡಿ ಕೊಟ್ಬಿಡು" ಎಂದಾಗ ಸರಳ ಕಣ್ಣುಗಳನ್ನು ಕಿರಿದು ಮಾಡಿದಳು. ಪ್ರಶ್ನೆ ಮಾಡುವುದು ಬೇಕಿರಲಿಲ್ಲ.

ಕೈ ಡಬ್ಬಕ್ಕೆ ಮುಚ್ಚಳದತ್ತ ವಾಲಿತು. ಮುಚ್ಚಿಟ್ಟು ಹಾಲಿನ ಪಾತ್ರೆಯನ್ನು ಸ್ಟೌವ್ ಮೇಲಿಟ್ಟಳು.

"ಸಕ್ರೆ ಕಮ್ಮಿ ಹಾಕು" ಪ್ರಭಾಕರ ಹೊರಟಾಗ ಹಾಲಿನ ಬಿಸಿಯಾದ ಪಾತ್ರೆಯನ್ನು ಕೆಳಗಿಳಿಸಿದಳು. ಲೋಟಕ್ಕೆ ಬಗ್ಗಿಸಿ ಸಕ್ಕರೆ ಹಾಕಿ ಲೋಟ ಹಿಡಿದು ಬಂದಾಗ ಹೊರಗೆ ನಿಂತು ಮಾತಾಡುತ್ತಿದ್ದರು.

"ಹಾಲು ತಗೊಳ್ಳಿ." ನಿಂತು ಹೇಳಿದಾಗ ವೇಣು ಇತ್ತ ತಲೆ ತಿರುಗಿಸಿದ. ತಲೆ ದಿಮ್ಮೆಂದಿತು. ಮಿದುಳಿನಲ್ಲಿ ಭರಿಸಲಾರದಂಥ ವೇದನೆ. ಮುಖ ಕಿವುಚಿದ.

"ವೇಣು ಏನಾಯ್ತು?" ಪ್ರಭಾಕರ ಆತಂಕದಿಂದ ಭುಜವಿಡಿದು ಅಲುಗಾಡಿಸಿದ. ವೇಣು ಮುಖ, ಹಣೆ ಬೆವರಿನಿಂದ ತೊಯ್ದುಹೋಯಿತು.

ಬಹು ಪ್ರಯಾಸದಿಂದ ಸರಳ, ಪ್ರಭಾಕರ ಅವನನ್ನು ಒಳಗೆ ಕರೆದೊಯ್ದು ಮಲಗಿಸಿದರು. ನೇಮಿಸಲ್ಪಟ್ಟ ಒಬ್ಬ ಡಾಕ್ಟರ್ ಕೂಡ ಅಲ್ಲಿ ಈಗ ಉಪಸ್ಥಿತರಿರಲಿಲ್ಲ.

"ನಾನ್ಹೋಗಿ ಡ್ರೈವರ್‌ನ ಎಬ್ಬಿ ಜೀಪು ತಗೊಂಡ್ಬರ್ತಿನಿ."

ಕಣ್ಣು ಮುಚ್ಚಿದ್ದ ವೇಣು ಕೈ ಇವನ ಕೈಯನ್ನು ಹಿಡಿಯಿತು. ಬೇಡವೆಂದು ಕಣ್ಮುಚ್ಚಿಯೇ ಸನ್ನೆ ಮಾಡಿದ. ಹತ್ತು ನಿಮಿಷಗಳ ನಂತರ ತಾನೇ ಎದ್ದು ಕೂತ.

ಆರೋಗ್ಯವಾಗಿ ಕಂಡರೂ ಲವಲವಿಕೆ ಕಾಣಿಸಲಿಲ್ಲ.

"ಯಾಕೆ ಗಾಬ್ರಿ? ಸ್ವಲ್ಪ ತಲೆ ನೋವು. ಈಗ ಸರಿಹೋಯ್ತು. ನಾನು ಹೋಗ್ತೀನಿ" ಎಂದು ಎದ್ದಾಗ ಪ್ರಭಾಕರ ಅವನ ನೀರಸವಾದ ಕಣ್ಣುಗಳನ್ನೇ ದಿಟ್ಟಿಸಿದ. "ಏನು ಬೇಡ. ನೀನು ಇಲ್ಲೇ ಮಲಕ್ಕೋ. ನಾನ್ಹೋಗಿ ಪದ್ಮಿನಿಯವ್ರನ್ನ ಕರ್ಕೊಂಡ್ಬರ್ತೀನಿ."

ಬಹಳ ಬಲವಂತದ ನಂತರವೇ ವೇಣುಗೋಪಾಲ್ ಇಲ್ಲಿ ಉಳಿಯಲು ಒಪ್ಪಿಕೊಂಡಿದ್ದು. ಟಾರ್ಚ್ ಕೈಗೆತ್ತಿಕೊಂಡು ಪ್ರಭಾಕರ ಹೊರಟ.

"ಸರಳ, ವೇಣು ಮಲಗಿರ್ಲಿ.... ಸ್ವಲ್ಪ ಬಿಸಿ ಹಾಲು ಕೊಡು" ಕತ್ತಲೆಯಲ್ಲಿ ಕರಗಿಹೋದ.

"ಬಿಸಿಯಾಗಿ ಏನಾದ್ರೂ ಮಾಡ್ಕೊಡ್ಲಾ?" ವೇಣು ನಿಧಾನವಾಗಿ ತಲೆ ಮೇಲಕ್ಕೆತ್ತಿದ. ಕಣ್ಣುಗಳಲ್ಲಿ ಯಾವ ವಿಚಿತ್ರ ಹೊಳಪೂ ಇಲ್ಲ ಸಹಜವಾಗಿ ಮಿನುಗುತ್ತಿದ್ದವು.

ಮಾತು ಬಾರದವನಂತೆ ಕೂತಾಗ ಸರಳ ಎದ್ದು ಅಡಿಗೆಯ ಮನೆಗೆ ಬಂದಳು. ಪದ್ಮಿನಿ ಕೂಡ ಊಟ ಮಾಡಿರಲಾರಳು. ಬೇಗ ಬೇಗ ರವೆ ಹುರಿದು ಉಪ್ಪಿಟ್ಟು ಮಾಡಿಟ್ಟಳು. ಅಷ್ಟರಲ್ಲಿ ಎರಡು ಸಲ ಬಂದು ವೇಣುವನ್ನು ನೋಡಿಕೊಂಡು ಹೋಗಿದ್ದಳು. ಕಣ್ಮುಚ್ಚಿ ಮಲಗಿದ್ದ.

ಹೊರಗೆ ಬಂದು ತಂಗಾಳಿಗೆ ಮುಖವೊಡ್ಡಿದಳು. ಹಾಯೆನಿಸಿತು. ಪದೇ ಪದೇ ಕತ್ತಲಿನ ಗರ್ಭದಲ್ಲಿ ಬೆಳಕು ಹುಡುಕಲು ಪ್ರಯತ್ನಿಸುತ್ತಿದ್ದಳು. ಟಾರ್ಚ್ ಬೆಳಕು ಕಂಡಾಗ ಭಾರವಾದ ಉಸಿರನ್ನ ಹೊರದಬ್ಬಿದಳು. ಬೆಸೆದ ಹುಬ್ಬುಗಳು ಸಡಿಲಗೊಂಡವು.

ಟಾರ್ಚ್‌ನ ಬೆಳಕು ತೀರಾ ಹತ್ತಿರವಾದಾಗ ಆರಿಹೋಯಿತು. ಪ್ರಭಾಕರನ ಪಕ್ಕ ಪದ್ಮಿನಿ ನಡೆದು ಬರುತ್ತಿದ್ದಳು. ವಿಷಯ ತಿಳಿಸಿರಲಾರ. ಹಸನ್ಮುಖಳಾಗಿದ್ದಳು.

"ವೇಣು ಹೇಗಿದ್ದಾನೆ?" ಹತ್ತಿರಕ್ಕೆ ಬಂದ ಪ್ರಭಾಕರ ಮೆಲುದನಿಯಲ್ಲಿ ಪ್ರಶ್ನಿಸಿದ.

"ಮಲಗಿದ್ದಾರೆ" ಅವಳ ತುಟಿಗಳು ಆಡಿದ್ದು ಮಾತ್ರ ಪದ್ಮಿನಿಗೆ ಕಾಣಿಸಿತು ಆದರೆ ಕೇಳಿಸಲಿಲ್ಲ.

ಪದ್ಮಿನಿ ಸಂಜೆ ಏನು ಘಟನೆ ನಡೆದೇ ಇಲ್ಲವೆನ್ನುವಂತೆ ಸರಳಳ ಜೊತೆ ಮಾತಾಡಿದಳು. ಆದರೆ ವೇಣು ಸುದ್ದಿ ಎತ್ತಲಿಲ್ಲ. ಅಣ್ಣ, ತಂಗಿ ಇಬ್ಬರೂ ಮುಖ ಮುಖ ನೋಡಿಕೊಂಡರು.

ತಂಗಿಗೆ ಕೈಯೆತ್ತಿ ಸನ್ನೆ ಮಾಡಿ ಕೋಣೆಗೆ ಬಂದ. ವೇಣು ಕಣ್ಮುಚ್ಚಿ ಅಂಗಾತನಾಗಿ ಮಲಗಿದ್ದ. ಎರಡು ಕೈ ಬೆರಳುಗಳನ್ನು ಬೆಸೆದು ತಲೆಯ ಕೆಳಗಟ್ಟುಕೊಂಡಿದ್ದ. ಮುಖದಲ್ಲಿ ವಿರಕ್ತ ಭಾವವಿತ್ತು. ಅವನ ಹೃದಯ ಕಿತ್ತು ಬಾಯಿಗೆ ಬಂದಂತಾಯಿತು. ಕೆಮ್ಮಿ ಗಂಟಲು ಸರಿಪಡಿಸಿಕೊಂಡ.

ವೇಣು ನಿಧಾನವಾಗಿ ಕಣ್ಣುಗಳನ್ನು ತೆರೆದು ಎದ್ದುಕೂತ. ಬಲವಂತವಾಗಿ ತುಟಿಗಳ ಮೇಲೆ ನಗುವರಳಿಸಿದ.

"ತುಂಬಾ ತೊಂದರೆ ಕೊಡ್ತಾ ಇದ್ದೀನಿ." ಅವನ ದನಿ ಭಾರವಾಯಿತು.

"ಛೆ! ಛೆ! ನೀನು ಹೀಗೆಲ್ಲ ಹೇಳ್ಬಾರ್ದು" ಕೈಹಿಡಿದು ಮೃದುವಾಗಿ ಅದುಮಿದ.

ಇಬ್ಬರೂ ಹಾಲ್‌ನೊಳಕ್ಕೆ ಬಂದಾಗ ಕೂತು ಸಂಭಾಷಿಸುತ್ತಿದ್ದ ಪದ್ಮಿನಿ, ಸರಳ ಇತ್ತ ತಿರುಗಿದರು. ತಟ್ಟನೇ ಪದ್ಮಿನಿಯ ಕಣ್ಣುಗಳಲ್ಲಿ ಗಾಬರಿ ಕಾಣಿಸಿಕೊಂಡಿತು.

"ಏನಾಗಿತ್ತು?" ಪ್ರಶ್ನಿಸಿದಾಗ ವೇಣು ಹಗುರವಾಗಿ ನಕ್ಕುಬಿಟ್ಟ. "ಏನೂ ಆಗ್ಲಿಲ್ಲ ಸದ್ಯಕ್ಕೆ."

ವೇಣು ಬಂದು ಪದ್ಮಿನಿಯ ಎದುರು ಕೂತ. ಅವಳ ಒಳ್ಳೆಯ ಮನ ಸಹಾನುಭೂತಿಯಿಂದ ಒದ್ದಾಡಿತು.

ಉಪ್ಪಿಟ್ಟು ತಟ್ಟೆಗಳು ಬಂದಾಗ ಪದ್ಮಿನಿ ಕಣ್ಣರಳಿಸಿದಳು. ಅವಳ ಊಟ ಆಗಲೇ ಮುಗಿದಿತ್ತು. ನಿಗದಿತ ವೇಳೆಯಲ್ಲಿ ಯಾರಿಗೂ ಕಾಯದೆ ಊಟ ಮುಗಿಸುತ್ತಿದ್ದಳು. ಎಲ್ಲಿ ತನ್ನ ಮೈಕಟ್ಟು ಕೆಡುವುದೋ, ತಾನು ದೊಡ್ಡ ನೃತ್ಯ ತಾರೆಯಾಗುವುದು ಎಲ್ಲಿ ತಪ್ಪಿ ಹೋಗುವುದೋ ಎನ್ನುವ ಭಯ.

"ನಂದು ಊಟ ಆಯ್ತು" ಎಂದಾಗ ವೇಣು ದೊಡ್ಡ ನಗೆ ನಕ್ಕ. ಮನದ ಅಸಹನೆ ಪುಟಿಯಿತು. "ದೊಡ್ಡ ನೃತ್ಯತಾರೆ – ಲಕ್ಷಾಂತರ ಮಂದಿ ಅಭಿಮಾನಿಗಳು" ವ್ಯಂಗ್ಯವಾಗಿ ಇರಿದ. ಆಮೇಲೆ ತುಟಿಕಚ್ಚಿಕೊಂಡ.

ಪ್ರತಿಬಾರಿಯೂ ಅವಳನ್ನು ಅವಮಾನಿಸಬಾರದೆಂದೇ ಪ್ರಯತ್ನಿಸುತ್ತಿದ್ದ. ಸಹನೆಗೂ ಒಂದು ಮಿತಿ ಇತ್ತು. ಕಟ್ಟಿದ ಸಂಯಮದ ಸರಪಣಿಗಳನ್ನ ಕಿತ್ತೊಗೆದು ಮುನ್ನುಗ್ಗುತ್ತಿತ್ತು.

"ಅದಂತೂ ನಿಜ" ಪದ್ಮಿನಿ ತಣ್ಣನೆ ಸ್ವರದಲ್ಲಿ ನುಡಿದಾಗ ವೇಣು ಮುಖ ಕೋಪದಿಂದ ಕೆಂಪಗಾಯಿತು.

"ಮೊದ್ಲು ಉಪ್ಪಿಟ್ಟು ಆಗ್ಲಿ–ತಣ್ಣಗಾಗೋದ್ಬೇಡ." ವಿಷಯವನ್ನು ಮರೆಮಾಚಲು ಪ್ರಭಾಕರ ಪ್ರಯತ್ನಿಸಿದ.

ವೇಣುಗೂ ತಲೆಸಿಡಿತ ಬೇಡವಾಗಿತ್ತು. ಸುಮ್ಮನೇ ಕೈಗೆ ತಟ್ಟೆಯೆತ್ತಿಕೊಂಡು ತಿನ್ನತೊಡಗಿದ.

"ಸ್ವಲ್ಪ ತಗೊಳ್ಳಿ" ಸರಳ ಬಲವಂತ ಮಾಡಿದ ಮೇಲೆ ಉಪ್ಪಿಟ್ಟಿನ ತಟ್ಟೆ ಕೈಗೆತ್ತಿಕೊಂಡಳು. ಕೈ ಸರಾಗವಾಗೆ ತನ್ನ ಕೆಲಸ ಪ್ರಾರಂಭ ಮಾಡಿ ತಟ್ಟೆ ಖಾಲಿ ಮಾಡಿತು.

ಮುಂದಿನ ಕೋಣೆಯನ್ನು ಮಲಗಲು ಅವರಿಬ್ಬರಿಗೆ ಬಿಟ್ಟು ಪ್ರಭಾಕರ ಹಾಲ್‌ನಲ್ಲಿ ಮಲಗಿದ. ಎದೆಯ ಮೇಲೆ ಕೈ ಇಟ್ಟುಕೊಂಡು ಯೋಚಿಸತೊಡಗಿದ.

ಪದ್ಮಿನಿ ವಿಚಿತ್ರ ಕಾಯಿಲೆಗಳಲ್ಲಿ ನರಳುವಂತೆ ಕಂಡಳು. ತನ್ನಲ್ಲಿ ಅತಿಶಯವಾದ ರೂಪು–ಪ್ರತಿಭೆ ಇದೆಯೆಂದು ತಿಳಿದಿರುವುದೇ ಮೂರ್ಖತನವೆನಿಸಿತು. ಪಿ.ಯು.ಸಿ.

ದಾಟಲಾರದೆ ಪ್ರಯಾಸದಿಂದ ನಿಲ್ಲಿಸಿದ್ದಳು. ಕೀಚಲು ಸ್ವರವೆತ್ತಿ ಹಾಡಿದಾಗ, ಅವನಿಗೆ ಕಿವಿಗಳನ್ನು ಮುಚ್ಚಿಕೊಳ್ಳಬೇಕೆನಿಸುತ್ತಿತ್ತು. ಇನ್ನು ನೃತ್ಯಗಾತಿ ಎನ್ನುವ ರೋಗ ಪ್ರಬಲವಾಗಿ ಕಂಡಿತು. ಲಕ್ಷಾಂತರ ಅಭಿಮಾನಿಗಳ ಕನಸು ಕಾಣುವುದು ಹುಚ್ಚಾಟವೆನಿಸಿತು. ಈ ಕಾಯಿಲೆಗೆ ಎಂಥ ಔಷಧಿ ಅಗತ್ಯವಿದೆ? ಸಂಗೀತದಿಂದ ಸುಧಾರಿಸುವಲ್ಲಿ ವೇಣು ಗತಿಯೇನು? ತಲೆಯ ನರಗಳು ಪಟಪಟನೆ ಸಿಡಿಯತೊಡಗಿದಾಗ ಮಗ್ಗುಲಾಗಿ ನಿದ್ರಿಸಲು ಪ್ರಯತ್ನಿಸಿದ.

ಬೆಳಗ್ಗೆ ವೇಣು ಎದ್ದಾಗ ಪದ್ಮಿನಿ ಇನ್ನೂ ನಿದ್ರಿಸುತ್ತಿದ್ದಳು. ನೇರವಾಗಿ ನೋಡಿದ. ಮುದ್ದಾದ ಮುಖ ಬಗ್ಗಿ ಹಣೆಗೆ ಚುಂಬಿಸಿದ. ತುಟಿ ಕಚ್ಚಿದಾಗ ಹಣೆಯಲ್ಲಿ ಗೆರೆಗಳು ಮೂಡಿದವು.

ಕೆನ್ನೆಯ ಬಳಿ ಬಗ್ಗಿದ "ಪದ್ಮಿನಿ..." ಪಿಸುಗುಟ್ಟಿದ. ಅಲುಗಾಡಲಿಲ್ಲ. ಎದೆಯಾಳದಲ್ಲಿ ನೋವು ತಲೆಯೆತ್ತಿತು. ಭಾರವಾದ ಉಸಿರನ್ನ ಎಳೆದು ಹೊರಗೆ ದಬ್ಬಿದ.

ಹೊರಗೆ ಬಂದಾಗ ಅವನ ಮುಖ ಗಂಟಾಗಿಯೇ ಇತ್ತು. ಕಾದು ಕೂತಿದ್ದ ಪ್ರಭಾಕರ ಕಿರುನಗು ನಕ್ಕ.

"ನಿದ್ದೆ ಬಂತಾ?" ಮೆಲುವಾಗಿ ಕೇಳಿದ.

"ಆಯ್ತು. ಸಾರಿ..." ಬಾತ್‌ರೂಮಿನತ್ತ ನಡೆದ. ಆ ಮನೆ ಅವನಿಗೇನೂ ಅಪರಿಚಿತವಲ್ಲ.

ರಾಶಿ ಬಿಚ್ಚುಗೂದಲನ್ನು ಸಡಿಲವಾಗಿ ಗಂಟಾಕಿದ್ದ ಸರಳ ಎದುರಾದ ಕೂಡಲೆ ಮುಗುಳ್ನಕ್ಕಳು.

"ಪದ್ಮಿನಿ ಎದ್ದಿದ್ದಾರ?" ಅವನ ತುಟಿಗಳ ಮೇಲೆ ಇಣುಕಿದ ನಗು ಅಳಿಸಿಹೋಯಿತು. ಮಾತಾಡದೆ ಬಾತ್‌ರೂಂ ಹೊಕ್ಕು ಬಾಗಿಲು ಹಾಕಿಕೊಂಡ.

ಹಂಡೆಯಲ್ಲಿ ನೀರು ಕಾದಿದ್ದರೂ ತಣ್ಣೀರಿನಲ್ಲಿಯೇ ಸ್ನಾನ ಮಾಡಿದ. ತಲೆಯೊರೆಸುತ್ತ ಹೊರಗೆ ಬಂದಾಗ ಅಣ್ಣ, ತಂಗಿಯ ದೊಡ್ಡ ನಗೆ ಕೇಳಿಸಿತು. ಮಂಜುಳನಾದದಂತಿತ್ತು. ಕುಗ್ಗಿಹೋದ ಚೇತನವನ್ನು ಜೀವಂತ ದಂಗುಬಡಿದೆಬ್ಬಿಸಿದಂತಾಯಿತು.

ಪ್ರಭಾಕರ್ ಕೈನಲ್ಲಿದ್ದ ವಾಚ್‌ನತ್ತ ನೋಡಿದ. ವೇಣು ಅರ್ಥಮಾಡಿಕೊಂಡ. ಇಲ್ಲಿಗೆ ಬಂದಾಗ ಎಷ್ಟು ಉತ್ಸಾಹದಿಂದಿದ್ದ. ಈಗ ಅವನಿಗೆ ಪ್ರತಿಯೊಂದರಲ್ಲೂ ನಿರುತ್ಸಾಹ. ಪುಟಿದ ಮುಗಿಲಿನೆತ್ತರ ಹಾರಾಡುತ್ತಿದ್ದ ಚೇತನ ಕುಗ್ಗಿ ಕುಗ್ಗಿ ನೆಲ ಸೇರಿದಂತಾಗಿತ್ತು.

"ಬೇಗ ರೆಡಿಯಾಗು" ಪುನಃ ವಾಚ್ ನತ್ತ ನೋಡಿದ.

ಪ್ರಭಾಕರ, ವೇಣು ತಿಂಡಿ ಮುಗಿಸಿ ಹೊರಡುವ ವೇಳೆಗೆ ಪದ್ಮಿನಿ ಎದ್ದು ಹೊರಬಂದಳು. ಪ್ರಭಾಕರ ಕೂಡ ಮಾತುಗಳಿಗಾಗಿ ತಡಕಾಡಬೇಕಾಯಿತು.

"ನೀನು ಅಲ್ಲೇ ಸ್ನಾನ ಮಾಡ್ಬಹ್ದು. ಬೇಗ ಹೊರಡು." ವೇಣು ಮುಖದಲ್ಲಿ ಕಠೋರತೆ ಮಿನುಗಿತು. ಕುಲುಮೆಯಲ್ಲಿ ನಿಂತ ಅನುಭವವಾಯಿತು ಅವನಿಗೆ.

"ಇಲ್ಲೇ ಇರ್ಲಿಬಿಡು. ಸರಳಾಗೂ ಬೇಜಾರು." ಪ್ರಭಾಕರ ಹೇಳಿದಾಗ ಅವನ ಮುಖದ ಮೇಲಿನ ಕಠೋರತೆ ಮಾಸಿ ಹೋಗಲಿಲ್ಲ. ತುಟಿಯವರೆಗೂ ಬಂದ ನಿರ್ದಾಕ್ಷಿಣ್ಯ ನುಡಿಗಳನ್ನು ತಡೆದ.

"ಆಮೇಲೆ ಹೋಗ್ತೀನಿ" ಪದ್ಮಿನಿ ಹೇಳಿದಾಗ ಇಬ್ಬರೂ ಅಲ್ಲಿಂದ ಕಾಲ್ತೆಗೆದರು.

ದಟ್ಟವಾದ ಮರಗಳ ಸಾಲುಗಳವರೆಗೂ ನಡೆದೇ ಬಂದರು. ಇಬ್ಬರ ನಡುವೆ ಮೌನ ವ್ಯಾಪಿಸಿತ್ತು. ರಾತ್ರಿಯ ಘಟನೆಯ ಬಗೆಗೆ ಪ್ರಭಾಕರ ಯೋಚಿಸುತ್ತಿದ್ದ. ಆದರೆ ವೇಣು ಯೋಚನೆಗಳೆಲ್ಲ ಅಡ್ಡದಾರಿ ಹಿಡಿದಿತ್ತು. ತಲೆಯಲ್ಲಿ ವಿಪರೀತ ಗೊಂದಲ. ಎಲ್ಲಾ ಬಿಟ್ಟು ಎಲ್ಲಾದರೂ ಓಡಿಬಿಡುವ ಮನಸ್ಸು.

ಎದುರಾದ ಜೀಪ್ ತಟ್ಟನೆ ನಿಂತಿತು. ಡ್ರೈವರ್ ಕೆಳಗೆ ಜಿಗಿದು 'ಸಲಾಂ ಸಾಬ್' ಎಂದ. ಇಬ್ಬರು ಹತ್ತಿ ಕೂತ ಮೇಲೆ ಜೀಪು ಓಡಿತು.

"ವೇಣು ಒಂದ್ಸಲ ಡಾಕ್ಟ್ರನ್ನ ನೋಡ್ಬರೋಣ." ಪ್ರಭಾಕರ ಅವನ ಮುಖದ ಏರುಪೇರುಗಳನ್ನು ಗಮನಿಸಿದ. ವೇಣು ಮುಖದ ಮೇಲೆ ನಿರ್ಲಿಪ್ತಭಾವ ಮಿನುಗಿ ಮರೆಯಾಯಿತು. ತುಟಿಗಳ ಮೇಲೆ ಉದಾಸ ನಗೆ ತೇಲಿತು.

"ಅಂಥಾದ್ದೇನಿಲ್ಲ!" ಕೈ ಕೆನ್ನೆಯ ಮೇಲಾಡಿದಾಗ ಪ್ರಭಾಕರ ರೋಡಿನ ಉಬ್ಬು ತಗ್ಗುಗಳಲ್ಲಿ ನೋಟ ನೆಟ್ಟ.

ಬೇರೆ ಕಡೆ ಟ್ರಾನ್ಸ್‌ಫರ್ ಮಾಡ್ಸಿಕೊಂಡ್ಬಿಡು. ಈ ವಾತಾವರಣ ನಿಂಗೆ ಒಗ್ಗಲಿಲ್ಲ! ಪ್ರಭಾಕರ ಸೂಕ್ಷ್ಮವಾಗಿ ಅವನ ಮುಖವನ್ನು ಅವಲೋಕಿಸಿದ.

"ಪ್ಲೀಸ್, ಎಲ್ಲಾ ಸರಿಯಿದೆ? ತಟ್ಟನೆ ಪ್ರಭಾಕರನ ಕೈ ಹಿಡಿದ.

ಪ್ರಭಾಕರನ ಹುಬ್ಬೇರಿತು. ಅವನ ಕಣ್ಣುಗಳಲ್ಲಿ ನೋಟ ನೆಟ್ಟ. ನೋವುಂಡ ದುಂಬಿಗಳಂತೆ ಕಂಡವು. ಸಹಾನುಭೂತಿಯಿಂದ ಅವನೆದೆ ಮಿಡಿಯಿತು. ಬಲವಂತವಾಗಿ ಉಗುಳು ನುಂಗಿ ತಲೆಯಾಡಿಸಿದ.

* * *

ವೇಣು ನಾಲ್ಕು ದಿನ ರಜೆ ಬರೆದುಹಾಕಿ ಮಡದಿಯೊಂದಿಗೆ ಬಸ್ಸು ಹತ್ತಿದ. ಅವನು ನೇರವಾಗಿ ಬಂದಿದ್ದು ಅಪ್ಪನ ಮನೆಗೆ. ಈ ಮನೆಯ ವಾತಾವರಣದ ಬಗ್ಗೆ ಅವನೇನು ಪ್ರಸನ್ನನಲ್ಲ. ಮನೆಯವರಲ್ಲದೆ ಹತ್ತಾರು ಮಂದಿ ತುಂಬಿಕೊಂಡಿದ್ದರು. ಆದ್ದರಿಂದ ಮನೆಯವರಿಗೂ ಹೊರಗಿನವರಿಗೂ ಏನು ವ್ಯತ್ಯಾಸವಿರಲಿಲ್ಲ. ಮನೆಯ ವ್ಯವಸ್ಥೆಯೇ ಪೂರ್ತಿಯಾಗಿ ಕೆಟ್ಟುಹೋಗಿತ್ತು.

ಇವನು ಬಂದಾಗ ಎದುರಾಗಿದ್ದು ಪ್ರಮೀಳ. ನಸುನಕ್ಕು ಒಳಗೆ ಹೋದಳು. ನಿಂತಲ್ಲೇ ಹಲ್ಲು ಕಡಿದ. ತುಟಿಗಳು ಬಿಗಿದುಕೊಂಡವು.

ಕೋಣೆಗೆ ಬಂದವನೆ ಸೋಫಾ ಮೇಲೆ ಜಾರಿದ. ಸುತ್ತಲೂ ಒಮ್ಮೆ ಕಣ್ಣರಳಿಸಿದ. ಕ್ಯಾಸೆಟ್‌ಗಳು ಟೇಬಲ್ಲಿನ ಮೇಲೆ ಅನಾಥವಾಗಿ ಬಿದ್ದಿದ್ದವು. ಬಿಚ್ಚಿ ಎಸೆದ ಪ್ಯಾಂಟ್,

ಷರಟು ಸೋಫಾದಂಚಿನಲ್ಲಿ ಮುದುರಿ ಬಿದ್ದಿತ್ತು. ಎದ್ದವನೇ ರೋಷದಿಂದ ಜಾಡಿಸಿ ಒದ್ದ. ಕೋಣೆಯಿಂದ ಪದ್ಮಿನಿಯ ಕಾಲುಗಳ ಬುಡದಲ್ಲಿ ಬಿತ್ತು. ಕಣ್ಣರಳಿಸಿದಳು.

ಸೊಸೆಯನ್ನ ಸವರಿಕೊಂಡೇ ಒಳಗೆ ಬಂದರು ವಿನುತಮ್ಮ ಹುಬ್ಬೇರಿಸಿದರು. ಕೋಪದಿಂದ ಸಿಡಿಮಿಡಿಗುಟ್ಟುತ್ತಿದ್ದ ಮಗನನ್ನು ನೋಡಿ ಅವರಿಗೆ ಗಾಬರಿಯಾಯಿತು.

"ಯಾಕೋ....?" ಎಂದಾಗ ಇತ್ತ ಮುಖ ತಿರುಗಿಸಿದ. ಕಣ್ಣುಗಳಲ್ಲಿ ಕೋಪದ ದಾವಾನಿಲ!

"ಈ ಮನೆಯಲ್ಲಿರೋ ಸುಡುಗಾಡು ಜನ ಎಂದಿಗೂ ಕರಗೋಲ್ವೇನೋ" ಸಿಡಿಮಿಡಿಗುಟ್ಟಿದ.

ವಿನುತಮ್ಮ ಅತ್ತಿತ್ತ ನೋಡಿ ಕಣ್ಣುಗಳಲ್ಲಿ ಗಾಬರಿಯ ನಟನೆ ಮಾಡಿದರು. ಈ ಮಾತುಗಳು ಒಳಗಿದ್ದವರ ಕಿವಿಗಳಿಗೆ ಬಿದ್ದರೇ?

"ಸ್ವಲ್ಪ ಮೆತ್ತಗೆ ಮಾತಾಡು."

"ಯಾಕೆ... ಭಯಾನಾ?" ಪ್ಯಾಂಟ್ ಜೇಬಿನಲ್ಲಿ ಕೈಗಳನ್ನ ತುರುಕಿ ನಿಂತ. ಅವನೆದೆ ಕಲ್ಲಾಗಿತ್ತು. ಈ ಬವಣೆ ಅನುಭವಿಸಿ ಸಾಕಾಗಿತ್ತು.

"ನನ್ನ ಕಷ್ಟ ನಿಮ್ಗೆಲ್ಲಿ ಅರ್ಥವಾಗ್ಬೇಕೂ! ಸೋತು ಹೋಗಿದ್ದೀನಿ!"

ತಾಯಿಯತ್ತ ನೋಡಿದ. ಲಕ್ಷಣವಾಗಿ ಕಂಡರು. ಉಟ್ಟ ಸೀರೆಗೆ ಒಪ್ಪುವಂತ ಶಾಲು ಹೊದ್ದಿದ್ದರು.

"ಅರ್ಥವಾಗುವಂಥ ಕಷ್ಟವೇ ಅಲ್ಲ" ಕೋಣೆಯಿಂದ ಹೊರಗೆ ನಡೆದ.

ಹಾಲ್‌ನಲ್ಲಿ ಬಂದು ಕೂತ. ಯಾರೋ ಕಾಫಿ ಬಟ್ಟಲನ್ನ ತಂದು ಮುಂದಿಟ್ಟರು. ವಾರೆಗಣ್ಣಿನಿಂದ ನೋಡಿ ಸುಮ್ಮನಾದ. ಅತ್ತ ಕೈ ಸರಿಯಲಿಲ್ಲ.

"ತಗೋ...." ವಿನುತಮ್ಮ ಬಂದು ಎದುರು ಕೂತಾಗ ಮುಖವನ್ನ ಪಕ್ಕಕ್ಕೆ ತಿರುವಿಕೊಂಡ. ಅಸಹನೆ ಮುಖದಲ್ಲಿ ಸ್ಪಷ್ಟವಾಗಿತ್ತು.

"ಯಾರೂ ಇಲ್ವಾ?" ಗಡುಸಾಗಿಯೇ ಪ್ರಶ್ನಿಸಿದ.

"ಇದ್ದಾರೆ..." ಆಕೆಯ ಸ್ವರ ಮಂಜಿನಂತೆ ಕೊರೆಯಿತು.

ಹದಿನೈದು ಇಪ್ಪತ್ತು ವರ್ಷದ ಹುಡುಗ ಅವರ ಮುಂದೇನೇ ಹಾದು ಹೋದಾಗ ವೇಣು ದುರದುರನೆ ನೋಡಿದ. ಮಗನ ಮನಸ್ಸನ್ನು ಅರಿತವರಂತೆ ಹೇಳಿದರು.

"ಪ್ರಮೀಳ ತಮ್ಮ ತುಂಬ ಚೂಟಿ. ಇಲ್ಲೇ ಇದ್ಕೊಂಡಿದ್ದಾನೆ. ಕೆಲ್ಸ ಬೊಗ್ಸೆ ಮಾಡ್ತಾನೆ. ಇಷ್ಟು ಜನರ ನಡುವೆ ತಿಂದ್ಕೊಂಡು ಇದ್ದಾನೆ."

ವೇಣು ಮೈಯೆಲ್ಲ ಉರಿದುಹೋದ ಹಾಗಾಯಿತು. ಈ ಮನೆಯಲ್ಲಿ ಹುಟ್ಟಿ ಬೆಳೆದ ಹೆಣ್ಣು ಮಕ್ಕಳು ಜವಾಬ್ದಾರಿ ಅರಿತು ಕೆಲಸ ಮಾಡುವಂತಿರಲಿಲ್ಲ. ಆರಿಸಿ ತಂದ ಶ್ರೀಮಂತ ಮನೆಯ ಸೊಸೆಯರು ಪರಕೀಯರಂತೆ ಇದ್ದುಬಿಟ್ಟಿದ್ದರು. ಈ ಮನೆ ಸಂಸಾರ, ಬದುಕಿಗೆ ಏನಾದರೂ ಅರ್ಥವಿದೆಯೇ?

"ಇವುಗಳೆಲ್ಲ ಮನೆ ಬಿಟ್ಟು ಹೋಗೋ ಹಾಗಿಲ್ಲ!" ತಾತ್ಸಾರ ನೋಟ ಬೀರಿದ. ವಿನುತಮ್ಮನ ಮುಖ ಚಿಕ್ಕದಾಯಿತು. ಬೆಂಕಿಯಂತೆ ಉರಿಯುತ್ತಿದ್ದ ಮಗನ ಮುಖ ನೋಡದಾದರು.

"ಎದ್ದು ಬಟ್ಟೆ ಬದ್ಲಾಯ್ಸು."

ತಾಯಿ ಹೋದತ್ತಲೇ ನೋಡಿದ. ಎದೆ ಹಿಂಡಿತು. ಬುದ್ಧಿ ತಿಳಿದಾಗಿನಿಂದ ಆದರಿಸಿದ ನೆನಪು ಇರಲಿಲ್ಲ. ಬಂದು ಹೋಗುವವರನ್ನು ನಗುಮುಖದಿಂದ ಸತ್ಕರಿಸುತ್ತ ತಾವು ಆದರ್ಶ ಗೃಹಿಣಿಯೆನಿಸಿಕೊಳ್ಳಲು ಬವಣೆಪಡುತ್ತಿದ್ದರು. ರಾಜ ಆತಿಥ್ಯವನ್ನು ನೆನೆದೇ ಜನ ಬರುತ್ತಿದ್ದರು. ಅವರೆಂದೂ ನಿರಾಸೆಯಿಂದ ಹಿಂತಿರುಗುತ್ತಿರಲಿಲ್ಲ.

ತಣ್ಣಗಾಗುತ್ತ ಹೊರಟಿದ್ದ ಕಾಫಿಯ ಲೋಟದತ್ತ ನೋಟವರಿಸಿದ. ತುಟಿಗಳ ಮೇಲೆ ವ್ಯಂಗ್ಯ ನಗು ಮಿನುಗಿತು. ಎತ್ತಿ ತಂದಿಟ್ಟು ಹೋದವಳ ಮುಖಕ್ಕೆ ಅಪ್ಪಳಿಸುವ ಮನಸ್ಸಾಯಿತು. ಮುಷ್ಠಿ ಬಿಗಿ ಹಿಡಿದು ತುಟಿಯನ್ನ ಕಚ್ಚಿ ಹಿಡಿದ.

ಮೊದಲ ಅತ್ತಿಗೆ ಬಂದವರೇ ಕಣ್ಣರಳಿಸಿದರು. ನೋಡದವನಂತೆ ನೆಲದತ್ತ ನೋಟವರಿಸಿದ.

"ವೇಣು ಯಾವಾಗ್ಬಂದಿದ್ದು? ಪದ್ಮಿನಿ ಬರಲಿಲ್ವಾ?" ಸ್ವರದಲ್ಲಿ ಜೇನಿನ ಮಧುರತೆ ಇತ್ತು. ಮೆಲ್ಲಗೆ ಹುಬ್ಬೆತ್ತಿ ಅವರತ್ತ ನೋಡಿದ.

ಉಟ್ಟ ಸೀರೆ ಸುಕ್ಕಾಗಿರಲಿಲ್ಲ. ಮುಡಿದ ಹೂ ಬಾಡಿರಲಿಲ್ಲ. ಮುಖದ ಮೇಕಪ್ ಕೆಟ್ಟಿರಲಿಲ್ಲ. ಕಿರುನಗು ನಕ್ಕ.

ತುಂಬ ಬಡವಾದ ಹಾಗೆ ಕಾಣ್ತೀಯಲ್ಲ! ಹತ್ತಿರಕ್ಕೆ ಬಂದಾಗ ಇಂಟಿಮೆಂಟಿನ ಪರಿಮಳ ಸುತ್ತಲೂ ಹರಡಿಕೊಂಡಿತ್ತು. ರೆಪ್ಪೆಯೆತ್ತಿದ "ನಿಮ್ಮ ಕಣ್ಣುಗಳ್ನ ಒಂದ್ಸಲ ಚೆಕ್‌ಅಪ್ ಮಾಡ್ಸೋದು ಒಳ್ಳೇದು!" ರಜನಿ ಫಕಫಕನೆ ನಕ್ಕುಬಿಟ್ಟಳು. ಮುಖ ಅರಳಿತು. ಆದರೆ ವೇಣುಗೆ ಕಾಗದದ ಹೂವಿನಂತೆ ಕಂಡಿತು.

"ಕಾಫಿ ತಣ್ಣಗಾಯ್ತು?" ಎಂದಾಗ ರೆಪ್ಪೆಗಳನ್ನು ಮುಚ್ಚಿ ತೆಗೆದು ಹೌದೆಂದ.

"ಪ್ರಮೀಳ. ಬೇರೆ ಕಾಫಿ ತಂದ್ಕೊಡು" ನಿಂತಲ್ಲೇ ಆಜ್ಞಾಪಿಸಿದಾಗ ಕಣ್ಣುಚ್ಚಿ ಸೋಫಾಗೆ ಒರಗಿದ. ಯಾರ ಬಳಿಯೂ ಮಾತಾಡಬೇಕೆನಿಸಲಿಲ್ಲ.

ಬಟ್ಟೆ ಬದಲಾಯಿಸಿ ಮಲಗಿಬಿಟ್ಟ. ಮಿದುಳಿನಲ್ಲಿ ಭಯಂಕರ ಸಿಡಿತ. ಪ್ರಭಾಕರನ ಕುಟುಂಬದ ನೆನಪಾದಾಗ ಮನ ತುಂಬಿಬಂತು. ಆ ಮನೆಯ ಸುಖ, ಶಾಂತಿ, ಆರ್ಥಿಕ ಸಮತೋಲನಕ್ಕಾಗಿ ಪ್ರತಿಯೊಬ್ಬರೂ ದುಡಿಯುತ್ತಿದ್ದರು. ಸಂತೃಪ್ತ ಜೀವನ ಅವರದಾಗಿತ್ತು.

ಅವನ ಕಣ್ಮುಂದೆ ಎಲ್ಲಾ ವರ್ತುಲಾಕಾರವಾಗಿ ಕಂಡಿತು. ವ್ಯಕ್ತಿತ್ವವಿಲ್ಲದ ಜನ ಅಳಿಸಿಹಾಕಲು ಪ್ರಯತ್ನಿಸಿದ.

ತಂದೆ ಇಂಜಿನಿಯರಿಂಗ್ ಸೇರಿಸಲು ಪ್ರಯತ್ನಪಟ್ಟಾಗ ರೋಷದಿಂದ ಪ್ರತಿಭಟನೆ ವ್ಯಕ್ತಪಡಿಸಿದ್ದ.

"ನಂಗಿಷ್ಟವಿಲ್ಲಾ! ಸೈಕಾಲಜಿ ಓದ್ಬೇಕೂ."

ತಂದೆ ಗಹಗಹಿಸಿ ಕೆಟ್ಟ ನಗು ನಕ್ಕಿದ್ದರು. ಅವರ ಕಣ್ಣಿನ ಗೋಲಿಗಳು ವಿಚಿತ್ರ ರೀತಿಯಲ್ಲಿ ತಿರುಗಿದ್ದವು.

"ನಿಂಗ್ಯಾಕೆ ತಲೆ ಇಲ್ಲ! ಮೆಣ್ಣು ಸುರ್ದುಕೊಳ್ಳೋಕೆ ಸೈಕಾಲಜಿ ಓದ್ಬೇಕು. ಬಾಯ್ಮುಚ್ಕೊಂಡು ಇಂಜಿನಿಯರಿಂಗ್ ಸೇರ್ಕೋ!" ಅವನ ಬಾಯನ್ನು ಸುಲಭವಾಗಿ ಮುಚ್ಚಿಸಿದ್ದರು.

ಹಣದ ಮುಂದೆ ಎಲ್ಲಾ ಮೌಲ್ಯಗಳನ್ನು ಗಾಳಿಗೆ ತೂರಲು ಸಿದ್ಧರಾಗಿದ್ದರು. ಶ್ರೀಮಂತರ ಮನೆಯ ಹೆಣ್ಣುಗಳು ಸೊಸೆಯಂದಿರಾಗಿ ತರುವಲ್ಲಿಯೂ ಸ್ವಾರ್ಥವಿತ್ತು. ಹೆಂಡತಿಯ ಪೂರ್ಣ ಸಹಕಾರವೂ ಇತ್ತು.

ಬಾಗಿಲು ತಟ್ಟಿದಾಗ ಎದ್ದು ಹೊರಗೆ ಬಂದ. ವಿನುಮತಮ್ಮ ಯಾರೊಂದಿಗೋ ಕೂತು ಮಾತಾಡುತ್ತಿದ್ದರು. ತಂದೆಯ ಗೆಳೆಯರಾದ ಕಾಮತರ ಕುಟುಂಬವೆಂದು ಅವನಿಗೆ ಗೊತ್ತಾಯಿತು. ಮುಖ ಬಿರುಸಾಯಿತು. ಅವುಡುಗಳು ಸೆಟೆದುಕೊಂಡಿದ್ದವು.

"ಓ.... ವೇಣು ಬಂದಿದ್ದಾನೆ!" ಕೇಳಿಸದವನಂತೆ ವರಾಂಡ ದಾಟಿದ.

ಅವನಿಗೆ ಚೆನ್ನಾಗಿ ಜ್ಞಾಪಕವಿದೆ. ತಾಯಿಗೆ ಆಕೆ ಆತ್ಮೀಯ ಗೆಳತಿ. ಹೆಚ್ಚುಕಡಿಮೆ ಇವರ ಮನೆಯಲ್ಲಿಯೇ ಇರುತ್ತಿದ್ದಳು. ಅಡಿಗೆಯ ಮನೆಯಿಂದ ಬೆಡ್‌ರೂಂವರೆಗೂ ಕೈಯಾಡಿಸುತ್ತಿದ್ದಳು. ಆಕೆಯ ಗಂಡ, ಮಕ್ಕಳ ಊಟ, ತಿಂಡಿಯೆಲ್ಲ ಇಲ್ಲೇ ಮುಗಿದುಹೋಗುತ್ತಿತ್ತು. ಎಲ್ಲಾದರೂ ವಿನುತಮ್ಮ ಗಂಡನೊಂದಿಗೆ ಟೂರ್ ಹೊರಟಾಗ ತಪ್ಪದೆ ಆಕೆಯನ್ನ ಹೊರಡಿಸಿಕೊಂಡು ಹೋಗುತ್ತಿದ್ದರು. ಅದರ ಹಿನ್ನೆಲೆ ಆಗ ಅರ್ಥವಾಗದಿದ್ದರೂ ಈಗ ಸ್ಪಷ್ಟವಾಗಿತ್ತು. ಈ ಮೀನಾಕ್ಷಿಯೊಬ್ಬಳದೇ ಅಲ್ಲ, ಇಂತಹ ನಾಲ್ಕಾರು ಹೆಣ್ಣುಗಳು ಈ ಮನೆಯಲ್ಲಿ ಕಾರುಭಾರು ನಡೆಸುತ್ತಿದ್ದರು.

ನೇರವಾಗಿ ಹಿಂದಿನಿಂದ ಮಹಡಿ ಮೆಟ್ಟಲು ಹತ್ತಿ ಮೇಲೆ ಹೋದ. ಹಾಸಿಗೆ ಮೇಲೆ ಹೊದ್ದಿಕೆಗಳು ಗುಪ್ಪೆಯಾಗಿ ಒಂದೆಡೆ ಮುದುರಿ ಕೂತಿದ್ದವು.

"ಇನ್ನೂ ಕೆಲಸದವ್ಳು ಮೇಲಕ್ಕೆ ಬಂದಿಲ್ಲ" ಅಂದುಕೊಂಡ.

ಬಂದಾಗಿನಿಂದ ಏನೂ ತಿಂದಿರಲಿಲ್ಲ. ಹೊಟ್ಟೆ ಚುರುಗುಟ್ಟುತ್ತಿತ್ತು. ಪದ್ಮಿನಿ ಇದುವರೆಗೆ ಹೊಟ್ಟೆ ತುಂಬಿಸಿಕೊಂಡಿರಬಹುದು. ತನ್ನ ಬಗ್ಗೆ ಯೋಚಿಸುವಷ್ಟು ಸಾಧಾರಣ ಹೆಣ್ಣಲ್ಲ! ಮನಸ್ಸಿನಲ್ಲಿಯೇ ನಕ್ಕ.

"ಈ ಮನೆಗೆ ನನ್ನ ಹೆಣ ಬಿದ್ಹೋಗಿದೆ! ಮಾಡಿ ಮಾಡಿ ಸಾಕಾದೆ!" ಪ್ರಮೀಳ ಗೊಣಗುಟ್ಟುವಿಕೆ ಕೇಳಿಸಿದಾಗ ಹಲ್ಮುಡಿ ಕಚ್ಚಿದ. ಎದ್ದುಹೋಗಿ ಕಪಾಳಕ್ಕೆ ಹೊಡೆದು ಹಲ್ಲು ಉದುರಿಸಬೇಕೆನಿಸಿತು.

ಎಲ್ಲೋ ದೂರದ ಸಂಬಂಧ ಎಂದು ತಂದಿಟ್ಟುಕೊಂಡರು. ಈಗ ಹೆಚ್ಚುಕಡಿಮೆ ಅವಳೇ ಮನೆಯ ಯಜಮಾನಿಯಾಗಿದ್ದಳು. ವಿನುತಮ್ಮ ಕೂಡ ಎದುರು ಹಾಕಿಕೊಳ್ಳಲು ಹೆದರುತ್ತಿದ್ದರು. ಸೊಸೆಯಂದಿರು ತಮ್ಮ ಪಾಡಿಗೆ ತಾವಿರುತ್ತಿದ್ದರು.

ತಮ್ಮ ಸುಖ, ವಿರಾಮ ಬಲಿಕೊಡಲು ಅವರಿಗಿಷ್ಟವಿಲ್ಲ.

"ವೇಣು, ಇಳ್ದು ಬಾರೋ." ವಿನುತಮ್ಮ ನವಿರಾಗಿ ಕೂಗಿದಾಗ ಕೆಳಗಿಳಿದು ಬಂದ. ಆಕೆಯ ಕಣ್ಣಂಚಿನಲ್ಲಿ ಕಂಬನಿ ಶೇಖರವಾಯಿತು. ಒಂದು ಗಳಿಗೆ ವೇಣುಗೆ 'ಅಯ್ಯೋ' ಅನ್ನಿಸಿತು.

ಊಟದ ಟೇಬಲ್ಲಿನ ಮುಂದೆ ಎಲ್ಲ ಕೂತಿದ್ದರು. ಕೈಕಾಲು ತೊಳೆದು ಮುಖ ಗಂಟಾಕಿಯೇ ಹೋಗಿ ಕೂತ. ತಂದೆ ಮಾತಾಡಿಸಿದಾಗ ಚುಟುಕಾಗಿ ಉತ್ತರಿಸಿ ಸುಮ್ಮನಾದ. ಅವರೇನು ಮುಖಭಂಗಿತರಾಗಲಿಲ್ಲ. ದೊಡ್ಡ ನಗೆ ನಗುತ್ತಾ ಮಾತಾಡುತ್ತಿದ್ದರು.

"ಇನ್ನು ಸ್ವಲ್ಪ ತುಪ್ಪ ಹಾಕಿಸ್ಕೊಳ್ಳಿ" ಹುಬ್ಬೆತ್ತಿ ಸ್ವರ ಬಂದ ಕಡೆ ನೋಡಿದ. ಕೈಯಲ್ಲಿದ್ದ ತುತ್ತು ತಟ್ಟೆಯೊಳಕ್ಕೆ ಬಿತ್ತು. ವಿನುತಮ್ಮನ ಕೈಯಲ್ಲಿದ್ದ ತುಪ್ಪದ ಬಟ್ಟಲು ಅಲುಗಾಡಿತು. ಕೆಳತುಟಿಯನ್ನು ಹಲ್ಲಿನಡಿ ಕಚ್ಚಿ ಹಿಡಿದ.

"ಹಾಕು... ಹಾಕು.." ವಾರೆಗಣ್ಣಿನಿಂದ ತಲೆಯೆತ್ತಿ ನೋಡಿದವನೆ ಎಲ್ಲರೆಡೆ ದೃಷ್ಟಿ ಹೊರಳಿಸಿದ. ಯಾರಿಗೂ ಅತ್ತ ಗಮನವಿಲ್ಲ. ಅಗತ್ಯವೂ ಕಂಡಿರಲಾರದು. ಮುಖ ಮೇಲೆತ್ತಿ ಉಸಿರು ದಬ್ಬಿದಾಗ ಗಂಟಲಲ್ಲಿ ಒತ್ತಿ ಹಿಡಿದಂತಾಯಿತು.

ಎಲ್ಲರಿಗೆ ಮೊದಲು ಕೈ ತೊಳೆದು ಹೋದ. ಅಡಿಗೆಯ ಮನೆಯಲ್ಲಿ ಒಂದು ತಂಡ ಊಟ ಮಾಡುತ್ತಿದ್ದರು. ಬಡಿಸುತ್ತಿದ್ದ ಪ್ರಮೀಳ ಇವನ ನೋಟದಡಿಯಲ್ಲಿ ಮುಖ ಮರೆಸಿಕೊಳ್ಳುವ ಪ್ರಯತ್ನ ಮಾಡಿದಳು.

"ಇವ್ರೆಲ್ಲ ಯಾರು?" ಕಟುವಾಗಿ ಕೇಳಿದ.

ಬೇರೆಯವರಿಗಾದರೆ ಮುಖಕ್ಕೆ ಹೊಡೆದಂತೆ ಉತ್ತರ ಹೇಳುವವಳೇ ಆದರೆ ವೇಣು ದನಿಗೆ ಇವಳ ಸ್ವರ ಉಡುಗಿಹೋಯಿತು. ಬಲವಂತವಾಗಿ ಉಗುಳು ನುಂಗಿದಳು. ಬಾಗಿದ್ದ ಸೊಂಟ ನೇರವಾಯಿತು.

"ನಮ್ಮ ತಾಯಿ ಕಡೆ ಸಂಬಂಧ." ಸ್ವರ ಕಂಪಿಸಿತು. ಪಾತ್ರೆ ಹಿಡಿದ ಕೈ ನಡುಗಿತು.

"ಇಲ್ಲಿಗ್ಯಾಕೆ ಬಂದ್ರು?" ದೊಡ್ಡ ದನಿಯಲ್ಲಿ ರೇಗಿ ಮೆಟ್ಟಲು ಹತ್ತಿ ಮೇಲೆ ಹೋದ.

ಅವನೆದೆಯಲ್ಲಿ ಪ್ರಚಂಡವಾದ ಹೋರಾಟ. ಮೊದಲು ಬೇಸರ ರೇಗಾಟಗಳ ಮಧ್ಯೆ ಈ ಸಂಸಾರಕ್ಕೆ ಒಗ್ಗಿಕೊಂಡಿದ್ದ. ದೂರ ನಿಂತು ನೋಡಿದಾಗ ತಲೆಕೆಳಗಾಗಿ ಕಂಡಿತು. ತಾಯಿಯ ಹಸನ್ಮುಖ, ತಂದೆಯ ದೊಡ್ಡ ನಗು, ಅಣ್ಣ ಅತ್ತಿಗೆಯರ ಅಂಟಿ ಅಂಟದ ಸ್ವಭಾವದ ಹಿಂದೆ ಇದ್ದ ಸುಖಲೋಲುಪ್ತತೆ, ಗೋಮುಖವ್ಯಾಘ್ರ ಸ್ವಭಾವ ಈಚೆಗೆ ಅರ್ಥವಾಗತೊಡಗಿತು. ತಂದೆಯ ಅನ್ಯಾಯದ ಸಂಪಾದನೆ ವಿವಿಧ ಹಂತದಲ್ಲಿ ಸೋರಿಹೋಗುತ್ತಿತ್ತು. ಬಳೆ ಸದ್ದಿಗೆ ತಲೆ ತಿರುಗಿಸಿದ. ಬಂದ ಪದ್ಮಿನಿ ಸೋತವಳಂತೆ ಹಾಸಿಗೆಗೆ ಜಾರಿದಾಗ ಹುಬ್ಬು ಕುಣಿಸಿ ನಕ್ಕ.

"ಎಲ್ಲಾ ಮುಗೀತಾ?" ವ್ಯಂಗ್ಯವಾಗಿ ಕೇಳಿದ.

"ಊಟ ಆಯ್ತು." ಮುಗ್ಧಳಾಗಿ ಉತ್ತರಿಸಿದಾಗ ಸಹಾನುಭೂತಿಯಿಂದ ಅವಳತ್ತ ನೋಡಿದ. ಚಿದಂಬರ, ಪಂಕಜಮ್ಮ ಜ್ಞಾಪಕಕ್ಕೆ ಬಂದರು.

ಆಕಳಿಸಿ ಕೈಯನ್ನು ದಿಂಬಾಗಿ ತಲೆಯಡಿಯಲ್ಲಿ ಇಟ್ಟುಕೊಂಡು ಕಣ್ಣುಚ್ಚಿದ. ಎದೆಯ ಮೇಲೆ ಬಿದ್ದಾಗ ಮೆಲ್ಲಗೆ ಕಣ್ತೆರೆದ. ತಲೆಯುಡಿಯಿಂದ ನುಸುಳಿ ಹೊರಬಂತು. ಬೆರಳುಗಳನ್ನು ಮೃದುವಾಗಿ ಸವರಿದ.

"ನನ್ನ ಬೆರಳು ತುಂಬಾ ಚೆನ್ನಾಗಿದೆ ಅಲ್ಲಾ!" ನವಿರಾಗಿ ಹೇಳಿದಾಗ ಅವಳನ್ನು ಬಳಸಿ ಕೆನ್ನೆಯ ಬಳಿ ಕೆನ್ನೆ ಇಟ್ಟು ಅಂದ "ತುಂಬ ಚೆನ್ನಾಗಿದೆ" ತಟ್ಟನೆ ತುಟಿಕಚ್ಚಿಕೊಂಡ.

"ನಮ್ಮ ಪಿಂಕು, ಮಾದಂಗೆ ನನ್ನ ಬೆರಳುಗಳ್ನ ಕಂಡರೆ ತುಂಬ ಇಷ್ಟ!"

ವೇಣು ಮುಖ ಗಂಭೀರವಾಯಿತು. ಕೈಬೆರಳುಗಳು ತಟಸ್ತವಾಯಿತು. ಮಂಚದಿಂದ ಎತ್ತಿ ಹೊರಗೆಸೆಯಬೇಕೆನಿಸಿತು. ಎಂದಾದರೂ ತಾಳ್ಮೆಗೆಡಿಸಿ ನನ್ನಿಂದ ಆಗಬಾರದ್ದು ಮಾಡಿಸಿಬಿಡುತ್ತಾಳೆ ಈ ಹೆಣ್ಣು ಅಂದುಕೊಂಡ.

ಕೈ ಹಿಂದಕ್ಕೆ ಎಳೆದುಕೊಂಡು ಮಗ್ಗುಲಾಗಿ ಮಲಗಿದ. ಹೆಣ್ಣುಗಳ ಬಗ್ಗೇನೇ ಜಿಗುಪ್ಸೆಯೆನಿಸಿತು. ಗಂಡಿನ ಹೊಗಳಿಕೆ, ಬಯಕೆ ಬಿಟ್ಟು ಮತ್ತೇನು ಬೇಡವೇನೋ! ಮುಖದಲ್ಲಿ ಅಸಹ್ಯಭಾವ ಮಿನುಗಿತು. ಇದು ತಪ್ಪೆನ್ನುವಂತೆ ಪ್ರಭಾಕರನ ತಾಯಿ, ಮಡದಿ, ತಂಗಿ ವರ್ತುಲಾಕಾರವಾಗಿ ನಿಂತರು. ಜಿಗುಪ್ಸೆ ಕರಗಿಹೋಯಿತು.

ನಿದ್ದೆ ಬರದೆ ಹೊರಳಾಡಿ ಎದ್ದು ಕೂತ. ಪದ್ಮಿನಿ ಹಾಯಾಗಿ ಮಲಗಿದ್ದಳು. ಅವಳ ಮುದ್ದು ಮುಖವನ್ನು ಕೂಡ ದಿಟ್ಟಿಸಬೇಕೆನಿಸಲಿಲ್ಲ. ಕೆಳಗಿಳಿದು ಬಂದ. ತಿಂಡಿಗಳ ಸುವಾಸನೆ ಮನೆಯಲ್ಲೆಲ್ಲ ಹರಡಿಕೊಂಡಿತ್ತು.

ಅಡಿಗೆಮನೆಗೆ ಬಂದು ಬಾಗಿಲಿನ ಉದ್ದಕ್ಕೂ ನಿಂತ. ಉಂಡೆಗಳನ್ನ ಕಟ್ಟುತ್ತಿದ್ದ ಪ್ರಮೀಳ ಕೈ ಸ್ತಬ್ಧವಾಗಿತ್ತು. ಒಂದಿಬ್ಬರು ಹೆಂಗಸರು ಬೇರೆ ಬೇರೆ ಕೆಲಸಗಳಲ್ಲಿ ಮಗ್ನರಾಗಿದ್ದರು. ವಿನುತಮ್ಮ ಸ್ಟೂಲ್ ಹಾಕಿಸಿಕೊಂಡು ಕೂತಿದ್ದರು.

"ನಿದ್ದೆ ಆಯ್ತಾ?" ಕತ್ತನ್ನು ಇವನತ್ತ ತಿರುಗಿಸಿ ಕೇಳಿದಾಗ ಮೌನವಾಗೇ ಇದ್ದ. ನೋಟ ಸುತ್ತಲೂ ಹರಿದಾಡಿತು. ಮಗ ಎಲ್ಲಿ ರೇಗಿಬಿಡುವನೋ ಅನ್ನುವ ಭಯ.

"ಇಲ್ಲಿ ಸೆಕೆ" ಅರಿತವನಂತೆ ಸಣ್ಣಗೆ ನಕ್ಕ.

ಇದೇನು ಹೊಸದಲ್ಲ. ಬಂದುಹೋಗುವ ಅತಿಥಿಗಳ ವಿಶಿಷ್ಟ ಉಪಚಾರಕ್ಕೆ ಇಷ್ಟೆಲ್ಲ ಸಿದ್ಧತೆಗಳು. ಆದರೆ ಮನೆಯಲ್ಲಿ, ಮನೆಯವರಿಗಾಗಿ ಇಷ್ಟೊಂದು ಮುತುವರ್ಜಿ ವಹಿಸುತ್ತಿರಲಿಲ್ಲ ಆಕೆ.

"ರಾತ್ರಿಗೆ ಹೊರಟುಬಿಡ್ತೀನಿ" ತುಸು ಒರಟಾಗಿಯೇ ಹೇಳಿದ. ವಿನುತಮ್ಮ ಸ್ವರ ಎತ್ತುವ ಮೊದಲೇ ಜಾಗ ಖಾಲಿ ಮಾಡಿದ.

ಬೇರೆಯವರಿಗೆ ಸಿಗುವಷ್ಟು ಉಪಚಾರ ಮನೆ ಮಕ್ಕಳಿಗೆ ಸಿಗುತ್ತಿರಲಿಲ್ಲ. ಅದಕ್ಕಾಗಿಯೇ ಎಲ್ಲರೂ ಅಡ್ಡದಾರಿ ಹಿಡಿದಿದ್ದರು. ಬಂಧನ ಕಡಿದೊಗೆದ ಜನ ಮುರುಕು ಮನೆಯಲ್ಲಿ ಗದ್ದಲ ಮಾಡುತ್ತಾ ನಡೆಸುವ ದಿನಚರಿಯಾಗಿತ್ತು.

ನೈಟ್ ಸರ್ವಿಸ್ ಹಿಡಿದು ಹೊರಟೇಬಿಟ್ಟ. ಪದ್ಮಿನಿ ಹೊರಟು ನಿಂತಾಗ ರಾಗ ಎಳೆದಳು.

"ನಾನು ಮಮ್ಮಿನ ನೋಡ್ಬೇಕೂ."

ತಕ್ಷಣ ಯೋಚಿಸದೆ ಅವಳ ಕೈಯಲ್ಲಿ ನೋಟಿನ ಪುಡಿಕೆ ತುರುಕಿ ಹೋಗಿ ಬರುವಂತೆ ಕಣ್ಣಿನಲ್ಲಿಯೇ ಹೇಳಿದ್ದ.

ನಾಲ್ಕು ದಿನ ರಜ ಹಾಕಿ ಹೋಗಿದ್ದ ವೇಣು ಮಾರನೆ ದಿನ ಪ್ರತ್ಯಕ್ಷನಾದಾಗ ಪ್ರಭಾಕರ್ ಹುಬ್ಬೇರಿಸಿದ. ಆದರೆ ಕೇಳುವುದು ಬೇಡವೆನಿಸಿದಾಗ ಸುಮ್ಮನಾದ.

"ಈ ಪರಿಸರ ನಂಗಿಷ್ಟ" ಭ್ರಮೆಗೆ ಒಳಗಾದವನಂತೆ ನುಡಿದ.

ರಾಕ್ಷಸ ಯಂತ್ರ ಭಯಂಕರ ಸದ್ದಿನಲ್ಲಿ ಅವನ ಮಾತುಗಳನ್ನ ನುಂಗಿ ಹಾಕಿತು. ಪ್ರಭಾಕರ ಮೌನವಹಿಸಿದ.

ವೇಣು ದಿನಚರಿಯಲ್ಲಿ ಅಪಾರ ಬದಲಾವಣೆಯಾಯಿತು. ಅಡಿಗೆ, ಬೆಳಗಿನ ಉಪಾಹಾರವನ್ನು ತಾನೇ ಮಾಡುತ್ತಿದ್ದ. ಕೆಲಸದಲ್ಲೂ ಕೂಡ ಉತ್ಸಾಹವಹಿಸಿದ.

ಮಧ್ಯಾಹ್ನ ಪ್ರಭಾಕರ ಮನೆಗೆ ಹೊರಟು ನಿಂತಾಗ ತಲೆಯ ಮೇಲಿನ ಹ್ಯಾಟನ್ನು ಪ್ರಭಾಕರನ ತಲೆಯ ಮೇಲಿಟ್ಟು "ಫಸ್ಟ್ ಕ್ಲಾಸ್ ಅಡ್ಗೇ" ಕಣ್ಣು ಮಿಟುಕಿಸಿ ನಕ್ಕ.

"ನನ್ದೇನು ಅಭ್ಯಂತರವಿಲ್ಲ." ಕೈಯೆತ್ತಿ ಹೇಳಿದ. ಆದರೆ ಕಣ್ಣುಗಳು ಕಿರಿದಾದವು. ತುಟಿ ಕಚ್ಚಿ ಯೋಚಿಸಿದ. ಇವನು ಮನೆಗೆ ಹೋಗೋವರೆಗೂ ಸರಳ ಊಟ ಮಾಡಲಾರಳು "ಸರಳ ಕಾಯ್ತಾ ಇರ್ತಾಳೆ" ಕೈ ಅಗಲಿಸಿ ಬೆರಳುಗಳನ್ನು ಒಂದೊಂದಾಗಿ ಮಡಿಸಿದ.

"ಯಾರ ಕೈಯಲ್ಲಾದ್ರೂ ಹೇಳಿ ಕಳ್ಸಬಹುದ್ದು!"

ಪ್ರಭಾಕರ ತುಟಿ ಎರಡು ಮಾಡದೆ ಅವನ ಜೊತೆ ಬಂದ. ಆದರೆ ಊಟಕ್ಕೆ ಕೂರಲು ಮನಸ್ಸಾಗಲಿಲ್ಲ. ಒಂಟೊಂಟಿಯಾಗಿ ಕೂತು ಊಟ ಮಾಡಿಯೇ ಆ ಮನೆಯಲ್ಲಿ ಯಾರಿಗೂ ಅಭ್ಯಾಸವಿಲ್ಲ. ತಮ್ಮ ಮೆಡಿಕಲ್, ಇವಳು ಎಂ.ಎ.ಗೆ ಸೇರಿದ ಮೇಲೆ ಒಂದು ತರಹ ಬೋರೆನಿಸಿತ್ತು. ಆದರೆ ಇದ್ದಿದ್ದರಲ್ಲೇ ಕೈಹಿಡಿದ ಮಡದಿ ಸಮಾಧಾನ ತಂದಿದ್ದಳು. ಆದರೂ ಅವರುಗಳನ್ನು ತುಂಬಿಕೊಡಲು ಸಾಧ್ಯವಿರಲಿಲ್ಲ.

"ವೇಣು, ಒಂದ್ಗಳಿಗೆ ಕ್ವಾರ್ಟರ್ಸ್‌ಗೆ ಹೋಗಿ ಬಂದ್ಬಿಡ್ಲಾ?" ಅವನ ಪೇಚಾಟ ನೋಡಿ ವೇಣುಗೆ ನಗುಬಂತು. "ಸರಳ ಇನ್ನು ಮಗುನಾ? ಕಲ್ಸಿ ತಿನ್ಸಿ... ಬರ್ಬೇಕಾ!"

"ಕಲ್ಸಿ ತಿನ್ನಿಸದಿದ್ರೂ... ತಿನ್ನೋವಾಗ ಎದುರಿನಲ್ಲಿರಬೇಕು!" ಹಸನ್ಮುಖನಾಗಿ ಹೇಳಿದ.

"ಈಗೊಂದು ಕೆಲ್ಸ ಮಾಡೋಣ; ಸರಳನ ಇಲ್ಲಿಗೆ ಕರ್ಕೊಂಡ್ಬಂದ್ಬಿಡು. ನನ್ನ ನಳಪಾಕ ಅವ್ರು ಕೂಡ ರುಚಿ ನೋಡ್ಲಿ."

ಪ್ರಭಾಕರ ಹಗುರ ಮನಸ್ಸಿನಿಂದ ಹೋಗಿ ಸರಳನ ಕರೆದುಕೊಂಡು ಬಂದ.

ಪದ್ಮಿನಿ ಇಲ್ಲದ ಮನೆಗೆ ಬರುವುದು ಸರಳಲಿಗೇನು ಸಂಕೋಚವೆನಿಸಲಿಲ್ಲ. ಆದರೂ ಒಂದು ರೀತಿಯ ಮುಜುಗರ.

"ಪದ್ಮಿನಿನ ಕರ್ಕೊಂಡ್ಬನ್ನಿ. ನೀವುಗಳು ಇಲ್ಲದಿದ್ದಾಗ ನಾವುಗಳಾದ್ರೂ ಜೊತೆಯಾಗಿರ್ಬಹ್ದು!"

ವೇಣು ತುಟಿಯಂಚಿನಲ್ಲಿ ನೋವಿನ ನಗೆ ಮಿನುಗಿತು. ಆಸೆ, ಆಕಾಂಕ್ಷೆಗಳೆಲ್ಲ ಗಾಳಿಗೆ ತೂರಿಹೋಗಿತ್ತು. ಆದರೂ ಬದುಕಿಗೆ ಅರ್ಥ ಹುಡುಕುವ ಪ್ರಯತ್ನ ಮಾಡುತ್ತಿದ್ದ.

"ಬರಬೋದು" ಎತ್ತಲೋ ನೋಡುತ್ತ ಹೇಳಿದಾಗ ಸರಳಳ ಕಣ್ಣುಗಳು ಮಿನುಗಿದವು. "ಯಾವಾಗ್ಬರ್ತಾರೆ?" ಸ್ವರದಲ್ಲಿ ಉತ್ಸಾಹವಿತ್ತು.

"ಗೊತ್ತಿಲ್ಲ" ಚುಟುಕಾಗಿ ನುಡಿದು ಒಳಗೆ ಹೋದ.

ಪ್ರಭಾಕರ ಆ ಪ್ರಸ್ತಾಪವೆತ್ತಬೇಡವೆಂದು ಸರಳಳಿಗೆ ಕಣ್ಣಿನಲ್ಲಿಯೇ ಸನ್ನೆ ಮಾಡಿದ. ಅವಳು ತೆಪ್ಪಗಾದಳು. ತಾನು ಕೇಳಿದ್ದು ಅನುಚಿತವೇ? ತನ್ನಲ್ಲೇ ಪ್ರಶ್ನಿಸಿಕೊಂಡಳು.

ಅಡಿಗೆಯ ಮನೆಗೆ ಬಂದ ಸರಳ ಅವನ ಅಚ್ಚುಕಟ್ಟುತನ ನೋಡಿ ಮೂಗಿನ ಮೇಲೆ ಬೆರಳಿಟ್ಟಳು. ಪದ್ಮಿನಿ ಇದ್ದಾಗಲೂ ಇಂತಹ ವ್ಯವಸ್ಥಿತ ವಾತಾವರಣವಿರಲಿಲ್ಲ.

"ಪ್ರಭಣ್ಣ..." ಬಾಗಿಲಿಗೆ ಒರಗಿ ಕೂಗಿದಾಗ ಪೇಪರ್ ಹಿಡಿದ ಅವನು ಎದ್ದು ಬಂದ. ಕಣ್ಣಿನಲ್ಲೇ ಸನ್ನೆ ಮಾಡಿ ತೋರಿಸಿದಾಗ ಕಣ್ಣರಳಿಸಿದ. ಕೈ ಬಾಗಿಲನ್ನ ಸವರಿತು. ಕಣ್ಣುಗಳಲ್ಲಿ ಮೆಚ್ಚಿಗೆ ಇಣಕಿತು. "ಗುಡ್..." ಎಂದು ಉದ್ಗರಿಸಿದ.

ಆದರೆ ಇದರ ಹಿಂದೆ ಇರುವ ತಳಮಳ ಅವರಿಗೆ ಗೊತ್ತಿಲ್ಲ. ವೇಣು ಮನವನ್ನ ಸಮತೋಲನ ಸ್ಥಿತಿಯಲ್ಲಿಡಲು ಏನಾದರೂ ಹಚ್ಚಿಕೊಂಡು ಕೆಲಸ ಮಾಡುತ್ತಿದ್ದ. ಏಕಾಂತದಲ್ಲಿ ಕೂತರೆ ಭೂತಬಂಗಲೆ ಹೊಕ್ಕಂತಾಗುತ್ತಿತ್ತು. ತಲೆಯ ನರಗಳು ಪಟಪಟ ಎನ್ನಲು ಶುರುವಾಗುತ್ತಿತ್ತು.

"ಯಾಕೆ... ನಿಂತ್ಬಿಟ್ರಿ?" ನಗುತ್ತಲೇ ಹುಬ್ಬೇರಿಸಿದ.

ಪ್ರಭಾಕರ ಅವನ ಬೆನ್ನನ್ನು ತಟ್ಟಿ ಕಣ್ಣುಗಳಲ್ಲಿ ಹೇಳಿದಾಗ ವೇಣು ಮುಖ ಮಂಕಾಯಿತು. ವಿಷಣ್ಣತೆಯ ನಗು ಬೀರಿದ.

ಮಾರನೇ ದಿನ ಟೆಲಿಗ್ರಾಂ ಬಂದಾಗ ಪ್ರಭಾಕರ ಮಡದಿಯ ತವರಿಗೆ ಹೊರಡಬೇಕಾಯಿತು. ಜೊತೆಯಲ್ಲಿ ಸರಳನ ಕರೆದೊಯ್ದು ಬಿಡುವ ಬಗ್ಗೆ ಯೋಚಿಸಿದ.

"ಸರಳ, ನೀನು ಹೊರಡು" ಅವನೆದೆ ಏರಿಳಿದಾಗ ಮುಖದ ಗಾಬರಿಯನ್ನ ಓದಿಕೊಂಡಳು. "ಮನೆಯಲ್ಲಿ..." ಅವನ ಹಣೆಯ ಮೇಲೆ ಗೆರೆಗಳು ಮೂಡಿದವು.

"ನಾನಿರ್ತೀನಿ ಹೋಗ್ಬಾ...." ಆ ಸಮಯದಲ್ಲಿ ತಂಗಿಯ ಸೂಚನೆ ಒಪ್ಪಿಕೊಳ್ಳಲೇಬೇಕಿತ್ತು.

ಕ್ವಾರ್ಟರ್ಸ್‌ಗಳಲ್ಲಿ ಆಗಾಗ ಕಳ್ಳತನಗಳು ಇದ್ದಿದ್ದೇ. ಜನ ಊರಿನಲ್ಲಿಲ್ಲವೆಂದರೆ

ಕಳ್ಳತನಕ್ಕೆ ಸಜ್ಜಾಗಿಬಿಡುತ್ತಿದ್ದರು.

ಅರ್ಜೆಂಟಾಗಿ ವೇಣುಗೆ ಹೇಳಿಕಳಿಸಿದ. ಬೇರೆ ಸ್ಟಾಫ್ ಇದ್ದರೂ ವೇಣುವಿನ ಮೇಲಿದ್ದ ಆತ್ಮೀಯತೆ, ಸ್ನೇಹ ಬೇರೆಯವರಲ್ಲಿ ಇರಲಿಲ್ಲ.

ಹಣೆಯ ಮೇಲಿನ ಬೆವರನ್ನೊತ್ತುತ್ತಲೇ ವೇಣು ಬಂದ. ಅವನ ಮುಖದ ಗಾಬರಿ ಒಡೆದು ಕಾಣುತ್ತಿತ್ತು.

"ಟೆಲಿಗ್ರಾಂ ಬಂದಿದೆ. ನಾನು ಹೋಗ್ಬೇಕೂ, ಮನೆ ಕಡೆ ನೋಡ್ಕೋ" ಅಷ್ಟು ಹೇಳಿದವನೇ ಹೊರಗೆ ನಡೆದ.

ವೇಣು ಕಾದು ಅವನನ್ನ ಬಸ್ಸು ಹತ್ತಿಸಿ ಬಂದ. ರಾತ್ರಿ ಊಟ ಮುಗಿಸಿದವನೇ ಟಾರ್ಚ್ ಹಿಡಿದು ಹೊರಟ. ಡ್ರೈವರ್‌ಗೆ ತನ್ನ ಕಾರ್ಟರ್ಸ್‌ನಲ್ಲಿ ಮಲಗಲು ಹೇಳಿದ್ದ.

ಅವನು ಬಂದಾಗ ಸರಳ ನಿಟ್ಟಿಂಗ್ ಕಡ್ಡಿಗಳನ್ನ ಹಿಡಿದಿದ್ದಳು. ಬೆರಳು ಚುರುಕಾಗಿ ಕೆಲಸ ಮಾಡುತ್ತಿದ್ದವು. ಕಣ್ಣರಳಿಸಿದ. ಎಂ.ಎ. ಕಲಿತ ಹೆಣ್ಣಿಗೆ ಪ್ರತಿಯೊಂದು ಕೆಲಸದಲ್ಲೂ ಉತ್ಸಾಹ.

ನೀಡಿದ್ದ ಕಾಲುಗಳನ್ನ ತಕ್ಷಣ ಎಳೆದುಕೊಂಡಳು. ಮುಖ ಮೇಲೆತ್ತಿ ನಸುನಕ್ಕಳು. "ಊಟ ಮಾಡ್ಕೊಂಡು ಬಂದ್ರಾ?" ಮೆಲುವಾಗಿ ಪ್ರಶ್ನಿಸಿದಾಗ ಹೌದೆನ್ನುವಂತೆ ತಲೆಯಾಡಿಸಿ ಸೋಫಾ ಮೇಲೆ ಮೈಚೆಲ್ಲಿದ.

ಉಂಡೆಗೆ ಉಲ್ಲನ್ ಸುತ್ತಿ ಎತ್ತಿಟ್ಟಳು.

"ನಮ್ಮ ಪಾಪುಗೆ ಸ್ವೆಟರ್!" ಅವಳ ಕಣ್ಣುಗಳು ಮಿನುಗಿದಾಗ ವೇಣುಗೆ ಇಣಕಿ ನೋಡಬೇಕೆನಿಸಿತು.

"ನಾನೊಬ್ಳೇ ಊಟ ಮಾಡ್ಬೇಕೂ..." ಬೇಸರ ಮುಖದಲ್ಲಿ ಇಣಕಿತು. ಅವಳ ಕಣ್ಣಾಲಿಗಳು ತುಂಬಿಬಂದವು. ಬಲವಂತದಿಂದ ಉಗುಳನ್ನು ನುಂಗಿ ಎದ್ದುಹೋದಳು.

ವೇಣು ಅವಳು ಹೋದತ್ತಲೇ ನೋಡಿದ. ಅವನಿಗೂ ತಂಗಿ ಇದ್ದಳು. ತಿಂದು ತಿರುಗಿ ಅಲೆದಾಡುವುದು ಮಾತ್ರ ಅವಳ ಕೆಲಸವಾಗಿತ್ತು. ಫ್ರೆಂಡ್ಸ್ ವಿಪರೀತ, ಸಿನಿಮಾ, ಪಿಕ್‌ನಿಕ್–ಮೂರು ಹೊತ್ತೂ ಅಲೆದಾಟ. ಮನೆಯವರನ್ನ ಹಚ್ಚಿಕೊಂಡೇ ಇರಲಿಲ್ಲ. ನೆನಪುಗಳು ಅವನೆದೆಯನ್ನ ಭಾರವಾಗಿಸಿತ್ತು. ಉಸಿರನ್ನು ಹೊರದಬ್ಬಿದ.

"ಈ ಹಾಲಾದ್ರೂ ಕುಡೀರಿ". ಹಾಲಿನ ಲೋಟದತ್ತ ನೋಡಿದ. ತುಂಬಿದ ಲೋಟ, ಅವನು ಕುಡಿದು ಬಂದಿದ್ದ ಆದರೆ ಬೇಡವೆಂದು ಹೇಳಲು ಮನಸ್ಸಾಗಲಿಲ್ಲ. ಅನುಮಾನಿಸಿದ. "ಈಗ ಕುಡ್ದು ಬಂದೆ ನೀವು ಬೇಜಾರು ಮಾಡ್ಕೊಳ್ಳೋ ಹಾಗಿದ್ರೆ ಮತ್ತೆ ಕುಡ್ದುಬಿಡ್ತೀನಿ." ಸರಳ ಫಕಫಕನೆ ನಕ್ಕುಬಿಟ್ಟಳು. ನಿರ್ಮಲ ಮನದ ಸುಂದರ ನಗೆ ಮುಖದ ಮೇಲಿಂದ ತಕ್ಷಣಕ್ಕೆ ಅಳಿಸಿ ಹೋಗಲಿಲ್ಲ.

ಲೋಟ ಹಿಡಿದು ಒಳಗೆ ಹೋದಳು. ತಟ್ಟೆಗೆ ಬಡಿಸಿಕೊಂಡಳು. ಬೆರಳುಗಳು ಅನ್ನದೊಂದಿಗೆ ಆಡುತ್ತಿತ್ತೇ ವಿನಃ ಮೇಲಕ್ಕೆ ಏಳಲಿಲ್ಲ. ಸೋದರಮಾವನ ಮನೆಯಲ್ಲೂ ನಾಲ್ಕಾರು ಮಂದಿ ಇದ್ದರು. ಈ ಏಕಾಂಗಿತನ ಎಂದೂ ಅವಳನ್ನು ಬಾಧಿಸಿರಲಿಲ್ಲ.

"ಬರೀ ಅನ್ನ ಕೆದಕಿದ್ರೆ ಹೊಟ್ಟೆ ತುಂಬುತ್ತಾ?" ಮುಖ ಮೇಲೆತ್ತಿದಳು. "ನಾನಿಲ್ಲೇ ಕೂತ್ಕೋತೀನಿ, ಊಟ ಮಾಡಿ." ಬರೀ ನೆಲದ ಮೇಲೆನೇ ವೇಣು ಕೂತ. ಆ ಮನೆಯ ಪ್ರತಿ ವ್ಯಕ್ತಿಯ ತುಂಬು ಅಂತಃಕರಣವನ್ನ ಅವನು ಬಲ್ಲ.

ತನ್ನ ಕಾಲೇಜು ಜೀವನದ ಕೆಲವು ಜೋಕ್‌ಗಳನ್ನು ಹೇಳುತ್ತಾ ತಟ್ಟೆ ಖಾಲಿ ಆಗುವುದನ್ನ ಗಮನಿಸಿದ. ಅವನಿಗೆ ಒಂದು ರೀತಿಯ ಸಮಾಧಾನವಾಯಿತು.

"ತುಂಬನೇ ಊಟ ಮಾಡ್ದೇ" ಮೊಸರನ್ನ ಅಂಟಿದ ಬೆರಳನ್ನ ನೆಕ್ಕಿ ತಟ್ಟೆಯನ್ನ ತೊಳೆಯಲು ಎತ್ತಿಕೊಂಡು ಹೋದಳು.

ಆ ಎರಡು ದಿನಾನೂ ವೇಣು ಅಲ್ಲಿಯೇ ಮಲಗುತ್ತಿದ್ದ. ಪ್ರಭಾಕರನ ಮಂಚದ ಮೇಲೆ ಅವನಿಗೆ ಹಾಸಿಗೆ ಬಿಡಿಸಿಕೊಟ್ಟು, ಸರಳ ತಾನು ಹಾಲ್‌ನಲ್ಲಿ ಹಾಸಿಗೆ ಬಿಡಿಸಿಕೊಂಡು ನಿಶ್ಚಿಂತೆಯಿಂದ ಮಲಗುತ್ತಿದ್ದಳು. ಯಾವ ಯೋಚನೆಗಳೂ ಅವಳನ್ನ ಮುತ್ತಿ ಘಾಸಿಗೊಳಿಸಿದ್ದೇ ಇಲ್ಲ.

ಪ್ರಭಾಕರ ಬಂದಾಗ ಸ್ವಲ್ಪ ಆಯಾಸಗೊಂಡಂತೆ ಕಂಡರೂ ಹರ್ಷಚಿತ್ತನಾಗಿದ್ದ.

"ಗಂಡು ಮಗು" ಅಸ್ತವ್ಯಸ್ತವಾದ ಕೂದಲನ್ನು ಬೆರಳುಗಳಿಂದ ಸರಿಪಡಿಸಿಕೊಂಡಾಗ ವೇಣು ಮುಂದಕ್ಕೆ ಬಗ್ಗಿ ಕೈಕುಲುಕಿದ "ಕಂಗ್ರಾಟ್ಸ್."

"ಆರೋಗ್ಯವಾಗಿದ್ದಾಳೆ. ಮತ್ತೇನೂ ತೊಂದರೆ ಇಲ್ಲ" ತಲೆಯ ಮೇಲಿನ ದೊಡ್ಡ ಭಾರವನ್ನ ಇಳಿಸಿಕೊಂಡಂತೆ ನುಡಿದ.

ವೇಣು ದಿನಚರಿಯಲ್ಲಿ ಯಾವ ಬದಲಾವಣೆಯೂ ಇರಲಿಲ್ಲ. ಪತ್ರ ಬರೆಯಬಹುದು ಎಂದು ಆಸೆಯ ಕಣ್ಣುಗಳಿಂದ ಕಾದ. ಆಮೇಲೆ ನಿರ್ಲಿಪ್ತನಾಗಿದ್ದ. ತಾನು ಬರೆಯಬೇಕೆಂದುಕೊಂಡಾಗ ಸ್ವಾಭಿಮಾನ ಉಕ್ಕಿತು. ಕೋಪದಿಂದ ಮುಖ ಕೆಂಪಾಯಿತು.

ಆ ದಿನ ನಸುಕಿನಲ್ಲಿ ಹಾಲಿನವನು ಇರಬೇಕೆಂದು ಬಾಗಿಲು ತೆರೆದಾಗ ಪದ್ಮಿನಿ ಅಣ್ಣನೊಂದಿಗೆ ನಿಂತಿದ್ದಳು. ಅವಳ ಮುಖದ ಮೇಲೆ ಯಾವ ಉತ್ಸಾಹವೂ ಇರಲಿಲ್ಲ. ಪೆಚ್ಚಾಗಿ ಕಂಡಳು.

"ನಿಮಗ್ಯಾಕೆ ತೊಂದರೆ ಕೊಡ್ಬೇಕೂಂತ... ನಾನೇ ಕರ್ಕೊಂಡ್ಬಂದೆ" ಎಂದಾಗ ಬಾಗಿಲಿನಿಂದ ದೂರ ಸರಿದ. ಕಣ್ಣುಗಳು ಕಿರಿದಾದವು. ಚೆನ್ನಾಗಿ ನಿಂತು "ತುಂಬ ಸಂತೋಷ" ಎಂದ.

ಅವನೆದೆಯಲ್ಲಿ ಅವಲಕ್ಕಿ ಕುಟ್ಟಿದಂತಾಯಿತು. ಇವಳ ಎದೆಯಲ್ಲಿನ ಭಾವನೆಗಳು ಸತ್ತುಹೋಗಿದೆಯೇ? ತುಟಿಗಳು ಬಿಗಿದುಕೊಂಡವು.

"ನಂಗೆ ಸುತರಾಂ ರಜಾ ಇಲ್ಲ. ಈಗ್ಲೇ ಹೊರಟ್ಬಿಡ್ಬೇಕೂ... ಒಂದು ಲಾರಿ ಹೊರಟು ನಿಂತಿದೆ, ಮೆಲುವಾಗಿ ಯಾಚನೆಯ ದನಿಯಲ್ಲಿ ಹೇಳಿದಾಗ ಅವನತ್ತ ತಿರುಗಿದ. ನಾಲಿಗೆ ಹೊರಳಿಸಲು ಪ್ರಯತ್ನಿಸಿದ. ಎತ್ತಲೋ ನೋಡುತ್ತ ನಿಂತಿದ್ದ ಪದ್ಮಿನಿಯನ್ನ ನೋಡಿ ಹಲ್ಲುಗಳನ್ನು ಕಚ್ಚಿ ಹಿಡಿದ."

"ನಾಳೆ ಹೋಗ್ಬಹುದಿತ್ತು!?" ಔಪಚಾರಿಕವಾಗಿ ಹೇಳಿದ.

ಹೊರಟು ನಿಂತಾಗ ತಡೆಯಲಿಲ್ಲ. ಅಷ್ಟು ದೂರ ಹೋಗಿ ಕಳಿಸಿ ಬರುವ ಮನಸ್ಸು ಕೂಡ ಮಾಡಲಿಲ್ಲ.

"ನಾನ್ಬಂದಿದ್ದು ಇಷ್ಟವಾಗಲಿಲ್ವಾ?" ನಿಧಾನವಾಗಿ ಕೇಳಿದಾಗ ನಕ್ಕುಬಿಟ್ಟ. "ಹಾಗಂದ್ರೆ ಮತ್ತೆ ಹೋಗೋಕೆ ತಯಾರಾಗಿದ್ದೀಯಾ!" ಸ್ವರ ಬಿರುಸಾಯಿತು. ಪದ್ಮಿನಿ ಮುಖ ಉಮ್ಮಿಸಿ ಕೋಣೆಯತ್ತ ನಡೆದಳು.

ಅಲ್ಲಿರುವ ಪ್ರತಿಯೊಂದು ವಸ್ತುವನ್ನೂ ಚೆಲ್ಲಾಡಬೇಕೆನಿಸಿತು. ಅತೃಪ್ತಭಾವ ಕಂಡಿತು. ಕಾಲೇಜಿನಲ್ಲಿ ಅವಳಿಗೆ ಬರೆದು ವಿಶ್ವಾಸಗಳಿಸಿದ್ದ ರಘು ಮತ್ತೆ ಭೇಟಿಯಾದಾಗ "ಇಡೀ ಚಲನಚಿತ್ರ ರಂಗದ ಪ್ರಿನ್ಸೆಸ್ ಆಗಬಲ್ಲೆ" ಎಂದು ಉಸುರಿ ಇವಳನ್ನ ಮುಗಿಲಿಗೇರಿಸಿದ್ದ. ಅಲ್ಲಿಂದ ಕೆಳಗಿಳಿಯದೇ ಅಲ್ಲೇ ಹಾರಾಡತೊಡಗಿದ್ದಳು.

ಅಡಿಗೆಯ ಮನೆಗೆ ಬಂದಾಗ ಹೀಟರ್ ಮೇಲಿದ್ದ ನೀರು ಪೂರ್ತಿಯಾಗಿ ಕುದಿದು ಆವಿಯಾಗಿ ಹೋಗಿತ್ತು. ಕೆಂಪಗೆ ಹೊಳೆಯುತ್ತಿದ್ದ ಪಾತ್ರೆಯ ತಳವನ್ನು ನೋಡಿದ 'ಜೀವನ ಕೂಡ ಇಷ್ಟೆ!' ಎಂದುಕೊಂಡ.

ಸ್ವಿಚ್ ಆರಿಸಿ ಒಳಗೆ ಬಂದ. ಪದ್ಮಿನಿಯ ನೆನಪು ಬಂದಾಗ ರಾತ್ರಿಯೆಲ್ಲ ಪ್ರಯಾಣ ಮಾಡಿ ದಣಿದಿರಬಹುದು – ಕೋಣೆಗೆ ಬಂದ. ನಿಶ್ಚಿಂತೆಯಾಗಿ ಹಾಸಿಗೆಯ ಮೇಲೆ ಮೈ ಚೆಲ್ಲಿ ಕನಸು ಕಾಣುತ್ತಿದ್ದಳು.

"ಮೊದ್ಲು ಸ್ನಾನ ಮಾಡು" ಪಕ್ಕದಲ್ಲಿ ಕೂತ, ಉಗುರುಗಳ ಬಣ್ಣ ಸ್ವಲ್ಪವೂ ಮಾಸಿರಲಿಲ್ಲ. ತುಟಿಯಂಚಿನಲ್ಲಿ ಕಿರುನಗು ಮಿನುಗಿತು. "ಏಯ್... ಪದ್ಮಿನಿ..." ಕೈಯನ್ನ ಸ್ವಲ್ಪ ಒರಟಾಗಿಯೇ ಹಿಡಿದ. ಮೈ ಬಿಸಿಯಾಯಿತು. ಅವನ ಕೊರಳಿಗೆ ಮುಗಿಬಿದ್ದಾಗ ಕೆನ್ನೆ ಸವರಿ ಮೆಲ್ಲಗೆ ಎದ್ದುಹೋದ.

ದಾರಿಯುದ್ದಕ್ಕೂ ಬಸ್ಸಿನಲ್ಲಿ ಅಣ್ಣ ಛೀಮಾರಿ ಹಾಕಿ ಬುದ್ಧಿ ಹೇಳಿದ್ದ. 'ಎಚ್ಚರ ಇರ್ಲಿ! ನಿನ್ನ ಮದ್ವೆಗೆ ಐವತ್ತು ಸಾವಿರ ಖರ್ಚು ಮಾಡಿರೋದು ನಿನ್ನ ಮನೆಯಲ್ಲಿ ತಂದು ಕೂಡ್ಸಿಕೊಳ್ಳೋಕಲ್ಲ! ವೇಣು ಮನಸ್ಸಿಗೆ ಬೇಜಾರು ಆಗ್ದಂಗೆ ಸಂಸಾರ ಮಾಡಿಕೊಂಡಿರು' ಮುಖ ಕೆಂಪಗೆ ಮಾಡಿಕೊಂಡು ಹೇಳಿದ್ದ.

ಬಟ್ಟೆ ತಗೊಂಡು ಸ್ನಾನದ ಮನೆ ಹೊಕ್ಕಾಗ ನೀರು ಹದವಾಗಿ ಕಾದಿತ್ತು. ಸ್ನಾನ ಮುಗಿಸಿ ಹೊರಗೆ ಬಂದಳು. ವೇಣು ಪೇಪರ್ ಓದುತ್ತ ಕೂತಿದ್ದ. ವಾರೆಗಣ್ಣಿಂದ ಇವಳತ್ತ ನೋಡಿದರೂ ನೋಡದವನಂತೆ ಪೇಪರಿನಲ್ಲಿಯೇ ನೋಟ ನೆಟ್ಟ ನಾಟಕವಾಡಿದ.

"ವೇಣು..." ಸ್ವರಕ್ಕೆ ತಲೆಯೆತ್ತಿದ. ಕೈಯಲ್ಲಿ ಸ್ಟೀಲ್ ಡಬ್ಬಿ ಹಿಡಿದ ಪ್ರಭಾಕರ್ ಒಳಗೆ ಬಂದ. ಉತ್ಸಾಹದಿಂದ ಸದಾ ಮಿನುಗುವ ಮುಖದತ್ತ ನೋಡಿದ. "ಯಾಕೆ ಹಾಗೆ ನೋಡ್ತೀಯಾ! ನನ್ಮುಖದಲ್ಲೇನಾದ್ರೂ ಪದ್ಮಿನಿಯವ್ರನ್ನ ಕಂಡ್ಯಾ?" ವೇಣು ಕೈಯಲ್ಲಿದ್ದ ಪೇಪರನ್ನು ಟೀಪಾಯಿ ಮೇಲೆ ಹಾಕಿದ. "ಇದು ನಿಜಕ್ಕೂ ಒಳ್ಳೇದಲ್ಲ.

ಮೊದ್ಲು ಶ್ರೀಮತಿಯವ್ರನ್ನ ಬರಮಾಡ್ಕೋ!"

ವೇಣು ಪ್ರಭಾಕರನ ಮಾತಿಗೆ ಜೋರಾಗಿ ನಕ್ಕಾಗ ಅವನ ಕಣ್ಣುಗಳಲ್ಲಿ ಗಾಬರಿ ನಟಿಸಿದ.

ವೇಣು ಅವನ ಕೈಯನ್ನ ಹಿಡಿದು ಮೆಲ್ಲಗೆ ಬಗ್ಗಿದ "ಗಾಬ್ರೀನು ಅವಕಾಶವಿಲ್ಲ. ಶ್ರೀಮತಿಯವ್ರು ಆಗಮಿಸಿದ್ದಾರೆ" ಎಂದಾಗ ಪ್ರಭಾಕರನ ಹುಬ್ಬೇರಿತು. ಎದೆಯ ಮೇಲಿನ ಭಾರ ಇಳಿದಂತಾಯಿತು. ಆಕಾಶದ ಕಡೆ ಕೈಮಾಡಿ ಎರಡು ಕೈ ಜೋಡಿಸಿದ.

"ಪದ್ಮಿನಿ, ಕಾಫಿ, ತಗೊಂಡ್ಬಾ" ತಿಂಡಿ ಡಬ್ಬಿಯನ್ನು ಕೈಯಲ್ಲಿಡಿದು ನೋಡಿದ, ಬಿಸಿಯಾಗಿತ್ತು. ವೇಣು ಕಣ್ಣುಗಳು ಕಿರಿದಾಯಿತು.

ಪ್ರಭಾಕರನ ಮನೆಯ ಆರ್ಥಿಕ ಚಿತ್ರದ ಪೂರ್ಣ ಪರಿಚಯವಿತ್ತು. ಎಲ್ಲಾ ಖರ್ಚುಗಳನ್ನ ಬರೋ ಸಂಬಳ, ತಂದೆಯ ಪೆನ್‌ಷನ್‌ನಲ್ಲಿ ತೂಗಿಸಬೇಕಿತ್ತು. ಎಂಥ ಸಂದರ್ಭದಲ್ಲಿಯೂ ತಲೆ ಕೆಡಿಸಿಕೊಳ್ಳುತ್ತಿರಲಿಲ್ಲ. ಈಗ ಇವನ ಊಟ, ತಿಂಡಿಗಳನ್ನ ಅವನೇ ನೋಡಿಕೊಳ್ಳುತ್ತಿದ್ದ. ನಿಷ್ಠೂರವಾಗಿ ಹೇಳಿದರೂ ಕೇಳಿರಲಿಲ್ಲ. ಅಡಿಗೆ, ತಿಂಡಿ ಮಾಡಿಕೊಳ್ಳುತ್ತಿದ್ದ ವೇಣುವನ್ನು ತಪ್ಪಿಸಿದ್ದ.

"ನಂಗೆ ಸಂಕೋಚವಾಗುತ್ತೆ, ದಯವಿಟ್ಟು ಅರ್ಥಮಾಡ್ಕೊ." ಮುಖ ಗಂಟಾಕಿ ಬೇಸರದಿಂದ ಹೇಳಿದಾಗಲೂ ನಕ್ಕುಬಿಟ್ಟಿದ್ದ. "ವೇಣು, ನಿಂಗೋಸ್ಕರ ಬೇರೆ ಶ್ರಮ ತಗೊಳ್ಳೋಲ್ಲ! ಮೆಡಿಕಲ್ ಓದೋ ಪಾರ್ಥ ಇಲ್ಲೇ ಇದ್ದಾನೆ ಅನ್ನೋ ಸಮಾಧಾನ!" ಅವನ ಕಣ್ಣುಗಳಲ್ಲಿ ಹೊಸ ಬೆಳಕನ್ನು ಕಂಡಿದ್ದ. ಮತ್ತೆ ಏನಾದರೂ ಹೇಳಲು ಹೋಗಿರಲಿಲ್ಲ.

"ನಾಳೆಯಿಂದ ನೀವಿಬ್ರೂ ಇಲ್ಲಿಗೇ ಊಟ, ತಿಂಡಿಗೆ ಬರ್ಬೇಕೂ" ವೇಣು ದೃಢವಾಗಿ ಹೇಳಿದಾಗ ಹಗುರವಾಗಿ ನಕ್ಕುಬಿಟ್ಟ. "ಸರಳ ಇಲ್ಲದಿದ್ರೆ ನಾನು ಅದೇ ಮಾಡ್ತಾ ಇದ್ದೆ. ಎಕ್ಸ್‌ಕ್ಯೂಜ್‌ಮಿ" ಮೃದುವಾಗಿ ಅವನ ಕೈ ಒತ್ತಿದ.

ಪದ್ಮಿನಿ ಕಾಫಿ ಹಿಡಿದು ಬಂದಾಗ ಮೇಲಧಿಕಾರಿಯ ಭ್ರಷ್ಟಾಚಾರದ ವಿಷಯವಾಗಿ ಚರ್ಚಿಸುತ್ತಿದ್ದರು. ವೇಣುಗೆ ಹಣದ ಅಗತ್ಯವಿರಲಿಲ್ಲ. ಯಾರ ಮುಂದೆಯೂ ಕೈಚಾಚಬೇಕಿರಲಿಲ್ಲ. ಆದರೆ, ಪ್ರಭಾಕರನಿಗೆ ಹಣದ ಅಗತ್ಯ ಬಹಳವಾಗಿತ್ತು. ಆದರೂ ಕೈಚಾಚಿ ತೀರಾ ಕೆಳಮಟ್ಟಕ್ಕೆ ಇಳಿಯಲು ಅವನು ಸಿದ್ಧನಿಲ್ಲ. ಕಾನೂನಿನ ಅಡಿಯಿಂದ ತಪ್ಪಿಸಿಕೊಂಡರೂ ನ್ಯಾಯದ ಅಲುಗು ಸದಾ ಅಂತಹ ವ್ಯಕ್ತಿ ತಲೆಯ ಮೇಲೆ ತೂಗಾಡುತ್ತದೆಯೆಂದು ಅವನ ನಂಬಿಕೆ. ಅದಕ್ಕಾಗಿ ಮನಃಶ್ಶಾಂತಿ, ಶುದ್ಧ ಜೀವನವನ್ನು ಬಲೆ ಕೊಡಲಾರ.

"ಹೇಗಿದ್ದೀರಾ?" ಮೃದುವಾಗಿ ಕೇಳಿದ.

"ಚೆನ್ನಾಗಿದ್ದೀನಿ, ಸರಳ ಇಲ್ಲೇ ಇದ್ದಾರ?"

ತಟ್ಟನೇ ವೇಣು ನೋಟ ಅವಳತ್ತ ಚೆಲ್ಲಿದ. ಇವಳಿಗೆ ಇರೋ ಕಾಯಿಲೆಗಳ ಜೊತೆ ಹೊಸ ಕಾಯಿಲೆಯೇನಾದರೂ ಶುರುವಾಗಿದೆಯೇ? ಅಸೂಯೆಗಾಗಿ ಕಣ್ಣಲ್ಲಿ

ಹುಡುಕಿ ನೋಡಿದ. ಕಾಣದಿದ್ದಾಗ ನಿಶ್ಚಿಂತೆಯಿಂದ ಉಸಿರು ದಬ್ಬಿ ಟೀ ಷರಟಿನ ಕಾಲರ್ ಸರಿಪಡಿಸಿಕೊಂಡ.

"ಇದ್ದಾಳೆ, ಸುಮ್ನೇ ರೆಸ್ಟ್ ತಗೊಂಡು ಊಟಕ್ಕೆ ಅಲ್ಗೇ ಬಂದ್ಬಿಡಿ. ಇಲ್ಲದಿದ್ರೆ ಕ್ಯಾರಿಯರ್ ಇಲ್ಗೇ ಕಳ್ಸೋ ಏರ್ಪಾಡು ಮಾಡ್ತೀನಿ" ತಟ್ಟನೇ ವೇಣು ಅವನ ತೋಳಿಡಿದು ಜಗ್ಗಿದ "ಸ್ಟಾಪ್ ಇಟ್... ಪದ್ಮಿನಿ ಕೈ ಊಟ ಮಾಡಿ ತುಂಬ ದಿನವಾಯ್ತು. ಇವತ್ತಾದ್ರೂ... ಮಾಡ್ತೀನಿ" ಕಣ್ಣು ಮಿಟುಕಿಸಿದಾಗ ಅವನ ಚಾಲಾಕಿತನ ಕಂಡು ಬೆರಗಾದ.

"ಓ.ಕೆ. ನಿಮ್ಮ ರಸಗಳಿಗೆಗಳ್ನಾ ಹಾಳು ಮಾಡೋಕೆ ನಾನು ಸಿದ್ಧವಿಲ್ಲ!" ಜಗ್ಗಿದ ತೋಳನ್ನು ಸವರಿಕೊಳ್ಳುತ್ತ ಮೇಲಕ್ಕೆದ್ದ.

ಕಳಿಸಲು ಬಾಗಿಲವರೆಗೂ ಬಂದ ವೇಣು "ಇವತ್ತು ಸ್ವಲ್ಪ ಲೇಟಾಗಿ ಬರ್ತೀನಿ" ಎಂದಾಗ ಹಗುರ ಮನದಿಂದ "ವೈ ನಾಟ್...ಬರದಿದ್ರೂ ಪರ್ವಾಗಿಲ್ಲ!" ಕಣ್ಣೊಡೆದು ನಡೆದ.

ವೇಣು ಸಣ್ಣ ದನಿಯಲ್ಲಿ ಹಾಡುತ್ತ ಒಳಗೆ ಬಂದ. ಭಾರವಾಗಿರುತ್ತಿದ್ದ ಮೈಮನ ಹಗುರವಾಯಿತು. ಕುಣಿದು ಹಗುರವಾಗಿ ಹಾಡುವ ಮನಸ್ಸಾಯಿತು. ದನಿಯೇರಿಸಿ ಸ್ವಲ್ಪ ಜೋರಾಗಿಯೇ ಹಾಡಿದ. ಷೋಕೇಸಿನ ಸಾಮಾನುಗಳನ್ನೆಲ್ಲ ಅದಲು ಬದಲಾಗಿ ಜೋಡಿಸಿದ. ನೀರು ಕುಡಿಯುವ ಕೊಕ್ಕರೆಯ ತಲೆ ಜಗ್ಗಿದ, ಕುಣಿಯುವ ಹೆಣ್ಣು ಬೊಂಬೆಯ ಕೆನ್ನೆ ಸವರಿ ಕಣ್ಣು ಹಾರಿಸಿ ನಕ್ಕ.

"ಈಗೇನ್ಮಾಡೋದು?" ಆಕಾಶದಲ್ಲಿ ಹಾರುತ್ತಿದ್ದವನನ್ನ ಪ್ರಪಾತಕ್ಕೆ ಎಸೆದಂತಾಯಿತು. ಸುಧಾರಿಸಿಕೊಂಡವನಂತೆ ಉಸಿರುಬಿಟ್ಟ, ಕಣ್ಣಿನಲ್ಲಿಯೇ ತಿಂಡಿ ಡಬ್ಬಿಯ ಕಡೆ ತೋರಿಸಿ "ಸದ್ಯಕ್ಕೆ ತಿಂಡಿ ತಿಂದು ಆಮೇಲೆ ಯೋಚಿಸಬಹುದು!"

ಪದ್ಮಿನಿ ಕಣ್ಣುಗಳಲ್ಲಿ ಉತ್ಸಾಹ ಮಿನುಗಿತು. ಎರಡು ತಟ್ಟೆಗಳನ್ನ ತಂದಳು. ಡಬ್ಬಿ ತೆರೆದಾಗ ಅವಳ ಬಾಯಲ್ಲಿ ನೀರೂರಿತು. ಘಮಘಮಿಸುವ ಹುಳಿ ಅವಲಕ್ಕಿ ತನ್ನ ತಟ್ಟೆಗೆ ಸ್ವಲ್ಪ ಹೆಚ್ಚಿಗೆ ಸುರಿದುಕೊಂಡು ವೇಣು ತಟ್ಟೆಗೆ ಸ್ವಲ್ಪ ಕಮ್ಮಿ ಹಾಕಿದಳು.

ಬೆರಳಿನಿಂದ ತಟ್ಟೆಯನ್ನ ಹತ್ತಿರಕ್ಕೆ ಎಳೆದುಕೊಂಡ. ಅಷ್ಟರಲ್ಲಿ ಎರಡು ಸಲ ತಿಂದು ಮೂರನೇ ಸಲಕ್ಕೆ ತಟ್ಟೆಗೆ ಕೈಹಾಕಿದಳು. ಬಂದ ನಗುವನ್ನು ತುಟಿಗಳಲ್ಲಿ ಅಡಗಿಸಿದ.

"ತುಂಬ ರುಚಿಯಾಗಿದೆ" ಎಂದಾಗ ತನ್ನ ತಟ್ಟೆಯಲ್ಲಿನ ಅವಲಕ್ಕಿ ಅವಳ ತಟ್ಟೆಗೆ ಸುರಿದು ಮೇಲಕ್ಕೆದ್ದ. ಹಸಿದ ಅವಳ ಬಗ್ಗೆ ಸಹಾನುಭೂತಿ ಉಕ್ಕಿತು.

"ನಿಮ್ಗೇ ಇಲ್ವೇ ಇಲ್ಲ."

ಕೈಯೆತ್ತಿ ಪರವಾಗಿಲ್ಲವೆಂದು ವರಾಂಡಕ್ಕೆ ಬಂದು ಕೂತ. ತೀ ರಣರಂಗವಾಗುವುದು ಅವನಿಗೆ ಬೇಕಿಲ್ಲ. ಬಟ್ಟೆ ತೊಟ್ಟು ಹೊರಟು ನಿಂತಾಗ ಪದ್ಮಿ ಪತ್ರ ಬರೆಯುತ್ತಿದ್ದುದು ಕಾಣಿಸಿತು. ಬೇಸರದಿಂದ ಮುಖ ಗಂಟಾಯಿತು.

"ಬೇಗ ಅಡ್ಗೇ...ಮಾಡ್ಬಿಡು" ಅವಳ ಪ್ರತಿಕ್ರಿಯೆಗೆ ಕಾಯದೆ ಬಾಗಿಲತ್ತ ನಡೆದು ನಿಂತು ಹಿಂದಿರುಗಿ ನೋಡಿ ದಾಪುಗಾಲು ಹಾಕುತ್ತ ನಡೆದುಬಿಟ್ಟ.

ಮಧ್ಯಾಹ್ನ ಬಂದಾಗ ಹೊಟ್ಟೆ ಹಸಿವಿನ ಜೊತೆ ತಲೆ ಸಿಡಿಯುತ್ತ ಇತ್ತು. ಮುಖದಲ್ಲಿ ಬೆವರೊಡೆದಿತ್ತು.

"ಬೇಗ ಬಡ್ಸು," ವದರಿ ಬಟ್ಟೆ ಬಿಚ್ಚಿ ಮಂಚದ ಮೇಲೆಸೆದು ಬಂದ ಖಾಲಿ ತಟ್ಟೆ ಕಾಣಿಸಿತು. ಅವನಲ್ಲಿ ಸಹನೆ ಸತ್ತುಹೋಯಿತು. "ಪದ್ಮಿನಿ..." ಅಬ್ಬರಿಸಿದ.

"ಸ್ವಲ್ಪ ಬಡ್ಸಿಕೊಳ್ಳಿ" ಅಲ್ಲಿಂದಲೇ ಕೂಗಿ ಹೇಳಿದಾಗ ಅವನ ಮೈ ಹತ್ತಿಕೊಂಡು ಉರಿಯಿತು. ಹತ್ತಿಕ್ಕಿದ ತಾಳ್ಮೆ ಅವನನ್ನು ಕಂಗೆಡಿಸಿಬಿಟ್ಟಿತು.

ಸಾವರಿಸಿಕೊಂಡ ಮೇಲಕ್ಕೆದ್ದ ಸುತ್ತಿಗೆಯ ಪೆಟ್ಟುಗಳು ನೇರವಾಗಿ ತಲೆಗೆ ಬಿದ್ದ ಅನುಭವವಾಯಿತು. ತಟ್ಟನೇ ಕೂತು ಡೈನಿಂಗ್ ಟೇಬಲ್ಲಿನ ಮೇಲೆ ತಲೆಯಿಟ್ಟು ಕಣ್ಮುಚ್ಚಿದ. ನೋವು, ನರಳಿಕೆಯ ಮಧ್ಯೆ ಅರೆಪ್ರಜ್ಞಾವಸ್ಥೆ ಸ್ವಲ್ಪ ಸ್ಥಿಮಿತಕ್ಕೆ ಬಂದ ಮೇಲೆ ಏಳಲು ಪ್ರಯತ್ನಿಸಿದ. ಮೈಯಲ್ಲಿನ ಚೇತನವೆಲ್ಲ ಪೂರ್ತಿ ಬತ್ತಿ ಹೋದ ಅನುಭವವಾಯಿತು. ಒಣಗಿದ ತುಟಿಗಳನ್ನು ನಾಲಿಗೆಯಿಂದ ಸವರಿಕೊಂಡ.

"ಸ್ವಲ್ಪ ನೀರು ಕೊಡು" ದನಿ ಸತ್ತಂತಾಯಿತು.

ಡೈನಿಂಗ್ ಟೇಬಲಿನ ಮೇಲೆ ತಲೆಯಿಟ್ಟು ಕಣ್ಮುಚ್ಚಿದ. ಜಗತ್ತಿನಲ್ಲಿ ಮನುಷ್ಯನಿಗೆ ಅನ್ನದಂತೆ ಪ್ರೀತಿಯ ಅವಶ್ಯಕತೆಯೂ ಇದೆ. ಇಲ್ಲದಿದ್ದರೆ ಬದುಕು ಶಿಥಿಲ. ಹೆತ್ತ ತಾಯಿ ಮಮತಾಮಯಿಯಾಗಿ ಕಾಣಲಿಲ್ಲ. ನಾಟಕದ ಹೆಣ್ಣಾಗಿ ಕಂಡಳು. ಬಂಧುಗಳಲ್ಲಿ ಬೇಕಾದವರಲ್ಲಿ ತಾನೊಬ್ಬ ಆದರ್ಶ ಗೃಹಿಣಿಯೆನಿಸಿಕೊಳ್ಳಬೇಕೆಂದು ಹೋರಾಡಿದಳೇ ವಿನಃ ಹೆತ್ತ ಮಕ್ಕಳಿಗೆ ತಾಯಿಯಾಗಲಿಲ್ಲ.

ಜೀಪ್‌ನ ಸದ್ದು ಕೇಳಿಸಿತು, ಏಳಲಾರದಷ್ಟು ನಿತ್ರಾಣ. ದೇಹದ ಅಸಮರ್ಥತೆಯಲ್ಲ ಮನದ ಪ್ರತಿಭಟನೆ, ಹಾರನ್ ಸದ್ದು ಕೇಳಿಸಿತು. ಎಚ್ಚರಗೊಳ್ಳುವ ಪ್ರಯತ್ನವನ್ನು ಮಾಡಲಿಲ್ಲ.

ಪ್ರಭಾಕರ ಜೀಪಿನಿಂದ ಇಳಿದು ಮನೆಯೊಳಕ್ಕೆ ಬಂದ. ಅವನ ನೋಟ ಡೈನಿಂಗ್ ಹಾಲ್‌ನತ್ತ ಹರಿದಾಗ ಕೈಕಾಲುಗಳಲ್ಲಿನ ಶಕ್ತಿಯೇ ಉಡುಗಿಹೋದ ಅನುಭವವಾಯಿತು. ಕೋಣೆಯತ್ತ ತಿರುಗಿದ. ಮಂಚದ ಮೇಲೆ ಬೋರಲು ಮಲಗಿದ ಪದ್ಮಿನಿ ಏನೋ ಬರೆಯುತ್ತಿದ್ದಳು.

ಕಾಲೆಳೆದುಕೊಂಡು ಡೈನಿಂಗ್ ಹಾಲ್‌ಗೆ ಬಂದ. ವೇಣು ಹಣೆಯ ಮೇಲೆ ಕೈಯಿಟ್ಟ.

"ವೇಣು...." ಕೆನ್ನೆಯ ಬಳಿ ಪಿಸುಗುಟ್ಟಿದ.

ವೇಣು ನಿಧಾನವಾಗಿ ಕಣ್ಣುಬಿಟ್ಟ. ಪೂರ್ಣವಾಗಿ ಬಳಲಿಹೋಗಿದ್ದ. ಪ್ರಭಾಕರ ಪ್ಯಾಂಟ್ ಜೇಬಿನಿಂದ ಕರ್ಚೀಫ್ ಎಳೆದು ಮುಖವನ್ನ ಒತ್ತಿದ.

"ನೀರು ಕೊಡು" ಸ್ವರ ಕ್ಷೀಣಿಸಿತ್ತು.

ಪ್ರಭಾಕರ ತಾನೇ ನೀರು ತಂದು ಕುಡಿಸಿದ, ಕೂದಲನ್ನು ಬೆರಳಿನಿಂದ ಸರಿಪಡಿಸಿದ. ತಟ್ಟೆ ಅಣಕಿಸಿದಾಗ ಇನ್ನು ಊಟ ಮಾಡಿಲ್ಲವೆಂದುಕೊಂಡ. ಪದ್ಮಿನಿಯನ್ನು ಕೂಗಲು ಇಷ್ಟಪಡಲಿಲ್ಲ. ತಾನೇ ಸಾರು, ಅನ್ನ ಕಲಸಿ ತಂದು ಹೆಚ್ಚು ಕಡಿಮೆ ತಿನ್ನಿಸಿಯೇಬಿಟ್ಟ.

ವೇಣುವಿನಲ್ಲಿ ಸ್ವಲ್ಪ ಚೇತನ ಹರಿದಾಡಿತು. ಕೃತಜ್ಞತೆಯಿಂದ ಪ್ರಭಾಕರನತ್ತ ನೋಡಿದ. ನಾಟಕದ ಬಿನ್ನಾಣವಾಡುವ ತಾಯಿ, ಹೆಣ್ಣುಗಳ ಮುಂದೆ ನಗೆ ಚಾಟಿಕೆಯಾಡುತ್ತ ಈ ವಯಸ್ಸಿನಲ್ಲಿ ರಸಿಕತೆ ತೋರುವ ತಂದೆ, ತಮ್ಮ ಸ್ವಸುಖದಲ್ಲಿ ಲೀನರಾದ ಬಂಧುತ್ವಕ್ಕೆ ಸಂಬಂಧಕ್ಕೆ ಅರ್ಥವೇ ಇಲ್ಲವೆಂದು ವರ್ತಿಸುವ ಒಡಹುಟ್ಟಿದವರಿಗಿಂತ ಮತ್ತು ಕೈಹಿಡಿದ ಸಂಗಾತಿಯಾಗಿ ಬಂದ ಪದ್ಮಿನಿಗಿಂತ ಪ್ರಭಾಕರ ಹೃದಯಕ್ಕೆ ತೀರಾ ಹತ್ತಿರದ ವ್ಯಕ್ತಿಯಾಗಿ ಕಂಡ.

"ಸ್ವಲ್ಪೊತ್ತು ಮಲಕ್ಕೋ ಬಾ" ತೋಳನ್ನು ಮೃದುವಾಗಿ ಸವರಿದ.

"ಪರ್ವಾಗಿಲ್ಲ... ಸರ್ಯಾಗಿದ್ದೀನಿ!" ಚೇತರಿಸಿಕೊಂಡವನಂತೆ ಮೇಲಕ್ಕೆದ್ದ. ಆದರೆ ಮುಖದ ಬಳಲಿಕೆಯೇನು ಕಡಿಮೆಯಾಗಿರಲಿಲ್ಲ.

ಕೋಣೆಯ ಕಡೆ ಮುಖ ತಿರುಗಿಸದೆ ಹಾಲ್‌ನಲ್ಲಿದ್ದ ಸೋಫಾ ಮೇಲೆ ಮಲಗಿದ. ಪ್ರಭಾಕರ ಗೊಂದಲದಲ್ಲಿ ಬಿದ್ದ. ಪದ್ಮಿನಿ ಅರ್ಥವಾಗದ ಹೆಣ್ಣಾಗಿ ಕಂಡಳು. ತಾನು ಅಸಾಧಾರಣ ಹೆಣ್ಣೆಂಬ ಭಾವ ಅವಳಿಗೇಕೆ ಬಂತು? ಅಂತಹ ಅತಿಶಯೋಕ್ತಿ ಅವಳಲ್ಲಿ ಏನಿದೆ?

ಒಂದು ದಿಂಬು ತಂದು ಅವನ ತಲೆಯ ಕೆಳಕ್ಕೆ ಕೊಟ್ಟ. ಪದ್ಮಿನಿ ಇಲ್ಲದ ದಿನಗಳಲ್ಲಿ ಆರೋಗ್ಯವಾಗಿ ಎಷ್ಟೋ ಚಟುವಟಿಕೆಯಿಂದಿದ್ದ ವೇಣು ಈ ನೋವು, ಸ್ಥಿತಿ ದೇಹಕ್ಕೆ ಸಂಬಂಧಿಸಿದಲ್ಲ ಮಾನಸಿಕ ಹಿಂಸೆಯ ಪ್ರತಿಭಟನೆ.

ಪ್ರಭಾಕರನನ್ನು ನೋಡಿದ ಮೇಲೆ ಸಿಡಿಯುತ್ತಿದ್ದ ತಲೆಯ ನರಗಳು ತಮ್ಮ ಕಾರ್ಯವನ್ನು ನಿಧಾನಗೊಳಿಸಿದವು. ಎಷ್ಟೋ ಹಾಯೆನಿಸಿತು.

"ವೇಣು, ಹಟ ಮಾಡ್ಬೇಡ... ಡಾಕ್ಟ್ರನ್ನ ಕರ್ಕೊಂಡ್ಬರ್ತೀನಿ." ಮುಚ್ಚಿದ ಕಣ್ಣುಗಳನ್ನು ನಿಧಾನವಾಗಿ ತೆರೆದ ಮನದ ಹಿಂಸೆ ಕಣ್ಣುಗಳಲ್ಲಿ ವ್ಯಕ್ತವಾಯಿತು. ಆದರೆ ತುಟಿಗಳ ಮೇಲೆ ಕಿರುನಗು ಅರಳಿಸಿದ.

"ಎಂಥದ್ದೂ ಇಲ್ಲ. ಬಿಸಿಲಿನ ತಾಪಕ್ಕೆ ಇರಬಹ್ದು. ಈಗ್ಲೇ ರೋಗಿಯಾಗಿ ವೈದ್ಯರ ಬಳಿ ಹೋಗಲೂ... ನಂಗಿಷ್ಟವಿಲ್ಲ." ಮಾತಿನ ಸ್ಪಷ್ಟ ಛಾಯೆ ಮುಖದ ಮೇಲೆ ವ್ಯಕ್ತವಾದಾಗ ಮುಂದೇನು ಮಾಡಬೇಕೆಂದು ತೋಚದೆ ಗೊಂದಲದಲ್ಲಿ ಬಿದ್ದ ಪ್ರಭಾಕರ.

ಅವನ ಮನದ ತಳಮಳ ಅರ್ಥವಾದಂತೆ ಕಿರುನಗು ನಕ್ಕ. ಕೋಣೆಯತ್ತ ನೋಟವರಿಸಿದ. ನಿಶ್ಚಲವಾಗಿ ಬಾಗಿಲುಗಳು ತೆರೆದುಕೊಂಡಿದ್ದವು.

"ಪದ್ಮಿನಿ, ಹುಷಾರಾಗಿದ್ದಾರ?" ಪ್ರಭಾಕರ ಬೇಸರದಿಂದಲೇ ಕೇಳಿದ.

"ಇರಬಹುದ್ದು" ಅಂಗೈಯೂರಿ ಎದ್ದುಕೂತ ವೇಣು, ಮನೆಗಿಂತ ಹೊರಗೆ ಉಳಿಯುವುದು ಎಲ್ಲಾ ದೃಷ್ಟಿಯಿಂದ ಸರಿಯಾಗಿ ಕಂಡಿತು.

"ಹೋಗೋಣ" ಪ್ರಭಾಕರ ತುಟಿ ಕಚ್ಚಿಕೊಂಡ. ಜಟಿಲವಾದ ಸಮಸ್ಯೆಯೆನಿಸಿತು.

ಭುಜದ ಮೇಲೆ ಕೈಯಿಟ್ಟು ಮಲುವಾಗಿ.

"ಬೇಡ ವೇಣು... ಸದ್ಯಕ್ಕೆ ರೆಸ್ಟ್ ತಗೋ."

"ಯಾವಾಗ್ಬಂದ್ರಿ?" ಪದ್ಮಿನಿಯ ಮಂಜುಳ ದನಿ ಕೇಳಿ ಪ್ರಭಾಕರನ ಮುಖದ ಮೇಲೆ ಬೇಸರ ಇಣಕಿದರೇ, ವೇಣು ಕಣ್ಣುಗಳು ಕಿಡಿಗಳನ್ನು ಹಾರಿಸಿತು.

"ತಾವು ಇಷ್ಟೊತ್ತು ಯಾವ ಸ್ಥಿತಿಯಲ್ಲಿದ್ರಿ?" ವ್ಯಂಗ್ಯವಾಗಿ ಕೆಣಕಿ ಬಾತ್‌ರೂಂನತ್ತ ನಡೆದ ವೇಣು. ಮೈಮೇಲೆಲ್ಲ ಮುಳ್ಳುಗಳು ಹರಿದಾಡಿದಂತಾಯಿತು.

"ಏನು ಮಾಡ್ತಾ ಇದ್ರಿ?" ತಡೆಯಲಾರದೆ ಪ್ರಭಾಕರ ಪ್ರಶ್ನಿಸಿದ.

"ಪತ್ರ ಬರೀತಾ ಇದ್ದೆ" ಅವರ ಕಣ್ಣುಗಳು ಮಿಂಚಿದವು. ಸ್ವಪ್ನಲೋಕದಲ್ಲಿ ವಿಹರಿಸುವಂತೆ ಕಂಡಳು. ಅವನ ಹಣೆಯಲ್ಲಿ ಗೆರೆಗಳು ಮೂಡಿದವು.

ಪ್ರಭಾಕರ ಪೇಪರನ್ನು ಮುಖಕ್ಕೆ ಅಡ್ಡವಾಗಿಡಿದ. ಮುಖ ಗಂಟಾಕಿ ಬೇರೆಯವರೊಂದಿಗೆ ಮಾತಾಡುವುದು ಅವನ ಸ್ವಭಾವವಲ್ಲ. ಆದರೆ ಹಸನ್ಮುಖನಾಗಿ ಮಾತಾಡುವ ಸ್ಥಿತಿಯಲ್ಲಿರಲಿಲ್ಲ.

"ಹೋಗೋಣ" ವೇಣು ಸ್ವರ ಕೇಳಿಸಿದಾಗ ಪೇಪರ್ ಪಕ್ಕಕ್ಕೆ ಸರಿಯಿತು. ಎದ್ದು ನಿಂತ.

ವೇಣು, ಪ್ರಭಾಕರ್ ಇಬ್ಬರೂ ಹೊರಬಂದರು. ಅಷ್ಟು ದೂರದಲ್ಲಿ ನಿಂತು ಬೀಡಿ ಎಳೆಯುತ್ತಿದ್ದ ಡ್ರೈವರ್ ಎಸೆದು ಓಡಿಬಂದ. ಪ್ರಭಾಕರ ವೇಣುವಿನತ್ತ ತಿರುಗಿ ಏನಾದರೂ ಹೇಳಬೇಕೆಂದುಕೊಳ್ಳುವಷ್ಟರಲ್ಲಿ ವೇಣು ಜೀಪು ಹತ್ತಿ ಕೂತು ಮೌನವಹಿಸಿದ.

ಜೀಪು ಕೆಲಸ ನಡೆಯುತ್ತಿದ್ದ ಸ್ಥಳಕ್ಕೆ ಹೋಗಿ ನಿಂತಿತು. ಕಂಟ್ರಾಕ್ಟರ್ ದೊಡ್ಡ ದನಿಯಲ್ಲಿ ಆಳುಗಳ ಮೇಲೆ ರೇಗಾಡುತ್ತಿದ್ದ. ಯಂತ್ರದ ಸದ್ದಿನಲ್ಲಿ ಅದು ಕೇಳಿಸದಿದ್ದರೂ ಮುಖದ ಭಾವ, ಕೈ ಆಡಿಸುತ್ತಿದ್ದುದನ್ನು ನೋಡಿಯೇ ಸುಲಭವಾಗಿ ಅರಿತುಕೊಳ್ಳಬಹುದಾಗಿತ್ತು.

"ಎಷ್ಟು ಮೈಮುರ್ದು ದುಡಿದ್ರೂ ಎರಡು ಹೊತ್ತು ಗಂಜಿಗಾಗೋಲ್ಲ. ಇವ್ನು ಕೊಡೋ ಕೂಲಿ! ವೇಣು ಬೇಸರದಿಂದ ಗೊಣಗಿದ. ಮನ ಸಹಾನುಭೂತಿಯಿಂದ ಹೊಯ್ದಾಡುತ್ತಿತ್ತು. ಆ ಕ್ಷಣದಲ್ಲಿ ಚಿತ್ತದಿಂದ ಪದ್ಮಿನಿಯನ್ನು ಅಳಿಸಿಹಾಕಿದ್ದ.

ಪ್ರಭಾಕರ ಮುಖ ಮೇಲೆತ್ತಿ ನಿಟ್ಟುಸಿರು ಹೊರದಬ್ಬಿದ. ಸದಾ ಶೋಷಣೆಗೆ ಸಿಕ್ಕಿ ನರಳುವ. ಈ ಕೂಲಿಗಳ ಜೀವನದಲ್ಲಿ ಎಂದಾದರೂ ಬದಲಾವಣೆ ನಿರೀಕ್ಷಿಸುವಂತೆಯೇ ಇರಲಿಲ್ಲ. ಮೈಮುರಿಯ ದುಡಿತ. ಸಂಕಷ್ಟದ ಬದುಕು ಇವುಗಳನ್ನು ಮರೆಸಿ

ಸುಖವಾಗಿಡಲು ಕುಡಿತ ಅವರಿಗೆ ಗಂಟುಬಿದ್ದಿರಬೇಕು. ಬಟವಾಡೆಯ ದಿನವಂತೂ ಸುಖೀ ರಾಜ್ಯವನ್ನು ನಿರ್ಮಿಸಿಕೊಂಡು ಕುಡಿದು ತೇಲಾಡುತ್ತಿದ್ದರು.

ಕಂಟ್ರಾಕ್ಟರ್ ಇವರತ್ತ ಬಂದು ನಿಂತ.

"ಸೋಮಾರಿ ನನ್ಮಕ್ಳು ಸ್ವಾಮಿ. ಒಂದು ದಿನಕ್ಕೆ ಮುಗ್ಸೋ ಕೆಲ್ಸ ನಾಲ್ಕು ದಿನ ಮಾಡ್ತಾರೆ!" ಮೇಸ್ತ್ರಿ ಬಡಬಡಿಸಿದ.

ವೇಣು ಅವನ ಬೆರಳಿನಲ್ಲಿ ಫಳಕ್ಕೆಂದು ಮಿಂಚಿದ ವಜ್ರದ ಉಂಗುರವನ್ನೇ ನೋಡಿದ. ಎಷ್ಟು ಶ್ರಮಜೀವಿಗಳ ಪ್ರತಿಫಲವೋ? ಎಷ್ಟು ಅಧಿಕಾರಿಗಳು ಇದಕ್ಕೆ ಶ್ಯಾಮೀಲೋ? ಹಲ್ಲನ್ನು ಕಚ್ಚಿ ಹಿಡಿದ. ಮೂಗಿನ ತುದಿ ಕೆಂಪಗಾಯಿತು. ಕೆಲಸ ನಡೆಯುವತ್ತ ಹೊರಟ. ಬಳಲಿಕೆ ಮಾಯವಾಗಿತ್ತು.

ಎಂಟು ದಿನದಲ್ಲಿ ವೇಣು ಎರಡು ಸಲ ತಲೆಯ ಸಿಡಿತ ಬಂದು ಬಳಲಿದ. ಇದು ಪ್ರಭಾಕರನಿಗೆ ಗೊತ್ತಾಗಲಿಲ್ಲ.

ಅಂದು ಭಾನುವಾರ ಬೇಸರದಿಂದಲೇ ಪೇಪರ್ ಹಿಡಿದು ವರಾಂಡದಲ್ಲಿ ಕೂತ. ಪದ್ಮಿನಿ ಒಂದೆರಡು ಸಲ ಏನೋ ಹೇಳಲು ಬಂದು ಹಾಗೆಯೇ ಹಿಂದಿರುಗಿದಳು.

ಒಂಬತ್ತರ ಹೊತ್ತಿಗೆ ಸರಳ ಬಂದಾಗ ಹುಬ್ಬೇರಿಸಿದ. ಅವಳು ಬರುವುದು ಅಪರೂಪವಲ್ಲದಿದ್ದರೂ ಈಗ ಬಂದಿದ್ದು ಅನಿರೀಕ್ಷಿತವಾಗಿತ್ತು.

"ಪ್ರಭಾ, ಏನ್ಮಾಡ್ತಾ ಇದ್ದ?" ಅವನ ಕಾಲುಗಳು ಟೀಪಾಯಿ ತಳಕ್ಕೆ ಇಳಿಯಿತು. ಸರಳ ನಿಂತಳು. "ನಮ್ಮ ಪಾಪುದು ನಾಮಕರಣ. ಹೊರ್ಡೋ ಸಿದ್ಧತೆಯಲ್ಲಿದ್ದಾನೆ" ನೆರಿಗೆಯ ಮೇಲಿದ್ದ ಧೂಳನ್ನು ಬೆರಳಿನಿಂದ ಕೊಡವಿದಳು.

ಕೈಯಲ್ಲಿದ್ದ ಪೇಪರ್ ಟೀಪಾಯಿ ಮೇಲೆ ಹಾಕಿದ. ಪ್ರಭಾಕರ ಒಂದೆರಡು ಬಾರಿ ಈ ವಿಷಯ ಪ್ರಸ್ತಾಪಿಸಿದ್ದರೂ ಸುಲಭವಾಗಿ ಮರೆತುಬಿಟ್ಟಿದ್ದ.

"ನೀವು ಹೊರಡೋಲ್ವಾ?" ಅವಳ ಕಣ್ಣುಗಳು ಕಿರಿದಾದವು. ಸುಂದರ ಶಿಲ್ಪದಂತೆ ಕಂಡಳು. ಕಣ್ಣಲ್ಲೇ ನಕ್ಕ.

"ಸದ್ಯಕ್ಕೆ ಇಲ್ಲ" ತೀರಾ ಗಂಭೀರವಾದ.

ಆಗಾಗ ಬರುವ ತಲೆಯ ಸಿಡಿತ ಅವನಲ್ಲಿ ಭಯ ತುಂಬಿತ್ತು. ಬೇರೆಯ ಕಡೆ ಹೋಗಲು ಹೆದರುತ್ತಿದ್ದ. ಡಾಕ್ಟರ್ ಬಳಿ ರೋಗಿಯಾಗಲು ಮುಜುಗರ.

"ನೀವು ಬರ್ತೀರಾಂತ ಪ್ರಭಣ್ಣ ತುಂಬ ಉತ್ಸಾಹವಾಗಿದ್ದ?" ಸ್ವರದಲ್ಲಿ ಆಕ್ಷೇಪಣೆ ಇಣಕಿದಾಗ ಎದ್ದು ಒಳಗೆ ಹೋದ.

"ಪದ್ಮಿನಿ, ಸರಳ ಬಂದಿದ್ದಾರೆ ನೋಡು" ಕಾಲುಗಳು ಕೋಣೆಯತ್ತ ಹರಿದಾಗ ಅವನ ಬೆನ್ನನ್ನೇ ನೋಡಿದಳು.

"ಆ ಹೆಣ್ಣಿಗೆ ಪ್ರೀತಿಸೋದು ಸ್ವಲ್ಪನೂ ಗೊತ್ತಿಲ್ಲ. ತೀರಾ ಕಂಗಾಲಾಗಿದ್ದಾನೆ. ಅವ್ಳ ಹುಚ್ಚು ಹುಚ್ಚು ವಿಚಾರಗಳಿಗೆ ಯಾರಿಗಾದ್ರೂ ತಲೆ ಕೆಡಬಹುದು!" ಪ್ರಭಾಕರ ಬೇರೊಬ್ಬರ

ವಿಷಯದಲ್ಲಿ ತಲೆ ಹಾಕದವನು ಪದ್ಮಿನಿಯ ವಿಷಯದಲ್ಲಿ ಖಾರವಾಗಿಯೇ ತಂಗಿಯ ಮುಂದೆ ಅಂದಿದ್ದ.

ಪದ್ಮಿನಿ ಹೊರಗೆ ಬರದ್ದು ನೋಡಿ ಸರಳನೇ ಅಡಿಗೆಯ ಮನೆಗೆ ಹೋದಳು. ತರಕಾರಿ ಹಚ್ಚುತ್ತಿದ್ದವಳು ತಲೆಯೆತ್ತಿದಳು. ಕಣ್ಣುಗಳಲ್ಲಿ ಉತ್ಸಾಹ ಕಾಣಿಸಿಕೊಂಡಿತು.

"ಶೀರೀನ್ ಕಾಗ್ದ ಬರ್ದಿದ್ದಾನೆ" ಸರಳ ಗಾಬರಿಯಿಂದ ನಿಂತುಬಿಟ್ಟಳು. "ನನ್ನ ಫ್ರೆಂಡ್ ರೀಟಾ ಅಣ್ಣ...." ಅವಳಿಗೆ ಕುಸಿಯುವಂತಾಯಿತು. ಉಗುಳು ನುಂಗಿದಳು.

"ತಿಂಡಿ ಆಯ್ತ?" ಮಾತು ಮರೆಸುವ ಪ್ರಯತ್ನ ಮಾಡಿದಳು. ಅವಳು ಹೇಳೋ ಮಾತು ಕೇಳಿ ಕೇಳಿ ಬೇಸತ್ತು ಹೋಗಿದ್ದಳು.

"ಆಗಿದೆ" ಉತ್ಸಾಹದಿಂದ ಎದ್ದು ಪಾತ್ರೆಯ ಬಳಿಗೆ ಧಾವಿಸಿದಳು. ಡಬರಿಯಲ್ಲಿನ ಉಪ್ಪಿಟ್ಟನ್ನು ಎರಡು ಪ್ಲೇಟುಗೆ ಹಾಕಿದಳು. "ನೀವು ತಗೊಳ್ಳಿ ತಿಂಡಿ" ಬೇಡವೆಂದು ಹೇಳಬೇಕೆದುಕೊಂಡಳು, ಸ್ವರವೇಳಲಿಲ್ಲ.

"ವೇಣುದು ಆಯ್ತು" ಎಂದಾಗ ಪದ್ಮಿನಿ ನಕ್ಕುಬಿಟ್ಟಳು. "ಮರ್ತೆಬಿಟ್ಟಿದ್ದೆ. ಅವ್ರೇನಾದ್ರೂ ಹಾಕ್ಕೊಂಡು ತಿಂದಿದ್ರೋ ಏನೋ!" ತಟ್ಟೆಯಿಡಿದ ಸರಳ ಕೈ ನಡುಗಿತು.

ಪ್ರಭಾಕರನ ಮಡದಿಯ ಚಿತ್ರ ಅವಳ ಕಣ್ಮುಂದೆ ಬಂದು ನಿಂತಿತು. ಎಂತಹ ಅಕ್ಕರೆ ಬೆರೆತ ಒಲವು. ಅವನ ಬೇಕೂ ಬೇಡಗಳ ಕಡೆ ಸದಾ ಗಮನಹರಿಸುತ್ತಿದ್ದಳು. ಪ್ರಭಾಕರ ಮನೆಯಲ್ಲಿದ್ದರೆ ಅವನ ಸುತ್ತಲೇ ಸುಳಿದಾಡುತ್ತಿದ್ದಳು.

"ಕರೀರೀ, ಮೂರು ಜನನೂ ಒಟ್ಟಿಗೇ ತಿನ್ನಬಹ್ದು" ಬಹಳ ಪ್ರಯಾಸದಿಂದ ಸಂಕೋಚಪಡುತ್ತಲೇ ಹೇಳಿದಳು. ಮದುವೆಯಾಗದ ಒಂದು ಹೆಣ್ಣು ಮತ್ತೊಂದು ಆ ಮಜಲನ್ನ ದಾಟಿದ ಹೆಣ್ಣಿಗೆ ಅಂತಹ ವಿಷಯದಲ್ಲಿ ಹೇಳುವುದು ಸಾಹಸದ ಸಂಗತಿಯೇ.

ಪದ್ಮಿನಿ ನೆರಿಗೆಗಳನ್ನು ಚಿಮ್ಮುತ್ತಾ ಹೊರಗೆ ಹೋದಾಗ ಪ್ಲೇಟಿನಲ್ಲಿದ್ದ ಉಪ್ಪಿಟ್ಟಿನತ್ತ ಕಣ್ಣರಳಿಸಿದಳು. ತೀರಾ ಎಣ್ಣೆ ಹೆಚ್ಚಾಗಿ ತಟ್ಟೆಯಲ್ಲಿ ಹರಡಿಕೊಂಡಿತು. ಅವಳ ಹುಬ್ಬುಗಳು ಸಂಕುಚಿಸಿದವು. ಎಣ್ಣೆ ಅಂಟಿದ ಜಾಗದಲ್ಲಿ ತುದಿ ಬೆರಳಾಡಿಸಿದಳು.

'ಕಠಿಣ ಶಿಕ್ಷೆ!' ಎಂದುಕೊಳ್ಳುತ್ತ ತಾನೇ ತಟ್ಟೆಗಳನ್ನ ತಂದು ಡೈನಿಂಗ್ ಟೇಬಲಿನ ಮೇಲಿಟ್ಟಳು. ಗಂಡ ಹೆಂಡಿರ ಮಧ್ಯೆ ನಡೆಯುತ್ತಿದ್ದ ಮಾತುಕತೆಗಳು ಅಷ್ಟಿಷ್ಟು ಕೇಳಿಸಿತು. ಕಹಿಯಾದ ಉಗುಳನ್ನ ನುಂಗಿದಳು.

ಒಬ್ಬರಿಂದೊಬ್ಬರು ಮುಖ ಕೆಂಪಗೆ ಮಾಡಿಕೊಂಡು ಬಂದಾಗ ಮುಖ ಪಕ್ಕಕ್ಕೆ ತಿರುಗಿಸಿ ಕೈಯನ್ನು ಬಾಯಿಗೆ ಅಡ್ಡವಾಗಿಟ್ಟು ಬಂದ ನಗುವನ್ನು ತಡೆಯುವ ಪ್ರಯತ್ನ ಮಾಡಿದಳು.

"ನಗೋಕೆ ಪರ್ಮಿಷನ್ ಬೇಕಾಗಿಲ್ಲ!" ಅರ್ಥಗರ್ಭಿತವಾಗಿ ಆಡಿದಾಗ ತಲೆಯೆತ್ತಿ ವೇಣುವಿನತ್ತ ನೋಡಿದಳು. ಕೋಪದ ಕೆಂಪು ತೊಡೆದು ಹೋಗದಿದ್ದರೂ ತುಟಿಗಳ

ಮೇಲೆ ಕಿರುನಗುವಿತ್ತು.

ಕುರ್ಚಿ ಹಿಂದಕ್ಕೆ ಸರಿಸಿ ಕೂತ. ಪದ್ಮಿನಿ ಮತ್ತೊಂದು ಉಪ್ಪಿಟ್ಟಿನ ಪ್ಲೇಟು ತಂದು ಅವನ ಮುಂದೆ ದೂಡಿದಳು. ವೇಣು ದುರದುರನೆ ಅವಳತ್ತ ನೋಡಿ ಪ್ಲೇಟನ್ನ ಹತ್ತಿರಕ್ಕೆ ಎಳೆದುಕೊಂಡ.

ಇವರಿಬ್ಬರಿಗೂ ಮೊದಲು ಪದ್ಮಿನಿ ಉಪ್ಪಿಟ್ಟನ್ನ ಬಾಯಿಗಿಟ್ಟವಳು ಮುಖ ಕಿವುಚಿದಳು. ಸರಳಳ ಎದೆ ಢವಗುಟ್ಟಿತು. ಗೆಜ್ಜೆ ತಂಬೂರಿ, ಲೇಖನಿಗಳ ನಡುವೆ ಇದರ ಸ್ಥಿತಿ ಏನಾಗಿದೆಯೋ? ಯೋಚನೆಗೊಳಗಾದಳು.

"ಯಾಕೆ ಏನಾಗಿದೆ?" ಗಡುಸಾಗಿಯೇ ಕೇಳಿದ ವೇಣು. ತಕ್ಷಣ ತುಟಿ ಕಚ್ಚಿಕೊಂಡ. ಒಂದು ಹೆಣ್ಣಿನ ಮುಂದೆ ಮತ್ತೊಂದು ಹೆಣ್ಣು ಅವಮಾನಿತಳಾಗುವುದು ಸಹಿಸಲಾರಳು. ಸಹಾನುಭೂತಿಯಿಂದ ಅವಳತ್ತ ನೋಡಿದ.

"ಉಪ್ಪು ಹಾಕಿಲ್ಲ?" ಸರಳ ನಗು ಬಂದರೂ ನಗಲಿಲ್ಲ. ಅದೇನು ದೊಡ್ಡ ತಪ್ಪಲ್ಲ. ಮರೆಯುವುದು ಸಹಜ. "ಪರ್ವಾಗಿಲ್ಲ, ಪುಡಿ ಉಪ್ಪು ಹಾಕಿ ಕಲ್ಸಬಹ್ದು."

ಪದ್ಮಿನಿ ತಂದ ಪುಡಿ ಉಪ್ಪನ್ನ ಹಾಕಿ ಮೂವರೂ ಕಲೆಸಿದರು. ಹೇಗೊ ಕಷ್ಟಪಟ್ಟು ಅಷ್ಟಿಷ್ಟು ತಿಂದರು. ಸರಳ ಮಾತ್ರ ಪ್ಲೇಟು ಖಾಲಿ ಮಾಡಿದಳು. ಅವಳಿಗೆ ಗೊತ್ತು ಅನ್ನದ ಬೆಲೆ.

"ನೀವಿಬ್ರೂ ರೆಡಿಯಾಗಿ" ನೀರು ಕುಡಿದು ಲೋಟ ಕೆಳಗಿಟ್ಟಳು.

ವೇಣು ಯೋಚಿಸುತ್ತ ಹೊರಗೆ ಬಂದ. ಪ್ರಭಾಕರನನ್ನ ಒಪ್ಪಿಸುವುದು ಹೇಗೆ? ಮಗನು ಹುಟ್ಟಿದ ಸಂಭ್ರಮದಲ್ಲಿ ಆಹ್ವಾನಿಸುತ್ತಿದ್ದಾನೆ.

ಇವನು ಏನು ಹೇಳಿದರೂ ಪ್ರಭಾಕರ ಒಪ್ಪಲಿಲ್ಲ. ಹೊರಡಿಸಿಯೇಬಿಟ್ಟ. ನಾಮಕರಣಕ್ಕಿಂತ ಮನೋವೈದ್ಯರಲ್ಲಿ ತಪಾಸಣೆಗಾಗಿ ಕರೆದೊಯ್ಯುವುದು ಮುಖ್ಯವಾಗಿತ್ತು.

* * *

ನಾಲ್ಕು ದಿನಗಳ ನಂತರ ವೇಣು ಹಿಂದಿರುಗಿದಾಗ ಗಂಭೀರವಾಗಿದ್ದ. ಎರಡು ಸಲ ಮನೋವೈದ್ಯರನ್ನ ಪ್ರಭಾಕರನೊಂದಿಗೆ ಕಂಡುಬಂದಿದ್ದ. ವಿಷಯ ಸ್ಫಟಿಕದಷ್ಟು ಸ್ಪಷ್ಟವಾಗಿತ್ತು. ತಿಳಿದ ಡಾಕ್ಟರ್ ಬಹಳಷ್ಟು ಆತ್ಮೀಯತೆಯಿಂದ ಪ್ರಶ್ನಿಸಿ ಸಮಾಧಾನ ನೀಡಿದ್ದರು. ಪದ್ಮಿನಿಯನ್ನು ಪ್ರಭಾಕರನೊಂದಿಗೆ ಪ್ರತ್ಯೇಕವಾಗಿ ಕರೆಸಿ ವಿಷಯ ಅರುಹಿದ್ದರು.

"ಅರ್ಥಮಾಡ್ಕೊಳ್ಳಿ. ಹೆಣ್ಣು ಯಾವಾಗ್ಲೂ ಪ್ರತಿಭಾವಂತೆಯೇ. ನಿಮ್ಮ ಭಾವಾಭಿನಯದಲ್ಲಿ ಗಂಡಿನ ಕಣ್ಣಿಗೆ ನೃತ್ಯಗಾತಿಯೇ. ನೀವು ವೇಣುಗೆ ಬರೆಯೋ ಪ್ರತಿಯೊಂದು ಪ್ರೇಮಪತ್ರವೂ ಕಾವ್ಯಮಯವೇ. ನಿಮ್ಮ ಮಂಜುಳ ಕಂಠದಿಂದ ಉಲಿಯೋ ಪ್ರತಿಯೊಂದು ಮಾತು ಸಂಗೀತಮಯವೇ. ನಿಮ್ಮ ದಾಂಪತ್ಯ ಸಾಮ್ರಾಜ್ಯದಲ್ಲಿ ಬೇರೆ ಅಭಿಮಾನಿ, ರಸಿಕರ ಅಗತ್ಯವಿಲ್ಲ."

ಅರ್ಥವಾಗದವಳ ಹಾಗೆ ಬೆಪ್ಪಾದಳು. ಸೈಕಾಲಜಿಸ್ಟ್ ಅವಳ ಕಣ್ಣಿಗೆ ಅಂತಹ ವಿಷಯಗಳಲ್ಲಿ ತೀರಾ ಅಜ್ಞಾನಿಯಾಗಿ ಕಂಡಿದ್ದರು.

"ಅವ್ರಿಗೆ ಪ್ರೀತಿಯ ಅಗತ್ಯವಿದೆ ಅದನ್ನ ನೀಡಿ. ಮತ್ತೆ ಯಾವ ಚಿಕಿತ್ಸೆಯೂ ಅವಶ್ಯಕವಿಲ್ಲ!" ಎತ್ತಿ ಹೇಳಿದಾಗ ಬೇಸರದ ಮುಖ ಮಾಡಿದಳು.

ದಾರಿಯಲ್ಲಿ ಪ್ರಭಾಕರನೊಂದಿಗೆ ಮೊದಲ ವಿಷಯಕ್ಕೆ ಬಂದಾಗ ತಲೆ ಚಚ್ಚಿಕೊಳ್ಳಬೇಕೆನಿಸಿತು ಅವನಿಗೆ. ಸಹನೆಗೆಡದೆ ಮೃದುವಾಗಿ ಹೇಳಿದ.

"ನೀವು ಇಂಥ ಆಕಾಂಕ್ಷೆಗಳನ್ನಿಟ್ಟುಕೊಂಡು ಮದ್ವೆಯಾಗಿದ್ದು ತಪ್ಪು. ಸ್ವಲ್ಪ ದಿನ ವೇಣುನ ಸುಧಾರ್ಸಿ, ಮುಂದೆ ಯೋಚಿಸಬಹುದು!"

ಪದ್ಮಿನಿ ಮುಖ ಕೆಂಪಗೆ ಮಾಡಿಕೊಂಡಿದ್ದಳು. ತೀರಾ ಅವಿವೇಕಿಯಾಗಿ ಕಂಡಿದ್ದಳು ಪ್ರಭಾಕರನಿಗೆ.

ಬಂದ ಮೇಲಂತೂ ಪದ್ಮಿನಿ ಮುಖ ತಿರುಗಿಸಿ ಓಡಾಡಲು ಕಲಿತಳು. ವೇಣು ಗದರಿಸಿ ಮಾತಾಡಿದರೆ ಮಾತ್ರ ತುಟಿ ಬಿಚ್ಚುತ್ತಿದ್ದಳು. ಈ ಸಮಾಜ ತನಗೆ ದೊಡ್ಡ ಅನ್ಯಾಯ ಮಾಡಿದೆಯೆಂದು ಭುಸುಗುಟ್ಟತೊಡಗಿದಳು. ಪ್ರಭಾಕರ ಬಂದರೂ ಮಾತಾಡಿಸುತ್ತಿರಲಿಲ್ಲ.

ಮಧ್ಯಾಹ್ನ ವೇಣು ಮನೆಗೆ ಬಂದಾಗ ಪತ್ರಗಳನ್ನೆಲ್ಲ ಮುಂದೆ ಹಾಕಿಕೊಂಡು ಕೂತಿದ್ದಳು. ಅವನ ಮೈ ಬೆಂಕಿಯಾಯಿತು. ಹಲ್ಲುಗಳನ್ನು ಕಚ್ಚಿ ಹಿಡಿದ. ಸಹನೆ ಸತ್ತಿತ್ತು.

"ನಾಚ್ಕೆ ಆಗ್ಬೇಕೂ.... ತಲೆ ಕೆಡ್ಸಿಕೊಂಡು ಬರೋ ಮೂರ್ಖರ ಪತ್ರಗಳ್ನ ಪದೇ ಪದೇ ಓದೋದು!" ಭುಸುಗುಟ್ಟಿದ.

"ನಿಮ್ಗೇ ನನ್ಮೇಲೆ ದ್ವೇಷಾ! ನನ್ನ ಪ್ರತಿಭೆ ಗುರ್ತಿಸೋ ಚೈತನ್ಯವೇ ನಿಮ್ಗಿಲ್ಲ!!" ರಪ್ಪನೆ ಕೆನ್ನೆಗೆ ಬಾರಿಸಿ ಪತ್ರಗಳನ್ನೆಲ್ಲ ಅವಳ ಮುಂದೆನೇ ಸುಟ್ಟುಬಿಟ್ಟ.

"ಆ ಪತ್ರಗಳ್ನ ಸುಡೋ ಅಧಿಕಾರ ನಿಮ್ಗೆ ಯಾರು ಕೊಟ್ಟಿದ್ದು?" ಕೆರಳಿದ ನಾಗಿಣಿಯಂತೆ ಭುಸುಗುಟ್ಟಿದಾಗ ಕೆಕ್ಕರಿಸಿಕೊಂಡು ನೋಡಿದ. ಇಷ್ಟು ದಿನ ತೋರಿದ ಅಸಹಾನುಭೂತಿಗೆ ವ್ಯಥೆಪಟ್ಟ. "ನಿಮ್ಮಪ್ಪ, ಅಮ್ಮ..." ಬಿರುಸಾಗಿ ಹೇಳಿ ಅಲ್ಲಿಂದ ಕಾಲ್ತೆಗೆದ.

ಮಂಚದ ಮೇಲೆ ಉರುಳಿಕೊಂಡ. ಇದು ಹೆಣ್ಣಿನ ಮೇಲೆ ತೋರುವ ದೌರ್ಜನ್ಯವೇ? ಖಂಡಿತ ಅಲ್ಲ. ಅವಳ ಕೆಟ್ಟ ಪ್ರಜ್ಞೆ, ವಿವೇಕದ ಬಲಿ!

ಪದ್ಮಿನಿ ತನ್ನ ಬಟ್ಟೆಬರೆಗಳನ್ನ ಸೂಟ್‌ಕೇಸ್‌ಗೆ ತುಂಬಿದಳು. ಧೈರ್ಯವಾಗಿ ತವರುಮನೆಗೆ ಹೋಗಲು ಅಣ್ಣಂದಿರ ಭಯ. ಅವರ ವ್ಯಂಗ್ಯ ಬಾಣಗಳಿಗೆ ಛಿದ್ರಛಿದ್ರ. ಆದರೆ ಅಪ್ಪ, ಅಮ್ಮ ತನ್ನ ಕೈಬಿಡಲಾರರು. ತನ್ನ ಪ್ರತಿಭೆಯಿಂದ ದೊಡ್ಡ ಲೇಖಕಿ ಅಥವಾ ನೃತ್ಯಗಾತಿ, ಇಲ್ಲ ಸಂಗೀತ ವಿದುಷಿಯಾಗಬಹುದು. ಕಲ್ಪನೆಯಲ್ಲಿ ಲಕ್ಷಾಂತರ

ಅಭಿಮಾನಿಗಳನ್ನು ಸೃಷ್ಟಿಸಿಕೊಂಡು ಹಿಗ್ಗಿದಳು.

ಸೂಟ್‌ಕೇಸ್ ಎತ್ತಿಕೊಂಡ ಬಾಗಿಲತ್ತ ನಡೆದವಳು ತಟ್ಟನೆ ನಿಂತುಬಿಟ್ಟಳು. ವೇಣು ಎದೆಯ ಮೇಲೆ ಕೈಕಟ್ಟಿ ನಿಂತಿದ್ದ. ಕಣ್ಣುಗಳಲ್ಲಿ ಸಮ್ಮಿಶ್ರಭಾವ.

"ಎಲ್ಲಿಗೆ ಹೋಗ್ತೀಯಾ?" ಶಾಂತವಾಗಿ ಕೇಳಿದ. ಅವನು ತಳಮಳದಲ್ಲಿ ಬೆಂದುಹೋಗಿದ್ದ. ಕಣ್ಣುಗಳ ಕೆಳಗೆ ಗೆರೆಗಳು ಮೂಡಿ ಮರೆಯಾದವು.

"ಎಲ್ಲಿಗಾದ್ರೂ ಹೋಗ್ತೀನಿ." ನಾಲ್ಕು ಹೆಜ್ಜೆ ನಡೆದು ಅವಳ ಸಮೀಪಕ್ಕೆ ಬಂದಾಗ ಕೆನ್ನೆಯ ಮೇಲೆ ಬೆರಳಿನ ಗುರುತು ಕಂಡು ಎದ್ದು ಅವನ ಮಾನವೀಯತೆ ಪ್ರಶ್ನಿಸಿತು.

ಕಣ್ಣಂಚಿನಲ್ಲಿ ಮೂಡಿದ್ದ ಕಂಬನಿ ಕೆನ್ನೆಯ ಮೇಲೆ ಉರುಳಿದಾಗ ಪೂರ್ತಿ ಸೋತುಹೋದ. ಕೈಬೆರಳು ಮೃದುವಾಗಿ ಕೆನ್ನೆಯನ್ನು ಸ್ಪರ್ಶಿಸಿತು.

"ಸಾರಿ, ಇವತ್ತು ತುಂಬಾ ಕೋಪ ಬರ್ಸಿಬಿಟ್ಟೆ," ಸ್ವರದಲ್ಲಿ ಸೋಲು ಮಿಡುಕಿದಾಗ ಇನ್ನೂ ದೃಢವಾಗಿ ನಿಂತಳು. "ನಾನು ಕ್ಷಮಿಸೋಲ್ಲ!" ನಿಂತಲ್ಲೇ ಅವನ ಮೈ ಹೆಪ್ಪುಗಟ್ಟಿದಂತಾಯಿತು.

ಅವಳತ್ತ ಬೆನ್ನು ಹಾಕಿನಿಂತು ಹೇಳಿದ.

"ಸುಮ್ನೇ ಒಳ್ಗಡೆ ನಡಿ!"

ಪದ್ಮಿನಿಯ ಕಣ್ಣುಗಳು ಮಿಂಚಿದವು. ತನ್ನ ಸೌಂದರ್ಯಪ್ರಜ್ಞೆ ಮರುಕಳಿಸಿತು. ಮತ್ತಷ್ಟು ಸೆಟೆದು ನಿಂತಳು.

"ನಾನು ಇರೋಲ್ಲ ಹೋಗ್ತೀನಿ" ಎಂದಾಗ ತಟ್ಟನೇ ಅವಳತ್ತ ತಿರುಗಿದ, "ಎಲ್ಲಿಗೆ ಹೋಗ್ತೀಯಾ? ನಿನ್ನ ಕಳ್ಸೋಕಲ್ಲ ನಾನು ಕೈ ಹಿಡಿದಿರೋದು. ಮೂರ್ಖತನ..... ಮಾಡಬೇಡ..."

"ನೀವು ಮೂರ್ಖರು. ನನ್ನ ಪ್ರತಿಭೆ ಗುರ್ತಿಸಲಾರದಂಥ ಶತಮೂರ್ಖರು"

ವೇಣು ಎದೆ ಉದ್ವೇಗದಿಂದ ಏರಿಳಿಯಿತು. ಮೂಗಿನ ತುದಿ ಕೆಂಪಗಾಯಿತು.

"ಗೆಟ್‌ಔಟ್... ಐಸೇ, ಯು ಗೆಟ್ ಔಟ್" ಪೂರ್ತಿಯಾಗಿ ಸಹನೆ ಕಳೆದುಕೊಂಡ. ವಿವೇಕ ಸತ್ತಿತ್ತು.

ಸೆರಗನ್ನ ಹಾರಿಸುತ್ತ ಸೂಟ್‌ಕೇಸ್ ಹೊತ್ತ ಪದ್ಮಿನಿ ಬಾಗಿಲಿನಿಂದ ಹೊರಗೆ ನಡೆದಳು. ಕೋಪ, ಅವಮಾನದಿಂದ ಅವಳ ತುಟಿಗಳು ನಡುಗುತ್ತಿದ್ದವು.

ಡ್ಯಾಮ್ ಕಡೆ ಹೊರಟಿದ್ದ ಜೀಪು ತಟ್ಟನೆ ನಿಂತಿತು. ಪ್ರಭಾಕರ ಕೂಲಿಂಗ್ ಗ್ಲಾಸ್ ಕೈಯಲ್ಲಿಡಿದು ಕೆಳಗಿಳಿದ. ಕೈಯಲ್ಲಿದ್ದ ಸೂಟ್‌ಕೇಸ್, ಭುಸುಗುಟ್ಟುತ್ತಿದ್ದ ಮುಖ ಹೊಸ ಕತೆ ಹೇಳಿತು.

"ಎಲ್ಲಿಗೆ ಹೊರಟಿದ್ದೀರಿ?" ಮೃದುವಾಗಿ ಪ್ರಶ್ನಿಸಿದ.

"ಅಮ್ಮನ ಮನೆಗೆ..." ಮುಖ ಉಮ್ಮಿಸಿ ಅಂದಾಗ ಅವನಿಗೆ ನಗು ಬಂತು. ನಗಲಿಲ್ಲ, ವಾಚ್ ಕಡೆ ನೋಡಿದ. "ಈಗ ಯಾವ ಬಸ್ಸೂ ಇಲ್ಲ. ಸಂಜೆ ಮುಂದು

ಹೋಗ್ಬಹ್ದು!"

"ನಾನು ಈಗ್ಲೇ ಹೋಗ್ಬೇಕೂ" ಸ್ವರದಲ್ಲಿದ್ದ ದೃಢತೆಗೆ ಬೆಚ್ಚಿಬಿದ್ದ. ವೇಣು ಬಗೆಗೆ ಸಹಾನುಭೂತಿಯಿಂದ ಮನ ಮಿಡಿಯಿತು. ತುಸು ಯೋಚಿಸಿ ಹೇಳಿದ.

"ನಾನು ಕೂಡ, ಹೋಗ್ಬೇಕಾಗಿಗೆ ಈಗಂತೂ ಬಸ್ಸಿಲ್ಲ. ನಡ್ದು ಹೋಗೋಕೆ ನಿಮ್ಮ ಕೈಯಲ್ಲಿ ಸುತಾರಾಂ ಆಗೋಲ್ಲ."

ಪದ್ಮಿನಿಯ ಮುಖ ಪೆಚ್ಚಾಯಿತು. ತಟ್ಟನೇ ಏನೂ ಹೊಳೆಯಲಿಲ್ಲ. ಅಸಹಾಯಕತೆಯಿಂದ ಪ್ರಭಾಕರನತ್ತ ನೋಡಿದಳು.

"ಸಂಜೆವರ್ಗೂ ನಮ್ಮನೆಯಲ್ಲಿ ಇರಬಹ್ದು!"

ಜೀಪಿನಲ್ಲಿ ಕರೆದೊಯ್ದು ತನ್ನ ಕ್ವಾರ್ಟರ್ಸ್‌ನ ಬಳಿ ಇಳಿಸಿ ಕೆಲಸದ ಕಡೆ ಹಿಂದಿರುಗಿದ. ಸುಮ್ಮನೆ ಚಡಪಡಿಸಿದ. ಕೆಲಸದತ್ತ ಅವನ ಗಮನವೇ ಇರಲಿಲ್ಲ. ಮೇಸ್ತ್ರಿ ಬಂದು ಹೇಳಿದಾಗ ಸುಮ್ಮನೆ ತಲೆಯಾಡಿಸಿದ. ಎಂತಹ ಸಂಕಷ್ಟದಲ್ಲೂ ತಲೆಕೆಡಿಸಿಕೊಳ್ಳದೆ ತೃಪ್ತಜೀವನ ಸಾಗಿಸುತ್ತಿದ್ದ ಅವನ ತಲೆ ರಣರಂಗವಾಗಿತ್ತು.

ಬಹಳ ಹೊತ್ತಿನ ಮೇಲೆ ಸ್ಕೂಟರ್ ಮೇಲೆ ವೇಣು ಬಂದ. ಒಳಗಿನ ತುಮುಲ ವೇದನೆ ಮುಚ್ಚಿಟ್ಟುಕೊಂಡು ಸಹಜವಾಗಿ ತೋರುವಂತೆ ನಟಿಸಲು ಪ್ರಯತ್ನಿಸುತ್ತಿದ್ದ.

"ವೇಣು...." ಎಂದೊಡನೆ. ಏನೋ ಯೋಚಿಸುತ್ತಿದ್ದವನು ತಟ್ಟನೇ ತಲೆಯೆತ್ತಿದ. ತುಟಿಯವರೆಗೂ ಬಂದ ಪ್ರಶ್ನೆಯನ್ನು ನುಂಗಿಕೊಂಡ.

ಹತ್ತಿರಕ್ಕೆ ಬಂದು ಭುಜದ ಮೇಲೆ ಕೈಹಾಕಿದ. "ಮೇಸ್ತ್ರಿ ಇದ್ದಾನೆ. ನೋಡ್ಕೋತಾನೆ. ಮನೆಗೆ ಹೋಗೋಣ ನಡೀ."

ವೇಣು ಕಣ್ಮುಂದೆ ದೊಡ್ಡ ಮಂಜಿನ ಪರ್ವತವೇ ನಿಂತಿತು. ಅದು ಕರಗಿ ಸ್ಪಷ್ಟ ಬದುಕು ಕಾಣಲು ಸಾಧ್ಯವೇ? ಮಸುಕು.... ಮಸುಕು....

ಧೂಳಿನಿಂದ ಆವೃತನಾಗಿದ್ದ ಪೆರಿಯಾರ್ ಓಡಿ ಬಂದವನೆ ವಿನಯದಿಂದ ಕೈಕಟ್ಟಿ ನಿಂತ.

"ಏನ್ಸಮಾಚಾರ?" ಪ್ರಭಾಕರ ಹುಬ್ಬೆತ್ತಿ ಪ್ರಶ್ನಿಸಿದ. ಮಾತಾಡಲಿಲ್ಲ. ತಲೆ ಕೆರೆದುಕೊಂಡು ಹೆಗಲ ಮೇಲಿದ್ದ ತುಂಡು ವಸ್ತ್ರವನ್ನು ತಲೆಗೆ ಕಟ್ಟಿದ.

"ಮುಗೀತಾ! ಮತ್ತೇನು?" ಕೈಕೈ ಹೊಸೆಯುತ್ತ ನಿಂತುಬಿಟ್ಟ.

ಇದು ಯಾವುದಕ್ಕೆ ಪೀಠಿಕೆಯೆಂದು ಅವರಿಗೆ ಗೊತ್ತು. ಎಷ್ಟೋ ಸಲ ಗದರಿ ಛೀಮಾರಿ ಹಾಕಬೇಕೆಂದು ಯೋಚಿಸುತ್ತಿದ್ದರು. ಆದರೆ ಅವನ ಅಸಹಾಯಕತೆಗೆ ಮರುಗಿ ಸುಮ್ಮನಾಗುತ್ತಿದ್ದರು.

"ರೂಪಾಯಿ, ವೇಣು ಸ್ವಾಮಿ" ತಲೆಯನ್ನು ಕೆರೆದುಕೊಂಡ ಪ್ರಭಾಕರನ ಮುಖ ಗಂಭೀರವಾಯಿತು. ಜೇಬಿನಲ್ಲಿದ್ದ ಐದು ರೂಪಾಯನ್ನ ಅವನ ಕೈಯಲ್ಲಿಟ್ಟ.

"ವಣಕಂ" ಅರ್ಧ ಶರೀರವನ್ನ ಬಗ್ಗಿಸಿ ವಂದಿಸಿ ನಡೆದ. ಈಗ ಅವನ

ನಡಿಗೆಯಲ್ಲಿ ಜಗವನ್ನು ಗೆಲ್ಲುವ ಉತ್ಸಾಹವಿತ್ತು.

"ಕೊಡ್ಬಾರ್ದಿತ್ತು" ವೇಣು ಪೆರಿಯಾರ್ ಬೆನ್ನಿನ ಕಡೆನೇ ನೋಟವರಿಸುತ್ತಾ ಕೇಳಿದಾಗ ಪ್ರಭಾಕರ್ ಭಾರವಾದ ಉಸಿರನ್ನು ಹೊರದಬ್ಬಿ ನುಡಿದ.

"ಪ್ರಯೋಜನವಿಲ್ಲ. ಮನೆಯಲ್ಲಿರೋ ಕಾಳು ಕಡ್ಡಿಗಳ್ನ ತಗೊಂಡ್ಹೋಗಿ ಅಂಗ್ಡಿಗೆ ಹಾಕ್ತಾನೆ!" ಆಕಾಶದತ್ತ ನೋಟವರಿಸಿದ. ಬಿಸಿಲು ಕಮ್ಮಿಯಾಗಿದ್ದರೂ ಸೂರ್ಯನ ರಶ್ಮಿ ತೀಕ್ಷ್ಣವಾಗಿತ್ತು.

ವೇಣು, ಪ್ರಭಾಕರ್ ಮಾತಾಡುತ್ತ ನಡೆದೇ ಕ್ವಾರ್ಟರ್ಸ್‌ಗೆ ಹೊರಟರು. ಮೊದಲು ಸಿಕ್ಕಿದ ವೇಣು ಕ್ವಾರ್ಟರ್ಸ್‌ನತ್ತ ನಡೆದರು. ಬಾಗಿಲಿಗೆ ತೂಗು ಬಿದ್ದ ಬೀಗ ಅಣಕಿಸಿತು.

"ಇದೇನು ಬೀಗ?" ವಿಷಯ ಅರಿಯುವ ಪ್ರಥಮ ಪ್ರಯತ್ನ ಮಾಡಿದ. ವೇಣು ಮುಖ ಬಿಗಿದುಕೊಂಡಿತು. ಕೈಯನ್ನ ಪ್ಯಾಂಟ್ ಜೇಬಿನೊಳಕ್ಕೆ ತುರುಕಿದ.

"ಪದ್ಮಿನಿ ನಮ್ಮನೆಗೆ ಹೋಗಿದ್ದಾರ?"

ವೇಣು ಕೈ ಜೇಬಿನಿಂದ ಹೊರಕ್ಕೆ ಬಂತು. ಅದರೊಂದಿಗೆ ಬೀಗದ ಕೈ ಇಣಕಿತು. ಮಾತಾಡದೆ ಬೀಗ ತೆರೆದು ಒಳಗೆ ನಡೆದ. ಬೆಚ್ಚುವಂಥ ನೀರವತೆ.

ವಾರಪತ್ರಿಕೆ ಪ್ರಭಾಕರನ ಮುಂದೆ ಬಿದ್ದಾಗ ತಲೆಯೆತ್ತಿದ. ವೇಣು ಮುಖದ ಮೇಲೆ ದಟ್ಟವಾದ ಗಾಂಭೀರ್ಯ ಹರಡಿಕೊಂಡಿತು. ಮೆಲ್ಲಗೆ ನಾಲಿಗೆಯಿಂದ ತುಟಿ ಸವರಿಕೊಂಡ.

"ನೋಡ್ತಾ ಇರು, ಬರ್ತೀನಿ" ಅವನು ಹೋದತ್ತಲೇ ಪ್ರಭಾಕರ ನೋಡಿದ.

ಅವನು ಕೂಡಲೇ ಮನೆಗೆ ಹೋಗಬೇಕಾಗಿತ್ತು. ಪದ್ಮಿನಿ ಹೋಗುವುದು ಬೇಡವಾಗಿತ್ತು. "ವೇಣು, ಸ್ವಲ್ಪ ಮನೆ ಕಡೆ ಹೋಗ್ಬರ್ಲಾ....?" ಎದ್ದು ನಿಂತ.

"ಪರ್ವಾಗಿಲ್ಲ, ಒಂದ್ನಿಮಿಷ ಕೂತ್ಕೋ" ಲುಂಗಿಯನ್ನ ಸೊಂಟಕ್ಕೆ ಸುತ್ತಿಸುತ್ತಲೇ ಹೊರಗೆ ಬಂದ.

ಎದುರು ಬಂದು ವೇಣು ಕೂತಾಗ ಪ್ರಭಾಕರನ ಕಣ್ಣುಗಳಲ್ಲಿ ತೀಕ್ಷ್ಣತೆ ಮಿನುಗಿತು. ಕಿವಿಗಳು ಚುರುಕಾದವು.

"ಪದ್ಮಿನಿ ಕೋಪ ಮಾಡ್ಕೊಂಡು ಹೊರಟುಹೋದ್ಲು!" ಸ್ವರದಲ್ಲಿ ನೋವು ಇಣಕಿತು. ಮುಖದ ಮೇಲೆ ವೇದನೆಯ ಛಾಯೆ ಹರಡಿತು.

ಪ್ರಭಾಕರ್ ಪ್ರಶ್ನಿಸಲಾರದೆ ತೊಳಲಾಡಿದ. ವೇಣುವಿನ ಸ್ವಭಾವ ಬಲ್ಲ.

ನಿಧಾನವಾಗಿ ವೇಣು ಮನಸ್ಸನ್ನ ಇಂದು ಪ್ರಥಮವಾಗಿ ಅವನ ಮುಂದೆ ಬಹಳ ಕಷ್ಟದಿಂದ ತೆರೆದಿಟ್ಟ. ಅವನ ನಿರೀಕ್ಷೆ ಪೂರ್ತಿ ತಲೆಕೆಳಗಾಗಿತ್ತು.

"ಅವ್ಳು ಈ ಜೀವನಕ್ಕೆ ಹೊಂದಿಕೊಳ್ಳಲಾರಳು!"

ಪ್ರಭಾಕರ ಬೆಚ್ಚಿಬಿದ್ದ... ಹಾಗಾದರೆ. ಮುಂದಿನ ದಾರಿಯೇನು? ಒಳ್ಳೆಯದಲ್ಲವೆನಿಸಿತು. ಹುಬ್ಬುಗಳು ಬೆಸೆದುಕೊಂಡವು.

"ಅಷ್ಟು ಬೇಗ ತೀರ್ಮಾನಕ್ಕೆ ಬರೋದು ಒಳ್ಳೇದಲ್ಲ. ದಿನ ಕಳೆದಂತೆ ಸುಧಾರಿಸಬಹುದು! ಸ್ವಲ್ಪ ಸಹನೆ ತಂದುಕೊಂಡು ಸಹಾನುಭೂತಿಯಿಂದ ಪ್ರಯತ್ನ ಮಾಡು."

ವೇಣುವಿನ ತುಟಿಯಂಚಿನಲ್ಲಿ ನೋವಿನ ನಗೆ ಮಿನುಗಿತು. ತಕ್ಷಣಕ್ಕೆ ಏನೂ ಹೇಳದಾದ. ತಾನೆಲ್ಲಿ ಎಡವಿದ್ದೇನೇ? ಅಪ್ಪ, ಅಮ್ಮನ ಮಾತಿಗೆ ತಲೆಬಾಗಿ ಈ ಹೆಣ್ಣಿಗೆ ತಾಳಿ ಬಿಗಿದಿದ್ದು ತಪ್ಪಾ?

"ಪದ್ಮಿನಿ ನಮ್ಮನೆಯಲ್ಲಿದ್ದಾಳೆ."

ಬಹಳ ಕಷ್ಟದಿಂದ ವೇಣು ನೋವಿನ ಉಗುಳನ್ನ ನುಂಗಿದ. ಮನದ ತಳಮಳ ಸ್ವಲ್ಪಮಟ್ಟಿಗೆ ಕಮ್ಮಿಯಾಯಿತು. ಪದ್ಮಿನಿಯ ಬಗ್ಗೆ ಕೋಪ, ಬೇಸರ, ಜಿಗುಪ್ಸೆ ಇರಬಹುದು. ಆದರೆ ಸಹಜವಾಗಿ ಕೈಹಿಡಿದವಳ ಮೇಲಿನ ಹೃದಯದಾಳದ ಅವನ ಪ್ರೀತಿ ಸತ್ತು ಹೋಗಿರಲಿಲ್ಲ. ಕೋಪ, ವೇದನೆಗಿಂತ ಕಂಗೆಟ್ಟರೂ ಮೇಲ್ನೋಟಕ್ಕೆ ಸಮಾಧಾನವಾಗುವಂತೆ ಕಾಣುವ ಪ್ರಯತ್ನ ಮಾಡಿದ್ದ.

"ವೇಣು, ನಿನ್ನ ಮನಸ್ಸು ನಾನು ಅರ್ಥಮಾಡಿಕೊಳ್ಳಬಲ್ಲೆ ಆತುರ ಬೇಡ." ಕೈಯನ್ನ ಮೃದುವಾಗಿ ಅದುಮಿ ವೇಣು ಕಣ್ಣಲ್ಲಿ ಇಣಕಿದ. ನೋವುಂಡ ದುಂಬಿಗಳಂತೆ ಕಂಡವು.

"ಪುನಃ ಬರ್ತೀನಿ" ಸೊಂಟಕ್ಕೆ ಬಿಗಿದಿದ್ದ ಬೆಲ್ಟ್‌ನ ಬೆರಳಿನಿಂದ ಸವರಿದ. ಮತ್ತೆ ಮತ್ತೆ ಪುನರಾವರ್ತನೆಯೆನಿಸಿತು.

ಪ್ರಭಾಕರ ದಾಪುಗಾಲು ಹಾಕುತ್ತ ತನ್ನ ಕ್ವಾರ್ಟರ್ಸ್‌ನತ್ತ ನಡೆದ. ಯಾವ ಆತಂಕಕ್ಕೂ ಕಾರಣವಿಲ್ಲವೆನ್ನುವಂತೆ ಪದ್ಮಿನಿ, ಸರಳ ಜೊತೆ ನಗುತ್ತಾ ಮಾತಾಡುತ್ತಿದ್ದಳು. ಅಷ್ಟು ದೂರದ ಮೂಲೆಯಲ್ಲಿ ಬಿದ್ದುಕೊಂಡಿದ್ದ ಸೂಟ್‌ಕೇಸ್ ಇಂತಹ ಒಡತಿಯನ್ನು ಪಡೆದಿದ್ದಕ್ಕೆ ರೋದಿಸುವಂತೆ ಕಂಡಿತು.

"ಸ್ವಲ್ಪ ಲೇಟಾಯ್ತು" ಮಧ್ಯಾಹ್ನ ಕೊಟ್ಟ ಆಶ್ವಾಸನೆಗೆ ಕಾರಣ ಕೊಟ್ಟಂತೆ ಇತ್ತು.

"ಈಗ ಬಸ್ಸಿದೆ. ಹೊರಡೋಣ್ವಾ?" ಷರಟಿನ ಗುಂಡಿಗೆ ಕೈಹಾಕಿದ.

ಸರಳ ಕಣ್ಣುಗಳಲ್ಲಿ ವಿಸ್ಮಯ ಇಣುಕಿತು. ಪದ್ಮಿನಿ ಪತ್ರಗಳನ್ನು ಸುಟ್ಟ ಸಂಗತಿಯನ್ನು ತಿಳಿಸಿ ವೇಣು ಮೇಲೆ ಕೆಂಡ ಕಾರಿದ್ದಳು. ತಾನು ಬಹಳ ದಿನಗಳಿಂದ ಕಾದಿಟ್ಟ ಅಮೂಲ್ಯ ನಿಧಿಯೇ ಕಳೆದುಕೊಂಡವಳಂತೆ ಸಂಕಟಪಟ್ಟಿದ್ದಳು.

ಕಣ್ಣಿನಲ್ಲಿಯೇ ಪದ್ಮಿನಿ ಹೋಗುವುದು ಬೇಡವೆಂದು ಸನ್ನೆ ಮಾಡಿ ತಿಳಿಸಿದಾಗ ಅವನು ತುಟಿಯಂಚಿನಲ್ಲಿ ಕಿರುನಗು ನಕ್ಕ. ಅಂಗೈಯೆತ್ತಿ ಸುಮ್ಮನಿರುವಂತೆ ಸನ್ನೆ ಮಾಡಿದ.

ಮಂಕಾಗಿ ಕೂತ ಪದ್ಮಿನಿಯತ್ತ ನೋಡಿದ. ಮುದ್ದಾದ ಮುಖ, ಹೊಳಪು ಕಣ್ಣುಗಳು. ಆದರೆ ಭ್ರಾಮಕ ಲೋಕದಲ್ಲಿ ತೇಲುವ ಕಣ್ಣಿನ ಭಾವುಕತೆಯ ಬಗ್ಗೆ ಮಾತ್ರ ಬೇಸರ.

ಪ್ರಭಾಕರ ಅವಳ ಎದುರಿನಲ್ಲಿ ಹೋಗಿ ಕೂತ. ನಾಲ್ಕು ಬುದ್ಧಿ ಮಾತುಗಳು ಹೇಳಲು ತಕ್ಕ ಸಮಯವೆನಿಸಿತ್ತು. ಪದ್ಮಿನಿ ಕೋಪ ಮಾಡಿಕೊಂಡಳು ಎಂಬ ಕಡೆ ಲಕ್ಷ್ಯವಿರಲಿಲ್ಲ.

"ನೀವು ಮದ್ವೆಗೆ ಮೊದ್ಲು ಯಾರನ್ನಾದ್ರೂ ಪ್ರೀತಿಸಿದ್ರಾ?" ನೇರವಾಗಿ ಪ್ರಶ್ನೆ ಕುಟುಕಿದಾಗ ಗೊಂದಲಕ್ಕೆ ಬಿದ್ದಳು. ಅದೇ ಕ್ಷಣದಲ್ಲಿ ಅವಳ ಕಣ್ಣುಗಳ ಹೊಳಪು ದ್ವಿಗುಣಿಸಿತು. ಮೃದುವಾಗಿ ಹೇಳಿದಳು.

"ನನ್ನ ಸಾಕಷ್ಟು ಜನ ಪ್ರೀತಿಸ್ತಾ ಇದ್ರು!"

ಬಂದ ನಗುವನ್ನು ತಡೆಯಲೆಂದೇನೋ ಸರಳ ಕೆಮ್ಮುವ ನಟನೆ ಮಾಡಿ ಬಾಯಿಗೆ ಕೈ ಅಡ್ಡವಾಗಿಟ್ಟುಕೊಂಡು ಎದ್ದು ಹೋದಳು. ಪ್ರಭಾಕರ ತುಟಿ ಕೊಂಕಿಸಿ ಬಂದ ನಗುವನ್ನು ತೇಲಿಸಿದ.

"ಅದಲ್ಲ ನನ್ನ ಪ್ರಶ್ನೆ. ವೇಣು ಕೂಡ ನಿಮ್ಮನ್ನ ತುಂಬ ಪ್ರೀತಿಸ್ತಾನೆ. ನಿಮ್ಮ ಪ್ರೀತಿ ಯಾರಿಗಾದ್ರೂ ಲಭ್ಯವಾಗಿತ್ತಾ?" ಪೂರ್ಣವಾಗಿ ಅವಳನ್ನ ಅರಿಯುವುದು ಪ್ರಭಾಕರನ ಸಾಹಸವಾಗಿತ್ತು. ರೋಗ ಇಂತಹುದೇ ಎಂದು ತಿಳಿದರೆ ಚಿಕಿತ್ಸೆ ತುಂಬ ಸುಲಭವೆಂದು ಅವನ ಅಭಿಪ್ರಾಯ.

ಗದ್ದಕ್ಕೆ ಕೈಯೂರಿ ಕೂತ ಪದ್ಮಿನಿಯ ಕಣ್ಣುಗಳಲ್ಲಿ ವಿವಿಧ ಭಾವಗಳು ಮಿಂಚಿ ಮರೆಯಾಗುತ್ತಿದ್ದವು. ಹೊಗಳಿ ಅಟ್ಟಕೇರಿಸಿ ಬರೆದವರ ಬಗೆಗೆಲ್ಲ ಅವಳಿಗೆ ಪ್ರೀತಿ ಇತ್ತು. ಗೊಂದಲಕ್ಕೆ ಸಿಕ್ಕಿದ ಅವಳ ಕಣ್ಣುಗಳತ್ತಲೇ ನೋಡಿದ.

"ವೇಣು ಲಕ್ಕಿ.... ನೀವು ಯಾರನ್ನೂ ಪ್ರೀತಿಸ್ಲಿಲ್ಲ!" ಗೆಲುವಿನ ಸ್ವರದಲ್ಲಿ ಹೇಳಿದ.

ಪದ್ಮಿನಿಗೆ ಏನು ಹೇಳಬೇಕೆಂಬುದೇ ತೋರಲಿಲ್ಲ. ಚಿರುಗುಟ್ಟುತ್ತಿದ್ದ ಕೆನ್ನೆಯ ಮೇಲೆ ಕೈಯಾಡಿಸಿಕೊಂಡಾಗ ಒಳಗಿನ ಕೋಪ ಭುಗಿಲೆಂದಿತು. ಅವುಡುಗಳು ಬಿಗಿದುಕೊಂಡವು.

"ಯಾರನ್ನಾದ್ರೂ ಪ್ರೀತಿಸ್ತೀನಿ. ವೇಣುನ ಪ್ರೀತಿಸೋಲ್ಲ."

ಪ್ರಭಾಕರನಿಗೆ ಮಂಜಿನ ಸ್ಪರ್ಶವಾಯಿತು. ನೇರವಾಗಿ ಪದ್ಮಿನಿಯನ್ನು ನೋಡಿದ. ಒಮ್ಮೊಮ್ಮೆ ಅಮಾಯಕ ಹೆಣ್ಣಾಗಿ ಕಾಣುತ್ತಿದ್ದಳು. ಕೆಲವೊಮ್ಮೆ ಸೊಕ್ಕಿದ ಲಲನೆಯಂತೆ ಕಂಗೊಳಿಸುತ್ತಿದ್ದಳು. ಮಗದೊಮ್ಮೆ ಹೃದಯವಿಲ್ಲದ ವನಿತೆಯಂತೆ ಮಂಕಾಗಿ ಮಿಂಚುತ್ತಿದ್ದಳು.

"ಮದ್ವೆ ಮಾಡಿಕೊಂಡ್ಮೇಲೆ ಪ್ರೀತಿಸ್ಲೇ ಬೇಕು!"

"ಸಾಧ್ಯವಿಲ್ಲ. ನನ್ನ ಪ್ರತಿಭೆ ಕಡೆ ಅವ್ರ ಗಮನವಿಲ್ಲ. ಲಕ್ಷಾಂತರ ಜನ ಆರಾಧಿಸಬಹುದಾದಂಥ ಪ್ರತಿಭೆ ನನ್ನಲ್ಲಿದೆ!" ಒತ್ತಿ ಹೇಳಿದಾಗ ಸುಸ್ತಾದ ಲಕ್ಷಣವಾಗಿ ಹಿಂದಕ್ಕೆ ಒರಗಿದ.

ಅವಳ ಮಾತು ರೀತಿ, ನಡತೆಯಲ್ಲಿ ಹಾಸ್ಯಾಸ್ಪದ ಮಾತ್ರವಲ್ಲ ಹುಚ್ಚುತನವಾಗಿ

ಕಂಡಿತು. ಆದರೂ ಪದ್ಮಿನಿಯ ಬಗ್ಗೆ ಬೇಸರಪಡದೆ ಯೋಚಿಸಿದ. ಇವಳನ್ನು ಸರ್ವವಿಧದಲ್ಲೂ ದಾರಿಗೆ ತರಲು ಮನದಲ್ಲಿಯೇ ರೂಪುರೇಷೆಗಳನ್ನ ಹಾಕಿ ಒಂದು ಯೋಜನೆಯನ್ನು ಸಿದ್ಧಪಡಿಸಿದ.

"ನಾನು ವೇಣುಗೆ ಹೇಳ್ತೀನಿ" ಕತ್ತಿನ ಮೇಲ್ಗೆ ಕೈಯಾಡಿಸುತ್ತ ಮೇಲಕ್ಕೆದ್ದ.

ತಾನೇ ರಾತ್ರಿಯ ಊಟದ ನಂತರ ಅವಳನ್ನ ಕರೆದೊಯ್ದು ಸದ್ಯಕ್ಕೆ ಸುಮ್ಮನಿರುವಂತೆ ವೇಣುಗೆ ಸನ್ನೆ ಮಾಡಿಬಂದ. ಇಡೀ ರಾತ್ರಿ ನಿದ್ದೆಯಿಲ್ಲದೇ ಯೋಚಿಸಿದ.

* * *

ಊರಿನಿಂದ ಟೆಲಿಗ್ರಾಮ್ ಬಂದಾಗ ಯೋಚಿಸುವಂತಾದ. ಒಂದೇ ಉಸುರಿಗೆ ಪ್ರಭಾಕರನಿಗೆ ತಿಳಿಸಿ ನಾಲ್ಕು ದಿನ ರಜ ಬರೆದಿಟ್ಟು ಹೊರಟು ನಿಂತ.

"ಪದ್ಮಿನಿ, ನಿನ್ನ ಬಟ್ಟೆ, ಬರೆ ಸೂಟ್‌ಕೇಸ್‌ಗೆ ಹಾಕ್ಕೊ" ಅವಳತ್ತ ನೋಡದೆನೇ ಹೇಳಿದ. ಆ ಘಟನೆ ನಡೆದ ಮೇಲೆ ಅವರಿಬ್ಬರಲ್ಲಿ ಮಾತುಕತೆ ಕಮ್ಮಿಯಾಗಿತ್ತು.

ಮುಖ ಮೇಲೆತ್ತಿದಳು ಪದ್ಮಿನಿ. ಪಟಪಟನೆ ರೆಪ್ಪೆಗಳನ್ನು ಬಡಿದಳು. ಮೆಲುವಾಗಿ ಕೇಳಿದಳು.

"ನಾನೂ ಬರ್ಬೇಕಾ?"

ಹಣೆಯ ಮೇಲಿನ ಕೂದಲನ್ನು ಬೆರಳಿಂದ ಹಿಂದಕ್ಕೆ ತಳ್ಳಿದ. ಹುಬ್ಬುಗಳು ಸೆಟೆದುಕೊಂಡವು. ಕೆಳತುಟಿಯನ್ನು ಹಲ್ಲಿನಿಂದ ಕಚ್ಚಿ ಹಿಡಿದ.

"ನಿನ್ನಿಷ್ಟ.... ಇಷ್ಟವಿಲ್ದಿದ್ರೆ ಇಲ್ಲೇ ಇರಬಹುದ್ದು!" ಚಾಟಿಯೇಟಿನಂತೆ ಮುಖಕ್ಕೆ ಅಪ್ಪಳಿಸಿತು. ದೃಢವಾದ ಹೆಜ್ಜೆಗಳನ್ನು ಹಾಕುತ್ತ ಕೋಣೆಯತ್ತ ಹೊರಟುಬಿಟ್ಟ.

ತನ್ನ ಒಂದೆರಡು ಬಟ್ಟೆಗಳನ್ನು ಲೆದರ್ ಬ್ಯಾಗ್‌ಗೆ ತುರುಕಿದ. ನಾಲ್ಕಾರು ಸಲ ಹೊರಕ್ಕೂ ಒಳಕ್ಕೂ ಅಡ್ಡಾಡಿದ. ಹೆದ್ದಾರಿಯಲ್ಲಿ ಓಡಾಡುವ ಬಸ್ಸನ್ನ ಹಿಡಿಯಬೇಕಿತ್ತು. ಪದೇಪದೇ ವಾಚ್‌ನತ್ತ ನೋಡಿದ. ಎದೆಯಲ್ಲಿ ಹತ್ತಿಕ್ಕಲಾರದ ತುಮುಲ.

"ರೆಡಿನಾ?" ಪ್ರಭಾಕರನ ಸ್ವರಕ್ಕೆ ಮುಖವೆತ್ತಿದ. "ನಾನೆಲ್ಲ ಮಾಡಿದ್ದೀನಿ. ಈಗಿಂದೀಗ್ಲೇ ಹೊರಟ್ಬಿಡು" ಅವಸರಿಸಿದ.

ಪ್ರಭಾಕರನೇ ಜೀಪಿನಲ್ಲೊಯ್ದು ಪದ್ಮಿನಿ, ವೇಣುವನ್ನು ಬಸ್ಸು ಹತ್ತಿಸಿ ಬಂದ.

ಜೊತೆಯಲ್ಲಿ ಪದ್ಮಿನಿ ಇದ್ದರೂ ಏಕಾಂಗಿಯೆನಿಸಿತು ವೇಣುಗೆ. ತುಟಿ ತೆರೆದು ಮನದ ಆತಂಕವನ್ನು ಬಿಚ್ಚಿಡಲು ಅವಳ ಮುಂದೆ ಹಿಂಜರಿಕೆ ಸರಿಯಾದ ಪ್ರತಿಕ್ರಿಯೆ ಸಿಗಲಾರದೆಂದು ಅವನಿಗೆ ಗೊತ್ತು. ವಾರೆಗಣ್ಣಿನಿಂದ ಅವಳತ್ತ ನೋಡಿದ. ಉಗುರುಗಳಿಗೆ ಹಚ್ಚಿದ ಬಣ್ಣವನ್ನೇ ನೋಡುತ್ತ ಕೂತಿದ್ದಳು.

"ತುಂಬ ಗಾಳಿನಾ?" ಮೌನವನ್ನ ತಾನೇ ಮುರಿದ.

"ಹೌದು, ನೀವು ಈ ಕಡೆ ಬಂದ್ಬಿಡಿ. ಸ್ವಲ್ಪ ಶಾಲು ತೆಗ್ದು ಕೊಡಿ" ವೇಣು

ತುಟಿಗಳ ಮೇಲೆ ನೋವು ಮಿನುಗಿತು. ಎದ್ದುನಿಂತ.

ಇತ್ತ ಸರಿದ ಮೇಲೆ ತಾನು ಕೂತು ಶಾಲು ತೆಗೆದುಕೊಟ್ಟ. ಒಬ್ಬರಿಗೊಬ್ಬರು ನೋವು ನಲಿವನ್ನ ಹಂಚಿಕೊಂಡು ಮಾನಸಿಕವಾಗಿ ಪ್ರೇಮಿಸದ ಈ ದೈಹಿಕ ವ್ಯವಸ್ಥೆ ಅನೈತಿಕವೆನಿಸಿತು.

ಮನೆ ತಲುಪುವವರೆಗೂ ಪದ್ಮಿನಿಯೊಂದಿಗೆ ಮಾತಾಡಲು ಹೋಗಲಿಲ್ಲ. ಗಾಬರಿಯಿಂದ ಬಂದವನಿಗೆ ಸಣ್ಣ ಸಂತೆಗಾಗುವಷ್ಟು ಜನರನ್ನು ಕಂಡು ಹುಬ್ಬೇರಿಸಿದ.

"ಹೇಗಿದ್ದಾರೆ, ಅಮ್ಮ" ಬಾಗಿಲಿಗೆ ಬಂದ ತಂದೆಯನ್ನ ಪ್ರಶ್ನಿಸಿದ. ಅವರ ಮುಖದಲ್ಲಿ ಆತಂಕವಿರಲಿಲ್ಲ "ಪರ್ವಾಗಿಲ್ಲ...!" ಎಂದು ಉಸುರಿ ಹೊರಗೆ ಹೋದಾಗ ತುಟಿ ಕಚ್ಚಿ ಕಹಿಯಾದ ಉಗುಳನ್ನ ನುಂಗಿದ. ಕೈಯಲ್ಲಿ ಏರ್‌ಬ್ಯಾಗ್ ಜಾರಿ ನೆಲವನ್ನು ಸ್ಪರ್ಶಿಸಿತು.

ತಾಯಿಯ ಕೋಣೆಗೆ ಬಂದ. ಮಂಚದ ಮೇಲೆ ಕೂತಿದ್ದ ಮೀನಾಕ್ಷಿಯವರ ಕಣ್ಣುಗಳಲ್ಲಿ ಗಲಿಬಿಲಿ ಕಾಣಿಸಿಕೊಂಡಿತು.

"ಸದ್ಯಾ ಬಂದ್ಯಾ!" ಮೇಲಕ್ಕೆದ್ದರು. ಮೆಲ್ಲಗೆ ಕಾಲ್ತೆಗೆದರು.

ಅವರಿಗೆ ವೇಣುವಿನ ಸ್ವಭಾವ ಈ ಮನೆಯವರಿಗಿಂತ ಭಿನ್ನವೆಂದು ಗೊತ್ತು.

ವೇಣು ತಾಯಿಯ ಪಕ್ಕದಲ್ಲಿ ಹೋಗಿ ಕೂತ. ಮುಖವೇನು ತೀರಾ ಕಂಗೆಟ್ಟ ಹಾಗೆ ಕಾಣದಿದ್ದರೂ ಸ್ವಲ್ಪ ಬಳಲಿದಂತೆ ಕಂಡರು. ಕೈಹಿಡಿದು ತುಟಿಗೊತ್ತಿಕೊಂಡ. ದುಗುಡದಿಂದ ಅವನೆದೆ ಭಾರವಾಯಿತು. ತಾಯಿಯ ಪರಿಪೂರ್ಣ ಪ್ರೀತಿಯುಂಡ ವ್ಯಕ್ತಿಯೇ ಧನ್ಯನೆಂದುಕೊಂಡ.

"ಹೇಗಿದ್ದೀಯಾ? ಡಾಕ್ಟ್ರು ಏನೇಳಿದ್ರು?" ಮೃದುವಾಗಿ ಕೇಳಿದ. ಗಂಟಲು ಹಿಡಿದಂತಾಯಿತು.

ಆಕೆ ಒಣಗಿದ ತುಟಿಗಳನ್ನು ನಾಲಿಗೆಯಿಂದ ಸವರಿಕೊಂಡರು. ಕಣ್ಣಂಚಿನಿಂದ ಜಾರಿದ ಕಂಬನಿ ಪಕ್ಕಕ್ಕೆ ಜಾರಿ ದಿಂಬಿನಲ್ಲಿ ಸೇರಿಹೋಯಿತು.

"ಬದ್ಕಿದ್ದೇ ಹೆಚ್ಚು! ವೇಣು ಹುಬ್ಬುಗಳು ಸಂಕುಚಿಸಿದವು. ಕಿರಿದಾದ ಕಣ್ಣುಗಳು ಗತಃವನ್ನು ಮೆಲಕು ಹಾಕಿದವು.

"ಪದ್ಮಿನಿ ಬಂದಿದ್ದಾಳ?" ಅವನಿಗೆ ತಲೆ ತಗ್ಗಿಸುವಂತಾಯಿತು. 'ಹೌದು' ಎನ್ನುವಂತೆ ತಲೆಯಾಡಿಸಿದ. ಎದೆಯ ಮೇಲೆ ದೊಡ್ಡ ಬಂಡೆಯೇರಿಕೊಂಡ ಅನುಭವವಾಯಿತು.

ಪ್ರಮೀಳ ಲೋಟ ಹಿಡಿದು ಬಂದಾಗ ಹೊರಗೆದ್ದು ಬಂದ. ಹಾಲ್‌ನಲ್ಲಿ ಕೂತು ಮಾತಾಡುತ್ತಿದ್ದ ಕೆಲವು ಜನ ಇವನ ಮುಖದ ಬಿಗುವು ನೋಡಿ ಎದ್ದು ಹೋದರು. ತಾಯಿ, ತಂದೆಯ ಕಡೆಯ ನಾಲ್ಕಾರು ಕುಟುಂಬಗಳು ಇಲ್ಲೇ ತಳವೂರಿದ್ದವು.

"ಏನಾದ್ರೂ ಸಮಾರಂಭಾನಾ?" ಕಟುವಾಗಿಯೇ ಎದುರಾದ ಅತ್ತಿಗೆಯನ್ನ

ಕೇಳಿದಾಗ ನಗೆಯಲ್ಲಿಯೇ ತೇಲಿಸಿ ತನ್ನ ಕೋಣೆಯತ್ತ ನಡೆದಳು.

"ಏನು ಕೊಡ್ಲಿ?" ಎದುರು ಬಂದು ನಿಂತ ಪ್ರಮೀಳನ ದುರುದುರನೆ ನೋಡಿದ. "ನೀವು ಇನ್ನೂ ಇಲ್ಲೇ ಇದ್ದೀರಾ!" ವ್ಯಂಗ್ಯವಾಗಿ ಇರಿದಾಗ ನಿಂತಲ್ಲಿಯೇ ಚಡಪಡಿಸಿದಳು.

"ಎಲ್ಲಿ ಹೋಗ್ಲಿ! ಹೋಗೋಕಾದ್ರೂ ಯಾರು ಬಿಡ್ತಾರೆ? ನಾಲ್ಕು ದಿನ ಹೋದ್ರೆ ತಕ್ಷಣ ಕಳಿಸ್ತಾರೆ!" ಅಸಹಾಯಕತೆಯನ್ನು ತೋಡಿಕೊಳ್ಳುವ ನಟನೆ ಮಾಡಿದಾಗ ಬೇಸರದಿಂದ ಮುಖ ತಿರುವಿದ.

"ಏನು ಬೇಡ; ಸ್ನಾನ ಮಾಡ್ತೀನಿ." ಭುಜದ ಮೇಲೆ ಟವಲು ಹಾಕಿಕೊಂಡು ಬಾತ್‌ರೂಂನತ್ತ ನಡೆದ.

ಬಂದಾಗಿನಿಂದ ಎಲ್ಲರ ಮುಖವನ್ನು ಗಮನಿಸಿದ್ದ. ಯಾರ ಮುಖದ ಮೇಲೂ ಆತಂಕವಿರಲಿಲ್ಲ. ಆಕೆಯ ಆರೋಗ್ಯದ ಬಗ್ಗೆ ಗಾಬರಿಯೂ ಇಲ್ಲ. ಜನರಿಂದ ತುಂಬಿಕೊಂಡ ಮನೆ ಇನ್ನೂ ಹೆಚ್ಚಿನ ಸಂಭ್ರಮದಲ್ಲಿದ್ದಂತೆ ಕಂಡಿತು. ಭಾರವಾದ ಉಸಿರನ್ನ ಹೊರಗೆ ದಬ್ಬಿದ.

ಸ್ನಾನ ಮಾಡಿ ಹೊರಗೆ ಬಂದಾಗ ಪದ್ಮಿನಿ, ನಾದಿನಿಯೊಂದಿಗೆ ಏನೋ ಹರಟುತ್ತಿದ್ದಳು. ಈ ತೂಕವಿಲ್ಲದ ಹೆಣ್ಣು ತಿರುಗಾಟದ ಆ ಹುಡುಗಿಗೆ ಏನಾದರೂ ತಲೆಗೆ ತುಂಬಿಸಿಯಾಳೆಂದು ದಿಗಿಲುಗೊಂಡ.

"ಪದ್ಮಿನಿ, ಇಲ್ಲಿ ಬಾ" ಗಂಭೀರವಾಗಿ ಕೂಗಿ ಮೆಟ್ಟಲು ಹತ್ತಿ ಮೇಲೆ ಹೋದ ಅವಳ ಮುಖದ ಮೇಲೆ ಬೇಸರ ಇಣಕಿತು.

ತನ್ನ ಕಾಲೇಜು ದಿನಗಳ ಸವಿನೆನಪನ್ನ ಸವಿಸ್ತಾರವಾಗಿ ಉತ್ಸಾಹದಿಂದ ಹೇಳುತ್ತಿದ್ದಾಗ ಮಧ್ಯೆ ವೇಣು ಕರೆದು ಮುಗಿಲಿನಲ್ಲಿ ಹಾರುತ್ತಿದ್ದವಳನ್ನ ಕೆಳಕ್ಕೆ ಇಳಿಸಿದ್ದ. ಪೆಟ್ಟು ತಿಂದ ಪಕ್ಷಿಯಂತಾದಳು.

"ಸ್ವಲ್ಪ ಬರ್ತಿನಿ" ಕಣ್ಣು ಮಿಟುಕಿಸಿ ದಢದಢನೇ ಮೇಲೆ ಹತ್ತಿ ಹೋದಳು. "ಯಾಕೆ ಕರೆದಿದ್ದು?" ಸ್ವರದಲ್ಲಿ ಅಸಹನೆ ಇಣಕಿದಾಗ ವೇಣು ಟವಲನ್ನ ಛೇರ್ ಮೇಲೆ ಎಸೆದ.

"ಅಮ್ಮನ ನೋಡಿದ್ಯಾ?" ಅವಳತ್ತ ತಿರುಗಿದ. ಗಂಭೀರ ನೋಟಕ್ಕೆ ಅವಳ ಮನ ತರಗೆಲೆಯಂತೆ ಅಲುಗಾಡಿತು. "ಆಮೇಲೆ ನೋಡ್ತೀನಿ" ವಂಗ್ಯವಾಗಿ ನಕ್ಕ.

"ನಿಧಾನವಾಗಿ ನೋಡ್ಬಹುದು!" ಮುಖವೆತ್ತಿ ತೀಕ್ಷ್ಣವಾಗಿ ಅವಳತ್ತ ನೋಡಿದ. "ಅವ್ಳು ಈಗ್ಲೇ ಕಡಿವಾಣವಿಲ್ದ ಕುದುರೆ ಆಗಿದ್ದಾಳೆ. ಏನೇನೋ ನಿನ್ನ ಪ್ರತಿಭಾಪೂರ್ಣ ಮಾತುಗಳಿಂದ ಅವಳ್ತಲೆ ಕೆಡ್ಸಬೇಡ!"

ಪದ್ಮಿನಿ ನಿಂತಲ್ಲಿಯೇ ಶಿಲೆಯಾದಳು. ಸುಂದರ ಉದ್ಯಾನವನದಲ್ಲಿ ವಿಹರಿಸುತ್ತಿದ್ದವಳನ್ನ ಬೆಂಗಾಡಿಗೆ ತಳ್ಳಿದ ಅನುಭವವಾಯಿತು. ಮುಖ ಕೆಂಪಗಾಯಿತು.

"ನೀವು ನನ್ನ ಮದ್ವೆಯಾಗ್ಬಾರದಿತ್ತು!" ರೋಷದಿಂದ ನುಡಿದಾಗ ಹಸನ್ಮುಖನಾಗಿ ನಕ್ಕ. "ಏನ್ಮಾಡೋದು.... ನಿನ್ನ ನೋಡೋಕೆ ಬಂದಾಗ ಇಂಥ ಪ್ರತಿಭಾವಂತೆ ಅಂತ ಗೊತ್ತಾಗ್ಲಿಲ್ಲ!"

ವ್ಯಂಗ್ಯ ಇರಿತದಿಂದ ಇರಿದಾಗ ಅವಮಾನಿತಳಂತೆ ಚಡಪಡಿಸಿದಳು. ಕೋಪದಿಂದ ಅವಳ ಮೈ ನಡುಗಿತು. ಕಂಪಿಸುವ ತುಟಿಗಳು ಹೇಳಬಹುದಾದ್ದನ್ನು ಸುಲಭವಾಗಿ ಅರಗಿಸಿಕೊಂಡ.

"ಡೈವರ್ಸ್ ತಗೊಳ್ಳಿ..." ಹಗುರವಾಗಿ ನಕ್ಕುಬಿಟ್ಟ.

"ನಿನ್ನ ಪ್ರತಿಭೆ ಕಮರಿಹೋಗುತ್ತೆ ಅನ್ನೋ ಭಯನಾ! ನಾಟ್ಯಸರಸ್ವತಿ, ಸಂಗೀತ ವಿದುಷಿ... ಖ್ಯಾತ ಬರಹಗಾರ್ತಿ..." ಒಳಗಿನ ಅಸಹನೆ ಕೆಣಕಲು ಹೊರಹೊಮ್ಮಿತು.

"ಛಿ! ನಿಮಗೇನು ಗೊತ್ತು ನನ್ನ ಬೆಲೆ! ನನ್ನ ಕವನದ ಬಗ್ಗೆ ಆಶಿನ್ ಏನು ಹೇಳುತ್ತಾನೆ ಗೊತ್ತಾ?" ಅವನ ಕಣ್ಣುಗಳಲ್ಲಿ ವಿಸ್ಮಯ ಇಣಕಿತು. "ಈ ಪುಣ್ಯಾತ್ಮ ಯಾರು?"

ಮೆಟ್ಟಲು ಹತ್ತುವ ಸದ್ದು ಕೇಳಿದ ಅವಳತ್ತ ಬೆನ್ನು ಹಾಕಿ ಬಂದವರ ಎದುರಿಗೆ ಹೋದ. ಮೊದಲನೇ ಅಣ್ಣ ಅಶೋಕ್ ಕೃತಕ ನಗು ಬೀರಿದಾಗ ಅಸಹ್ಯವೆನಿಸಿತು.

"ಯಾವಾಗ್ಬಂದೆ? ಟೆಲಿಗ್ರಾಮ್ ಸಿಕ್ತಾ? ನಮಗೆಷ್ಟೋ ಧೈರ್ಯ. ಅಮ್ಮ ಕೈಕಾಲು ಆಡದಂತೆ ಮಾಡ್ಬಿಟ್ಳು!" ಇವು ಯಾವ್ದೂ ಹೃದಯದಾಳದಿಂದ ಬಂದ ಮಾತುಗಳಲ್ಲವೆಂದು ಅವನಿಗೆ ಗೊತ್ತು. ಮುಗುಳ್ನಕ್ಕು ಕೆಳಗಿಳಿದುಹೋದ.

ಈ ಮನೆಯ ಛಾವಣಿಯ ಕೆಳಗೆ ಬದುಕುತ್ತಿರುವ ಜನರೆಲ್ಲ ಸ್ವಾರ್ಥದ ಮೊಟ್ಟೆಗಳೆನಿಸಿತು. ತುಟಿಗಳ ಮೇಲೆ ಮಿನುಗುವುದೆಲ್ಲ ಕೃತಕ ನಗು. ಆಡುವುದೆಲ್ಲ ನಾಟಕದ ಮಾತುಗಳು. ಎಲ್ಲರೂ ರಂಗದ ಮೇಲೆ ಒಳ್ಳೆಯವರಂತೆ ಕಾಣುವ ಪ್ರಯತ್ನ ಮಾಡುತ್ತಿದ್ದರು.

ತಾಯಿಯ ಬದಿಯಲ್ಲಿ ಬಂದು ಕೂತ. ಆಕೆ ಕಣ್ಮುಚ್ಚಿ ಮಲಗಿದ್ದರು. ಎಳೆಯತನದಲ್ಲಿದ್ದಾಗ ಕೆಲಸದವರೊಡನೆ ಮನೆಯಲ್ಲಿ ಬದುಕಬೇಕಿತ್ತು. ನೆಂಟರು, ಮಿತ್ರರ ಮನೆಗಳು ಸುತ್ತುವುದು ಅಥವಾ ಬಂದವರ ಆದರೋಪಚಾರದಲ್ಲಿ ತೊಡಗುವುದರಲ್ಲಿಯೇ ತಮ್ಮ ವೇಳೆಯನ್ನ ಸವೆಸಿದ್ದರು. ಗಂಡನ ಜೊತೆಗೆ ಹೊರಗೆ ಹೋಗುವಾಗ ಮೀನಾಕ್ಷಮ್ಮ, ಪ್ರಮೀಳ ಅಥವಾ ಮತ್ಯಾರೋ ಗೆಳತಿಯರು ಜೊತೆಯಲ್ಲಿರುತ್ತಿದ್ದರು. ಯಾಕೆ? ಇದರ ಹಿಂದೆ ಇರುವುದೇನು? ಅಂದು ಅಸ್ಪಷ್ಟವಾಗಿ ಕಂಡರೂ ಇಂದು ಕನ್ನಡಿ ಹಿಡಿದಂತೆ ಸ್ಪಷ್ಟವಾಗಿತ್ತು.

ಮಗನ ಕಡೆ ನೋಡಿದ ರಾಮನಾಥ್ ಹಿಂದಕ್ಕೆ ಹೆಜ್ಜೆ ಇಟ್ಟರು. ಈ ನಡುವೆ ಅವನ ಕಣ್ಣುಗಳಲ್ಲಿನ ತೀಕ್ಷ್ಣತೆ ಒಳಹೊಕ್ಕು ಪ್ರಶ್ನಿಸುತ್ತಿತ್ತು. ತುಟಿಯಂಚಿನ ಮುಗುಳ್ನಗೆ ವ್ಯಂಗ್ಯವಾಗಿ ಇರಿದಂತೆ ಭಾಸವಾಗುತ್ತಿತ್ತು.

"ಅಣ್ಣ.... ಬನ್ನಿ" ರಾಮನಾಥ್ ಮುಖ ಬಣ್ಣಗೆಟ್ಟಿತು. ಹೆಜ್ಜೆಗಳು ಇತ್ತ

ತಿರುಗಿದವು. "ಹೇಗಿದ್ದಾಳೆ?" ಮಂಚದ ಅಂಚಿಗೆ ಕೂತಾಗ ಭಾವಣಿಯತ್ತ ನೋಟ ಚೆಲ್ಲಿದ.

"ನೀವೇ ಹೇಳ್ಬೇಕು" ಕಾಲನ್ನ ಹಿಂದಕ್ಕೆ ಎಳೆದುಕೊಂಡ.

ರಾಮನಾಥ್ ನಿಧಾನವಾಗಿ ಹೆಂಡತಿ ಆರೋಗ್ಯದ ಬಗ್ಗೆ ಮಗನಿಗೆ ಹೇಳಿದರು. ಇನ್ನೊಂದು ವಿಷಯವನ್ನ ಮುಚ್ಚಿಡಲಿಲ್ಲ.

"ಹೆತ್ತ ತಾಯಿ ತಂದೆಯರಿಗಿಂತ ಹೆಣ್ಣು ಕೊಟ್ಟ ಅತ್ತೆ, ಮಾವನ ಮೇಲೆಯೇ ಹೆಚ್ಚಿನ ಅಭಿಮಾನ ನಿನ್ನಣ್ಣಂದಿರಿಗೆ. ಯಾರ್ಗೂ ಬೇಕಿಲ್ಲ. ಕಾಸು ಖರ್ಚು ಮಾಡ್ಬೇಕಾದ್ರೆ ಹಿಂದೂಮುಂದು ನೋಡ್ತಾರೆ. ಸೊಸೆಯರು ಕೂಡ ಸರ್ಯಾಗಿ ಇದ್ದಾರೆ. ಅಡ್ಗೇ ಮನೆ ಕಡೆ ಒಬ್ರೂ ತಲೆ ಹಾಕೋಲ್ಲ. ಅತಿಥಿಗಳಂತೆ ಊಟದ ಮೇಜಿಗೆ ಬರ್ತಾರೆ."

ರೆಪ್ಪೆಯೆತ್ತಿ ತಂದೆಯತ್ತ ನೋಡಿದ. ಒಂದು ಗಳಿಗೆ ಸಹಾನುಭೂತಿಯಿಂದ ಮನ ತುಯ್ದಾಡಿದರೂ ಮರುಕ್ಷಣ ಗಡುಸಾಯಿತು. ಮುಖದ ಮೇಲೆ ಕಠೋರಭಾವ ಇಣಕಿತು.

"ಅವ್ರುಗಳು ಯಾಕೆ ಮಾಡ್ಬೇಕು? ಪ್ರಮೀಳ, ಮೀನಾಕ್ಷಮ್ಮ, ಸುಂದರಮ್ಮ ಮಿಕ್ಕವ್ರು ಇರೋದೇಕೆ! ಮಾಡ್ಸಿಬಿಡಿ" ನಿರ್ದಾಕ್ಷಿಣ್ಯವಾಗಿ ಇರಿದಾಗ ಅವರ ಹಣೆಯ ಮೇಲಿನ ಗೆರೆಗಳು ಆಳವಾದವು. ವೇಣು ತುಟಿ ಕಚ್ಚಿಕೊಂಡ.

"ಅವ್ರು ಎಷ್ಟು ಮಾಡಿದ್ದಾರೆ ಗೊತ್ತಾ! ಅವ್ರಿಲ್ಲದಿದ್ರೆ ನಿಮ್ಮಮ್ಮ ಎಂದೋ ಸಾಯ್ತಾ ಇದ್ಲು. ಅವ್ರ ಮನೆಯವರಿಗಿಂತ ಹೆಚ್ಚಾಗಿ ನೋಡ್ಕೊಂಡಿದ್ದಾರೆ!" ಪಕಪಕನೇ ವೇಣು ನಕ್ಕಾಗ ಅವರ ನಖಶಿಖಾಂತ ಉರಿದುಹೋಯಿತು. ಕೋಪದಿಂದ ಮುಗಿನ ತುದಿ ಕೆಂಪಾಯಿತು. ದುರದುರನೇ ಮಗನತ್ತ ನೋಡಿದರು ಶಾಂತವಾಗಿ ಕೂತಿದ್ದ.

"ಕೃತಜ್ಞತೆ ಇಲ್ಲದೋನು!" ಕಾಲು ಅಪ್ಪಳಿಸುತ್ತ ಎದ್ದುಹೋದರು.

ಆಕೆ ಮೆಲ್ಲಗೆ ಕಣ್ಣುಗಳನ್ನು ತೆರೆದು ಮಗನತ್ತ ನೋಡಿದರು. ಅಸಹಾಯಕತೆ ಕಣ್ತುಂಬಿ ಬಂದಿರಬೇಕು. ತೀರಾ ಮೆಲುವಾಗಿ ಹೇಳಿದರು.

"ವೇಣು, ನೀನು ತುಂಬ ಕಟುವಾಗಿ ಮಾತಾಡೋದ್ನ ಕಮ್ಮಿ ಮಾಡು. ಅವ್ರೆಲ್ಲ ಸ್ವಂತ ತಂಗಿಯರ್ಗಿಂತ ಹೆಚ್ಚಾಗಿ ಮಾಡಿದ್ದಾರೆ. ಹೆತ್ತ ಮಕ್ಳಿಗೆ ನಾನು ಸತ್ರೂ ಚಿಂತೆ ಇಲ್ಲ!"

ವೇಣು ಕುತ್ತಿಗೆಯ ನರಗಳು ಉಬ್ಬಿಕೊಂಡವು. ತುಟಿ ಕಚ್ಚಿ ಕೂತ. ಏನಾದರೂ ಮಾತಾಡಿ ಅನಾಹುತ ಮಾಡುವುದು ಬೇಡವೆಂದು. ಆದರೆ ಎದೆಯಲ್ಲಿ ವೇದನೆ ಬೆರೆತ ಕೋಪವು ಹೊರ ಧುಮುಕಲು ಒಂದೇ ಸಮನೆ ಪ್ರಯತ್ನಿಸುತ್ತಿತ್ತು.

"ಪದ್ಮಿನಿ ಜೊತೆ ನವಿರಾಗಿ ನಡ್ಕೋ–ಅವ್ಳು ಒಳ್ಳೆ ಹುಡ್ಗಿ!"

ಕೂತಿದ್ದವನನ್ನ ಎತ್ತಿ ಹೊರಗೆಸೆದಂತಾಯಿತು. ತಾಯಿ ಮುಖ ದಿಟ್ಟಿಸಿದ. ಇಲ್ಲಿ ಕೂಡ ಸ್ವಾರ್ಥ ಬೆರೆತ ನಾಟಕೀಯತೆ ಇಣಕಿದೆಯೆಂದುಕೊಂಡ. ಪದ್ಮಿನಿಯ

ಕೈಯಲ್ಲಿ 'ನಮ್ಮ ಅತ್ತೆ ಒಳ್ಳೆಯವ್ರು' ಅನ್ನಿಸ್ಕೋಬೇಕು ಇದರಿಂದ ಮಗನ ಸುಖ ಹರಾಜಾದರೂ ಪರವಾಗಿಲ್ಲ.

ವೇಣು ಕಣ್ಮುಚ್ಚಿ ತೆಗೆದ. ಎದ್ದು ನಿಂತ. ಅಲ್ಲಿ ಕೂಡುವುದರಿಂದ ಅನಾಹುತವೇ ಜಾಸ್ತಿಯೆನಿಸಿತು. 'ತಾನು ಬಂದದ್ದೇಕೆ?' ತನ್ನಲ್ಲೇ ಪ್ರಶ್ನಿಸಿಕೊಂಡ. ಉತ್ತರ ಸಿಗಲಿಲ್ಲ. ಬೇಡವಾದ ಬಂಧನಗಳು. ಯಾರಿಗೂ ಹಿತವಿಲ್ಲ. ತುಕ್ಕು ಹಿಡಿದ ಕೊಂಡಿಗಳು ಆದಷ್ಟು ಬೇಗ ಕಳಚಿಕೊಳ್ಳುವುದಂತೂ ನಿಜ.

"ಕೂತ್ಕೋ..." ಕ್ಷೀಣ ಧ್ವನಿಯಲ್ಲಿ ಹೇಳಿದರು.

"ಮಾತಾಡಿದ್ರೆ ಆಯಾಸವಾಗುತ್ತೆ. ಸ್ವಲ್ಪ ಮಲ್ಲಕ್ಕೊ!" ಹೊರಬಂದು ನಿಟ್ಟುಸಿರನ್ನು ಹೊರಗೆ ದಬ್ಬಿದ.

ನಾಲ್ಕು ವರ್ಷದ ಪುಟ್ಟ ಮಗು ಅವನನ್ನ ನೋಡಿ ಹೋಯಿತು. ಕಣ್ಣುಗಳಲ್ಲಿ ವಿಸ್ಮಯ ಇಣುಕಿತು.

"ಅವ್ಳು ನಮ್ಮ ಮಮತ ಅಲ್ವಾ! ಕಾನ್ವೆಂಟಿಗೆ ರಜಾ ಇತ್ತೂಂತ ಬಂದಿದ್ದಾಳೆ" ದೊಡ್ಡ ಅತ್ತಿಗೆ ನುಡಿದಾಗ ತುಟಿಗಳ ಮೇಲೆ ಕಿರುನಗೆ ತೇಲಿಸಿದ.

ಸ್ವಂತ ಅಣ್ಣನ ಮಗಳಾದರೂ ಆ ಮುಖದ ಪರಿಚಯವಿಲ್ಲ. ಅಶೋಕನ ಎರಡು ಮಕ್ಕಳು ಅವನ ಮಾವನ ಮನೆಯಲ್ಲಿಯೇ ಇದ್ದರು. ತಿಂಗಳು ತಿಂಗಳು ಹಾಸ್ಟೆಲ್‌ಗೆ ಕಟ್ಟುವಂತೆ ಅವರಿಗೆ ಹಣ ಕಳಿಸುತ್ತಿದ್ದ. ಆಗಾಗ ಹೋಗಿಬರುತ್ತಿದ್ದರಿಂದ ತಾಯಿ, ತಂದೆಯಲ್ಲಿ ಮಾತ್ರ ಹುಡುಗರಿಗೆ ಸಲಿಗೆ ಇತ್ತು. ಅಪರೂಪಕ್ಕೆ ಇಲ್ಲಿಗೆ ಬಂದರೂ ಯಾರನ್ನೂ ಮುಖವೆತ್ತಿ ನೋಡರು, ಮಾತಾಡರು, ದೂರವೇ ಉಳಿಯುತ್ತಾರೆ.

"ಈ ಮನೆಯಲ್ಲಿ ಮಕ್ಳೂ ಜಾಸ್ತಿನಾ! ಅಲ್ಯಾಕೆ ಬಿಟ್ರಿ?" ಮುಖ ಗಂಟಾಕಿ ಕೇಳಿದಾಗ, "ಆ ಚೇಷ್ಟೆ ಹುಡುಗ್ರನ್ನ ಯಾರು ನೋಡ್ಕೋಬೇಕು! ನನ್ನ ಕೈಯಲ್ಲಂತೂ ಆಗೋಲ್ಲ, ಅಲ್ಲೇ ಇದ್ದುಕೊಳ್ಳಿ."

ಮರು ಮಾತಾಡದೇ ಸುಮ್ಮನಾದ.

ಎರಡು ದಿನ ಉಳಿಯುವ ವೇಳೆಗೆ ಸಾಕಾಯಿತು. ಅವನ ಅಸ್ತಿತ್ವಕ್ಕೆ ಬೆಲೆಯೇ ಇರಲಿಲ್ಲ. ತಾಯಿಯ ಕೋಣೆಯತ್ತ ಮುಖ ಹಾಕುವುದನ್ನೇ ಬಿಟ್ಟ. ಪ್ರಮೀಳ, ಮೀನಾಕ್ಷಮ್ಮ ಅಥವಾ ಇನ್ನು ಯಾರೋ ಸದಾ ಅವರ ಸೇವೆಗೆ ಕೈಕಟ್ಟಿ ನಿಂತಿದ್ದರು. ಗಂಡು ಮಕ್ಕಳು, ಸೊಸೆಯಂದಿರು ಅತ್ತ ಮುಖ ಹಾಕುತ್ತಿರಲಿಲ್ಲ. ಮಗಳಿಗಂತೂ ತಾಯಿ ಮಲಗಿರುವ ಸಮಾಚಾರವೇ ತಿಳಿಯದವಳಂತೆ ಮಾರ್ನಿಂಗ್ ಷೋ, ಮ್ಯಾಟ್ನಿ ಪಿಕ್ಚರ್‌ಗಳಿಗೆ ಗೆಳತಿಯರೊಂದಿಗೆ ದಾಳಿಯಿಡುತ್ತಿದ್ದಳು. ಈ ಮನೆಯವರು ಪೂರ್ತಿ ಹೊರಗಿನವರಾಗಿ ಉಳಿದಿದ್ದರು. ಹೊರಗಿನವರು ಮನೆಯವರೇ ಆಗಿಬಿಟ್ಟದ್ದರು.

ಎಲ್ಲಕ್ಕಿಂತ ಹೆಚ್ಚಾಗಿ ಪದ್ಮಿನಿ ನಾದಿನಿಯೊಂದಿಗೆ ಅವಳ ಕೋಣೆ ಸೇರಿಬಿಡುತ್ತಿದ್ದಳು. ಸದಾ ಮಾತು, ನಗು.

ಚಿಲಕ ಹಾಕಿದ್ದ ಬಾಗಿಲನ್ನ ಬೆರಳಿನಿಂದ ತಟ್ಟಿದ. ಅದರ ಸದ್ದು ಕೇಳಿಸಲೇ ಇಲ್ಲವೆನ್ನುವಂತೆ ಮಾತುಕತೆಯಲ್ಲಿ ಮಗ್ನರಾಗಿದ್ದರು. ಮತ್ತೆ ತಟ್ಟಿದ ಆಮೇಲೆ ಗುದ್ದಿದ.

"ಯಾರದು?" ಅಬ್ಬರಿಸುತ್ತಲೇ ಬಂದ ವಾಸಂತಿಯ ಕಣ್ಣುಗಳಲ್ಲಿ ಭಯ ಕಾಣಿಸಿಕೊಂಡಿತು. ವೇಣು ಕಣ್ಣುಗಳು ಕೆಂಪಗಾದವು. "ಕೇಳಿಸ್ಲಿಲ್ವಾ?" ಸಿಡಿದ.

ಅವಳ ನಾಲ್ಕಾರು ಗೆಳತಿಯರು ಪೆಚ್ಚು ಮುಖವೊತ್ತು ಹೊರಗೆ ನಡೆದರು. ಇಂತಹ ಮುಖಭಂಗ ಎಂದೂ ಈ ಮನೆಯಲ್ಲಿ ನಡೆದಿರಲಿಲ್ಲ.

"ಎಲ್ಲೋ ದೂರ್ವಾಸಾವತಾರ!" ಒಬ್ಬಳು ಭುಜ ಕುಣಿಸಿ ಮತ್ತೊಬ್ಬಳ ಸೊಂಟಕ್ಕೆ ಮೊಣಕೈನಿಂದ ತಿವಿದು ಬಡಬಡಿಸಿದ್ದಳು.

"ಏನ್ಮಾಡ್ತಾ.... ಇದ್ರಿ?" ನುಂಗುವಂತೆ ನೋಡಿದ.

ಮೊಣಕಾಲು ಮೇಲಕ್ಕಿದ್ದ ಮಿನಿ ಸ್ಕರ್ಟ್‌ನ ಬೆರಳಿನಿಂದ ಕೆಳಗೆ ಎಳೆಯುವ ಪ್ರಯತ್ನ ಮಾಡುತ್ತಿದ್ದ ವಾಸಂತಿ ತಟ್ಟನೆ ತಲೆ ಎತ್ತಿದಳು. ಸ್ವಲ್ಪ ಚೇತರಿಸಿಕೊಂಡಿದ್ದಳು. ಈ ಮನೆಯಲ್ಲಿ ಅವಳನ್ನ ವಿಚಾರಿಸುವವರೇ ಇರಲಿಲ್ಲ. ಅಪ್ಪನ ಜೇಬಿಗೆ ಕೈಹಾಕಿ ಸಿಕ್ಕಿದಷ್ಟನ್ನು ದೋಚುತ್ತಿದ್ದಳು. ಕಾಲೇಜಿಗೋ, ಸಿನಿಮಾಗೋ, ಹೋಟೆಲಿಗೋ ಹೋಗಿಬರುತ್ತಿದ್ದಳು.

ಎಂದಾದರೂ ಬೇಸರದಿಂದ ಅಪರೂಪಕ್ಕೆ ತಾಯಿ ಗೊಣಗಾಡಿದರೆ ಹೆಡೆ ತುಳಿದ ನಾಗಿಣಿಯಾಗುತ್ತಿದ್ದಳು. ಜೋರು ಮಾಡುತ್ತಿದ್ದಳು. ಬೆದರಿಕೆ ಹಾಕುತ್ತಿದ್ದಳು, ಎಲ್ಲರೂ ಸುಸ್ತು.

"ನಿಂಗ್ಯಾಕೆ?" ವೇಣು ಉಗುಳು ನುಂಗಿದ. ಪದ್ಮಿನಿ ಅವಳ ಬೆನ್ನಿನಿಂದ ಇಣಕಿ ನೋಡಿದಳು.

"ನಿನ್ನ ಪ್ರಶ್ನೆಗೆ ಏನರ್ಥ!" ವೇಣು ಕಣ್ಣುಗಳು ಕಿರಿದಾದವು. ಸಹನೆ ಕಳೆದುಕೊಳ್ಳಲಿಲ್ಲ.

ವಾಸಂತಿ ಅವನನ್ನ ಉದಾಸೀನವಾಗಿ ನೋಡಿ ಸವರಿಕೊಂಡೇ ಹೊರಗೆ ಹೋದಳು. ಅಷ್ಟು ದೂರದಲ್ಲಿ ನಿಂತು ಹಿಂದಕ್ಕೆ ತಿರುಗಿ ಬಿಚ್ಚುಗೂದಲನ್ನ ಬೆರಳುಗಳಿಂದ ಸವರುತ್ತ ಅಪಹಾಸ್ಯದ ನಗು ನಕ್ಕಳು.

ತಲೆಯಲ್ಲಿ ಅಗ್ನಿಸ್ಫೋಟವಾದಂತಾಯಿತು. ಬಿಚ್ಚುಗೂದಲನ್ನ ಜಗ್ಗಿ ನಾಲ್ಕು ಏರಿಸಿದ. 'ಅಯ್ಯೋ... ಅಯ್ಯೋ... ಸಾಯ್ಸಿಬಿಟ್ಟ. ಬಿಡಿಸಿಕೊಳ್ಳಿ' ಪ್ರಲಾಪದಿಂದ ಇಡೀ ಮನೆಯವರನ್ನು ಅಲ್ಲಿ ಸೇರಿಸಿದಳು.

"ಯಾಕೋ ಹೊಡ್ದೇ?" ರಾಮನಾಥ್ ಹತ್ತಿರ ಹೋಗಿ ಮಗಳ ಬೆನ್ನನ್ನ ಸವರಿದರು. "ಅವ್ನನ್ನೇ ಕೇಳಿ" ಷರಟಿನ ತೋಳನ್ನ ಮೇಲಕ್ಕೇರಿಸಿ ಉರಿಗಣ್ಣುಗಳಿಂದ ವಾಸಂತಿಯತ್ತ ನೋಡಿದ.

ರಾಮನಾಥ್ ಅಸ್ತವ್ಯಸ್ತವಾದ ಮಗಳ ತಲೆಗೂದಲನ್ನ ಬೆರಳಿನಿಂದ ಸರಿ

ಮಾಡಿದರು.

"ನನ್ನ ಫ್ರೆಂಡ್ಸ್ ಬಂದಿದ್ದಕ್ಕೆ ಇವ್ನಿಗೆ ಹೊಟ್ಟೆಯುರಿ! ನನ್ನ ಕೇಳೋಕೆ ಇವನ್ಯಾರು?" ತಂದೆಯತ್ತ ನೋಡಿದ. ಮುಖದ ಮೇಲೆ ಬೇಸರವಿತ್ತು.

"ವೇಣು, ಇನ್ಮೇಲೆ ನೀನು ಅವ್ಳ ಸುದ್ದಿಗೆ ಹೋಗ್ಬೇಡ. ಬಂದ ಕೆಲ್ಸ ಮುಗಸಿಕೊಂಡು ನಿನ್ನ ದಾರಿ ಹಿಡ್ಯೋದು ಕಲಿ. ಇಲ್ಲದ ಉಸಾಬರಿಗೆ ತಲೆ ಹಾಕೋದ್ಬೇಡ!"

ಮತ್ತೇನಾದ್ರೂ ಆಡಿಬಿಡುವ ಮೊದಲು ಎರಡನೇ ಅಣ್ಣ ಗೋಪಾಲ ಅವನ ಹೆಗಲಿಗೆ ಕೈ ಹಾಕಿ ಎಳೆದುಕೊಂಡೇ ಹೋದ. ತನ್ನ ಕೋಣೆಯಲ್ಲಿ ಕೂಡಿಸಿದ. ಇಂತಹ ಉದ್ವೇಗಕ್ಕೆ ಅರ್ಥವಿಲ್ಲವೆಂದು ಎಂದೋ ಕಂಡುಕೊಂಡಿದ್ದ.

"ನಿಂಗ್ಯಾಕೆ ಬುದ್ಧಿಯಿಲ್ಲ ವೇಣು! ಅವ್ಳು ಸಾಕಷ್ಟು ಎತ್ತರ ಬೆಳ್ದು ನಿಂತಿದ್ದಾಳೆ. ಪೂರ್ತಿ ಹಾಳಾಗೋದಂತೂ ನಿಜ. ಹಾಳಾಗ್ಲಿ... ಆಗ ಅಪ್ಪ, ಅಮ್ಮ ಅನ್ನಿಸಿಕೊಂಡೋರು ಸೇರು ಹಾಲು ಕುಡಿಲಿ, ಸಾಕಷ್ಟು ದಿನ ಇರೋದು. ಆಮೇಲೆ ಕಂಬಿ ಕೀಳೋದು. ನಮಗ್ಯಾಕೆ ಅವ್ಳ ಚಿಂತೆ!"

ಅವನ ಮಾತುಗಳನ್ನೇ ಕೇಳಿ ವೇಣು ಶಿಲೆಯಾದ. ಸ್ವಂತ ತಂಗಿಯ ಬಗ್ಗೆ ಈ ಮನೋಭಾವ! ಹಿಂದೆ ಇಂತಹುದಕ್ಕೆಲ್ಲ ತಲೆ ಕೆಡಿಸಿಕೊಳ್ಳುತ್ತಿರಲಿಲ್ಲ.

"ಈ ಮನೆಯಲ್ಲಿ ಯಾರು ತಾನೇ ಸರಿ ಇದ್ದಾರೆ? ಚಿಕ್ಕಂದಿನಿಂದ ಅಭ್ಯಾಸವಾಗಿ ಹೋಗಿದೆ. ಹೊರ್ಗಿನ ಜನ ಮನೆವ್ರಿಗಿಂತ ಹೆಚ್ಚು. ಅವ್ರುಗಳೇ ಮಾಡ್ಕೊಳ್ಳಿ, ನಮ್ಗೇನು! ಮಕ್ಳೂಂತ ನಮ್ಮನ್ನ ಯಾವಾಗ ಹತ್ತಿರ ಸೇರ್ಸಿಕೊಂಡಿದ್ದಾರೆ!" ಗಂಟಲು ಭಾರವಾಯಿತು. ಗೋಪಾಲನ ಮುಖದ ಮೇಲೆ ನೋವಿನ ಕಾರ್ಮುಗಿಲು ಕವಿಯಿತು. "ಕರ್ತವ್ಯಕ್ಕೆ ಹೊಟ್ಟೆ ಬಟ್ಟೆ ನೋಡ್ಕೊಂಡು ವಿದ್ಯೆ ಕಲಿಸಿದ್ರು. ಮೂರ್ಹೊತ್ತು ಬಿದ್ದು ಸಾಯೋ ಜನಕ್ಕೆ ನಾವ್ ಯಾಕ್ ದುಡಿದು ಹಾಕ್ಬೇಕೂ...! ಎರಡು ಪೈಸಾ ಖರ್ಚು ಮಾಡೋಲ್ಲ. ಅವ್ರುಗಳ ಜೊತೆ ನಾವುಗಳ್ ತಿಂದ್ಕೊಂಡು ಇದ್ದೀವಿ. ದೋಣಿ ಮುಳುಗೋವಾಗ ಅವ್ರುಗಳೆಲ್ಲ ಹಾರಿಕೊಳ್ತಾರೆ. ನಾವುಗಳೂ ಹಾಗೇ ಮಾಡಿದ್ರಾಯ್ತು!" ಎಷ್ಟೊಂದು ಸೂಕ್ಷ್ಮ ವಿಚಾರವನ್ನ ಎಷ್ಟೊಂದು ಹಗುರವಾಗಿ ಒದರಿಬಿಟ್ಟ! ವೇಣು ಚಲನೆಯನ್ನೇ ಕಳೆದುಕೊಂಡಂತೆ ಕೂತ.

"ನೀನೇನು ತಲೆಕೆಡಿಸ್ಕೋಬೇಡ. ಹೇಗೂ ಬಂದು ನೋಡಿದ್ದಾಯ್ತು. ರಜ ಇದ್ದರೇ, ಇರೋ ಮನಸ್ಸಿದ್ರೆ ನಾಲ್ಕು ದಿನ ಕಣ್ಮುಚ್ಕೊಂಡು ಇರು. ಇಲ್ಲದಿದ್ರೆ ಹೊರಟುಬಿಡು."

"ಥ್ಯಾಂಕ್ಸ್..." ಮುಖದ ಮೇಲಿನ ಬೆವರನ್ನು ಕೈನಿಂದ ತೊಡೆದುಕೊಳ್ಳುತ್ತ ಹೊರಗೆದ್ದು ಬಂದ. ವಾಸಂತಿ ಮುಂದೆ ಕೂತ ಮೀನಾಕ್ಷಮ್ಮ, ಪ್ರಮೀಳ, ಅವಳ ಬಗ್ಗೆ ತಮ್ಮ ಸಹಾನುಭೂತಿಯನ್ನು ಮೆಲುದನಿಯಲ್ಲಿ ವ್ಯಕ್ತಪಡಿಸುತ್ತಿದ್ದರು. ವಾಸಂತಿ ಇವನತ್ತ ದುರುದುರನೆ ನೋಡಿದಳು. ಕಿಡಿ ನೋಟವನ್ನು ಅರಗಿಸಿಕೊಂಡು ಅವರತ್ತ ಬೆನ್ನು ತಿರುಗಿಸಿ ಹೊರಟ. ತಾನು ಹುಟ್ಟಿ ಬೆಳೆದ ಮನೆಯಲ್ಲಿ ಪರಕೀಯ ಭಾವನೆ

ಕಾಡಿತು. ಚಿಕ್ಕಂದಿನಿಂದಲೂ ಇದೇ ವ್ಯವಸ್ಥೆಯಲ್ಲಿ ಬೆಳೆದಿದ್ದ. ಅಂದಿಗೂ, ಇಂದಿಗೂ ಯಾವ ವ್ಯತ್ಯಾಸವೂ ಇರಲಿಲ್ಲ. ಆದರೆ ಇಂದಿನಷ್ಟು ತೀವ್ರವಾಗಿ ಈ ಭಾವನೆ ಎಂದೂ ಕಾಡಿರಲಿಲ್ಲ.

ತಣ್ಣನೆಯ ಗಾಳಿಗೆ ಮುಖವೊಡ್ಡಿ ಕಾಂಪೌಂಡ್‌ನಲ್ಲಿ ಬಂದು ನಿಂತ. ಹಿಂಡು ಜನ ಬರುವುದನ್ನ ನೋಡಿ ಪಕ್ಕಕ್ಕೆ ಸರಿದು ನಿಂತ. ಕಣ್ಣುಗಳಲ್ಲಿ ಜಿಗುಪ್ಸೆಯ ಛಾಯೆ ಮಿನುಗಿತು.

ಮಾತು, ನಗು ಬಂದವರ ಆತಿಥ್ಯಕ್ಕೆ ಘಮಘಮಿಸುವ ತಿಂಡಿಗಳು ಎಲ್ಲಾ ಮಾಮೂಲು.

ವಾಸಂತಿ ಹೈಹೀಲ್ಡ್ ಚಪ್ಪಲಿಯ ಸದ್ದು ಮಾಡುತ್ತ ಹೊರಗೆ ಬಂದು ನಿಂತಳು. ಮುಖದಲ್ಲಿ ಅಹಂಕಾರವಿತ್ತು. ಕಣ್ಣುಗಳಲ್ಲಿ ಮಿಂಚಿದ ತಿರಸ್ಕಾರ ತುಟಿ ಕಚ್ಚಿ ಹಿಡಿದು ಇವನತ್ತ ನೋಡಿ ನಕ್ಕಳು. ಎದೆಗೆ ಗುದ್ದಿದಂತಾಯಿತು. ಒಂದು ಕ್ಷಣ ಉದ್ವೇಗಗೊಂಡ. ಗೇಟನ್ನ ಕಾಲಿನಿಂದ ಸರಿಸಿ ಹೊರಟುಬಿಟ್ಟಳು.

ಭಾರವಾದ ಹೆಜ್ಜೆಗಳನ್ನ ಎತ್ತಿಹಾಕುತ್ತ ಒಳಗೆ ಬಂದ. ಅತ್ತಿತ್ತ ಕಣ್ಣಾಡಿಸಿ ಪದ್ಮಿನಿಯ ಬಳಿಗೆ ಬಂದ.

"ಬೇಗ ಬಟ್ಟೆ ಪ್ಯಾಕ್ ಮಾಡ್ಕೋ... ಹೊರಡ್ಬೇಕು!" ಸ್ವರದಲ್ಲಿ ದೃಢ ನಿರ್ಧಾರವಿತ್ತು. ಒಂದು ಕ್ಷಣ ಅವಳ ಕಣ್ಣುಗಳು ಗಲಿಬಿಲಿಗೊಂಡವು. "ಇನ್ನು ಎರಡು ದಿನ..." ಅವಳ ಮಾತನ್ನು ಮಧ್ಯದಲ್ಲಿಯೇ ತುಂಡರಿಸಿದ. "ಆಗೋಲ್ಲ, ಈಗ್ಲೇ ಹೊರಡ್ಬೇಕು..." ತುಟಿಯವರೆಗೂ ಬಂದ ಮಾತನ್ನ ಪದ್ಮಿನಿ ನುಂಗಿಕೊಂಡಳು.

ಪದ್ಮಿನಿ ಮತ್ತು ತನ್ನ ಬಟ್ಟೆಗಳನ್ನ ಸೇರಿಸಿಯೇ ಬ್ಯಾಗ್‌ಗೆ ಸೇರಿಸಿದ. ಈಗ ಮನೆಯಲ್ಲಿ ಯಾರಿದ್ದಾರೆ? ಹೇಳಿ ಹೋಗಬೇಡವೇ? ಒಂದೂ ಯೋಚಿಸುವ ಮನಸ್ಥಿತಿಯಲ್ಲಿರಲಿಲ್ಲ.

ಪದ್ಮಿನಿ ಕೈಹಿಡಿದು ಎಳೆದುಕೊಂಡೇ ಹೊರಟ. ಕಾಫಿ ಹೊತ್ತು ಹೊಯ್ಯುತ್ತಿದ್ದ ಪ್ರಮೀಳ ತಟ್ಟನೆ ನಿಂತಳು. ಅವಳ ಕಣ್ಣಿನ ಗೋಲಿಗಳು ವಿಚಿತ್ರ ರೀತಿಯಲ್ಲಿ ಆಡಿತು.

"ಅಮ್ಮನ್ನ ಹೊರಗಡೆ ಕರೀ" ಎತ್ತಲೋ ನೋಡುತ್ತ ಹೇಳಿದಾಗ ಅವಳ ಕಾಲುಗಳಿಗೆ ಚಲನೆ ಬಂದಂತಾಯಿತು. ಇರಿಯುವ ಕಣ್ಣಿನ ನೋಟ ಬೆನ್ನ ಹಿಂದಿರುಗುವುದು ಅವಳಿಗೆ ಗೊತ್ತು.

"ವೇಣು ಕರೀತಾರೆ" ಅವಳು ಮೆಲುವಾಗಿ ಹೇಳಿದರೂ ಸ್ವರದಲ್ಲಿನ ಕಟುಕಾದ ಸೀಸದಂತೆ ಕಿವಿಗಿಳಿಯಿತು. ಅವುಡು ಕಚ್ಚಿದ.

"ನನ್ಕೈಲಾಗೋಲ್ಲ, ಅವನ್ನೇ ಬರ್ಹೇಳು" ಸ್ವರ ತೀರಾ ಕ್ಷೀಣವಾಗಿತ್ತು. ಹಲ್ಲು ಕಚ್ಚಿದ.

ಬೆಳಗಿನಿಂದ ಆರೋಗ್ಯವಾಗಿಯೇ ಇದ್ದರು. ಸ್ವರವೇರಿಸಿ ಮಾತನಾಡಿದ್ದನ್ನ

ಕೇಳಿದ್ದ. ಇಂತಹ ನಾಟಕ ನೋಡಿ ಅವನಿಗೆ ಅಭ್ಯಾಸವಾಗಿತ್ತು.

ಪದ್ಮಿನಿಗೆ ಕಣ್ಣು ಸನ್ನೆ ಮಾಡಿ ಹೊರಗೆ ಹೊರಟ. ಮೌನವಾಗಿ ಹಿಂಬಾಲಿಸಿದಳು. ದಾರಿಯಲ್ಲಿ ಸಿಕ್ಕಿದ ಆಟೋ ಹತ್ತಿ ಬಸ್‌ಸ್ಟಾಂಡ್‌ನಲ್ಲಿ ಇಳಿದರು.

"ನನ್ನ ವ್ಯಾನಿಟಿ ಬ್ಯಾಗ್ ಅಲ್ಲೇ ಉಳ್ದುಹೋಗಿದೆ. ಬೀಗದ ಕೈಗೊಂಚಲು ಅದರಲ್ಲೇ ಇತ್ತು" ಮೆಲ್ಲಗೆ ನುಡಿದಳು ಪದ್ಮಿನಿ.

ಅಲ್ಲೇ ನಾಲ್ಕು ಏರಿಸಿ ಬಿಡಬೇಕೆನ್ನುವಷ್ಟರಮಟ್ಟಿಗಿನ ಸಿಟ್ಟು ಬಂತು. ತಾಳ್ಮೆ ಕಳೆದುಕೊಂಡ.

"ನಾನ್ಹೋಗಿ ತರ್ತೀನಿ" ಆಟೋದಲ್ಲಿ ಜಾರಿದ.

ಮನೆಯ ಮುಂದೆ ಇಳಿದಾಗ ಅವನ ತಲೆ ಸಿಡಿಯುತ್ತಿತ್ತು. ಆಟೋದವನಿಗೆ ಇರಲು ಹೇಳಿ ಗೇಟು ತೆರೆದು ಕಾಂಪೌಂಡಿನೊಳಕ್ಕೆ ನಡೆದ. ಬಾಗಿಲ ಬಳಿ ಬಂದಾಗ ಅವನ ಕಾಲು ಸ್ತಬ್ಧವಾದವು.

"ನಾನು ಒಳ್ಳೇ ಮಕ್ಳನ್ನ ಕೇಳ್ಕೊಂಡ್ಬರ್ಲಿಲ್ಲ. ನನ್ನ ದುರಾದೃಷ್ಟ..." ಅಳುವಿನ ದನಿಯ ಹಿಂದೆಯೇ "ಸುಮ್ಮನಿರಿ, ನಾವೆಲ್ಲ ಇಲ್ವಾ! ಸುಮ್ನೇ ಮನಸ್ಸಿಗೆ ಹಚ್ಕೊಂಡು ಕೊರಬೇಡಿ" ಅದರ ಹಿಂದೆಯೇ ಪ್ರಮೀಳ ಸಿಡಿದಳು.

"ಯಾವಾಗ್ಲೂ ಇದೇ ಗೋಳು! ಮನೆಯಲ್ಲಿರೋರು ತಾನೇ ಕಮ್ಮಿನಾ! ಅಬ್ಬಬ್ಬ... ಸಮಯಾಂದ್ರೆ ಒಂದ್ಲೋಟ ನೀರು ಕೊಡೋಲ್ಲ. ನಾನು ಇರೋವತ್ತಿಗೆ ಇವ್ರನ್ನ ಉಳ್ಸಿಕೊಂಡೆ. ವೇಣುದಂತೂ ತೀರಾ ದುರಹಂಕಾರ! ವಾಸಂತಿನ ಸಾಯೋ ಹಾಗೆ ಹೊಡ್ದುಬಿಟ್ಟಿದ್ದಾನೆ. ಮಧ್ಯೆ ಹೋಗಿ ಬಿಡ್ಸಿಕೊಳ್ದಿದ್ರೆ ಸತ್ತೇಹೋಗ್ತಾ ಇದ್ಲು!"

ಬಲವಂತವಾಗಿ ಉಗುಳು ನುಂಗಿ ಒಳಗೆ ನಡೆದ. ವಾಸಂತಿ ಕೋಣೆಯಲ್ಲಿದ್ದ ವ್ಯಾನಿಟಿ ಬ್ಯಾಗ್ ತಗೊಂಡು ಹೊರಗೆ ಬಂದ. ಆಗ ತಾನೇ ಬಂದ ತಂದೆತಾಯಿ ಕೋಣೆ ಹೊಕ್ಕಿದ್ದು ನೋಡಿದರೂ ಹೇಳಿ ಹೋಗಬೇಕೆನಿಸಲಿಲ್ಲ.

ಬ್ಯಾಗ್ ಕೈಯಲ್ಲಿಡಿದು ಬಂದು ಆಟೋದಲ್ಲಿ ಕೂತ. ಮಿದುಳಿನಲ್ಲಿ ಭಯಂಕರ ಸಿಡಿತ. ಕಣ್ಮುಚ್ಚಿ ನುಂಗಿದ.

"ಸಾರ್..." ಆಟೋದವನ ಕೂಗಿಗೆ ಕಣ್ತೆರೆದ. ಬಹಳ ಪ್ರಯಾಸದಿಂದ ಇಳಿದು ಹತ್ತರ ನೋಟನ್ನು ಅವನ ಕೈಯಲ್ಲಿಟ್ಟು 'ಪರ್ವಾಗಿಲ್ಲ...' ಹೋಗುವಂತೆ ಸನ್ನೆ ಮಾಡಿದ.

"ಇಲ್ಲೇ ಹತ್ತಿರದಲ್ಲೇ ಡಾಕ್ಟ್ರು ಇದ್ದಾರೆ, ಕರ್ಕೊಂಡ್ಹೋಗ್ತೀನಿ ಬನ್ನಿ... ಸಾರ್..."

ಹುಬ್ಬೆತ್ತಿ ಆಟೋದವನತ್ತ ನೋಡಿದ. ಕಣ್ಣುಗಳಲ್ಲಿ ಮಿನುಗುತ್ತಿದ್ದುದು ಮಾನವೀಯ ಪ್ರಜ್ಞೆ. ಬೇಡವೆಂದು ಸನ್ನೆ ಮಾಡಿ ಪದ್ಮಿನಿ ನಿಂತಿದ್ದ ಕಡೆ ಬಂದ.

"ಏನಾದ್ರೂ ತಗೋತೀಯಾ?" ಅಂಗಡಿಯ ಮುಂದೆ ಕೂಗಾಡುತ್ತಿದ್ದ ಪತ್ರಿಕೆಗಳತ್ತ ಕಣ್ಣೋಟ ಹಾಯಿಸಿದ. ಅತ್ತ ನೋಟವರಿಸಿದಳು. "ಬೇಡ..." ತೆಪ್ಪಗಾದ.

ಇವನತ್ತ ಮುಖ ತಿರುಗಿಸಲಿಲ್ಲ. ಅಸಮಾಧಾನವಾಗಿರುವುದನ್ನು ಅರಿತು ಸುಮ್ಮನಾದ. ಬಸ್ಸಿನ ಸೀಟಿಗೆ ಒರಗಿ ಕಣ್ಮುಚ್ಚಿದ. ನಮ್ಮ ಡ್ಯಾಮ್ ತಲುಪುವವರೆಗೂ ಕಣ್ಣು ತೆರೆಯಲಿಲ್ಲ. ಮಾತಿಗಾದರೂ ಪದ್ಮಿನಿ ಅವನನ್ನು ಪ್ರಶ್ನಿಸಲು ಹೋಗಲಿಲ್ಲ.

ಬ್ಯಾಗ್, ಬ್ರೀಫ್‌ಕೇಸ್ ಹೊತ್ತು ತಾನೇ ಇಳಿದ. ದೂರದಲ್ಲಿ ನಿಂತು ಬೀಡಿ ಸೇದುತ್ತಿದ್ದ ಜೀಪು ಡ್ರೈವರ್ ಓಡಿ ಬಂದು ತೆಗೆದುಕೊಂಡ. ಅವನ ಕಣ್ಣುಗಳಲ್ಲಿ ಅಚ್ಚರಿ ಇತ್ತು.

"ಹೇಗಿದ್ದಾರೆ ಸಾಬ್, ಅಮ್ಮಾವ್ರು?" ಕುತೂಹಲ ತಡೆಯಲಾರದೆ ಪ್ರಶ್ನಿಸಿದಾಗ ವೇಣು ತುಟಿಗಳ ಮೇಲೆ ನೋವಿನ ನಗೆ ತುಳುಕಿತು. "ಚೆನ್ನಾಗಿದ್ದಾರೆ."

ಬಂದವನೇ ವೇಣು ಮಲಗಿಬಿಟ್ಟ. ಭಯಂಕರ ತಲೆ ಸಿಡಿತ ಅವನನ್ನು ಕಂಗೆಡಿಸಿತು. ತುಟಿ ಕಚ್ಚಿ ನುಂಗಲಾರದೆ ನರಳಿದ. ಮುಖ ಊದಿಸಿ ಪದ್ಮಿನಿ ತಿರುಗಾಡುತ್ತಿದ್ದಳೇ ವಿನಃ ಅವನತ್ತ ತಿರುಗಿ ಕೂಡ ನೋಡುತ್ತಿರಲಿಲ್ಲ. ಅವಳ ಕೋಪ ಈ ನರಳಿಕೆಯಿಂದ ಕೂಡ ಕರಗಲಿಲ್ಲ.

ಪ್ರಭಾಕರ್‌ಗೆ ವಿಷಯ ತಿಳಿದು ಬಂದಾಗ ರಾತ್ರಿಯ ಹತ್ತು ಗಂಟೆ. ಇವನ ಸ್ಥಿತಿಯನ್ನು ನೋಡಿ ಗಾಬರಿಯಾದ. ಬಾಯಲ್ಲಿನ ತೇವ ಆರಿಹೋಯಿತು.

"ಪದ್ಮಿನಿ, ವೇಣು ಯಾವಾಗ್ನಿಂದ ನರಳ್ತಾ ಇದ್ದಾನೆ?" ಇವನ ಪ್ರಶ್ನೆಗೆ ಗೊತ್ತಿಲ್ಲ ಎನ್ನುವ ಚುಟುಕಾದ ಉತ್ತರ.

ಡಾಕ್ಟರ್‌ನ ಕರೆತಂದು ಇಂಜಕ್ಷನ್ ಕೊಡಿಸಿದ ಮೇಲೆ ಅವನ ನರಳಾಟ ನಿಂತಿದ್ದು. ಹಾಯಾಗಿ ಮಲಗಿ ನಿದ್ದೆ ಮಾಡಿದ. ಆ ಸಮಯದಲ್ಲಿ ವೇಣುನ ಪದ್ಮಿನಿಯ ಕೈಯಲ್ಲಿ ಒಪ್ಪಿಸಿ ಹೋಗುವುದಕ್ಕೆ ಹಿಂಜರಿಕೆ.

"ನೀವು ಮಲಕ್ಕೊಳ್ಳಿ. ನಾನು ಇಲ್ಲೇ ಇರ್ತೀನಿ." ಅವಳ ಮುಖದತ್ತ ನೋಡದೆ ಹೇಳಿದ.

"ಬೇಜಾರಪ್ಪಾ!" ತಲೆಯ ಮೇಲೆ ಕೈಹೊತ್ತು ಅಲ್ಲೇ ಕುಸಿದು ಕೂತಾಗ ಹುಬ್ಬೇರಿಸಿದ. ಆ ಕ್ಷಣದಲ್ಲಿ ಎಲ್ಲ ಮರೆತುಬಿಟ್ಟ. ಸಹಾನುಭೂತಿಯಿಂದ ಪದ್ಮಿನಿಯತ್ತ ನೋಡಿದ.

"ಅಂಥದ್ದೇನು ಇಲ್ಲ. ಬೆಳಿಗ್ಗೆ ಹೊತ್ಗೇ ಸರಿಯೋಗ್ತಾನೆ. ಅಲ್ಲಿ ಹೇಗಿದ್ರೂ?" ಪದ್ಮಿನಿ ಕಣ್ಣುಗಳು ಕಿರಿದಾದವು. ಬೆರಳಿನಿಂದ ಸೀರೆಯ ನೆರಿಗೆಗಳನ್ನ ಸರಿಪಡಿಸಿಕೊಂಡಳು.

"ಸರ್ಯಾಗಿ ವಿಚಾರಿಸ್ಲೇ ಇಲ್ಲ. ನಾನು ಇಂಟರೆಸ್ಟ್ ತಗೊಂಡು ಕೇಳ್ಲಿಲ್ಲ. ಅಂತೂ ಮಲಗಿದ್ರೂ!"

ವಿಷಯ ಸ್ಪಷ್ಟವಾಗುವ ಬದಲು ಜಟಿಲವಾಯಿತು.

"ಯಾಕೆ ಇಷ್ಟು ಬೇಗ ಹಿಂದಿರುಗಿಬಿಟ್ರಿ?"

ಪದ್ಮಿನಿ ಕೈ ಕೊಡವಿದಳು "ನಂಗೆ ಗೊತ್ತಿಲ್ಲ. ಇವ್ರೇನು ಹೇಳಿಲ್ಲ. ವಾಸಂತಿ ಒಳ್ಳೆ

ಫ್ರೆಂಡ್. ತುಂಬ ರಂಪ ಮಾಡ್ಬಿಟ್ರು. ಅವ್ರಿಗೆ ಯಾರಲ್ಲೂ ಪ್ರೀತಿಯಿಲ್ಲ! ಮತ್ತೆ ಇವ್ರನ್ನ ಯಾರು ಪ್ರೀತಿಸ್ತಾರೆ?"

ಅವಳ ಮಾತು ಕೇಳಿ ಪ್ರಭಾಕರನಿಗೆ ಪಾತಾಳಕ್ಕೆ ಇಳಿದ ಅನುಭವವಾಯಿತು. ಹೃದಯ 'ಅಯ್ಯೋ' ಎಂದು ಚೀರಾಡಿತು. ಸಾಧಾರಣವಾಗಿ ಕೆಲಸ ಮಾಡೋ ಕೂಲಿಗಳನ್ನ ಪ್ರೀತಿಸೋ ವೇಣು ತನ್ನವರನ್ನ ಪ್ರೀತಿಸಲಾರನೆ? ಶುದ್ಧ ಸುಳ್ಳು ಅವನ ತುಟಿಗಳು ಬಿಗಿದುಕೊಂಡವು.

"ನೀವೆಲ್ಲ ವೇಣುನ ಅರ್ಥಮಾಡ್ಕೊಂಡಿಲ್ಲ!" ಪ್ಯಾಂಟ್ ಜೇಬಿನಲ್ಲಿ ಕೈಗಳು ಇಳಿದವು.

ಬಿರುಸು ದನಿಗೆ ಬೆಚ್ಚಿದಳು. ಎದ್ದು ಕೋಣೆಯಿಂದ ಹೊರಗೆ ಹೋಗಿಬಿಟ್ಟಳು. ಬಿಸಿಯುಸಿರು ಹೊರದಬ್ಬಿ ಹಿಂದೆ ಕೈಕಟ್ಟಿ ಶತಪಥ ಹಾಕಿದ.

ಮಲಗಿದ್ದ ವೇಣುವಿನತ್ತ ನೋಡಿದ. ಹೃದಯದಲ್ಲಿ ಸ್ನೇಹ ತಂತು ಮಿಡಿಯಿತು. ಭ್ರಾತೃತ್ವಕ್ಕಿಂತ ಅಧಿಕವೆನಿಸಿತು. ಅವನ ಪಕ್ಕದಲ್ಲಿ ಬಂದು ಕೂತ. ಬೆವರಿನ ಬಿಂದು ಹಣೆಯ ಮೇಲೆ ಮುತ್ತಿನಂತೆ ಸಾಲುಗಟ್ಟಿದವು.

ಮುಖ ಗಂಭೀರವಾಯಿತು. ಡಾಕ್ಟರ್ ಹೇಳಿದ ಮಾತುಗಳು ಮಿದುಳಿನಲ್ಲಿ ಸಿಡಿದವು.

"ವೇಣು ದೇಹಸ್ಥಿತಿ ತುಂಬ ತೃಪ್ತಿಕರವಾಗಿದೆ. ಯಾವುದೇ ಅನಾರೋಗ್ಯದಿಂದ ಅವ್ರು ನರಳ್ತಾ ಇಲ್ಲ. ಆದರೆ ಮಾನಸಿಕವಾಗಿ ಅಸ್ವಸ್ಥರು. ಮನದ ಕಿರಿಕಿರಿ ಹೊರಗೆಡವಲು ಅಸಾಧ್ಯವಾದಾಗ ದೇಹದ ಮೂಲಕ ಹೊರ ಹಾಕುತ್ತದೆ. ಇಲ್ಲಿ ತಲೆಸಿಡಿತದ ರೂಪದಲ್ಲಿ ಹೊರಹೊಮ್ಮಿದೆ. ಈ ವ್ಯಾಧಿಯನ್ನ ಚಿಕಿತ್ಸೆ ಇಲ್ಲದೆಯೇ ಮನೆಯಲ್ಲಿ ಗುಣ ಮಾಡಬಹುದು!"

ಹಲ್ಲುಗಳನ್ನು ಕಚ್ಚಿ ಹಿಡಿದ. ಪದ್ಮಿನಿ ಅವನನ್ನ ಗುಣ ಮಾಡಬಲ್ಲಳು! ಆದರೆ... ಅವಳಿಗೆ ಅದರ ಅಗತ್ಯ ಕಂಡಿಲ್ಲವೇ? ಪ್ರಶ್ನಿಸಿಕೊಂಡ. ಅವಳು ತುಂಬ ಸ್ವಾರ್ಥಿ. ಕೈ ಹಿಡಿದವನಿಗಿಂತ ತನಗೆ ಅನ್ಯಾಯವಾಯಿತೆಂದು ವದರಬಲ್ಲಳೇ ವಿನಃ ತನ್ನ ಕರ್ತವ್ಯದ ಕಡೆ ಯೋಚಿಸಲಾರಳು.

ಫ್ಯಾನ್ ಸ್ವಿಚ್ ಅದುಮಿ ಕತ್ತಿನವರೆಗೂ ವೇಣುಗೆ ಬ್ಲ್ಯಾಂಕೆಟ್ ಹೊದ್ದಿಸಿ ಹೊರಬಂದ. ಇಡೀ ಮನೆಯಲ್ಲಿ ನೀರವತೆ ವ್ಯಾಪಿಸಿಕೊಂಡಿತ್ತು. ಹೊರದಬ್ಬುವಂತಾಯಿತು. ಪದ್ಮಿನಿಗೆ ಇಷ್ಟು ನಿರಾತಂಕವಾಗಿ ನಿದ್ದೆ ಮಾಡಲು ಹೇಗೆ ಸಾಧ್ಯವಾಯಿತು? ಅವಳಲ್ಲಿನ ಪ್ರಜ್ಞೆ ಎಂತಹುದು?

ಸೋಫಾದಲ್ಲಿ ಕುಸಿದು ಭಾವಣಿಯನ್ನು ದಿಟ್ಟಿಸಿದ. ಫ್ಯಾನ್‌ನ ಗಾಳಿಗೆ ಹಣೆಯ ತುಂಬೆಲ್ಲ ಕೂದಲು ಹರಡಿಕೊಂಡಿತು. ಬೆರಳಿನಿಂದ ಹಿಂದಕ್ಕೆ ದೂಡಿ ಸರಿಯಾಗಿ ಕೂತ.

"ಪದ್ಮಿನಿಯವರೇ..." ಮೆಲುವಾಗಿ ಕೂಗಿ ಬಾಗಿಲು ತಟ್ಟಿದ. ಅವಳಿಗೆ ಪೂರ್ತಿ

ವಿವರಿಸಿ ಸಹಕಾರ ಪಡೆಯುವವರೆಗೂ ಅವನಿಗೆ ಸಮಾಧಾನವಿಲ್ಲ.

ಎದ್ದು ಬರುವ ಸೂಚನೆ ಕಾಣದಾಗ ಮೊದಲಿನ ಜಾಗದಲ್ಲಿ ಕೂತು ಕಣ್ಮುಚ್ಚಿ ನಿದ್ದೆ ಮಾಡಲು ಪ್ರಯತ್ನಿಸಿದ. ಮಧುರವಾದ ನೆನಪೊಂದು ಹಾದುಹೋಯಿತು. ಮುಖದ ಮೇಲೆ ಹಸನ್ಮುಖತೆ ಮಿನುಗಿತು. ಎರಡು ಗಂಟೆಗಳ ಕಾಲ ಹಾಯಾಗಿ ನಿದ್ರಿಸಿದ.

ವೇಣುಗೆ ಎಚ್ಚರವಾದಾಗ ಪ್ರಭಾಕರ ಬದಿಯಲ್ಲಿಯೇ ಕೂತಿದ್ದ. ತಕ್ಷಣ ಎದ್ದವನೇ ಅವನ ಕತ್ತು, ಮುಖದ ಮೇಲಿನ ಬೆವರನ್ನ ಟವಲಿನಿಂದ ಒರೆಸಿದ.

"ಪ್ರಭಾ, ರಾತ್ರಿಯೆಲ್ಲ ಇಲ್ಲೇ ಇದ್ಯಾ?" ಅವನ ಸ್ವರ ಹಿಡಿದಂತಾಯಿತು. ಪ್ರಭಾಕರನ ತುಟಿಯಂಚಿನಲ್ಲಿ ಮುಗುಳ್ನಗೆ ಮಿನುಗಿತು.

"ಇದ್ದೆ... ಇರ್ಲಿಲ್ಲ!" ಅರ್ಥಗರ್ಭಿತವಾಗಿ ಹೇಳಿದ.

ಅಡಿಗೆಯ ಮನೆಯ ಪಾತ್ರೆಗಳ ಸದ್ದಿನಿಂದ ಪದ್ಮಿನಿ ಎದ್ದಿದ್ದಳೆಂದು, ಇಬ್ಬರೂ ಊಹಿಸಿದರು. ಒಬ್ಬರ ಮುಖವನ್ನೊಬ್ಬರು ನೋಡಿಕೊಂಡರು. ಯಾರಿಗೂ ಅವಳ ಬಗ್ಗೆ ಮಾತಾಡಲು ಇಷ್ಟವಿಲ್ಲ.

ಮನೆ ಕೆಲಸದ ಹುಸೇನಮ್ಮ ಕೋಣೆಯಲ್ಲಿ ಇಣಕಿದಾಗ ಇಬ್ಬರು ಹೊರಗೆ ಬಂದರು. ಬಹಳ ಜೀವನದಲ್ಲಿ ನೊಂದ ಆಕೆಯನ್ನು ಎಂತಹ ಸಮಯದಲ್ಲೂ ವೇಣು ಏನೂ ಅನ್ನಲು ಹೋಗುತ್ತಿರಲಿಲ್ಲ.

"ಅಚ್ಛಾ ಹೈ, ಸಾಬ್!" ಸುಮ್ಮನೆ ತಲೆಯಾಡಿಸಿದ.

ವೇಣು, ಪ್ರಭಾಕರ ವರಾಂಡದಲ್ಲಿ ಬಂದು ಕೂತರು. ಮನೆ ವಿಷಯಗಳ ಮೇಲೆ ಪೂರ್ತಿ ತೆರೆ ಎಳೆದ ಪ್ರಭಾಕರ ಡ್ಯಾಮ್‌ನ ಬಗೆಗೆ ಬೇಸರದಿಂದ ಏನೋ ಹೇಳಿಕೊಂಡ.

ಬಳೆಯ ಕಿಣಿಕಿಣಿ ನಾದಕ್ಕೆ ಮುಖ ಮೇಲೆತ್ತಿ ಅತ್ತ ನೋಟವರಿಸಿದರು. ಪದ್ಮಿನಿಯ ಮುಖದಲ್ಲಿ ಬೇಸರದ ಸ್ಪಷ್ಟ ಛಾಯೆ ಇತ್ತು. ಹುಬ್ಬುಗಳು ಗಂಟಾಗಿತ್ತು.

"ಹುಷಾರಿಲ್ವಾ?" ವೇಣು ಉಗುಳು ನುಂಗಿ ಕೇಳಿದ.

"ಏನಾದ್ರಾಗ್ಲಿ" ಸರ್ರನೆ ಒಳಗೆ ಹೋದಳು.

ಪ್ರಭಾಕರ ನಕ್ಕ. ಬೇರೆ ಅರ್ಥದಲ್ಲಿ ಅವಳ ಕೋಪ, ಬೇಸರದ ವಿಷಯ ಇವನ ಕೆನ್ನೆಯ ಬಳಿ ಬಗ್ಗಿ ಪಿಸುಗುಟ್ಟಿದಾಗ ಅದನ್ನ ನಂಬಿಬಿಡುವಷ್ಟು ಮಗುವೇ? ಕಳೆದ ರಾತ್ರಿಗಳನ್ನ ಕೆದಕಿ ನೋಡಿದ. ಪ್ರತಿಯೊಂದು ರಾತ್ರಿಯೂ ಒಂದು ವಿಷಾದದ ವಾಕ್ಯವನ್ನು ನುಂಗಿಯೇ ಸರಿಯುತ್ತಿತ್ತು.

ಪದ್ಮಿನಿ ಅವನಿಂದ ವಿಮುಖಳಾಗುವ ಪ್ರಯತ್ನ ಮಾಡುತ್ತಿರಲಿಲ್ಲ. ಏನೋ ಉಸುರಿ ಅವನೆದೆಯ ಮಧುರ ರಾಗಕ್ಕೆ ಅಪಸ್ವರದ ತಪ್ಪು ತಾಳ ಹಾಕುತ್ತಿದ್ದಳು.

"ಪೂರ್ತಿ ರೆಸ್ಟ್‌ನಲ್ಲಿರು, ಮಧ್ಯಾಹ್ನ ಒಮ್ಮೆ ಬಂದ್ನೋಡ್ತೀನಿ" ಕೈಯನ್ನ ಮೃದುವಾಗಿ

ಅದುಮಿದಾಗ ನೂತನ ಚೇತನ ಸಂಚಾರವಾದಂತಾಯಿತು ವೇಣುವಿನಲ್ಲಿ.

ಸ್ನೇಹದ ಬೆಳಕಲ್ಲಿ ಹೊಸ ಲೋಕ ಕಂಡಂತಾಯಿತು. ಕೆನ್ನೆಯುಜ್ಜಿ ಮೇಲಕ್ಕೆದ್ದ ಮೈ ಭಾರವಾಗಿತ್ತು. ಆಲಸ್ಯ ಕೊಡವಿಕೊಳ್ಳಲು ಪ್ರಯತ್ನಿಸಿದ.

ಬಾತ್‌ರೂಮ್‌ನತ್ತ ನಡೆದಾಗ ನೀರು ಬೀಳುವ ಸಪ್ಪಳ ಕೇಳಿಸಿತು. ಪದ್ಮಿನಿ ಸ್ನಾನ ಮಾಡುತ್ತಿರಬಹುದೆಂದುಕೊಂಡ ಹಿಂದಕ್ಕೆ ಬಂದ.

ಪದ್ಮಿನಿ ತಾನಾಗಿ ಬಂದು ಮಾತಾಡಿಸುವವರೆಗೂ ಸುಮ್ಮನೆ ಕೂತೇ ಇದ್ದ. ತಲೆಯಲ್ಲಿ ಸ್ಪಷ್ಟವಿಲ್ಲದ ಎಂತಹುದೋ ಚಿತ್ರಗಳು ಕಾಣಿಸಿಕೊಂಡು ಮಾಯವಾಗುತ್ತಿತ್ತು.

"ಬೇಗ ಸ್ನಾನ ಮುಗ್ಸಿ" ಕಣ್ಣರಳಿಸಿದ.

ರಾತ್ರಿಯ ತನ್ನ ಸ್ಥಿತಿಯ ಅರಿವಿಲ್ಲವೇ ಇವಳಿಗೆ? ಉದಾಸೀನವೋ? ಯಾವುದನ್ನೂ ಅರ್ಥಮಾಡಿಕೊಳ್ಳುವುದೇ ಕಷ್ಟವೆನಿಸಿತು.

"ಸ್ವಲ್ಪ ಕಾಫಿ ಕೊಡು" ಹಣೆಯನ್ನ ಅಂಗೈನಿಂದ ಒತ್ತಿದ. ಸ್ವರದಲ್ಲಿನ ಅಧಿಕಾರವಾಣಿ ಅವಳನ್ನ ರೇಗಿಸಿತು.

ಒಮ್ಮೊಮ್ಮೆ ಅವಳು ವೇಣುಗೆ ಬಹಳ ಹೆದರುತ್ತಿದ್ದಳು. ಪ್ರೀತಿಯ ಅಧೀರತೆಯಂತೂ ಅಲ್ಲ.

ಪದ್ಮಿನಿ ಅಡಿಗೆಯ ಮನೆಗೆ ಬಂದಳು. ಪಾತ್ರೆ, ಡಬ್ಬ, ಸೀಸೆಗಳು ಅಣಕಿಸಿದಂತಾಯಿತು. ಕೈಚಾಚಿ ಅಂಗೈಯನ್ನ ನೋಡಿಕೊಂಡಳು. ಅಂಗೈ ಮುಖವನ್ನ ನೆಲದತ್ತ ಮಾಡಿ ನೀಳ ಬೆರಳುಗಳನ್ನ ನೋಡಿದಳು. ತಟ್ಟನೆ ತಲೆಯಲ್ಲಿ ಮಿಂಚಿತು. ಎರಡನೆ ಪಿ.ಯು.ಸಿ. ತರಗತಿಗಳು ಪ್ರಾರಂಭವಾದ ಮೊದಲ ದಿನಗಳಲ್ಲಿ ಇವಳಿಗೊಂದು ಪತ್ರ ಬಂದಿತ್ತು. ಇಡೀ ಮೈಯ ಸೊಬಗನ್ನು ಕಾವ್ಯದಲ್ಲಿ ಬಿಡಿಸಿದ್ದ. ಚಿಗುರಿನಂಥ ಬೆರಳುಗಳನ್ನು ವರ್ಣಿಸಿದ್ದ. ಉಪಮೇಯದೊಂದಿಗೆ, ಅವಳ ಗಂಟಲು ಬಿಗಿದು ಬಂತು. ಮೊನ್ನೆ ಮೊನ್ನೆಯವರೆಗೂ ಅವಳ ಪತ್ರಗಳ ಕಟ್ಟಿನಲ್ಲಿ ಆ ಪತ್ರ ಸುರಕ್ಷಿತವಾಗಿತ್ತು. ಅವನ್ನ ನಿರ್ದಾಕ್ಷಿಣ್ಯವಾಗಿ ಸುಟ್ಟು ಹಾಕಿದ ವೇಣು ಮೇಲೆ ಕೆಂಡದಂತಹ ಸಿಟ್ಟು ಬಂತು.

"ನಾನು ಮಾಡೋಲ್ಲ... ಮಾಡೋಲ್ಲ..." ಅಭಿಮಾನದಿಂದ ಕೆಂಪಾಯಿತು. ನಿಂತಲ್ಲಿಯೇ ಸಾವಿರಾರು ಅಭಿಮಾನಿಗಳು ಮುತ್ತಿದ ಕನಸು ಕಂಡಳು.

"ಪದ್ಮಿನಿ..." ಆತಂಕದಿಂದ ಅವಳ ಭುಜದ ಮೇಲೆ ಕೈಯಿಟ್ಟ ಉದ್ವೇಗಗೊಂಡವಳು ತಟ್ಟನೆ ತಣ್ಣಗಾದಳು. "ಹುಷಾರಿಲ್ವಾ?" ಹುಬ್ಬೆತ್ತಿ ಪ್ರಶ್ನಿಸಿದಾಗ ಅವಳ ನೋಟ ತಗ್ಗಿತು.

"ಇಲ್ಬಾ..." ಅವಳ ಕೈ ಹಿಡಿದ ಮೃದುವಾಗಿ. ಅಪಸ್ವರ ಅವನ ಬಾಳಿನಲ್ಲಿ ಬೇಡವಾಗಿತ್ತು.

ಕರೆತಂದು ಮಂಚದ ಮೇಲೆ ಕೂಡಿಸಿದ. ಅವಳ ಮಡಿಲಲ್ಲಿ ತಲೆಯಿಟ್ಟು

ಮಲಗಿದ. ತಾಯಿ ತೊಡೆಯ ಮೇಲೆ ಮಲಗಿದ್ದ ಜ್ಞಾಪಕ ಅವನಿಗಿರಲಿಲ್ಲ. ಅಲ್ಲಿ ಲಭ್ಯವಾಗದ್ದು ಇಲ್ಲಿ ಲಭ್ಯವಾಗಬೇಕಿತ್ತು!

ಬೆರಳುಗಳಲ್ಲಿ ಬೆರಳುಗಳನ್ನು ಬೆಸೆದು ಕಣ್ಮುಚ್ಚಿದ. ಸುಮಧುರ ಜೀವನದ ಸುಂದರ ಕನಸು!

"ನಾನು ನಿನ್ನ ತುಂಬ ಪ್ರೀತಿಸ್ತೀನಿ!" ಕಣ್ಮುಚ್ಚಿ ಮೆಲುವಾಗಿ ಉಸುರಿದ. ಅಭಿಮಾನದಿಂದ ಅವಳ ಮುಖ ಮೊರದಗಲವಾಯಿತು. "ಎಲ್ರೂ ಪ್ರೀತಿಸ್ಲೇಬೇಕು. ಇದು ನಂಗೇನು ಹೊಸ್ದಲ್ಲ!"

ಸ್ಫೋಟಕ ಮೈಮೇಲೆ ಬಿದ್ದವನಂತೆ ಬೆಚ್ಚಿ ಎದ್ದುಕೂತ. ಅವನ ಮೈ ಕೋಪದಿಂದ ಕಂಪಿಸತೊಡಗಿತು.

"ಓಹೋ... ವ್ಯವಹಾರ ಇಷ್ಟು ದೂರ ಮುಂದುವರಿದಿತ್ತಾ! ಗೆಟ್ ಅಪ್... ಪ್ಲೀಸ್ ಗೆಟ್‌ಔಟ್... ಇನ್ನೊಂದು ನಿಮಿಷ ನನ್ಮನೆಯಲ್ಲಿರಕೂಡ್ದು!" ಅಬ್ಬರಿಸಿದ. ಅವಳ ಮಾತಿನಿಂದ ಅವನಿಗೆ ವಜ್ರಾಘಾತವಾಗಿತ್ತು.

ಅಭಿಮಾನದಿಂದ ಬೀಗುತ್ತಿದ್ದ ಅವಳ ಮುಖ ಬೆಳ್ಳಗೆ ಬಿಳಚಿಕೊಂಡಿತು.

"ಯಾರು ಪ್ರೀತಿಸ್ತಾರೋ ಅವರ್ಹತ್ರ ಹೋಗು!" ಪೂರ್ತಿಯಾಗಿ ಸಹನೆ ಕಳೆದುಕೊಂಡಿದ್ದ.

ಕೋಣೆಗೆ ಹೋದವನೇ ಕೈಗೆ ಸಿಕ್ಕಿದ ಅವಳ ಬಟ್ಟೆಗಳನ್ನೆಲ್ಲ ಸೂಟ್‌ಕೇಸ್‌ಗೆ ತುಂಬಿದ. ಶಬ್ದವಾಗದಂತೆ ಮುಚ್ಚಿ ಬೀಗ ಹಾಕಿದ. ಹೊರಗೆ ತಂದು ಅವಳ ಮುಂದೆ ಕುಕ್ಕಿದ.

"ಇನ್ನ ಏನಾದ್ರೂ ನಿಂಗೆ ಬೇಕಾದದ್ದು ಇದ್ರೆ ತಗೋ! ಮತ್ತೆ ಬರೋದ್ಬೇಡ." ಕಿಟಕಿಯಿಂದ ಹೊರಗೆ ನೋಡುತ್ತ ನಿಂತ. ನಿಂತ ನೆಲವೇ ಬಾಯಿ ತೆರೆದು ಅವನ ಸುಖ ಜೀವನವನ್ನು ನುಂಗಲು ಸಿದ್ಧವಾಗಿತ್ತು.

"ಬೇಕಾದಷ್ಟು ಇದೆ."

ಅವನ ಕಣ್ಣುಗಳು ಕಿರಿದಾದವು. ತುಟಿಗಳ ಮೇಲೆ ವ್ಯಂಗ್ಯ ನಗು ಇಣಕಿತು. ಹೃದಯದ ಮೂಲೆಯಲ್ಲಿ ಕಾಣಿಸಿಕೊಂಡ ಆಶಾಕಿರಣ ನಿಮಿಷದಲ್ಲಿಯೇ ಬೆಳೆದು ಹೆಮ್ಮರವಾಯಿತು. ಕಿವಿಗಳು ತೆರೆದು ಕೂತವು.

"ಓ.ಕೆ. ತಗೊಂಡ್ಹೋಗು. ನಿನ್ನದನ್ನ ಉಳಿಸಿಕೊಳ್ಳೋ ಇಚ್ಛೆ ನಂಗಿಲ್ಲ."

ಗರ್ವ ಬೆರೆತ ಮದದ ಭಾವ ಅವಳ ಮುಖದಲ್ಲಿ ಮನೆ ಮಾಡಿತು. ಕಣ್ಣುಗಳು ತಮ್ಮ ಮಾರ್ದವತೆಯನ್ನು ಕಳೆದುಕೊಂಡವು.

"ಬೆಳ್ಳಿ ಸಾಮಾನು, ಪಾತ್ರ ಸಾಮಾನು ಮದ್ವೆ ಖರ್ಚು..." ಮಧ್ಯದಲ್ಲಿಯೇ ಅವಳ ಮಾತನ್ನು ತುಂಡರಿಸಿದ "ನೀನು ಹೇಳೋ ಸಾಮಾನುಗಳನ್ನೆಲ್ಲ ತಗೋ... ಖರ್ಚು ಬಗ್ಗೆ ಲೆಕ್ಕಾಚಾರ ಹಾಕಿ ಕೊಟ್ಬಿಡ್ತೀನಿ!"

ತನ್ನ ಎಣಿಕೆ ತಪ್ಪೆಂದುಕೊಂಡ. ಅವಳ ಬಾಲಿಶವಾದ ಮಾತುಗಳನ್ನು ಕೇಳಿ ನಕ್ಕುಬಿಡುತ್ತಿದ್ದ. ಬೆಳೆಯದ ಅವಳ ಬೌದ್ಧಿಕ ಪ್ರಜ್ಞೆಯ ಬಗ್ಗೆ ಸಹಾನುಭೂತಿ ವ್ಯಕ್ತಪಡಿಸುತ್ತಿದ್ದ. ಇಂದು ಲೆಕ್ಕಾಚಾರದ ಹೆಣ್ಣಾಗಿ ಕಂಡಳು.

ಸೋಫಾದಲ್ಲಿ ಕುಸಿದು ಕೂತ. ಈ ಸಂಬಂಧಗಳಲ್ಲಿ ಯಾವ ಅರ್ಥವೂ ಕಾಣಲಿಲ್ಲ. ಗೋಪಾಲ ರಕ್ತ ಹಂಚಿಕೊಂಡು ಹುಟ್ಟಿದ ತಂಗಿಯ ಬಗ್ಗೆ ತಾತ್ಸಾರದ ನುಡಿಗಳನ್ನೇ ಆಡಿದ್ದ. ಹುಟ್ಟಿ ಬೆಳೆದ ಸಂಬಂಧದ ದೋಣಿಯು ಮುಳುಗುವ ವಿಚಾರ ತಿಳಿದರೆ ಬೇರೆಯವರ ಬಗ್ಗೆ ಯೋಚಿಸದೆ ಹಾರಿಬಿಡಲು ಸಿದ್ಧವಿಲ್ಲ. ಹಣೆಯ ನರಗಳು ಪಟಪಟ ಎನ್ನತೊಡಗಿತು. ಎದ್ದುಹೋಗಿ ಮಾತ್ರೆ ನುಂಗಿ ಮಲಗಿಬಿಟ್ಟ.

ಎಚ್ಚರವಾದದ್ದು ಮಧ್ಯಾಹದ್ನದ ಮೇಲೇನೇ, ಪ್ರಭಾಕರ ಕೂತಿದ್ದ. ಅವನ ಮುಖದ ಮೇಲೆ ಆತಂಕದ ರೇಖೆಗಳು ಸ್ಪಷ್ಟವಾಗಿದ್ದವು. ಮೆಲ್ಲಗೆ ಉಗುಳು ನುಂಗಿದ.

"ಈಗ ಹೇಗಿದ್ದೀಯಾ?" ಹಣೆಯಲ್ಲಿ ಮೂಡಿದ ಗೆರೆಗಳತ್ತಲೇ ನೋಡಿದ. ವೇಣು "ಏನಿಲ್ಲ...!" ಎದ್ದು ಕೂತ. ತಲೆ ಸಿಡಿತವಿಲ್ಲದಿದ್ದರೂ ಒಂದು ರೀತಿಯ ಭಾರ.

ಡಾಕ್ಟರ್ ಹೇಳಿದ ಮಾತುಗಳು ಪ್ರಭಾಕರನಿಗೆ ಜ್ಞಾಪಕ ಬಂತು.

'ವೇಣು ಮಾನಸಿಕ ರೋಗಿಯಾದರೂ ಅವನ ತಕರಾ ಆಪ್ತರಾದವರಿಗೆ ಚಿಕಿತ್ಸೆ ಅಗತ್ಯವಿದೆ. ಅವ್ರಿಗೆ ತಿಳಿಸಿ ಹೇಳಿ. ಅವ್ರ ಸಹಕಾರವಿಲ್ದೇ ವೇಣು ತಲೆಸಿಡಿತ ವಾಸಿಯಾಗೋಲ್ಲ.'

"ವೇಣು, ಸುಮ್ನೇ ನಿನ್ನ ಆರೋಗ್ಯಾನ ನೀನೇ ಹಾಳು ಮಾಡ್ಕೋತಾ ಇದ್ದೀಯಾ! ಇದ್ರಿಂದ ಯಾವ ಸಾರ್ಥಕತೆ ಇದೆ? ನಿನ್ನ ಯೋಚನಾ ಲಹರಿಯನ್ನೇ ಬದಲಾಯಿಸ್ಕೋ" ಒತ್ತಿ ಹೇಳಿದ.

"ಹೇಗೆ... ಹೇಗೆ... ಬದ್ಲಾಯ್ಸಿಕೊಳ್ಳಿ?" ಮುಖ ಕಿವುಚಿ ಹಣೆಯುಜ್ಜಿದಾಗ ಪ್ರಭಾಕರನ ಹೃದಯ ಕಿತ್ತು ಬಾಯಿಗೆ ಬಂದಂತಾಯಿತು.

"ಗೆಟ್ ಅಪ್... ನಮ್ಮನೆಗೆ ಹೋಗೋಣ" ತೋಳಿಡಿದು ಎಬ್ಬಿಸಿದ.

ವೇಣು ಏನೋ ಹೇಳಲು ಹೊರಟಾಗ ಬೆರಳುಗಳಿಂದ ಬಾಯಿ ಮುಚ್ಚಿ ಏನೂ ಹೇಳಬೇಡವೆಂದು ಕಣ್ಣಿನಿಂದಲೇ ಸನ್ನೆ ಮಾಡಿದ.

ವೇಣು ಪ್ರಭಾಕರ, ಮನೆಗೆ ಬಂದಾಗ ಸರಳ ನಿಟ್ಟಿಂಗ್ ಹಿಡಿದು ಕೂತಿದ್ದಳು. ಪುಟ್ಟ ಸ್ವೆಟರಿಗೆ ತೋಳು ಕೂಡಿಸುತ್ತಿದ್ದಳು. ಕಣ್ಣುಗಳಲ್ಲಿ ಪ್ರಜ್ವಲಿಸುವ ಹೊಳಪು.

"ಇನ್ನೂ ಮುಗೀಲಿಲ್ವಾ?" ಹುಬ್ಬೇರಿಸಿ ಪ್ರಭಾಕರ ಕೇಳಿದಾಗ ನಿಟ್ಟಿಂಗ್ ಕಡ್ಡಿಗಳನ್ನ ಹಿಡಿದೇ ಮೇಲಕ್ಕೆದ್ದಳು. "ಇನ್ನೇನು ಆಗಿಹೋಯ್ತು!"

"ಬೇಗ ಬಡ್ಸು."

ಉಲ್ಲನ್, ನಿಟ್ಟಿಂಗ್ ಕಡ್ಡಿಗಳನ್ನ ಎತ್ತಿಟ್ಟ ಸರಳ ಸೊಂಟಕ್ಕೆ ಸೆರಗು ಬಿಗಿದು ಅಡಿಗೆಯ ಮನೆಯತ್ತ ನಡೆದಳು.

"ಸುಮ್ನೇ ನಿಂಗೆ ತೊಂದ್ರೆ..." ಸೋತವನಂತೆ ವೇಣು ಸೋಫಾಕ್ಕೆ ಜಾರಿದ.

"ಯಾವತ್ತೂ ಈ ಮಾತು ಹೇಳ್ಬೇಡ, ನನ್ತಮ್ಮ ಈ ಸ್ಥಿತಿಯಲ್ಲಿದ್ರೆ ನಾನು ಸುಮ್ನೇ ಕೂಡ್ತಾ ಇರ್ಲಿಲ್ಲ!"

ಅವನ ಮಾತಿಗೆ ವೇಣು ದಂಗಾದ. ಅಣ್ಣಂದಿರ ನೆನಪು ಬಂತು. ಬಹುಶಃ ಅವರಿಗೆ ನನ್ನ ಸ್ಥಿತಿ ತಿಳಿದರೂ ಏನೂ ಮಾಡಲಾರರು. ಕೈಚೆಲ್ಲಿ ದೂರವೇ ಉಳಿಯುತ್ತಾರೆ. ಇದು ಸತ್ಯ ಸಂಗತಿಯೆನಿಸಿತು. ಆದರೆ ಪ್ರಭಾಕರನಿಗೂ ಅವರಿಗೆ ಇರುವ ಅಂತರವೆಷ್ಟು? ಭೂಮಿಗೂ, ಆಕಾಶಕ್ಕೂ ನಡುವಿನ ಅಗಾಧ ಅಂತರವನ್ನ ಲೆಕ್ಕ ಹಾಕತೊಡಗಿದ.

ಊಟ ಆಯಿತು. ಸರಳ ಕೈಯಲ್ಲಿ ನಿಟ್ಟಿಂಗ್ ಹಿಡಿದು ಕೂತಳು. ಪುಟ್ಟ ಮಗು ಪ್ರಮೋದ್‌ನ ಮುದ್ದುತನವನ್ನು ಎಷ್ಟು ಹೊಗಳಿಕೊಂಡರೂ ಅವಳಿಗೆ ಕಡಿಮೆ.

"ಈ ಕೆಂಪು ಸ್ವೆಟರ್ ಅವ್ನ ದುಂಡು ಮೈಗೆ ತುಂಬಾ ಚೆನ್ನಾಗಿ ಕಾಣುತ್ತೆ!" ಅವಳ ಕೈ ಬೆರಳು ಉಲ್ಲನ್ ಮೃದುತನವನ್ನು ಸವರಿ ನೋಡಿತು.

ಪ್ರಭಾಕರನ ಮುಖದಲ್ಲಿ ಮಾರ್ದವತೆ ಮಿನುಗಿತು. ಮಡದಿ, ಮಗುವಿನ ಜ್ಞಾಪಕ ಬಂದಿರಬಹುದು!

"ಎಲ್ಲಾ ನಮ್ಮ ಸರಳ ಹಾಗೇ ಇದೆ."

ಸರಳಳ ಕಣ್ಣುಗಳು ಮಿಂಚೊಡೆಯಿತು. ಮನ ಗಗನದಲ್ಲಿ ಹಾರಿತು. ಆ ಪುಟ್ಟ ಮಗುವಿನ ನೆನಪೇ ಅವಳ ಮನಕ್ಕೆ ಚೇತೋಹಾರಿ.

ಅವರಿಬ್ಬರ ಮುಖಗಳನ್ನು ವೇಣು ಬದಲಿಸಿ ಬದಲಿಸಿ ನೋಡಿದ. ಇಬ್ಬರ ಮೈ, ಮುಖಗಳ ಹೋಲಿಕೆ ಮಾತ್ರ ಅವರ ರಕ್ತದ ಸಂಬಂಧವನ್ನು ಎತ್ತಿ ತೋರಿಸುತ್ತಿರಲಿಲ್ಲ ನೋವು, ನಲಿವುಗಳ ಸ್ಪಂದನದಲ್ಲಿ ಎರಡು ಮನಗಳ ಸಾಮ್ಯತೆ ಕಂಡುಬರುತ್ತಿತ್ತು.

"ನಂಗೇನಾದ್ರೂ ಕೆಲ್ಸ ಸಿಕ್ಕಿದ್ರೆ - ಪ್ರಮೋದ್‌ನ ನಾನು ಕರ್ಕೊಂಡ್ಹೋಗ್ತೀನಿ!" ಮುಖ ಉಬ್ಬಿಸಿ ಹೇಳಿದಾಗ ಬೆಳೆದ ಯುವತಿಯಾಗಿ ಕಾಣಲಿಲ್ಲ. ಪುಟ್ಟ ಹುಡುಗಿಯಂತೆ ಕಂಡಳು.

ಕಹಿಯಾದ ಉಗುಳನ್ನ ಪ್ರಭಾಕರ ನುಂಗಿದರೂ ಅವನ ಮುಖದ ಹಸನ್ಮುಖತೆ ಮಾಯವಾಗಲಿಲ್ಲ. ಖರ್ಚು ವೆಚ್ಚ ತೂಗಿಸುವುದು ತುಂಬ ಪ್ರಯಾಸದ ಕೆಲಸವಾಯಿತು. ಮೆಡಿಕಲ್ ಓದುವ ತಮ್ಮ ಹೋಟಲಿನಲ್ಲಿ ಕಾಫಿ ಕುಡಿಯಲು ಕೂಡ ಹಿಂಜರಿಯುತ್ತಿದ್ದ. ತಂದೆ ಪೈಸೆ ಖರ್ಚು ಮಾಡದೆ ಪೆನ್‌ಷನ್ ಹಣವನ್ನು ಅವನ ಕೈಯಲ್ಲಿ ಇಡುತ್ತಿದ್ದರು.

ಸಂಜೆ ಪ್ರಭಾಕರ ವೇಣು, ಸರಳ ಗುಡ್ಡದ ಕಡೆ ತಿರುಗಾಡಿಕೊಂಡು ಬರಲು ಹೊರಟರು. ತಣ್ಣನೆಯ ಗಾಳಿ ಆಹ್ಲಾದಕರವಾಗಿತ್ತು. ಕಡಿದಾದ ಮೆಟ್ಟಿಲುಗಳನ್ನ ಏರಿ ಮೇಲಕ್ಕೆ ಹೋಗಿ ಒಂದು ಮರದ ಬುಡದಲ್ಲಿ ಕೂತರು.

"ಹಾಯಾಗಿದೆ" ವೇಣು ಕಣ್ಮುಚ್ಚಿ ತೆಗೆದ.

ಇದು ಬರೀ ಹೊರಗಿನ ಉದ್ಗಾರವೆಂದು ಪ್ರಭಾಕರನಿಗೆ ಗೊತ್ತು.

ಸರಳಳ ಕಣ್ಣುಗಳಲ್ಲಿ ಸಹಾನುಭೂತಿ ಮಿನುಗಿತು. ಅವಳು ಸಣ್ಣ ಹುಡುಗಿಯಲ್ಲ. ಬೆಳೆದ ಹೆಣ್ಣು ಎಲ್ಲವನ್ನ ಅರಿಯಬಲ್ಲಳು. ತಾಯಿ, ತಂದೆಯರ ಪರಿಪಕ್ವ ದಾಂಪತ್ಯ ಪ್ರೇಮ, ಅಣ್ಣ ಅತ್ತಿಗೆಯರ ಹಾಲು ಜೇನಿನಂಥ ಮಧುರ ಜೀವನ - ಉಸಿರೆಳೆದು ಹೊರಗೆ ದಬ್ಬಿದಳು.

ಅವನ ಕಣ್ಣನ್ನೆ ಅರಿತ ಸರಳ ಮೇಲಕ್ಕೆದ್ದಳು.

"ನಾನು ಅಲ್ಲಿ ಅಡ್ಡಾಡಿಕೊಂಡ್ಬರ್ತೀನಿ" ಮೆಲ್ಲಗೆ ನಡೆದಳು.

ಅಷ್ಟು ದೂರದಲ್ಲಿ ಕಾಣೋ ಮರದ ಬುಡದಲ್ಲಿ ಬಂದು ನಿಂತಳು. ಕಡಿದಾದ ಗುಡ್ಡ ಇಲ್ಲಿ ವಿಸ್ತಾರಗೊಂಡಿತ್ತು. ವಿರಳವಾಗಿ ಅಲ್ಲಲ್ಲಿ ಮರಗಳು ಮೈಚಾಚಿ ನಿಂತಿದ್ದವು.

"ನಿನ್ನ ತಲೆ ಸಿಡಿತಕ್ಕೆ ನಿಂಗೆ ಕಾರಣ ಗೊತ್ತಿದೆ. ಪದ್ಮಿನಿಯ ಸ್ವಭಾವವನ್ನು ಅಷ್ಟಾಗಿ ಮನಸ್ಸಿಗೆ ಹಚ್ಕೋಬೇಡ! ದಿನ ಕಳೆದಂತೆ ತಾನೇ ಸರ್ಯೋಗ್ತಾಳೆ!"

ಮುಖ ಮೇಲೆತ್ತಿ ಪ್ರಭಾಕರನನ್ನ ನೋಡಿದ. ಪದ್ಮಿನಿ ಸರ್ಯೋಗೋಕೆ ಸಾಧ್ಯಾನಾ? ಸಾಧ್ಯವಿಲ್ಲವೆನಿಸಿತು. ಆ ದಿನದವರೆಗೂ ಕಾಯುವುದು ವ್ಯರ್ಥವೆನಿಸಿತು.

"ನಾನು ಆ ನಂಬಿಕೆನ ಕಳ್ಕೊಂಡಿದ್ದೀನಿ!" ತಣ್ಣನೆಯ ಸ್ವರದಲ್ಲಿ ಹೇಳಿದ.

ಈ ಲಹರಿ ಒಳ್ಳೆಯದಲ್ಲವೆನಿಸಿತು. ಮೃದುವಾಗಿ ಅವನ ಹೆಗಲ ಮೇಲೆ ಕೈ ಹಾಕಿದ. ವೇಣು ಅವನತ್ತ ನೋಡಿ ತಲೆ ತಗ್ಗಿಸಿದ.

"ಖಂಡಿತ ಅವ್ಳು ಬದಲಾಗೋಲ್ಲ. ಶೂರ್..." ಪ್ರಭಾಕರನ ಕೈ ಹಿಡಿದು ಮೃದುವಾಗಿ ಅದುಮಿದ. ನಿರಾಶೆಯ ತಣ್ಣನೆಯ ಕೊರೆತ ಅವನ ಹಸ್ತದಲ್ಲಿತ್ತು.

ಇಬ್ಬರು ಆ ವಿಷಯಕ್ಕೆ ತೆರೆ ಎಳೆದರು. ತೀರಾ ಹಗುರವಾದ ತಮ್ಮ ಕಾಲೇಜಿನ ದಿನಗಳಲ್ಲಿ ನಡೆದ ಜೋಕ್‌ಗಳನ್ನು ಹೇಳಿಕೊಂಡು ನಕ್ಕರು. ತಮ್ಮ ವೃತ್ತಿಯಲ್ಲಿ ನಡೆಯಬಹುದಾದ ಭ್ರಷ್ಟಾಚಾರದ ಬಗ್ಗೆ ಒಮ್ಮತದಿಂದ ಜಿಗುಪ್ಸೆ ವ್ಯಕ್ತಪಡಿಸಿದರು.

"ತೀರಾ ಬೇಜಾರಾಗಿದೆ. ಎಂದಾದ್ರೂ ಕೆಲಸಕ್ಕೆ ರಾಜಿನಾಮೆ ಕೊಡೋದಂತೂ ಸುಳ್ಳಲ್ಲ!"

"ಅಷ್ಟೊಂದು ತಲೆ ಕೆಡ್ಸಿಕೊಳ್ಳೋದ್ಬೇಡ." ಪ್ರಭಾಕರ ದೂರದ ದಿಗಂತದಲ್ಲಿ ದೃಷ್ಟಿ ನೆಟ್ಟ.

ಅಷ್ಟು ಹೊತ್ತಿಗೆ ಸರಳಳ ಆಕೃತಿ ಕಾಣಿಸಿತು. ಸಂಜೆಯ ಕುಳಿರ್ಗಾಳಿಗೆ ಅವಳ ಸೆರಗು ಗಾಳಿಪಟದಂತೆ ಹಾರುತ್ತಿತ್ತು. ಅದನ್ನು ಹಿಡಿದಿಡುವ ಸಾಹಸ ಮಾಡುತ್ತಿದ್ದಳು. ಮುಂಗುರುಳು ಹಣೆ, ಕೆನ್ನೆಗೆ ಮುತ್ತಿಡುತ್ತಿತ್ತು.

"ಹೋಗೋಣ" ಇಬ್ಬರು ಎದ್ದು ನಿಂತರು.

ಮೂವರು ಮೌನವಾಗಿ ಗುಡ್ಡ ಇಳಿದು ಕೆಳಗೆ ಬಂದರು. ಪ್ರಕೃತಿ ರಮಣೀಯವಾಗಿ ಕಂಗೊಳಿಸುತ್ತಿದ್ದಳು. ಆ ಉಲ್ಲಾಸದಲ್ಲಿ ಪಾಲ್ಗೊಳ್ಳಲು ಮೂವರ

ಮನವು ಸಿದ್ಧವಿರಲಿಲ್ಲ. ಎಲ್ಲರೂ ಪದ್ಮಿನಿಯ ಬಗ್ಗೆ ಯೋಚಿಸುತ್ತಿದ್ದರು. ಪಥ ಕಾಣದ ಪಯಣಿಕರಂತೆ ತಳಮಳಿಸುತ್ತಿದ್ದರು.

ಇವರುಗಳು ಬಂದಾಗ ಪದ್ಮಿನಿ ದೊಡ್ಡ ಸಾಮಾನಿನ ರಾಶಿಯನ್ನ ಮುಂದೆ ಹಾಕಿಕೊಂಡು ಕೂತಿದ್ದಳು. ಹುಸೇನಮ್ಮ ಕೂಡ ಸಹಾಯ ಮಾಡಿರಬೇಕು. ಬಡಬಡಿಸುತ್ತ ಕುಕ್ಕುರುಗಾಲಿನಲ್ಲಿ ಕೂತಿದ್ದವಳು ಇವರುಗಳನ್ನ ನೋಡಿ ಎದ್ದು ನಿಂತಳು.

"ಆಯ್ತು ಕೆಲ್ಸ?" ಹುಸೇನಮ್ಮನತ್ತ ತಿರುಗಿ ಪ್ರಶ್ನಿಸಿದ. ಅವಳು ತಲೆಯಾಡಿಸಿ ಹೊರಟುಬಿಟ್ಟಳು. ಮನೆ ತಲುಪುವವರೆಗೂ ಗೊಣಗುತ್ತಲೇ ಇದ್ದಳು.

ಸೂಟ್‌ಕೇಸ್, ಸಾಮಾನುಗಳತ್ತ ನೋಡಿದ ಪ್ರಭಾಕರನಿಗೆ ಗಾಬರಿಯಾಯಿತು. ಆದರೂ ಅದನ್ನು ತೋರಿಸಿಕೊಳ್ಳದೇ ನಗುತ್ತಾ ಕೇಳಿದ.

"ಇದೇನಿದು! ಎಲ್ಗೆ ಪ್ರಯಾಣ?" ಅವಳ ತುಟಿಗಳ ಮೇಲೆ ನಸುನಗುತ್ತಿತ್ತು.

ಪದ್ಮಿನಿ ಹಣೆಯ ಮೇಲಿನ ಬೆವರನ್ನೊತ್ತಿಕೊಳ್ಳುತ್ತ ಕೋಣೆಗೆ ಹೋದಳು ಉದಾಸೀನದಿಂದ. ಪ್ರಭಾಕರನ ಮುಖ ಚಿಕ್ಕದಾಯಿತು. ತನ್ನನ್ನೇ ನಿರ್ಮಿಸಿಕೊಂಡ. ಕೇಳಿದ್ದು ತನ್ನದೇ ತಪ್ಪಿರಬಹುದು! ವೇಣು ಬಲವಂತವಾಗಿ ಉಗುಳು ನುಂಗಿದ.

"ಕೂತ್ಕೋ ಮಾರಾಯ! ಪದ್ಮಿನಿ ಸಾಮಾನು ಕಟ್ಟಿ ದಣಿದು ಹೋಗಿದ್ದಾಳೆ!" ಷರಟಿನ ತೋಳನ್ನ ಮೇಲಕ್ಕೆ ಮಡಚಿ ಭಾರವಾದ ಸೂಟ್‌ಕೇಸನ್ನು ಎತ್ತಿ ಗೋಡೆಯ ಪಕ್ಕಕ್ಕೆ ಇಟ್ಟ.

ಅವನ ತುಟಿಗಳ ಮೇಲೆ ನಗು ಇಣಕಿತು. ಅಂದು ಬಂದಾಗ ಇಷ್ಟು ಭಾರವಿರದ ಸೂಟ್‌ಕೇಸ್ ಇಂದು ಏನನ್ನು ತುಂಬಿಕೊಂಡು ಇಷ್ಟು ಭಾರವಾಗಿದೆ?

"ಕೂತ್ಕೊಳ್ಳಿ...." ಹೊಸತನ ತುಂಬಿಕೊಂಡವನಂತೆ ಕೋಣೆಯತ್ತ ನಡೆದ.

ಪದ್ಮಿನಿ ಮಂಚದ ಮೇಲೆ ಕೂತು ಟವಲಿನಿಂದ ಹಣೆಯ ಮೇಲಿನ ಬೆವರನ್ನೊತ್ತಿಕೊಳ್ಳುತ್ತಿದ್ದಳು.

"ತುಂಬ ಆಯಾಸ ಆಯ್ತು! ನಾನು ಹೆಲ್ಪ್ ಮಾಡ್ತಾ ಇದ್ದೆ!" ವಾರೆಗಣ್ಣು ನೋಟದಿಂದ ಅವಳನ್ನ ಇರಿದ. "ಏನು ಬೇಕಾಗಿಲ್ಲ...!" ತಟ್ಟನೆ ಬೆರಳುಗಳಿಂದ ಅವಳ ಬಾಯ್ಮುಚ್ಚಿದ. "ಇನ್ನ ಮಾತಾಡೋ ಅಗತ್ಯವಿಲ್ಲ!"

ವೇಣು ಬಂದಾಗ ಪ್ರಭಾಕರ, ಸರಳ ತುಂಬ ಮುಜುಗರದಿಂದಲೇ ಕೂತಿರುವ ಹಾಗೆ ಕಂಡರು. ತುಟಿ ಕಚ್ಚಿ ಪ್ಯಾಂಟ್ ಜೇಬಿನಲ್ಲಿ ಕೈ ತುರುಕಿದ.

"ಶ್ರೀಮತಿಯವ್ರು ಊರಿಗೆ ಹೊರಟಿದ್ದಾರೆ." ಹಾಸ್ಯಲೇಪಿತ ಸ್ವರದಲ್ಲಿ ಹೇಳಿದ. ಪ್ರಭಾಕರ ಮೌನವಹಿಸಿದ.

"ಸದ್ಯ ಇಷ್ಟು ಸಾಮಾನನ್ನ ಸಾಗಿಸೋದು ಕಷ್ಟ! ಒಂದು ಟ್ಯಾಕ್ಸಿನ ನೋಡ್ಬೇಕು" ಎಂದಾಗ ಪ್ರಭಾಕರ ಎದ್ದು ನಿಂತ. ಅವನ ಮನದ ಆತಂಕ ಮುಖದಲ್ಲಿ ಎದ್ದು ಕಾಣುತ್ತಿತ್ತು.

"ನಂಗೇನು ಅರ್ಥವಾಗ್ಲಿಲ್ಲ!" ವೇಣು ನಕ್ಕುಬಿಟ್ಟ.

"ದಿಸ್ ಈಸ್ ಸಿಂಪಲ್... ಅರ್ಥವಾಗದೇ ಇರೋಕೆ ಏನಿದೆ! ಅವ್ಳು ಊರಿಗೆ ಹೊರಟಿದ್ದಾಳೆ" ನಕ್ಕುಬಿಟ್ಟ.

ಪ್ರಭಾಕರ, ಸರಳನ ಅಷ್ಟು ದೂರ ಕಳುಹಿಸಿಬಿಟ್ಟು ಬಂದ. ಹಾಲ್‌ನಲ್ಲಿ ಗುಡ್ಡೆಯಾಗಿ ಬಿದ್ದ ಸಾಮಾನುಗಳನ್ನು ಪಕ್ಕಕ್ಕೆ ಎತ್ತಿಟ್ಟ. ಅಡಿಗೆಯ ಮನೆಗೆ ಬಂದ. ಅರ್ಧ ಅಡಿಗೆಯ ಮನೆ ಖಾಲಿಯಾಗಿತ್ತು. ಅರಗಿಸಿಕೊಂಡ.

ಕೋಣೆಗೆ ಬಂದು ಹೇಳಿದ.

"ಈಗ್ಲೇ ಹೋಗಿ ಒಂದು ಟ್ಯಾಕ್ಸಿ ಮಾತಾಡ್ಕೊಂಡ್ಬರ್ತೀನಿ. ಮತ್ತೇನಾದ್ರೂ ಉಳ್ದುಬಿಟ್ಟಿದ್ರೆ ತೆಗೆದಿಡು. ಮತ್ತೆ ಈ ಹೊಸಲು ಮೆಟ್ಟೋ ಅವಕಾಶ ಇಲ್ಲ!" ಸ್ವರದಲ್ಲಿ ದೃಢತೆ ಎದ್ದು ಕಾಣುತ್ತಿತ್ತು.

ಇಷ್ಟೊತ್ತು ಇದ್ದ ಅವಳ ದೃಢತೆ ಕುಸಿಯಿತು. ಅಣ್ಣಂದಿರ ಕಟುಮಾತು, ವ್ಯಂಗ್ಯ ಇರಿತ ನೆನೆದು ಬೆಚ್ಚಿದಳು. ಆದರೆ ಅವಳ ಕಣ್ಮುಂದೆ ಬಂದ ಪತ್ರ ಬರೆದ ಹೀರೋಗಳು ವಿಶ್ವಾಸ ತುಂಬಿದರು. ತುಟಿ ಕಚ್ಚಿ ಮನೆಯಲ್ಲೆಲ್ಲ ಅಡ್ಡಾಡಿದಳು.

ಟ್ಯಾಕ್ಸಿಯೊಂದಿಗೆ ವೇಣು ಬಂದಾಗ ರಾತ್ರಿ ಒಂಬತ್ತು ಗಂಟೆಯಾಗಿತ್ತು. ಮುಖದ ಮೇಲಿನ ದೃಢತೆ ಕರಗಿಹೋಗಿರಲಿಲ್ಲ.

ಹುಬ್ಬೇರಿಸಿ ತಣ್ಣನೆಯ ಸ್ವರದಲ್ಲಿ ಕೇಳಿದ.

"ಊಟ ಆಯ್ತಾ?" ಮಂಕಾಗಿ ಕೂತವಳನ್ನ ನೋಡಿ 'ಅಯ್ಯೋ ಅನ್ನಿಸಿತು.' ತಟ್ಟನೇ ಆ ಪದಕ್ಕೆ ಇಲ್ಲಿ ಅರ್ಥವಿಲ್ಲವೆನಿಸಿತು. ಕನಿಷ್ಟಪಕ್ಷ ತಪ್ಪನ್ನಾದರೂ ಅರಿತು ಸರಿಹೋದಾಳು! ಇದು ಬರೀ ಭ್ರಮೆಯೇನೋ!

"ಹೊತ್ತಾಗುತ್ತೆ" ದಾಪುಗಾಲು ಹಾಕುತ್ತಾ ಅಡಿಗೆಯ ಮನೆಯತ್ತ ನಡೆದ. ಖಾಲಿಯಾದ ಜಾಗ ಅವನನ್ನು ಅಣಕಿಸಿದಾಗ ಗಂಭೀರವಾದ.

ಮನಃಪೂರ್ಣವಾಗಿ ನಿರಾಶವಾದದತ್ತ ವಾಲಿತು. ಬಂದು ಹೋಗುವ ಅತಿಥಿಯಂತೆ ತನ್ನದೆಲ್ಲವನ್ನು ಪ್ಯಾಕ್ ಮಾಡಿಕೊಂಡು ರೆಡಿಯಾಗಿದ್ದಾಳೆ. ಆದರೆ ತಾನು ಪದ್ಮಿನಿಯ ಹೃದಯದಂಚಿಗೆ ಎಂದೂ ಜಾರಿರಲಿಲ್ಲವೇನೋ! ನಿಟ್ಟುಸಿರು ದಬ್ಬಿ ಮೇಲೆ ನೋಡಿದ.

"ಪದ್ಮಿನಿ...." ಕೈ ಬೆರಳು ಪ್ಯಾಂಟು ಜೇಬಿನಂಚನ್ನ ಸವರಿತು.

"ಬೇಗ ಬಡ್ಸು" ಸ್ವರದಲ್ಲಿ ಅಧಿಕಾರವಾಣಿ ಇಣಕಿತು.

ಎರಡೇ ತುತ್ತು ತಿಂದು ತನ್ನ ಊಟ ಮುಗಿಸಿ ಮೇಲೆದ್ದ.

ಹೊರಗೆ ಬಂದು ಡ್ರೈವರ್ ಸಹಾಯದಿಂದ ಸಾಮಾನನ್ನೆಲ್ಲ ಡಿಕ್ಕಿಗೆ ಮತ್ತು ಮೇಲಿನ ಸ್ಟಾಂಡ್‌ಗೆ ಏರಿಸಿ ಬಿಗಿದು ಕಟ್ಟಿದ. ಆಯಾಸವೆನಿಸಿದಾಗ ಒಂದು ಕ್ಷಣ ನಿಂತು ಸುಧಾರಿಸಿಕೊಂಡ.

ಒಳಗೆ ಬಂದ. ಮನೆ ಭಣಗುಟ್ಟುತ್ತಿತ್ತು.

"ಪದ್ಮಿನಿ, ಇನ್ನೇನಾದ್ರೂ ಸಾಮಾನು ಉಳಿದಿದ್ಯಾ?" ಸಹಜ ಸ್ವರದಲ್ಲಿ ಕೇಳಲು ಹೋಗಿ ಸೋತ.

"ಏನಿಲ್ಲ...." ಅಂದಾಗ ಹೊರಗೆ ನಡೆಯುವಂತೆ ಸನ್ನೆ ಮಾಡಿದ.

ಬೀಗ ಹಾಕಿ ಟ್ಯಾಕ್ಸಿಯಲ್ಲಿ ಹತ್ತಿ ಕೂತ. ಶಾಲನ್ನ ಅವಳ ಹೆಗಲ ಮೇಲೆ ಹಾಕಿದ.

"ಭಲೋ ಡ್ರೈವರ್ ಸಾಬ್..." ಎಂದವನೇ ಸೀಟಿಗೆ ಒರಗಿದ. ಮತ್ತೆ ತುಟಿ ಬಿಚ್ಚಲಿಲ್ಲ.

ಶಿವಮೊಗ್ಗ ಮುಟ್ಟಿದಾಗ ಇರುಳು ಹರಿದು ಬೆಳಕಾಗಿತ್ತು. ದೈನಂದಿಕೆ ಚಟುವಟಿಕೆಗಳು ಪ್ರಾರಂಭವಾಗಿದ್ದವು. ಮನೆಯ ವಿಳಾಸದ ಚೀಟಿ ಕೊಟ್ಟ. ಹಾಯಾಗಿ ನಿದ್ದೆ ಮಾಡುತ್ತಿದ್ದ ಪದ್ಮಿನಿಯತ್ತ ನೋಡಿದ. ಏನೂ ಅನ್ನಿಸಲಿಲ್ಲ. ಅವನ ಹೃದಯದ ಮಧುರವಾದ ಭಾವನೆಗಳೆಲ್ಲ ಸುಟ್ಟುಹೋಗಿದ್ದವು.

ಮನೆಯ ಮುಂದೆ ಟ್ಯಾಕ್ಸಿ ನಿಂತಾಗ ತೋಳಿಡಿದು ಅಲುಗಿಸಿ ಎಬ್ಬಿಸಿದ.

"ಇಳೀ...." ಚುಟುಕಾಗಿ ಹೇಳಿದ.

ಹೊರಗೆ ಬಂದ ಚಿದಂಬರಂ ಅವಾಕ್ಕಾದರು. ಆದರೆ ಅವರು ಊಹಿಸಿದ್ದೇ ಬೇರೆ. ಅಳಿಯನಿಗೆ ಇಲ್ಲಿಗೆ ಟ್ರಾನ್ಸ್‌ಫರ್ ಆಗಿರಬಹುದೆಂಬ ಅಮಲಿಗೆ ಬಿದ್ದರು.

ಸಾಮಾನು ಇಳಿಸಿ ಕೊಂಡೊಯ್ಯಲು ತಾವೂ ಸಹಕರಿಸಿದರು. ಮಗನನ್ನ ಸಹಾಯಕ್ಕೆ ಕೂಗಿದರು.

ಎಲ್ಲಾ ಒಳಗೆ ಕಳುಹಿಸಿಯಾದ ಮೇಲೆ ವೇಣು ಕೈಕೊಡವುತ್ತ ಡ್ರೈವರ್ ಅತ್ತ ತಿರುಗಿದ.

"ನೀನು ತಿಂಡಿ ಬಂದ್ಬಿಡು, ಹೊರಟುಬಿಡೋಣ" ಐದರ ನೋಟೊಂದನ್ನು ಜೇಬಿನಿಂದ ಹೊರಗೆಳೆದು ಅವನತ್ತ ನೀಡಿ ಒಳಗೆ ಬಂದ.

"ಸದ್ಯಕ್ಕೆ ನಿಮ್ಮ ಮಗ್ಳು ಇಲ್ಲೇ ಇರ್ತಾಳೆ. ಲಾಯರ್‌ನ ಕಂಡು ಮುಂದುವರೀಬಹ್ದು". ಅವರ ಕಣ್ಣುಗಳಲ್ಲಿ ಗಲಿಬಿಲಿ ಕಾಣಿಸಿಕೊಂಡಿತು.

ಬೆರಳಿಗೆ ಭಾರವಾದ ಉಂಗುರ, ವಾಚನ್ನು ಕಳಚಿ ಟೀಪಾಯಿ ಮೇಲಿಟ್ಟ.

"ಅಗತ್ಯವೆನಿಸಿದ್ರೆ ನಮ್ಮ ತಂದೆಯವ್ರನ್ನ ನೋಡಬಹ್ದು!"

ನಿಂತಲ್ಲಿಯೇ ಅತ್ತೆ, ಮಾವ ಭಾವ ಮೈದ ಮಿಕ್ಕವರು ಕಲ್ಲಾದರು. ಅವರಲ್ಲಿ ಎಲ್ಲರೂ ಅಲ್ಲದಿದ್ದರೂ ಒಂದಿಬ್ಬರಾದರೂ ಇಂತಹ ಸಂದರ್ಭದ ನಿರೀಕ್ಷಣೆಯಲ್ಲಿಯೇ ಇದ್ದರೆಂದು ಕಾಣಿಸುತ್ತದೆ.

"ಒಂದ್ನಿಮಿಷ...." ಎಂದಾಗ ಕೈಯೆತ್ತಿದ "ದಯವಿಟ್ಟು ಹೇಳೋದ್ಬೇಡ, ನೃತ್ಯಗಾತಿ, ಸಂಗೀತ ವಿದುಷಿ, ಖ್ಯಾತ ಬರಹಗಾರ್ತಿ ತನ್ನಂಥ ಚೆಲುವೆಯಿಲ್ಲ ಎಂದು ಕನಸು ಕಾಣೊ ಹೆಣ್ಣು ಜೊತೆ ಸಂಸಾರ ಮಾಡೋಕೆ ಸಾಧ್ಯವಿಲ್ಲ!" ಅವರುಗಳ ಮುಖಕ್ಕೆ ಅಪ್ಪಳಿಸಿದಂತಾಯಿತು. ಅವರುಗಳು ಚೇತರಿಸಿಕೊಳ್ಳುವ ಮುನ್ನವೇ ಅಲ್ಲಿಂದ ಹೊರಬಿದ್ದ.

ಹೋಟೆಲ್ ಮುಂದೆ ನಿಂತಿದ್ದ ಟ್ಯಾಕ್ಸಿಯ ಒಳಗೆ ಹೋಗಿ ಕೂತ. ತನ್ನಲ್ಲಿ ತಾನೇ ಸಮಾಧಾನಕ್ಕೆ ಬರುವ ಪ್ರಯತ್ನ ಮಾಡುತ್ತಿದ್ದ. ಎದ್ದು ಹೋಗಿ ಒಂದು ಸಿಗರೇಟು ಪ್ಯಾಕ್, ಬೆಂಕಿಪೊಟ್ಟಣ ಕೊಂಡುತಂದು ಜೇಬಿಗೆ ಸೇರಿಸಿದ. ಮನದ ಲಹರಿಯನ್ನು ಬೇರೆಡೆ ತಿರುಗಿಸುವ ಸಾಧನಗಳಿಗಾಗಿ ಹುಡುಕಾಟ!

"ಲೇಟಾಯಿತಾ, ಸಾರ್?" ಡ್ರೈವರ್ ಬಂದು ಎದುರು ನಿಂತಾಗ ತಲೆಯಾಡಿಸಿ ಹೊಡುವಂತೆ ಕಣ್ಣು ಸನ್ನೆ ಮಾಡಿದ.

ಜೇಬಿನಲ್ಲಿದ್ದ ಸಿಗರೇಟು ಪ್ಯಾಕ್‌ನ ಬೆರಳಿನಿಂದ ಸವರಿದ. ಇಂತಹ ಅಭ್ಯಾಸಗಳು ಅವನಿಗೆ ಎಂದೂ ಗಂಟುಬಿದ್ದಿರಲಿಲ್ಲ. ಚಿಕ್ಕ ಹುಡುಗನಂತೆ ಒಳಗೊಳಗೆ ಖುಷಿಪಡುತ್ತಿದ್ದ.

ಡ್ಯಾಮ್ ಸುತ್ತಿಕೊಂಡು ಟ್ಯಾಕ್ಸಿ ಕ್ವಾರ್ಟರ್ಸ್ ಮುಂದೆ ನಿಂತಾಗ ಕೆಳಗಿಳಿದ ಟ್ಯಾಕ್ಸಿಯವನು ಕೇಳಿದ ಹಣಕ್ಕೆ ಇಪ್ಪತ್ತರ ನೋಟು ಸೇರಿಸಿ ಅವನ ಕೈಯಲ್ಲಿಟ್ಟು ಬಾಗಿಲಿನತ್ತ ಹೆಜ್ಜೆ ಹಾಕಿದ.

ಬೀಗ ತೆಗೆದು ವರಾಂಡದ ಮೂಲೆಗೆ ಎಸೆದ. ಬಣಗುಟ್ಟುವ ಮನೆ ಬೇರೊಂದು ಕತೆಯನ್ನ ಸೃಷ್ಟಿಸಿ ಹೇಳಿದಂತಾಯಿತು. ಹೆತ್ತ ತಾಯಿ, ಕಟ್ಟಿಕೊಂಡ ಹೆಂಡತಿಯನ್ನು ಒಂದೇ ತಕ್ಕಡಿಯಲ್ಲಿಟ್ಟು ತೂಗಿ ನೋಡಿದ. ಇಬ್ಬರೂ ತಮ್ಮದೇ ಆದ ಅಮಲಿನ ಪ್ರಪಂಚ ಸೃಷ್ಟಿಸಿಕೊಂಡಿದ್ದರು. ಬೇರೆಯವರ ಸುಖ, ಸಂತೋಷದ ಬಗ್ಗೆ ಎಂದೂ ಯೋಚಿಸಲಾರರು. ಜೋರಾಗಿ ನಗಬೇಕೆನ್ನಿಸಿತು. ಎರಡು ಕೈಯಲ್ಲೂ ತಲೆ ಹಿಡಿದುಕೊಂಡು ಮಂಚದ ಮೇಲೆ ಉರುಳಿದ. ತಡೆಯಲಾರದ ಬಾಧೆ, ಡ್ರಾಯರ್‌ನಲ್ಲಿದ್ದ ಪಿಲ್ಸ್‌ನ ನುಂಗಿ ಕಣ್ಮುಚ್ಚಿದ.

* * * *

ಟ್ಯಾಕ್ಸಿಯಲ್ಲಿ ಪದ್ಮಿನಿ, ವೇಣು ಹೋದ ಸುದ್ದಿ ತಿಳಿದ ಮೇಲೆ ಪ್ರಭಾಕರನಿಗೆ ಗಾಬರಿಯಾಯಿತು. ತಳಮಳಿಸಿದ. ತನ್ನ ಆತಂಕವನ್ನು ತಂಗಿಯ ಮುಂದೆ ತೋಡಿಕೊಂಡಿದ್ದ.

"ನಂಗೆ ತುಂಬ ಭಯವಾಗಿದೆ. ಆ ಹುಡ್ಗಿ ತೀರಾ ಏನೇನೋ ಹಚ್ಕೊಂಡು ಅವನ್ನ ಮಾನಸಿಕ ರೋಗಿಯನ್ನಾಗಿ ಮಾಡಿಬಿಟ್ಳು. ಎಷ್ಟು ಚೆನ್ನಾಗಿರಬೇಕಾಗಿದ್ದ ಸಂಸಾರ...!"

ಸರಳ ಏನೂ ಹೇಳುವ ಸ್ಥಿತಿಯಲ್ಲಿರಲಿಲ್ಲ.

"ಪ್ರಾಣಿಗಳಿಗಾದ್ರೂ ಪ್ರೀತಿಯ ಅರ್ಥ ಗೊತ್ತಿದೆ. ಇವ್ರು ಮನುಷ್ಯರಾಗಿ ಏನು ಸಾರ್ಥಕ!"

ಟ್ಯಾಕ್ಸಿ ಕಾಂಪೌಂಡ್‌ನಲ್ಲಿ ಗಿಡಗಳಿಗೆ ನೀರು ಹಾಕುತ್ತಿದ್ದ ಸರಳ ಕಣ್ಣಿಗೆ ಬಿದ್ದಿದ್ದು ವಾಪಸ್ಸು ಹೋಗುವಾಗ, ಬಕೆಟ್ ಅಲ್ಲೇ ಕುಕ್ಕಿ ಅಣ್ಣನಿಗೆ ಸುದ್ದಿ ಮುಟ್ಟಿಸಲು ಓಡಿದಳು.

"ಪ್ರಭಣ್ಣ ಟ್ಯಾಕ್ಸಿ ಹೋಗಿದ್ದು ನೋಡ್ದೆ."

ಫೈಲ್‌ಗಳನ್ನ ಮುಂದಿರಿಸಿಕೊಂಡು ಕೂತಿದ್ದ ಪ್ರಭಾಕರ ತಟ್ಟನೆ ಮೇಲಕ್ಕೆದ್ದ. ಅಸ್ತವ್ಯಸ್ತವಾದ ಕೂದಲನ್ನ ಬೆರಳುಗಳಿಂದ ಸರಿಪಡಿಸಿಕೊಂಡ.

"ಈಗ ಖಾಲಿ ಟ್ಯಾಕ್ಸಿ ಹೋಯ್ತು."

ಮತ್ತೆ ತುಟಿ ಎರಡು ಮಾಡದ ಪ್ರಭಾಕರ ಒಂದು ಷರಟನ್ನು ಬನೀನಿನ ಮೇಲೆ ಏರಿಸಿ ಚಪ್ಪಲಿ ಮೆಟ್ಟಿ ಹೊರಟುಬಿಟ್ಟ. ಆ ಕ್ವಾರ್ಟರ್ಸ್ ತಲುಪುವವರೆಗೂ ಅವನ ಧಾವಂತ ಕಡಿಮೆಯಾಗಲಿಲ್ಲ.

ಬಾಗಿಲು ಮೇಲೆ ಕೈಯಿಟ್ಟ. ಹಿಂದಕ್ಕೆ ಸರಿಯಿತು. ಬೋಲ್ಟ್ ಹಾಕುವುದನ್ನು ಮರೆತಿದ್ದ. ನೀರವತೆ ಅವನನ್ನ ಕತ್ತಿಡಿದು ಹೊರದೂಡುವಂತಾಯಿತು. ಕಾಲುಗಳು ನೆಲದಲ್ಲಿ ಹೂತುಹೋದ ಅನುಭವವಾಯಿತು.

ಕೋಣೆಯ ಬಾಗಿಲಿಗೆ ಬಂದಾಗ ಉಸಿರು ನಿಂತಂತಾಯಿತು. ಎದೆಯ ಮೇಲೆ ಬಂಡೆಯೇರಿದ ಅನುಭವವಾಯಿತು. ಉಸಿರು ಬಿಗಿ ಹಿಡಿದ.

ವೇಣು ಹಾಸಿಗೆಯ ಮೇಲೆ ಅಂಗಾತಾಗಿ ಮಲಗಿ ಕಣ್ಮುಚ್ಚಿದ್ದ. ಮುಖದ ಪ್ರಶಾಂತತೆಯ ಹಿಂದೆ ನೋವಿನ ಎಳೆ ಅಡಗಿರುವುದು ಸುಳ್ಳಲ್ಲವೆನಿಸಿತು.

"ವೇಣು..." ಹಣೆಯ ಮೇಲೆ ಬೆವರಿಗಂಟಿದ್ದ ಕೂದಲನ್ನು ಬೆರಳಿನಿಂದ ಹಿಂದಕ್ಕೆ ದೂಡಿದ. ಅವನ ಅಸಹಾಯ ಸ್ಥಿತಿಗೆ ಮರುಗಿದ.

ಅವನಿಗೆ ಎಚ್ಚರವಾಗುವವರೆಗೂ ಅಲ್ಲೇ ಇರಲು ನಿರ್ಧರಿಸಿದ. ಹೊರಗೆ ಬಂದು ಎಲ್ಲಾ ಕಡೆ ಅಡ್ಡಾಡಿದ. ಎಲ್ಲಾ ಕಡೆ ಬಣಬಣಗುಟ್ಟುತ್ತಿತ್ತು. ಏನೋ ಬದಲಾಗಿದೆ! ಏನು....?

ಷೋಕೇಸ್‌ನಲ್ಲಿ ಬರೀ ಶೂನ್ಯ ತುಂಬಿಕೊಂಡಿತ್ತು. ಅವನ ಹುಬ್ಬೇರಿತು.

ಸೂಟ್‌ಕೇಸ್ ಜೋಡಿಸಿದ್ದ ಜಾಗ ನೋಡಿದ. ಯಾವುದೋ ನಡೆಯಬಾರದ ಘಟನೆ ನಡೆದುಹೋಗಿದೆಯೆಂದು ಪರಿತಪಿಸಿದ. ಪ್ರೀತಿ, ಪ್ರೇಮ ಮತ್ತು ಸಂಬಂಧಗಳ ಬಗ್ಗೆ ಒಂದು ನೂತನ ಜನಾಂಗವನ್ನು ಮನದಲ್ಲಿಯೇ ಸೃಷ್ಟಿಸಿಕೊಂಡು ತೂಗಿ ನೋಡಿದ. ವೈಯಕ್ತಿಕವಾದ ಕಲ್ಪನೆ, ಕ್ರಿಯೆ, ಪ್ರತಿಕ್ರಿಯೆಗೆ ಅರ್ಥವಿಲ್ಲವೆನಿಸಿತು. ಇದೊಂದು ರೀತಿಯ ಧೋರಣೆ ಅಥವಾ ಮನೋಭಾವ ಅನ್ನಿಸಿತು.

ವೇಣುಗೆ ಎಚ್ಚರವಾದಾಗ ಹೆಚ್ಚಿಗೆ ಬಳಲಿದ್ದ. ತಲೆಯ ಸಿಡಿತದ ಉಪಶಮನಕ್ಕೆ. ಮನದ ಉದ್ವೇಗ ಹತ್ತಿಕ್ಕಲು ಮಾತ್ರೆಗಳಿಗೆ ಶರಣಾಗಿದ್ದ.

"ಏನಾದ್ರೂ ಕುಡೀತೀಯಾ?" ಅವನ ಪ್ರಶ್ನೆಗೆ ವೇಣು ನಕ್ಕ. ಸದ್ಯಕ್ಕೆ ಮನೆಯಲ್ಲಿ ಕುಡಿಯಲು ಏನಿದೆ?" "ಸದ್ಯಕ್ಕೆ ನೀರು ಕುಡೀಬಹುದ್ದು!" ಪ್ರಭಾಕರ ಸುಲಭವಾಗಿ ಅರ್ಥ ಮಾಡಿಕೊಂಡ.

ಒಂದು ಲೋಟ ನೀರನ್ನ ನಿಧಾನವಾಗಿ ಗುಟುಕರಿಸಿದ ಮೇಲೆ ದೇಹದಲ್ಲಿ ಚೇತನ ಹರಿದಾಡಿತು. ನಡೆದು ಹೋದುದನ್ನು ಮೆಲುಕು ಹಾಕಿದ. ಅತಿಥಿಯಂತೆ ಯಾವ

ಭಾವವಿಕಾರಕ್ಕೂ ಒಳಗಾಗದೆ ಗಂಟು ಮೂಟೆ ಕಟ್ಟಿ ಹೊರಡಲು ಸಿದ್ಧಳಾಗಿ ನಿಂತಿದ್ದಳು. ಎಲ್ಲರೂ ಅರ್ಥ ಹುಡುಕ ಹೋಗುವುದು ಮೂರ್ಖತನವೆನಿಸಿತು.

"ಪ್ರಭಾ, ಹೊಟ್ಟೆ ಬಕಾಸುರನ ವಾಸಸ್ಥಾನವಾಗಿದೆ." ಹೊಟ್ಟೆಯ ಮೇಲೆ ಕೈಯಾಡಿಸಿಕೊಂಡಾಗ ಪ್ರಭಾಕರನ ಕಣ್ಣು ಕಿರಿದಾದವು.

"ಸ್ವಲ್ಪ ಮಲಗಿರು ಬರ್ತೀನಿ" ಬಾಗಿಲವರೆಗೂ ಬಂದಾಗ ಸರಳ ಎದುರಾದಳು. ಅವಳ ಕೈಯಲ್ಲಿ ಕ್ಯಾರಿಯರ್ ಇತ್ತು. ಕಣ್ಣುಗಳಲ್ಲಿ ಮೆಚ್ಚಿಗೆ ಅರಳಿತು.

"ಗುಡ್, ನಾನೇ ಮನೆಗೆ ಬರ್ತಾ ಇದ್ದೆ."

ಕ್ಯಾರಿಯರ್ ಇವನ ಕೈಗೆ ಬಂದಾಗ ಪ್ರಭಾಕರನ ಮನ ಹಗುರಗೊಂಡಿತು.

ಎದ್ದ ವೇಣು ಸ್ನಾನ ಮುಗಿಸಿ ಊಟ ಮಾಡಿದ. ಮಧ್ಯಾಹ್ನದ ಅಡಿಗೆಯನ್ನ ಬಿಸಿ ಮಾಡಿ ತಂದಿದ್ದಳು. ನಗುನಗುತ್ತಾ ಬಾಯಿ ತುಂಬ ಹರಟುತ್ತಾ ಊಟ ಮಾಡಿದ. ಏನೂ ನಡೆದೇ ಇಲ್ಲವೆನ್ನುವಂತಿತ್ತು ಅವನ ವರ್ತನೆ.

"ಚೀಫ್ ಇಂಜಿನಿಯರ್ ಬರ್ತಾರೆ. ನಾನ್ಹೋಗ್ತೀನಿ." ತುಸು ಅನುಮಾನಿಸಿ ಮತ್ತೆ ಹೇಳಿದ "ಸಾಧ್ಯವಾದ್ರೆ ನೀನೂ ಬಾ" ಒಂಟಿಯಾಗಿ ಅವನನ್ನು ಬಿಡುವುದು ಪ್ರಭಾಕರನಿಗೆ ಇಷ್ಟವಿಲ್ಲ. ವೃತ್ತಿಯಲ್ಲೂ ರಿಮಾರ್ಕ್ಸ್ ಕಾಲಂ ತುಂಬುವುದು ಬೇಡವೆನಿಸಿತು.

"ಬರ್ತೀನಿ..." ಮೇಲಕ್ಕೆದ್ದ.

ಪ್ರಭಾಕರ, ವೇಣು ಸ್ಕೂಟರ್ ಮೇಲೆ ಹೊರಡಲು ಸಿದ್ಧರಾದರು. ಕ್ಯಾರಿಯರ್ ಹಿಡಿದು ನಿಂತ ಸರಳ ಕಡೆ ನೋಡಿದ ವೇಣು.

"ಸರಳ ನಡ್ದೇ ಹೋಗ್ಬೇಕಲ್ಲ. ನಾನು ಡ್ರಾಪ್ ಮಾಡಿ ಬಂದ್ಬಿಡ್ತೀನಿ." ಅಂದ ಕೂಡಲೇ "ದಯವಿಟ್ಟು ಬೇಡ. ಇಷ್ಟು ದೂರ ನಡ್ದು ಹೋಗೋದು ಪ್ರಯಾಸವಲ್ಲ. ನಾನ್ಬರ್ತೀನಿ."

ಕಣ್ಣಿನಲ್ಲಿಯೇ ಪ್ರಭಾಕರನಿಗೆ ಹೇಳಿ ಹೊರಟಳು. ಅವಳ ಉದ್ದನೆಯ ಜಡೆ ನಾಟ್ಯಗತಿಯಲ್ಲಿ ತೂಗುತ್ತಿರುವುದನ್ನು ಕಂಡ ವೇಣು ಮನ ಬಿರುಗಾಳಿಗೆ ಸಿಕ್ಕಿದ ತರಗೆಲೆಯಂತೆ ತತ್ತರಿಸಿತು. ಪದ್ಮಿನಿಯ ರೂಪ ಹೊಯ್ದಾಡತೊಡಗಿತು.

"ಹೋಗೋಣ" ಪ್ರಭಾಕರ ಅವಸರಿಸಿದಾಗ ಸ್ಕೂಟರ್ ಏರಿದ.

ಮರಗಿಡಗಳನ್ನು ಹಿಂದೆ ಹಾಕಿದ ಸ್ಕೂಟರ್ ಮುಂದೆ ಓಡತೊಡಗಿತು. ಆರ್ಭಟಿಸುತ್ತಿದ್ದ ಯಂತ್ರದ ಸದ್ದಿನಲ್ಲಿ ಸ್ಕೂಟರ್ ಸದ್ದು ಅಡಗಿಹೋಯಿತು.

ಮೇಸ್ತ್ರಿ ದೊಡ್ಡದನಿಯಲ್ಲಿ ಕಂಟ್ರಾಕ್ಟರ್‌ಗೆ ಏನೋ ಹೇಳುತ್ತಿದ್ದ. ಪ್ರಭಾಕರ ಅವುಡು ಕಚ್ಚಿದ. ಕೂಲಿಗಳ ರಕ್ತ ಹೀರುವ ಶ್ರೀಮಂತರ ಬಗ್ಗೆ ಅವನಿಗೆ ತಿರಸ್ಕಾರ.

ಡ್ಯಾಮ್ ಕನ್‌ಸ್ಟ್ರಕ್ಷನ್ ಸ್ಥಳಕ್ಕಿಂತ ಸ್ವಲ್ಪ ದೂರದಲ್ಲಿಯೇ ಸ್ಕೂಟರ್ ನಿಲ್ಲಿಸಿ ಇಳಿದರು. ಆಳುಗಳ ಕೈಯಲ್ಲಿ ನಟ್ಟು ಬೋಲ್ಟ್‌ಗಳನ್ನ ಜೋಡಿಸುತ್ತಿದ್ದ ಇಬ್ಬರು

ಇಂಜಿನಿಯರ್‌ಗಳು ಇವರುಗಳನ್ನು ನೋಡಿ ಇತ್ತ ಬಂದರು. ಟ್ಯಾನಲ್ ಕನ್‌ಸ್ಟ್ರಕ್ಷನ್ ಬಗ್ಗೆ ಅರ್ಧ ಗಂಟೆ ಚರ್ಚಿಸಿದರು.

ಪ್ರಭಾಕರ್ ಇಂಜಿನಿಯರಿಂಗ್‌ನಲ್ಲಿ ರ್‍ಯಾಂಕ್ ಪಡೆದ ವಿದ್ಯಾರ್ಥಿ. ಲಾರ್ಜ್‌ಸ್ಕೇಲ್‌ನ ಪ್ರಾಜೆಕ್ಟಿನ ವಿಷಯ ಪೇಪರ್‌ನಿಂದ ಇಳಿದು ಕ್ರಿಯಾಶೀಲತೆಗೆ ದಾರಿ ಮಾಡಿಕೊಟ್ಟಾಗ ಇವನನ್ನ ರೆಕಮೆಂಡ್ ಮಾಡಿ ಕಳುಹಿಸಿಕೊಟ್ಟಿದ್ದರು. ಅತೀವ ಉತ್ಸಾಹದಿಂದಲೇ ಇಲ್ಲಿಗೆ ಹಾರಿಬಂದಿದ್ದ. ಈಚೆಗೆ ಯಾಕೋ ಅವನ ಉತ್ಸಾಹ ತಗ್ಗಿದಂತಾಗಿತ್ತು. ಗಡಗಡ ಯಂತ್ರಗಳ ಸದ್ದು, ಕೂಲಿಗಳ ಬೆವರು, ನಿಟ್ಟುಸಿರಿನಲ್ಲಿ ಇಲ್ಲಿನ ಜೀವಂತಿಕೆಯ ಚೇತನವೇ ಹರಿದು ಹೋಗುತ್ತಿದೆಯೇನೋ ಎಂದು ಒಮ್ಮೊಮ್ಮೆ ಕಂಗಾಲಾಗಿಬಿಡುತ್ತಿದ್ದ. ಅವನು ಅತ್ಯಂತ ಭಾವುಕ ಗಂಡಲ್ಲದಿದ್ದರೂ ಒಂದೆರಡು ಅನಾಹುತಗಳು ಅವನೆದೆಯನ್ನ ನಡುಗಿಸಿಬಿಟ್ಟಿತ್ತು.

ಸ್ಕೂಟರ್ ಕಾಲನಿಯತ್ತ ಹೊರಟಾಗ ಎದುರಾದ ಜೀಪು ಗಕ್ಕನೆ ನಿಂತಿತು. ಡ್ರೈವರ್‌ಗೆ ಸನ್ನೆ ಮಾಡಿ ಹೊರಟರು.

"ಸರಳ ಕಾಯ್ತಾ ಇರ್ತಾಳೆ." ವೇಣು ಸ್ಕೂಟರಿನ ವೇಗ ತಗ್ಗಿಸಿದ. "ಮೆಸ್‌ಗೆ ಹೋಗಿ ಹೋಗ್ಬಹುದಲ್ಲ!" ಅದು ಸರಿಯೆನಿಸಲಿಲ್ಲ. "ಬೇಡ ನಡೀ" ಅವನ ಕೈ ವೇಣುವಿನ ಹೆಗಲ ಮೇಲೆ ಬಿತ್ತು. ಅಂಕುಡೊಂಕಾಗಿ ಸ್ಕೂಟರ್ ಓಡತೊಡಗಿತು.

* * * *

ಪದ್ಮಿನಿನ ಅಲ್ಲಿ ಬಿಟ್ಟು ಬಂದು ಎಂಟು ದಿನವಾಗಿತ್ತು. ಅಂದು ಬೆಳಗಿನ ಜಾವ ರಾಮಾನಾಥ್, ವಿನುತಮ್ಮ ಮಾತ್ರ ಬಂದಿಳಿದಾಗ ಕಣ್ಣರಳಿಸಿ ಹುಬ್ಬೇರಿಸಿ ನಕ್ಕ.

"ಅವರೆಲ್ಲ ಎಲ್ಲಿ?" ಎಂದು ಪ್ರಶ್ನಿಸುವಂತಿತ್ತು ಅವನ ಕಣ್ಣುಗಳು. ವಿನುತಮ್ಮ ಮಗನ ಕಣ್ಣುಗಳ ತೀಕ್ಷ್ಣತೆಯನ್ನು ಎದುರಿಸಲಾರದೆ ನೋಟ ತಗ್ಗಿಸಿದರು.

"ಹೇಗಿದ್ದಿಯಾ?" ರಾಮನಾಥ್ ಕೇಳಿದಾಗ ಮೌನವಾಗಿ ನಕುನಕ್ಕ. ಕೈಬೆರಳುಗಳು ಸೋಫಾದ ಅಂಚನ್ನ ಸವರುತ್ತಿದ್ದವು.

"ನೀನೇನೋ ತುಂಬ ಬುದ್ಧಿವಂತ ಅಂದ್ಕೊಂಡಿದ್ದೆ. ಅವ್ರಿಗೆಲ್ಲ ಹೆಡ್ಡ!" ಕಟುವಾದ ಮಾತಿಗೆ ಅವನ ಮೈ ಬಿಸಿಯಾಯಿತು. "ಬಹಳ ತಡವಾಗಿ ತಿಳ್ಕೊಂಡ್ರಿ!" ತೋಳೇರಿಸುವಂತೆ ಕಂಡ ಮಗನತ್ತ ನೋಡಿ ರಾಮನಾಥ್ ಉಗುಳು ನುಂಗಿದರು.

"ಸ್ವಲ್ಪ ಸುಮ್ನಿರಿ, ಬಂದ ಕೂಡ್ಲೇ ಪಂಚಾಯಿತಿ!" ವಿನುತಮ್ಮ ಕಣ್ಣಿನಲ್ಲಿಯೇ ರೇಗಿದಾಗ ಅವರ ಮುಖದ ಕೆಂಪು ಸ್ವಲ್ಪ ತಗ್ಗಿತು. ದುಡುಕುವುದು ಶ್ರೇಯಸ್ಕರವಲ್ಲವೆಂದು ಸ್ವಲ್ಪ ಮೆತ್ತಗಾದರು.

"ಕಾಫಿ ತರ್ತೀನಿ" ಮಗ ಹೋದತ್ತಲೇ ನೋಡಿದರು.

ಗೋಪಾಲ, ಅಶೋಕನಿಗಿಂತ ಸ್ವಭಾವದಲ್ಲಿ ಭಿನ್ನವಾಗಿ ಕಂಡ ತಮ್ಮ ಮಕ್ಕಳ ಪೂರ್ಣ ಪರಿಚಯವೇ ಅವರಿಗಿಲ್ಲವಾದ ಕಾರಣ ಒಂದು ನಿರ್ಣಯಕ್ಕೆ ಬರಲಾರದೆ ಹೋದರು.

ಹಾಲು ಬಿಸಿ ಮಾಡಿ ಬ್ರೂ ಬೆರೆಸಿ ತಂದು ಅವರ ಮುಂದಿಟ್ಟು ಎದುರಿನಲ್ಲಿಯೇ ಕೂತ. ನೇರವಾಗಿ ನೋಡಿದ. ಮೊದಲಿಗಿಂತ ಮೈ ತೂಕ ಹೆಚ್ಚಿದೆಯೆಂದುಕೊಂಡ.

"ಹೇಗಿದ್ದಾರೆ?" ಮೃದುವಾಗಿಯೇ ಪ್ರಶ್ನಿಸಿದ.

"ಚೆನ್ನಾಗಿದ್ದಾರೆ" ಎಂದು ವಿನುತಮ್ಮ ಲೋಟ ಕೈಗೆತ್ತಿಕೊಂಡರು. ವೇಣು ತಾಯಿಯ ಮುಖವನ್ನೇ ದಿಟ್ಟಿಸಿದ.

ಅವರು ಎಂದಾದರೂ ಸಹನೆಗೆಟ್ಟು ರೇಗಿದ್ದು ಕೇಳಿರಲಿಲ್ಲ. ಸಹಜ ಸ್ವರಗಳನ್ನು ಅದುಮಿ ಕೃತಕ ಬೆಡಗಿನಲ್ಲಿ ಜೀವನವನ್ನು ಸುಂದರವಾಗಿರಿಸಲು ಹೆಣಗಾಡುತ್ತಿದ್ದರು.

"ಸ್ನಾನ ಮಾಡಿ" ಮೇಲೆದ್ದ.

ಕೋಣೆಗೆ ಬಂದು ಯೋಚಿಸಿದ. ಅವನಲ್ಲಿಗೆ ಬಂದ ಮೇಲೆ ಮೊದಲ ಬಾರಿ ಅವರು ಬರುತ್ತಿರುವುದು. ತಿಂಗಳ ಮೂವತ್ತು ದಿನಗಳಲ್ಲಿ ಹತ್ತು ದಿನ ಆತ್ಮೀಯರ ಮನೆಗೆಂದು ಅಲೆಯುವ ಈ ಜನಕ್ಕೆ ಮಗನ ಮನೆ ಜ್ಞಾಪಕಕ್ಕೆ ಬಂದಿರಲಾರದು.

ತುಟಿ ಕಚ್ಚಿ ಹೊರಗೆ ಬಂದ. ಬೇರೊಬ್ಬರ ಸಹಾಯವಿಲ್ಲದೆ ವಿನುತಮ್ಮನ ಯಾವ ಕೆಲಸ ಕಾರ್ಯಗಳೂ ನಡೆಯಲಾರವು. ಪ್ರಮೀಳನ ಜೊತೆಯಲ್ಲಿ ಕರೆತರಬೇಕೆಂದುಕೊಂಡಿದ್ದವರು ಹೊರಟ ಗಳಿಗೆಯಲ್ಲಿ ಸುಮ್ಮನಾಗಿದ್ದರು.

"ಯಾರೂ ಕೆಲಸದೋರು ಇಲ್ವಾ?" ರಾಮನಾಥ್ ಸ್ವರದಲ್ಲಿ ಅಧಿಕಾರದ ಗತ್ತು ಕಾಣಿಸಿಕೊಂಡಾಗ ಅವನ ತುಟಿಯಂಚಿನಲ್ಲಿ ಕಿರುನಗು ಮೂಡಿತು. "ಯಾಕೆ? ಬಿಸಿ ನೀರು ರೆಡಿಯಾಗಿದೆ." ಎದೆಯ ಮೇಲೆ ಕೈಕಟ್ಟಿ ನಿಂತ.

ಅವರಿಗೆ ಕಿರಿಕಿರಿಯೆನಿಸಿತು.

"ಹುಸೇನಮ್ಮ ಇದ್ದಾಳೆ" ಅರ್ಥವಾದವನಂತೆ ಅಂದ.

ವೇಣುಗೆ ಪೇಚಾಟಕ್ಕೆ ಇಟ್ಟುಕೊಂಡಿತು. ವಿನುತಮ್ಮ ಖಂಡಿತ ಅಡಿಗೆ ಮಾಡಲಾರರು. ರಾಮನಾಥ್ ಒಪ್ಪಲಾರರು. ನಾಜೋಕಾಗಿರಿಸಬೇಕಾದದ್ದನ್ನು ಅವಳ ಮೂಲಕವೇ ಪಡೆದುಕೊಳ್ಳುವ ಚಾಣಾಕ್ಷತನ ಅವರಲ್ಲಿತ್ತು.

"ರೆಡಿನಾ?" ಪ್ರಭಾಕರನ ಹೆಜ್ಜೆಗಳು ಒಳಬಂದಾಗ ಮುಖ ಮೇಲೆತ್ತಿ "ಸ್ವಲ್ಪ ಲೇಟು" ಎಂದ.

ಸೂಟ್‌ಕೇಸ್, ಏರ್‌ಬ್ಯಾಗನ್ನು ನೋಡಿ ಪ್ರಭಾಕರನ ಕಣ್ಣುಗಳು ಕಿರಿದಾದವು. ಎದೆಯ ಮೇಲಿನ ಭಾರ ಇಳಿದಂತಾಯಿತು. ವೇಣು ಅರಿತವನಂತೆ ನಕ್ಕ.

"ನಮ್ತಂದೆ ತಾಯಿ ಬಂದಿದ್ದಾರೆ" ಅವನ ಮುಖದ ಮೇಲಿನ ನಗು ಮಾಸಿರಲಿಲ್ಲ.

ಪ್ರಭಾಕರನ ಉತ್ಸಾಹಕ್ಕೆ ಪೆಟ್ಟುಬಿದ್ದರೂ ಅವರು ಈಗ ಬಂದಿದ್ದು ಒಳ್ಳೆಯದೆನಿಸಿತು. ಸದ್ಯಕ್ಕೆ ಇಲ್ಲೇ ನಿಂತು ಸೊಸೆಯನ್ನ ಕರೆಸಿ ಸ್ಪಷ್ಟ ರೂಪಕೊಡುವ ಪ್ರಯತ್ನ ಮಾಡಬಹುದು!

"ಗುಡ್." ಒಳ್ಳೆದಾಯ್ತು. ಎರಡೆಜ್ಜೆ ಹಿಂದಕ್ಕೆ ನಡೆದ.

"ಮೆಸ್‌ಗೆ ಕಳ್ಸಿ ತಿಂಡಿ ತರ್ಸಬೇಕು."

ಪ್ರಭಾಕರ ಗೊಂದಲದಲ್ಲಿ ಬಿದ್ದ. ನಾಲಿಗೆಯಿಂದ ತುಟಿ ಸವರಿಕೊಂಡ. ಯಾಕೆ, ಏನು? ಅವನಿಗೆ ಅರ್ಥವಾಗಲಿಲ್ಲ.

"ನಮ್ಮ ಮದರ್‌ಗೆ ಅಡಿಗೆ ಮಾಡಿ ರೂಢಿ ಇಲ್ಲ. ಮಾಡೋದು ಇಲ್ಲ. ಮಾಡೋಕೆ ನಮ್ತಂದೆ ಬಿಡೋದು ಇಲ್ಲ. ಇದಿಷ್ಟರಲ್ಲೇ ಥ್ರಿಲ್ ಇರೋದು!" ವೇಣು ಕಣ್ಣು ಮಿಟುಕಿಸಿದಾಗ ಪ್ರಭಾಕರ ಅವಾಕ್ಕಾದ.

"ಸದ್ಯಕ್ಕೆ ನಮ್ಮ ಮನೆಯಲ್ಲಿ ಮಾಡ್ಬೋದು!"

"ಇಷ್ಟೊಂದು ಧಾರಾಳ ಒಳ್ಳೆದಲ್ಲ. ನೀನೂ ನಡೀ."

ಪ್ರಭಾಕರನನ್ನು ಕಳುಹಿಸಿ ಅವನು ಒಳಗೆ ಬಂದಾಗ ವಿನುತಮ್ಮ ಸ್ನಾನ ಮುಗಿಸಿ ಬಂದಿದ್ದರು.

"ಅಮ್ಮ ಏನಾದ್ರೂ ತಿಂಡಿನ ತರಿಸ್ಲಾ?" ಬೆನ್ನ ಹಿಂದೆ ಎರಡು ಕೈಗಳನ್ನು ಕಟ್ಟಿದ.

ವಿನುತಮ್ಮನ ಮುಖದ ಮೇಲೆ ತಕ್ಷಣ ತೀರಾ ಬಳಲಿಕೆ ಕಂಡುಬಂದಿತು. ಮುಖದ ತುಂಬ ಮುತ್ತಿನಂತೆ ಬೆವರಿನ ಬಿಂದುಗಳು ಮೂಡಿದವು. ಸೋಫಾಕ್ಕೆ ಒರಗಿ ಸೆರಗಿನಿಂದಲೇ ಗಾಳಿ ಹಾಕಿಕೊಳ್ಳತೊಡಗಿದರು. ಆದರೆ ವೇಣು ಗಾಬರಿಗೊಳ್ಳಲಿಲ್ಲ. ನಾಟಕ ನೋಡುವವನಂತೆ ಮೌನವಾಗಿ ನಿಂತ.

"ಅಮ್ಮ ಅಮ್ಮ...." ಮೇಲುಸಿರು ಬಿಟ್ಟು ನರಳಲು ಶುರು ಮಾಡಿದರು. ಈಗ ವೇಣು ತೊಡೆಗಳಲ್ಲಿ ನಡುಕ ಶುರುವಾಯಿತು. ಮುಖದ ಮೇಲೆ ಆತಂಕದ ಸ್ಪಷ್ಟ ಛಾಯೆ ಮೂಡಿತು.

"ಅಮ್ಮ ಅಮ್ಮಾ.... ಏನಾಯ್ತು?" ಅವನ ದನಿ ಮೃದುವಾಗಿ ಕಂಪಿಸಿತು.

ತಕ್ಷಣ ರಾಮನಾಥ್ ಧಾವಿಸಿದರು. ಹೆಂಡತಿಯನ್ನು ತಮ್ಮ ಎದೆಗೆ ಒರಗಿಸಿಕೊಂಡರು. ಟವಲ್ಲಿನಿಂದ ಮುಖದ ಬೆವರನ್ನ ಒತ್ತಿದರು.

"ಅವಳ ಪರ್ಸ್‌ನಲ್ಲಿರೋ ಪಿಲ್ಸ್ ಕೊಡು. "ಗಾಬರಿ, ವೇದನೆ, ನೋವು ಬೆರೆತ ಸ್ವರದಲ್ಲಿ ಹೇಳಿದರು.

ಇಡೀ ಪರ್ಸನ್ನ ವೇಣು ಸುರಿದಾಗ ಪುಟ್ಟ ಷಾಪ್ ಓಪನ್ ಆಯಿತು. ರಾಮನಾಥ್ ಬಗ್ಗಿ ಮಾತ್ರೆಯ ಒಂದು ಸ್ಟ್ರೀಪನ್ನು ಆರಿಸಿಕೊಂಡರು.

"ಬೇಗ ನೀರು ತಗೊಂಡ್ಬಾ."

ಹತ್ತು ನಿಮಿಷದಲ್ಲಿ ಮನೆಯ ವಾತಾವರಣವೇ ಕಲಕಿಹೋಯಿತು. ಮಾತ್ರೆ ನುಂಗಿಸಿ, ಮಂಚದ ಮೇಲೆ ಮಲಗಿಸಿ ಗಾಳಿ ಹಾಕತೊಡಗಿದರು. ಇದೇನು ಹೊಸದಲ್ಲದಿದ್ದರೂ ವೇಣುವಿನ ಗಾಬರಿಯೇನು ಕಡಿಮೆಯಾಗಲಿಲ್ಲ. ನೀರವತೆಯ ಮಧ್ಯೆ ಉಸಿರಾಡುವುದೇ ಪ್ರಯಾಸವೆನಿಸಿತು.

ಕಣ್ಣಿನಲ್ಲಿಯೇ ಮಗನಿಗೆ ಹೊರಗೆ ಹೋಗುವಂತೆ ಸನ್ನೆ ಮಾಡಿದರು ರಾಮನಾಥ್. ವೇಣು ತಲೆತಗ್ಗಿಸಿ ಹೊರಬಂದ. ಮುಖದ ಮೇಲೆ ನಿರ್ಲಿಪ್ತತೆ

ನೆಲೆಸಿತು. ತಮ್ಮಗೆಳತಿಯರ ಹಿಂಡಿನಲ್ಲಿ ರಾಣಿಯಂತೆ ಮೆರೆಯುವ ವಿನುತಮ್ಮಮಕ್ಕಳ ಮುಂದೆ ಸದಾ ರೋಗಿ - ಬಲವಂತವಾಗಿ ಉಗುಳು ನುಂಗಿದ.

ಮೆಸ್‌ಗೆ ಹೋಗಿ ತಿಂಡಿ ಕಟ್ಟಿಸಿಕೊಂಡು ಬಂದ. ಹಗುರವಾಗಬೇಕಾಗಿದ್ದ ಮನ ಮತ್ತಷ್ಟು ಗೊಂದಲದಲ್ಲಿ ಬಿತ್ತು. ಕುತ್ತಿಗೆಯ ನರಗಳು ಪಟಪಟನೆ ಸಿಡಿಯತೊಡಗಿತು.

"ವೇಣು, ನಮ್ಮಣ್ಣ ಇದ್ದಾರ?" ಮಂಜುಳ ಧ್ವನಿ ಬಂದೆಡೆ ಕತ್ತು ತಿರುಗಿಸಿದ. ಜಗವನ್ನೇ ಗೆದ್ದ ಗೆಲುವು ಅವಳ ಮುಖದ ಮೇಲಿತ್ತು. ಕಣ್ಣುಗಳು ಸುಂದರ ಸರೋವರಗಳಂತೆ ಕಂಗೊಳಿಸುತ್ತಿದ್ದವು.

"ಅತ್ಗೇ ಕಾಗ್ದ ಬರ್ದಿದ್ದಾರೆ. ನಾಳಿದ್ದು ಬರ್ತಾರಂತೆ. ವಿಷ್ಯ ಮೊದ್ಲು ಪ್ರಭಣ್ಣನಿಗೆ ತಿಳ್ಸಬೇಕು."

ವೇಣು ಚಲನೆಯಿಲ್ಲದ ಗೊಂಬೆಯಂತೆ ನಿಂತ. ಪ್ರೀತಿಯ ಸಾಕಾರ ಮೂರ್ತಿಯನ್ನ ಕಂಡಂತೆ ಮೂಕನಾಗಿದ್ದ.

"ದಯವಿಟ್ಟು ನೀವು ಹೇಳ್ಬೇಡಿ. ನಾನೇ ಈ ಸರ್‌ಪ್ರೈಸ್ ಸುದ್ದಿ ಮುಟ್ಟಿಸಬೇಕು!" ದನಿಯಲ್ಲಿ ಹರ್ಷದ ತರಂಗಗಳೆದ್ದು ಇಡೀ ವಾತಾವರಣವನ್ನೇ ಚೇತನಶೀಲವನ್ನಾಗಿ ಮಾಡುವ ಶಕ್ತಿಯನ್ನು ಪಡೆದಿದ್ದಂತೆ ಕಂಡಿತು.

ಸುಮ್ನೆ ನಿಂತ ವೇಣುನ ನೋಡಿ ಅವಳಿಗೆ ಗಾಬರಿಯಾಯಿತು. ಸಪ್ಪಳವಾಗದಂತೆ ಸೀರೆಯ ನೆರಿಗೆಗಳನ್ನ ಕೈಬೆರಳುಗಳಲ್ಲಿ ಹಿಡಿದು ಹೆಜ್ಜೆಯ ಮೇಲೆ ಹೆಜ್ಜೆಯಿಟ್ಟು ಅವನತ್ತ ಬಂದಳು. ವೇಣು ಹಗುರವಾಗಿ ನಕ್ಕುಬಿಟ್ಟ. ಗರಬಡಿದವಳಂತೆ ನಿಂತುಬಿಟ್ಟಳು. ಪಾದಗಳು ಸ್ತಬ್ಧವಾದವು.

"ಅಬ್ಬ! ನಾನು ಹೆದ್ರಿಬಿಟ್ಟೆ!" ಎದೆಯ ಮೇಲೆ ಕೈಯಿಟ್ಟುಕೊಂಡಳು. ಹೃದಯದ ಬಡಿತ ಮೊದಲಿನ ಸ್ಥಿತಿಗೆ ಬರಲಿಲ್ಲ.

ಹೊರಗೆ ಬಂದ ರಾಮನಾಥ್ ಸರಳನ ನೋಡಿ ಕಣ್ಣರಳಿಸಿದರು. ಕೆಮ್ಮಿ ಗಂಟಲು ಸರಿಪಡಿಸಿಕೊಂಡರು.

ವೇಣು ಅವರತ್ತ ತಿರುಗಿದ. ವಾಚ್ ಕಟ್ಟಿದ ಕೈ ಮಣಿಕಟ್ಟು ಅಣಕಿಸಿತು.

"ನನ್ನ ಫ್ರೆಂಡ್ ಪ್ರಭಾಕರ್ ತಂಗಿ." ಚುಟುಕಾಗಿ ಪರಿಚಯಿಸಿದ.

ಸರಳ ಎರಡು ಕೈ ಜೋಡಿಸಿದಾಗ ಅವರು ಗತ್ತಿನಿಂದ ತಲೆಯಾಡಿಸಿದರು. ಅದರ ಬಗ್ಗೆಯೇನು ಅವಳು ತಲೆಕೆಡಿಸಿಕೊಳ್ಳಲಾರಳು. ಸಮಾಜದಲ್ಲಿ ವಿಭಿನ್ನ ಸ್ವಭಾವದ ವ್ಯಕ್ತಿಗಳು ಇರುವುದು ಸಹಜ. 'ಅಹಂ' ಸ್ವಲ್ಪ ಜಾಸ್ತಿ ಇದ್ದ ಮನುಷ್ಯ ಇರಬೇಕು.

"ಕೂತ್ಕೋಬಹ್ದು. ಮೆಸ್‌ನಿಂದ ತಿಂಡಿ ಬಂದಿದೆ. ಅಭ್ಯಂತರವಿಲ್ಲದಿದ್ರೆ ನಮ್ಜೊತೆ ತಗೋಬಹ್ದು!" ವೇಣು ರಾಗವಾಗಿ ಹೇಳಿದಾಗ ಮುಗುಳ್ನಕ್ಕಳು. ಸುಂದರ ಮೊಗ್ಗು ಬಿರಿದಂತಾಯಿತು. ರಾಮನಾಥ್ ತಾವು ಇಂತಹ ಸರಳ ನಗುವನ್ನ ಬೇರೆಲ್ಲಿಯಾದರೂ ಕಂಡದ್ದುಂಟೆ! ಎಂದು ಯೋಚಿಸತೊಡಗಿದರು.

"ಬೇಡ, ನಮ್ದು ಆಯ್ತು. ಸ್ವಲ್ಪ ಪ್ರಭಣ್ಣನ ಮನೆಗೆ ಕಳ್ಸಿ." ಬೆರಳುಗಳನ್ನು ಬೆಸೆದಳು. ಪುಟ್ಟ ಪ್ರಮೋದನ ನೆನಪು ಕಚಗುಳಿ ಇಟ್ಟಂತಾಗಿತ್ತು.

"ಬರ್ತೀನಿ" ರಾಮನಾಥ್ ಅವರತ್ತ ತಿರುಗಿ ಹೇಳಿದಾಗ ಯೋಚನಾ ಲಹರಿಯಲ್ಲಿದ್ದರು. "ಹೇಳ್ಬಿಡಿ..." ವೇಣುಗೆ ಹೇಳಿ ಮನೆಯತ್ತ ಹೊರಟಳು.

ಅವಳ ಮನಸ್ಸಿಗೆ ತುಸು ಸಮಾಧಾನವಾಯಿತು. ಪ್ರಭಾಕರ ಈಚೆಗೆ ವೇಣುವನ್ನ ಬಹಳವಾಗಿ ಹಚ್ಚಿಕೊಂಡಿದ್ದ. ಒಮ್ಮೊಮ್ಮೆ ಯೋಚಿಸುತ್ತ ಕೂತುಬಿಡುತ್ತಿದ್ದ. ಸರಳ ಈ ವಿಷಯದಲ್ಲಿ ನಿಸ್ಸಹಾಯಕಳು. ಹಿಂದೆ ಇವರುಗಳ ಮಧ್ಯೆ ಎದ್ದ ಗೋಡೆಯನ್ನ ಕೆಡವಲು ಪ್ರಭಾಕರ ಒಂದು ಯೋಜನೆ ರೂಪಿಸಿ ಅದಕ್ಕೆ ಸಹಾಯಕಳನ್ನಾಗಿ ಇವಳನ್ನು ನೇಮಿಸಿಕೊಂಡಿದ್ದ. ಆ ಯೋಜನೆ ಕಾರ್ಯಗತವಾಗುವುದಕ್ಕೆ ಅವಕಾಶ ಕೊಡದೆ ಪದ್ಮಿನಿ ಹೊರಟುಬಿಟ್ಟಿದ್ದಳು.

ತೂರಾಡುತ್ತಾ ಹೋಗುತ್ತಿದ್ದ ಪೆರಿಯಾರ್ ಇವಳನ್ನ ನೋಡಿ ನಿಂತು ಎರಡು ಕೈಯೆತ್ತಿ ಜೋಡಿಸಿದ.

"ವಣಕ್ಕಂ...." ಸ್ಪಷ್ಟವಾಗಿ ನುಡಿಯಲು ಪ್ರಯಾಸಪಡುತ್ತಿದ್ದ. ಬೆವರು, ಸಾರಾಯಿ ಬೆರೆತ ವಾಸನೆ ಗಪ್ಪೆಂದು ಅವಳ ಮೂಗಿಗೆ ರಾಚಿದಾಗ ಎರಡೆಜ್ಜೆ ಹಿಂದೆ ಸರಿದು ನಿಂತಳು.

ಕೆಂಗಣ್ಣು, ಕಡ್ಡಿ ಕೈಕಾಲುಗಳು ಒಮ್ಮೆ ಭಯ, ಒಮ್ಮೆ ಜಿಗುಪ್ಸೆ ಮೂಡಿಸಿದರೂ ಕಡೆಗೆ ಸಹಾನುಭೂತಿ ಪುಟಿಯದೆ ಹೋಗಲಿಲ್ಲ. ಕಪ್ಪು ಮುಖ, ಒಳಸೇರಿದ ಕಣ್ಣುಗಳು ನಿರ್ವಿಕಾರ ನಿರ್ಭಾವತೆ ಇಡೀ ಬಾಳಿನ ವ್ಯಥೆಯ ಗೋಳನ್ನ ತೆರೆದಿಟ್ಟಂತಾಯಿತು.

"ಅಮ್ಮ ನೀವ್ಹೋಗಿ" ಚಿಕ್ಕ ಪೆರಿಯಾರ್ ಕೂಗಿಕೊಂಡೇ ಬಂದಳು. ಬತ್ತಿದ ಎದೆಗಳನ್ನ ಹರಿದ ರವಿಕೆ ಮುಚ್ಚಲೋ ಬೇಡವೋ ಎಂದು ಮುಚ್ಚಿತ್ತು.

ಆ ದಂಪತಿಗಳನ್ನು ನೋಡಿದಳು. ಹೆಣವಾಗಲು ಹೊರಟ ಜೀವಿಗಳಂತೆ ಕಂಡರು. ನಿಟ್ಟುಸಿರು ಹೊರದಬ್ಬಿ ಹೆಜ್ಜೆಗಳನ್ನ ಎತ್ತಿ ಹಾಕಿದಳು. ಅಷ್ಟು ದೂರ ಹೋದವಳೆ ಹಿಂದಿರುಗಿ ನೋಡಿದಳು. ಆ ಹೆಣ್ಣು ಅವನ ಬಗಲಿಗೆ ಕೈಹಾಕಿ ಎಳೆದೊಯ್ಯುತ್ತಿದ್ದಳು. ಕುಡಿದು ತೂರಾಡುವ ಆ ಗಂಡಿನಿಂದ ಅವಳಿಗೇನು ಸುಖ ಸಿಕ್ಕೀತೂ? ಆದರೂ ಕೊಂಡಿ ಕಳಚಿಕೊಳ್ಳಲಾರದಷ್ಟು ಬಿಗಿ.

ಕ್ವಾರ್ಟರ್ಸ್ ಕಡೆ ಬೇಗ ಬೇಗ ಹೆಜ್ಜೆಗಳನ್ನು ಹಾಕಿದಳು. ಹೆದ್ದಾರಿಯಲ್ಲಿ ಹೊರಟಿದ್ದ ಜೀಪು ನೋಡಿ ನಿಂತಳು. ಕೈಯೆತ್ತಿ ಆಡಿಸಿದಳು. ಜೋರಾಗಿ ಕೂಗಿದಳು. ಕೂಗು ಆ ಜೀಪಿನ ಸದ್ದಿನಲ್ಲಿ ಅಡಗಿಹೋಯಿತು. ಆದರೆ ತಟ್ಟನೆ ಜೀಪು ಇತ್ತ ಬಂದಿತು.

"ಎಲ್ಲಿಗ್ಹೋಗಿದ್ದೆ?" ಪ್ರಭಾಕರನ ಅಸ್ತವ್ಯಸ್ತ ತಲೆಗೂದಲನ್ನ ಬೆರಳುಗಳಿಂದ ಸರಿಪಡಿಸಿಕೊಳ್ಳುತ್ತಲೇ ಇಳಿದ.

"ಅತ್ಗೇ, ಪ್ರಮೋದ್ ಬರ್ತಾರೆ" ಅವನ ಮುಖದ ಭಾವಗಳನ್ನ ಗುರ್ತಿಸಲು ಹೆಣಗಾಡಿದಳು. ನಿರಾಶೆಯಿಂದ ಬಳಲಿದಳು.

"ಬರ್ಲಿ ಬಿಡು" ಹತ್ತಿರಕ್ಕೆ ಸರಿದು ಹೇಳಿದ. ಇದರಿಂದ ತನಗೆ ಸಂತೋಷವಾಗಿಯೇ ಇಲ್ಲವೆಂದು ನಟಿಸಿದ. 'ಮಾರಾಯ! ಈ ನಟನೆ ನನ್ನತ್ರಬೇಡ' ಅವಳ ಕಣ್ಣುಗಳು ಹೇಳಿದಾಗ ಪ್ರಭಾಕರ ಆಕಾಶದತ್ತ ನೋಡಿದ.

"ಕೂತ್ಕೋ.... ಮನೆಗೆ ಹೋಗೋಣ."

ಅವರಿಬ್ಬರನ್ನು ಹೊತ್ತ ಜೀಪು ಪ್ರಭಾಕರನ ಕ್ವಾರ್ಟರ್ಸ್ ಬಳಿ ಹೋಗಿ ನಿಂತಿತು. ಇಳಿದು ಡ್ರೈವರ್‌ಗೆ ಏನೋ ಹೇಳಿದ. ಜೀಪು ಹೋದ ಮೇಲೆ ಇಬ್ಬರೂ ಮನೆಯೊಳಗೆ ಬಂದರು.

"ನಾನು ವೇಣು ಕ್ವಾರ್ಟರ್ಸ್‌ಗೆ ಹೋಗಿದ್ದೆ."

ಅಣ್ಣ ತಂಗಿ ಮಾತಾಡುತ್ತ ಕೂತರು. ಗಂಭೀರವಾಗಿದ್ದು ಏನೂ ಇಲ್ಲದಿದ್ದರೂ ಈ ತಿಂಗಳು ಪಾರ್ಥನಿಗೆ ಇನ್ನ ಹಣ ಕಳಿಸಿರಲಿಲ್ಲ.

"ಸುಮ್ನೇ ಪೇಚಾಡ್ಕೋತಾನೆ. ಯಾರ್ಗೂ ತೊಂದರೆ ಕೊಡೋಲ್ಲ." ತಮ್ಮನ ಬಗ್ಗೆ ಅಭಿಮಾನಪೂರ್ವಕವಾಗಿ ನುಡಿದ.

"ಪ್ರಭಾ...." ವೇಣು ಸ್ವರಕ್ಕೆ ಕೂತಲ್ಲಿಂದಲೆ ತಲೆ ತಿರುಗಿಸಿದ. ಆ ಕಣ್ಣುಗಳಲ್ಲಿ ಅಂತಹ ಉತ್ಸಾಹವೇನು ಕಂಡುಬರಲಿಲ್ಲ. ತಾಯಿ, ತಂದೆಯರ ಸನಿಹದಲ್ಲಿ ಅವನು ಅನುಭವಿಸುವ ಸಂತೋಷದಲ್ಲಿ ಹತ್ತನೇ ಒಂದು ಭಾಗದಷ್ಟು ಇವನು ಅನುಭವಿಸಲಾರ. ಹುಬ್ಬುಗಳು ಬೆಸೆದುಕೊಂಡವು. ಯಾಕೆ? "ಡ್ರೈವರ್‌ಗೆ ಹೇಳ್ದಾ!" ಏನೂ ಎತ್ತ ಎಂದು ಕೇಳಬೇಕಾದ ಅವಶ್ಯಕತೆ ಇರಲಿಲ್ಲ.

ಇಬ್ಬರ ನಡುವೆ ಬಂದು ಕೂತ. ಸಂಕೋಚಕ್ಕೆ ಎಡೆಯಿರಲಿಲ್ಲ. ಪ್ರಭಾಕರ ಆರ್ಥಿಕ ವ್ಯವಸ್ಥೆಯನ್ನು ಬಿಟ್ಟು ತನ್ನ ಹೃದಯದ ಭಾವನೆಗಳನ್ನೆಲ್ಲ ಅವನ ಮುಂದೆ ತೋಡಿಕೊಳ್ಳುತ್ತಿದ್ದ.

"ಏನೂ ವಿಷ್ಯ!" ಮೊಣಕೈನಿಂದ ಪ್ರಭಾಕರನ ಸೊಂಟಕ್ಕೆ ತಿವಿದು ನೋಟವನ್ನು ಮೇಲೆಸೆದು ಹಿಡಿದಾಗ ಸರಳ ಬಾಯಿಗೆ ಕೈ ಅಡ್ಡ ಹಿಡಿದು ಘೊಳ್ಳನೆ ನಕ್ಕಳು.

"ವಿಷ್ಯ ಅಂಥದೇನೂ ಅಲ್ಲದಿದ್ರೂ..." ತಲೆ ಕೆರೆದುಕೊಂಡು ಮೇಲೂ, ಕೆಳಗೂ ನೋಡಿದಾಗ ನಗುವ ಸರದಿ ವೇಣುವಿನದಾಯಿತು.

"ಸದ್ಯಕ್ಕೆ ಒಂದು ನಾಲ್ಕು ದಿನಕ್ಕೆ ಒಬ್ಬ ಅಡ್ಗೆಯವನ್ನ ನೋಡ್ಬೇಕೂ. ಸದಾ ಮೆಸ್‌ಗೆ ಜೋತುಬೀಳೋದು ಚೆನ್ನಲ್ಲ." ವೇಣು ಗಂಭೀರವಾಗಿ ಹೇಳಿದ.

ಅಪರೂಪಕ್ಕೆ ಬಂದಿದ್ದಾರೆ. ನಾಲ್ಕು ದಿನ ಉಳಿಯಬಹುದೆಂದು ವೇಣು ಉದ್ದೇಶ. ಬರೀ ಸಾರು, ಅನ್ನವಾದರೇ ಅವನೇ ಮಾಡಿಬಡಿಸುತ್ತಿದ್ದ. ಈಗ ವಿಶೇಷ ಉಪಚಾರದ ಅಗತ್ಯವಿತ್ತು.

"ಸ್ವಲ್ಪ ಕಷ್ಟನೇ! ಮೆಸ್‌ನಲ್ಲೇ ವಿಚಾರ್‍ಸಬೇಕು" ಎಂದ ಪ್ರಭಾಕರ ತಟ್ಟನೆ ಇವನತ್ತ ತಿರುಗಿ, "ನಾಲ್ಕು ದಿನತಾನೇ ನಮ್ಮನೆಯಲ್ಲೇ.... ಇರಲಿ."

ಬೆಂಕಿ ಸೋಕಿದವನಂತೆ ವೇಣು ಮೇಲಕ್ಕೆದ್ದ. ಇವನಿಂದ ಈ ರೀತಿಯ ಸಲಹೆ ಬರುವುದೆಂದು ಅವನಿಗೆ ಗೊತ್ತು.

"ನಿನ್ನ ಸಲಹೆಗೆ ಧನ್ಯವಾದಗಳು ಆದರೆ.... ನಾನು ಒಪ್ಪೋಲ್ಲ." ಖಡಾಖಂಡಿತವಾಗಿ ನುಡಿದಾಗ ಪ್ರಭಾಕರನ ಮುಖ ಚಿಕ್ಕದಾಯಿತು. "ನಿನ್ನಿಷ್ಟ...." ಹಸನ್ಮುಖನಾಗಿ ಹೇಳಿದರೂ ಅದರ ಹಿಂದೆ ಇರುವ ಬೇಸರವನ್ನ ಅರಿಯದೆ ಹೋಗಲಿಲ್ಲ. ವೇಣು ಅದನ್ನ ಗಮನಿಸುವ ಸ್ಥಿತಿಯಲ್ಲಿರಲಿಲ್ಲ.

"ಬರ್ತೀನಿ" ಹೊರಟೇಬಿಟ್ಟ.

ತಾಯಿ, ತಂದೆಯರ ಸ್ವಭಾವ ಪೂರ್ಣವಾಗಿ ಬಲ್ಲವನಾಗಿದ್ದ. ಬೇರೊಬ್ಬರ ಆತ್ಮೀಯತೆ, ವಿಶ್ವಾಸವನ್ನ ದುರುಪಯೋಗಮಾಡಿಕೊಳ್ಳಲು ಅವರು ಸಿದ್ಧ. ಆ ಪ್ರಯತ್ನ ಇಲ್ಲಿ ನಡೆಯಬಾರದು.

ಸ್ಕೂಟರ್ ನಿಲ್ಲಿಸಿ ಒಳಗೆ ಹೋದ. ವಿನುತಮ್ಮ, ರಾಮನಾಥ್ ನಗು ನಗುತ್ತಾ ಮಾತಾಡುತ್ತಿದ್ದರು. ಅನಾರೋಗ್ಯದ ಒಂದೆರಡು ಚಿನ್ಹೆಗಳೂ ಆಕೆಯ ಮುಖದ ಮೇಲಿರಲಿಲ್ಲ. ತುಂಬು ಆರೋಗ್ಯದ ಮುಖ ಆಕರ್ಷಕವಾಗಿತ್ತು.

"ಎಲ್ಲಿ ಹೋಗಿದ್ದೆ?" ಹುಬ್ಬೆತ್ತಿ ರಾಮನಾಥ್ ಪ್ರಶ್ನಿಸಿದಾಗ ಉತ್ತರ ಹೇಳಲು ಹೋಗಲಿಲ್ಲ.

"ಹೇಗಿತ್ತು ತಿಂಡಿ? ಊಟಕ್ಕೂ ಮೆಸ್‌ಗೆ ಹೇಳ್ಬಿಡೋಣ." ಎದುರಾಗಿ ಕೂತು ಟೀಪಾಯಿ ಮೇಲೆ ಬೆರಳಿನಿಂದ ತಾಳ ಹಾಕತೊಡಗಿದ.

"ವಾಚ್, ಉಂಗುರ ಎಲ್ಲಿ?" ರಾಮನಾಥ್ ಕಣ್ಣುಗಳು ಕೆಂಪಗಾದವು. ವ್ಯವಹಾರ ಜ್ಞಾನವಿಲ್ಲದ ಮಗ ಮೂರ್ಖನಾಗಿ ಕಂಡ.

"ಯಾರ ಮೂಲಕ ಬಂದಿತ್ತೋ.... ಅವ್ರ ಮೂಲಕ ವಾಪ್ಸ್ ಹೋಯ್ತು!" ಕಟುವಾಗಿಯೇ ಹೇಳಿದಾಗ ರಾಮನಾಥ್ ನೆತ್ತಿ ಉರಿದುಹೋಯಿತು.

"ನಿಂಗೆಲ್ಲೋ ತಲೆ ಕೆಟ್ಟಿದೆ. ವಾಪ್ಸು ಕೊಡೋಕೆ ನಿಂಗ್ಯಾರು ಹೇಳಿದ್ರು?" ಕೆಂಪು ಹತ್ತಿದ ಕಣ್ಣುಗಳಲ್ಲಿ ರಾಕ್ಷಸ ಛಾಯೆ ಕಂಡಂತಾಯಿತು. ಮುಷ್ಠಿ ಬಿಗಿಹಿಡಿದು ಟೀಪಾಯಿ ಮೇಲೆ ಗುದ್ದಿದಾಗ ಅದರ ಮೇಲಿದ್ದ ಲೋಟ ಅಷ್ಟು ದೂರಕ್ಕೆ ಹಾರಿತು.

"ಆ ಹೆಣ್ಣು ಏನಾಗಿತ್ತು?" ವಾದ ಬೇರತ್ತ ತಿರುಗಿದಾಗ ಹಾರಿಬಿದ್ದ ಲೋಟದ ಅಂಚನ್ನ ದಿಟ್ಟಿಸಿದ ವೇಣು. ಅದರ ಅನಾಥಪ್ರಜ್ಞೆ ಅವನೆದೆಯನ್ನ ಇರಿಯಿತು. ಬಗ್ಗಿ ಲೋಟ ಎತ್ತಿಟ್ಟ.

"ಎಷ್ಟು ಲಕ್ಷಣವಾಗಿದ್ಲು!" ಮುಖ ಮೇಲೆತ್ತಿ ಅವರ ಕಣ್ಣುಗಳನ್ನ ನೇರವಾಗಿ ದಿಟ್ಟಿಸಿದ. "ಕೇಳೋ ರೀತಿ ಇದಲ್ಲ. ತಮ್ಮ ಬಳಿಗೆ ಫಿರ್ಯಾದು ತಂದ ಮಂದಿನ್ನೇ ಕೇಳ್ಬೇಕಾಗಿತ್ತು" ಉರಿಯುವ ಗಾಯಕ್ಕೆ ಉಪ್ಪೆರಚಿದ.

ವಿನುತಮ್ಮ ಮಧ್ಯೆ ತಲೆ ಹಾಕಿದರು. ಪರಿಸ್ಥಿತಿ ವಿಕೋಪಕ್ಕೆ ಹೋಗುವುದು ಅವರಿಗೆ ಬೇಡವಾಗಿತ್ತು. ಬೀಗರ ಕೈಯಲ್ಲಿ 'ಎಂತಹ ಒಳ್ಳೆಯ ಗೃಹಿಣಿ' ಎಂದು

ಹೊಗಳಿಸಿಕೊಳ್ಳುವುದು ಅವರಿಗೆ ಬೇಕಾಗಿತ್ತು. ಸೊಸೆಗೆ 'ಒಳ್ಳೆಯ ಅತ್ತೆ' ಅನ್ನುವ ಬಿರುದಿನ ಅಗತ್ಯವಿತ್ತು. ಆದರೆ ಯಾರ ಸುಖ, ಸಂತೋಷಗಳ ಬಗ್ಗೆಯೂ ಕಳಕಳಿ ಇರಲಿಲ್ಲ.

"ಸ್ವಲ್ಪ ನಿಧಾನ ಇರ್ಲಿ. ಮದ್ವೆಯಾದ ಹೊಸದ್ರಲ್ಲಿ ಇಂಥದ್ದೆಲ್ಲ ಇರೋದೆ. ಸರ್ಯೋಗುತ್ತೆ." ಮಗನತ್ತ ತಿರುಗಿ ನವಿರಾಗಿ ಹೇಳಿದರು. "ಯಾಕಪ್ಪ ದುಡುಕೋಕೆ ಹೋದೆ! ಮನೆ ಮರ್ಯಾದೆ ಬೀದಿ ಪಾಲಾಗುತ್ತೆ. ನನ್ನ ಮನೆ ಸಂಸಾರ ನೋಡಿ ಎಷ್ಟೋ ಜನ ಆಶ್ಚರ್ಯಪಡ್ತಾರೆ. ಅಂಥದ್ದರಲ್ಲಿ ನೀನು ಹೀಗೆ.... ಮಾಡೋದಾ!"

ನಾಲಿಗೆಯಿಂದ ತುಟಿ ಸವರಿಕೊಂಡ. ಆ ಸಂಸಾರದ ಬಗ್ಗೆ ಅವನಿಗೆ ಪೂರ್ಣವಾಗಿ ಗೊತ್ತು. ನಟನಾ ಕೌಶಲ್ಯದಿಂದ ಹೊರಗಿನವರಿಗೆ ಸುಖಸೌಧವೆನ್ನುವ ಭ್ರಮೆ ಬರಿಸುವ ಕೆಟ್ಟ ಹೋರಾಟ - ಹಲ್ಲುಗಳನ್ನು ಕಚ್ಚಿ ಹಿಡಿದ.

"ಮೊದ್ಲು ಹೋಗಿ ಪದ್ಮಿನಿನ ಕರ್ಕೊಂಡ್ಬಾ. ಬೀಗರು ನಮ್ಮ ಬಗ್ಗೆ ತಪ್ಪಾಗಿ ತಿಳ್ಕೋಳ್ಳೋದ್ಬೇಡ!"

ಅವನ ಸಹನೆ ಸಡಿಲವಾಯಿತು. ಟೀಪಾಯಿಯನ್ನ ಅಷ್ಟು ದೂರಕ್ಕೆ ತಳ್ಳಿ ಎದ್ದು ನಿಂತ. ಮುಖ ಕೋಪದಿಂದ ಉರಿಯುತ್ತಿತ್ತು. ಕತ್ತಿನ ನರಗಳು ಉಬ್ಬಿದವು. ಉಸಿರಾಟದ ಗತಿಯಲ್ಲಿ ಏರುಪೇರಾಯಿತು.

"ಅವ್ನಿಗೆ ಕೊಬ್ಬು, ಸಾಕಷ್ಟು ಕಷ್ಟಪಟ್ಟು ಓದ್ಸಿ, ಒಂದ್ಕೆಲ್ಸಂತ ಆಯ್ತಲ್ಲ. ಇನ್ನು ಯಾರ ಮಾತು ಕೇಳ್ತಾನೆ!" ರಾಮನಾಥ್ ಸಣ್ಣಗೆ ಗುಡುಗಿದಾಗ ವೇಣು ತಟ್ಟನೆ ಅವರತ್ತ ತಿರುಗಿದ.

"ನೀವು ಮಗನನ್ನು ಪ್ರಾಮಾಣಿಕವಾಗಿ ಪ್ರೀತಿಸೋ ಜನನಾ?" ಮುಷ್ಠಿ ಬಿಗಿ ಹಿಡಿದು ತೋರುಬೆರಳು ಚಾಚಿ ಕೇಳಿದ. ಸ್ತಂಭೀಭೂತರಾದರು.

ರಾಮನಾಥ್ ಕುದಿಯುವ ಬಾಂಡಲೆಯಲ್ಲಿ ಕೂತವರಂತೆ ಚಡಪಡಿಸಿದರು. ಅವನ ಪ್ರಶ್ನೆಗೆ ಉತ್ತರಿಸುವುದು? ಪ್ರಾಮಾಣಿಕವಾಗಿ ಉತ್ತರಿಸುವ ಧೈರ್ಯ ಅವರಿಗಿದೆಯೇ?

"ಎಂಥಾ ಮಾತು ಕೇಳ್ತಾನೆ ನೋಡಿ" ವಿನುತಮ್ಮ ಕಂಬನಿ ತುಂಬಿದ ಕಣ್ಣುಗಳಲ್ಲಿ ಈ ಪ್ರಶ್ನೆಗೆ ತೆರೆಯೆಳೆಯುವ ಪ್ರಯತ್ನ ಮಾಡಿದವು.

ಮೆಲ್ಲಗೆ ಕಣ್ಮುಚ್ಚಿದ ವಿನುತಮ್ಮ ಕಣ್ಣುಗಳಿಂದ ಕಂಬನಿ ಒಸರತೊಡಗಿತು. ಬೇಗಬೇಗನೆ ಉಸಿರು ದಬ್ಬತೊಡಗಿದರು. ವೇದನೆಯ ಛಾಯೆ ಮುಖದ ಮೇಲೆ ಮಿನುಗಿತು.

ರಾಮನಾಥ್ ಆತಂಕದಿಂದ ಕೂಗಿದರು.

"ಎಂಥ ಕೆಲ್ಸವಾಯ್ತು! ಇಂಥದ್ದನ್ನೆಲ್ಲ ತಡ್ಕೊಳ್ಳುವಷ್ಟು ಅವಳ ಹೃದಯ ಗಟ್ಟಿಯಾಗಿಲ್ಲ!"

ತುಟಿ ದಾಟಿ ಹೊರಬರಲು ಪ್ರಯತ್ನಿಸಿದ ಮಾತುಗಳನ್ನು ಒಳಗೆ ನುಂಗಿಕೊಂಡ. ಮನದ ಸಮತೋಲನ ಕಾಯ್ದುಕೊಳ್ಳಲು ದೊಡ್ಡ ಹೋರಾಟ ನಡೆಸಬೇಕಾಯಿತು.

"ಎಕ್ಸ್‌ಕ್ಯೂಜ್ ಮಿ" ಎರಡೆಜ್ಜೆ ಹಿಂದಕ್ಕೆ ಇಟ್ಟ. ದೊಡ್ಡ ಸುಳಿಗೆ ಸಿಕ್ಕಿಕೊಂಡ ಅನುಭವವಾಯಿತು. ಕೈಚಾಚಿ ಗೋಡೆಗೊರಗಿ ನಿಂತುಬಿಟ್ಟ. ಎಷ್ಟೋ ಹೊತ್ತು ಅದೇ ಸ್ಥಿತಿಯಲ್ಲಿದ್ದ.

"ವೇಣು...." ರಾಮನಾಥ್ ಸ್ವರ ಅವನ ಕಿವಿಗೆ ಬಿದ್ದಾಗ ಸ್ವಲ್ಪ ಚೇತರಿಸಿಕೊಂಡ. "ಬಂದೇ...." ಆಯಾಸದಿಂದ ಹೆಜ್ಜೆಗಳನ್ನ ನೆಲದಲ್ಲೂರಲು ಚಡಪಡಿಸಿದ.

ಕೋಣೆಯ ಹೊರಗಡೆಯೇ ನಿಂತ. ಮುಖದ ಮೇಲೆ ಮೂಡಿದ ಬೆವರನ್ನ ಕರ್ಚೀಫ್‌ನಿಂದ ಒತ್ತಿದ.

"ಮೊದ್ಲು ಹೋಗಿ ಪದ್ಮಿನಿನ ಕರ್ಕೊಂಡ್ಬಾ. ಮನೆತನದ ಮಾನ, ಮರ್ಯಾದೆ ಉಳಿಸೋದು ಮಕ್ಳ ಕರ್ತವ್ಯ."

ಸೆಟೆದು ನಿಂತ. ಯಾಕೆ, ಏನು, ಎತ್ತ? ಎಂದು ವಿಚಾರಿಸುವ ಸಹನೆ ಅವರಿಗಿಲ್ಲ. ಹಲ್ಲುಗಳನ್ನ ಕಚ್ಚಿ ಹಿಡಿದ. ಮುಷ್ಠಿ ಬಿಗಿ ಹಿಡಿದ.

"ನಂಗೆಲ್ಲ ಗೊತ್ತು, ನಿಮ್ಮ ನಾಟಕದ ವೇಷಗಳನ್ನ ಕಳಚಿ ಹೊರಗೆ ಬನ್ನಿ. ಥೂ... ಥೂ...." ಎಂದು ಚೀರಿಬಿಡುವ ಮನಸ್ಸಾಯಿತು. ನುಂಗಿಕೊಂಡ.

ಸಂಜೆ ಪ್ರಭಾಕರ ಬಿಡುವು ಮಾಡಿಕೊಂಡು ಬಂದ. ವೇಣು ಗುಡ್ಡದ ಕಡೆ ಹೋಗುತ್ತಿರುವುದನ್ನು ಅರಿತು ರಾಮನಾಥ್, ವಿನುತಮ್ಮನನ್ನು ಏಕಾಂತವಾಗಿ ಭೇಟಿ ಮಾಡಲು ಬಂದ.

"ನಮಸ್ಕಾರ" ವಿನಯದಿಂದ ಎರಡು ಕೈ ಜೋಡಿಸಿದ. ವಿನುತಮ್ಮ ಹಸನ್ಮುಖರಾಗಿ ತುಟಿಗಳ ಮೇಲೆ ನಗುವರಳಿಸಿದರೆ, ರಾಮನಾಥ್ ಗತ್ತಿನಿಂದ ಅವನತ್ತ ನೋಡಿದರು.

"ನಾನು ವೇಣು ಸ್ನೇಹಿತ." ಅಲ್ಲಿದ್ದ ಇನ್ನೊಂದು ಛೇರ್ ಮೇಲೆ ಕೂತ.

"ಏನು ಬಂದಿದ್ದು?" ಎಂದಾಗ ಅವನ ಕಣ್ಣುಗಳು ಕಿರಿದಾದವು. ಒಂದೇ ಏಟಿಗೆ ಅವನ ಉತ್ಸಾಹ ಕುಗ್ಗಿಹೋಯಿತು.

"ಸ್ವಲ್ಪ ಮಾತಾಡೋದಿತ್ತು" ಗಂಭೀರವಾಗಿ ಹೇಳಿದ.

"ತುಂಬ ಸಂತೋಷ. ನಮ್ಮ ವೇಣುಗೆ ಯಾವಾಗ್ಲು ಹಿಂಡು ಹಿಂಡು ಸ್ನೇಹಿತ್ರು" ವಿನುತಮ್ಮ ಬಾಯಿ ಹಾಕಿದಾಗ ಅರ್ಥವಾಗದವನಂತೆ ಮುಖ ಮಾಡಿದ.

ವಿನುತಮ್ಮ, ರಾಮನಾಥ್ ತಮ್ಮ ದೊಡ್ಡಸ್ತಿಕೆಯನ್ನು ಒಂದು ಗಂಟೆ ಒದರಿದರು. ಆದರೆ ತಲೆ ಬುಡ ಪ್ರಭಾಕರನಿಗೆ ಗೊತ್ತಾಗಲಿಲ್ಲ. ಮಕ್ಕಳನ್ನ ಕೂಡ ಬಾಯಿ ತುಂಬ ಹೊಗಳಿಕೊಂಡರು. ಸೊಸೆಯಂದಿರ ಬಗ್ಗೆನೂ ಹೇಳಿದರು. ಆದರ್ಶ ಸಂಸಾರದ ನಾಟಕ ಪಾತ್ರಧಾರಿಗಳು ತಮ್ಮ ಪಾತ್ರಗಳನ್ನ ಕಾಪಾಡಿಕೊಳ್ಳಲು ಸಾಕಷ್ಟು ಹೆಣಗಾಡಿದರು.

ಸರಾಗವಾಗಿ ಪ್ರಸ್ತಾಪಿಸಲು ಪ್ರಭಾಕರ ಹಿಂಜರಿದ.

"ಒಂದ್ಸಲ ನಮ್ಮ ವೇಣು ಜೊತೆ ಬನ್ನಿ" ಗತ್ತಿನಿಂದಲೇ ರಾಮನಾಥ್ ಆಹ್ವಾನಿಸಿದರು. "ಬರ್ತೀನಿ" ಎಂದ.

"ಅಪರೂಪಕ್ಕೆ ಬಂದಿದ್ದೀರಿ. ಹದಿನೈದು ದಿನ ಇದ್ದು ಹೋಗ್ಬಹುದ್ದು!" ಅನುಮಾನಿಸುತ್ತಲೇ ಹೇಳಿದ.

"ಆಗೋಲ್ಲ.... ಆಗೋಲ್ಲ" ಕಡ್ಡಿ ಮುರಿದಂತೆ ಹೇಳಿದರು.

ಮೆಲ್ಲಗೆ ತಲೆಯೆತ್ತಿ ಅವರ ಕಡೆ ನೋಡಿದ. ಅಧಿಕಾರದ ಗತ್ತು ಇನ್ನೂ ಒಣಗಿರಲಿಲ್ಲ. ಅವರ ಮೇಲಿನ ಗೌರವಾಭಿಮಾನಗಳು ತಕ್ಷಣ ತಗ್ಗಿದವು.

"ನೀವು ವೇಣು ಬಗ್ಗೆ ಯೋಚ್ಸಿದ್ದೀರಾ!" ನೇರವಾಗಿ ಕೇಳಿದಾಗ ಅವರ ಹುಬ್ಬುಗಳು ಗಂಟಾದವು. "ಏನಿದೆ ಯೋಚ್ಸೋಕೆ? ಬರೋ ಸಂಬ್ಳದಲ್ಲಿ ಹಾಯಾಗಿರಬಹುದ್ದು. ಸಾಲೋಲ್ಲಾಂದ್ರೆ ಕಳ್ಸಿಕೊಡ್ತೀನಿ. ಮತ್ತೇನು ಕಷ್ಟ?"

ಮನೋರೋಗಿಯ ಸಾಲಿನಲ್ಲಿ ಅವರನ್ನ ನಿಲ್ಲಿಸಿದ ಪ್ರಭಾಕರ ವಿನುತಮ್ಮನ ಕಡೆ ನೋಡಿದ. ಜಗದ ಒಳ್ಳೆಯತನವೆಲ್ಲ ಮೈವೆತ್ತಿ ಕೂತಿದೆಯೆನಿಸಿತು.

"ನಿಮ್ಮ ಸೊಸೆ ಇಲ್ಲಿಲ್ಲ. ಅವ್ನ ಮನಸ್ಸಿನ ನೆಮ್ಮದಿ ಕೂಡ ಕೆಟ್ಹೋಗಿದೆ. ನೀವು ಮಧ್ಯೆ ಪ್ರವೇಶಿಸಬೇಕು. ಇಲ್ದಿದ್ರೆ ಅವ್ನ ಬಾಳು ಪೂರ್ತಿ ಹಾಳು!"

ರಾಮನಾಥ್ ಕಣ್ಣುಗಳು ಕೆಂಪಗಾದವು.

"ನಿಮ್ಮಂಥವ್ರು ಸೇರಿ ಅವ್ನ ತಲೆ ಕೆಡ್ಸಿದ್ದೀರಾ! ನೀವೇ ರಿಪೇರಿ ಮಾಡಿ. ಹೆಂಡ್ತಿ ಅವಶ್ಯಕತೆ ಇದೆಯೆಂದಾಗ ಅವ್ನೇ ಹೋಗಿ ಕರ್ಕೊಂಡ್ ಬರ್ತಾನೆ" ಸಿಡಿದರು.

ಸಹನೆ ಕಳೆದುಕೊಳ್ಳುವುದು ಅವನ ಸ್ವಭಾವವಲ್ಲ. ಪದ್ಮಿನಿಯ ಸ್ವಭಾವದ ಅತಿರೇಕಗಳನ್ನು ಅರ್ಥವಾಗುವಂತೆ ಅವರ ಮುಂದೆ ಬಿಡಿಸಿದ್ದ. ಪ್ರತಿಕ್ರಿಯೆಗಾಗಿ ಕಾದು ಕೂತ.

"ಅದು ಹುಡ್ಗ.... ಇವನ್ದು ಬಿಸಿರಕ್ತ. ಪ್ರೀತಿ, ಪ್ರೇಮಾಂತ ಹಾರಾಡೋದು ದೌರ್ಬಲ್ಯದ ಲಕ್ಷಣ! ಹಣವಿರೋವರ್ಗೂ ಪ್ರೀತಿ, ಪ್ರೇಮ ಎಲ್ಲಾ ಸಿಗುತ್ತೆ. ಅದ್ನ ಮೊದಲು ಸಂಪಾದ್ನೇ ಮಾಡೋದ್ನ ಕಲೀಬೇಕು" ಹೊಸ ಸೂತ್ರವನ್ನು ಕಂಡುಹಿಡಿದವರಂತೆ ಉತ್ಸಾಹದಿಂದ ನುಡಿದರು.

ಪ್ರಭಾಕರನ ಬಾಯಲ್ಲಿನ ತೇವ ಆರಿಹೋಯಿತು. ಕೂತಿರಲಾರದೆ ಚಡಪಡಿಸಿದ. ಮರುಳುಗಾಡಿನಲ್ಲಿ ತಾವರೆ ನೈದಿಲೆಗಳಿಂದ ತುಂಬಿದ ಸುಂದರ ಸರೋವರವನ್ನ ಹುಡುಕುವುದು ವ್ಯರ್ಥವೆನಿಸಿತು.

ಕರ್ತವ್ಯವೆನ್ನುವಂತೆ ವೇಣುವಿನ ತಲೆಸಿಡಿತ ಅದಕ್ಕೆ ಗೊತ್ತಿದ್ದ ಕಾರಣಗಳು ಡಾಕ್ಟರ್ ಸಲಹೆಯನ್ನ ಅವರ ಮುಂದಿಟ್ಟ, ನಿಧಾನವಾಗಿ ಎದ್ದುನಿಂತ.

"ಮದ್ವೆ ಜೀವನದಲ್ಲಿ ಒಂದು ತಿರುವು. ಅದ್ಕೇ ವೇಣು ಬಲಿಯಾಗೋದ್ಬೇಡ. ಉದ್ವೇಗಗೊಳ್ಳದೆ ಯೋಚಿಸೋದು ಮುಖ್ಯ!"

ಅಲ್ಲಿಂದ ನೇರವಾಗಿ ಗುಡ್ಡದ ಕಡೆ ಹೊರಟ. ತಲೆಯೆತ್ತಿ ನೋಡಿದ. ನಿಧಾನವಾಗಿ ಏರತೊಡಗಿದ. ನಿಂತು ಸುತ್ತಲೂ ನೋಡಿದ. ವೇಣು ಮರದ ಕೆಳಗೆ ಕಾಲುಗಳನ್ನು ನಿಡಿದಾಗಿ ಚಾಚಿಕೊಂಡು ಕೂತಿದ್ದ. ಬೆರಳುಗಳ ಮಧ್ಯೆ ಹಚ್ಚಿದ ಸಿಗರೇಟು ಇತ್ತು. ನೋಟ ಶೂನ್ಯದಲ್ಲಿ ನೆಟ್ಟಿತ್ತು.

ಪ್ರಭಾಕರನ ಕೈ ಸೊಂಟದ ಮೇಲಕ್ಕೆ ಹೋಯಿತು. ಸ್ವಲ್ಪ ಏಲಿನಿಂತ. ಸಿಗರೇಟಿನ ಅಭ್ಯಾಸ ವೇಣುಗೆ ಇರಲಿಲ್ಲ. ತುಟಿ ಕಚ್ಚಿ ಯೋಚಿಸಿದ. ಸಹಾನುಭೂತಿಯಿಂದ ಅವನ ಮನ ಹೊಯ್ದಾಡಿತು.

ಅವನ ಪಕ್ಕದಲ್ಲಿ ಬಂದು ಕೂತು ಸಿಗರೇಟನ್ನು ಕಿತ್ತು ದೂರ ಎಸೆದ. ತಟ್ಟನೆ ವೇಣು ಎಚ್ಚೆತ್ತವನಂತೆ ಕಾಲುಗಳನ್ನು ಎಳೆದುಕೊಂಡ.

"ಎಂದಿನಿಂದ ಈ ಅಭ್ಯಾಸ?" ಪ್ರಭಾಕರನ ಪ್ರಶ್ನೆಗೆ ಅವನ ತುಟಿಯಂಚಿನಲ್ಲಿ ಮಿನುಗಿದ ವ್ಯಥೆಯ ಕಿರುನಗುವೇ ಉತ್ತರವಾಯಿತು.

ಅವನ ಪಕ್ಕದಲ್ಲಿ ಬಿದ್ದುಕೊಂಡಿದ್ದ ಸಿಗರೇಟು ಪ್ಯಾಕ್, ಬೆಂಕಿ ಪೊಟ್ಟಣದ ಕಡೆ ಪ್ರಭಾಕರನ ನೋಟ ಹೊರಳಿತು. ಬೆರಳಿನಲ್ಲಿ ಎತ್ತಿ ಹಿಡಿದು ತಿರುಗಿಸಿ ತಿರುಗಿಸಿ ನೋಡಿದ.

"ಚಾಳಿಗೆ ಗಂಟು ಬೀಳೋದು ಸುಲಭ. ಆಮೇಲೆ ಬಿಡ್ಸಿಕೊಳ್ಳೋದು ಕಷ್ಟವಾಗುತ್ತೆ!" ಟಪ್ಪನೆ ನೆಲಕ್ಕೆಸೆದ.

ವೇಣು ದೂರದ ದಿಗಂತವನ್ನ ದಿಟ್ಟಿಸುತ್ತ ಕೂತನೇ ವಿನಃ ತುಟಿ ಬಿಚ್ಚಲಿಲ್ಲ. ಮಿದುಳಿನಲ್ಲಿ ಬರೀ ಗೊಂದಲ. ಮನದ ನೆಮ್ಮದಿ ಪೂರ್ತಿಯಾಗಿ ಕದಡಿಹೋಗಿತ್ತು.

"ವೇಣು...." ಭುಜದ ಮೇಲೆ ಕೈಹಾಕಿದ. ಅವರತ್ತ ತಿರುಗಿದ. ಕಣ್ಣುಗಳಲ್ಲಿ ಅಪಾರ ನಿರಾಶೆ ಅಡಗಿತ್ತು. "ನಂಗೇನು ಅರ್ಥವಾಗೋಲ್ಲ." ಕೈಯಿಂದ ಮುಖ ಉಜ್ಜಿದ. ಕೆಂಪಾದ ಮುಖ ವ್ಯಥೆಯ ಕತೆಯನ್ನೇ ವದರಿತು.

"ದುರ್ಬಲತೆ ಒಳ್ಳೆದಲ್ಲ!" ಎಂದಾಗ ವೇಣು ಸ್ವಲ್ಪ ಜೋರಾಗಿಯೇ ನಕ್ಕುಬಿಟ್ಟ.

ಎಷ್ಟೋ ಹೊತ್ತು ಇಬ್ಬರು ಮೌನವಾಗಿ ಕೂತಿದ್ದರು. ಮಬ್ಬು ಕವಿದಾಗ ಮೇಲೆದ್ದರು. ನಿಧಾನವಾಗಿ ಇಳಿದುಬಂದರು. ಒಟ್ಟಿಗೆ ಕ್ವಾರ್ಟರ್ಸ್‌ಗೆ ಬಂದಾಗ ವಿನುತಮ್ಮ, ರಾಮನಾಥ್ ಇನ್ನೂ ಕಾಂಪೌಂಡಿನಲ್ಲಿಯೇ ಕೂತಿದ್ದರು.

"ರಾತ್ರಿ ನಮ್ಮನೆಗೆ ಊಟಕ್ಕೆ ಬನ್ನಿ." ತಟ್ಟನೆ ಕೈಯಲ್ಲಿದ್ದ ವಾಚ್‌ನತ್ತ ನೋಡಿದ. ಸರಿಯಾಗಿ ಕಾಣಲಿಲ್ಲ. ಬೆಳಕಿಗೆ ಹಿಡಿದು ನೋಡಿದ. ಏಳು ಮೂವತ್ತು ತೋರಿಸುತ್ತಿತ್ತು.

"ಈಗ ಎಂಥದ್ದು ರ್ರೀ" ರಾಮನಾಥ್ ದೊಡ್ಡ ನಗೆ ನಕ್ಕಾಗ ಅವನ ಕಪಾಳಕ್ಕೆ ಹೊಡೆದಂತಾಯಿತು. ಮುಖ ಗಂಭೀರವಾಯಿತು. "ಅಂದ್ರೆ.... ನೀವು ರಾತ್ರಿ ವೇಳೆ ಊಟ ಮಾಡೋಲ್ವಾ!" ರಾಮನಾಥ್ ಎಸೆದ ಬಾಣ ಅವರಿಗೆ ಹಿಂದಿರುಗಿತ್ತು.

ವಿಚಲಿತರಾಗಲಿಲ್ಲ. "ಊಟ ಮಾಡ್ದೇ ಇರೋಕ್ಕಾಗುತ್ತಾ! ನಂಗೆ ಚಪಾತಿ ಮತ್ತೇನಾದ್ರೂ ಬೇಕು. ಅವ್ರಿಗೆ ಅರಗೋಲ್ಲ. ಹಣ್ಣು, ಹಾಲು, ಬಿಸ್ಕತ್ ತಗೋತಾಳೆ."

ಪ್ರಭಾಕರನ ಕೈ ಷರಟಿನ ಕಾಲರ್ ಮೇಲಾಡಿತು. ಬಂದ ನಗುವನ್ನು ನುಂಗಿಕೊಂಡ.

"ಎಕ್ಸ್‌ಕ್ಯೂಜ್ ಮೀ.... ಬರ್ತೀನಿ" ಹೊರಟೇಬಿಟ್ಟ.

ಕತ್ತಲಲ್ಲಿ ಕರಗಿಹೋಗುತ್ತಿದ್ದ ಅವನ ಆಕೃತಿಯನ್ನು ಮೂವರೂ ದಿಟ್ಟಿಸಿದರು. ವೇಣು ತುಟಿಗಳನ್ನ ಬೆರಳಿನಿಂದ ಸವರಿಕೊಳ್ಳುತ್ತ ಒಳಗೆ ನಡೆದ.

ಬಟ್ಟೆ ಬದಲಾಯಿಸಿ ಟೇಪು ಹಚ್ಚಿ ಕೂತ. ಬರಿದಾದ ಷೋಕೇಸ್ ಅವನನ್ನ ಅಣಕಿಸಿ ನಕ್ಕಂತಾಯಿತು. ಕಣ್ಣುಗಳು ಕಿರಿದಾದವು. ಅದರಲ್ಲಿದ್ದ ಅರ್ಧ ಸಾಮಾನುಗಳನ್ನ ಕೊಂಡುತಂದಿದ್ದ ಅವನ ಅಭಿರುಚಿ ಉತ್ತಮಮಟ್ಟದ್ದು. ಅಧಿಕಾರದಿಂದ ಎಲ್ಲವನ್ನು ಒಯ್ದಿದ್ದಳು. ಈಗ ಅವಳು ಮುಗ್ಧೆಯಾಗಿ ಕಾಣಲಿಲ್ಲ. ಬಾಲಿಶವೆಂದು ಸಹಾನುಭೂತಿ ಸೂಚಿಸುತ್ತಿದ್ದ ಆ ಮಾತುಗಳು ತೀರಾ ಕಪಟದ ಜಾಲವೆನಿಸಿತು.

ವಿನುತಮ್ಮ, ರಾಮನಾಥ್ ಒಳಗೆ ಬಂದಾಗ ಹಿಡಿಗಳ ಮೇಲೆ ಮೊಣಕೈಗಳನ್ನೂರಿ ಹಿಂದಕ್ಕೆ ಒರಗಿದ. ತಮ್ಮ ಪಾಡಿಗೆ ತಾವು ಕೂತರು. ಮಗ ಮಾತಾಡಬಹುದೆಂದು ಕಾದರು. ಅವನು ತುಟಿ ಬಿಚ್ಚದಿದ್ದಾಗ ವಿನುತಮ್ಮ ತಾವೇ ಮೌನವನ್ನ ಒಡೆದರು.

"ಹಿರಿಯರಾದ ನಮ್ಗೊಂದು ಮಾತು ಹೇಳ್ಬೇಕಾಗಿತ್ತು. ಸಾಮಾನು ಸಮೇತ ಟ್ಯಾಕ್ಸಿ ಮಾಡ್ಕೊಂಡ್ಹೋಗಿ ಬಿಟ್ಟು ಬರೋಂಥ ತಪ್ಪು ಅವಳೇನು ಮಾಡಿದ್ಲು?"

ಕುರ್ಚಿ ಬೆನ್ನು ಬಿಟ್ಟು ಮುಂದಕ್ಕೆ ಬಗ್ಗಿದ. ಸಿಡಿಮಿಡಿಗುಟ್ಟಿದ. ಒಂದೊಂದಾಗಿ ಬಿಡಿಸಿ ಹೇಗೆ ಇವರ ಮುಂದಿಡುವುದು? ಎರಡು ಕೈ ಜೋಡಿಸಿ ಹೇಳಿದ.

"ದಯವಿಟ್ಟು ನನ್ನ ಸುಮ್ನೆ ಬಿಟ್ಬಿಡಿ. ಅಲ್ಲೇ ಹೋಗಿ ವಿಚಾರ್ಸಿ. ಇಷ್ಟಕ್ಕಿಂತ ಹೆಚ್ಚಿಗೆ ನಾನೇನೂ ಹೇಳ್ಲಾರೆ."

ವಿನುತಮ್ಮ ರಾಮನಾಥ್ ಮುಖ ನೋಡಿದರು. ಬೇಸರವನ್ನೇ ತಲೆಯ ಮೇಲೆ ಹೊತ್ತವರಂತೆ ಕೂತಿದ್ದರು. ಜಂಬದಿಂದ ಬೀಗರಿಗೆ ಹೇಳಿ ಬಂದಿದ್ದರು. ಈಗ ಮಗ, ಸೊಸೆ ಸುಖಕ್ಕಿಂತ ತಮ್ಮ ಮಾತು ಉಳಿಯಬೇಕೆನ್ನುವ ಕಾಳಜಿ ಜಾಸ್ತಿಯಾಯಿತು.

"ಈ ಸಲ ಕರ್ಕೊಂಡ್ಬಾ.... ಮುಂದೆ ಯೋಚಿಸೋಣ." ಖಡಾಖಂಡಿತವಾಗಿ ನಡೆಯಲೇಬೇಕೆನ್ನುವಂತೆ ಹೇಳಿದರು ರಾಮನಾಥ್.

"ನಾನು ಕರ್ಕೊಂಡ್ಬರೋಲ್ಲ" ಕಡ್ಡಿ ತುಂಡು ಮಾಡಿದಂತೆ ಹೇಳಿ ಸೆಟೆದು ಕುಳಿತ. ಉಗ್ಗುವಂತಾಯಿತು ವಿನುತಮ್ಮನಿಗೆ.

"ನಿನ್ನ ಹಣೆಬರಹ ಎಲ್ಲಾದ್ರೂ ಹಾಳಾಗು. ಮತ್ತೆ ಮನೆ ಕಡೆ ಮುಖ ಹಾಕಿ ಬರ್ಬೇಡ." ರಾಮನಾಥ್ ಬಾಯಿಂದ ಸಿಡಿದ ಮಾತುಗಳು ನೇರವಾಗಿ ಅವನೆದೆಯನ್ನು ಹೊಕ್ಕು ನೋಯಿಸಿತು. ಅವನಿಗೆ ಜೋರಾಗಿ ನಗಬೇಕೆನಿಸಿತು.

ನಾಲ್ಕಾರು ವರ್ಷದ ಘಟನೆ ಅವನ ನೆನಪಿನಾಳದಿಂದ ಬಗೆದು ಹೊರಬಂತು.

ಜ್ವರ ಬಂದು ಮಲಗಿದ್ದಾಗ ಒಮ್ಮೆಯಾದರೂ ಅವನ ಬಳಿ ಬಂದು ಕೂತು ಪ್ರೀತಿಯಿಂದ ವಿಚಾರಿಸಲಿಲ್ಲ. ಡಾಕ್ಟರ್ ಮೂಲಕವೇ ಅವನ ಆರೋಗ್ಯದ ವಿವರ ತಿಳಿಯುತ್ತಿದ್ದರು. ಜ್ವರದಲ್ಲಿ ನರಳಿ ತಪಿಸುತ್ತಿರುವಾಗ ತಮ್ಮ ಮೇಲ್ಪಟ್ಟ ಆಫೀಸರ್ ಕುಟುಂಬದ ಸಲುವಾಗಿ ದೊಡ್ಡ ಔತಣಕೂಟ ಏರ್ಪಡಿಸಿದ್ದರು. ಗೋಪಾಲ, ಅಶೋಕ ಮುಖ ತಿರುಗಿಸಿ ಹೊರಟಿದ್ದರು. ಅಂದು ಮಸುಕಾಗಿದ್ದು ಇಂದು ಸ್ಫಟಿಕದಂತೆ ಸ್ಪಷ್ಟವಾಗಿ ಕಾಣುತ್ತಿತ್ತು.

ಅವನ ತುಟಿಯ ಮೇಲೆ ಸುತ್ತಿಗೆಯ ಪೆಟ್ಟುಗಳು ಬೀಳುವ ಅನುಭವವಾಯಿತು. ಎದ್ದು ಪ್ರಯಾಸದಿಂದ ಕೋಣೆಗೆ ಹೋಗಿ ಹಾಸಿಗೆಯ ಮೇಲೆ ಮಲಗಿಬಿಟ್ಟ. ಸಿಡಿಯುವ ತಲೆಯನ್ನು ಎರಡು ಕೈಗಳಿಂದಲೂ ಅಮುಕಿಕೊಳ್ಳುತ್ತ ಬಹಳಷ್ಟು ಹೊತ್ತು ಒದ್ದಾಡಿದ.

ಬೆಳಿಗ್ಗೆ ಎದ್ದಕೂಡಲೇ ರಾಮನಾಥ್, ವಿನುತಮ್ಮ ಹೊರಟುನಿಂತರು. ಅಂತಃಕರಣ ಕೂಡ ಅವರ ಪ್ರಯಾಣಕ್ಕೆ ಅಡ್ಡಿಯನ್ನುಂಟುಮಾಡದು.

ಬಾತ್‌ರೂಂನಲ್ಲಿ ಬ್ರಷ್‌ಗೆ ಪೇಸ್ಟ್ ಹಾಕುತ್ತಿದ್ದ ಮಗನ ಬಳಿ ಬಂದು ವಿನುತಮ್ಮ ಮೆಲ್ಲಗೆ ಉಸುರಿದರು.

"ನಾವು ಹೊರಟಿದ್ದೀವಿ" ನಿಂತಲ್ಲಿಂದಲೇ ಕತ್ತು ತಿರುಗಿಸಿದ. ಗರಿಗರಿಯಾದ ರೇಶಿಮೆ ಸೀರೆಯುಟ್ಟು ಮೈ ತುಂಬ ಒಡವೆಗಳನ್ನು ತೊಟ್ಟ ಆಕೆ ಲಕ್ಷಣವಾಗಿ ಕಂಡರು. "ಹೇಗೂ ಬಂದಿದ್ದೀರ, ನಾಲ್ಕು ದಿನವಿದ್ದು ಹೋಗ್ಬಹುದು. ಕಟ್ಟುತ್ತಿರುವ ಡ್ಯಾಂ, ಟ್ಯಾನಲ್ ಜೊತೆ ಗುಡ್ಡವನ್ನು ನೋಡ್ಕೊಂಡ್ಹೋಗ್ಬಹುದ್ದು. ಕಾಡಿನ ಮಧ್ಯೆ ಪ್ರಕೃತಿ ಸೌಂದರ್ಯ ರಮಣೀಯವಾಗಿದೆ." ಆಕೆ ಮುಖದ ಮೇಲಿನ ಗೆಲುವು ತಗ್ಗಿತು. ಯೋಚಿಸುವಂತೆ ನಿಂತರು. ಚಿಕ್ಕಂದಿನಿಂದ ಹುಡುಗರನ್ನ ಅಷ್ಟಾಗಿ ಹಚ್ಚಿಕೊಂಡು ಬೆಳೆಸಿರಲಿಲ್ಲ. "ಹೇಗೆ ಸಾಧ್ಯ! ಮನೆಯಲ್ಲಿ ಇರದಿದ್ರೆ - ಇಲ್ದ ರಾಮಾಯಣ ಶುರುವಾಗುತ್ತೆ!" ಬ್ರಷ್‌ನಿಂದಲೇ ಕೈಮೇಲೆ ತಾಳ ಹಾಕುತ್ತಿದ್ದ ವೇಣುತುಟಿಯಂಚಿನಲ್ಲಿ ವ್ಯಂಗ್ಯ ನಗು ಮಿನುಗಿತು. ಉಸಿರೆಳೆದು ಹೊರಗೆ ದಬ್ಬಿದ.

"ಏನೂ ಆಗೋಲ್ಲ. ಮನೆ ಬಗ್ಗೆ ಅಂಥ ಕಳಕಳಿನೂ ಇಲ್ಲ!" ಕಣ್ಮುಚ್ಚಿ ತೆರೆದು ಹೇಳಿದಾಗ ವಿನುತಮ್ಮನ ಎದೆಯಲ್ಲಿ ಅವಲಕ್ಕಿ ಭತ್ತ ಕುಟ್ಟಿದಂತಾಯಿತು. ಕಹಿ ಉಗುಳನ್ನು ಬಲವಂತಕ್ಕೆ ನುಂಗಿದರು.

"ಬೇಸರವಾಯ್ತು?" ನಾಲ್ಕು ಹೆಜ್ಜೆ ಮುಂದಕ್ಕೆ ಬಂದ.

"ಬೇರೆಯವ್ರ ಮನಸ್ಸಿಗೆ ನೋವಾಗೋ ಮಾತುಗಳ್ನ ಆಡೋದು ಇಲ್ಗೆ ಬಂದ್ಮೇಲೆ ಚೆನ್ನಾಗಿ ಕಲ್ತುಬಿಟ್ಟೆ. ನಿಮ್ಮತ್ರ ಒದ್ದಾಡಿ ನನ್ನ ಆರೋಗ್ಯ ಪೂರ್ತಿಯಾಗಿ ಕೆಟ್ಟುಹೋಯ್ತು!!"

ಅವನ ಕಣ್ಣುಗಳು ಕಿರಿದಾದವು. ರೆಪ್ಪೆಯ ಕೆಳಗೆ ಗೆರೆಗಳು ಮೂಡಿದವು. ಇಂತಹ ಕಟುವಾದ ಸುಳ್ಳನ್ನ ಇವರಿಗೆ ಹೇಳಲು ಹೇಗೆ ಸಾಧ್ಯವಾಯ್ತು?

"ಇದೆಲ್ಲ ಸುಳ್ಳೂಂತ ನಿಮ್ಗೆ ಗೊತ್ತು!" ಕೈಯಲ್ಲಿದ್ದ ಬ್ರಷ್‌ನ್ನ ನವಿರಾಗಿ ಬಾಕ್ಸ್‌ನೊಳಕ್ಕೆ ಎಳೆದ.

ವಿನುತಮ್ಮ ತಕ್ಷಣ ಹೊರಗಡೆ ನಡೆದುಬಿಟ್ಟರು. ಮಗನ ಮಾತನ್ನ ಸುಳ್ಳೆಂದು ತಳ್ಳಿಬಿಡಲು ಅವರ ಪ್ರಾಮಾಣಿಕ ಮನ ಒಪ್ಪಲಿಲ್ಲ. ಒದ್ದಾಡಿದರು ಇಬ್ಬಗೆಯಲ್ಲಿ.

"ಆಯ್ತೇನೆ ಹೇಳಿದ್ದು?" ರಾಮನಾಥ್ ಗಡುಸಾಗೆ ಕೇಳಿದರು.

ಸ್ವರ ವೇಣುವಿನ ಕಿವಿಗೆ ತಲುಪದೆ ಹೋಗಲಿಲ್ಲ. ಟವಲನ್ನ ಹೆಗಲ ಮೇಲೆ ಹಾಕ್ಕೊಂಡ ವೇಣು ಹೊರಗೆ ಬಂದ. ಪೂರ್ತಿ ಸೂಟ್‌ನಲ್ಲಿ ಬಂದು ನಿಂತ, ತಂದೆಯ ಕಡೆ ನೋಡಿದ. ಅವರ ಜೀವನೋತ್ಸಾಹ ಯುವಕರನ್ನ ನಾಚಿಸುತ್ತಿತ್ತು.

"ಬಂದ ಕೆಲ್ಸನೇ ಮುಗಿದ್ದಿಲ್ಲ, ನಾಲ್ಕು ದಿನ ಇದ್ದೋಗಿ ಸ್ವಲ್ಪ ಸ್ವರವೇರಿಸಿಯೇ ಹೇಳಿದ." ಮಗನ ಸ್ವರಕ್ಕೆ ಅವರ 'ಅಹಂ' ಬೆಚ್ಚಿತು.

"ಆಗೋಲ್ಲ. ಎಷ್ಟೋ ಕೆಲ್ಸಗಳಿವೆ."

ವೇಣು ಸುಮ್ಮನಾದ. ವಿನುತಮ್ಮನ ಒಂದಿಬ್ಬರು ಗೆಳತಿಯರ ಮನೆಗೆ ಹೋಗಿ ದಂಪತಿಗಳು ವಾರಗಟ್ಟಲೆ ಉಳಿಯುತ್ತಿದ್ದರು. ಅವರುಗಳ ಎಲ್ಲಾ ಕೆಲಸಗಳಲ್ಲೂ ಇವರ ಕೈವಾಡ ಇರುತ್ತಿತ್ತು. ದುಡಿಮೆ ಅರ್ಧಕ್ಕರ್ಧ ಅಲ್ಲಿ ಸುರಿದುಹೋಗುತ್ತಿತ್ತು. ಇದು ಎಲ್ಲರಿಗೂ ತಿಳಿದಿದ್ದ ವಿಷಯ. ಈ ದೌರ್ಬಲ್ಯದ ಎಳೆಯನ್ನ ಹಿಡಿದೇ ಎಲ್ಲರೂ ಮನೆಗೆ ಅಂಟದಂತೆ ಇದ್ದರು.

"ಹೋಗ್ಬೋದು" ಕಟುವಾಗಿ ಹೇಳಿ ಸ್ನಾನಕ್ಕೆ ಹೊರಟ.

"ಅಂತಃಕರಣಕ್ಕೆ ಮೀರಿ ನಿಂತಿತ್ತು ಮನದ ಬೇಗೆ. ತಣ್ಣೀರಿಗೆ ತಲೆಯೊಡ್ಡಿ ನಿಂತ.

ಗಂಟೆಯ ನಂತರವೇ ಅವನು ಹೊರಗೆ ಬಂದಿದ್ದು. ಕೂದಲಿನಿಂದ ನೀರು ತೊಟ್ಟಿಕ್ಕುತ್ತಿತ್ತು. ಹಾಲ್‌ನಲ್ಲಿ ಕೂತ ತಾಯಿ ತಂದೆಯರನ್ನ ದಾಟಿಕೊಂಡೇ ಕೋಣೆಗೆ ಹೋದ. ತಲೆಯೊರೆಸಿ ಬಟ್ಟೆ ತೊಟ್ಟು ಹೊರಗೆ ಬಂದ. ಕ್ಯಾರಿಯರ್‌ನಲ್ಲಿ ಬಂದ ತಿಂಡಿ ಅವನನ್ನ ಅಣಕಿಸಿತು.

"ತಿಂಡಿ ತಗೋಬೋದಲ್ಲ!" ವಾರೆಗಣ್ಣಿಂದ ತಾಯಿ ತಂದೆಯರತ್ತ ನೋಡಿದ. ರಾಮನಾಥ್‌ಗೆ ಸೋತ ಅನುಭವವಾಯಿತು. ಮಕ್ಕಳ ಮುಂದೆ ಪ್ರತಿಕ್ಷಣ ಸೋಲುವುದು ತಮ್ಮ ದೌರ್ಬಲ್ಯವೇನೋ?

ಒಳಗಿನ ಪ್ಲೇಟುಗಳನ್ನು ತಂದು ಮೂರು ತಟ್ಟೆಗಳಿಗೂ ಹಾಕಿದ. ಒಬ್ಬೊಬ್ಬರ ಮುಂದೆ ಒಂದೊಂದು ಇಟ್ಟು ತನ್ನ ತಟ್ಟೆಯನ್ನ ಕೈಗೆತ್ತಿಕೊಂಡ.

ರಾಮನಾಥ್, ವಿನುತಮ್ಮ ಕಣ್ಣುಗಳಲ್ಲಿ ಮಾತಾಡುವುದನ್ನ ಗಮನಿಸಿ ಅರಿಯದವನಂತೆ ತಿನ್ನತೊಡಗಿದ. ಅವರುಗಳು ಮೌನವಾಗಿ ತಿಂಡಿ ತಿಂದರು. ರಾಮನಾಥ್ ಮತ್ತಷ್ಟು ಹಾಕಿಸಿಕೊಂಡರು.

"ಒಂದು ತೀರ್ಮಾನಕ್ಕೆ ಬರೋದು ಒಳ್ಳೇದು." ರಾಮನಾಥ್ ಗಂಟಲು ಸರಿಪಡಿಸಿಕೊಳ್ಳುತ್ತ ಅಂದಾಗ ವೇಣು ಲೋಟ ನೀರನ್ನ ಗಟಗಟನೆ ಕುಡಿದು ಕೆಳಗಿಟ್ಟ.

"ಅರ್ಥವಾಗ್ಲಿಲ್ಲ. ಏನಿದೆ ತೀರ್ಮಾನ ಮಾಡೋಕೆ?" ಟವಲಿಗೆ ಕೈ ಹಚ್ಚಿದ. ರಾಮನಾಥ್ ಕಣ್ಣುಗಳು ಕೆಂಪಗಾದವು.

"ವಾಚ್, ಉಂಗುರ ಎಲ್ಲಾ ಯಾಕೆ ವಾಪ್ಸು ಕೊಟ್ಟಿದ್ದು?" ಮತ್ತೆ ಅದೇ ಪ್ರಶ್ನೆ ಎದುರಾದಾಗ ಅವನಿಗೆ ರೇಗಿತು. ಮುಖ ಕೆಂಪಗಾಯಿತು. ಆದರೂ ಬಹಳ ಸಮಾಧಾನದಿಂದ ಹೇಳಿದ.

"ಪದ್ಮಿನಿ ಜೊತೆಯಲ್ಲಿ ಬಂದ ಉಡುಗೊರೆಗಳು. ಮತ್ತೆ ನನ್ಹತ್ರ ಉಳ್ಕೊಳ್ಳೋದೇತಕ್ಕೆ? ಅವ್ಳಿಗೆ ಸೇರಬೇಕಾದ್ನೆಲ್ಲ ತಗೊಂಡ್ಹೋಗಿದ್ದಾಳೆ. ಹೋಗ್ಲಿ ಬಿಡ್ಲಿ, ನಂಗ್ಯಾಕೆ ಬೇಕು!"

ಹೆಂಡತಿಯ ಪ್ರತಿಕ್ರಿಯೆಗೆ ಕಾದರು ರಾಮನಾಥ್. ಇಂಥ ಸಂದರ್ಭಗಳಲ್ಲಿ ಅವರು ದುಡುಕುವುದೇ ಹೆಚ್ಚು.

"ನಿಂಗೆ ಬುದ್ಧಿಯಿಲ್ಲ. ಸಮಾಜ ಮೆಚ್ಚೋ ಹಾಗೆ ಬದುಕ್ಬೇಕು" ವಿನುತಮ್ಮ ನವಿರಾಗಿ ಉಪದೇಶಾಮೃತ ಬಿಚ್ಚಿದಾಗ ವೇಣು ಛಾವಣಿಯತ್ತ ನೋಡಿದ. ಹಣೆಯ ಮೇಲೆ ಬೆವರೊಡೆಯಿತು.

"ಎರಡು ದಿನ ರಜಾ ಹಾಕು. ಒಟ್ಟಿಗೆ ಶಿವಮೊಗ್ಗಕ್ಕೆ ಹೋಗೋಣ." ರಾಮನಾಥ್ ಒತ್ತಿ ಹೇಳಿದಾಗ ಅವನ ಮೈ ಬಿಸಿಯಾಯಿತು. ರೋಷದಿಂದಲೇ ನುಡಿದ.

"ನಾನು ಬರೋಲ್ಲ. ನೀವು ಬೇಕಿದ್ರೆ ಹೋಗಿ."

ವೇಣು ಕೋಣೆಗೆ ಹೋಗಿಬಿಟ್ಟ. ತಲೆ ಸಿಡಿತದ ಕಾರಣ ಅರಿವಾದುದ್ದರಿಂದ ಆದಷ್ಟು ಸಮತೋಲನ ಕಾಯ್ದುಕೊಳ್ಳುವ ಪ್ರಯತ್ನ ಮಾಡುತ್ತಿದ್ದ. ಉದ್ವೇಗದಿಂದ ಅವನೆದೆ ಕಟ್ಟಿದಂತಾಯಿತು.

ತಕ್ಷಣ ರಾಮನಾಥ್, ವಿನುತಮ್ಮ ಹೊರಟುಬಿಟ್ಟರು. ಅವರ ಸೂಟ್‌ಕೇಸ್ ಹೊತ್ತ ಹುಸೇನಮ್ಮ ಮೌನವಾಗಿ ಅವರ ಹಿಂದೆ ಹೆಜ್ಜೆ ಹಾಕಿದಳು.

ಎದುರಾದ ಜೀಪಿನಿಂದ ಪ್ರಭಾಕರ ಇಳಿದ. ಕಣ್ಣುಗಳು ಕಿರಿದಾದವು.

"ಇದೇನು ಹೊರಟುಬಿಟ್ರಾ?" ಅವನ ಸ್ವರದಲ್ಲಿ ಸಭ್ಯತನ ಇಣಕಿತು.

"ಹೌದು, ನಮ್ಗೆ ಸಾಕಷ್ಟು ಕೆಲ್ಸ ಕಾರ್ಯಗಳಿವೆ. ಇನ್ನೊಂದ್ಸಲ ನಿಮ್ಮ ಫ್ರೆಂಡ್ ಬಂದಾಗ ಅವ್ನ ಜೊತೆಯಲ್ಲಿ ಬನ್ನಿ" ರಾಮನಾಥ್ ಗಡುಸಾಗಿಯೇ ಹೇಳಿದರು. ವಿನುತಮ್ಮ ಕೂಡ ದನಿ ಸೇರಿಸಿದರು.

"ಈ ಸಲ ನಮ್ಮ ವೇಣು ಜೊತೆ ಬನ್ನಿ."

ಪ್ರಭಾಕರ ಮೌನವಾಗಿಯೇ ತಲೆಯಾಡಿಸಿದ. ಅವರನ್ನ ತಾನೇ ಬಸ್ಸು ಹತ್ತಿಸಿ ನೇರವಾಗಿ ವೇಣು ಕ್ವಾರ್ಟರ್ಸ್‌ಗೆ ಬಂದ. ಸೋಫಾಕ್ಕೆ ಒರಗಿ ಕೂತ ಅವನ ತುಟಿಗಳ ಮಧ್ಯೆ ಸಿಗರೇಟು ಇತ್ತು. ನೋಟ ಛಾವಣಿಯತ್ತ, ಪ್ರಭಾಕರನ ಹುಬ್ಬುಗಳು ಸಂಕುಚಿಸಿತು. ಇದು ಒಳ್ಳೆಯ ಲಕ್ಷಣವಾಗಿ ಕಾಣಲಿಲ್ಲ.

"ಪರ್‌ಫೆಕ್ಟ್ ಜಂಟಲ್‌ಮನ್." ಕೈಯೆತ್ತಿ ಹೇಳಿದಾಗ ವೇಣು ಮುಖ ಇತ್ತ ತಿರುಗಿತು. ಸಿಗರೇಟನ್ನು ಟಪ್ಪನೆ ಎಸೆದು ಅದರತ್ತಲೇ ನೋಡುತ್ತಾ ಕೂತ.

ನಿಧಾನವಾಗಿ ಹೋಗಿ ವೇಣು ಎದುರಿನಲ್ಲಿಯೇ ಕೂತ ಪ್ರಭಾಕರ ಸಿಗರೇಟು ಪ್ಯಾಕನ್ನು ಕೈಗೆತ್ತಿಕೊಂಡು ತಿರುಗಿಸಿ ತಿರುಗಿಸಿ ನೋಡಿದ. ಮೇಲೆಸೆದು ಕ್ಯಾಚ್ ಹಿಡಿದ.

ಸಿಗರೇಟು ಸೇದೋದು ಒಳ್ಳೇದಲ್ಲಾಂತ ಗೊತ್ತಲ್ಲ! ವೇಣು ತುಟಿಗಳ ಮೇಲೆ ವ್ಯಂಗ್ಯ ನಗು ಮಿನುಗಿತು. ಸ್ವಲ್ಪ ಜೋರಾಗಿಯೇ ನಕ್ಕುಬಿಟ್ಟ. ವೇಣು ಹುಬ್ಬೇರಿತು.

ಮತ್ತೊಂದು ಸಿಗರೇಟು ಅವನ ಮುಂದೆನೆ ಹಚ್ಚಿ ಕೂತ. ನಿಸ್ಸಹಾಯಕನಂತೆ ಪ್ರಭಾಕರ ಹೊರಗೆ ನೋಟ ಚೆಲ್ಲಿ ಕೂತ. ಈ ಅಭ್ಯಾಸ ಇಷ್ಟಕ್ಕೆ ನಿಲ್ಲುವುದಿಲ್ಲ ಎನಿಸಿತು. ಅವನೆದೆ ಭಾರವಾಯಿತು.

"ಬರ್ತೀನಿ" ಮೇಲಕ್ಕೆದ್ದ. ಎರಡು ನಿಮಿಷ ನಿಂತು ಹೊರಟುಬಿಟ್ಟ.

ಮಾರನೇ ದಿನ ರಜಾ ಚೀಟಿ ಬಂದಾಗ ದಿಗ್ಭ್ರಮೆಗೊಂಡ. ವೃತ್ತಿಯಲ್ಲಿ ಬರೀ ಅಸಡ್ಡೆ ತೋರಿಸುವುದು ಮಾತ್ರವಲ್ಲ, ಅವಿನಯವೆನಿಸಿತು. ನಾಳೆ ಎತ್ತ ಸಾಗುವುದೋ? ತುಟಿ ಕಚ್ಚಿ ಯೋಚಿಸಿದ.

ಮಧ್ಯಾಹ್ನ ನೇರವಾಗಿ ವೇಣು ಕ್ವಾರ್ಟರ್ಸ್‌ಗೆ ಬಂದ. ಬೀಗ ಅಣಕಿಸಿತು. ಚಿಂತೆಗೀಡಾದ ವಯಸ್ಸಿನಲ್ಲಿ ಒಂದೆರಡು ವರ್ಷ ಪ್ರಭಾಕರ ದೊಡ್ಡವನಾದರೂ ವೇಣುವಿನಲ್ಲಿ ಎಂತಹುದೋ ಆತ್ಮೀಯತೆ. ಯಾರನ್ನೂ ದ್ವೇಷಿಸಲಾರದ ವ್ಯಕ್ತಿ ಪ್ರಭಾಕರನೆಂದರೂ ತಪ್ಪಲ್ಲ.

ಮನೆಗೆ ಬಂದ ಅಣ್ಣನ ಮುಖ ನೋಡಿದ ಕೂಡಲೇ ಸರಳಳ ಹುಬ್ಬೇರಿತು. ಎಂತಹ ಸಂದರ್ಭದಲ್ಲೂ ಸಂಯಮ ಕಳೆದುಕೊಳ್ಳದೆ ಸಮಾಧಾನದಿಂದ ನಗುನಗುತ್ತಾ ಸಂದರ್ಭವನ್ನು ಎದುರಿಸುವ ದಾಕ್ಷೀಕವುಳ್ಳ ವ್ಯಕ್ತಿ.

"ಯಾಕೆ, ಏನಾಯ್ತು?" ನೇರವಾಗಿ ಪ್ರಶ್ನೆ ಬಂದಾಗ ತನ್ನ ದುರ್ಬಲತೆಯನ್ನ ಪ್ರಭಾಕರ ಸುಲಭವಾಗಿ ಅರಿತುಕೊಂಡ. ಕೂತು ಸೋಫಾ ಬೆನ್ನಿಗೆ ಒರಗಿ ಕಾಲುಗಳನ್ನ ನಿಡಿದಾಗಿ ಚಾಚಿದ. ಸಮಾಧಾನ ಸ್ವರದಲ್ಲಿ ಉಸುರಿದ. ನಂಗೊಂದೂ ಅರ್ಥವಾಗೋಲ್ಲ! ಸರಳ ನಾಲ್ಕು ಹೆಜ್ಜೆ ಮುಂದಕ್ಕೆ ಬಂದು ತುಸು ಅವನತ್ತ ವಾಲಿದಳು. ಅವಳೆದೆ ಢವಗುಟ್ಟಿತು. ಪ್ರಭಾಕರನ ಕೈಬೆರಳು ಪ್ಯಾಂಟ್ ಜೇಬಿನಲ್ಲಿದ್ದ ಕರ್ಚಿಫ್‌ನತ್ತ ಧಾವಿಸಿತು. "ಅವ್ನ ತಾಯಿ ತಂದೆ ಸುಮ್ನೇ ಹೊರಟುಬಿಟ್ರು. ಇವ್ನು ರಜೆ ಚೀಟಿ ಕಳ್ಸಿದ್ದಾನೆ. ಏನರ್ಥ...?" ಸರಳಳ ಹುಬ್ಬುಗಳು ಸಮಸ್ಥಿತಿಗೆ ಬಂದವು.

"ಶಿವಮೊಗ್ಗಕ್ಕೆ ಏನಾದ್ರೂ ಹೋಗಿರಬಹುದ್ದು!"

ಕೈಯೆತ್ತಿ ತಳ್ಳಿ ಹಾಕಿದ. ಅದನ್ನ ಅವನು ನಂಬೋಕೆ ಸಿದ್ಧವಿಲ್ಲ. ವೇಣು ಹಟಮಾರಿ ಗಂಡಲ್ಲದಿದ್ದರೂ ಸ್ವಾಭಿಮಾನವುಳ್ಳ ವ್ಯಕ್ತಿ.

ಮೌನವಾಗಿಯೇ ಊಟ ಮುಗಿಸಿದ. ತಮ್ಮ ಪಾರ್ಥನಷ್ಟೇ ವೇಣುವಿಗಾಗಿ

ತಳಮಳಿಸಿದ. ಅವನಂಥ ಬುದ್ಧಿವಂತ, ವಿದ್ಯಾವಂತ ಯುವಕ ಹಾಳಾಗುವುದು ತಾಯಿತಂದೆಯರಿಗೆ ಮಾತ್ರವಲ್ಲ ಸಮಾಜಕ್ಕೂ ನಷ್ಟ.

"ಪ್ರಭಾ...." ದನಿ ಬಂದ ಕಡೆ ತಿರುಗಿದ.

ವೇಣು ಬಾಗಿಲಿನುದ್ದಕ್ಕೂ ನಿಂತಿದ್ದ. ಕಣ್ಣುಗಳು ಕೆಂಪು ಹತ್ತಿದ್ದವು. ಮುಖದ ಮೇಲೆ ಮಾರ್ದವತೆ ಮಾಸಿ ಕಠಿಣತೆ ಒಡೆದಿತ್ತು.

"ನಿನ್ನ ಕ್ವಾರ್ಟರ್ಸ್ ಹತ್ರ ಹೋಗಿದ್ದೆ." ವೇಣು ತುಟಿಯಂಚಿನಲ್ಲಿ ನಗು ಮಿನುಗಿತು. ಆ ನಗುವಿನ ಅರ್ಥ ತಿಳಿದುಕೊಳ್ಳಲು ಪ್ರಯತ್ನಿಸಲಿಲ್ಲ.

ವೇಣು ಅವನಿಗೆದುರಾಗಿ ಬಂದು ಕೂತ. ಇಬ್ಬರು ಹತ್ತು ನಿಮಿಷ ಮೌನವಾಗಿ ಕೂತರು. ನೀರವತೆಯ ಕ್ಷಣಗಳನ್ನು ದೂಡಲು ಪ್ರಯಾಸಪಟ್ಟರು. ಕಡೆಗೆ ಪ್ರಭಾಕರನೆ ಒಡೆದ.

"ಎಲ್ಲಿಗೆ ಹೋಗಿದ್ದೆ?"

ನಿರಾಶೆಯ ಮಧ್ಯೆ ತೂಗಾಡುತ್ತಿದ್ದ ವೇಣುವಿನ ಮನ ಮುಖದ ಮೇಲೆ ವೇದನೆಯನ್ನು ಬಿಂಬಿಸಿತು. ಅರೆ ನಕ್ಕ. ಈಗ ಪ್ರಭಾಕರ ಈ ನಗುವಿನ ಅರ್ಥ ಹುಡುಕಲು ಪ್ರಯಾಸಪಟ್ಟ.

"ವೇಣು ಊಟ ಮಾಡಿದ್ಯಾ?" ಮತ್ತೆ ಪ್ರಶ್ನಿಸಿದಾಗ ವೇಣು ಎಡಗೈನಿಂದ ಕ್ರಾಪ್‌ನ ಕೂದಲನ್ನ ಹಿಂದಕ್ಕೆ ದೂಡಿ ಮುಂದಕ್ಕೆ ಬಗ್ಗಿದ.

"ಆಯ್ತು. ಮೆಸ್‌ನಲ್ಲಿ ಮಾಡ್ದೆ!" ಪ್ರಭಾಕರನ ಕಣ್ಣುಗಳಲ್ಲಿ ಅನುಮಾನ ಇಣಕಿತು. ಬಲಗೇ ಅಂಗೈಯನ್ನ ಅವನ ಮೂಗಿನ ಸಮೀಪ ಹಿಡಿದ. ಕಠಿಣತೆ ಹಂತಹಂತವಾಗಿ ಕರಗಿ ಕೊನೆಗೆ ಮಾಯವಾಯಿತು. ಮನಃಪೂರ್ಣ ನಕ್ಕ.

"ಎಲ್ಲಿ ಪ್ರಮೋದ್?" ಅವನ ನೋಟ ಅತ್ತಿತ್ತ ಹುಡುಕಾಡಿತು. ಪ್ರಭಾಕರನ ಮುಖ ಮೇಲೆ ಬೇಸರ ಇಣಕಿತು.

"ಮಗುಗೆ ನೆಗಡಿ ಆಗಿದೆಯಂತೆ. ನಾಲ್ಕು ದಿನ ಬಿಟ್ಟು ಕಳ್ಸಿಕೊಡ್ತೀವಿಂತ ಹೇಳಿಕಳ್ಸಿದ್ರು." ಹಣೆಯುಜ್ಜಿದ.

ಉತ್ಸಾಹದಿಂದ ಬಂದಿದ್ದ ವೇಣು ಮುಖದ ಗೆಲುವು ತಗ್ಗಿತು. ತಲೆ ಸಿಡಿತದ ಮಧ್ಯೆ ಬದಲಾವಣೆಗಾಗಿ ತಡಕಾಡುತ್ತಿದ್ದ. ಬ್ಯಾಂಕ್‌ನಲ್ಲಿ ಸೇರಿಸಿಟ್ಟ ಹಣವನ್ನ ವಾಪಸ್ಸು ತಂದಿದ್ದ. ಸದ್ಯಕ್ಕೆ ಈ ಪರಿಸರ ಬಿಟ್ಟು ಬೇರೆಡೆ ಸುತ್ತಾಡಿ ಬರುವ ಮನಸ್ಸಾಗಿತ್ತು. ಪದ್ಮಿನಿ ಅವನ ಶಾಂತ ಸಹನಾಮಯ ಉತ್ಸಾಹ ತುಂಬಿ ಸದಾ ಪ್ರಶಾಂತವಾಗಿ ಪ್ರವಹಿಸುತ್ತಿದ್ದ ಮನ ಸಾಗರಕ್ಕೆ ಕಲ್ಲೆಸೆದು ಕೇಕೆ ಹಾಕಿ ನಕ್ಕಿದ್ದಳು.

"ಅಷ್ಟು ದಿನ ಸುತ್ತಾಡಿ ಬರೋ ನಿರ್ಧಾರ ಮಾಡಿದ್ದೀನಿ." ಎತ್ತಲೋ ನೋಟ ಚೆಲ್ಲಿ ಹೇಳಿದ.

ಮಾನಸಿಕವಾಗಿ ಬದಲಾವಣೆ ಅಗತ್ಯವೆಂದು ಪ್ರಭಾಕರನಿಗೂ ಗೊತ್ತು. ಆದರೆ.... ಅನುಮಾನಿಸಿದ.

"ಈಗ್ಬೇಡ.... ಸದ್ಯಕ್ಕೆ ಮುಂದೆ ಹಾಕು." ಕಡ್ಡಿ ತುಂಡು ಮಾಡಿದಂತೆ ಹೇಳಿದ ವೇಣು ಮೆಲ್ಲಗೆ ಮುಖ ಮೇಲಕ್ಕೆತ್ತಿದ. ಪ್ರಭಾಕರ ಅವನ ಅಭಿಮಾನ, ಪ್ರೀತಿ, ಗೌರವದ ಉದ್ದಗಲಕ್ಕೂ ಬೆಳೆದು ನಿಂತಿದ್ದ ಅಧಿಕಾರದ ಬಗ್ಗೆ ಪ್ರಶ್ನಿಸಲಾರ. ಭಾರವಾದ ಕೈಯೆತ್ತಿ ಅವನ ಹೆಗಲ ಮೇಲೆ ಹಾಕಿದ. "ಪ್ಲೀಸ್, ಬೇಡ ಅನ್ಬೇಡ. ಸಮಾಧಾನವಾಗಿ ಕೆಲ್ಸ ಮಾಡೋಕೆ ನನ್ನಿಂದ ಆಗ್ತಾ ಇಲ್ಲ" ದನಿ ತಗ್ಗಿತು.

"ಅದ್ನ ಆಮೇಲೆ ಯೋಚ್ನೆ ಮಾಡೋಣ ಸದ್ಯಕ್ಕೆ ಅಲ್ಲೂ ಹೋಗೋದ್ಬೇಡ!"

ರಜಾ ಚೀಟಿ ಹರಿದು ಚೂರು ಚೂರಾಗಿ ಗಾಳಿಯಲ್ಲಿ ಹಾರಿ ಕಣ್ಣಿಗೆ ಕಾಣದಂತಾಯಿತು. ಸುಮ್ಮನೆ ಮಂಕಾಗಿ ಕೂತ.

ಇಬ್ಬರು ಹೊರಗೆ ಹೋದಾಗ ಸರಳ ಬಾಗಿಲು ಹಾಕಿಕೊಂಡಳು. ಪ್ರಮೋದನಿಗಾಗಿ ಹಾಕುತ್ತಿದ್ದ ಉಲ್ಲನ್ ಕಾಲು ಚೀಲಗಳನ್ನ ಹೊರಗೆ ತೆಗೆದಳು. ಕೆಂಪಗಿನ ಕಾಲುಗಳನ್ನ ಈ ಕೆಂಪು ಬಣ್ಣದ ಕಾಲು ಚೀಲಗಳು ಕಚ್ಚಿ ಹಿಡಿದ ದೃಶ್ಯವನ್ನು ಕಲ್ಪಿಸಿಕೊಂಡಳು. ಅವಳ ಮುಖ ಹೂವಿನಂತೆ ಬಿರಿಯಿತು.

ಬಾಗಿಲು ಒರಟಾಗಿ ದೂಡುವ ಸಪ್ಪಳ ಕೇಳಿಸಿತು. ಅವಳ ಕಣ್ಣುಗಳು ಕಿರಿದಾದವು. ಸೀರೆಯ ನೆರಿಗೆಗಳನ್ನು ಸರಿಪಡಿಸಿಕೊಂಡು ಬಂದು ಬಾಗಿಲು ತೆರೆದಳು. ಅಪರಿಚಿತ ಯುವಕ ನಿಂತಿದ್ದ.

"ಯಾರು ಬೇಕಾಗಿತ್ತು?" ಕೈ ಬಾಗಿಲು ಹಿಡಿಯ ಮೇಲೆ ಇತ್ತು.

"ಪ್ರಭಾಕರ್ ಅವ್ರನ್ನ ನೋಡ್ಬೇಕಾಗಿತ್ತು" ದನಿ ನವಿರಾಗಿತ್ತು.

"ಡ್ಯಾಮ್ ಕನ್‌ಸ್ಟ್ರಕ್ಷನ್ ಸ್ಥಳದಲ್ಲಿ ಸಿಕ್ತಾರೆ."

ಆ ಯುವಕ ಅನುಮಾನಿಸುತ್ತಾ ನಿಂತಾಗ ಹಿಂದೆ ನಿಂತ ಪದ್ಮಿನಿ ಅವಳ ಕಣ್ಣಿಗೆ ಬಿದ್ದಾಗ ಕಣ್ಣುಗಳು ಅಚ್ಚರಿಯಿಂದ ಮಿನುಗಿದವು.

ಪದ್ಮಿನಿ, ಬನ್ನಿ ಒಳ್ಗಡೆ, ಯಾಕೆ ಹೊರ್ಗೇ ನಿಂತ್ರಿ! ಸಡಗರದಿಂದಲೇ ಸ್ವಾಗತಿಸಿದಳು.

ಯುವಕ ಹಿಂದಕ್ಕೆ ತಿರುಗಿ ಏನೋ ಹೇಳಿದ. ಇಬ್ಬರು ಒಳಗಡೆ ಬಂದರು. ಪದ್ಮಿನಿ ಮಂಕಾಗಿ ಕೂತಾಗ ಅವಳಣ್ಣ ಕಣ್ಣುಗಳಲ್ಲಿಯೇ ಗದರುತ್ತಿದ್ದ.

"ನಾನು ಪದ್ಮಿನಿ ಅಣ್ಣ" ಎಂದಾಗ ಎರಡು ಕೈ ಜೋಡಿಸಿ 'ನಮಸ್ತೆ' ಎಂದಳು.

ಆತುರದಿಂದ ಅಡಿಗೆಯ ಮನೆಗೆ ಬಂದಳು. ಪದ್ಮಿನಿಯ ಬಗ್ಗೆ ಸಹಾನುಭೂತಿಯುಂಟಾಯಿತು. ತೀರಾ ಏನೂ ಅರಿಯದ ಮುಗ್ಧೆ ಎನ್ನುವ ತೀರ್ಮಾನಕ್ಕೆ ಬರುವುದು ಸಾಧ್ಯವಿರಲಿಲ್ಲ. ಎರಡು ಲೋಟ ಹಾರ್ಲಿಕ್ಸ್ ಬೆರೆಸಿಕೊಂಡು ಬಂದುಕೊಟ್ಟಳು. ಬಂದವರೊಡನೆ ನವಿರಾಗಿ ಮಾತಾಡುವುದು ಆ ಮನೆಯವರೆಲ್ಲರ ಗುಣ ಸರಳ ಅದಕ್ಕೆ ಹೊರತಲ್ಲ.

"ವೇಣು ಬಂದಿದ್ರಾ?" ಹಾರ್ಲಿಕ್ಸ್ ಲೋಟ ತುಟಿಗಳ ಬಳಿಗೊಯ್ದ. ಸರಳಳ

ಕಣ್ಣುಗಳು ಅಗಲವಾದವು. ಆ ಕಣ್ಣುಗಳಲ್ಲಿನ ಆಳವಾದ ಹೊಳಪಿಗೆ ಮಾರುಹೋದ ಆನಂದ್. ಬೇರೆಯವರಂತೆ ಇಲ್ಲದನ್ನು ಕಲ್ಪಿಸಿಕೊಳ್ಳಲಾರ.

"ಸ್ಟಡಿ ಮಾಡ್ತಾ ಇದ್ದೀರಾ?" ನವಿರಾಗಿ ಪ್ರಶ್ನಿಸಿದ.

"ಎಂ.ಎ. ಆಯ್ತು. ಯಾವುದಾದ್ರೂ ಜಾಬ್‌ಗೆ ಟ್ರೈ ಮಾಡೋಣಾಂತಿದ್ದೀನಿ."

ಅವನೆದೆ ಅಭಿಮಾನದಿಂದ ತುಂಬಿತು. ಸರಳ ಮಾತುಕತೆಯಲ್ಲಿ ಮಾತ್ರವಲ್ಲ ವೇಷಭೂಷಣಗಳಲ್ಲೂ ಸರಳವಾಗಿದ್ದಳು. ಸ್ವರದಲ್ಲಿ ಕೂಡ ತಾನು ವಿದ್ಯಾವಂತಳೆಂಬ 'ಅಹಂ' ಇದ್ದ ಹಾಗೆ ಕಾಣಲಿಲ್ಲ. ಕನಸುಗಾತಿಯಲ್ಲ. ವಾಸ್ತವಿಕವಾಗಿ ಜೀವನವನ್ನ ಎದುರಿಸುವ ದಿಟ್ಟ ಹೆಣ್ಣಾಗಿ ಕಂಡಳು. ತಂಗಿಯನ್ನ ಕಣ್ಣುಗಳಲ್ಲಿಯೇ ಇರಿದ.

"ನಾನು ನಿಮ್ಮನ್ನ ಡಿಗ್ರಿ ಕ್ಲಾಸ್ ಮುಟ್ಟದ ಕಾಲೇಜಿನಲ್ಲಿ ಸ್ಟಡಿ ಮಾಡೋ ಹೆಣ್ಣೂಂತ ತಿಳ್ಕೊಂಡಿದ್ದೆ." ನಗುತ್ತಾ ಹೇಳಿದಾಗ ಅವಳ ಕೆನ್ನೆಗಳಲ್ಲಿ ಕೆಂಪು ಮೂಡಿತು.

"ಎದ್ದು ಮುಖ ತೊಳ್ಕೊಳ್ಳಿ" ಛೇರನ್ನ ಹಿಂದಕ್ಕೆ ಸರಿಸಿ ಎದ್ದಳು. ಪದ್ಮಿನಿ ಅದುವರೆಗೂ ತುಟಿ ಬಿಚ್ಚಿರಲಿಲ್ಲ.

ಆನಂದ್‌ಗೆ ಮತ್ತೆ ಉಪಚಾರ ಬೇಕಿರಲಿಲ್ಲ. ಎದ್ದು ಹೋಗಿ ಮುಖ ತೊಳೆದು ಬಂದರು. ರಾಮನಾಥ್, ವಿನುತಮ್ಮ ತಮ್ಮ ಅಸಹಾಯಕತೆಯನ್ನ ಮುಚ್ಚಿಟ್ಟುಕೊಂಡು ಅವರ ಮೇಲೆ ರೇಗಾಡಿಕೊಂಡು ಹೋಗಿದ್ದರು.

"ಮೊದ್ಲು ಕರ್ಕೊಂಡ್ಹೋಗಿ ಬಿಡಿ. ಹೆಚ್ಚು ಕಮ್ಮಿಯಾದ್ರೆ ನೀವೇ ಜವಾಬ್ದಾರರು" ಎಂದು ಗುಡುಗಿದ್ದರು.

ಪದ್ಮಿನಿಯಂತು ಮತ್ತೆ ವೇಣು ಬಳಿಗೆ ಬರುವ ದಾರಿಗೆ ದೊಡ್ಡ ಕಲ್ಲನ್ನ ಅಡ್ಡಲಾಗಿಟ್ಟಿದ್ದಳು. ಕನಸುಗಳ ಮಧ್ಯೆ ವಾಸ್ತವ ಬದುಕನ್ನ ಸುಲಭವಾಗಿ ಮುಚ್ಚಿಬಿಟ್ಟಿದ್ದಳು. ಅಪ್ಪ, ಅಮ್ಮ ಕೂಡ ಅವಳ ಕೆಲಸಕ್ಕೆ ಕುಮ್ಮಕ್ಕಾಗಿ ನಿಂತಿದ್ದರು. ಆದರೆ ಗಂಡು ಮಕ್ಕಳ ವಿರೋಧ ಎದುರಿಸಲು ಪ್ರಬಲವಾಗಿ ಹೋರಾಟ ನಡೆಸಬೇಕಾಗಿತ್ತು. ಸೋಲಂತು ಅವರಿಗೆ ಕಟ್ಟಿಟ್ಟ ಬುತ್ತಿ.

ದೊಡ್ಡ ಗದ್ದಲ ನಡೆಸಿಯೇ ಪದ್ಮಿನಿಯನ್ನ ಕರೆತಂದಿದ್ದ ಆನಂದ. ಅವಳ ಅತಿರೇಕದ ವಿಚಿತ್ರ ಕನಸು, ಅದಕ್ಕೆ ಶಾಮೀಲಾಗಿರುವ ನಡವಳಿಕೆ ಅವನಿಗೆ ಹೆಚ್ಚು ಕಡಿಮೆ ಗೊತ್ತಿರಲಿಲ್ಲ. ಕೆಲವು ಸಲ ಅಣ್ಣನ ರೇಗಾಟದಿಂದ ಅಷ್ಟಿಷ್ಟು ತಿಳಿದರೂ ನಕ್ಕುಬಿಟ್ಟಿದ್ದ. ಕಾಲೇಜಿನ ಹುಡುಗಾಟದ ಜೀವನ ಅವನಿಗೇನು ತಿಳಿಯದ್ದಲ್ಲ. ಮಕ್ಕಳಿಲ್ಲದ ಚಿಕ್ಕಪ್ಪನ ಮನೆಯಲ್ಲಿ ತಳವೂರಿದ್ದ ಅವನು ಓದಿನಲ್ಲಿ ಮುಂದಿದ್ದರೂ ಕಾಲೇಜು ಜೀವನದ ಹುಡುಗಾಟದಿಂದ ಹಿಂದಿರಲಿಲ್ಲ. ತಮಾಷೆಗಾಗಿ ಹುಡುಗಿಯರಿಗೆ ಪತ್ರ ಬರೆಯುವಾಗ ಅವಳ ರೂಪಕ್ಕೆ ವಿರುದ್ಧವಾಗಿ ಹೊಗಳಿ ಅಟ್ಟಕ್ಕೇರಿಸಿ ಬೀಗುವ ಹೆಣ್ಣುಗಳ ಕಡೆ ಗೇಲಿಯ ನೋಟ ಬೀರಿ ಮುಸಿ ಮುಸಿ ನಗುವುದು ಒಂದು ಕಾಯಕ. ಇದಕ್ಕೆ ಯಾವ ಅರ್ಥವೂ ಇರಲಿಲ್ಲ; ಕೆಟ್ಟ ಭಾವನೆ ಸುಳಿಯುತ್ತಿರಲಿಲ್ಲ. ಸ್ವಲ್ಪ ಹೊತ್ತು ನಕ್ಕುಬಿಡುವ ಸಲುವಾಗಿ ಅಷ್ಟೆ. ಅಂತದ್ದರಲ್ಲಿ ಈ ಪತ್ರಗಳಿಗೆ ವಿಶೇಷ ಅರ್ಥ

ಕಲ್ಪಿಸಿಕೊಂಡು ಅಭಿಮಾನಪಡುವುದು ಹೆಣ್ಣುಗಳ ಮೂರ್ಖತನ! ಇದು ಅವನ ಅನಿಸಿಕೆ.

"ಇಲ್ಲೊಂದು ಸಣ್ಣ ಹೋರಾಟ ನಡ್ಸಬೇಕೇನೋ!" ಒದ್ದೆಯ ಮುಖವನ್ನ ಟವಲಿನಿಂದ ಒತ್ತುತ್ತ ಆನಂದ ಹೇಳಿದಾಗ ಸರಳಳ ಕಣ್ಣುಗಳಲ್ಲಿ ವಿಸ್ಮಯ ಇಣಕಿತು. "ವೇಣು... ಜೊತೆ" ಸರಳ ಬಾಯಿ ತುಂಬ ನಕ್ಕಳು.

"ಅಂತಹ ಅಗತ್ಯ ಕಾಣೋಲ್ಲ. ವೇಣು ತುಂಬ ಒಳ್ಳೆಯವ್ರು" ಆನಂದ ತಟ್ಟನೆ ಅವಳ ಕಣ್ಣಿನಾಳದಲ್ಲಿ ಇಣಕಿ ನೋಡಿದ. ಸಂಶಯಪಡುವ ಅಗತ್ಯ ಕಾಣಲಿಲ್ಲ.

"ಥ್ಯಾಂಕ್ಸ್" ಎಂದ.

ಸಂಜೆಯ ವೇಳೆಗೆ ಆನಂದ ಆ ಮನೆಯವರ ಬಗ್ಗೆಯೆಲ್ಲ ಕೇಳಿ ತಿಳಿದುಕೊಂಡ. ಪುಟ್ಟ ಪ್ರಮೋದನನ್ನ ನೋಡುವ ಉತ್ಸಾಹ ವ್ಯಕ್ತಪಡಿಸಿದ. ಸರಳ ತಾಯಿ, ತಂದೆಯ ಬಗ್ಗೆ ಗೌರವ ಮಾತುಗಳನ್ನಾಡಿದ. ಪ್ರಭಾಕರ ನನ್ನ ಹೊಗಳಿದ. ಸರಳ ಆಶ್ಚರ್ಯಗೊಂಡಳು, ಕಣ್ಣರಳಿಸಿದಳು.

"ಹೋಗಿ ಮುಖ ತೊಳ್ಕೋ" ಕಣ್ಣಿನಲ್ಲಿಯೇ ಪದ್ಮಿನಿಯನ್ನು ಗದರಿದ. ರೋಷದಿಂದ ಎದ್ದು ಹೋದಳು. ತನ್ನತನದ ಬಗ್ಗೆ ಅವಳೆಂದೂ ಅಭಿಮಾನ ಬಿಟ್ಟುಕೊಡಲು ಸಿದ್ಧಳಿಲ್ಲ.

ಪೂರ್ತಿ ಕತ್ತಲು ಕವಿದ ಮೇಲೆ ಪ್ರಭಾಕರ ಮನೆಗೆ ಬಂದ. ಮನೆಯವನಂತೆ ಆರಾಮಾಗಿ ಕೂತಿದ್ದ ಆನಂದನನ್ನು ನೋಡಿ ಕಣ್ಣರಳಿಸಿದ.

"ನಾನು ಪದ್ಮಿನಿ ಅಣ್ಣ, ವೇಣು ಭಾವಮೈದ". ಕೈ ಮುಂದಕ್ಕೆ ಚಾಚಿದ. ಪ್ರಭಾಕರ ಹಗುರಮನದಿಂದ ಉಸಿರನ್ನ ದಬ್ಬಿದ. "ತುಂಬ ಸಂತೋಷ." ಕೈ ಕುಲುಕಿದ.

ಕೋಣೆಯಲ್ಲಿ ಕೂತು ಇಬ್ಬರು ತುಂಬ ಮಾತಾಡಿದರು. ಪ್ರಭಾಕರ ಅವರಿಬ್ಬರ ಸುಖದ ಬಾಳ್ವೆಗೆ ಸಹಕಾರ ನೀಡಬೇಕೆಂದು ಕೇಳಿಕೊಂಡ. ಹೇಗಾದರೂ ಪದ್ಮಿನಿಯ ಮನಸ್ಥಿತಿಯನ್ನು ಬದಲಾಯಿಸಬೇಕೆಂದು ಒಮ್ಮತದ ತೀರ್ಮಾನಕ್ಕೆ ಬಂದರು.

"ಪದ್ಮಿನಿ ಈ ಮನಸ್ಥಿತಿಗೆ ಬರೋಕೆ ನಮ್ಮ ತಾಯ್ತಂದೆನೇ ಕಾರಣ ಅನ್ನಿಸುತ್ತೆ!" ಆನಂದ ಭಾವಣೆಯ ಕಡೆ ನೋಡಿದ.

"ಯಾರಿಗಾದ್ರೂ ಸಹನೆ ತಪ್ಪುವಂಥ ನಡವಳಿಕೆ. ಮದ್ವೆಗೆ ಮೊದ್ಲು ಪದ್ಮಿನಿ ಯಾರ್ನಾದ್ರೂ ಪ್ರೀತಿಸಿದ್ರಾ?" ದೃಢಪಡಿಸಿಕೊಳ್ಳಲು ಕೇಳಿದ. ಪ್ರಭಾಕರ.

ಆನಂದ ಹಗುರವಾಗಿ ನಕ್ಕುಬಿಟ್ಟ. ಅವಳ ಸ್ವಭಾವದ ಪೂರ್ಣ ಪರಿಚಯವಾದ ಮೇಲೆ "ಪ್ರೀತಿ" ಬಗ್ಗೆ ಅವಳಿಗೇನು ಗೊತ್ತಿಲ್ಲವೆನ್ನುವ ತೀರ್ಮಾನಕ್ಕೆ ಬಂದ.

"ಖಂಡಿತ ಇಲ್ಲ. ವಾಸ್ತವ ಲೋಕ ಬಿಟ್ಟು ಭ್ರಮಲೋಕದಲ್ಲಿ ಬದ್ಕುವ ಪ್ರಯತ್ನ ಮಾಡ್ತಾ ಇದ್ದಾಳೆ ಅನ್ನಿಸುತ್ತೆ."

ಪ್ರಭಾಕರನಿಗೆ ತುಂಬ ಸಂತೋಷವಾಯಿತು. ತೀರಾ ಯೋಚಿಸಿ ಮನದ ಸಮೀಪಕ್ಕೆ ಬಂದು ಮಾತನಾಡುವ ಆನಂದನ ವ್ಯಕ್ತಿತ್ವ ಮೆಚ್ಚಿಗೆಯಾಗಿತ್ತು.

"ಬನ್ನಿ ಹೋಗೋಣ."

ಇಬ್ಬರು ವೇಣು ಕ್ವಾರ್ಟರ್ಸ್ ಕಡೆ ನಡೆದರು. ದಾರಿಯಲ್ಲಿ ವೇಣುವಿನ ತಲೆಯಾಡಿಸಿದ ಬಗ್ಗೆನೂ ಇಲ್ಲದ ಮಾನಸಿಕ ವ್ಯಾಧಿಗಳ ಬಗ್ಗೆ ಭಯ ವ್ಯಕ್ತಪಡಿಸಿದ.

ತಕ್ಷಣ ಆನಂದನ ಕಣ್ಣುಗಳು ಮಿನುಗಿದವು ತಲೆಯಲ್ಲಿ ಮಿಂಚೊಡೆಯಿತು. ವೇಣು ತಲೆ ಸಿಡತಕ್ಕೆ, ಪದ್ಮಿನಿಯ ಮೂರ್ಖತನಕ್ಕೆ 'ಇದು ಸರಿಯಾದ ಮದ್ದು ಎನಿಸಿತು.

ಕೂಡಲೆ ತಿರುಗಿ ಪ್ರಭಾಕರನ ಎರಡು ಕೈಗಳನ್ನು ಹಿಡಿದುಕೊಂಡ. ಅವನಿಗೆ ಗಾಬರಿಯಾಯಿತು. ಅರ್ಥವಾಗಲಿಲ್ಲ.

"ಹೆಣ್ಣಿಗೆ ಅಸೂಯೆ ಜಾಸ್ತಿ. ತನ್ನ ಗಂಡ ಬೇರೊಂದು ಹೆಣ್ಣನ್ನು ಪ್ರೀತಿಸಿದ್ರೆ ಸಹಿಸಲಾರ್ಳು. ಅದ್ನ ತಡ್ಯೋಕೆ ಸಾಕಷ್ಟು ಕಾಳಜಿವಹಿಸ್ತಾಳೆ. ಇದಕ್ಕೆ ಪದ್ಮಿನಿ ಹೇಗೆ ಹೊರತಾಗೋಕೆ ಸಾಧ್ಯ?"

ಅಷ್ಟು ಕೇಳಿದರೂ ಅರ್ಥಮಾಡಿಕೊಳ್ಳುವುದು ಪ್ರಭಾಕರನಿಗೆ ಕಷ್ಟವಾಯಿತು. ಕಣ್ಣುಗಳು ಕಿರಿದಾದವು.

"ದಿಸ್ ಈಸ್ ಸಿಂಪಲ್" ಅರ್ಥಮಾಡಿಕೊಂಡವನಂತೆ ಹೇಳಿದ.

"ಅದ್ಕೇನು ಮಾಡ್ಬೇಕು. ವೇಣು ಬದ್ಕು ಹಸನಾಗೋಕೆ ನನ್ನ ಸಹಕಾರ ಇದ್ದೇ ಇದೆ." ಪ್ರಭಾಕರನ ಸ್ವರದಲ್ಲಿ ದೃಢ ನಿಲುವಿತ್ತು.

"ವೇಣು ಬೇರೆಯವ್ರನ್ನ ಪ್ರೀತಿಸ್ತಾ ಇದ್ದಾನೆ. ಅವನ್ನ ಕೂಡ ಬೇರೆಯವ್ರು ಪ್ರೀತಿಸ್ತಾ ಇದ್ದಾರೆ ಅನ್ನೋ ಅನುಮಾನ ಪದ್ಮಿನಿಗೆ ಬರ್ಬೇಕೂ. ಆಗ ಕನಸುಗಳೆಲ್ಲ ಸತ್ತು ವಾಸ್ತವಿಕತೆಯ ಕಡೆ ಮುಖ ಮಾಡ್ತಾಳೆ. ಅವಳ ಗಮನವೆಲ್ಲ ವೇಣು ಕಡೆ ಕೇಂದ್ರಿಕೃತವಾಗುತ್ತೆ. ಬದಲಾಗೋಕೆ ಇಷ್ಟು ಸಾಕು. ಒಂದ್ಸಲ ಪ್ರೀತಿ ಶುಭ್ರ ಜಲದಲ್ಲಿ ಮಿಂದ್ರೆ ಈ ಹುಚ್ಚಾಟದಿಂದ ಪೂರ್ತಿ ವಿಮುಕ್ತಳಾಗ್ತಾಳೆ. ಅವ್ರ ಜೀವನ ಸರ್ಯೋಗುತ್ತೆ!" ಗಾಳಿಯಲ್ಲಿ ತೇಲಿದ.

ಪ್ರಭಾಕರನಿಗೂ ಇದು ಸರಿಯೆನಿಸಿತು. ಈ ಯೋಚನೆಗೆ ಸಹಕಾರ ಕೊಡುವಂಥ ವ್ಯಕ್ತಿ ಬೇಡವೇ!?

"ಆದ್ರೂ ಅಷ್ಟೊಂದು ಸುಲಭವಲ್ಲ. ವೇಣು ಮಗುವಲ್ಲ. ಅಂತಹ ಒಬ್ಬ ಯುವತಿಯನ್ನ ಹುಡ್ಕೊದಾದ್ರೂ ಎಲ್ಲಿ? ನಮ್ಮ ಊಹೆಗೆ ಮೀರಿ ಮತ್ತೇನಾದ್ರೂ... ನಡೆದ್ರೆ....?"

"ಅಂಥದ್ದೇನು ಆಗೋಲ್ಲ. ಈಗ ವೇಣುನ ಒಪ್ಪಿ ಪದ್ಮಿನಿಯನ್ನ ಬಿಟ್ಬೋದ್ರು.... ಸರ್ಯೋಗೊಲ್ಲ. ವೇಣು ಪೂರ್ತಿಯಾಗಿ ಮಾನಸಿಕ ಸಮತೋಲನ ಕಳ್ದುಕೋತಾನೆ. ಮತ್ತೇನಾದ್ರೂ... ಹೆಚ್ಚಲ್ಲ."

ತಟ್ಟನೆ ಸರಳ ಹೆಸರನ್ನ ಪ್ರಭಾಕರನ ಮುಂದಿಟ್ಟಾಗ ಗಂಭೀರವಾಗಿ ನಿಂತುಬಿಟ್ಟ. ತಾಯಿ, ತಂದೆ ಮಗಳ ಮನೆಗೆ ಹೋಗಿದ್ದರೂ ಹಿಂದಿರುಗಿ ಬರುತ್ತಾರೆ. ಅಣ್ಣನಾದ ತಾನು ಅವಳ ಭವಿಷ್ಯದ ಬಗ್ಗೆ ಯೋಚಿಸಬೇಡವೇ? ಮರಕ್ಕೆ ಒರಗಿ ನಿಂತುಬಿಟ್ಟ.

ಆದರೆ ಆನಂದ ಚಾಣಾಕ್ಷ, ಜಾಣತನದಿಂದ ಒಪ್ಪಿಸಿದ. ಇಬ್ಬರೂ ಹಗುರ ಮನದಿಂದ ವೇಣು ಕ್ವಾರ್ಟರ್ಸ್ ಕಡೆ ಹೆಜ್ಜೆ ಹಾಕಿದರು.

ವೇಣು ಹೊರಗಡೆ ನಿಂತು ಆಕಾಶದ ಕಡೆ ನೋಡುತ್ತಿದ್ದ. ಗಂಭೀರಭಾವ ಅವನ ಮುಖದ ಮೇಲಿತ್ತು.

"ಊಟ ಆಯ್ತಾ ವೇಣು?" ಪ್ರಭಾಕರನತ್ತ ತಿರುಗಿದ. ಮುಖದ ಮೇಲೆ ಕಠೋರಭಾವ ಮಿನುಗಿತು. ನೋಟ ಆನಂದನನ್ನ ಇರಿಯಿತು. ಆನಂದ ಉಗುಳು ನುಂಗಿದ. "ಹಲೋ....." ನಾಲಿಗೆಯ ಮೇಲೆ ತುಟಿಯಾಡಿಸುತ್ತ.

ಬೇರೆಡೆ ಮುಖ ತಿರುಗಿಸಿದ ವೇಣು. ಮಿದುಳಿನಲ್ಲಿ ದೊಡ್ಡ ಹೋರಾಟ. ಪದ್ಮಿನಿಯ ಪ್ರತಿಬಿಂಬ ಕಣ್ಮುಂದೆ ಕುಣಿಯತೊಡಗಿತು. ರೋಷದಿಂದ ಹಲ್ಲುಗಳನ್ನ ಕಚ್ಚಿ ಹಿಡಿದ.

ಆನಂದ್, ಪ್ರಭಾಕರ್ ಮುಖಮುಖ ನೋಡಿಕೊಂಡರು. ಕೈಸನ್ನೆ ಮಾಡಿ ಮಾತಾಡಬೇಡವೆಂದು ಆನಂದನಿಗೆ ಸೂಚಿಸಿದ.

"ಅಲ್ಲಿಗೇ ಊಟಕ್ಕೆ ಹೋಗೋಣ ನಡಿ. ಸರಳ ಕಾಯ್ತಾ ಇರ್ತಾರೆ" ಪ್ರಭಾಕರನ ಗಂಟಲು ಒತ್ತಿ ಹಿಡಿದಂತಾಯಿತು.

"ಬೇಡ, ಮೆಸ್‌ನಿಂದ ತರ್ಸಿದ್ದೀನಿ." ಉದ್ವೇಗ ಹತ್ತಿಕ್ಕಿ ಸಮಾಧಾನದಿಂದ ನುಡಿದ.

ಮಿದುಳಿನಲ್ಲಿ ಭಯಂಕರ ಸಿಡಿತ. ತುಟಿ ಕಚ್ಚಿ ನೋವನ್ನ ನುಂಗಿದ. ಪ್ರಭಾಕರ ಅರಿತುಕೊಂಡ. ಆನಂದ್‌ಗೆ ಹೊರಟುಬಿಡುವಂತೆ ಸನ್ನೆ ಮಾಡಿದ. ಆನಂದ್ ಭಾರವಾದ ಹೆಜ್ಜೆಗಳನ್ನ ಎತ್ತಿ ಹಾಕುತ್ತ ಕತ್ತಲಿನಲ್ಲಿ ಕರಗಿಹೋದ.

"ಹೋಗ್ಲಿ, ಊಟ ಮಾಡೋಣ ನಡೀ." ವೇಣು ತೋಳನ್ನು ಬಳಸಿ ಒಳಗೆ ಕರೆದೊಯ್ದ. ಆ ಪ್ರಕರಣವನ್ನೇ ಮುಚ್ಚಿ ಬೇರೆ ಮಾತಾಡಿದ. ಆದರೆ ವೇಣು ಪದೇ ಪದೇ ಮುಖದ ಬೆವರನ್ನ ಒತ್ತುತ್ತಿದ್ದ.

ಕ್ಯಾರಿಯರ್‌ನಲ್ಲಿ ಊಟವನ್ನು ಎರಡು ತಟ್ಟೆಗಳಿಗೆ ಬಡಿಸಿದ. ಊಟ ನಿಧಾನವಾಗಿ ಸಾಗಿತು.

"ಆನಂದ ಯಾಕೆ ಬಂದಿರೋದು?" ಲೋಟದಲ್ಲಿನ ನೀರನ್ನ ಕೈಮೇಲೆ ಸುರಿದುಕೊಂಡ.

"ನಿನ್ನ ನೋಡೋ ಸಲುವಾಗಿ."

ವೇಣುವಿನ ಕಣ್ಣುಗಳು ಕೆಂಪಗಾದವು! ಅವಳನ್ನು ಪ್ರೀತಿಸುವವರು ಸಾಕಷ್ಟು ಮಂದಿ ಇದ್ದಾರೆ! ಮೈಯಲ್ಲಿನ ರಕ್ತವೆಲ್ಲ ಮುಖಕ್ಕೆ ನುಗ್ಗಿ ಕೆಂಪು ರಂಗು ರಾಚಿದಂತಾಯಿತು. ಅವುಡುಗಳು ಬಿಗಿದುಕೊಂಡವು. ನರಗಳು ಉಬ್ಬಿದವು.

ಹೆಗಲ ಮೇಲೆ ಬಿದ್ದ ಪ್ರಭಾಕರನ ಕೈನತ್ತ ನೋಡಿದ. ನೋಟ ಸರಿದು ಕಣ್ಣುಗಳಲ್ಲಿ ಇಣುಕಿತು. ಆತ್ಮೀಯತೆ ತುಂಬಿಕೊಂಡ ಸುಂದರ ಸರೋವರಗಳಂತೆ ಕಂಡವು.

ತುಟಿಯಂಚಿನ ಮಾಸದ ಆತ್ಮವಿಶ್ವಾಸದ ಕಿರುನಗು ಉದ್ವೇಗವನ್ನು ಹತ್ತಿಕ್ಕುವ ಪ್ರಯತ್ನ ಮಾಡಿತು.

"ಪದ್ಮಿನಿ ಮೇಲಿನ ಕೋಪಾನ ಆನಂದ್ ಕಡೆ ತೋರ್ಸೋದು ವಿದ್ಯಾವಂತರ ಲಕ್ಷಣವಲ್ಲ!" ಮೃದುವಾಗಿ ಹೇಳಿದ.

ಅವನ ಮುಖ ತಗ್ಗಿತು. ಏನಂತಹುದೋ ವ್ಯಾಕುಲ ಮುಖದ ಮೇಲೆ ಇಣಕಿ ಮರೆಯಾಯಿತು. ತಪ್ಪು ಮಾಡಿದ ಭಾವ ಕಣ್ಣುಗಳಲ್ಲಿ ಇಣಕಿತು.

"ಸಾರಿ...." ಒಳ್ಳೆಯತನ, ಕೋಪ, ಬೇಸರ, ಜಿಗುಪ್ಸೆಯನ್ನ ಮೆಟ್ಟಿ ಹೊರಗಡೆ ತೂರಿತು.

"ಪರ್ವಾಗಿಲ್ಲ, ಆನಂದ್ ರಿಯಲೀ ಜಂಟಲ್‌ಮನ್. ಇದ್ನೆಲ್ಲ ತಲೆಗೆ ಹಚ್ಕೊಳ್ಳೊಲ್ಲ. ತಂಗಿ ಬಗ್ಗೆ ಪ್ರೀತಿ ಇರೋ ಅಣ್ಣಂದಿರೆಲ್ಲ ಸ್ವಲ್ಪ ತಗ್ಗಿ ನಡ್ಯೋ ಯೋಚ್ನೆ ಮಾಡ್ತಾರೆ" ಒಗಟಿನಂತೆ ಹೇಳಿದ.

ಆಮೇಲೆ ನಿಧಾನವಾಗಿ ಪದ್ಮಿನಿ ಬಂದಿರುವ ಸುದ್ದಿ ಉಸುರಿದ. ವೇಣು ಜೋರಾಗಿ ನಕ್ಕುಬಿಟ್ಟ.

"ಮತ್ತೇನು ಬಿಟ್ಟು ಹೋಗಿದ್ದಾಳಂತೆ? ಇಲ್ಗೇ ಬರಕೂಡ್ದು ಅಂತ ಹೇಳಿದ್ನಲ್ಲ!" ಪ್ರಭಾಕರ ಸುಸ್ತಾದ.

ಪ್ಯಾಂಟ್ ಜೇಬಿನಲ್ಲಿ ಕೈಗಳನ್ನ ತುರುಕಿ ಅವನ ಕಡೆ ಬೆನ್ನಾಗಿ ನಿಂತು ನವಿರಾಗಿ ಹೇಳಿದ.

"ವೇಣು, ಆ ಅಧ್ಯಾಯಕ್ಕೆ ಮುಕ್ತಾಯ ಹಾಡಿ ಮೊದಲಿನಿಂದ ಪ್ರಾರಂಭ ಮಾಡು. ಜೀವನದಲ್ಲಿ ಎಷ್ಟೋ ಸಮಸ್ಯೆಗಳು ಎದುರಾಗುತ್ತೆ. ಅದಕ್ಕೆ ಎದೆಯೊಡ್ಡಬೇಕು. ಆದರೆ ತಿಳಿಯಾದ ಮನಸ್ಸನ್ನ ರಾಡಿ ಮಾಡ್ಕೋಬಾರ್ದು. ಪದ್ಮಿನಿ ಸ್ವಭಾವ ವಿಚಿತ್ರವೇ, ಹಾಗೇನು ಕೈಹಿಡಿದವ್ನನ್ನ ಉದಾಸೀನ ಮಾಡೋದು ಒಳ್ಳೇದಲ್ಲ!"

ಶಿಲೆಯಾಗಿ ಕೂತ ವೇಣು ತುಟಿಗಳ ಮೇಲೆ ವ್ಯಂಗ್ಯ ನಗು ಇಣಕಿತು. ಹಲ್ಲುಗಳು ಕಚ್ಚಿ ಹಿಡಿದ. ತಕ್ಷಣ ಅವನೆದೆಯಲ್ಲಿ ಪ್ರಶ್ನೆಯೊಂದು ಪುಟಿಯಿತು. ಪ್ರಭಾಕರ ತನ್ನ ಶ್ರೇಯೋಭಿಲಾಷೆಯೆ? ಕೈಯೆತ್ತಿ ಮುಖಕ್ಕೆ ಅಡ್ಡವಾಗಿ ಹಿಡಿದ. 'ಹೌದು ಹೌದು' ಮನ ಹುಚ್ಚೆದ್ದು ಚೀರಿತು. ಅದನ್ನ ಮಾತ್ರ ನಿರಾಕರಿಸಲಾರ ಪ್ರಾಮಾಣಿಕ ಪ್ರೀತಿಯ ಜಲವನ್ನ ಆ ಕುಟುಂಬದಲ್ಲಿಯೇ ಅವನು ಕಂಡಿದ್ದು. ಕೃತಕತೆ, ನಾಟಕೀಯ ಇಲ್ಲದಿರುವ ಸಂಬಂಧಗಳು ಜೀವನದಲ್ಲಿ ಕಾಣಬಹುದೆಂದು ನಂಬಿದ್ದು ಅವನಲ್ಲಿನ ಪ್ರಾಮಾಣಿಕ ಪ್ರೀತಿಯನ್ನು ನೋಡಿಯೇ.

"ಮುಗೀತಾ ಭಾಷಣ! ಎಂದಿನಿಂದ ಕಲ್ತೆ?"

ಇವನತ್ತ ತಿರುಗಿದ ಪ್ರಭಾಕರ ನೇರವಾಗಿ ಅವನನ್ನ ನೋಡಿದ. ಪದ್ಮಿನಿಯ ಅರ್ಥಹೀನ ಬಾಲಿಶ ನಡವಳಿಕೆ ಎಂಥಹವರನ್ನಾದರೂ ರೊಚ್ಚಿಗೆಬ್ಬಿಸುತ್ತೆ.

"ಪ್ಲೀಸ್, ಇನ್ನೊಂದು ಅವಕಾಶ ಕೊಡು. ಆನಂದ್ ಆಸೆಯ ಬೆಟ್ಟವನ್ನೇ ಹೊತ್ತು

ಬಂದಿದ್ದಾನೆ. ಸಾಧ್ಯವಾದಷ್ಟು ಅವ್ನ ಮನೋಭಾವ ಬದಲಾಗೋಕೆ ಪ್ರಯತ್ನಿಸೋಣ. ಕಡೆಗೆ ಮಾನಸಿಕ ತಜ್ಞರ ಸಲಹೆ ಪಡೆಯೋಣ; ಇಲ್ಲದಿದ್ರೆ."

"ಇಲ್ಲದಿದ್ರೆ..." ಎರಡು ಕೈಯಾಡಿಸಿದ.

"ಅದ್ನ ಯೋಚ್ಸೋದೇ ಬೇಡ." ಎರಡು ಕೈಗಳನ್ನು ಗಟ್ಟಿಯಾಗಿ ಹಿಡಿದುಕೊಂಡಾಗ ಆ ಪ್ರಭಾಕರನ ಕಣ್ಣುಗಳಲ್ಲಿ ಮಾನವತೆಯ ಸ್ಪಷ್ಟ ರೂಪನ್ನ ಕಂಡ. ನಿರಾಕರಿಸಲಾರದೆ ತಲೆ ತಗ್ಗಿಸಿದ.

ಪ್ರಭಾಕರ ಮೃದುವಾಗಿ ಅವನ ಕೈ ಅದುಮಿದ, ಮೇಣದಂಥ ಮನದ ದರ್ಶನವಾಯಿತು. ಯಾವ ಆಕಾರಕ್ಕೆ ಬೇಕಾದರೂ ರೂಪಿಸಬಹುದು.

"ಪ್ರಭಾ, ತೀರಾ ಕೆಲ ಸ್ವಲ್ಪ ಕಾಲದ ಪರಿಚಯದವನನ್ನೇ ಇಷ್ಟು ಪ್ರೀತಿಸುವ ವ್ಯಕ್ತಿ, ಇನ್ನ ನಿನ್ನವರನ್ನ ಎಷ್ಟು ಪ್ರೀತಿಸುವೆ?" ದನಿ ಕಂಪಿಸಿತು.

ಅವನ ತುಟಿಯಲ್ಲಿ ಕಿರುನಗು ಮೂಡಿ ಮಾಯವಾಯಿತು.

* * * *

ಆನಂದ್ ಎರಡು ದಿನದ ನಂತರ ತಂಗಿಯನ್ನ ಬಿಟ್ಟು ಹೊರಟುಹೋದ. ಸಾಕಷ್ಟು ಕಿವಿ ತೂಕು ಬೀಳುವಷ್ಟು ಬುದ್ಧಿವಾದ ಹೇಳಿದ್ದ. ಎಚ್ಚರಿಸಿದ್ದ.

ಬೆಳಿಗ್ಗೆ ಷೇವ್ ಮಾಡುತ್ತಿದ್ದ ವೇಣು ಕಿವಿಗೆ ಸರಳಳ ದನಿ ಬಿತ್ತು. ಹಾಗೆಯೇ ಹಿಂದಿರುಗಿದ. ಪದ್ಮಿನಿಯ ಬಳಿ ಏನೋ ಮಾತಾಡುತ್ತಿದ್ದ ಅವಳು ಇವನತ್ತ ನಡೆದು ಬಂದಳು. ಪುಟ್ಟ ಪ್ರಮೋದ್ ಅವಳ ಕೈಯಲ್ಲಿದ್ದ.

"ಬೆಳಿಗ್ಗೆನೇ ಬಂದ್ಬಿಟ್ಟಿದ್ದೀರಿ." ಕೈಚಾಚಿ ಪ್ರಮೋದನ ಗಲ್ಲ ಸವರಿಸಿದ. ನುಣುಪಾದ ಮೃದು ಸ್ಪರ್ಶದಿಂದ ಪುಳಕಿತನಾದ.

"ನಮ್ಮ ಪ್ರಮೋದ್‌ಗೆ ಬೆಳಗಿನ ವಾಕ್ ಇಷ್ಟ!" ಅವಳ ಕೈ ಬೆರಳುಗಳು ಪ್ರಮೋದನ ಕೂದಲಿನ ನುಣುಪು ನೋಡತೊಡಗಿತು.

ಅವನು ಷೇವ್ ಮುಗಿಸುವವರೆಗೂ ಸರಳ ಪ್ರಮೋದನ ಕೂಡ ಲಲ್ಲೆ ಮಾಡುತ್ತಾ ಅಲ್ಲೇ ಕೂತಳು. ವೇಣುಗೆ ಆಶ್ಚರ್ಯವೆನಿಸಿತು.

ಸರಳ ಅವನು ಕಂಡಂಗೆ ಚುರುಕಿನ ಹುಡುಗಿ; ಸೋಮಾರಿಯಲ್ಲ. ಸುಮ್ಮನೆ ಕಳೆದ ಕ್ಷಣಗಳನ್ನು ಲೆಕ್ಕ ಹಾಕುವಂಥ ಜಾಣೆ. ಎಂದೂ ಅವನ ಮುಂದೆ ಸಂಕೋಚ ಪ್ರದರ್ಶಿಸುತ್ತಿರಲಿಲ್ಲ. ನಿರ್ಮಿತ ರೇಖೆ ದಾಟಿ ಮುಂದಕ್ಕೆ ಬರುತ್ತಿರಲಿಲ್ಲ. ಕೆಲವು ಸಲ ಪ್ರಭಾಕರ ಇಲ್ಲದ ವೇಳೆಯಲ್ಲಿ ಅವನೇ ಹೋಗಿ ಆ ಕ್ವಾರ್ಟರ್ಸ್‌ನಲ್ಲಿ ಮಲಗುತ್ತಿದ್ದ. ಅವಳೇನು ಹೆದರುತ್ತಿರಲಿಲ್ಲ. ಹಾಯಾಗಿ ಮಲಗಿ ನಿದ್ರಿಸಿಬಿಡುತ್ತಿದ್ದಳು.

"ಜವಾಬ್ದಾರಿಯೆಂದ್ರೆ ಒಂದು ತರಹ ಕಿರಿಕಿರಿ. ನೀವಿದ್ದೀರಿ ಗಡದ್ದಾಗಿ ನಿದ್ದೆ ಬರುತ್ತೆ" ಎನ್ನುತ್ತಿದ್ದಳು.

ಎರಡು ಕೈಚಾಚಿ ಅವಳ ತೊಡೆಯ ಮೇಲೆ ಮಲಗಿ ಬೆಟ್ಟು ಚೀಪುತ್ತಿದ್ದ

ಪ್ರಮೋದನನ್ನು ಎತ್ತಿಕೊಂಡು ಮುತ್ತಿಟ್ಟ. ಕೆನ್ನ ಸವರಿದ. ತುಟಿಯ ಮೇಲೆ ಬೆರಳಾಡಿಸಿದ. ಎದೆಗೆ ಹಿತವಾಗುವಂತೆ ಅಪ್ಪಿಕೊಂಡ. ಅವಳತ್ತ ನೋಟವರಿಸಿದ. ಏನೋ ಕಿರಿಕಿರಿ ಅನುಭವಿಸುವಂತೆ ಕಂಡಳು. ಅವನ ಕಣ್ಣೋಟ ತೀಕ್ಷ್ಣವಾಯಿತು.

"ಏನೋ ಒಂದು ತರಹ ಇದ್ದಂಗೆ ಕಾಣ್ತೀರಾ!" ತಟ್ಟನೆ ತಲೆಯೆತ್ತಿದಳು. ಎಂದೂ ಕಾಣದ ಗಲಿಬಿಲಿ ಕಣ್ಣುಗಳಲ್ಲಿ, ಪೆಚ್ಚಾಗಿ ಕೈ ಕೊಡವಿದಳು. "ಏನೋ ಯೋಚಿಸ್ತಾ ಇದ್ದೆ!" ವೇಣು ನಕ್ಕುಬಿಟ್ಟ. ಕೈ ಚಾಚಿ ಪ್ರಮೋದನನ್ನು ಎತ್ತಿಕೊಂಡಳು.

"ಸ್ನಾನ ಮಾಡ್ಕೊಂಡ್ಬಂದ್ಬಿಡ್ತೀನಿ" ಟವಲನ್ನು ಹೆಗಲ ಮೇಲೆ ಹಾಕ್ಕೊಂಡು ಬಾತ್‌ರೂಮು ಕಡೆ ಹೋಗುತ್ತಿದ್ದವನು ಒಂದು ಕ್ಷಣ ನಿಂತು ಹಿಂದಿರುಗಿದ.

ಸರಳ ಕೆಳ ತುಟಿಯನ್ನು ಕಚ್ಚಿ ಹಿಡಿದು ಮುಜುಗರಪಡುತ್ತಿರುವಂತೆ ಕಂಡಳು. ಕಣ್ಣರಳಿಸಿದ. ಇದು ಅವನಿಗೆ ಹೊಸದು. ನಾಲ್ಕು ಹೆಜ್ಜೆ ಹಿಂದಕ್ಕೆ ಬಂದ.

"ಸರಳ...." ಬೆಚ್ಚಿಬಿದ್ದಳು.

"ಯಾಕೋ ಒಂದು ತರಹ ಇದ್ದೀರಾ! ಹೇಳಬಹುದಾದ್ರೆ ಹೇಳಿ" ಅವಳ ಮುಖ ಪೂರ್ತಿಯಾಗಿ ಬಿಳಚಿಕೊಂಡಿತು.

"ಏನಿಲ್ಲ...." ಅವನಿಗೆ ಬೆನ್ನು ಹಾಕಿ ಅಡಿಗೆಯ ಮನೆಯತ್ತ ನಡೆದಳು. ಪದ್ಮಿನಿ ತಲೆ ಬಗ್ಗಿಸಿಕೊಂಡು ತರಕಾರಿ ಹಚ್ಚುತ್ತಿದ್ದಳು. ಅವಳೆದೆಯಲ್ಲಿ ಅವಲಕ್ಕಿ ಬತ್ತ ಕುಟ್ಟಿದಂತಾಯಿತು.

"ಏನೋ ಮಾಡ್ತಾ ಇದ್ದೀರಿ!"

ಮಗುವನ್ನ ತೊಡೆಯ ಮೇಲೆ ಮಲಗಿಸಿಕೊಂಡು ಅವಳ ಸನಿಹದಲ್ಲಿಯೇ ಹೋಗಿ ಕೂತಳು. ಉಗುರಿಗೆ ಹಚ್ಚಿದ ಬಣ್ಣ ಎದ್ದು ಕಾಣುತ್ತಿತ್ತು.

ಚಿಗುರಿನಂಥ ಅವಳ ಬೆರಳುಗಳನ್ನೇ ದಿಟ್ಟಿಸಿದಳು. ಸುಂದರವಾಗಿ ಕಂಡವು. ತುಟಿಯಂಚಿಗೆ ಬಂದದ್ದನ್ನು ಅದುಮಿಟ್ಟಳು.

"ತರಕಾರಿ ಹೆಚ್ಚೋದೂಂದ್ರೆ... ತಲೆನೋವಿನ ಕೆಲ್ಸ!" ಬೆರಳನ್ನ ಮುರಿದು ನೆಟಿಗೆ ತೆಗೆದಳು.

"ನಾನು ಹೆಚ್ಚಿಕೊಡ್ತೀನಿ, ಬಿಡಿ."

ಪದ್ಮಿನಿ ತರಕಾರಿ ಈಳಿಗೆ ಮಣೆಯನ್ನ ಅವಳ ಮುಂದೆ ತಳ್ಳಿ ಬೆರಳುಗಳನ್ನ ನೋಡಿಕೊಳ್ಳುತ್ತ ಕೂತಳು. ತಿರುಗಿಸಿ ತಿರುಗಿಸಿ ನೋಡಿದಳು.

"ಅಬ್ಬ! ಎಂಥ ಚೆಂದದ ಬೆರಳು ನಿಮ್ದು!" ಮುಸ್ಲಿಂ ಯುವಕ ಚಂದಾನಿ ಸಿಕ್ಕಿದ ಅವಕಾಶವೇ ಉಪಯೋಗಿಸಿಕೊಂಡು ಅವಳ ಬೆರಳುಗಳನ್ನು ಸವರಿದ್ದ. ಆಕಾಶಕ್ಕೆ ಹಾರಿದ್ದಳು.

ಸ್ನಾನ ಮುಗಿಸಿ ಬಂದ ವೇಣು ಅಡಿಗೆಯ ಮನೆಯಲ್ಲಿ ಇಣುಕಿದಾಗ ಕೋಪ ಉಕ್ಕಿತು. ಮೂಗಿನ ತುದಿ ಕೆಂಪಾಯಿತು.

"ಸರಳ, ಸ್ವಲ್ಪ ಹೊರ್ಗಡೆ ಬರ್ತೀರಾ!"

ಅವಳ ಕೈಬೆರಳುಗಳು ಸ್ತಬ್ಧವಾಯಿತು. ಕೂತಲ್ಲಿಂದ ತಿರುಗಿ ನೋಡಿದಳು. ಕಣ್ಣುಗಳು ಕೆಂಪಗಾಗಿದ್ದವು. ಕೈಯಿಂದಲೇ ಹೊರಗೆ ಬರುವಂತೆ ಸನ್ನೆ ಮಾಡಿದ. ಪದ್ಮಿನಿ ಉರಿದುಬಿದ್ದಳು.

"ಅಡ್ಗೆ ಮನೆ ವಾತಾವರಣ ಮಗುಗೆ ಒಳ್ಳೇದಲ್ಲ!" ಕರೆದಿದ್ದಕ್ಕೆ ಹುಸಿ ಕಾರಣ ನೀಡಿ ಕೋಣೆಯತ್ತ ನಡೆದ.

"ಬರ್ತೀನಿ...." ಬಾಗಿಲ ಕಡೆ ನಾಲ್ಕು ಹೆಜ್ಜೆ ಹಾಕಿದಳು.

"ಸ್ಟಾಪ್, ನಾನು ಹೇಳಿದ್ದು ಅಡ್ಗೆ ಮನೆ ವಿಷ್ಯ ಮಾತ್ರ" ನಕ್ಕ. ಆದರೆ ಸರಳ ನಗಲಿಲ್ಲ.

"ಪರ್ವಾಗಿಲ್ಲ, ನಾನು ಬಂದು ತುಂಬ ಹೊತ್ತಾಯ್ತು. ಮಗೂಗೆ ಸ್ನಾನ ಮಾಡ್ಸಬೇಕು" ಅಲ್ಲಿಂದ ಕಾಲು ಕಿತ್ತಳು.

ನಿಧಾನವಾಗಿ ತಲೆ ತಗ್ಗಿಸಿಕೊಂಡು ನಡೆದಳು. ಪ್ರಭಾಕರ ವಿಷಯ ಅವಳ ಮುಂದಿಟ್ಟಾಗ ಎದೆಯೊಡೆದಂತಾಗಿತ್ತು. ಮುಖ ಬೆವರಿನಿಂದ ತೊಯ್ದು ಹೋಗಿತ್ತು.

"ಎಕ್ಸ್‌ಕ್ಯೂಜ್ ಮಿ. ನನ್ನೈಲಿ ಆಗೋಲ್ಲಪ್ಪ" ಎದೆಯ ಮೇಲೆ ಕೈಯಿಟ್ಟುಕೊಂಡು ಸೋತವಳಂತೆ ಹೇಳಿದ್ದಳು.

ಅರ್ಥ ಮಾಡಿಕೊಂಡ ಪ್ರಭಾಕರ ನವಿರಾಗಿ ವಿವರಿಸಿ ಹೇಳಿ ಅವಳನ್ನ ಒಪ್ಪಿಸಿದ್ದ. ಸೈರಿಸಲಾರದಂಥ ತಳಮಳ, ಸಂಕಟ, ಹೆಜ್ಜೆಗಳನ್ನು ಪ್ರಯಾಸದಿಂದ ಕಿತ್ತಿಡುತ್ತ ಸಾಗಿದ್ದಳು.

"ನನ್ನೈಲಿ ಪ್ರಮೋದನ್ನ ಕೊಡಿ" ವೇಣುವಿನ ದನಿಗೆ ಮುಖವೆತ್ತಿದಳು. "ಎಂದಿನಂತಿಲ್ಲ, ಇಲ್ಕೊಡಿ" ಪ್ರಮೋದನನ್ನು ಎತ್ತಿಕೊಂಡ.

ದಾರಿಯುದ್ದಕ್ಕೂ ಅವಳ ಸ್ವಭಾವಕ್ಕೆ ಹೊರತಾಗಿ ತಲೆ ತಗ್ಗಿಸಿ ಮೌನವಾಗಿ ನಡೆದಳು. ಇದನ್ನ ವೇಣುವಿನ ಮುಂದಿಟ್ಟು ಸಲಹೆ ಕೇಳುವುದು ಸರಳವಾದ ವಿಷಯವಲ್ಲ. 'ಪ್ರೇಮಿಸುವ ನಾಟಕ' ಆ ಸಂದರ್ಭದಲ್ಲೂ ನಗು ಬಂತು. ಕೈಯನ್ನು ಬಾಯಿಗೆ ಅಡ್ಡವಾಗಿಡಿದು ನಕ್ಕಳು.

ವಾರೆನೋಟದಿಂದ ಈ ನಗು ತಪ್ಪಿಸಿಕೊಳ್ಳಲಾಗಲಿಲ್ಲ.

"ಸದ್ಯ ತೀರಾ ಗಂಭೀರವಾದ ವಿಷ್ಯವಲ್ಲ!" ಅರ್ಥಗರ್ಭಿತವಾಗಿ ಹೇಳಿದಾಗ ಕಕ್ಕಾಬಿಕ್ಕಿಯಾದಳು. ಆದರೆ ನಗುವಿನ್ನೂ ಮುಖದ ಮೇಲಿಂದ ಮಾಸಿ ಹೋಗಿರಲಿಲ್ಲ.

ಕಿಟಕಿಯಲ್ಲಿ ಬರುತ್ತಿದ್ದ ಇವರನ್ನ ನೋಡಿದ ಲೀಲಾ ತುಟಿಗಳ ಮೇಲೆ ನಗು ಇಣಕಿತು. ಪ್ರಭಾಕರ ಅವಳ ಮುಂದೆ ವಿಷಯ ಇಟ್ಟಾಗ ಬಿದ್ದುಬಿದ್ದು ನಕ್ಕಿದ್ದಳು.

"ಬರೀ ನಾಲ್ಕು ದಿನದ ನಾಟ್ಕವಷ್ಟೆ!" ಮಡದಿಗೆ ಸಮಾಧಾನ ಹೇಳಿದ್ದ.

"ಬೆಳಗಿನ ವಾಕ್ ಮುಗೀತಾ?" ಕೇಳಿದಾಗ ವೇಣು ತಬ್ಬಿಬ್ಬು ಆಗಲಿಲ್ಲ. "ನಾನೇನು ಹೋಗಿಲ್ಲ. ಮಗೂಗೆ ರೂಢಿ ಮಾಡಿಸ್ತಾ ಇದ್ದೀರಲ್ಲ." ಮೆಲ್ಲಗೆ ಅಲ್ಲಿಂದ ಸರಿದುಹೋದಳು ಸರಳ.

ಪ್ರಮೋದ್ ಲೀಲಾಳ ಕೈ ಸೇರಿದಾಗ ಪ್ರಭಾಕರ್ ಹೊರಗೆ ಬಂದ. ಕೂದಲು ಅಸ್ತವ್ಯಸ್ತವಾಗಿ ಹಣೆಯ ಮೇಲೆ ಹರಡಿಕೊಂಡಿತ್ತು. ಬೆರಳಿನಿಂದ ಹಿಂದಕ್ಕೆ ತಳ್ಳಿದ.

"ಕೂತ್ಕೋ, ನಾಳೆಯಿಂದ ದಂಪತಿಗಳು ಬೆಳಗಿನ ವಾಕ್‌ಗೆ ಹೊರಟ್ರೆ ನಮ್ಮ ಪ್ರಮೋದ್‌ನ ಕರ್ಕೊಂಡ್ಹೋಗಿ." ಪ್ರಮೋದನ ಕೆನ್ನೆಯನ್ನ ಮೃದುವಾಗಿ ಹಿಂಡಿದ. ವೇಣು ಹುಬ್ಬು ಹಾರಿಸಿ ಎರಡು ಕೈ ಮೇಲಕ್ಕೆತ್ತಿ ನಕ್ಕ.

ವೇಣು ಸೋಫಾಕ್ಕೆ ಜಾರಿ ಕಾಲು ಮೇಲೆ ಕಾಲು ಹಾಕಿ ಕೂತ. ನಾಲಿಗೆಯಿಂದ ತುಟಿಯನ್ನ ಸವರಿಕೊಂಡ. ಮುಖ ಮೇಲೆತ್ತಿ ಬಿಸಿಯುಸಿರನ್ನ ಹೊರಗೆ ದಬ್ಬಿದ. ಬೆರಳು ತೊಡೆಯ ಮೇಲೆ ತಾಳ ಹಾಕುತ್ತಿತ್ತು. ಪ್ರಭಾಕರ ಅವನ ಮುಖದಲ್ಲಿ ಹುಡುಕಾಡಿ ನಿರಾಶನಾದ. ಪ್ರತಿದಿನ ಬದಲಾವಣೆಗಾಗಿ ಹುಡುಕಾಡುತ್ತಲೇ ಇದ್ದ. ಅಂತಹ ಒಂದು ದಿನಕ್ಕಾಗಿ ಕಾದಿದ್ದ.

ಬಲವಂತಕ್ಕೆ ಅಳುಕಿನಿಂದ ಒಪ್ಪಿಕೊಂಡಿದ್ದರೂ ಮುಂದುವರಿಯಲು ಹಿಂಜರಿಯುತ್ತಿದ್ದಳು. ಹೆಚ್ಚು ಒತ್ತಡವೇರುವುದು ಸರಿಯೆನಿಸಲಿಲ್ಲ. ಬಾಯಿಬಿಟ್ಟು ಈ ಯೋಜನೆಯನ್ನು ವೇಣುವಿನ ಮುಂದಿಡಲು ಹಿಂದೂ ಮುಂದೂ ನೋಡುತ್ತಿದ್ದ. ಪ್ರೀತಿಯ ಆಧಾರದಿಂದ ಅವನ ತಲೆಯ ಸಿಡಿತ ವಾಸಿಯಾಗಬೇಕಿತ್ತು. ಹತ್ತಿಕ್ಕೊ ಪ್ರಯಾಸದಲ್ಲಿ ವೇಣು ಎದೆಯ ಮೇಲೆ ಒತ್ತಡ ಬಿದ್ದು ಉದ್ವೇಗಕ್ಕೆ ಒಳಗಾಗುತ್ತಿದ್ದ.

"ಸರಳ, ತಿಂಡಿ ತಗೊಂಡ್ಬಾರಮ್ಮ" ಎರಡು ಕಾಲುಗಳನ್ನ ಮೇಲಕ್ಕೆತ್ತಿಕೊಂಡು ಪದ್ಮಾಸನ ಹಾಕಿಕೊಂಡು ಕುಳಿತಾಗ ವೇಣು ತುಟಿಯಂಚಿನಲ್ಲಿ ಕಿರುನಗು ಮಿನುಗಿತು. "ಇದೇನು ಹೊಸ ಅಭ್ಯಾಸ?" ಕಣ್ಣಿಂದಲೇ ತೋರಿ ಕೇಳಿದ.

ತಟ್ಟನೆ ಪ್ರಭಾಕರನ ಕಾಲುಗಳು ಕೆಳಗಿಳಿದವು.

"ಇದು ನಮ್ಮ ತಾತನ ಅಭ್ಯಾಸ. ಅವ್ರು ಇದೇ ವಿರಾಮ ಕುರ್ಚಿ ಮೇಲೆ ಹೀಗೇನೆ ಪದ್ಮಾಸನ ಹಾಕ್ಕೊಂಡು ಕೂತು ಕತೆ ಹೇಳ್ತಾ ಇದ್ರು. ಅವ್ರ ನೆನಪಿನ ಶಕ್ತಿ ಎಷ್ಟೊಂತ ನೆನೆದ್ರೆ ಆಶ್ಚರ್ಯವಾಗುತ್ತೆ. ಹಿ ಈಸ್ ಗ್ರೇಟ್." ನೆನಪಿನಾಳದ ಮುತ್ತುಗಳು ಒಡೆದು ಚೆಲ್ಲಾಡಿದಾಗ ಮ್ಲಾನವದನನಾದ.

"ಅವ್ರು ಸತ್ಮೇಲೆ ನಾವು ಖಂಡಿತ ಬದುಕ್ಲಾರೆವು ಅಂತ ಅನ್ನಿಸಿಬಿಟ್ಟಿತು!" ಅವನ ಸ್ವರ ಭಾರವಾಯಿತು.

ವೇಣುವಿನ ಭಾವನೆಗಳು ಬಲವಂತವಾಗಿ ಮುಗ್ಗರಿಸಿದವು. ಅಂತಹ ಅನುಬಂಧದ ಯಾವ ಸರಪಣಿಗಳೂ ಅವನನ್ನ ನೋಯಿಸಿರಲಿಲ್ಲ. ವರ್ಷಕ್ಕೊಮ್ಮೆಯಾದರೂ ಅವನ ನೆನಪಿನಲ್ಲಿ ಚೆಲ್ಲಾಡುತ್ತಿದ್ದರೋ ಇಲ್ಲವೋ! ವರ್ಷಕ್ಕೊಮ್ಮೆ ಮಾಡುವ ತಿಥಿಯಲ್ಲೂ ರಾಮನಾಥ್ ಯಾರನ್ನೂ ಜ್ಞಾಪಿಸಿಕೊಂಡು ಪತ್ರ ಬರೆಯುತ್ತಿರಲಿಲ್ಲ. ಮನೆಯಲ್ಲಿರುವವರೇ ಅಂದು ಬೇರೆ ನೆಪಗಳನ್ನೊಡ್ಡಿಕೊಂಡು ಹೊರಗೆ ಉಳಿಯುತ್ತಿದ್ದರು. ಶಾಸ್ತ್ರ ಸಂಪ್ರದಾಯಗಳನ್ನ ಉಳಿಸಿಕೊಳ್ಳಲು ಈ ಕರ್ಮ ಆಚರಿಸುತ್ತಿದ್ದರೇನೋ! ಎಂದೂ ತಂದೆತಾಯಿಯನ್ನ ನೆನೆಯುತ್ತಿರಲಿಲ್ಲ.

"ನಿಮ್ಮ ತಾತ ತುಂಬ ಅದೃಷ್ಟವಂತ್ರು. ಸತ್ಮೇಲೂ ತಮ್ಮ ಹಿರಿಯತನದ

ಗೌರವಾಭಿಮಾನಗಳನ್ನು ನಿಮ್ಮ ಹೃದಯದಲ್ಲಿ ಉಳಿಸಿಕೊಂಡಿದ್ದಾರೆ” ಗಂಟಲು ಭಾರವಾಯಿತು. ಅವನ ಕಣ್ಮುಂದೆ ಮಂಜು ಹರಡಿಕೊಂಡಿತು.

ತಿಂಡಿ ತಟ್ಟೆಗಳನ್ನ ಸರಳ ತಂದಾಗ ವೇಣು ಕೆಳಕ್ಕೂ, ಮೇಲಕ್ಕೂ ನೋಡಿ ನಂತರ ಪ್ರಭಾಕರನತ್ತ ನೋಟ ಬೀರಿದ.

ಅಂಗೈ ಎತ್ತಿ ಹಿಡಿದ. “ಬೇಡ ಸಾರ್, ಶ್ರೀಮತಿಯವ್ರ ಪಾಕ ರುಚಿ ನೋಡೋ ಆಸೆ ಇದೆ” ಪ್ರಭಾಕರ ಮರು ಮಾತನಾಡಲಾರ. ಅದು ಅವನ ಅಪೇಕ್ಷೆ ಕೂಡ.

“ಓ.ಕೆ. ಮೈ ಫ್ರೆಂಡ್” ತುಟಿ ಕೊಂಕಿಸಿ ನಕ್ಕ.

“ಸರಳ, ತುಂಬ ವರೀ ಮಾಡೋ ಹಂಗೆ ಕಾಣುತ್ತೆ. ಎಂದಿನಂತಿಲ್ಲ!” ಸರಳಳ ಎದೆ ಧಸಕ್ಕೆಂದಿತು. ವಾರೆಗಣ್ಣಿನಿಂದ ಪ್ರಭಾಕರ ಅವಳತ್ತ ನೋಡಿ ನಗುತ್ತ ಹೇಳಿದ.

“ಅವ್ರಿಗೆ ಕೆಲ್ಸದ ಯೋಚ್ನೆ ಕೆಲ್ಸ ಸಿಕ್ಕಿದ್ರೂ ಪ್ರಮೋದನ್ನ ಬಿಟ್ಹೋಗ್ಬೇಕಲ್ಲ ಅನ್ನೋ ಚಿಂತೆ.”

ತನ್ನ ಕಿವಿಗೆ ಬೀಳಲೇ ಇಲ್ಲವೆನ್ನುವಂತೆ ಸರಳ ಅಡಿಗೆಯ ಮನೆಯತ್ತ ನಡೆದಳು. ತೂಗಾಡುವ ಜಡೆಯತ್ತಲೇ ಇತ್ತು ವೇಣುವಿನ ನೋಟ.

ಬರೀ ಕಾಫಿ ಕುಡಿದು ತನ್ನ ಕ್ವಾರ್ಟರ್ಸ್‌ನತ್ತ ನಡೆದ. ಬೆಳಗಿನ ಬಿಸಿಲು ಚುರುಕಾಗಿತ್ತು. ಕೈಯನ್ನ ಮುಖಕ್ಕೆ ಅಡ್ಡವಾಗಿಡುತ್ತ ಬಿಸಿಲನ್ನು ತಪ್ಪಿಸಿಕೊಳ್ಳುತ್ತ ನಡೆದ.

ಹೊರಗಡೆ ಬಿಸಿಲಿಗೆ ಕೂದಲನ್ನ ಒಡ್ಡಿ ಪದ್ಮಿನಿ ಬ್ರಷ್ ಮಾಡುತ್ತಿದ್ದಳು. ಅಲೆಅಲೆಯಾಗಿ ಮಿಂಚುತ್ತಿದ್ದವು. ಸವರುವ ಮನಸ್ಸಾಯಿತು. ಆಸೆಯನ್ನ ಅದುಮಿಟ್ಟು ಒಳಗೆ ನಡೆದ. ಮನೆಯಲ್ಲಿ ವಿಲಕ್ಷಣ ಮೌನ.

ಬರಿದಾದ ಷೋಕೇಸಿನಂತೆ ಹೃದಯವೂ ಬರಿದಾಗಿತ್ತು. ಎರಡನ್ನ ತುಂಬುವ ಮನಸ್ಸು ಪದ್ಮಿನಿಗಿಲ್ಲ. ಪ್ರತಿಭಾಸಂಪನ್ನ ರೂಪಸಿಗೆ ಅದರ ಅಗತ್ಯ ಕಂಡಿರಲಾರದು. ಕೈಯನ್ನು ಪ್ಯಾಂಟು ಜೇಬಿನೊಳಕ್ಕೆ ತುರುಕಿ ಮುಖ ಮೇಲೆತ್ತಿ ನಿಟ್ಟುಸಿರು ದಬ್ಬಿ ಕೂದಲನ್ನ ಬೆರಳುಗಳಿಂದ ಹಿಂದಕ್ಕೆ ತಳ್ಳಿದ.

“ಪದ್ಮಿನಿ, ತಿಂಡಿ ತಗೊಂಡ್ಬಾ” ಕೂತು ಕಾಲುಗಳನ್ನು ಟೀಪಾಯಿ ಕೆಳಕ್ಕೆ ನೂಕಿದ.

ಐದು ನಿಮಿಷಗಳ ನಂತರ ಪದ್ಮಿನಿ ಒಳಗೆ ಬಂದಳು. ಬಿಚ್ಚುಗೂದಲು ಸ್ವತಂತ್ರವಾಗಿ ಹಾರಾಡುತ್ತಿದ್ದವು. ಪ್ರಸಿದ್ಧ ಲ್ಯಾವೆಂಡರ್ ಪರಿಮಳ ಮೂಗಿಗೆ ಬಡಿಯಿತು.

ತಟ್ಟೆ ತಂದು ಟೀಪಾಯಿ ಮೇಲಿಟ್ಟು ಅಲ್ಲೇ ಕೂತಳು. ಮೆಲ್ಲನೆ ಹುಬ್ಬೆತ್ತಿ ನೋಡಿ ಹೇಳಿದ.

“ನೀನೂ ತಗೋ....”

ಸುಮ್ಮನೆ ಕೂತಿದ್ದ ಪದ್ಮಿನಿ ಎದ್ದು ಹೋಗಿ ಮತ್ತೊಂದು ತಟ್ಟೆಯಲ್ಲಿ ತಿಂಡಿ ತಿಂದಳು. ಒಂದು ಕ್ಷಣ ಉಗುರಿನ ಬಣ್ಣ ನೋಡಿದಳು. ನಾಜೂಕಾಗಿ ತಿನ್ನತೊಡಗಿದಳು.

ಒಂದು ಸಲ ಬಾಯಿಗಿಟ್ಟ ವೇಣು ಮುಖ ಕಿವುಚಿದ. ಕಣ್ಣುಗಳು ಕೆಂಡದುಂಡೆಗಳನ್ನ ಉಗುಳಿದವು. ತಟ್ಟೆಯನ್ನ ದೂಡಿ ಎದ್ದು ಹೋದ. ಉಗುಳಿ ಬಾಯಿ ತೊಳೆದು ಬಂದ.

"ನೀನು ಮಾಡಿರೋದೇನು?" ಕಟುವಾಗೇ ಪ್ರಶ್ನಿಸಿದ. ಅವಳ ಕೋಮಲ ಮೈ ತರತರನೆ ನಡುಗಿದಾಗ ತಲೆ ಚಚ್ಚಿಕೊಂಡು ವರಾಂಡಕ್ಕೆ ಬಂದ.

ತಲೆಯ ಮೇಲೆ ಕೈಯೊತ್ತು ಕೂತುಬಿಟ್ಟ. ಮಿದುಳಿನಲ್ಲಿ ಅಗ್ನಿಸ್ಫೋಟ. ಅವಳನ್ನು ಸುಧಾರಿಸುವಲ್ಲಿ ತಾನು ಪೂರ್ತಿ ಸೋತು ಹೋಗಬಹುದೆಂದು ಹೆದರಿದ.

"ಆನಂದ್, ದಯವಿಟ್ಟು ನನ್ನ ಅರ್ಥಮಾಡ್ಕೋ. ಅವ್ಳಿಗೆ ಹೃದಯ, ಮನಸ್ಸು ಏನಿದ್ಯೋ ಇಲ್ಲವೋ ದೇವ್ರಿಗೆ ಗೊತ್ತು! ಈ ಹೆಣ್ಣನ್ನು ಸುಧಾರಿಸೋಕಾಗೋಲ್ಲ!" ಸಹನೆ ಕಳೆದುಕೊಂಡು ಹೇಳಿದ್ದ. ಆನಂದ್ ಮುಖ ತಗ್ಗಿಸಿದ್ದ. ಈ ವಿಚಿತ್ರ ವ್ಯಾಧಿಗಳ ಸಂಘಟನೆ ಇವಳಲ್ಲಿ ಹೇಗಾಯಿತು? ತಲೆ ತುರಿಸಿಕೊಂಡಿದ್ದ.

"ಈ ಸಲ ಖಂಡಿತ ಸರ್ಯೋಗ್ತಾಳೆ ಅಂತ ನನ್ನ ನಂಬಿಕೆ." ಎರಡು ಕೈ ಹಿಡಿದುಕೊಂಡು ಕಣ್ಣಲ್ಲಿ ಕಣ್ಣಿಟ್ಟು ದೈನ್ಯದಿಂದ ಹೇಳಿದ್ದ – ಎದ್ದು ಶತಪತ ಸುತ್ತತೊಡಗಿದ.

ಅವಳ ಕೈಯಲ್ಲಿದ್ದ ಪ್ಲೇಟ್ ನೆಲಕ್ಕೆ ಬಿತ್ತು. ಚೆಲ್ಲಿಹೋದ ಉಪ್ಪಿಟ್ಟಿನತ್ತ ನೋಡಿದಳು. ಬೆರಳಿನ ಚೆಂದ ನೋಡುತ್ತಾ ಭಾವಾಭಿನಯ ಮಾಡುತ್ತಿದ್ದ ಅವಳು ಉಪ್ಪಿಗೆ ಬದಲಾಗಿ ಸಕ್ಕರೆ ಹಾಕಿ ವಿಶಿಷ್ಟ ರುಚಿಯ ಉಪ್ಪಿಟ್ಟು ಮಾಡಿದ್ದಳು. ಯೋಚಿಸಿದಳು. ಅವಳೆದೆಯಲ್ಲಿ ರೋಷ ಹೆಡೆಯಾಡಿತು.

"ಬೇಕಾದ್ರೆ ತಿನ್ನಿ.... ಇಲ್ಲದಿದ್ರೆ ಅಡ್ಗೆಯವ್ರನ್ನ ಇಟ್ಕೊಳ್ಳಿ!" ಗೊಣಗಿದಳು. ಪ್ರತಿಭೆ ಕಾಲಡಿಯಲ್ಲಿ ಬಿದ್ದು ಬಿಕ್ಕಬಿಕ್ಕಿ ಅತ್ತಂತಾಯಿತು. ಕೂತು ಕಣ್ಣೀರು ಸುರಿಸಿದಳು.

ಒಳಗೆ ಬಂದ ವೇಣು ಕಲ್ಲಿನಂತೆ ನಿಂತುಬಿಟ್ಟ. ರೋಷ ಕಣ್ಣೀರಿನ ನಡುವೆ ಕರಗಿಹೋಯಿತು. ತಬ್ಬಿ ಸಂತೈಸಬೇಕೆನ್ನುವ ಮನಸ್ಸಾಯಿತು. ಪ್ರೀತಿಯಿಂದ ಅವಳು ಎಂತಹ ಕೆಟ್ಟ ರುಚಿಯ ತಿಂಡಿಯನ್ನ ನೀಡಿದ್ದರೂ ತಾನು ಬಾಯಿ ತೆರೆಯುತ್ತಿರಲಿಲ್ಲವೇ?! ಈ ಹೆಣ್ಣಿಗೆ ಪ್ರೀತಿಸೋದನ್ನ ಹೇಗೆ ಕಲಿಸುವುದು? ಕಾಲೇಜಿನ ಕನಸ್ಸು ವಿಲಕ್ಷಣ ಪ್ರತಿಭೆಯ ಹುಚ್ಚಿಗೆ ಹೇಗೆ ಸಮಾಧಿ ಕಟ್ಟುವುದು?

ಸಮೀಪಕ್ಕೆ ಹೋಗಿ ಕೂತ. ತೋರುಬೆರಳಿನಿಂದ ಕಣ್ಣೀರನ್ನ ತೊಡೆದ.

"ಹೋಗ್ಲಿ ಬಿಡು" ಬಳಸಿ ಎದೆಗೊತ್ತಿಗೊಂಡ.

"ಸ್ವಲ್ಪ ಜಾಣೆ ಆಗ್ಬೇಕೂ..." ಅವನತ್ತ ತಿರುಗಿ ಕಣ್ಣರಳಿಸಿದಳು. ಮೀಸೆಯ ಕೆಳಗಿನ ಪುಟ್ಟ ಬಾಯಿ ಮುದ್ದಾಗಿ ಕಂಡಿತು.

ಬಾಯಿಗೆ ಬಂದ ಮಾತುಗಳನ್ನ ಅದುಮಿಡಿದ. ಅವಳ ಬಳಿ ಮಾತಾಡುವುದಕ್ಕೆ ಭಯಪಡುತ್ತಿದ್ದ. ಅಸಂಬದ್ಧವಾಗಿ ಮಾತಾಡಿ ಅವನಲ್ಲಿ ರೋಷ ಉಕ್ಕಿಸಿಬಿಡುತ್ತಿದ್ದಳು.

"ಹೋಗಿ ಮುಖ ತೊಳ್ಕೊ." ಉತ್ಸಾಹ ತಗ್ಗಿದ ದನಿಯಲ್ಲಿ ಹೇಳಿ ಮೇಲಕ್ಕೆದ್ದ.

ಅವಳಿಗೆ ತೀರಾ ಹತ್ತಿರವಾಗಲು ಪ್ರಯತ್ನಿಸುತ್ತಿದ್ದ. ಎರಡು ಕೊಂಡಿಗಳು ಬೆಸೆದುಕೊಂಡರೆ ಮಿಕ್ಕೆಲ್ಲ ಪರಾರಿ. ಆದರೆ ಅದೇ ಸಾಧ್ಯವಾಗುತ್ತಿರಲಿಲ್ಲ.

ಜೀಪು ಬಂದು ನಿಂತಾಗ ಹೊರಗೆ ತಳ್ಳಿದಂತೆ ಹೋಗಿ ಕೂತ. ಹಸಿವಿನ ಸಂಕಟದಿಂದ ಒದ್ದಾಡಿದ.

ಮುಖ ತೊಳೆದ ಪದ್ಮಿನಿ ಅರ್ಧ ಗಂಟೆ ಕನ್ನಡಿಯ ಮುಂದೆ ನಿಂತು ಅಲಂಕರಿಸಿಕೊಂಡಳು. ರೂಪಿನ ಬಗ್ಗೆ ಸಂತಸವೆನಿಸಿತು. ಒಂದು ಕ್ಷಣ ಮಂಕಾಗಿ ಕೂತಳು. ಅಪ್ಪ, ಅಮ್ಮನ ನಿಸ್ಸಹಾಯಕತೆ ಮನದಲ್ಲಿ ಸುಳಿದಾಗ ಅಣ್ಣಂದಿರನ್ನ ಚಚ್ಚಿಹಾಕಿಬಿಡಬೇಕೆನಿಸಿತು.

"ಅವ್ವಾ, ಬಂದೀನಿ" ಹುಸೇನಮ್ಮನ ಸ್ವರ ಅವಳನ್ನು ಎಚ್ಚರಿಸಿದಾಗ ಕೋಣೆಯಿಂದ ಹೊರಗೆ ಬಂದಳು. "ಇದ್ನೆಲ್ಲ.... ತೆಗೀ" ಹುಸೇನಮ್ಮನ ನೋಟ ತಿಂಡಿಯ ತಟ್ಟೆಗಳ ಕಡೆ ಹರಿದಾಗ ಕಣ್ಣುಗಳಲ್ಲಿ ಅಚ್ಚರಿ ಇಣಕಿತು. ಇಷ್ಟು ಆಹಾರ ಪೋಲಾಗಿದ್ದಕ್ಕೆ ವ್ಯಸನವೂ ಆಯಿತು.

"ಎಂಥ ಕೆಲ್ಸ ಆಗೋಯಿತ್ರಿ!"

ಚೆಲ್ಲಿದ್ದನ್ನ ತಟ್ಟೆಗೆ ಎತ್ತಿ ಹಾಕಿದಳು. ಬೆರಳುಗಳು ನಡುಗುತ್ತಿದ್ದವು. ಮುಖ ಮೇಲೆತ್ತಿ ಪದ್ಮಿನಿಯ ಕಡೆ ನೋಡಿದಳು. ತಟ್ಟೆಗಳನ್ನ ಎತ್ತಿಕೊಂಡು ಬಚ್ಚಲು ಮನೆಯ ಕಡೆ ನಡೆದಳು.

"ಎಂಥ ಹೆಣ್ಣು ಹೆಂಗ್ಸು ಬಿಡ್ರಿ, ನಮ್ಮಪ್ಪ! ಇಂಥ ಆಕೀನ ನೋಡೇ ಇಲ್ಲ." ಬಾಯಿ ಮೇಲೆ ಕೈಯಿಟ್ಟುಕೊಂಡು ಗೊಣಗಿಕೊಂಡಳು.

ಒಂದಿಷ್ಟು ಅನ್ನ, ಸಾರು ಮಾಡಿಟ್ಟ ಪದ್ಮಿನಿ ಎರಡು ಬಿಸ್ಕತ್ ಪ್ಯಾಕೆಟ್‌ಗಳನ್ನ ಮುಗಿಸಿ ಒಂದು ಕಡೆ ಹಾಯಾಗಿ ಕೂತಳು. ಕಾಲೇಜಿಗೆ ಬರುವವರೆಗೆ ಅಷ್ಟಿಷ್ಟು ಓದುವ ರೂಢಿ ಇತ್ತು. ಆಮೇಲೆ ಪುಟ್ಟ ಪುಟ್ಟ ಪದ್ಯಗಳನ್ನ ಗೀಚಿ ಅಪ್ಪ, ಅಮ್ಮನ ಮುಂದಿಡಿದು ಶಭಾಷ್ ಗಿಟ್ಟಿಸಿದ ಮೇಲೆ ತಾನು ದೊಡ್ಡ ಲೇಖಕಿಯಾದ ಕನಸು ಕಂಡ ಮೇಲೆ ಪುಸ್ತಕಗಳ ಕಡೆ ಕಣ್ಣೆತ್ತಿ ನೋಡುವುದನ್ನ ಬಿಟ್ಟಳು. ಆದರೆ ಅವಳ ಅವಪ್ರಜ್ಞೆಯಲ್ಲಿ ಅದು ಉಳಿದುಹೋಗಿತ್ತು.

ಮಧ್ಯಾಹ್ನ ಪೂರ್ತಿಯಾಗಿ, ಹಸಿದುಕೊಂಡೇ ವೇಣು ಮನೆಗೆ ಬಂದ. ಹಟದಿಂದ ಮೆಸ್ ಕಡೆಗೂ ಮುಖ ಹಾಕಿರಲಿಲ್ಲ. ಬಟ್ಟೆ ಬದಲಾಯಿಸಿ ಹಾಲ್‌ನಲ್ಲಿ ಅತ್ತಿಂದಿತ್ತ ಇತ್ತಿಂದತ್ತ ನಡೆದಾಡಿದ. ಹಲ್ಮುಡಿ ಕಚ್ಚಿದ. ತಲೆಯ ಮೇಲೆ ಸುತ್ತಿಗೆಯಿಂದ ಹೊಡೆದಂತಾಯಿತು. ಕುಸಿದು ಕೂತ. ಅಸ್ಪಷ್ಟವಾದ ಕರೆಗಳು. ವಿಚಿತ್ರವಾದ ದೃಶ್ಯಗಳು. ಎರಡು ಕೈಯಲ್ಲೂ ತಲೆಯನ್ನು ಒತ್ತಿ ಹಿಡಿದುಕೊಂಡ. ಪ್ರೀತಿಯಿಲ್ಲದ ಬದ್ಕು. ಸ್ಮಶಾನಕ್ಕೆ ಸಾಗಿಸುವ ಹೆಣ. ಎರಡು ಒಂದೇ - ಅಸ್ಪಷ್ಟವಾಣಿ. ನರಳಲಾರಂಭಿಸಿದ.

ಊಟ ಮುಗಿಸಿಕೊಂಡು ಬಂದ ಪ್ರಭಾಕರ ಗಾಬರಿಯಾದ. ಮೈಯಿನ ಶಕ್ತಿಯೆಲ್ಲ ಕಾಲಿನ ಬುಡದಲ್ಲಿ ಸುರಿದುಹೋದ ಅನುಭವವಾಯಿತು.

"ಪದ್ಮಿನಿ, ಪದ್ಮಿನಿ" ಸೋತ ಸ್ವರದಲ್ಲಿಯೇ ಕೂಗಿದ.

ತನ್ನದೇ ಆದ ಲೋಕದಲ್ಲಿ ವಿಹರಿಸುತ್ತಿದ್ದ ಪದ್ಮಿನಿ ಹೊರಗೆ ಬಂದಳು. ಪ್ರಭಾಕರ ಅವನನ್ನು ಎದೆಗೊರಗಿಸಿಕೊಂಡು ತಲೆಯನ್ನು ಮೃದುವಾಗಿ ಅಮುಕುತ್ತಿದ್ದ.

"ಏನಾಯ್ತು?" ಅವಳ ಸ್ವರದಲ್ಲಿ ಗಾಬರಿಯಿತ್ತು.

"ವೇಣು ಊಟ ಮಾಡಿದ್ನಾ?" ಗೊತ್ತಿಲ್ಲವೆನ್ನುವಂತೆ ತಲೆಯಾಡಿಸಿದಾಗ ಭಾರವಾದ ಉಸಿರನ್ನ ಹೊರದಬ್ಬಿದ. ಈ ಉದಾಸೀನತೆ ಅವನನ್ನು ಪೂರ್ತಿಯಾಗಿ ಕೊಂದುಬಿಡುತ್ತಿದೆಯಲ್ಲ. ಮನ ಭೋರೆಂದು ಹೊರಳಿ ಹೊರಳಿ ಅತ್ತಿತ್ತು.

"ಸ್ವಲ್ಪ ಡಾಕ್ಟರ್‌ನ್ನ ಕರ್ಕೊಂಡ್ಬನ್ನಿ."

ಪ್ರಭಾಕರನ ತುಟಿಯಂಚಿನಲ್ಲಿ ವೇದನೆಯ ಕಿರುನಗು ಇಣಕಿತು. ಅವಳ ಮುಖವನ್ನ ಅವಲೋಕಿಸಿ ತಲೆ ಕೆಳಗೆ ಹಾಕಿದ.

ಸಂಜೆಯ ವೇಳೆಗೆ ಸ್ವಲ್ಪ ವೇಣು ಚೇತರಿಸಿಕೊಂಡರೂ ಮೈ ಮನಸ್ಸು ಬಳಲಿತ್ತು. ನಿರಾಶೆಯ ನೆರಳಲ್ಲಿ ನಿಂತ ಅನುಭವವಾಯಿತು.

"ಸ್ವಲ್ಪ ಕಾಫಿ ಕುಡೀತೀರಾ?" ಅಜ್ಞಾತ ಪ್ರಪಂಚದಿಂದ ಬಂದ ಮಂಜುಳನಾದದಂತಿತ್ತು.

ಸ್ವರ ಬಂದ ಕಡೆ ಮುಖ ತಿರುಗಿಸಿದ. ಮೊದಲು ನೋಟಕ್ಕೆ ಸಿಕ್ಕಿದವಳು ಸರಳ. ರೆಪ್ಪೆಗಳು ಮಲಗಿದವು.

ವಾರೆಗಣ್ಣಿನಿಂದ ಸರಳ ಪದ್ಮಿನಿಯತ್ತ ನೋಡಿದಳು. ಬೇಸರ ಬೆರೆತ ಎಂತಹದೋ ಭಾವ! ಯಾವ ಪ್ರತಿಕ್ರಿಯೆಯೂ ಇಲ್ಲದೆ ಕೂತಿದ್ದಳು.

ಸ್ವಲ್ಪ ಬಾಗಿ ಅವನ ಹಣೆಯ ಮೇಲೆ ಕೈಯಿಟ್ಟಳು. ಅವನೆದೆ ಉದ್ವೇಗದಿಂದ ಏರಿಳಿಯತೊಡಗಿತು. ಮೈ ಮೃದುವಾಗಿ ಕಂಪಿಸತೊಡಗಿತು. ಅಪರಾಧ ಭಾವನೆ ತಲೆ ಹಾಕಿತು. ಗಂಟಲು, ನಾಲಿಗೆ ಒಣಗಿತು. ಬಿಕ್ಕುವಂತಾಯಿತು.

ತಟ್ಟನೆ ಪದ್ಮಿನಿ ಎದ್ದು ಹೋದಾಗ ಒಂದು ಕ್ಷಣ ಸಂತೋಷವಾಯಿತು. ಮನ ಹಕ್ಕಿಯಂತೆ ಆಕಾಶಕ್ಕೆ ಹಾರಿತು. ಅವಳಲ್ಲಿ ಅಸೂಯೆಯುಂಟಾಗಿದೆ. ಇನ್ನಾದರೂ ವೇಣುವಿನತ್ತ ಗಮನಹರಿಸಿಯಾಳು. ಅವನ ಪ್ರೀತಿಯನ್ನ ಹಿಡಿದಿಡುವ ಮನಸ್ಸು ಮಾಡಿಯಾಳು. ಕೈ ಹಿಂದಕ್ಕೆ ಬಂತು. ವೇಣು ಕಣ್ತೆರೆದ. ಮೆಲ್ಲಗೆ ಎದ್ದು ಕೂತ.

ಫ್ಲಾಸ್ಕಿನಲ್ಲಿದ್ದ ಕಾಫಿಯನ್ನ ಲೋಟಕ್ಕೆ ಬಗ್ಗಿಸಿ ಅವನ ಮುಂದೆ ಹಿಡಿದಳು. ಮೆಲ್ಲಗೆ ತಲೆ ಎತ್ತಿದ.

"ಯಾವಾಗ್ಬಂದ್ರಿ?" ಮೆಲುವಾಗಿ ಕೇಳಿದ.

"ಸೊಲ್ಪೊತ್ತು ಆಯ್ತು. ಕುಡೀರಿ..."

ಕೈಚಾಚಲಾರದಂಥ ಆಲಸಿಕೆ, ಬಳಲಿಕೆ, ಕೈಯತ್ತ ನೋಡಿಕೊಂಡು ಅರೆನಕ್ಕ.

"ನಾನೇ ಕುಡುಸ್ಲಾ?" ವೇಣು ಹೆಚ್ಚಿಗೆ ಭಾವಿಸಲಿಲ್ಲ. ಆ ಮನೆಯವರ

ಅಂತಃಕರಣದ ಬೆಲೆಯನ್ನ ಬಲ್ಲ. ಸ್ವಾರ್ಥಕ್ಕಾಗಿ ಸಹಾಯಹಸ್ತ ನೀಡುವುದು ಅವರ ಜಾಯಮಾನಕ್ಕೆ ಬಂದಿದ್ದಿಲ್ಲ.

ಗುಟುಕು ಗುಟುಕಾಗಿ ಹೀರಿದ. ಎಂದಿಲ್ಲದ ರುಚಿ ಇಂದು ಬಂದಿತ್ತು.

"ತುಂಬ ಥ್ಯಾಂಕ್ಸ್" ಆ ಕಣ್ಣುಗಳಲ್ಲಿನ ಹೊಳಪನ್ನ ನೋಡುತ್ತಲೇ ಹೇಳಿದಾಗ ಅವನ ನೋಟದಲ್ಲಿ ಸಂಕೋಚ ಇಣಕಿತು. ತಣ್ಣನೆಯ ಕಣ್ನೋಟದಲ್ಲಿ ಮುಳುಗುವ ಮನಸ್ಸಾಯಿತು ವೇಣುಗೆ. ತಟ್ಟನೆ ಬೆಚ್ಚಿದ.

"ಈಗ ಬರ್ತಾನೆ ಪ್ರಭಣ್ಣ". ನಿಲ್ಲಲಾರದೆ ಹೊರಗೆ ಹೋದಳು.

ಅವಳೆದೆ ಹೊಡೆದುಕೊಳ್ಳಲು ಶುರುವಾಯಿತು. ಪದ್ಮಿನಿ ತನ್ನ ಬಗ್ಗೆ ಏನೆಂದು ತಿಳಿಯಬಹುದು? ಛಿ... ಮುಖ ಕಿವಿಚಿದಳು.

"ಪದ್ಮಿನಿ, ನಾನ್ಬರ್ತೀನಿ" ಹೇಳಿ ಹೊರಟೇಬಿಟ್ಟಳು.

ತಿರುವಿಗೆ ಬಂದಾಗ ಪೆರುಮಾಳ್ ಎದುರಾದ. ಅವನಾಗಲೇ ಕುಡಿದು ಬಂದಿದ್ದ. ಬಾಯಿಗೆ ಬಂದಿದ್ದನ್ನ ಒದರುತ್ತಿದ್ದ. ತಲೆಬುಡವೊಂದೂ ಗೊತ್ತಾಗಲಿಲ್ಲ. ದಾಟಿಕೊಂಡು ದೂರ ನಡೆದಳು.

ತಕ್ಷಣ ತನಗೊಂದು ಕೆಲಸ ಸಿಕ್ಕರೇ.... ಸಿಗಬಹುದು. ಆದರೆ ವೇಣು... ಸಹಾನುಭೂತಿಯಿಂದ ಅವಳೆದೆಯೊಡೆದಂತಾಯಿತು.

ಮನೆಗೆ ಬಂದಾಗ ಅತ್ತಿಗೆ ಲೀಲಾ ಒಂದಷ್ಟು ಬಟ್ಟೆ ಪೇರಿಸಿಕೊಂಡು ಐರನ್ ಮಾಡುತ್ತಿದ್ದಳು. ವಾರೆನೋಟದಿಂದ ಇವಳೆಡೆ ನೋಡಿ ಮೆಲುನಗೆ ನಕ್ಕಳು.

"ವೇಣು ಹೇಗಿದ್ದಾರೆ?" ಸರಳ ನೆಲದ ಮೇಲೆ ಕುಸಿದು ಕೂತಳು.

ಲೀಲಾ ಐರನ್ ಬಾಕ್ಸ್ ತೆಗೆದಿಟ್ಟು ಅವಳ ಪಕ್ಕದಲ್ಲಿ ಬಂದು ಕೂತಳು. ಹಗುರವಾಗಿ ಹಾರಾಡಿಕೊಂಡಿರುತ್ತಿದ್ದ ಸರಳ ತಲೆಯ ಮೇಲೆ ಬಂಡೆ ಹೊತ್ತವಳಂತೆ ಮಂಕಾಗಿರುತ್ತಿದ್ದಳು.

ಭುಜದ ಮೇಲೆ ಕೈಯಿಟ್ಟಳು. ಬೆರಳಿನಿಂದ ಮುಖವನ್ನ ತನ್ನ ಕಡೆಗೆ ತಿರುಗಿಸಿಕೊಂಡಳು. ಕೆನ್ನೆ ಸವರಿದಾಗ ಮುದುರಿ ಕೂತಳು.

"ಅತ್ಗೆ - ತುಂಬ ಕಷ್ಟ!" ಕೈ ಕೊಡವಿದಳು.

ಲೀಲಾ ಮುತ್ತು ಉದುರುವಂತೆ ಸುಂದರವಾಗಿ ನಕ್ಕಳು. ತಳಮಳ ಅರ್ಥವಾಗದ್ದಲ್ಲ.

"ಯಾಕೆ ಕಷ್ಟ! ನೀನು ಏನೇನೂ ಪ್ರಯೋಜನವಿಲ್ಲ! ಸಣ್ಣ ಸಣ್ಣ ಹುಡ್ಗಿಯರೆಲ್ಲ ಮೊದಲ್ನೇ ಬಾಲ್‌ಗೆ ವಿಕೆಟ್ ಪಡೀತಾರೆ. ಇನ್ನು ವೇಣು ಅಂಥ ಹುಡ್ಗನ್ನ ಬಲೆಗೆ ಹಾಕ್ಕೊಳ್ಳೋದು ಕಷ್ಟನಾ!"

ಸರಳ ಅಪ್ರತಿಭಳಾದಳು. ಕಣ್ಣುಗಳಲ್ಲಿ ಗಾಬರಿ ಕಾಣಿಸಿಕೊಂಡಿತು. ಎದೆಯ ಬಡಿತ ಒಂದೇ ಸಮನೆ ಏರಿತು. ಸೋತವಳಂತೆ ಲೀಲಾ ಭುಜದ ಮೇಲೆ ತಲೆಯಿಟ್ಟು ಕಣ್ಣು ಮುಚ್ಚಿದಳು. ಲೀಲಾಳ ಕೈ ಅವಳ ಕೆನ್ನೆಯ ಮೇಲಾಡಿತು.

"ನೀನೇನು ಯೋಚ್ನೆ ಮಾಡ್ಬೇಡ. ಹೆಣ್ಣು ಅಸೂಯೆಯ ಪ್ರತಿರೂಪ ಅನ್ನೋದು ಕೆಲವರ ಮಟ್ಟಿಗೆ ಸುಳ್ಳಲ್ಲ. ಪದ್ಮಿನಿ ಕೂಡ ಸಾಧಾರಣ. ಹೆಚ್ಚು ಆದರ್ಶಗಳು, ಮೌಲ್ಯಗಳು, ವಿಚಾರ ಪ್ರಜ್ಞೆ ಇಂತಹುಗಳ ಗಂಧ ಅವ್ಳಿಗಿಲ್ಲ. ಹುಚ್ಚುಹುಚ್ಚಾಗಿ ತಲೆ ಕೆಡ್ಸಿಕೊಂಡಿದ್ದಾಳೆ. ವೇಣು ಕೈತಪ್ಪಿ ಹೋಗೋ ಸ್ವಲ್ಪ ಸುಳಿವು ಸಿಕ್ಕಿದ್ರೂ ಸಾಕು – ಅವ್ನು ರಃ ಕಡೆ ಬರ್ದಂತೆ ದಿಗ್ಬಂಧನ ಹಾಕ್ಬಿಡ್ತಾಳೆ. ಆಮೇಲೆ ವೇಣುನೆ ಸಾಕಪ್ಪ, ಇವ್ಳ ಪ್ರೀತಿಯ ಕಾಟಾಂತ ಚಡಪಡಿಸಬೇಕು!" ಬಾಯಿಗೆ ಬೆರಳುಗಳನ್ನು ಅಡ್ಡಹಿಡಿದು ಮುಸಿ ಮುಸಿ ನಕ್ಕಳು.

"ನಗೋಕೇನಿದೆ... ಶೂರ್, ರಿಸಲ್ಟ್ ನಂಗೊತ್ತು!" ಕಣ್ಣು ಹಾರಿಸಿ ಮೆಲುನಗೆ ನಕ್ಕಳು. ಸರಳ ಹೃದಯ ಎಷ್ಟೋ ಹಗುರವಾಯಿತು.

ಲೀಲಾಳ ಸರಸ ಸಂಭಾಷಣೆ ಸರಳ ಮತ್ತು ಪ್ರಭಾಕರನಿಗೆ ಮಾತ್ರ ಸೀಮಿತ. ಬೇರೆಯವರಿಗೆ ಅವಳು ಗಂಭೀರ ಹೆಣ್ಣು. ಅತ್ತೆ, ಮಾವನವರ ಪಾಲಿಗೆ ಮುದ್ದಿನ ಸೊಸೆ.

"ನಾನು ಇಸ್ತ್ರಿ ಮಾಡ್ತೀನಿ ಬಿಡಿ" ಮೇಲಕ್ಕೆದ್ದಾಗ ಕೈ ಹಿಡಿದು ಕೂಡಿಸಿದಳು. "ನಾನು ಮಾಡ್ತೀನಿ, ನೀನೇ ಕೂತ್ಕೊ." ಮೇಲಕ್ಕೆದ್ದಳು.

ರಾತ್ರಿ ಒಂಬತ್ತು ಗಂಟೆಯ ವೇಳೆಗೆ ಪ್ರಭಾಕರ ಮನೆಗ ಬಂದ. ಅತ್ತಿಗೆ, ನಾದಿನಿ ಅವನ ದಾರಿ ಕಾದು ಬೇಸತ್ತು ಹೋಗಿದ್ದರು.

"ಲೇಟಾಯ್ತು" ತಲೆಯ ಮೇಲಿನ ಕ್ಯಾಪ್ ತೆಗೆದ.

"ಅದು ಗೊತ್ತು" ಲೀಲಾ ರಾಗ ಎಳೆದಾಗ ಕ್ಯಾಪ್ ಅವಳ ತಲೆಯ ಮೇಲಿರಿಸಿ ಕೋಣೆಯ ಕಡೆ ನಡೆದ. ಅರಿಯದವಳಂತೆ ಲೀಲಾ ಸರಳ ತಲೆಗೆ ಹಾಕಿ ಅಡಿಗೆಯ ಮನೆಯತ್ತ ನಡೆದಳು.

"ಪ್ರಭಣ್ಣ, ಅತ್ಗೇ ತುಂಬ ಬುದ್ಧಿವಂತ್ಲು" ಕ್ಯಾಪ್ ಕೈಯಲ್ಲಿಡಿದು ಹೇಳಿದಾಗ ಪ್ರಭಾಕರ ಮೆಲುನಗೆ ನಗುತ್ತಾ ಬಾತ್‌ರೂಂನತ್ತ ನಡೆದ.

ಕೋಣೆಗೆ ಬಂದ ಸರಳ ಮಂಕಾಗಿ ಕೂತಳು. ಬೇಸರವೆನಿಸಿದಾಗ ಪ್ರಮೋದನ ಕೆನ್ನೆ ಸವರಿದಳು. ಬಲವಂತವಾಗಿ ಎತ್ತಿಕೊಂಡು ರಮಿಸಿದಳು.

"ನೀವಿಬ್ರೂ ಊಟ ಮಾಡ್ಬಿಡಿ" ಹೆಗಲ ಮೇಲೆ ಸಣ್ಣರಾಗ ಹಾಡುತ್ತಿದ್ದ ಅವನನ್ನು ಹೊರಗೆ ಎತ್ತಿಕೊಂಡು ಹೋದಳು. ಕೈಬೆರಳು ಮೃದುವಾಗಿ ಅವನ ಬೆನ್ನ ಮೇಲಾಡುತ್ತಿತ್ತು.

ನೆರೆಗಿಗಳನ್ನ ಎತ್ತಿ ಕೈಯಲ್ಲಿಡಿದ ಲೀಲಾ ಹೊರಗೆ ಬಂದಳು. ತಂಗಾಳಿಗೆ ಅಲ್ಲಿಯೇ ನಿಲ್ಲಬೇಕೆನಿಸಿತು.

"ನೀನ್ಹೋಗಿ ಬಡ್ಸು. ನಾನು ಸುಧಾರಿಸ್ತೀನಿ. ಕೈ ಮುಂದೆ ಚಾಚಿದಾಗ ಸರಳ ಎರಡೆಜ್ಜೆ ಹಿಂದಕ್ಕೆ ಹೋದಳು. ಅವಳ ತುಟಿಗಳ ಮೇಲೆ ಪರಿಹಾಸ್ಯದ ನಗು ಅರಳಿತು. "ನೋ.... ನೋ.... ಅದೆಲ್ಲ ಸಾಧ್ಯವಿಲ್ಲ. ತಾವೇ ಬಡ್ಸಬಹುದು" ಲೀಲಾ ಕೆನ್ನೆ ಜಿಗುಟಿ ಒಳಗೆ ಹೋದಳು.

ಶುಭ್ರ ಆಕಾಶ, ಮಂದವಾಗಿ ಬೀಸುವ ಮಾರುತ. ದೂರದ ಕಾಡಿನಿಂದ ಗಾಳಿಯು ತರುವ ಮೊಗ್ಗು ಬಿರಿಯುವ ಮಧುರ ಪರಿಮಳ. ದೂರದ ಅಸ್ಪಷ್ಟ ಸದ್ದುಗಳು ಉತ್ಸಾಹವನ್ನು ತುಂಬಿತು. ಸಣ್ಣ ದನಿಯಲ್ಲಿ ಹಾಡತೊಡಗಿದಳು.

ಪ್ರಮೋದ್ ಹೆಗಲ ಮೇಲೆ ನಿದ್ದೆ ಹೋದ. ಆದರೆ ಅವಳ ಉತ್ಸಾಹದ ಲಹರಿ ಬದಲಾಗಲಿಲ್ಲ. ಕೈ ಪ್ರಮೋದನ ಬೆನ್ನ ಮೇಲಿತ್ತು. ಬೆರಳುಗಳು ಮೃದುವಾಗಿ ತಾಳ ಹಾಕುತ್ತಿದ್ದವು.

"ಸರಳ...." ಪ್ರಭಾಕರನ ಏರಿದ ಧ್ವನಿಗೆ ಹೆಜ್ಜೆಗಳು ಒಳಕ್ಕೆ ಸರಿದವು. ಪ್ರಮೋದನನ್ನ ಮಲಗಿಸಿ, ಮೈತುಂಬ ಬೆಚ್ಚಗೆ ಹೊದ್ದಿಸಿ ಬಗ್ಗಿ ಹಣೆಗೆ ಹೂಮುತ್ತು ಇಟ್ಟು ಹೊರಗೆ ಬಂದಳು.

"ಮಲಗಿದ್ನಾ?" ಹುಬ್ಬೆತ್ತಿ ಪ್ರಶ್ನಿಸಿದಳು ಲೀಲಾ.

"ಮಲಕೊಂಡ.... ಎದ್ರೂ... ಹೇಳ್ಬೋದು!" ತಟ್ಟೆಯ ಮುಂದೆ ಕೂತಾಗ ಲೀಲಾ ಮೊಟಕಿ ಅನ್ನದ ಪಾತ್ರೆ ಕೈಗೆತ್ತಿಕೊಂಡಳು.

"ಅಬ್ಬಬ್ಬ! ಒಂದ್ನಿಮಿಷ ಪುರುಸೊತ್ತಾಗಿರೋಕೆ ಇಷ್ಟಪಡೋಲ್ಲ!"

ತಂಗಿಯತ್ತ ನೋಟವರಿಸಿ ಮೆಲುನಗೆ ನಕ್ಕ. ಬೆರಳುಗಳು ಹುಳಿಯನ್ನದಲ್ಲಾಡುತ್ತಿದ್ದವು. ಆದರೆ ಮನಸ್ಸು ಮಾತ್ರ ವೇಣುವಿನ ವಿಷಯವಾಗಿ ಯೋಚಿಸುತ್ತಿತ್ತು.

"ವೇಣುಗೆ ಹೇಳ್ದೇನೇ ಬಂದ್ಬಿಟ್ಟೆಯಂತೆ!"

ಅವಳ ಮುಖದ ಗೆಲುವು ತಗ್ಗಿತು. ತುಟಿ ಅಲುಗಾಡಿತು. ಸ್ವರ ಮಾತ್ರ ಹೊರಗಡೆ ಬರಲಿಲ್ಲ. ಪ್ರಭಾಕರ ತಲೆ ಬಗ್ಗಿಸಿಕೊಂಡು ಊಟ ಮಾಡುತ್ತಿದ್ದ.

"ಇದು ಸರ್ಯೋಗಲ್ಲ" ಪ್ರಭಾಕರ ತಟ್ಟನೆ ತಲೆಯೆತ್ತಿದ. ಅವಳ ನೋಟ ತಗ್ಗಿತು. ತುಸು ಬಗ್ಗಿ "ಯಾವ್ದೂ?" ಅಂದ. ತುಟಿ ಬಿಗಿದು ಕೂತಳು. ಅವನ ಕೈ ಸ್ತಬ್ಧವಾಯಿತು.

"ವೇಣುನ ಈ ತಲೆ ಸಿಡಿತಕ್ಕೆ ಬಲಿಕೊಡೋಕೆ ನಂಗಿಷ್ಟವಿಲ್ಲ. ಡಾಕ್ಟ್ರು ಪ್ರಕಾರ ಇದು ಶಾರೀರಿಕ ತೊಂದರೆಯಲ್ಲ. ಮಾನಸಿಕ ಅಸ್ವಸ್ಥತೆಯಿಂದ ಅವ್ನೂ ನರಳ್ತಾ ಇದ್ದಾನೆ. ಕೃತಕತೆ ತುಂಬಿದ ನಾಟಕೀಯ ಸಂಬಂಧಗಳಿಂದ ಬೇಸತ್ತು ಹೋಗಿದ್ದಾನೆ. ಮದ್ವೆ ವ್ಯಕ್ತಿಯ ಜೀವನಕ್ಕೆ ಒಂದು ತಿರುವು. ಬದುಕಿನುದ್ದಕ್ಕೂ ಸಂತೃಪ್ತಿ, ಸಮಾಧಾನ ತುಂಬಿಕೊಡಬೇಕಾದಂಥ ದಿನಗಳು. ಪದ್ಮಿನಿ ವಿಚಿತ್ರ ನಡತೆಯಿಂದ ಮಾನಸಿಕ ಸ್ಥಿತಿ ಮೇಲೆ ಬಲವಾದ ಪೆಟ್ಟು ಬಿದ್ದಿದೆ. ಈಗ ಪ್ರೀತಿಯ ಪರಿಸರ ಅಗತ್ಯವಿದೆ" ಕಡೆಯ ವಾಕ್ಯವನ್ನು ಒತ್ತಿ ಹೇಳಿದ.

"ಸದ್ಯಕ್ಕೆ ಪದ್ಮಿನಿನ ರಿಪೇರಿ ಮಾಡ್ಬೇಕು."

ಲೀಲಾ ಮೆಲ್ಲಗೆ ತಲೆಯೆತ್ತಿ ನಾದಿನಿಯ ಕಡೆ ನೋಡಿದಳು. ಮಗುವಿನಂಥ ಮುಗ್ಧತನ ಕಂಡು "ಇವಳು ಎಂ.ಎ. ಕಲಿತ ಹೆಣ್ಣಾ!" ಮೂಗಿನ ಮೇಲೆ ಬೆರಳಿಟ್ಟಳು.

ಕೈತೊಳೆದು ಬಂದ ಪ್ರಭಾಕರ ನಿಂತು ಹೇಳಿದ.

"ಲೀಲಾ, ಒಂದ್ಸಲ ವೇಣುನ ನೋಡ್ಕೊಂಡ್ಬಂದ್ಬಿಡ್ತೀನಿ. ಬರೋ ಹಾಗಿದ್ರೆ ಬಾ."

ಅತ್ತಿಗೆ, ನಾದಿನಿಯರು ಮುಖ ಮುಖ ನೋಡಿಕೊಂಡರು. ವೇಣುವಿನ ಮೇಲಿನ ಸ್ನೇಹ ತಂತು ಬಿಗಿದ ಅಂತಃಕರಣಕ್ಕೆ ದಂಗಾದರು. ಮನದಲ್ಲಿ ಪ್ರಶ್ನೆಗಳು ಎದ್ದು ಉತ್ತರ ಕಾಣದೆ ಸುಮ್ಮನಾಗಿರಬಹುದು.

"ಬರ್ತೀನಿ" ಸರಳ ತಟ್ಟೆಗೆ ಎರಡು ಸೌಟು ಸಾರು ಹಾಕಿದಳು.

ಬೇಗ ಊಟ ಮುಗಿಸಿ ಗಂಡನ ಜೊತೆ ಹೊರಟಳು. ದಾರಿಯುದ್ದಕ್ಕೂ ಪ್ರಭಾಕರ ವೇಣುವಿನ ಬಗ್ಗೆಯೇ ಮಾತಾಡುತ್ತಿದ್ದ.

"ಅಬ್ಬ! ಎಷ್ಟೊಂದು ಪ್ರೀತಿ!" ಉದ್ಗರಿಸಿದಳು.

ಅವಳ ಕಡೆ ವಾಲಿ ತಲೆಯ ಮೇಲೆ ಮೊಟಕಿದ. ಪ್ರಭಾಕರ ಹೃದಯ ಸಮರಸದ ಪ್ರೀತಿಯ ಸರೋವರ. ಮದುವೆಯಾಗಿ ಲೀಲಾ ಮನೆಗೆ ಬಂದ ಮೇಲೂ ತಾಯಿ ತಂದೆಯವರಲ್ಲಿನ ಅವನ ಪ್ರೀತಿ ಗುಲಗಂಜಿಯಷ್ಟು ಕೂಡ ಕಡಿಮೆಯಾಗಿರಲಿಲ್ಲ. ತಂಗಿಯರಿಗೆ ಅವನು ಪ್ರೀತಿಯ ಅಣ್ಣ ಪಾರ್ಥನ ಬಗ್ಗೆಯಂತೂ ಅವನ ಕಳಕಳಿ ಅಸಾಧ್ಯ. ನಾಲ್ಕು ದಿನ ಅವನಿಂದ ಪತ್ರ ಬರುವುದು ತಡವಾದರೂ ಚಡಪಡಿಸುತ್ತಿದ್ದ. ಇವೆಲ್ಲ ಮಡದಿಯ ಮೇಲಿನ ಪ್ರೀತಿಗೆ ಮಾರಕವಾಗಿರಲಿಲ್ಲ. ತುಂಬು ಪ್ರೇಮದ ಹೊನಲನ್ನೇ ಅವಳ ಕಡೆಹರಿಸುತ್ತಿದ್ದ. ಈಗಂತೂ ಪ್ರಮೋದನ ಜವಾಬ್ದಾರಿ ಅರಿತ, ಮಮತಾಮಯಿ ತಂದೆಯಾಗಿದ್ದ.

ಅವನ ತಾಯಿ ತುಂಬು ಹೃದಯದಿಂದ ಮಗನ ಬಗ್ಗೆ ಹೇಳುತ್ತಿದ್ದರು.

"ಪ್ರೀತಿಸೋದು ನಮ್ಮ ಪ್ರಭಾಕರನ್ನ ನೋಡಿ ಕಲೀಬೇಕು. ಚಿನ್ನದಂಥ ಹೃದಯ. ಸಾರ್ಥಕ ವ್ಯಕ್ತಿ!" ಆಗ ಅವರ ಕಣ್ಣುಗಳು ನಕ್ಷತ್ರಗಳಂತೆ ಮಿನುಗುತ್ತಿದ್ದವು.

ನೆನೆದ ಲೀಲಾಳ ಹೃದಯ ತುಂಬಿ ಭೋರ್ಗರೆಯಿತು. ಅಲೆಗಳ ನರ್ತನ ಮೈಮರೆಸುವಂತಿತ್ತು.

"ಒಂದ್ವಿಷ್ಯ..." ಕೈ ಸೊಂಟದ ಸುತ್ತ ಹಾಕಿ ಹತ್ತಿರಕ್ಕೆಳೆದುಕೊಂಡ. ಬಿಸಿಯುಸಿರು ಅವಳ ಕೆನ್ನೆಯ ರಂಗನ್ನು ಹೆಚ್ಚಿಸಿತು. "ಪದ್ಮಿನಿ ಬಗ್ಗೆ ನಿಂಗೇನು ಅನ್ನಿಸುತ್ತೆ?"

ಮೌನವಾಗಿ ಲೀಲಾ ಯೋಚಿಸಿದಳು. ಹತ್ತು ಜನರಲ್ಲಿ ಎದ್ದು ಕಾಣುವ ರೂಪವಿದೆ. ಅದನ್ನ ಯಾರೂ ಇಲ್ಲವೆನ್ನಲು ಸಾಧ್ಯವಿರಲಿಲ್ಲ. ಸಂಗೀತ, ಸಾಹಿತ್ಯ, ನೃತ್ಯದ ಬಗ್ಗೆ ಅಭಿರುಚಿಯೇನು ಕಾಣಲಿಲ್ಲ. ಬಾಯಿಬಿಟ್ಟು ಹೇಳುವುದರಿಂದ 'ಹೌದೇನೋ!' ಎಂದುಕೊಳ್ಳಬೇಕಾಗಿದೆ. ಇದೊಂದು ರೀತಿಯ ಹುಚ್ಚುತನವೇ!?

"ವಿಲಕ್ಷಣ ಸ್ವಭಾವದ ಹೆಣ್ಣು. ಕಾಲೇಜಿನಲ್ಲಿ ಯಾವನೋ ತಮಾಷೆಗೆ ಬರ್ದ ಪತ್ರ ಇಟ್ಕೊಂಡು ಓದೋದೂಂದ್ರೆ ಅರ್ಥವೇನು! ಮಿದುಳಿನ ಅಂಶವೇ ಕಡ್ಮೆ.... ಇರ್ಬೇಕೂ" ನೇರವಾದ ಹಾದಿಯನ್ನು ತೋರಿಸಿದಂತಾಯಿತು.

"ನೋಡೋಣ" ಬಿಸಿಯುಸಿರು ದಬ್ಬಿದ.

ಇವರಿಬ್ಬರು ವೇಣು ಕ್ವಾರ್ಟರ್ಸ್‌ಗೆ ಬಂದಾಗ ವರಾಂಡದಲ್ಲಿದ್ದ ಬೆತ್ತದ ಛೇರ್

ಮೇಲೆ ಕೂತು ಕಾಲುಗಳನ್ನ ಟೀಪಾಯಿ ಮೇಲೆ ಹಾಕಿ ಎದೆಯ ಮೇಲೆ ಕೈಕಟ್ಟಿ ಕಣ್ಮುಚ್ಚಿ ಒರಗಿದ್ದ.

"ವೇಣು...." ಬೆತ್ತದ ಛೇರ್ ಹಿಡಿಯ ಮೇಲೆ ಕೈಹಾಕಿ ಮುಂದಕ್ಕೆ ಬಗ್ಗಿದ. ವೇಣು ತಟ್ಟನೇ ಕಣ್ತೆರೆದು ಲೀಲಾನ ನೋಡಿ ಮುಗುಳ್ನಗುತ್ತ ಕಾಲುಗಳನ್ನ ಎಳೆದು ಕೆಳಗಿಟ್ಟು ಸರಿಯಾಗಿ ಕೂತ.

"ನಿದ್ದೆಗೆ ಡಿಸ್ಟರ್ಬ್ ಆಯ್ತೇನೋ!" ಲೀಲಾ ಸ್ವರದಲ್ಲಿ ಸಂಕೋಚ ಇಣಕಿತು.

"ಎಂಥದ್ದೂ ಇಲ್ಲ. ಪ್ರಮೋದ್ ಎಲ್ಲಿ?" ಅವನ ಕಣ್ಣುಗಳಲ್ಲಿ ಆಸೆ ಇಣಕಿತು.

ಅವನು ತಂಗಿ ವಾಸಂತಿ ಹೆಚ್ಚು ಕಡಿಮೆ ಮನೆ ಕೆಲಸದವಳ ಕೈಯಲ್ಲಿಯೇ ಬೆಳೆದವಳು. ಪ್ರೀತಿಸುವ, ಮುದ್ದಾಡುವ ಪರಿಸರದಿಂದ ಅವರನ್ನ ವಿಮುಕ್ತಗೊಳಿಸಿದ್ದರು ರಾಮನಾಥ್, ವಿನುತಮ್ಮ. ಆದ್ದರಿಂದ ಪುಟ್ಟ ಮಗುವನ್ನ ಪ್ರೀತಿಸುವ, ಲಲ್ಲೆಗೆರೆದು ಸಂತೋಷಿಸುವ, ಅದರ ಬಳಿಯಲ್ಲಿ ಅನುಭವಿಸುವ ಸ್ಪಂದನದ ಅನುಭವವೇ ಇರಲಿಲ್ಲ. ಈಗ ಅಪರೂಪಕ್ಕೆ ಹೋದರೂ ಅಣ್ಣಂದಿರ ಮಕ್ಕಳುಗಳೆಲ್ಲ ಅವರುಗಳ ಮಾವಂದಿರ ಮನೆಗಳಲ್ಲಿ ಬೆಳೆಯುತ್ತಿದ್ದರಿಂದ ಅಂತಹ ಅವಕಾಶವೇ ಇರಲಿಲ್ಲ. ಅಪರೂಪಕ್ಕೆ ಆ ಪುಟಾಣಿಗಳನ್ನು ನೋಡುವ ಅವಕಾಶ ಸಿಕ್ಕರೂ ಮುಖ ಮರೆಸಿಕೊಂಡು ಅಪರಿಚತನನ್ನ ನೋಡುವಂತೆ ನೋಡಿ ಓಡಿ ಹೋಗುತ್ತಿದ್ದರು. ಪುಟ್ಟ ಪ್ರಮೋದನ ಮುದ್ದು ಮುಖ ನೋಡುವ ಕಾತುರ, ಎತ್ತಿಕೊಳ್ಳುವ ಬಯಕೆ, ಈಗ.

"ಮಲಗಿದ್ದ, ಎಬ್ಬಿಸೋಕೆ ಸರಳ ಬಿಡ್ಬೇಕಲ್ಲ!" ಮೆಲುವಾಗಿ ನಕ್ಕ.

ಅವರಿಬ್ಬರನ್ನ ಮಾತಿಗೆ ಬಿಟ್ಟು ಲೀಲಾ ಪದ್ಮಿನಿಯನ್ನ ಅರಸಿಕೊಂಡು ಒಳಗೆ ಹೋದಳು. ಪದ್ಮಿನಿ ಕೂತು ಕಿಟಕಿಯಿಂದ ಹೊರಗೆ ನೋಡುತ್ತಿದ್ದಳು. ಲೀಲಾ ಮುಖದಲ್ಲಿ ಬೇಸರ ಇಣಕಿತು. 'ಇಲ್ಲಿ ಕೂಡುವ ಬದಲು ಈ ಹೆಣ್ಣು ವೇಣುವಿನ ಮುಂದೆ ಯಾಕೆ ಹೋಗಿ ಕೂಡಬಾರದು?' ಪ್ರೀತಿ, ಬಯಕೆ, ಆಕಾಂಕ್ಷೆ, ಸಂಬಂಧ-ಏನೂ ಇಲ್ಲವೇ? ತಲೆ ಕೊಡವಿದಳು.

ಹೃದಯದಲ್ಲಿದ್ದ ಪ್ರೀತಿಯ ಎಳೆ ಮೇಲಕ್ಕೆದ್ದಿತು. ಮುಖದಲ್ಲಿ ಮಾರ್ದವತೆ ಮಿನುಗಿತು. ಪ್ರಭಾಕರ ಮನೆಯಲ್ಲಿದ್ದಾಗ ಅವನ ಮುಂದಿನಿಂದ ಸರಿಯಲೆ ಮನಸ್ಸಾಗುತ್ತಿರಲಿಲ್ಲ. ಹಿಂದೆ, ಮುಂದೆ ಸುಳಿದಾಡುತ್ತಿದ್ದಳು. ನೆಪವೊಡ್ಡಿ ಬಂದು ಎದುರು ನಿಲ್ಲುತ್ತಿದ್ದಳು. ಆ ಕಣ್ಣೋಟಕ್ಕಾಗಿ ಪರಿತಪಿಸುತ್ತಿದ್ದಳು. ಇದನ್ನು ಅರಿತವರಂತೆ ಅತ್ತೆ, ಮಾವ ಕೂಡ ಮಗನ ಬಳಿ ಸುಳಿದಾಡುವಂಥ ಕೆಲಸವೇ ಹೇಳುತ್ತಿದ್ದರು. ಒಂದು ಮಗುವಾದ ಮೇಲೆ ಕೂಡ ಇಂತಹ ಆಸೆ ಕಡಿಮೆಯಾಗಿರಲಿಲ್ಲ.

"ಪದ್ಮಿನಿ...." ತಲೆ ತಿರುಗಿಸಿದಳು ಸ್ವರ ಬಂದತ್ತ. ಕಣ್ಣುಗಳು ಮಂಕಾಗಿದ್ದವು.

ಅವಳ ಮುಖದಲ್ಲಿ ಉತ್ಸಾಹ ಮೂಡದಿದ್ದಾಗ ಲೀಲಾ ಪೆಚ್ಚಾದಳು. ಇದೇನು ಹೊಸದಲ್ಲ!" ಮನ ಅಷ್ಟು ಉದಾರವಾಗಿ ಯೋಚಿಸಿ ತನ್ನ ಪ್ರತಿಕ್ರಿಯೆ ವ್ಯಕ್ತಪಡಿಸಿತು.

"ಏನಾಮ್ಡ್ರಾ... ಇದ್ರಿ?" ಅಲ್ಲಿದ್ದ ಸ್ಟೂಲ್ ಮೇಲೆ ಕೂತಳು.

"ಸುಮ್ನೇ ಹೊರ್ಗಡೆ ನೋಡ್ತಾ ಇದ್ದೆ. ತುಂಬ ಬೋರ್..." ಒಂದು ಕ್ಷಣ ಲೀಲಾಳ ಮನ ಸಹಾನುಭೂತಿ ಒಸರಿತು.

"ಬೇಕಾದ್ರೆ ಸ್ವಲ್ಪ ದಿನ ನಿಮ್ಮತ್ರೆ ಅವ್ರನ್ನ ಕರ್ಸಿಕೊಳ್ಳಿ. ನಿಮ್ಮಮ್ಮ ಬರಬಹುದಲ್ಲ!"

ಅವಳ ಕಣ್ಣುಗಳಲ್ಲಿ ಗೆಲುವು ಮೂಡಲಿಲ್ಲ. ಬಣ್ಣ ಹಚ್ಚಿದ ಉಗುರಿನ ಅಂದಬೆಂದ ನೋಡುತ್ತಾ ಕೂತಳು.

"ಊಟ ಆಯ್ತಾ?"

"ಆಯ್ತು. ವೇಣು ಬಗ್ಗೆ ನಂಗೆ ನಿರಾಶೆಯಾಗಿದೆ!" ಲೀಲಾ ಕಣ್ಣುಗಳು ಕಿರಿದಾದವು.

"ನಂಗೆ ಅರ್ಥವಾಗ್ಲಿಲ್ಲ. ವೇಣು ನಾನು ಕಂಡಂಗೆ ತುಂಬ ಒಳ್ಳೆಯೋರು. ನಿನ್ನ ವಿಷ್ಯದಲ್ಲೂ ಅವ್ರಿಗೆ ಪ್ರೀತಿ ಇದೆ. ಈ ನಡುವೆ ತಲೆಸಿಡಿತ ಸ್ವಲ್ಪ ಕಾಡ್ತಾ ಇದೆ. ಅದು ದೇಹಕ್ಕೆ ಸಂಬಂಧಿಸಿದಲ್ಲ; ಮಾನಸಿಕವಾಗಿ ಬಂದಿದ್ದು."

ಅವಳ ಮುಖ ಕೆಂಪಾಯಿತು. ಮೂಗಿನ ಹೊಳ್ಳೆಗಳು ಬಿರಿದವು. ಹುಬ್ಬುಗಳು ನಿಮಿರಿ ನಿಂತವು. ಮನದ ಕ್ರೋಧ, ಅಸಹನೆ ಹೊರಗೆ ಚೆಲ್ಲಲು ಪ್ರಯತ್ನಿಸಿದಳು.

"ಎಲ್ಲಾ ಸುಳ್ಳು!" ಕೈಯೆತ್ತಿ ಹೇಳಿದಾಗ ಲೀಲಾಗೆ ಮುಖದ ಮೇಲೆ ಹೊಡೆಸಿಕೊಂಡ ಹಾಗೆ ಆಯಿತು.

"ಅಲ್ಲಾರಿ... ಸೊಂಟಕ್ಕೆ ಹೊಡೆದ್ರೆ ಹಲ್ಲು ಉದುರಿತು ಅಂತೀರಲ್ಲ. ನಾನೇನು ಅಷ್ಟೊಂದು ಮೊದ್ದಾ! ನಾನು ಪಿ.ಯು.ಸಿ. ವರ್ಗೂ ಕಲ್ತಿದ್ದೀನ್ರಿ. ನನ್ನ ಪ್ರತಿಭೆ ತಿಳೀದೇ ನನ್ನ ಅಣ್ಣಂದ್ರು... ಹಾಳು ಮಾಡಿಬಿಟ್ರು!" ಮೊದಲು ಏರಿದ ಸ್ವರ ಆಮೇಲೆ ತಗ್ಗಿ ಕಣ್ಣಲ್ಲಿ ಕಂಬನಿ ಒಸರಿತು.

ಲೀಲಾ ಕಾಲುಗಳು ನೆಲದಲ್ಲಿ ಇಂಚುಇಂಚಾಗಿ ಇಳಿದ ಅನುಭವವಾಯಿತು. ಪದ್ಮಿನಿಯನ್ನೇ ಬಿಟ್ಟ ಕಣ್ಣುಗಳಿಂದ ನೋಡುತ್ತ ನಿಂತುಬಿಟ್ಟಳು.

"ಹಾಳು ಮಾಡಿದ್ರು... ನನ್ನ ಹಾಳು ಮಾಡಿದ್ರು!" ಮುಖ ಮುಚ್ಚಿ ಬಿಕ್ಕಿದಾಗ ಕಕ್ಕಾಬಿಕ್ಕಿಯಾದಳು. ಅವಳಿಗೆ ಹೇಗೆ ಸಮಾಧಾನಪಡಿಸಬೇಕೋ ಅರ್ಥವಾಗಲಿಲ್ಲ. ಉಗುಳನ್ನ ಬಲವಂತದಿಂದ ನುಂಗಿದಳು. "ಪದ್ಮಿನಿ, ದಯವಿಟ್ಟು ಅಳ್ಬೇಡಿ. ಖಂಡಿತ ನೀವು ಹಾಳಾಗಿಲ್ಲ. ಯಾರೂ ಹಾಳು ಮಾಡೋದೂ ಇಲ್ಲ. ನೀವಿಬ್ರೂ ಚೆನ್ನಾಗಿರಬೇಕೂಂತಲೇ ನಮ್ಮಗಳ ಇಷ್ಟ. ವೇಣು ಕೂಡ ಅದ್ನೇ ಇಷ್ಟಪಡ್ತಾನೆ. ಸ್ವಲ್ಪ ಅರ್ಥಮಾಡ್ಕೊಳ್ಳೋ ಪ್ರಯತ್ನ ಮಾಡಿ."

ಮುಚ್ಚಿದ ಕೈಗಳು ಮುಖ ಬಿಟ್ಟು ದೂರ ಸರಿದವು. ಒದ್ದೆಯಾದ ಕೆನ್ನೆಗಳು ಕಂಬನಿ ತುಂಬಿದ ಕಣ್ಣುಗಳು ಬೇರೊಂದು ಕತೆ ಸೃಷ್ಟಿಸಿ ಹೇಳುವಂತೆ ಕಂಡವು. ನಂಬಲರ್ಹವಾದದ್ದಲ್ಲ?

"ಅವ್ರನ್ನ ನಾನು ಹೇಟ್ ಮಾಡ್ತೀನಿ. ಐ ಹೇಟ್ ಹಿಮ್!"

ತಣ್ಣಗಾಗಿ ಕೂತಳು ಲೀಲಾ. ತಾನಾಗಿ ಸಮಸ್ಯೆಗಳನ್ನ ಹುಟ್ಟುಹಾಕಿಕೊಂಡು ಬಾಧೆಪಡುವ ಈ ಹೆಣ್ಣಿನ ಬಗ್ಗೆ ಒಂದು ನಿರ್ಧಾರಕ್ಕೆ ಬರಲಾರದಾದಳು.

ಎರಡು ಕೈಯಲ್ಲೂ ಭುಜವಿಡಿದು ಕಣ್ಣಲ್ಲಿ ಕಣ್ಣಿಟ್ಟು ಹೇಳಿದಳು.

"ಬೇಡ, ದಯವಿಟ್ಟು ಈ ಮಾತು ಆಡ್ಬೇಡ. ಮೊದ್ಲು ಪ್ರೀತಿಸೋದ್ನ ಕಲೀ. ನೀನು ತಿಳ್ದಿರೋ ಹಾಗೆ ಎಲ್ಲಾ ಪ್ರತಿಭೆನೂ ನಿನ್ನಲ್ಲಿ ಕ್ರೋಢೀಕರಿಸಿರೋಕೆ ಸಾಧ್ಯವಿಲ್ಲ. ಒಳ್ಳೆ ಮೈಮಾಟ, ರೂಪು ಇದ್ದವರೆಲ್ಲ ನೃತ್ಯಗಾತಿಯರಲ್ಲ! ಲೇಖಕಿ ಅಂದ್ಕೊಂಡೋರೆಲ್ಲ ಬರಹಗಾತಿಯರಾಗೋಕೆ ಸಾಧ್ಯವಿಲ್ಲ! ಸ್ವರವೆತ್ತಿ ಹಾಡಿದವರೆಲ್ಲ ಸಂಗೀತಗಾತಿಯರಲ್ಲ! ಯಾರೋ ಹುಚ್ಚಾಟಕ್ಕೆ ಬರ್ದ ವಿಷ್ಯಗಳ್ನ ಮರ್ತುಬಿಡಿ. ವೇಣು ನಿಮ್ಮನ್ನ ಪ್ರೀತಿಸೋದು ಸುಳ್ಳಲ್ಲ. ನೀವು ವೇಣುನ ಪ್ರೀತಿಸಬೇಕಾದ್ದು ಸತ್ಯ ಸಂಗ್ತಿ!" ಉದ್ವೇಗದಿಂದ ಅವಳೆದೆ ಏರಿಳಿಯಿತು.

ಪದ್ಮಿನಿಯ ಕಣ್ಣುಗಳಲ್ಲಿ ರೋಷ ಉಕ್ಕಿತು. ಬೆದರಿ ಲೀಲಾ ಹೊರಗೆ ಬಂದಳು. ಅವಳ ಮನ ನಿರಾಶೆಯಿಂದ ತುಂಬಿಹೋಯಿತು. ಪದ್ಮಿನಿಯ ಮುಖದ ಮೇಲೆ ಮಿನುಗಿದ ಕಠೋರತೆಯನ್ನ ಮರೆಯದಾದಳು. ಮೃದು ಹೆಣ್ಣೆಂದು ಒಪ್ಪಲು ಅವಳ ಮನ ಅನುಮಾನಿಸತೊಡಗಿತು.

ಆತ್ಮೀಯ ಸಂಭಾಷಣೆಯಲ್ಲಿಯೇ ಮುಳುಗಿದ್ದರು ವೇಣು-ಪ್ರಭಾಕರ. ಒಂದು ತರಹ ಸಂಕಟದಿಂದ ಒದ್ದಾಡಿದಳು. ಆದಷ್ಟು ಬೇಗ ಪದ್ಮಿನಿಯನ್ನ ಬದಲಾಯಿಸಬೇಕು. ಅವಳ ಮನದಲ್ಲಿ ಬೇರುಬಿಟ್ಟ ಬಿಳಲು ದಿನ ಕಳೆದಂತೆ ಅಲ್ಲಿಯೇ ಊರಲು ಸಾಕಷ್ಟು ಪ್ರಯತ್ನ ಮಾಡುತ್ತಿತ್ತು.

"ಹೋಗೋಣ್ವಾ!" ಎಂದಾಗ ವೇಣು ಇವಳತ್ತ ನೋಟವರಿಸಿದ. ಮುಖದ ಮೇಲಿನ ಭಾವವನ್ನ ಓದಿಕೊಂಡ. ತುಟಿಯಂಚಿನಲ್ಲಿ ನಿರಾಶೆಯ ನಗು ಚಿಮ್ಮಿದಾಗ ಅವಳೆದೆ ಬಿರಿಯುವಂತಾಯಿತು. ನೋಟ ಬೇರೆಡೆ ಹರಿಸಿದಳು.

ಪ್ರಭಾಕರ ಎದ್ದು ನಿಂತವನು ಬಗ್ಗಿ ಅವನ ಭುಜ ತಟ್ಟಿ ಏನೋ ಹೇಳಿದ. ತುಟಿಗಳು ಅಲುಗಾಡಿದ್ದು ಮಾತ್ರ ಲೀಲಾಗೆ ಕಾಣಿಸಿತು. ಹೇಳಿದ್ದು ಕೇಳಿಸಲಿಲ್ಲ ಸ್ಪಷ್ಟವಾಗಿ.

ಇವರಿಬ್ಬರನ್ನ ಗೇಟಿನವರೆಗೂ ಬಂದು ಬೀಳ್ಕೊಟ್ಟ. ಅಷ್ಟು ದೂರ ಹೋದ ಪ್ರಭಾಕರ ನಿಂತು ಹಿಂದಿರುಗಿದ. ನಿರಾಶೆಯಾಯಿತು. ತುಟಿ ಕಚ್ಚಿಕೊಂಡ.

"ಪದ್ಮಿನಿ ಏನ್ಮಾಡ್ತಾ ಇದ್ರು?" ತಟ್ಟನೆ ಏನು ಹೇಳುವುದೆಂದು ತಿಳಿಯದೆ ಚಡಪಡಿಸಿದಳು ಲೀಲಾ.

"ಚೆಸ್ ಕಾದಂಬರಿ ಹಿಡಿದಿದ್ಲು" ನೋಟವನ್ನು ನೆಲದ ಮೇಲೆ ಚೆಲ್ಲಿ ಹೇಳಿದಳು. ಪ್ರಭಾಕರನ ಮುಂದೆ ಸುಳ್ಳಾಡುವುದು ಅವಳಿಗೆ ಕಷ್ಟವಾದ ಕೆಲಸ.

ಅವನು ಕೂಡ ಮೌನವಹಿಸಿದ. ತುಟಿ ಎರಡು ಮಾಡಲು ಯಾರೂ ಇಷ್ಟಪಡದೆ ಮೌನವಾಗಿ ಸಾಗಿ ಮನೆಯತ್ತ ತಲುಪಿದರು. ಕೈಯಲ್ಲಿ ಪುಸ್ತಕ ಹಿಡಿದೇ ಬಂದು ಸರಳ ಬಾಗಿಲು ತೆರೆದಳು.

"ಪ್ರಮೋದ್ ಎದ್ದಿದ್ನಾ?" ಇಲ್ಲವೆನ್ನುವಂತೆ ತಲೆಯಾಡಿಸಿದಾಗ ಚಪ್ಪಲಿ ಬಿಟ್ಟು ಲೀಲಾ ಕೋಣೆಯ ಕಡೆ ಹೋದಳು.

ಸರಳಳ ಕಣ್ಣುಗಳು ಕಿರಿದಾದವು. ಕೆಳತುಟಿಯನ್ನ ಕಚ್ಚಿ ಹಿಡಿದಳು. ಒಂದು ಕ್ಷಣ ಗಾಬರಿಯಾಯಿತು. 'ವೇಣು ಹೇಗಿದ್ದಾರೆ?' ತುಟಿಯವರೆಗೂ ಬಂದ ಪ್ರಶ್ನೆ ಹಾಗೆಯೇ ಉಳಿಯಿತು. ಸಂಕೋಚ ಬಾಧಿಸಿತು. ಹಿಂದಿನಂತೆ ವೇಣುಪಿನ ಬಗ್ಗೆ ಮಾತಾಡಲು ಹಿಂಜರಿಯುತ್ತಿದ್ದಳು. ಅದಕ್ಕೆ ಕಾರಣ ಬೇಕಿರಲಿಲ್ಲ. ನಾಟಕದಲ್ಲಿ ಪ್ರಧಾನ ಪಾತ್ರ ಅವಳದೇ.

"ಒಂದ್ಲೋಟ ನೀರು ಕೊಡು." ಪ್ರಭಾಕರನ ಬೆರಳುಗಳು ಷರಟಿನ ಗುಂಡಿಗಳನ್ನು ಬಿಚ್ಚುವಲ್ಲಿ ಮಗ್ನವಾದವು. ಮನ ಮಾತ್ರ ಪದ್ಮಿನಿ, ವೇಣುವಿನ ಸ್ವಭಾವದ ತುಲನೆಯಲ್ಲಿ ಮಗ್ನವಾಗಿತ್ತು.

ನೀರಿನ ಜೊತೆ ಸರಳ ಹಾಲು ಕೂಡ ಹಿಡಿದು ಬಂದಾಗ ಹುಬ್ಬೇರಿಸಿದ. ಅನವಶ್ಯಕ ಖರ್ಚಿನ ಬಗ್ಗೆ ಅವನಿಗೆ ಭಯ. ಅಂತಹ ಸಂದರ್ಭದಲ್ಲಿ ಪಾರ್ಥನ ಮುಖ ಅವನ ಕಣ್ಮುಂದೆ ಬಂದು ನಿಲ್ಲುತ್ತಿತ್ತು. ಆರೋಗ್ಯವಾಗಿ ಮೇಲ್ನೋಟಕ್ಕೆ ಕಂಡರೂ ದೃಢವಾದ ವ್ಯಕ್ತಿಯಲ್ಲ.

ಬಂದಾಗಲೆಲ್ಲ ರೇಗಿ ಬುದ್ಧಿ ಹೇಳುತ್ತಿದ್ದ.

"ದೇಹನ ಯಾಕೋ ಇಷ್ಟೊಂದು ಸೊರಗಿಸ್ತೀಯಾ! ಯಾವ ಯೋಚ್ನೆನೂ ಹಚ್ಕೋಬೇಡ. ಊಟ, ತಿಂಡಿಗೆ ಪೂರ್ತಿ ಅವ್ರನ್ನೇ ಕಾಯ್ಬೇಡ! ಅವ್ರಿಗೂ ಹತ್ತಾರು ತಾಪತ್ರಯಗಳು ಇರುತ್ತೆ. ಹಣ ಬೇಕಾದ್ರೆ ಬರೀ."

ಆದರೆ ಪಾರ್ಥ ಅಣ್ಣನ ಪ್ರೀತಿಯ ದುರುಪಯೋಗಪಡಿಸಿಕೊಳ್ಳಲು ಎಂದೂ ಯತ್ನಿಸುತ್ತಿರಲಿಲ್ಲ. ಆದಷ್ಟು ಮಿತವ್ಯಯ ಸಾಧಿಸಿಕೊಂಡಿದ್ದ. ಸಹಪಾಠಿಗಳಿಂದ ದೂರವಿರಲು ಸಾಕಷ್ಟು ಯತ್ನಿಸುತ್ತಿದ್ದ. ತನ್ನಿಂದ ಖರ್ಚು ಮಾಡಲು ಸಾಧ್ಯವಿಲ್ಲದಿದ್ದಾಗ ಬೇರೆ ಸಹಪಾಠಿಗಳು ತನಗಾಗಿ ಖರ್ಚು ಮಾಡುವುದು ತರವಲ್ಲವೆಂದು ಅವನ ಅಭಿಪ್ರಾಯ.

"ಅಂಥದ್ದೇನು ಇಲ್ಲ. ಇವತ್ತು ಯಾರೂ ಗೆಸ್ಟ್ ಬರ್ಲಿಲ್ಲ. ಹಾಲು ಮಿಕ್ಕಿತ್ತು ಅಷ್ಟೆ" ಸರಳ ಮೆಲುನಗು ನಗುತ್ತಲೇ ಸಮಾಧಾನ ಹೇಳಿದಳು.

ಕೈಯಲ್ಲಿಡಿದ ಹಾಲಿನ ಲೋಟ ಪಕ್ಕಕ್ಕಿಟ್ಟ. ನೀರು ಕುಡಿದು ಲೋಟ ಕೆಳಗಡೆ ಇಟ್ಟು ಸರಳನ ನೇರವಾಗಿ ನೋಡಿದ.

"ಇವತ್ತು ಪೇಪರ್ ನೋಡಿದ್ಯಾ! ಸದ್ಯಕ್ಕೆ ಟೆಂಪರರಿ ಸಿಕ್ಕಿದ್ರೂ ಸಾಕು!"

ಪ್ರಭಾಕರನ ಮುಖ ಗಂಭೀರವಾಯಿತು. ಅವಳ ರಿಸಲ್ಟ್ ಬಂದ ಮೇಲೆ ಸಾಕಷ್ಟು ಅಪ್ಲಿಕೇಷನ್ಸ್ ಹಾಕಿಸಿದ್ದ. ಇದುವರೆಗೂ ಒಂದು ಕಡೆಯಿಂದಲೂ ಕಡೇ ಪಕ್ಷ ಇಂಟರ್‌ವ್ಯೂಗೂ ಕರೆ ಬಂದಿರಲಿಲ್ಲ.

"ಸದ್ಯಕ್ಕೆ ಕೆಲ್ಸ ಸಿಗದಿದ್ರೂ ಅಂಥ ಆಘಾತವೇನು ಆಗೋಲ್ವಲ್ಲ! ಎಷ್ಟೋ ಜನ ಹೆಚ್ಚಿನ ಕಠಿಣ ಸ್ಥಿತಿಯಲ್ಲಿದ್ದಾರೆ!" ಅರ್ಥಗರ್ಭಿತವಾಗಿ ಹೇಳಿ ಬಿಸಿಯುಸಿರನ್ನ ದಬ್ಬಿದ.

"ಮತ್ತೇನಾದ್ರೂ.... ಮಾಡ್ತೀಯಾ?" ಕೈಗೆ ಲೋಟ ಎತ್ತಿಕೊಂಡ. ಬಿಸಿ ಅಂಗೈಗೆ ಹಿತವಾಗಿತ್ತು.

"ಸದ್ಯಕ್ಕೆ ವಹಿಸಿದ್ದೀರಲ್ಲ!" ಲೀಲಾ ಫಕ್ಕನೇ ನಗುತ್ತಾ ಬಂದಳು. ಪ್ರಭಾಕರನ ಮುಖದ ಮೇಲೂ ನಗುವಿನ ಲೇಪನವಾಯಿತು.

"ಪ್ರಮೋದ್ ಹುಟ್ಟಿದ್ಮೇಲೆ ನಿಮ್ಮ ಅತ್ಗೆ ತುಂಬಾ ಜೋರಾದ್ಳು!" ತುಸು ಬಗ್ಗಿ ಹೇಳಿದಾಗ ಲೀಲಾ ಕೆನ್ನೆಗಳಲ್ಲಿ ಕೆಂಪು ರಾಚಿತು. ಕಣ್ಣುಗಳಲ್ಲಿ ಹುಸಿ ಮುನಿಸು ಕಾಣಿಸಿಕೊಂಡಿತು.

"ಸದ್ಯಕ್ಕೆ ನೀವಿಬ್ರೇ ತೀರ್ಮಾನ ಮಾಡ್ಕೊಳ್ಳಿ" ಮೆಲ್ಲಗೆ ಕಾಲ್ತೆಗೆದಳು.

ಬಹಳ ಹೊತ್ತು ಸರಳಗೆ ನಿದ್ದೆ ಬರಲಿಲ್ಲ. ಪರೀಕ್ಷೆಗೆ ನಿದ್ದೆಗೆಟ್ಟು ಓದಿದ್ದು ಗೊತ್ತೇ ವಿನಃ ನಿದ್ದೆಗೆಟ್ಟು ಹೊರಳಾಡಿ ಯೋಚಿಸಬೇಕಾದ ಪ್ರಸಂಗಗಳು ಅವಳ ಪಾಲಿಗೆ ಹಿಂದೆ ಇರಲಿಲ್ಲ. ಮಲಗಿದ ಕೂಡಲೇ ಮಗುವಿನಂತೆ ನಿದ್ರಿಸಿಬಿಡುತ್ತಿದ್ದವಳಿಗೆ ಈಗ ನಿದ್ದೆ ಕಾಡಿಸುವ ಅನುಭವವಾಯಿತು.

"ಛೆ...." ಬೆರಳಿನಿಂದ ಮುಂಗೂದಲನ್ನ ಸರಿಪಡಿಸಿಕೊಳ್ಳುತ್ತ ಪಕ್ಕಕ್ಕೆ ತಿರುಗಿ ಬಿಗಿಯಾಗಿ ಕಣ್ಮುಚ್ಚಿಕೊಂಡಳು. ತಕ್ಷಣ ವೇಣು ಪ್ರತ್ಯಕ್ಷನಾದ. ಕಣ್ತೆರೆದು ಎದ್ದು ಕೂತಳು.

ಹೊದ್ದಿಕೆಯನ್ನ ಕಾಲ ಬದಿಗೆ ತಳ್ಳಿದಳು. ಲೈಟು ಹಾಕಲು ಎದ್ದವಳು ಸುಮ್ಮನೆ ಸ್ವಸ್ಥಾನಕ್ಕೆ ಹಿಂದಿರುಗಿ ಬಂದಳು. ಪ್ರಭಾಕರ ಎಚ್ಚರವಾಗಿದ್ದರೆ ಬಂದು ವಿಚಾರಿಸುವವನೇ.

"ಶ್ರೀ ಪದ್ಮಿನಿ, ನಿಮ್ಗೆ ರಿಕ್ವೆಸ್ಟ್ ಮಾಡ್ಕೋತೀನಿ. ದಯವಿಟ್ಟು ವೇಣು ಬಗ್ಗೆ ಯೋಚ್ಸಿ. ನನ್ನ ಖಂಡಿತ ಈ ಸುಳಿಯಲ್ಲಿ ಸಿಕ್ಕಿಸ್ಬೇಡಿ!" ಮನದಲ್ಲಿಯೇ ದಮ್ಮಯ್ಯ ಗುಡ್ಡೆ ಹಾಕಿದಳು.

ಎಷ್ಟೇ ಪ್ರಯತ್ನಿಸಿದರೂ ಇಡೀ ರಾತ್ರಿ ಅವಳಿಂದ ನಿದ್ರಿಸಲಾಗಲಿಲ್ಲ. ಹೊರಳಿ ಹೊರಳಿ ಬೇಸತ್ತು ಕಾಯುತ್ತ ಬೆಳಕಿಗಾಗಿ ಎದ್ದು ಕೂತಳು.

* * * *

ವೇಣು, ಪ್ರಭಾಕರ ಜೀಪಿನಿಂದ ಒಟ್ಟಿಗೆ ಇಳಿದಾಗ ಸರಳ ಪ್ರಮೋದನನ್ನ ಹೊರಗೆ ಆಡ್ಡಾಡಿಸುತ್ತಿದ್ದಳು. ವೇಣು ಇತ್ತ ಬಂದಾಗ ಸಹಜವಾಗಿ ಅವಳ ನೋಟ ನೆಲದತ್ತ ಹರಿಯಿತು. ಪ್ರಯಾಸಪಟ್ಟರೂ ತಲೆ ಎತ್ತಲಾಗಲಿಲ್ಲ.

"ಏಯ್.... ಪ್ರಮೋದ್" ಕೈಯೆತ್ತಿ ಕೆನ್ನೆ ಸವರಿ ಇಡಿಯಾಗಿ ಅವನು ವೇಣುವಿನ ಕೈಗೆ ಹೋದ ಮೇಲೆ ಸರಳಳತ್ತ ದೃಷ್ಟಿ ಹೊರಳಿಸಿದ. "ನಂಗೊ ಒಂದು ಸಣ್ಣ ಡೌಟ್" ತಟ್ಟನೆ ಮುಖ ಮೇಲಕ್ಕೆತ್ತಿ ನೋಟ ಅವನತ್ತ ಎಸೆದಳು.

ಅಷ್ಟರಲ್ಲಿ ಪ್ರಭಾಕರ ಬರದಿದ್ದರೆ ಏನು ಹೇಳುತ್ತಿದ್ದನೋ ಅವಳಿಗೆ ಗೊತ್ತಿಲ್ಲ. ಸಂಜೆಯ ಸೂರ್ಯ ಹೊನ್ನರಾಶಿಯಲ್ಲಿ ಅದ್ದಿದ್ದ ಮೊಗವು ವೇಣುಗೆ ಸುಂದರವಾಗಿ ಕಂಡಿತು. ಸರಳ ಸುಂದರ ಸಹಜ ಸೌಂದರ್ಯಕ್ಕೆ ಯಾವುದೇ ಕೃತಕ ಅಲಂಕಾರಗಳು ಅಗತ್ಯವಿಲ್ಲವೆನಿಸಿತು.

"ಅಬ್ಬಬ್ಬ! ವಿಪರೀತ ಗಲಾಟೆ. ರಾತ್ರಿ ಒಂದ್ಗಳಿಗೆ ನಿದ್ದೆ ಮಾಡೋಕೆ ಬಿಡೋಲ್ಲ." ಪ್ರಭಾಕರನ ಮಾತಿಗೆ ವೇಣು ಕ್ರಾಪ್ ಹಾರಿಸಿ ನಕ್ಕಾಗ ಅವನ ಕೈಬೆರಳುಗಳು ಕೂದಲಲ್ಲಾಡಿತು.

"ಸರಳ....." ನಾಲ್ಕು ಹೆಜ್ಜೆ ಹೋದವಳು ನಿಂತು ತಲೆಯನ್ನ ಹಿಂದಕ್ಕೆ ತಿರುಗಿಸಿದಳು. "ಬೇಗ ಕಾಫಿ... ಒಂದಷ್ಟು ಕೆಲ್ಸವಿದೆ" ತಲೆಯಾಡಿಸಿ ಒಳಗೆ ನಡೆದಳು.

ಒಳಗೆ ಬರುವ ವೇಳೆಗೆ ಪ್ರಮೋದ್ ಅಪ್ಪನ ಕೈಸೇರಿದ್ದ. ಇಡಿಯಾದ ಕೈಯನ್ನ ಪೂರ್ತಿಯಾಗಿ ಬಾಯಲ್ಲಿ ತುರುಕಿಕೊಳ್ಳುವ ಪ್ರಯತ್ನ ಮಾಡುತ್ತಿದ್ದ.

"ಯು ಡರ್ಟಿ...." ಕೈ ತೆಗೆದು ಕೆನ್ನೆ ಮೂತಿನ್ನ ಒರೆಸಿದಾಗ 'ಹೊ ಹೊ' ಎಂದು ರಾಗ ಶುರು ಮಾಡಿದ. ತನ್ನ ಕೆಲಸಕ್ಕೆ ಅಡ್ಡಿ ಬಂದವರ ಮೇಲೆ ಕೋಪವಿರುವುದು ಸಹಜವಲ್ಲವೇ!?

ಕಾಫಿ ಹಿಡಿದು ಬಂದ ಮಡದಿಯನ್ನ ಹುಬ್ಬೆತ್ತಿ "ಎಲ್ಲಾ ರೆಡಿನಾ..." ಎಂದು ಕೇಳಿದ.

"ರೆಡಿ...." ಅವಳ ಕಣ್ಣಲ್ಲಿ ಮಿಂಚೊಡೆದಾಗ ವೇಣುವಿನ ಎದೆಯಾಳದ ನೋವು ಹೊರ ಚಿಮ್ಮಿಸುತ್ತಲೂ ಹರಡಿಕೊಂಡ ಅನುಭವವಾಯಿತು. ತುಟಿ ಬಿಗಿದು ಕೂತ.

"ನಾನು ಮನೆಗೆ ಹೋಗ್ತಾ!" ಮೇಲಕ್ಕೆದ್ದವನನ್ನ ಪ್ರಭಾಕರ ಎಳೆದು ಕೂಡಿಸಿದ. "ಕೂತ್ಕೋಳಯ್ಯ ಶ್ರೀಮತಿಯವ್ರಿಗೆ ರಿಸ್ಕ್ ಕೊಡ್ಬೇಡ" ಅವನ ತುಟಿಯಂಚಿನಲ್ಲಿ ನೋವಿನ ನಗೆ ಚಿಮ್ಮಿತು. ವ್ಯಥೆಯ ನೆರಳಾಡಿತು.

ಆಮೇಲೆ ಅವನ ಮುಖದ ಮೇಲೆ ಗೆಲುವು ಮೂಡಲಿಲ್ಲ. ಮಂಕಾಗಿ ಎದ್ದುಹೋದ. ಅತ್ತಿಗೆ, ನಾದಿನಿಯರು ಸಡಗರದಿಂದ ತಿಂಡಿಗಳನ್ನ ತುಂಬಿಟ್ಟುಕೊಂಡರು. ಸುಂದರ ಬೆಳದಿಂಗಳನ್ನ ಸವಿಯಲು ಗುಡ್ಡದ ಪ್ರಶಾಂತತೆಯನ್ನ ಆರಿಸಿಕೊಂಡಿದ್ದರು. ಆಗಾಗ ಮೈಮನದ ಉಲ್ಲಾಸ, ಉತ್ಸಾಹ ಕಾಯ್ದುಕೊಳ್ಳಲು ಇಂತಹ ಚೇತೋಹಾರಿ ಕಾರ್ಯಕ್ರಮದ ಅಗತ್ಯವಿತ್ತು.

"ನಾವೆಲ್ಲ ಅಲ್ಲಿಗೆ ಹೋಗ್ಬೇಕಾ!" ಬಗ್ಗಿಸಿದ ಸೊಂಟ ನೇರಮಾಡಿ ಕೇಳಿದಾಗ ಹೌದೆಂದು ತಲೆಯಾಡಿಸಿದ ಪ್ರಭಾಕರ.

ಆದರೆ ಪುಟ್ಟ ಪ್ರಮೋದನನ್ನ ಬಿಟ್ಟು ಹೋಗಬೇಕೆಂಬ ಕಿರಿಕಿರಿ ಎಲ್ಲರಿಗೂ, ಎಲ್ಲರಿಗಿಂತ ಸರಳಗೆ ಇಷ್ಟವಿಲ್ಲ.

"ಪ್ರಭಣ್ಣ, ನಾನು ಪ್ರಮೋದನ್ನ ಎತ್ಕೋತೀನಿ" ಪ್ರಭಾಕರ ತಲೆ ಈ ಕಡೆ ಹಾಕಿದ. ಪ್ರಮೋದ್ ಕೈಯಾಡಿಸುತ್ತ ತನ್ನದೇ ಆದ ಭಾಷೆಯಲ್ಲಿ 'ಹ, ಹೂ' ಎನ್ನುತ್ತ

ಮಾತಾಡುತ್ತಿದ್ದ. ಒಂದು ನಿಮಿಷ ಅನುಮಾನಿಸಿ ಲೀಲಾಳ ಕಡೆ ನೋಡಿದ. "ಆಯ್ತು, ಹಾಗೆ ಮಾಡೋಣ. ಬೆಚ್ಚಗೆ ಸ್ವೆಟರ್, ಟೋಪಿ ಹಾಕು" ಎಂದ.

ಇವರುಗಳು ಮನೆಯಿಂದ ಹೊರಟಾಗ ಮಬ್ಬು ಆವರಿಸತೊಡಗಿತ್ತು. ತಿಂಡಿಯ ಡಬ್ಬಿಗಳನ್ನು ಹಂಚಿಕೊಂಡು ನಡೆದಿದ್ದರು. ವೇಣು ಕ್ವಾರ್ಟರ್ಸ್‌ಗೆ ಅಷ್ಟು ದೂರವಿದೆ ಎಂದುಕೊಂಡಾಗ ದಂಪತಿಗಳು ಪ್ರತ್ಯಕ್ಷರಾದರು. ಅವನ ಮುಖದ ಮೇಲೆ ಗೆಲುವರಡಿತು.

"ಗುಡ್, ನೀವೇ ಬಂದ್ರಲ್ಲಾ!" ಕಣ್ಣರಳಿಸಿದ.

ವೇಣು ನೋಟ ಹರಿದಿದ್ದು ಪ್ರಮೋದನ ಕಡೆಗೆ. ಕೆಂಪು ಕಾಲುಚೀಲ, ಹಳದಿ, ಕೆಂಪು ಪಟ್ಟೆಯ ಟೋಪಿ, ಸ್ವೆಟರ್‌ನಲ್ಲಿ ಬಹಳ ಮುದ್ದಾಗಿ ಕಂಡ.

"ಒಳ್ಳೆ ಐಡಿಯ! ಪ್ರಮೋದ್ ಇಲ್ದೆ ಯಾವ ಕಾರ್ಯಕ್ರಮಕ್ಕೂ ಕಳೆಬರೋಲ್ಲ." ಸರಳ ಕೈಯಲ್ಲಿದ್ದ ಪ್ರಮೋದ್ ಇವನ ತೋಳುಗಳಲ್ಲಿ ಆಶ್ರಯ ಪಡೆದ.

ಬಿಳಿಯ ಪೀತಾಂಬರ ಉಟ್ಟ ಪದ್ಮಿನಿ ಮುದ್ದಾಗಿ ಕಂಡಳು. ಪ್ರಭಾಕರ ಲೀಲಾ ಮುಖ ಮುಖ ನೋಡಿಕೊಂಡರು. ನಮ್ಮ ಯೋಜನೆ ಯಶಸ್ಸಿನ ಕಡೆ ಹೆಜ್ಜೆ ಹಾಕುತ್ತಿದ್ದೆಯೆಂದುಕೊಂಡರು. ಮನಗಳು ಹೂವಿನಂತೆ ಹಗುರವಾದವು.

ಮಾತಾಡುತ್ತ ನಿಧಾನವಾಗಿ ಗುಡ್ಡ ಹತ್ತುವ ವೇಳೆಗೆ ತುಂಬು ಪೌರ್ಣಿಮೆಯ ಚಂದ್ರ ಆಕಾಶದಲ್ಲಿ ಸಾರ್ವಭೌಮನಂತೆ ವಿರಾಜಿಸುತ್ತಿದ್ದ. ಅರಳು ಚೆಲ್ಲಿದಂಥ ಬೆಳದಿಂಗಳು.

"ಅಬ್ಬ! ಎಷ್ಟೊಂದು ಚೆನ್ನಾಗಿದೆ!" ಉದ್ಗರಿಸಿದ.

ಎಲ್ಲರೂ ಪುಟ್ಟ ಜಮಖಾನೆ ಬಿಡಿಸಿ ಕೂತರು. ಆದರೆ ವೇಣು ಎದ್ದು ಹೋಗಿ ಅಲ್ಲಿದ್ದ ಗುಂಡಿನ ಮೇಲೆ ಕೂತು ಬೆಳದಿಂಗಳನ್ನು ಆಸ್ವಾದಿಸತೊಡಗಿದ್ದ.

"ಯಾರಾದ್ರೂ ಹಾಡಿದ್ರೆ ಚೆನ್ನಾಗಿರುತ್ತೆ!" ವೇಣು ಮುಖದಲ್ಲಿ ಮಾರ್ದವತೆ ಮಿನುಗಿತು.

ಸರಳ ಕಣ್ಣುಗಳು ಮಿನುಗಿತು. ನೋಟ ಪದ್ಮಿನಿಯತ್ತ ಹೊರಳಿತು.

"ಈಗ ಪದ್ಮಿನಿ ಹಾಡ್ತಾರೆ" ಉತ್ಸಾಹದಿಂದ ಕೂಗಿದಳು. ಎಲ್ಲರ ನೋಟಗಳು ಅವಳತ್ತ ಹೊರಳಿತು.

ಅವಳ ಮುಖ ಬಿಗಿದುಕೊಂಡಿತು. ನೂರಾರು ಅಭಿಮಾನಿಗಳು ಪ್ರತಿಭೆಯ ಕಾಲಡಿಯಲ್ಲಿ ಬಿದ್ದು ಅತ್ತಂತಾಯಿತು.

"ಹಾಡೋಲ್ಲ" ಸ್ವರ ಬಿರುಸಾಗಿತ್ತು.

"ಯಾಕೆ? ನೀವು ಖಂಡಿತ ಹಾಡ್ಲೇಬೇಕು!" ಪ್ರಭಾಕರ ಒತ್ತಾಯಪೂರ್ವಕವಾಗಿ ಹೇಳಿದ.

ಕೋಮಲವಾದ ಪದ್ಮಿನಿಯ ಮುಖ ಬಿರುಸಾಯಿತು. ಕಣ್ಣುಗಳಲ್ಲಿ ಅಸಹನೆ ಸಿಡಿಯಿತು. ತುಟಿಗಳು ಬಿಗಿದು ಕೂತವು. ವೇಣು ನೋಟವನ್ನು ದೂರಕ್ಕೆ ಚೆಲ್ಲಿ ಕೂತ.

"ನಮ್ಮೆಂದೆ ಹಾಡೋಕೆ ಸಂಕೋಚನಾ! ನೀವು ತುಂಬ ಚೆನ್ನಾಗಿ ಹಾಡ್ತೀರೀಂತ ನಂಗೆ ಗೊತ್ತು." ಲೀಲಾ ಸೋಲು ಒಪ್ಪಿಕೊಳ್ಳಲು ಸಿದ್ಧಳಾಗಲಿಲ್ಲ.

ವೇಣು ಮನ ಕಲ್ಲಾಯಿತು. ಸಹನೆಯನ್ನ ಸತ್ವಪರೀಕ್ಷೆಗೆ ಇಟ್ಟು ದಿನಗಳನ್ನ ದೂಡುತ್ತಿದ್ದ. ಸಹಾನುಭೂತಿಯಿಂದ ತಿಳಿಹೇಳಲು ಪ್ರಯತ್ನಿಸುತ್ತಿದ್ದ. ಆ ಪತ್ರಗಳನ್ನು ಹರಿದು ಹಾಕಿ ಅವಳ ಸ್ವಾಭಿಮಾನ ಹೃದಯಕ್ಕೆ ಪೆಟ್ಟುಕೊಟ್ಟ ಗಂಡನ್ನ ಸುಲಭವಾಗಿ ಕ್ಷಮಿಸಲಾರಳು. ಭ್ರಮೆ ಅವಳ ವಿವೇಕದ ಕಣ್ಣುಗಳಲ್ಲಿ ಮುಚ್ಚಿತ್ತು. ವೇಣು ಪ್ರೀತಿಸದಿದ್ದರೆ ದೊಡ್ಡ ಕೊರತೆಯೇ ಅಲ್ಲ. ತನ್ನನ್ನ ಪ್ರೀತಿಸುವವರು ಸಾಕಷ್ಟು ಮಂದಿ ಇದ್ದಾರೆ ಎನ್ನುವುದು ಅವಳ ಅರೆಪ್ರಜ್ಞೆಯಲ್ಲಿ ಉಳಿದುಹೋಗಿತ್ತು.

ಅವಳು ಸ್ವರವೆತ್ತಿದಾಗ ವೇಣುವಿನ ಮೈಯೆಲ್ಲ ಉರಿದುಹೋಯಿತು. ಕೀಚಲು ಗಂಟಲು. ಬಾಯಿಯ ಆಳದಿಂದ ಬಂದಂತೆ ಕೇಳಿಸುತ್ತಿತ್ತು. ಅವನ ತುಟಿಗಳ ಮೇಲೆ ಪರಿಹಾಸ್ಯದ ನಗುವರಳಿತು. ಸಂಗೀತ ವಿದುಷಿ ಕನಸು ಕಾಣುವ ಹೆಣ್ಣಿನ ಬಗ್ಗೆ ಮರುಕವುಂಟಾಯಿತು.

"ತುಂಬಾ ಚೆನ್ನಾಗಿ ಹಾಡ್ತೀರಿ." ಹಾಡು ಮುಗಿದ ಮೇಲೆ ಲೀಲಾ ಹೇಳಿದಳು. ಬಿಗುಮಾನದಿಂದ ಪದ್ಮಿನಿಯ ಮೊಗ ಬಿಗಿದುಕೊಂಡಿತು.

"ನಂಗೆ ಗೊತ್ತು."

ಮತ್ತೆ ಬಲವಂತ ಬೇಕಾಗಿರಲಿಲ್ಲ. ಮೂರು ಹಾಡುಗಳನ್ನು ಹಾಡಿದಳು. ಎಲ್ಲರೂ ಮುಜುಗರದಿಂದ ಮಿಸುಕಾಡಿದರು. ಅಂಥ ಸಂಯಮದ ವ್ಯಕ್ತಿ ಪ್ರಭಾಕರನ ಮುಖದ ಮೇಲೂ ಬೇಸರ ಇಣಕಿತು.

"ಈಗ ಪ್ರಭಾಕರ್ ಹಾಡ್ತಾರೆ." ವೇಣು ತಕ್ಷಣ ಮತ್ತೆ ಪದ್ಮಿನಿ ಹಾಡಬಾರದೆಂದು ಕೈಯೆತ್ತಿದ.

ತಂಪಾದ ವಾತಾವರಣ. ಸುಂದರ ಬೆಳದಿಂಗಳ ರಾತ್ರಿ. ಎಂಥವರಿಗೂ ಹಾಡಬೇಕೆಂಬ ಆಸೆ. ಪ್ರಭಾಕರನ ಎದೆಯಲ್ಲಿ ಹರ್ಷದ ತರಂಗಗಳು ಪುಟಿದವು.

"ಹುಡ್ಗಿ ನಿನ್ನ ನೋಡಲಿಕ್ಕಾ... ಹುಬ್ಳಿ ಹುಡ್ಗ... ಬರ್ತಾನಂತೆ" ಭಾವಾಭಿನಯದೊಂದಿಗೆ ಹಾಡಲು ಶುರು ಮಾಡಿದಾಗ ಲೀಲಾ ಮುಸಿ ಮುಸಿ ನಕ್ಕಳು. ಸರಳ ಕೈಯನ್ನ ಬಾಯಿಗೆ ಅಡ್ಡವಾಗಿಡಿದಳು. ವಾತಾವರಣದಲ್ಲಿಯೇ ಚಟುವಟಿಕೆ ತುಂಬಿಕೊಂಡಿತು. ವೇಣು ತಾಳ ಹಾಕತೊಡಗಿದ. ಲೀಲಾ ಪ್ರಭಾಕರ ಜೊತೆಯಾಗಿ ಮತ್ತೊಂದು ಹಾಡಿ ವೇಣುವಿನತ್ತ ಕೈತೋರಿಸಿದರು. ಅವನು ಎದೆಯ ಮೇಲೆ ಕೈಯಿಟ್ಟು ದೈನ್ಯದಿಂದ ಹಾಡಲಾರನೆಂದು ಕಣ್ಣು ಸನ್ನೆಯಲ್ಲಿಯೇ ಹೇಳಿದಾಗ ಸುಲಭವಾಗಿ ತಳ್ಳಿ ಹಾಕಿದರು.

"ಹಾಡ್ಲೇ... ಬೇಕು!" ಲೀಲಾ ಪ್ರಭಾಕರ ಒಟ್ಟಿಗೆ ಕೈಯೆತ್ತಿದಾಗ ನಿಸ್ಸಹಾಯಕತೆ ಕಣ್ಣುಗಳಲ್ಲಿ ನಟಿಸಿದ.

ಗಂಭೀರವಾಗಿ ಕೂತು ದೂರದ ದಿಗಂತವನ್ನ ದಿಟ್ಟಿಸುತ್ತ ಹಳೆ ಹಿಂದಿ

ಚಿತ್ರಗೀತೆಯನ್ನು ಹಾಡಿದ. ಅವನ ಸ್ವರ ಅಪಾರ ಸಂಕಟವನ್ನು ಹಾಡಿನ ಮೂಲಕ ಹೊರಹಾಕುತ್ತಿದೆಯೆನಿಸಿತು.

ಕಡೆಗೆ ಸರಳಳ ಸರದಿ ಬಂದಾಗ ಸಂಕೋಚಿಸಲಿಲ್ಲ. ಅವಳಿಗೆ ಸಂಗೀತದ ಬಗ್ಗೆ ಹೇಳಿಕೊಳ್ಳುವಂಥ ಅಭಿರುಚಿ ಇರಲಿಲ್ಲ. ಲಘು ಸಂಗೀತ ಕೇಳಲು ಬಹಳ ಇಷ್ಟಪಡುತ್ತಿದ್ದಳು. ಉಲ್ಲಾಸವಾಗಿದ್ದ ಸಮಯದಲ್ಲಿ ಬಾಯಿಗೆ ಬಂದದನ್ನ ಹಾಡಿಕೊಳ್ಳುತ್ತಿದ್ದಳು.

"ಖಂಡಿತ ಹಾಡ್ತೀನಿ. ಕೇಳಲು ಮಾತ್ರ ಕರ್ಕಶವಾಗಿದ್ರೆ ನಾನು ಜವಾಬ್ದಾರಳಲ್ಲ. ಮಧ್ಯದಲ್ಲಿಯೇ ಜಡೆಯೆಳೆದು ನಿಲ್ಲಿಸಿಬಿಡಿ." ಪ್ರಭಾಕರ ಮೆಲುನಗೆ ನಕ್ಕ.

ಬೇಂದ್ರೆಯವರ ಒಂದು ಭಾವಗೀತೆಯನ್ನ ಭಾವಪೂರ್ಣವಾಗಿ ಹಾಡಿದಳು. ಎಲ್ಲರ ಮನಗಳನ್ನ ಹಿಡಿದು ನಿಲ್ಲಿಸಿ ಕೇಳಿಸಿತು. ಇಷ್ಟು ಚೆನ್ನಾಗಿ ಹಾಡಬಲ್ಲಳೆಂದು ಪ್ರಭಾಕರ, ಲೀಲಾಗೆ ಇಂದೇ ಗೊತ್ತಾಗಿದ್ದು.

"ತುಂಬ ಚೆನ್ನಾಗಿ ಹಾಡಿದ್ರಿ" ವೇಣು ಉದ್ಗರಿಸಿದ.

"ಚೆನ್ನಾಗಿ ಹಾಡ್ತಾಳೇಂತ ನಂಗೆ ಇಂದೇ ಗೊತ್ತಾಗಿದ್ದು" ಪ್ರಭಾಕರನ ಕಣ್ಣುಗಳಲ್ಲಿ ಮೆಚ್ಚಿಗೆ ತುಳುಕಿತು.

ಆದರೆ ಪದ್ಮಿನಿ ಇದನ್ನ ಒಪ್ಪಲು ಸಿದ್ಧಳಿಲ್ಲ. "ನಿನ್ದು ಕೋಗಿಲೆ ಕಂಠ' ಚಿಕ್ಕಂದಿನಿಂದ ಅಪ್ಪ, ಅಮ್ಮ ಆಡುತ್ತಿದ್ದ ಪ್ರಶಂಸೆ ಅವಳ ಮನದಲ್ಲಿ ಚೆನ್ನಾಗಿ ಬೇರೂರಿಬಿಟ್ಟಿತ್ತು. ಒಂದು ಸಲ ಕಾಲೇಜಿನಲ್ಲಿ ಹಾಡಿದಾಗ ಥೇಟ್ ಲತಾ ಮಂಗೇಶ್ಕರ್ ತರಹ ಹಾಡ್ತಾರೆ! ಎಂದದ್ದನ್ನ ಅವಳು ಮರೆಯಲಾರಳು. ಇಲ್ಲ, ಇಲ್ಲ, ನಂಗಿಂತ ಚೆನ್ನಾಗಿ ಹಾಡೋಕೆ ಸಾಧ್ಯವಿಲ್ಲ ಬಲವಾಗಿ ತಲೆಯನ್ನ ಕೊಡವಿದಳು.

"ಈಗ ಹೊಟ್ಟೆ ಯೋಚ್ನೆ ಮಾಡ್ಬಹುದು" ಲೀಲಾ ಸರಳ ತೊಡೆಯ ಮೇಲಿದ್ದ ಪ್ರಮೋದನನ್ನ ಎತ್ತಿಕೊಂಡಳು.

"ಬೈ ಆಲ್ ಮೀನ್ಸ್...."

ಸರಳ ಡಬ್ಬಿ ಮುಚ್ಚಳಗಳನ್ನ ತೆಗೆದಳು. ಬಿಸಿಬೇಳೆ ಹುಳಿಯನ್ನ, ಮೊಸರನ್ನ, ಆಂಬೊಡೆ ಎಲೆಗಳಿಗೆ ತುಂಬಿ ಅವರವರಿಗೆ ಸೇರಿಸಿದಳು.

"ಸರಳ, ನಂಗೆ ಒಂದೇ ಆಂಬೋಡೆ ಹಾಕಿದ್ದೀರಾ!" ವೇಣು ದೋಷಾರೋಪಣೆ ಮಾಡಿದ.

ತಟ್ಟನೆ ಅವನೆಲೆಯತ್ತ ನೋಟವರಿಸಿದಳು. ಆಂಬೊಡೆಗಳ ಮೇಲೆ ಬೆರಳುಗಳನ್ನ ಅಡ್ಡವಾಗಿಟ್ಟಿದ್ದ. ಅವಳಿಗೆ ನಗು ಬಂತು.

"ಮತ್ತೊಂದು ಹಾಕೋಕೆ ಅಭ್ಯಂತರವಿಲ್ಲ" ಪ್ರಭಾಕರ ತಟ್ಟನೆ ಹೇಳಿದ. ಸರಳ ಆಂಬೊಡೆ ಡಬ್ಬಿ ಹಿಡಿದು ಅವನ ಬಳಿ ಹೋದಾಗ ಬೆರಳುಗಳು ಮತ್ತಷ್ಟು ಭದ್ರವಾಗಿ ಆಂಬೊಡೆಯ ಮೇಲೆ ಕೂತವು. ಕಣ್ಣುಗಳಲ್ಲಿ ಸಂಭ್ರಮ, ಸಡಗರವಿತ್ತು.

"ಸ್ವಲ್ಪ ಕೈ ತೆಗೀರಿ." ಕೆಳತುಟಿಯನ್ನ ಕಚ್ಚಿ ಹಿಡಿದಳು.

"ಕೈಗೂ ಆಂಬೊಡೆಗೂ ಸಂಬಂಧವೇನು?"

ನೇರವಾಗಿ ಅವನತ್ತ ನೋಡಿದಳು. ಆ ಕಣ್ಣುಗಳಲ್ಲಿ ಸುಂದರ ಜಗತ್ತನ್ನ ನೋಡಿದ ಅನುಭವವಾಯಿತು. ನೋಟ ಚಲಿಸದಾಯಿತು. ರೆಪ್ಪೆಗಳು ಅಲುಗಾಡದಂತೆ ಅಚಲವಾಗಿ ನಿಂತವು. ಅರಿಯಲಾರದ ಭಾವದಲ್ಲಿ ಮುಳುಗಿ ಹೋದಳು.

"ಹೋಗ್ಲಿ, ಒಂದೆರಡು ಹಾಕ್ಬಿಡು" ಪ್ರಭಾಕರನ ಸ್ವರ ಕೇಳಿದ ಮೇಲೇನೇ ಅವಳು ಹೊರಜಗತ್ತಿಗೆ ಬಂದಿದ್ದು. ಕೈ ಮೃದುವಾಗಿ ಕಂಪಿಸಿತು. ಅದು ವೇಣುವಿನ ಕಣ್ಣುಗಳಿಗೆ ಬೀಳದೆ ಹೋಗಲಿಲ್ಲ.

ಎಲ್ಲಾ ಮುಗಿಸಿದ ಮೇಲೆ ನಿಧಾನವಾಗಿ ಗುಡ್ಡ ಇಳಿಯತೊಡಗಿದರು. ಪದ್ಮಿನಿ ಕೂಡ ಸ್ವಲ್ಪ ಹೆಚ್ಚಿನಿಸುವಂತೆ ಮಾತಾಡಿದ್ದಳು. ಅವಳ ಬಾಲಿಶ ಮೂರ್ಖ, ಮಾತುಗಳಿಗೆ ನಗೆಯಾಗಲಿ, ಸಹಾನುಭೂತಿಯಾಗಲಿ ಉಂಟಾಗುವ ಬದಲು ಬೇಸರವಾಗುತ್ತಿತ್ತು.

ಪ್ರಮೋದನನ್ನ ವೇಣು ಎತ್ತಿಕೊಂಡೇ ಇಳಿದ. ದಾರಿಯುದ್ದಕ್ಕೂ ಅವನನ್ನ ಲಲ್ಲಗೆರೆಯುತ್ತಿದ್ದ. ಎಂದೋ ಬತ್ತಿಹೋದ ಉತ್ಸಾಹ ಇಂದು ಪುಟಿದಿತ್ತು. ಮನ ಹಕ್ಕಿಯಂತೆ ಹಾರಾಡುತ್ತಿತ್ತು. ಹೃದಯ ಸುಸ್ವರದಲ್ಲಿ ಹಾಡುತ್ತಿತ್ತು.

"ಪ್ರಭಾಕರ್, ಪ್ರಮೋದ್‌ನ ನಂಗೆ ಕೊಟ್ಬಿಡು."

"ಮಾರಾಯ! ಯಾಕಿಷ್ಟು ಆತ್ರ! ಸ್ವಲ್ಪ ತಡೀ, ಹಾಸ್ಯ ಬೆರೆಸಿದ ಸ್ವರಕ್ಕೆ ಪ್ರಭಾಕರ."

ಮನೆಗೆ ಬಂದಾಗ ಬಹಳ ಉಲ್ಲಾಸವಾಗಿದ್ದ ವೇಣು, ಸ್ವರ್ಗವನ್ನೇ ಸೂರೆಯೊಡೆದು ವಿಜಯದುಂದುಭಿ ಮೊಳಗಿಸಿದಂತೆ ಹೃದಯ ಹೆಮ್ಮೆಪಡುತ್ತಿತ್ತು.

"ಸ್ವಲ್ಪ ಹಾಲು ಬಿಸಿ ಮಾಡು" ನವಿರಾಗಿ ಹೇಳಿದ.

"ನನ್ನೈಲಾಗೋಲ್ಲ, ಕಾಲೆಲ್ಲ ನೋವು."

ಅವಳತ್ತ ನೋಟವರಿಸಿದ. ಉಲ್ಲಾಸದಿಂದ ಲಾಗ ಹಾಕುತ್ತಿದ್ದ ಮನ ಹುಚ್ಚೆದ್ದು ಕುಣಿಯಿತು.

ಹತ್ತಿರಕ್ಕೆ ಹೋಗಿ ಕೆನ್ನೆ ಸವರಿದ, ಕೆನ್ನೆ ಕೆಂಪಾಗಲಿಲ್ಲ. ಕಣ್ಣುಗಳಲ್ಲಿ ಅಹಂಕಾರ ಇಣಕಿತು. ತನ್ನ ಪ್ರತಿಭೆ, ಯೌವನಕ್ಕೆ ಇವನು ಸೋಲಲೇ ಬೇಕು. ಮನ ಹೋ ಹೋ ಎಂದು ನಕ್ಕಿತು.

"ನಂಗೆ ಗೊತ್ತಿತ್ತು!" ಕಣ್ಣುಗಳಲ್ಲಿ ಪರಿಹಾಸ್ಯ ಇಣಕಿತು. ಬೆಂಕಿ ಸೋಕಿದಂತೆ ಕೈ ಹಿಂದಕ್ಕೆ ಹೋಯಿತು.

"ಏನು?" ಉತ್ಸಾಹ ಜರ್ರನೆ ಇಳಿದುಹೋಯಿತು.

"ನೀವು ನನ್ನ ಪ್ರೀತಿಸ್ಲೇಬೇಕೂ.... ನನ್ನಂಥ ಹೆಣ್ಣಿನ ಅಗತ್ಯ ನಿಮಗಿದೆ, ಇದ್ನ ಅಮ್ಮಮೊದ್ಲೇ ಹೇಳಿದ್ಲು."

ಕುಲುಮೆಯಲ್ಲಿ ನಿಂತವನಂತೆ ಚಡಪಡಿಸಿದ. ಮುಷ್ಠಿ ಬಿಗಿಹಿಡಿದ. ಮುಖಕ್ಕೆ ಗುದ್ದಿಬಿಡುವ ಮನಸ್ಸಾಯಿತು, ಹಲ್ಲುಗಳನ್ನ ಕಚ್ಚಿಹಿಡಿದ.

"ಬಾಯಿ ಮುಚ್ಕೋ...! ನೀನೊಬ್ಳು ತಲೆಕೆಟ್ಟೋಳು. ಭ್ರಮೆಯಲ್ಲಿ ಬದ್ಕೋದ್ಬೇಡ. ನಾಳೆ...." ನಾಲಿಗೆಯನ್ನ ಬಿಗಿ ಹಿಡಿದ.

ಮುಖ ತಿರುಗಿಸಿ ಎದ್ದುಹೋದಳು. ಇದು ಮೊದಲನೇ ಸಲವಲ್ಲ. ಬಾಲಿಶ ಮಾತು, ನಡವಳಿಕೆಯ ಬಗ್ಗೆ ಸಹಾನುಭೂತಿ ತೋರಿ ಎಷ್ಟೋ ಪ್ರಯಾಸದಿಂದ ಅವಳನ್ನ ಹತ್ತಿರಕ್ಕೆಳೆದುಕೊಳ್ಳಲು ಹೋಗಿ ಸೋಲುತ್ತಿದ್ದ. ಅಂತಹ ವೇಳೆಯಲ್ಲಿ ಮನ ಕಲ್ಲಾಗುತ್ತಿತ್ತು. ಮಾನವೀಯತೆಯನ್ನು ಗರಗಸದಲ್ಲಿ ಕೊಯ್ಯುವ ಪ್ರಯತ್ನವೆನಿಸುತ್ತಿತ್ತು.

ಇಂದು ಅವಳ ಸ್ವಾಭಿಮಾನ, ಗರ್ವ, ಪ್ರತಿಷ್ಠೆ ಅವನನ್ನ ಕೆಣಕಿತ್ತು. ಹಾಸಿಗೆಯಲ್ಲಿ ಹಣ್ಣು ಹಣ್ಣು ಮಾಡಿದ.

"ನೀನು ನನ್ಹೆಂಡ್ತಿ" ರೋಷದಿಂದ ಹೇಳಿದ್ದ.

ಬೆಳಿಗ್ಗೆ ಬೇಗ ಎದ್ದವನೇ ಮುಖ ತೊಳೆದು ಹೊರಗೆ ಬಂದ. ಚುಮುಚುಮು ನಸುಕು. ಸುರಿಯುವ ಮಂಜು, ಪ್ರಕೃತಿ ಲಾವಣ್ಯಮಯಳಾಗಿ ಕಂಡಳು. ಮನ ಚೇತೋಹಾರಿಯಾಯಿತು. ಪ್ರಕೃತಿಯನ್ನ ಪ್ರೀತಿಸದವನು ಮೂರ್ಖನಾಗಿ ಕಂಡ!

ಅತ್ತ ಕಡೆಯಿಂದ ಬೀಡಿ ಸೇದಿಕೊಂಡು ಬರುತ್ತಿದ್ದ ಜೀಪಿನ ಡ್ರೈವರ್ ಬೀಡಿ ಎಸೆದು ಚಪ್ಪಲಿ ಗಾಲಲ್ಲಿ ಉಜ್ಜಿ ಇವನತ್ತ ಬಂದ.

"ಸಲಾಂ ಸಾಬ್" ಕೈಯೆತ್ತಿದ ತಲೆಯಾಡಿಸಿದ.

"ಕ್ವಾರ್ಟರ್ಸ್ ಖಾಲಿ ಮಾಡ್ತಾ ಇದ್ದೀನಿ" ತಲೆ ಕೆರೆದುಕೊಂಡ.

ಈಗ ವೇಣುಗೆ ಏನನ್ನೂ ತಿಳಿಯಬೇಕೆಂಬ ಕುತೂಹಲ ಇರಲಿಲ್ಲ. ಬೇಸರ ಇಣಕಿತು.

"ಹೌದ!" ಎಂದ.

ಡ್ರೈವರ್ ತಣ್ಣಗಾದ. ತುಟಿಯವರೆಗೂ ಬಂದ ಮಾತುಗಳನ್ನ ಒಳಗೆ ಅದುಮಿಟ್ಟ.

"ಸ್ವಲ್ಪ ವಾಕ್ ಹೋಗ್ಬರ್ತೀನಿ." ಸದ್ಯಕ್ಕೆ ನೀನು ತೊಲಗು ಎಂದು ಹೇಳಿದಂತಾಯಿತು. ಅರಿತು ಮೆಲ್ಲಗೆ ಜಾರಿಕೊಂಡ.

ಕಾಲುಗಳು ಗುಡ್ಡದತ್ತ ನಡೆದವು. ಕುಳಿರ್ಗಾಳಿ ಬೀಸಿ ಬಂದಾಗ ಮೈ ಸಣ್ಣಗೆ ನಡುಗಿತು. ಆದರೂ ಹಿಂದಿರುಗಲೂ ಮನಸ್ಸಾಗಲಿಲ್ಲ. ಗುಡ್ಡದ ಆಕರ್ಷಣೆ ದಿನದಿನಕ್ಕೆ ಹೆಚ್ಚುತ್ತಿದೆಯೆನಿಸಿತು. ನಿಧಾನವಾಗಿ ಹತ್ತಿದ. ನೆನಪು ಹಸಿರಾಯಿತು. ಸರಳಳ ತುಂಬು ಮುಖ ಕಣ್ಮುಂದೆ ಬಂದು ನಿಂತಿತು.

"ಸರಳ...." ತುಟಿಗಳು ಅಲುಗಾಡಿದವು. ಗಾಳಿ ಸುತ್ತಲೂ ಚೆಲ್ಲಾಡಿತು. ಮೈಮನ ಮಧುರತೆಯ ಗುಂಗಿನಲ್ಲಿ ತೊಯ್ದಾಡಿತು. ಸ್ವರವೆತ್ತಿ ಹಾಡುವ ಮನಸ್ಸಾಯಿತು.

ಮರದ ಕಾಂಡಕ್ಕೆ ಒರಗಿ ನಿಂತ. ಸೂರ್ಯ ಕೆಂಡದುಂಡೆಯಂತೆ ಮೇಲೇರಿ

ಬರತೊಡಗಿದಾಗ ಮಂಜು ಕರಗತೊಡಗಿತು. ಮನ ತಣ್ಣನೆಯ ಗಾಳಿಯಲ್ಲಿ ಲಾಗ ಹಾಕಿತು. ಇಂತಹ ಅನುಭವದಿಂದ ಮೈಮನಗಳು ಚೇತೋಹಾರಿ.

ಇಳಿಯುವಾಗ ಹಾರುತ್ತಲೇ ಇಳಿದ ಅಡ್ಡರಸ್ತೆ ತಿರುಗಿದಾಗ ಯಾವುದೋ ಆಕರ್ಷಣೆ ಅವನನ್ನ ತಡೆದು ಪ್ರಭಾಕರನ ಕ್ವಾರ್ಟರ್ಸ್‌ನತ್ತ ತಿರುಗಿಸಿತು. ಮನೆಯ ಬಳಿಗೆ ಬಂದಾಗ ಎಂದೂ ಆಗದ ಹಿಂಜರಿಕೆಯುಂಟಾಯಿತು. ನಿಂತು ಯೋಚಿಸಿದ ಯಾಕೆ? ಎಂದೂ ಸಂಕೋಚ, ಹಿಂಜರಿಕೆ ಅವನನ್ನ ಕಾಡಿದ್ದಿಲ್ಲ.

"ವೇಣು... ಬಾ, ಯಾಕ್ನಿಂತೆ?" ಪ್ರಭಾಕರನ ಕೈಯಲ್ಲಿ ಲೋಟವಿತ್ತು. ಸಂಕೋಚ ಮೆಲ್ಲಗೆ ಕರಗಿತು. ಅವನ ಆತ್ಮೀಯತೆಯ ಕಣ್ನೋಟದ ಎದುರು.

"ಗುಡ್ಡದ ಕಡೆ ಹೋಗಿದ್ದೆ. ಪ್ರಮೋದ್ ನೆನಪು ಈ ಕಡೆಗೆ ಎಳ್ದುಕೊಂಡ್ಬಂತು." ಸುಳ್ಳು ಹೇಳಿ ನಾಲಿಗೆ ಕಚ್ಚಿಕೊಂಡ.

"ಆ ಭೂಪತಿ ನಮ್ಮನ್ನೆಲ್ಲ ಎಬ್ಸಿ ಅವ್ನು ನಿದ್ದೆ ಮಾಡ್ತಾ ಇದ್ದಾನೆ!"

ಗೆಳೆಯರಿಬ್ಬರು ನಿಧಾನವಾಗಿ ಕಾಫಿ ಹೀರುತ್ತ ಮಾತನಾಡಿದರು. ಆದರೆ ವೇಣು ಕಣ್ಣುಗಳು ಹುಡುಕಾಡುತ್ತಿದ್ದವು. ಕಂಗೆಟ್ಟು ಸೋತಂತೆ ಒಂದೆಡೆ ಕುಳಿತವು.

"ಬರ್ತೀನಿ" ಎದ್ದು ನಿಂತ. ಸ್ವರದಲ್ಲಿದ್ದ ನೀರಸವನ್ನ ಪ್ರಭಾಕರ ಗುರ್ತಿಸಲಿಲ್ಲ.

"ಇಲ್ಲೇ ತಿಂಡಿ ತಿನ್ನಬಹುದಾಗಿತ್ತು. ಸರಳ ಅಲ್ಗೇ ತರ್ತಾಳೆ."

'ಸರಳ' ಆ ಹೆಸರಿನ ಸೊಬಗು ಇಂದು ಕಂಡಂತಾಗಿತ್ತು. ಏನು ಹೇಳಬೇಕೆನಿಸಲಿಲ್ಲ. ಆದರೆ ಮಾತಾಡದೆ ಹೊರಟಾಗ ಪ್ರಭಾಕರನಿಗೆ ಆಶ್ಚರ್ಯವಾಯಿತು.

ನಿಧಾನವಾಗಿ ಹೊರಟವನು ದಾಪುಗಾಲು ಹಾಕುತ್ತ ಮನೆಗೆ ಬಂದ. ಒಂದು ತರಹ ಭಯ ಅವನಲ್ಲಿ ಆವರಿಸಿತ್ತು. ಏದುಸಿರುಬಿಡುತ್ತಿದ್ದ.

"ಪದ್ಮಿನಿ..." ಅಬ್ಬರಿಸಿದ.

ಹೊರಗೆ ಬಂದ ಪದ್ಮಿನಿ ಸುಮ್ಮನೆ ನಿಂತಳು. ಮುಂದೆ ನಡೆಯಬಹುದಾದ ಅನಾಹುತಕ್ಕೆ ಇವಳೇ ಕಾರಣ! ತಕ್ಷಣ ಮನಸ್ಸು ಹೊರಳಿತು. ದುರ್ಬಲತೆಯನ್ನ ಬೇರೊಬ್ಬರಿಗೆ ಹೊರೆಸುವುದು ಸರಿಯಲ್ಲವೆನಿಸಿತು.

ಅವಳ ಕೈ ಹಿಡಿದು ಎಳೆದೊಯ್ದು ಸೋಫಾ ಮೇಲೆ ಕೂಡಿಸಿ ತಾನು ಪಕ್ಕದಲ್ಲಿ ಕೂತ. ಮಿದುಳಿನಲ್ಲಿ ಪ್ರಚಂಡವಾದ ಹೋರಾಟ.

"ನನ್ನ ಯಾಕೆ ಮದ್ವೆ ಮಾಡ್ಕೊಂಡೆ?" ಸ್ವರದಲ್ಲಿ ತೀಕ್ಷ್ಣತೆ ಇತ್ತು.

"ಗೊತ್ತಿಲ್ಲ. ಈ ಮದ್ವೆಗೆ ನಮ್ಮಣ್ಣಂದಿರ ಬಲವಂತವೇ ಜಾಸ್ತಿ ಇತ್ತು." ಜಾರಿಕೆಯ ಉತ್ತರವಿಲ್ಲವೆನಿಸಿತು. ಒಳಗೆ ಇಳಿದು ನೋಡುವುದು ಇವಳಿಂದ ಸಾಧ್ಯವಿಲ್ಲವೆನಿಸಿತು. "ನಿನ್ನ ಪ್ರತಿಭೆಯ ಬಗ್ಗೆ ನಾನೇನು ಮಾಡ್ಲಿ?" ಪದ್ಮಿನಿ ತಬ್ಬಿಬ್ಬಾದಳು. ಇದುವರೆಗೂ ಆ ವಿಷಯದತ್ತ ಅವಳು ಯೋಚಿಸಿರಲಿಲ್ಲ.

"ಕಮಾನ್, ಬೇಗ ಹೇಳು. ಎಲ್ಲಾ ಇಂದೇ ನಿರ್ಧಾರವಾಗಿ ಬಿಡ್ಬೇಕೂ..."

ಮೌನವಾಗಿ ತಲೆ ಕೆಳಗಾಕಿದಳು. ಕಲಸಿಹೋದ ಭಾವನೆಗಳ ಪ್ರಚಂಡ ಸ್ಫೋಟವಾಯಿತು.

"ಪ್ಲೀಸ್, ಮಾತಾಡು. ಏನಿದ್ರೂ.... ಹೇಳ್ಬಿಡು."

ಅವಳ ಮನದಲ್ಲಿ ದೊಡ್ಡ ಗೊಂದಲವೆದ್ದಿತು. ವೇಣು ಪ್ರಶ್ನೆಗಳಿಗೆ ಉತ್ತರಿಸುವ ಸ್ಥಿತಿಯಲ್ಲಿ ಅವಳು ಇರಲಿಲ್ಲ. ತುಟಿಗಳು ಅಲುಗಾಡಿದವು. ಸ್ವರ ಹೊರಗೆ ಬರಲಿಲ್ಲ.

"ಬೇಗ ಹೇಳು" ಒರಟಾಗಿ ತೋಳು ಎಳೆದ.

ಹರಿದ ಪತ್ರಗಳನ್ನು ಚೆಲ್ಲಾಪಿಲ್ಲಿಯಾಗೆ ಗಾಳಿಗೆ ಹಾರಾಡಿ ದೂರ ಹೋದಂತಾಯಿತು. ಅವರೆಲ್ಲ ಕಾಲಡಿಯಲ್ಲಿ ಕೂತು ಕಣ್ಣೀರಿಟ್ಟ ಕಲ್ಪನೆ ಮಿದುಳನ್ನ ತೋಯಿಸಿತು. ಹಲ್ಮುಡಿಯನ್ನು ಕಚ್ಚಿ ಹಿಡಿದಳು.

"ಒಂದ್ಕೆಲ್ಸ ಮಾಡು, ನಿನ್ನ ಪ್ರೀತಿಸಿದ್ದೀನಿ ಅಂತ ಹೊಗಳಿ ಅಟ್ಟಕ್ಕೇರಿಸಿದವ್ರಿಗೆಲ್ಲ ಪತ್ರ ಬರೀ. ಅವ್ರುಗಳು ಬಂದಾಗ ಒಂದು ನಿರ್ಧಾರಕ್ಕೆ ಬರೋಣ." ತೋಳಿನ ಮೇಲಿದ್ದ ಕೈ ಹಿಂದಕ್ಕೆ ಸರಿಯಿತು.

ಕಿಟಕಿಯ ಬಳಿ ನಿಂತು ಹೊರಗೆ ನೋಡತೊಡಗಿದ. ಕೈಗಳು ನಿಧಾನವಾಗಿ ಪ್ಯಾಂಟ್ ಜೇಬಿನೊಳಕ್ಕೆ ಇಳಿಯಿತು. ಕಣ್ಣುಗಳು ಕಿರಿದಾದವು. ತುಟಿಗಳು ಕಚ್ಚಿ ಕೂತವು. ಬೆಳಿಗ್ಗೆ ಲವಲವಿಕೆಗಳು ಕಂಡ ಪ್ರಕೃತಿ ಈಗ ಸೊರಗಿದಂತೆ ಕಂಡಳು.

ಹಿಂದಕ್ಕೆ ತಿರುಗಿದ ಪದ್ಮಿನಿ ಅದೇ ಸ್ಥಿತಿಯಲ್ಲಿ ಕೂತಿದ್ದಳು. ಅವನು ನೋಡಿದ್ದ ಚಲನಚಿತ್ರ ಕಾದಂಬರಿಗಳನ್ನೆಲ್ಲ ನೆನಪಿಸಿಕೊಂಡ. ಇಂಥ ಹೆಣ್ಣಿನ ಪಾತ್ರ ಎಲ್ಲೂ ಚಿತ್ರಣವಾಗಿರಲಿಲ್ಲ. ಈ ಸಮಸ್ಯೆ ಯಾವ ಗಂಡಿಗೂ ಎದುರಾಗಿರಲಿಕ್ಕಿಲ್ಲ!

ನಿಧಾನವಾಗಿ ಬಂದು ಅವಳ ಪಕ್ಕ ಕೂತ. ಬೊಗಸೆ ಕಣ್ಣುಗಳಲ್ಲಿ ಏನನ್ನೋ ಹುಡುಕಲು ಪ್ರಯತ್ನಿಸಿದ. ಸೋಲಿನ ಅನುಭವವಾಯಿತು.

"ಪ್ರಯತ್ನಪಟ್ರೆ ಈ ಸಮಸ್ಯೆಗಳನ್ನೆಲ್ಲ ಮುಚ್ಚಿಬಿಡ್ಬಹುದು. ನಿನ್ನ ಕನಸುಗಳ ಮೇಲೆ ಸಮಾಧಿ ಕಟ್ಟಿಬಿಡು. ನಿನ್ನ ಕಲ್ಪನೆಯ ಅಭಿಮಾನಿಗಳಲ್ಲಿ ನನ್ನನ್ನೇ ನೋಡು. ನಿನ್ನ ಹಾಡು, ಕುಣಿತ, ಬರವಣಿಗೆಯೆಲ್ಲ ನನ್ನೊಬ್ಬನಿಗೆ ಮೀಸಲಾಗ್ಲಿ" ಭಾವುಕನಂತೆ ನುಡಿದ.

ಹೆಡೆ ತುಳಿದ ಸರ್ಪಿಣಿಯಂತೆ ತಲೆಯೆತ್ತಿದಳು.

"ನನ್ನ ಪ್ರತಿಭೆನ ತುಳ್ಯೋ ಅವಕಾಶ ನೀವ್ಯಾಕೆ ಬಿಟ್ಟುಕೊಡ್ತೀರಾ! ನಂಗೇನು ನಿಮ್ಮ ಪ್ರೀತಿ ಬೇಕಿಲ್ಲ. ಅಭಿಮಾನಿಗಳು ಬೇಕು, ಅವ್ರು ಬರ್ಯೋ ಪತ್ರಗಳು ಬೇಕು. ಆ ಮೆಚ್ಚುಗೆಯಲ್ಲೇ ನಾನು ಹೊರಳಾಡಬೇಕು."

ದಿಗ್ಭ್ರಮೆಗೊಂಡ. ಸುಮ್ಮನೆ ಕೂತುಬಿಟ್ಟ. ಕಡೆಗೆ ರೋಷದಿಂದ ಹೇಳಿದ.

"ಆಲ್‌ರೈಟ್. ನಿನ್ನಿಷ್ಟ.... ಮುಂದೆ ನೀನೇ ಸಫರ್ ಆಗ್ಬೇಕು. ನಂಗೆ ನನ್ನೊಬ್ಬನನ್ನ ಪ್ರೀತಿಸೋ ಹೆಣ್ಣು ಬೇಕು. ನೀನು ಪ್ರೀತಿಸ್ಲಿಲ್ಲಾಂತ ನಾನೇನು ಅಳ್ತಾ ಕೂಡೋಲ್ಲ!" ಹಾಲ್‌ನತ್ತ ನಡೆದ.

ಎರಡು ದಿನ ಮನೆಯಲ್ಲಿ ಭೀಕರವಾದ ನೀರವತೆ ಕವಿಯಿತು. ಪೂರ್ತಿ

ಮಾತಾಡುವುದನ್ನೇ ಬಿಟ್ಟ. ಊಟ, ತಿಂಡಿಯೆಲ್ಲ ಮೆಸ್. ಬೆಳಿಗ್ಗೆ ಮನೆಬಿಟ್ಟರೆ ರಾತ್ರಿ ಮನೆ ಸೇರುತ್ತಿದ್ದ. ಹೆಚ್ಚು ಕಡಿಮೆ ಎಲ್ಲ ವೇಳೆಯನ್ನ ಡ್ಯಾಮ್ ಕನ್‌ಸ್ಟ್ರಕ್ಷನ್‌ನಲ್ಲಿಯೇ ಕಳೆಯುತ್ತಿದ್ದ.

"ಊಟಕ್ಕೆ ಹೋಗ್ಲಿಲ್ವಾ?" ಪ್ರಭಾಕರ ತಲೆಯ ಮೇಲಿನ ಕ್ಯಾಪ್ ತೆಗೆದು ಕೈಯಲ್ಲಿ ಹಿಡಿದು ಕೇಳಿದ. ಅವನತ್ತ ಬೆನ್ನು ಹಾಕಿ ಮೌನವಾಗಿ ಹೊರಟಾಗ ತೋಳಿಡಿದು ನಿಲ್ಲಿಸಿದ. ಕಣ್ಣುಗಳು ಕಿರಿದಾದವು.

"ವೇಣು ಮನೆಗೆ ಹೋಗ್ಲಿಲ್ವಾ?" ಸುಮ್ನೇ ನಕ್ಕುಬಿಟ್ಟ. ಪ್ರಭಾಕರನ ಕಣ್ಣುಗಳಲ್ಲಿ ನಿರಾಸೆ ಇಣುಕಿತು.

"ಹೋಗ್ಬೇಕೂಂತ ಅನ್ನಿಸೋಲ್ಲ" ಬಗ್ಗಿ ಕಲ್ಲೊಂದನ್ನ ಎತ್ತಿ ದೂರಕ್ಕೆ ಎಸೆದ. ಅದು ಬಿದ್ದ ಜಾಗವನ್ನೇ ನಿರುಕಿಸುತ್ತ ಮತ್ತೊಂದು ಕಲ್ಲಿಗಾಗಿ ಬಗ್ಗಿದಾಗ ಪ್ರಭಾಕರ ಅವನ ತೋಳು ಹಿಡಿದ.

ವೇಣು ತೋಳಿಡಿದ ಕೈಯನ್ನ ಒರಟಾಗಿ ಕೊಡವಿದ. ಅವನ ಪ್ರೀತಿಯ ಉದ್ದಗಲಕ್ಕೂ ಬೆಳೆದು ನಿಂತ ಅವನ ಮೇಲೆ ಕೋಪ ಉಕ್ಕುತ್ತಿತ್ತು. ಮಿದುಳು ರಣರಂಗವಾಗಿತ್ತು. ಬರೀ ಗೊಂದಲಗಳು.

"ಅಷ್ಟಕ್ಕೆ ಇಷ್ಟೊಂದು ತಲೆ ಕೆಡ್ಸಿಕೊಳ್ಳೋದಾ!" ವೇಣು ಜೋರಾಗಿ ನಕ್ಕುಬಿಟ್ಟ.

"ಶ್ರೀ ಮಿಸ್ಟರ್..." ಅವನ ತೋಳಿನ ಪಟ್ಟಿ ಹಿಡಿದು ಜಗ್ಗಿದ.

"ನಿಮಗ್ಯಾಗ್ರಿ ಗೊತ್ತಾಗ್ಬೇಕೂ?" ವೇಣುವಿನ ಕಣ್ಣುಗಳಲ್ಲಿ ರೋಷ ಉಕ್ಕಿದಾಗ ಮಂಜಿನಲ್ಲಿ ಹೊರಳಾಡಿದ ಅನುಭವವಾಯಿತು ಅವನಿಗೆ. ವೇಣು ತಲೆಯಲ್ಲಿ ಭೂತ ಹೊಕ್ಕಂತಾಗಿತ್ತು. ಕೈ ಜಾರಿತು.

ಅಷ್ಟು ದೂರ ನಡೆದು ಹೋಗಿ ಹಿಂದಿರುಗಿದಾಗ ಪ್ರಭಾಕರ ಅದೇ ಸ್ಥಳದಲ್ಲಿ ನಿಂತಿದ್ದ. ಅವನ ಕೊರಳುಬ್ಬಿ ಬಂತು. ಎದೆ ಬಿರಿಯುವಂಥ ಸಂಕಟ. ಸಹಿಸಲಾಗದಂಥ ವೇದನೆ. ತಟ್ಟನೇ ಹಿಂದಕ್ಕೆ ತಿರುಗಿ ಸರಸರನೆ ಮರೆಯಾದ. ಪ್ರಭಾಕರ ನಿಂತಲ್ಲಿಯೇ ಕಲ್ಲಾದ. ಅವನ ಎದುರಿನಲ್ಲಿಯೇ ವೇಣು ಈಜಿ ದಡ ಸೇರದಂಥ ಪ್ರಪಾತಕ್ಕೆ ಧುಮುಕ್ಕಿದ್ದ. ರಕ್ಷಿಸಿಕೊಳ್ಳಲಾರದೆ ತೊಳಲಾಡಿದ.

ನೇರವಾಗಿ ವೇಣುನ ಮನೆಗೆ ಹೋದ. ಅವನನ್ನ ಎದುರುಗೊಂಡಿದ್ದು ಅವನ ಅತ್ತೆ ಮಾವಂದಿರು. ಕಸಿವಿಸಿಯಿಂದ ಮುಖ ತಿರುವುವಂತಾಯಿತು ಕೈಕಾಲರ್ ಮೇಲಾಡಿತು.

"ಯಾವಾಗ್ಬಂದ್ರಿ?" ತಗ್ಗಿದ ಸ್ವರದಲ್ಲಿ ಕೇಳಿದ.

"ಬೆಳಿಗ್ಗೆ ಬಂದ್ವಿ. ನಮ್ಮ ಹಣೆಬರಹ ನೆಟ್ಟಗಿಲ್ಲ. ಇಲ್ದಿದ್ರೆ ಬಂಗಾರದಂಥ ಹೆಣ್ಣಿಗೆ ಇಂಥ ಗಂಡು ಗಂಟುಬೀಳ್ಬೇಕಾ!" ಹಣೆ ಗಟ್ಟಿಸಿಕೊಂಡರು. ಪ್ರಭಾಕರನಿಗೆ ರೇಗಿತು.

"ಒಂದು ದುರಭ್ಯಾಸ ಇರ್ಲಿಲ್ಲ. ಅಥವಾ ನಮ್ಗೆ ಗೊತ್ತೇ ಆಗಲಿಲ್ಲ. ಈಗ

ಫಸ್ಟ್‌ಕ್ಲಾಸಾಗಿ ಬಾಟ್ಲು ಓಪನ್ ಮಾಡ್ತಾರೆ. ಸಿಗರೇಟು ಸೇದೋ ಸ್ಟೈಲ್.... ನೋಡ್ಬೇಕೂ! ಹುಡ್ಗೀರ.... ಸಹವಾಸ ಕೂಡ ಇರ್ಬೇಕೂ."

ಅವನ ಮೈ ರಕ್ತವೆಲ್ಲ ಮುಖಕ್ಕೆ ನುಗ್ಗಿತು. ಆವೇಶಕ್ಕೆ ಒಳಗಾಗುವುದು ಅವನ ಸ್ವಭಾವವಲ್ಲ. ರಕ್ತವೆಲ್ಲ ಸಮಸ್ಥಿತಿಗೆ ಬಂದಮೇಲೆ ನವಿರಾಗಿ ಹೇಳಿದ.

"ನಿಮ್ಗೇ ಸುಳ್ಳು ವರ್ತಮಾನ ಬಂದಿರ್ಬೇಕೂ. ವೇಣು ಸಭ್ಯ. ಈಚೆಗೆ ಗಂಡ ಹೆಂಡಿರಲ್ಲಿ ಸಾಮರಸ್ಯವಿಲ್ಲದ ಕಾರಣ ತಲೆ ಕೆಡ್ಸಿಕೊಂಡಿದ್ದಾನೆ." ಅವರ ಕಣ್ಣುಗಳು ಕೆಂಪಗಾದವು. ಪ್ರಭಾಕರ ನಿರಾಶೆಯಲ್ಲಿ ತಡಕಾಡಿದ.

"ಬುರುಡೆ ಬೇಡ ಸ್ವಾಮಿ. ಕಟ್ಟಿಕೊಂಡ ಹೆಂಡ್ತಿನ ಸರ್ಯಾಗಿ ನೋಡ್ಕೊಳ್ಳೋದಿಕ್ಕೆ ಆಗದ ಮನುಷ್ಯ! ಅವನ ಅದೃಷ್ಟ ಗಟ್ಟಿಯಾದ್ದರಿಂದ ನಮ್ಮ ಪದ್ಮಿನಿಯಂಥ ಹುಡ್ಗಿ ಸಿಕ್ಕಿದ್ಳು."

"ಅದೆಲ್ಲ ಬೇಡಿ. ಅದೃಷ್ಟವೋ ದುರಾದೃಷ್ಟವೋ ಆಮೇಲೆ ಯೋಚಿಸ್ಬಹ್ದು. ಇಲ್ಲದ ಆರೋಪಣೆ ಮಾಡ್ಬೇಡಿ" ಕಟುವಾಗಿಯೇ ಹೇಳಿದ.

"ಏನ್ರಿ.... ಅಂಥದ್ದು!" ನೇರವಾಗಿ ಕದನಕ್ಕೆ ಇಳಿದವರಂತೆ ಅವನ ಬಳಿಗೆ ಬಂದರು. ಪ್ರಭಾಕರನ ಮುಖದ ಮೇಲೆ ಬೆವರೊಡೆಯಿತು. ಇಂಥ ಸಂದರ್ಭಗಳು ಅವನ ಜೀವನದಲ್ಲಿ ಅಪರೂಪ.

"ಕೂತ್ಕೊಳ್ಳಿ..."

ಅವರ ಕೈ ಹಿಡಿದು ಕೂಡಿಸಿದ. ವಿವೇಕ ಮರೆತ ಈ ಜನಕ್ಕೆ ತಿಳಿ ಹೇಳುವುದು ಕಷ್ಟವೆಂದು ಅವನಿಗೆ ಗೊತ್ತು. ಆದರೂ ಪ್ರಾಮಾಣಿಕ ಪ್ರಯತ್ನ ಮಾಡಲೇಬೇಕಿತ್ತು.

"ನಾನು ಹೇಳೋವರ್ಗೂ ಕೇಳಿ; ಆಮೇಲೆ ನೀವು ಮಾತಾಡಿ."

ನಿಧಾನವಾಗಿ ಹೇಳಲು ಶುರು ಮಾಡಿದ. ಮಧ್ಯೆ ಮಧ್ಯೆ ಮಾತಾಡುವ ಪ್ರಯತ್ನ ಮಾಡಿದ ಚಿದಂಬರನ್ನ ಕಣ್ಸನ್ನೆಯಿಂದಲೇ ಸುಮ್ಮನಾಗಿಸುವ ಪ್ರಯತ್ನ ಮಾಡುತ್ತಿದ್ದ.

ಮುಂದಿದ್ದ ಟೀಪಾಯಿಯನ್ನ ಅಷ್ಟು ದೂರಕ್ಕೆ ತಳ್ಳಿದಾಗ ಗಾಬರಿಯಿಂದ ಎದ್ದು ನಿಂತ. ಗಂಭೀರವಾಗಿ ಹೇಳಿದ.

"ನೀವು ಹಿರಿಯರು - ಉದ್ವೇಗ ಒಳ್ಳೆಯ ಲಕ್ಷಣವಲ್ಲ!"

"ಹೆಚ್ಚಿಗೆ ಮಾತಾಡ್ಬೇಡಿ. ನನ್ನ ಮಗ್ಳ ಮೇಲೆ ಆರೋಪ ಹೊರಿಸೋಕೆ ನಿಮ್ಗೆಷ್ಟು ಧೈರ್ಯ!" ಏದುಸಿರುಬಿಡತೊಡಗಿದರು.

ಪಂಚೆಯನ್ನು ಎತ್ತಿ ಕಟ್ಟಿ ತೋಳು ಏರಿಸಿದಾಗ ಸಹಾನುಭೂತಿಯಿಂದ ಅವರತ್ತ ನೋಡಿದ. ಪ್ರಯೋಜನವಿಲ್ಲವೆನಿಸಿತು. ದಾಪುಗಾಲು ಹಾಕುತ್ತ ಹೊರಗೆ ಬಂದ. ಬೆರಳುಗಳಿಂದ ಕೂದಲನ್ನ ಹಿಂದಕ್ಕೆ ದೂಡಿದ.

ಹೆಜ್ಜೆಗಳು ಭಾರವೆನಿಸಿತು. ನಿಧಾನವಾಗಿ ಕ್ವಾರ್ಟರ್ಸ್‌ನತ್ತ ನಡೆದ. ಬಟ್ಟೆ ಬದಲಾಯಿಸಿ ಸುಮ್ಮನೆ ಮಲಗಿಬಿಟ್ಟ.

ಬಳೆ ಸದ್ದಾಯಿತು. ಈಗ ಯಾರೊಂದಿಗೂ ಮಾತಾಡುವ ಇಷ್ಟ ಇರಲಿಲ್ಲ.

"ಪ್ಲೀಸ್ ಲೀಲಾ, ನನ್ನ ಒಂಟಿಯಾಗಿ ಬಿಟ್ಬಿಡು."

ಅವಳೆದೆ ನಿಂತಂತಾಯಿತು. ಗಾಬರಿಯಿಂದ ಅವಳ ಮೈ ಕಂಪಿಸತೊಡಗಿತು. ಇಂದಿನದು ಅವಳ ಪಾಲಿಗೆ ಹೊಸ ಅನುಭವ. ಎಂದೂ ಪ್ರಭಾಕರ ಹೀಗೆ ವರ್ತಿಸಿರಲಿಲ್ಲ.

"ಹುಷಾರಿಲ್ವಾ! ಏನಾದ್ರೂ ಕೊಡ್ಲಾ?"

ಆತಂಕ ತುಂಬಿದ ಧ್ವನಿಗೆ ಎಚ್ಚರವಾದ. ಆದರೂ ಮಾತಾಡಲೂ ಇಷ್ಟವಾಗಲಿಲ್ಲ. ಕೈಯನ್ನ ಮುಖಕ್ಕೆ ಅಡ್ಡಲಾಗಿ ಹಿಡಿದ.

"ನಂಗೇನು ಇಲ್ಲ. ಸ್ವಲ್ಪ ವಿಶ್ರಾಂತಿ ಬೇಕು, ಅಷ್ಟೆ" ಸ್ವರದಲ್ಲಿ ಬೇಸರ ಸ್ಪಷ್ಟವಾಗಿತ್ತು.

ಹೊರಗೆ ಬಂದಳು. ಸರಳ ಬಟ್ಟೆಗಳನ್ನ ಮಡಚಿಡುತ್ತಿದ್ದಳು. ಬಳೆ ಸದ್ದಿಗೆ ಕತ್ತನ್ನ ಇತ್ತ ತಿರುಗಿಸಿದಳು. ಕೈಯಲ್ಲಿದ್ದ ಬಟ್ಟೆ ಕೆಳಗೆ ಬಿತ್ತು. ಕಣ್ಣುಗಳು ಕಿರಿದಾದವು.

"ಅತ್ಗೇ... ಯಾಕೆ?"

ಲೀಲಾ ತುಂಬಾ ಜಾಣೆ. ಈಗ ವಿಷಯ ತಿಳಿಯದೆ ಬಚ್ಚಿಡುವುದು ಬೇಡವೆನಿಸಿತು.

"ಏನು?" ಪ್ರಶ್ನೆ ಹಿಂದಕ್ಕೆ ಬಂದಾಗ ಸರಳ ಪೆಚ್ಚಾದಳು. ಮತ್ತೆ ಪ್ರಶ್ನಿಸಲು ಹೋಗಲಿಲ್ಲ.

ಸಂಜೆ ಪ್ರಮೋದನನ್ನ ಎತ್ತಿಕೊಂಡು ಸುತ್ತಾಡಿಸಲು ಹೊರಟಳು. ಅಷ್ಟು ದೂರ ಹೋಗಿ ಕಣ್ಣರಳಿಸಿದಳು. ಕಡಿದು ಬಿದ್ದ ಮರಗಳ ಅವಶೇಷಗಳು ಅನಾಥವಾಗಿ ರೋದಿಸುತ್ತ ಗತಕಾಲದ ವೈಭವವನ್ನ ಹೇಳಿದಂತೆ ಭಾಸವಾಯಿತು. ಸುಮ್ಮನೆ ನಿಂತು ನೋಡಿದಳು. ಮೆಲ್ಲನೆ ಹೆಜ್ಜೆ ಎತ್ತಿ ಹಾಕುತ್ತ ಹೆದ್ದಾರಿಯ ತಿರುವಿನ ಕಡೆ ಹೊರಟಳು. ತಕ್ಷಣ ಅವಳ ಕಾಲುಗಳು ಸ್ತಬ್ಧವಾದವು. ವೇಣು ಮರದ ಕಾಂಡಕ್ಕೆ ಒರಗಿ ನಿಂತಿದ್ದ. ಮುಖ ಮೇಲೆತ್ತಿ ಶೂನ್ಯದ ಕಡೆ ದಿಟ್ಟಿಸುತ್ತಿದ್ದ. ಕೈಯಲ್ಲಿ ಹೊಗೆಯಾಡುವ ಸಿಗರೇಟು. ಒಂದೆರಡು ಅರ್ಧ ಉರಿದ ಸಿಗರೇಟು ತುಂಡುಗಳು ಅವನ ಕಾಲ ಬುಡದಲ್ಲಿ ಬಿದ್ದಿದ್ದವು. ಮುಖದಲ್ಲಿ ಎಂದೂ ಕಾಣದಿದ್ದ ಕಠೋರಭಾವ.

"ವೇಣು..." ಅರಿವಾಗದಂತೆ ಧ್ವನಿ ಕ್ಷೀಣಿಸಿತು.

ಮುಖ ತಿರುಗಿಸಿ ನೋಟ ಹರಿಸಿದ. ಕೈಯಲ್ಲಿದ್ದ ಸಿಗರೇಟು ತುಂಡನ್ನು ಅಷ್ಟು ದೂರಕ್ಕೆ ಎಸೆದ. ತುಟಿಗಳಂಚಿನಲ್ಲಿ ಕಿರುನಗು ಮಿನುಗಿತು. ಪ್ರಮೋದನತ್ತ ಕೈ ಚಾಚಿದ.

"ಮನೆಗೆ ಯಾಕೆ ಬರಲಿಲ್ಲ?" ಉತ್ತರಕ್ಕೆ ಬದಲು ಮುಖ ಮೇಲೆತ್ತಿ ಉಸಿರನ್ನ ದಬ್ಬಿದ.

ಪ್ರಮೋದ್ ಕೇಕೆ ಹೊಡೆಯುತ್ತ ಅವನ ತೋಳಲ್ಲಿ ಅಡಗಿದ.

"ಪ್ರಭಾಕರ್ ಮನೆಯಲ್ಲಿದ್ದಾನ?" ಅವನ ಕೈ ಪ್ರಮೋದನ ಬೆನ್ನನ್ನ ನೇವರಿಸುತ್ತಿತ್ತು.

"ಇದ್ದ. ಯಾಕೋ ಒಂದು ತರಹ ಕಾಣ್ತೀರಲ್ಲ! ಹುಷಾರಿಲ್ವಾ?" ಜೋರಾಗಿ ನಕ್ಕ. ಸರಳ ಬೆಪ್ಪಾದಳು.

"ನಿಮ್ಮ ಕಣ್ಣುಗಳ್ನ ಮೊದ್ಲು ತೋರಿಸ್ಬೇಕೂ. ನನ್ನ ಆರೋಗ್ಯಕ್ಕೆ ಏನಾಗಿದೆ. ನಾನು ತುಂಬ ಸಂತೋಷವಾಗಿದ್ದೀನಿ, ರಿಯಲೀ ಐಯಾಮ್ ಹ್ಯಾಪಿ."

ಸರಳಾಗೆ ಸುಳ್ಳೆನಿಸಿತು. ಪ್ರಭಾಕರ ಕೂಡ ಇವನ ವಿಷಯನ ಮಾತಾಡುವುದನ್ನ ನಿಲ್ಲಿಸಿದ್ದ. ಅವನ ಪ್ಲಾನ್ ಫೈಲ್ಯೂರ್ ಆಗಿರಬಹುದೇನೋ!

"ನಾನು ನಂಬೋಲ್ಲ" ದೃಢವಾಗಿ ಹೇಳಿದಳು.

ತಟ್ಟನೆ ಅವಳತ್ತ ತಿರುಗಿದ. ಸುಳ್ಳು ಸ್ವಾಭಿಮಾನಕ್ಕೆ ಬಲವಾದ ಪೆಟ್ಟು ಬಿದ್ದಿತ್ತು. ಅವಡು ಕಚ್ಚಿದ. ಕಣ್ಣುಗಳಲ್ಲಿ ಕೋಪ ಇಣಕಿತು.

"ಪ್ಲೀಸ್, ವೇಣು ನೀವು ಹಾಗೇ ನೋಡ್ಬೇಡಿ" ಕೈಯನ್ನ ಮುಖಕ್ಕೆ ಅಡ್ಡವಾಗಿಟ್ಟುಕೊಂಡಳು. ಅವನ ಮನ ಬೆಣ್ಣೆಯಾಯಿತು.

"ಹೆದ್ರಿಬಿಟ್ಯಾ ಸರಳ?" ನವಿರಾದ ಸ್ವರ ಎಸೆದ.

ಇಬ್ಬರೂ ಆತ್ಮೀಯವಾಗಿ ಮಾತಾಡುತ್ತ ಅಷ್ಟು ದೂರ ಹೋದರು. ಪ್ರಮೋದ್ ಅವನ ಕೈಯಲ್ಲಿದ್ದುದ್ದರಿಂದ ಸಿಗರೇಟು ಹಚ್ಚಲು ಅವಕಾಶವಾಗಲಿಲ್ಲ.

"ಇಲ್ಕೊಡಿ, ನಾನು ಎತ್ಕೋತೀನಿ," ಕೈ ಚಾಚಿದಳು.

ವೇಣುವಿನ ನೋಟ ಅಚಲವಾಗಿತ್ತು. ಮಿಂಚು ಪ್ರಜ್ವಲಿಸುತ್ತಿತ್ತು.

ಕಣ್ಣುಗಳಲ್ಲಿ ಅವಳನ್ನ ತುಂಬಿಕೊಳ್ಳುವಂತೆ ನೋಡಿದ. ಗುಡ್ಡದ ಅವಳ ನೋಟದಲ್ಲಿಯೇ ಕರಗಿಹೋಗಿದ್ದ. ಅದನ್ನ ತಡೆಯಲು ಕಠೋರನಾಗಿದ್ದ.

ತಟ್ಟನೆ ಅವಳ ಕಡೆಗೆ ಬೆನ್ನು ಹಾಕಿ ನಿಂತು ಹೇಳಿದ.

"ನಿಮ್ಮೆಲ್ಲಸದ್ದು ಏನಾಯ್ತು?"

"ಸದ್ಯಕ್ಕೆ ಏನು ಇಲ್ಲ. ಅಪ್ಪ, ಅಮ್ಮ ಬಂದ್ಮೇಲೆ ಪ್ರಭಾಕರ ಅತ್ತ ಗಮನ ಕೊಡ್ಬೇಕು" ಅವಳ ಎದೆಯ ಬಡಿತ ಏರಿತ್ತು.

ಇತ್ತ ತಿರುಗಿದ ವೇಣು. ಅವಳ ತಲೆ ಬಗ್ಗಿತ್ತು. ನೋಟ ನೆಲದಲ್ಲಿ ಹರಿದಾಡುತ್ತಿತ್ತು. ತುಂಬು ಮೊಗವನ್ನ ಬೊಗಸೆಯಲ್ಲಿಡಿದು ಚುಂಬಿಸಬೇಕೆನಿಸಿತು.

"ಹೋಗೋಣ."

ಜೇಬಿನಲ್ಲಿ ಹೋದ ಕೈ ಹೊರಗೆ ಬಂತು. ಸಿಗರೇಟು ಪ್ಯಾಕೆಟ್ ಲೈಟರ್ ಹೊರಬಂತು. ತೀರಾ ಅನುಭವಿಯಂತೆ ಹಬ್ಬಿ ಹೊಗೆ ಉಗುಳಿದ. ವಿಸ್ಮಿತ ನೇತ್ರಗಳಿಂದ ಅವನನ್ನ ನೋಡಿದಳು.

"ಇಂಥ ದುರಭ್ಯಾಸಕ್ಕೆ ಗಂಟು ಬೀಳೋಂಥ ದುರ್ಬಲ ವ್ಯಕ್ತಿನಾ! ಇದ್ರಿಂದ ನಿಮ್ಗೇನು ಸಿಗುತ್ತೆ? ಆರೋಗ್ಯಕ್ಕೆ ಹಾನಿ."

ಅವನ ತುಟಿಗಳ ಮೇಲೆ ಉದಾಸೀನ ಮಿಶ್ರಿತ ನಗು ಅರಳಿತು. ಕೈಯಲ್ಲಿದ್ದ

ಸಿಗರೇಟನ್ನ ಸೇದಿ ಕಾಲಡಿಯಲ್ಲಿ ಹಾಕಿ ಹೊಸಕಿದ. ಸೇಡು ತೀರಿಸಿಕೊಳ್ಳುವ ಭಾವನೆಗಳಿತ್ತು. ಅವನ ಮುಖದ ಮೇಲೆ.

ಬಗ್ಗಿ ಕೈಗೆ ಸಿಕ್ಕಿದ ಕಲ್ಲನ್ನ ದೂರಕ್ಕೆ ಎಸೆದ. ಅತ್ತಲೇ ನೋಡಿ ನಿಟ್ಟುಸಿರನ್ನ ದಬ್ಬಿದಳು.

ಪ್ರಮೋದನನ್ನ ತಾನೇ ಎತ್ತಿಕೊಂಡ. ಪ್ರಭಾಕರನ ಕ್ವಾರ್ಟರ್ಸ್ ಅಷ್ಟು ದೂರವಿರುವಾಗಲೇ ನಿಂತ. ಎದೆಯಲ್ಲಿ ಅಲಗು ಆಡಿಸಿದಂಥ ನೋವು.

"ತಗೊಳ್ಳಿ..." ಪ್ರಮೋದನ ಹಣೆಗೆ ಚುಂಬಿಸಿ ಅವಳತ್ತ ಚಾಚಿದ ಅವಳ ಕೈ ಮುಂದಾಗಲಿಲ್ಲ.

"ಮನೆಗೆ ಬನ್ನಿ."

"ಬೇಡ. ಯಾವಾಗ್ಲಾದ್ರೂ... ಬರ್ತೀನಿ" ಬೆರಳುಗಳು ಒಟ್ಟಿಗೆ ಸೇರಿಸಿ ಹಿಡಿದ.

"ಅದೆಲ್ಲ ಆಗೋಲ್ಲ. ತಿಳಿದ್ರೆ ಪ್ರಭಣ್ಣ ಬೇಜಾರು ಮಾಡ್ಕೋತಾನೆ ತುಂಬ ಅರ್ಜೆಂಟಿದ್ರೆ ಎರಡು ನಿಮಿಷವಾದ್ರೂ ಬಂದ್ಹೋಗ್ಬಹ್ದು!"

"ಸರಳ, ಬಲವಂತ ಮಾಡ್ಬೇಡ. ನಾನ್ಬಂದ್ರೆ ಅವ್ನು ಬೇಜಾರು ಮಾಡ್ಕೋತಾನೆ!" ಸ್ವರ ಮೃದುವಾಯಿತು.

"ಖಂಡಿತ ಸಾಧ್ಯವಿಲ್ಲ" ಕೈಯೆತ್ತಿ ತಳ್ಳಿಹಾಕಿದಳು.

ಕೆನ್ನೆಗೆ ಬಿಗಿಯುವಷ್ಟು ಕೋಪ ಬಂತು ಅವನಿಗೆ. ಆದರೆ ಕಪಟವಿಲ್ಲದ ನಿರ್ಮಲ ನೇತ್ರಗಳನ್ನ ಕಂಡು ಕರಗಿಹೋದ, ಮನ ಮೃದುವಾಯಿತು.

"ಬೇಗ ಕಳ್ಸಿಬಿಡ್ಬೇಕೂ" ಮರೆಸಲು ಹೇಳಿದ.

"ಖಂಡಿತ ನಿಲ್ಸಿಕೊಳ್ಳೋಲ್ಲ. ಆದ್ರೆ ಅತ್ಗೇ ಬಲವಂತ ಮಾಡಿದ್ರೆ ನನ್ತಪ್ಪಲ್ಲ!" ನಕ್ಕುಬಿಟ್ಟ.

ವರಾಂಡದಲ್ಲಿ ಕೂತು ಮಾತಾಡುತ್ತಿದ್ದ ಪ್ರಭಾಕರನ ಕಣ್ಣುಗಳಲ್ಲಿ ಸಂತೋಷ ಉಕ್ಕಿತು. ಭಯಂಕರ ಆಘಾತ ತಪ್ಪಿಹೋದಂತೆ ಹರ್ಷಿಸಿದ.

"ಅಂತೂ ಇಂತೂ ಇಲ್ಲಿವರ್ಗೂ ಬರೋ ದಯೆ ಮಾಡಿದ್ರಿ!" ಸ್ವರದಲ್ಲಿ ವ್ಯಂಗ್ಯದ ಮೊನಚಿರಲಿಲ್ಲ.

ವೇಣು ಹುಬ್ಬುಗಳು ಹೆಣೆದುಕೊಂಡವು. ಈಚೆಗೆ ಅವನೊಂದಿಗೆ ಕಟುವಾಗಿ ವರ್ತಿಸುತ್ತಿದ್ದ. ಸತ್ತ ವಿವೇಕ ಉಸಿರಾಡಿದಂತಾಯಿತು.

ಸ್ವಲ್ಪ ಗಂಭೀರವಾಗಿ ಮುಖ ಮಾಡಿದ. ಇಂಚು ಇಂಚಾಗಿ ಪ್ರಭಾಕರನ ಮುಂದೆ ನೆಲದಲ್ಲಿ ಇಳಿದು ಹೋಗುವಂತಾಯಿತು. ನಿಲ್ಲಲಾರದೇ ಚಡಪಡಿಸಿದ.

"ಸ್ವಲ್ಪ ಅರ್ಜೆಂಟಿದೆ, ಬರ್ತೀನಿ" ತಿರುಗಿ ಹೆಜ್ಜೆ ಹಿಂದಕ್ಕಿಟ್ಟ.

ಪ್ರಭಾಕರನ ಕೈ ಭುಜದ ಮೇಲೆ ಬಿತ್ತು. ತೋಳಿಡಿದು ಕೋಣೆಯೊಳಕ್ಕೆ ಎಳೆದೊಯ್ದು ಕುರ್ಚಿಯ ಮೇಲೆ ಪ್ರೀತಿಯಿಂದ ತಳ್ಳಿದ.

"ಎಂಥ ಅರ್ಜೆಂಟು!" ತೋಳಿಡಿದು ಜಗ್ಗಿ ಕೇಳಿದ.

"ವೇಣು, ನಾನೇನಾದ್ರೂ ನಿಂಗೆ ಬೇಸರವಾಗುವಂತೆ ನಡಕೊಂಡಿದ್ದೀನಾ! ಯಾಕೆ ಮುಖ ಮರೆಸೋ ನಾಟ್ಕ?"

ಬಗ್ಗಿಸಿದ್ದ ಮುಖವನ್ನು ಮೇಲಕ್ಕೆತ್ತಿದ. ಪ್ರೀತಿಯ ನೆರಳಾಡುತ್ತಿತ್ತು. ಪ್ರಭಾಕರನ ಕಣ್ಣುಗಳಲ್ಲಿ ಎಲ್ಲಿ ಕರಗಿಬಿಡುವೆನೋ! ಎಂದು ಹೆದರಿದ. ಈಟಿಯಲ್ಲಿ ಇರಿದಂಥ ನೋವು ಎದೆಯಲ್ಲಿ. 'ಬೇಡ, ಬೇಡ' ತಲೆ ಕೊಡವಿದ.

ತಟ್ಟನೆ ಎದ್ದು ನಿಂತ. ಹೃದಯದಲ್ಲಿ ನಿಂತ ಆ ಕಣ್ನೋಟವನ್ನ ಮರೆಯಲಾರ. ಎರಡು ತರಹ ಮನೋವೇದನೆಗೆ ಗುರಿಯಾಗಿದ್ದ. ತೋಡಿಕೊಳ್ಳಲಾರದ ಸಂಕಟ.

"ನನ್ನ ಪ್ರಶ್ನೆಗಳಿಗೆ ಉತ್ತರ ಹೇಳಿ ಹೋಗ್ಬಹ್ದು" ಅವನ ಮುಂದೆ ಲಕ್ಷ್ಮಣ ರೇಖೆ ಎಳೆದ. ವೇಣುವಿನ ಕಾಲುಗಳು ಸ್ತಬ್ಧವಾದವು.

"ಹೇಗೆ ಹೋಗ್ತಾರೆ! ಊಟ ಮಾಡ್ಕೊಂಡೇ ಹೋಗೋದು!" ಲೀಲಾ ಕೋಣೆಯೊಳಗೆ ಬಂದಳು. ಒಂದೆ ಹೆಜ್ಜೆ ಮುಂದೆ ಎತ್ತಿಡುವುದು ಸಾಧ್ಯವಾಗದೆ ಹೋಯಿತು.

ಎರಡೆಜ್ಜೆ ಹಿಂದಕ್ಕೆ ಬಂದು ಸೋಫಾದಲ್ಲಿ ಕುಸಿದ. ಕರವಸ್ತ್ರದಿಂದ ಮುಖ, ಕತ್ತನ್ನ ಒತ್ತಿದ.

"ನಿಮ್ಮ ವೃತ್ತಿಯಲ್ಲಿ ತೊಳಲಾಟಗಳು ಹೇಗಾದ್ರೂ ಇರ್ಲಿ.... ದಿನಕ್ಕೊಮ್ಮೆಯಾದ್ರೂ ಮನೆಗೆ ಬರ್ದೇ ಇರ್ಬೇಡಿ. ನಾವೆಲ್ಲ ನಿಮ್ಮನ್ನ ಬೇರೆಯೋರೂಂತ ತಿಳ್ಕೊಂಡೇ ಇಲ್ಲ." ಲೀಲಾ ಹೃದಯದಾಳದಿಂದ ಬಂದ ಮಾತುಗಳು ನೇರವಾಗಿ ಅವನೆದೆಗೆ ಇರಿದು ನೋಯಿಸಿತು.

ಹೇಗೆ ಹೇಳುವುದು? ಬೆನ್ನಲ್ಲಿ ಇರಿಯಲು ಹೊರಟ ಸ್ನೇಹಿತನನ್ನ ಏನೆಂದು ತಿಳಿಯಬಹುದು? ತಾನು ಮದುವೆಯಾದ ಗಂಡು ಸರಳ ಅಂಥ ಹೆಣ್ಣನ್ನು ಪ್ರೀತಿಸೋದು ಸರಿನಾ? ನ್ಯಾಯ ವೇದಿಕೆಯ ಮುಂದೆ ಅಪರಾಧಿಯಾಗಿ ನಿಲ್ಲಬೇಕಾ!

"ಈಗ್ಬಂದೆ. ಖಂಡಿತ ಹೋಗ್ಬಾರ್ದು" ಪ್ರಭಾಕರ, ಲೀಲಾ ಎದ್ದು ಹೊರಗೆ ಹೋದರು. ಅವರು ಯಾರೊಂದಿಗೋ ಮಾತಾಡುವುದು ಅಸ್ಪಷ್ಟವಾಗಿ ಕೇಳಿಸಿತು.

"ತಗೊಳ್ಳಿ" ತೊಳಲಾಟದ ಪ್ರತಿರೂಪ ಬಂದು ಎದುರು ನಿಂತಾಗ ಎದೆಯ ಬಡಿತ ಎರಡುಪಟ್ಟು ಹೆಚ್ಚಿತು.

"ಈಗ ಬೇಕಿರ್ಲಿಲ್ಲ" ಸರಳಳ ಕಣ್ಣುಗಳಲ್ಲಿ ವಿಸ್ಮಯ ಇಣಕಿತು.

"ತುಂಬ ನಿಷ್ಠುರವಾಗಿ ಮಾತಾಡೋದ್ನ ಕಲ್ತುಬಿಟ್ಟಿದ್ದೀರಾ! ತಣ್ಣನೆಯ ನಿಂಬೆ ಷರಬತ್ತು ಮೈಗೆ ತುಂಬ ಒಳ್ಳೇದು" ಅವನ ಕೈ ಮುಂದೆ ಬಂತು.

ಅವಳ ಕೈ ನಡುಗಿ ಷರಬತ್ತು ಅವನ ಪ್ಯಾಂಟಿನ ಮೇಲೆ ಸಿಡಿಯಿತು. ತಕ್ಷಣ ಬಗ್ಗಿ ಕೊಡವಿದಳು.

"ಎಂಥ ಕೆಲ್ಸವಾಯ್ತು!" ಸ್ವರದಲ್ಲಿ ಪಶ್ಚಾತ್ತಾಪ ಇಣಕಿತು.

"ಪರ್ವಾಗಿಲ್ಲ. ಎಂದು ಷರಬತ್ತು ಗ್ಲಾಸ್ ಎತ್ತಿಕೊಂಡ್ರೂ.... ನಿಮ್ಮ ನೆನಪು ಬರುತ್ತೆ" ಎದೆಯಲ್ಲಿ ವೇದನೆ ಮಡುವುಗಟ್ಟಿತು.

ತಕ್ಷಣ ನೀರು ತಂದಳು. ಟವಲಿನಲ್ಲಿ ಅದ್ದಿ ಒರೆಸಿದಳು. ಅವನ ಕೈಯಲ್ಲಿದ್ದ ಗ್ಲಾಸ್ ಕೆಳಗಿಳಿಯಿತು.

"ಹೊತ್ತಾಯ್ತು, ಬರ್ತೀನಿ" ಎದ್ದು ನಿಂತ.

"ಊಟ ಮಾಡ್ಕೊಂಡ್ಹೋಗಿ. ಪ್ರಭಣ್ಣ ನಿಮ್ಮನ್ನ ತುಂಬ ಹಚ್ಕೊಂಡಿದ್ದಾನೆ. ತುಂಬ ಬೇಜಾರು ಮಾಡ್ಕೋತಾನೆ." ನೆರಿಗೆಗಳನ್ನು ಕೊಡವಿ ಹೊರಗೆ ನಡೆದಳು.

ಊಟಕ್ಕೆ ನಿಂತ, ಪ್ರಭಾಕರನ ಜೊತೆ ಕೂತು ಊಟ ಮಾಡಿದ. ಮಾತು ತೀರಾ ಕಡಿಮೆಯಾಗಿ ಆಡಿದ. 'ಅಂ, ಹ್ಞೂ' ಇಷ್ಟರಲ್ಲಿಯೇ ಮುಗಿಸುವ ಹವಣಿಕೆ ಅವನದು.

ನಿದ್ದೆ ಮಾಡುತ್ತಿದ್ದ ಪ್ರಮೋದನ ಕೆನ್ನೆ ಸವರಿ ಹೊರಟ.

ಚಪ್ಪಲಿ ಮೆಟ್ಟಿದ ಪ್ರಭಾಕರ "ನಾನು ಅಷ್ಟೂ ದೂರ ಬರ್ತೀನಿ" ಎಂದಾಗ ಅವನ ಕಾಲು ಸ್ತಬ್ಧವಾದವು. ಹಿಂದಕ್ಕೆ ಬಂದ ಒಂಟಿಯಾಗಿ. ಅವನ ಕೈ ಸಿಕ್ಕಲು ಹೆದರುತ್ತಿದ್ದ. "ಖಂಡಿತ ಬೇಡ", ದಾಪುಗಾಲು ಹಾಕುತ್ತ ನಡೆದುಬಿಟ್ಟ. ಪ್ರಭಾಕರ ನಿಂತಲ್ಲಿಯೇ ಶಿಲೆಯಾದ.

"ಇದೆಂಥ ಸಮಸ್ಯೆ! ವರದಕ್ಷಿಣೆ ಇಲ್ಲ. ಮದುವೆಗೆ ಮೊದಲಿನ ಪ್ರೇಮವಿರಸಕ್ಕೆ ಕಾರಣವಾಗುತ್ತೆ ಅನ್ನೋದು ನಂಬೋ ವಿಷ್ಯ. ಪದ್ಮಿನಿದಂತೂ ಏನೂ ಅರ್ಥವಾಗೋಲ್ಲ. ಸ್ತ್ರೀಗೆ ಸಹಜವಾದ ಕೆಲವು ಭಾವನೆಗಳೇ ಅವಳಲ್ಲಿ ಸತ್ತು ಹೋಗಿರಬಹುದೇ?!" ಲೀಲಾ ಸ್ವಲ್ಪ ಖಾರವಾಗಿಯೇ ಆಡಿದಳು.

ಅವಳ ಮಾತುಗಳು ಕೂಡ ಪ್ರಭಾಕರನಲ್ಲಿ ಚಲನೆಯುಂಟು ಮಾಡಲಿಲ್ಲ.

ಮನೆಗೆ ಬಂದ ವೇಣು ಅತ್ತೆ, ಮಾವಂದಿರನ್ನ ಗಮನಿಸದಂತೆ ಕೋಣೆಗೆ ಹೋದ. ಮುಖದ ಗಂಭೀರತೆ, ಕಣ್ಣುಗಳಲ್ಲಿನ ಕೋಪ ಬೆರತ ಉದಾಸೀನ ಛಾಯೆ ಅವರನ್ನ ಅಧೀರರನ್ನಾಗಿ ಮಾಡಿತು.

"ನೋಡಿದ್ಯಾ!" ಕಣ್ಣಲ್ಲೇ ಸನ್ನೆ ಮಾಡಿದರು ಚಿದಂಬರಯ್ಯ. ಆಕೆ ತಲೆ ಗಟ್ಟಿಸಿಕೊಂಡಳು.

ಮಗಳಿಂದ ಪತ್ರ ಬಂದಾಗ ಹಾರಿ ಬಂದಿದ್ದರು. ಮಗ ಖಡಾಖಂಡಿತವಾಗಿ ಹೇಳಿಕಳಿಸಿದ್ದ. 'ಅವ್ಳನ್ನ ಏನಾದ್ರೂ ಜೊತೆಯಲ್ಲಿ ಕರ್ಕಂಡ್ ಬಂದ್ರೆ ಮನೆ ಬಾಗ್ಲು ಹತ್ತಿಸೋಲ್ಲ' ಎಚ್ಚರಿಕೆಯನ್ನು ಸದ್ಯಕ್ಕೆ ಮರೆಯುವಂತಿರಲಿಲ್ಲ.

"ಎಷ್ಟು ದಿನ!" ಕೈ ತಿರುಗಿಸಿದರು.

ಬಟ್ಟೆ ಬದಲಾಯಿಸಿ ಹೊರಗೆ ಬಂದ. ಇವರ ಗುಸು ಗುಸು ಪಿಸಿಪಿಸಿ ನಿಂತಿತು. ಅಡ್ಡಲಾಗಿ ಸಿಕ್ಕಿದ ಟೀಪಾಯನ್ನ ಅಷ್ಟು ದೂರಕ್ಕೆ ಒದ್ದ. ಅವರ ಎದೆಯಲ್ಲಿ ಅವಲಕ್ಕಿ ಕುಟ್ಟಲು ಶುರುವಾಯಿತು.

"ಆರೋಗ್ಯನಾ?" ಚಿದಂಬರಯ್ಯ ಮೆಲ್ಲಗೆ ಕೇಳಿದರು.

ಪ್ರಶ್ನೆಗೆ ಉತ್ತರಿಸುವುದನ್ನ ಬಿಟ್ಟು ಹೊರಗೆ ಹೋಗಿ ಗಾಳಿಗೆ ಮೈಯೊಡ್ಡಿ ನಿಂತ. ತಣ್ಣನೆಯ ಗಾಳಿ ಕಚಗುಳಿ ಇಟ್ಟಂತಾಯಿತು. ಮುಖ ಮೇಲೆತ್ತಿ ಆಕಾಶದ ಕಡೆ ನೋಡಿದ. ರಾಶಿ ರಾಶಿ ನಕ್ಷತ್ರಗಳು ಉದಯಿಸಿ ಆಕಾಶಕ್ಕೆ ನವಶೋಭೆಯನ್ನ ತಂದಿತ್ತು. ಕಣ್ಣರಳಿಸಿ ತಾರಾ ಸಮೂಹವನ್ನ ನೋಡಿದ. ಮನ ಅವುಗಳ ನಡುವೆ ಹೋಗಿ ನಲಿದಾಡಲು ಆಶಿಸಿತು. ನಿರಾಸೆಯ ನಗು ನಕ್ಕ.

"ಊಟ ಮಾಡ್ತೀರಾ?" ಸ್ವರ ಬಂದತ್ತ ಕಣ್ಣರಳಿಸಿ ನೋಡಿದ. ಚೆಲುವೆ ಪದ್ಮಿನಿಯ ಆಕರ್ಷಣೆ ಅವನ ಬಳಿ ಸುಳಿಯಲಿಲ್ಲ. ಮುಖ ಬೇರೆಡೆ ತಿರುಗಿಸಿದ. "ಬೇಡ" ಪ್ರಶ್ನಿಸುವುದು ಇಬ್ಬರಿಗೂ ಬೇಡವಾಗಿತ್ತು.

"ಅಪ್ಪ, ಅಮ್ಮ ಬಂದಿದ್ದಾರೆ" ಕೈಮೇಲೆ ತಾಳ ಹಾಕಿದ.

ಉದಾಸೀನವಾಗಿ ಅತ್ತಿಂದಿತ್ತ ಇತ್ತಿಂದತ್ತ ಅಡ್ಡಾಡಿದ. ಯಾವುದೇ ಪ್ರತಿಕ್ರಿಯೆ ವ್ಯಕ್ತಪಡಿಸಲು ಅವನು ಇಷ್ಟಪಡಲಿಲ್ಲ. ಮನೆಯಲ್ಲಿ ಪೂರ್ತಿ ಸದ್ದಡಗುವವರೆಗೂ ಹೊರಗಡೆಯೇ ಇದ್ದ.

ಎಲ್ಲ ದೀಪಗಳು ಆರಿ ಹಾಲ್‌ನ ಮಂದವಾದ ದೀಪ ಹತ್ತಿಕೊಂಡಾಗ ಒಳಗೆ ಬಂದ. ಒರಟಾಗಿ ಕಾಲಿನಿಂದ ಕದವನ್ನು ದೂಡಿ ಬಾಗಿಲು ಹಾಕಿದ. ಕೋಣೆಗೆ ಬಂದ. ಸ್ವಿಚ್ ಒತ್ತಿ ಬೆಳಕು ಮಾಡಿದ ಪದ್ಮಿನಿ ಗೋಡೆಯ ಕಡೆ ಮುಖ ಮಾಡಿ ಮಲಗಿದ್ದಳು. ಯಾವ ಭಾವನೆಗಳೂ ಕೆರಳಲಿಲ್ಲ. ಈ ಸೇರುವಿಕೆ ವ್ಯಭಿಚಾರವೆನಿಸಿತು.

ಬೆಳಿಗ್ಗೆ ಎದ್ದ ವೇಣು ಆತುರಾತುರವಾಗಿ ಸ್ನಾನ ಮುಗಿಸಿದ. ಈ ಮನೆಯಲ್ಲಿರುವುದು ಅವನಿಗೆ ಬೇಡವಾಗಿತ್ತು. ಬರೀ ಸಹಾನುಭೂತಿಯಿಂದ ಯಾವ ಸಾಧನೆಯೂ ಸಾಧ್ಯವಿಲ್ಲವೆನ್ನುವ ನಿರ್ಧಾರಕ್ಕೆ ಬಂದಿದ್ದ.

ತೆರೆದ ಮೈಯಲ್ಲಿ ಟವಲು ಸುತ್ತಿಕೊಂಡು ಹೊರಗೆ ಬಂದ. ಚಿದಂಬರಯ್ಯನವರು ಕೂತಿದ್ದರು. ಅವರತ್ತ ನೋಡಿದರೂ ನೋಡದವನಂತೆ ಕೋಣೆಗೆ ಹೋದ.

"ಸ್ವಲ್ಪ ಮಾತಾಡ್ಬೇಕಿತ್ತು!" ಸ್ವರದ ಹಿಂದಿನ ವ್ಯಕ್ತಿಯನ್ನ ಗುರ್ತಿಸಿದ. "ಅದ್ರ ಅಗತ್ಯ ಕಾಣೋಲ್ಲ!" ಕಟುವಾಗಿ ಹೇಳಿದ.

ಉಡುಪು ತೊಟ್ಟು ಹೊರಗೆ ಬಂದಾಗ ಚಿದಂಬರಯ್ಯ ಶತಪಥ ಹಾಕುತ್ತಿದ್ದರು. ಕೋಪದ ಜೊತೆ ಅಸಹಾಯಕತೆಯೂ ಬೆರೆತಿತ್ತು.

"ಇದು ಸರಿನಾ!" ನಿಂತು ಹಿಂದಿರುಗಿದ.

ಷರಟಿನ ತೋಳುಗಳನ್ನ ಮೇಲಕ್ಕೆ ಮಡಚುತ್ತ ಬಂದು ಅಲ್ಲಿದ್ದ ಛೇರ್ ಮೇಲೆ ಕಾಲು ಮೇಲೆ ಕಾಲು ಹಾಕಿ ಕೂತ.

"ಯಾವ್ದು?" ಕಟುವಾಗಿ ಕೇಳಿದ.

"ಮತ್ತೆ ಕೇಳ್ತೀರಲ್ಲ! ನಮ್ಮುಡ್ಗಿ ಏನು ತಪ್ಪು ಮಾಡಿದ್ದಾಳೆ?" ಮೆಲುವಾಗಿ ನಕ್ಕ. ಬೆರಳಿನಿಂದ ತಲೆಯನ್ನ ತಟ್ಟಿ ಮುಷ್ಠಿ ಹಿಡಿದು ತೋರುಬೆರಳನ್ನ ಮೇಲಕ್ಕೆತ್ತಿ ಸರಿಯಿಲ್ಲವೆಂದು ಸನ್ನೆ ಮಾಡಿದ.

ಚಿದಂಬರಯ್ಯನವರ ಇಡೀ ಶರೀರ ಹತ್ತಿಕೊಂಡು ಉರಿದ ಅನುಭವವಾಯಿತು. ಮೂರು ಗಂಡು ಮಕ್ಕಳ ನಂತರ ಹುಟ್ಟಿದ ಹೆಣ್ಣಿನ ಮೇಲೆ ಅವರಿಗೆ ಅಪಾರವಾದ ಪ್ರೀತಿ ಅಭಿಮಾನ.

ವೇಣು ಎದ್ದು ಹೊರಗೆ ಬಂದ. ಇಷ್ಟು ಒರಟುತನ ತನ್ನಲ್ಲಿ ಎಲ್ಲಿತ್ತು? ಕೈಗೆ ಸಿಕ್ಕಿದ ಕಲ್ಲನ್ನ ದೂರಕ್ಕೆ ಎಸೆದು ಹೆಜ್ಜೆಯ ವೇಗವನ್ನ ಹೆಚ್ಚಿಸಿದ.

"ಸಾಬ್, ಬೇಗ ಬನ್ನಿ, ಸಾಹೇಬ್ರಿಗೆ ಏಟಾಗಿದೆ."

ಅವನ ಬಾಯಲ್ಲಿನ ತೇವ ಆರಿಹೋಯಿತು. ಪ್ರಶ್ನಿಸಲು ಪದಗಳಿಗಾಗಿ ತಡಕಾಡಿದ.

"ಕೆಲ್ಸ ನೋಡೋಕೆ ಬಂದವ್ರು ಜಾರಿ ಬಿದ್ದುಬಿಟ್ರು" ಮುಖ ಪೂರ್ತಿ ಬೆವರಿನಿಂದ ತೊಯ್ದುಹೋಯಿತು. ಪ್ರಭಾಕರನ ಚಿತ್ರ ಕಣ್ಮುಂದೆ ಮೂಡಿತು.

"ಬೇಗ ನಡೀ" ಒಂದೇ ಉಸುರಿಗೆ ಓಡಿದ.

ಆಸ್ಪತ್ರೆಯ ಬಳಿ ಸಾಕಷ್ಟು ಮಂದಿ ಕೂಲಿಯಾಳುಗಳು ಸೇರಿದ್ದರು. ಎಲ್ಲರ ಮುಖದಲ್ಲೂ ಗಾಬರಿ, ಕಾತರ, ಏನೋ ಹೇಳಲು ಬಂದವರನ್ನ ಹಿಂದಕ್ಕೆ ತಳ್ಳಿ ಒಳಗೆ ಓಡಿದ.

ಪ್ರಭಾಕರನ ತಲೆ, ಕೈಕಾಲುಗಳಿಗೆ ಸಣ್ಣ ಪ್ರಮಾಣದ ಬ್ಯಾಂಡೇಜ್ ಮಾಡಿದ್ದರು. ಅವನ ಹೃದಯ ಕಿತ್ತು ಬಾಯಿಗೆ ಬಂದಂತಾಯಿತು. ಪ್ರಾಮಾಣಿಕ ಪ್ರೀತಿಯ ಅರ್ಥವನ್ನ ಅವನಲ್ಲಿ ಮಾತ್ರ ಕಂಡಿದ್ದ.

"ಪರ್ವಾಗಿಲ್ಲ, ಅಂಥದ್ದೇನು ಇಲ್ಲ" ಡಾಕ್ಟರ್ ಅವನ ಭುಜವನ್ನು ಒತ್ತಿದರು. ಅವನ ಕಣ್ಣುಗಳಲ್ಲಿನ ಕಾತರ, ಗಾಬರಿಯನ್ನ ಅವರು ಸುಲಭವಾಗಿ ಓದಿಕೊಂಡಿರಬಹುದು.

"ಮನೆಯವ್ರಿಗೆ ವಿಷ್ಯ ತಿಳಿದಿದ್ಯಾ?" ಧ್ವನಿ ಸೋತಂತಿತ್ತು.

"ತಿಳಿದಿರಬಹುದ್ದು" ಹೊರಗೆ ಹೋದರು.

ವೇಣು ಅವನ ಮಂಚದ ಬಳಿ ಕುಸಿದಂತೆ ಕೂತ. ಕಣ್ಣಂಚಿನಲ್ಲಿ ಕಂಬನಿ ಶೇಖರವಾಯಿತು. ಮುಚ್ಚಿದ್ದ ರೆಪ್ಪೆಗಳ ಮೇಲೆ ಬೆರಳಾಡಿಸಿದ.

ಜೀಪಿನಿಂದ ಇಳಿದ ಸರಳ, ಲೀಲಾ ಧಾವಿಸಿದರು. ಪ್ರಮೋದ್ ಡ್ರೈವರ್ ಕೈಯಲ್ಲಿ ಉಳಿದ. ಅವರ ಅಪಾರವಾದ ಸಂಯಮ ಶಕ್ತಿಗೆ ಎಂಥವರಾದರೂ ಆಶ್ಚರ್ಯಪಡಬೇಕು.

"ವೇಣು ಹೇಗಿದ್ದಾರೆ?" ತಟ್ಟನೆ ಸ್ವರ ಬಂದ ಕಡೆ ತಿರುಗಿದ. ಲೀಲಾ, ಸರಳ ನಿಂತಿದ್ದರು. ಪಕ್ಕಕ್ಕೆ ಸರಿದು "ಅಂಥ ಪೆಟ್ಟೇನೂ ಆಗಿಲ್ಲ. ಕಲ್ಲುಗಳ ಮೇಲೆ ಬಿದ್ದಿದ್ದರಿಂದ ತರಚಿದ ಗಾಯಗಳಷ್ಟೆ."

ಸರಳ ಹೊರಗೆ ನಡೆದಳು. ಡಾಕ್ಟರ್ ಬಳಿ ವಿಚಾರಿಸಿದ ಮೇಲೆಯೇ ಅವಳು

ಒಳಗೆ ಬಂದಿದ್ದು. ಹತ್ತಿರ ಹೋಗಿ ನಿಂತಳು. ಹೃದಯ ಯಾವ ಕ್ಷಣದಲ್ಲಿಯಾದರೂ ಒಡೆದುಹೋಗಬಹುದೆನ್ನುವಂಥ ದುಃಖ.

"ಸೆಡೆಟಿವ್ ಕೊಟ್ಟಿದ್ದಾರೆ, ಸದ್ಯಕ್ಕೆ ಎಚ್ಚರಿಕೆ ಆಗೋಲ್ಲ" ಕೈಕಟ್ಟಿನಿಂತ ವೇಣುವಿನತ್ತ ನೋಡಿದಳು. ಕಣ್ಮುಂದೆ ಮಂಜು ದಟ್ಟವಾಗಿ ಹರಡಿಕೊಂಡಿತ್ತು. ಯಾರ ಪ್ರತಿಬಿಂಬವೂ ಸ್ಪಷ್ಟವಾಗಿ ಕಾಣದು.

ವೇಣು ಎರಡು ಕೈಗಳನ್ನ ಪ್ಯಾಂಟ್ ಜೇಬಿನಲ್ಲಿ ತುರುಕಿ ಹೊರಗೆ ಬಂದ. ಕೂಲಿಗಾರರು ಅಲ್ಲಲ್ಲಿ ನಿಂತು ಮೆಲುಧ್ವನಿಯಲ್ಲಿ ಮಾತಾಡುತ್ತಿದ್ದರು. ಅವರೆಲ್ಲರಿಗೂ ಪ್ರಭಾಕರ ಆತ್ಮೀಯ ವ್ಯಕ್ತಿ. ಆಫೀಸರ್ ಎನ್ನುವ ಭಯಕ್ಕಿಂತ ತಮ್ಮೆಲ್ಲರನ್ನ ಪ್ರೀತಿಸುವಂಥ ವ್ಯಕ್ತಿಯೆನ್ನುವ ನಂಬಿಕೆ. ವಿಷಯ ತಿಳಿಸಿ ಅವರುಗಳಿಗೆ ಧೈರ್ಯ ಹೇಳಿಕಳಿಸಿದ.

ಡ್ರೈವರ್ ಕೈಯಲ್ಲಿದ್ದ ಪ್ರಮೋದ್ ಇವನತ್ತ ಕೈಚಾಚಿ ಜೋರಾಗಿ ಅಳತೊಡಗಿದ. ಅತ್ತ ಹೆಜ್ಜೆಗಳು ಸರಿದವು. ತೋಳು ಮುಂದಕ್ಕೆ ಹೋದವು. ಪ್ರಮೋದ್ ತೋಳಲ್ಲಿ ಬಿದ್ದ.

"ಯಾಕೆ ಅಳು!" ರಮಿಸತೊಡಗಿದ.

ಒಂದೆರಡು ಸಲ ಜೀಪಿನಲ್ಲಿ ಹೋಗಿ ಕೆಲಸದ ಕಡೆ ಸುತ್ತಾಡಿಕೊಂಡು ಬಂದ. ಪ್ರಮೋದ್ ಅವನನ್ನ ಬಿಟ್ಟು ಅಲ್ಲಾಡಲಿಲ್ಲ. ಕರೆದುಕೊಂಡು ಮನೆಗೆ ಬಂದ.

"ಪದ್ಮಿನಿ, ಸ್ವಲ್ಪ ಹಾಲು ಬಿಸಿ ಮಾಡು" ಅಧಿಕಾರದ ಧ್ವನಿಯಲ್ಲಿ ಹೇಳಿ ಕೋಣೆಯತ್ತ ನಡೆದ.

ಹೊರಗೆ ಬಂದಾಗ ಸೆಟೆದುಕೊಂಡು ಕೂತಿದ್ದಳು. ಅವನ ಮುಖ ಕೆಂಪಾಯಿತು. ಕೋಪವನ್ನು ನುಂಗಿ ಹಾಲನ್ನ ಬಿಸಿ ಮಾಡಿ ತಂದು ಕುಡಿಸಿ ಪ್ರಮೋದನನ್ನ ಕೆಳಗೆ ಬಿಟ್ಟ. ಹೊಟ್ಟೆಗೆ ಬಿದ್ದ ಮೇಲೆ ಕೇಕೆ ಹಾಕುತ್ತ ಅಂಬೆಗಾಲಲ್ಲಿ ಮನೆಯೆಲ್ಲ ಅಡ್ಡಾಡತೊಡಗಿತು.

ಹಾಕಿದ್ದ ತಟ್ಟೆಯ ಮುಂದೆ ಬಂದು ಕೂತ. ಕೈ ಸಂಕೋಚಿಸಿತು. ಮನ ಹಿಂದೆಗೆಯಿತು. ಹಸಿವು ಉಡುಗಿಹೋಯಿತು. ಮೇಲಕ್ಕೆದ್ದುಬಿಟ್ಟ. ಮನದ ಆಂದೋಳನ ಯಾರ ಮುಂದಾದರೂ ಬಿಚ್ಚಿಡಬೇಕಾಯಿತು.

"ಪ್ರಭಾಕರನಿಗೆ ಬಿದ್ದು ಪೆಟ್ಟಾಗಿದೆ" ಪದ್ಮಿನಿಯನ್ನು ಉದ್ದೇಶಿಸಿ ಹೇಳಿದ. ಪದ್ಮಿನಿ ತುಟಿ ಎರಡು ಮಾಡದೆ ನಿಂತಳು.

ಇಂತಹ ವಿಷಯಗಳಿಗೂ ಸ್ಪಂದಿಸಲಾರಳು ಎನ್ನುವ ಕಟುಸತ್ಯ ಅರಿತಂತಾಯಿತು. ತಟ್ಟೆ ಮುಂದಕ್ಕೆ ತಳ್ಳಿ ಹೊರಗೆ ನಡೆದ. ಚಿದಂಬರಯ್ಯ ದಂಪತಿಗಳು ಕಂಗೆಟ್ಟವರಂತೆ ಕೂತಿದ್ದರು. ಪ್ರಮೋದನನ್ನ ಎತ್ತಿಕೊಂಡು ಮುಖ ತಿರುಗಿಸಿ ಹೊರಗೆ ಬಂದ.

"ಆಹಾ.... ಅವ್ನೇನು ಕಮ್ಮಿನಾ! ನಿನ್ದೇ ತಪ್ಪೂಂತ ಮಾತಾಡ್ದ!" ಚಿದಂಬರಯ್ಯನ ಧ್ವನಿ ಇರಿದಾಗ ಹೆಜ್ಜೆಗಳು ಮುಂದಕ್ಕೆ ಅಡಿಯಿಟ್ಟವು.

ಪ್ರಮೋದ್ ಮುಖವನ್ನ ಕೈನಿಂದ ಉಜ್ಜಿ ನಿದ್ದೆಗಾಗಿ ಅಳತೊಡಗಿದ.

ದಾರಿಯುದ್ದಕ್ಕೂ ನೋಟವರಿಸಿದ. ಜೀಪಿಗಾಗಿ ಕಣ್ಣುಗಳು ಅಲೆದಾಡಿದವು. ನಿರಾಸೆಯಿಂದ ಹೊರಗೆ ಬಂದ.

"ಪದ್ಮಿನಿ, ಪ್ರಮೋದ್ ತುಂಬ ಅಳ್ತಾ ಇದ್ದಾನೆ. ಸ್ಕೂಟರ್ ಮೇಲೆ ಹೋಗೋಣ. ಸ್ವಲ್ಪ ಎತ್ಕೊಂಡು ಕೂತ್ಕೋ ಬಾ" ಹಣೆಯುಜ್ಜಿದ.

ಬರುವ ಮನಸ್ಸು ಅವಳಿಗಿತ್ತೇನೋ, ಬಾಗಿಲವರೆಗೂ ಬಂದು ಹಿಂದಕ್ಕೆ ತಿರುಗಿ ನೋಡಿದಳು. ಕಣ್ಸನ್ನೆ ಅವಳ ಮೇಲೆ ವಿರುದ್ಧ ಪರಿಣಾಮ ಬೀರಿರಬೇಕು.

"ತುಂಬ ಬಿಸ್ಲು..." ಎರಡೆಜ್ಜೆ ಹಿಂದಕ್ಕಿಟ್ಟಳು.

ವೇಣು ಕಣ್ಣುಗಳು ಕಿರಿದಾದವು. ಹುಬ್ಬುಗಳು ಸಂಕುಚಿಸಿದವು. ತುಟಿ ಕಚ್ಚಿ ಯೋಚಿಸಿದ. ಅವಳ ಸುಪ್ತ ಮನಸ್ಸಿನಲ್ಲಿ ತಾಯಿತಂದೆಯವರು ಹೇಳುವ ಮಾತುಗಳು ಸತ್ಯ ಎನ್ನುವ ಭಾವ ಉಳಿದುಹೋಗಿದೆ. ಹಲ್ಲುಗಳನ್ನ ಕಚ್ಚಿ ಹಿಡಿದ. ಯಾವುದೋ ತೀರ್ಮಾನಕ್ಕೆ ಬಂದವನಂತೆ ಪ್ರಮೋದನನ್ನ ಕೆಳಗಿಳಿಸಿ ಸ್ಕೂಟರನ್ನ ಒಯ್ದು ಆಚೆ ನಿಲ್ಲಿಸಿದ. ನಿದ್ದೆಗಣ್ಣಿನ ಮಗು ಎಲ್ಲಿ ಚಿಮ್ಮಿಬಿಡುವುದೋ ಎನ್ನುವ ಭಯ. ಆದರೂ ಹಿಂಜರಿಯದೆ ಕೂಡಿಸಿಕೊಂಡು ಹೊರಟ. ಹೊರಗೆ ನಿಂತಿದ್ದ ಸರಳ ಮೆಟ್ಟಲು ಇಳಿದು ಬಂದಳು.

ಮೇಲ್ಪಟ್ಟವರಿಗೆ ಸಮಾಚಾರ ಮುಟ್ಟಿದ್ದರಿಂದ ಎಲ್ಲರೂ ಬಂದು ಇಳಿದಿದ್ದರು. ತಮ್ಮ ಸಹಾನುಭೂತಿ ವ್ಯಕ್ತಪಡಿಸಿದರು.

"ತುಂಬ ತೊಂದರೆ ಕೊಟ್ನಾ!" ಸ್ಕೂಟರ್ ಬಳಿಗೆ ಬಂದು ಪ್ರಮೋದನನ್ನ ಎತ್ತಿಕೊಂಡಳು.

ಸ್ಟಾಂಡ್ ಹಾಕಿ ನಿಲ್ಲಿಸಿ ಕೇಳಿದ.

"ಪ್ರಭಾಕರನಿಗೆ ಪ್ರಜ್ಞೆ ಬಂದಿತ್ತಾ?" ಇಲ್ಲವೆಂದು ತಲೆಯಾಡಿಸಿದಳು ಒಣಗಿದ ಮೊಗ್ಗಿನಂತಾಗಿತ್ತು ಅವಳ ಮುಖ.

"ಇಲ್ಲಿರೋದ್ಬೇಡ. ಪ್ರಮೋದ್‌ಗೆ ಮುಜುಗರ. ಮನೆಯಲ್ಲಿ ಬಿಟ್ಬರ್ತೀನಿ" ಕರವಸ್ತ್ರದಿಂದ ಮುಖದ ಬೆವರನ್ನ ಒತ್ತಿದ.

"ಅತ್ಗೇನ ಕರ್ಕೊಂಡ್ಹೋಗಿ" ಮುಂದಿನದನ್ನ ನುಂಗಿದಳು.

ವೇಣು ಆಸ್ಪತ್ರೆಯೊಳಕ್ಕೆ ನಡೆದ. ವಾರ್ಡ್ ಹೆಚ್ಚುಕಡಿಮೆ ನಿಶ್ಯಬ್ದವಾಗಿತ್ತು. ಹಣೆಗೆ ಕಟ್ಟಿದ ಪಟ್ಟಿಯಲ್ಲಿ ಪ್ರಭಾಕರ ಪ್ರಶಾಂತವಾಗಿ ನಿದ್ರಿಸುತ್ತಿದ್ದ. ಲೀಲಾ ಮಂಚದ ಬಳಿಯ ಸ್ಟೂಲ್ ಮೇಲೆ ಕೂತಿದ್ದಳು.

ಕೈಸನ್ನೆಯಿಂದ ಹೊರಗೆ ಕರೆದ. ಭಾರವಾದ ಹೆಜ್ಜೆಗಳನ್ನಿಡುತ್ತ ಲೀಲಾ ಹೊರಗೆ ಬಂದಳು. ಡಾಕ್ಟರ್ ಮತ್ತೆರಡು ಬಾರಿ ಬಂದು ನೋಡಿಕೊಂಡು ಧೈರ್ಯ ಹೇಳಿ ಹೋಗಿದ್ದರು.

"ಅಪ್ಪ, ಅಮ್ಮನಿಗೆ ಟೆಲಿಗ್ರಾಮ್ ಕಳ್ಸೋದಾ?" ಲೀಲಾ ಕಣ್ಣುಗಳಲ್ಲಿ ಗಾಬರಿ ಮೂಡಿತು. ಮಗಳ ಬಾಣಂತನದ ಸಲುವಾಗಿ ಇಷ್ಟು ದಿನ ಮಗಳ ಮನೆಯಲ್ಲಿ

ನಿಂತಿದ್ದರು. ಒಂದು ವರ್ಷದ ಮಗುವನ್ನ ಜೋಪಾನ ಮಾಡುವಂತೆ ಇಂದಿಗೂ ಮಗನನ್ನ ಜೋಪಾನ ಮಾಡುತ್ತಿದ್ದರು. "ಬೇಡ, ಬೇಡ..... ಗಾಬ್ರಿಯಿಂದ್ಲೇ ಏನಾದ್ರೂ ಹೆಚ್ಚಲ್ಲ. ನಾಲ್ಕು ದಿನ ಬಿಟ್ಟು ಇವ್ರು ಚೇತರಿಸ್ಕೊಂಡ್ಮೇಲೆ ತಿಳ್ಸೋದು... ಒಳ್ಳೇದು." ವೇಣು ತಲೆಯಾಡಿಸಿದ.

"ನಾನು ಪ್ರಭಾಕರನನ್ನ ನೋಡ್ಕೊತೀನಿ. ನೀವಿಬ್ರೂ ಮನೆಗೆ ಹೋಗಿ. ನಾನ್ಬಂದು ರಾತ್ರಿಗೆ ಬೇಕಾದ್ರೆ ಕರ್ಕೊಂಡ್ಬರ್ತೀನಿ" ದೃಢವಾಗಿ ಹೇಳಿದ.

ಇಲ್ಲ ಬಿಟ್ಟು ಹೋಗುವ ಮನಸ್ಸು ಲೀಲಾಗೆ ಇಲ್ಲ. ಸರಳ ಬಗ್ಗೆ ಯೋಚಿಸಿದಳು. ಚೇತನಕ್ಕಿಂತ ಅಣ್ಣನನ್ನ ಹೆಚ್ಚಿಗೆ ಹಚ್ಚಿಕೊಂಡವಳು.

"ಮೊದ್ಲು ಸರಳಗೆ ಧೈರ್ಯ ಹೇಳಿ ಕರ್ಕೊಂಡ್ಹೋಗಿ. ನಾನಿಲ್ಲೇ... ಇರ್ತೀನಿ, ಅವ್ಳು ತುಂಬ ಸೆನ್ಸಿಟಿವ್." ವೇಣು ಭಾರವಾದ ಉಸಿರನ್ನ ಹೊರಗೆ ದಬ್ಬಿದ.

ಆದರೆ ಸರಳ ಹೊರಡಲು ಒಪ್ಪದೇ ಲೀಲಾಳನ್ನ ಮಗುವಿನ ಸಮೇತ ಕಳಿಸಿಕೊಟ್ಟಳು.

"ಕೂತ್ಕೊಳ್ಳಿ..." ಸ್ಕೂಟರ್ ಸ್ಟಾರ್ಟ್ ಮಾಡಿದ.

'ನಮ್ಮ ಪಾರ್ಥ, ವೇಣು ಬೇರೆ ಬೇರೆ ಅನ್ನಿಸೋದೇ ಇಲ್ಲ." ಪ್ರಭಾಕರ ಹೇಳುತ್ತಿದ್ದುದು ಜ್ಞಾಪಕ ಬಂದಾಗ ಕಂಗಳಲ್ಲಿ ಹನಿಯುಕ್ಕಿತು. ಸಂಕೋಚಕ್ಕೆ ಎಡೆಯಿರಲಿಲ್ಲ. ಪಿಲಿಯನ್ ಮೇಲೆ ಹತ್ತಿ ಕೂತಳು. ಕಾಡು ಕಡಿದು ಮಾಡಿದ ಡೊಂಕು ಡೊಂಕಾದ ರಸ್ತೆ.

"ಪ್ರಮೋದ್‌ನ ಸರ್‍ಯಾಗಿ ಕೂಡ್ಸಿಕೊಳ್ಳಿ." ವೇಗ ತಗ್ಗಿಸಿ ಹೇಳಿದ.

ಮನೆಯ ಮುಂದೆ ನಿಂತಾಗ ನೆರೆಹೊರೆಯವರು ತಾನಾಗಿ ನುಗ್ಗಿದರು ವಿಚಾರಿಸಲು. ಸಾಕಷ್ಟು ಮನೆಗಳಲ್ಲಿ ಒಬ್ಬಂಟಿಗರೇ ಇದ್ದರು. ಇನ್ನ ಮಿಕ್ಕ ಕ್ವಾರ್ಟರ್ಸ್‌ಗಳಲ್ಲಿದ್ದವರು ಸಹಾನುಭೂತಿ ಸೂಚಿಸಲು ಓಡಿ ಬಂದರು.

"ಹೇಗಿದ್ದಾರೆ?" ಒಕ್ಕೊರಲಿನ ಪ್ರಶ್ನೆಗೆ ಹಸನ್ಮುಖಿಯಾಗಿಯೇ ಉತ್ತರಿಸಿದಳು. "ಪರ್ವಾಗಿಲ್ಲ ಅಂಥದ್ದೇನು ಇಲ್ಲ." ಪ್ರಮೋದನನ್ನ ಎತ್ತಿಕೊಂಡು ಒಳಗೆ ನಡೆದಳು. ಮಂಚದ ಮೇಲೆ ಮಲಗಿಸಿ ಸೋತವಳಂತೆ ಕೂತಳು.

"ವೇಣು, ನೀವು ಊಟ ಮಾಡಿದ್ರಾ?" ಕೈ ಮಗುವಿನ ಹಣೆಗೆ ಬೆವರಿನಿಂದ ಅಂಟಿದ್ದ ಕೂದಲು ಮೇಲಾಡುತ್ತಿತ್ತು.

"ಆಯ್ತು, ಈಗ್ಬಂದೆ."

ಮೆಸ್ ಕಡೆ ಓಡಿದ. ಉಳಿದದ್ದನ್ನ ಕ್ಯಾರಿಯರ್‌ಗೆ ಹಾಕಿಸಿಕೊಂಡು ತಂದ.

ಎರಡು ದಿನ ಪ್ರಭಾಕರ ಮನೆಗೆ ಬರುವವರೆಗೂ ಶ್ರಮವಹಿಸಿ ಓಡಾಡಿದ. ಈ ಓಡಾಟದಲ್ಲಿ ತನ್ನ ಬಗ್ಗೆ ಯೋಚಿಸುವುದನ್ನೇ ಬಿಟ್ಟಿದ್ದ.

"ಅಬ್ಬ! ವೇಣು ಇಲ್ದಿದ್ರೆ!" ಲೀಲಾ ಎದೆಯ ಮೇಲೆ ಕೈಯಿಟ್ಟುಕೊಂಡಳು. ಮಲಗಿದ್ದ ಪ್ರಭಾಕರನ ತುಟಿಗಳ ಮೇಲೆ ಕಿರುನಗು ಅರಳಿತು.

ಕೂತಿದ್ದ ವೇಣು ಮೇಲಕ್ಕೆದ್ದ. ಮನ ಸಂಕೋಚಿಸಿತು. ಒಮ್ಮೆ ಪ್ರಭಾಕರ ಬ್ಲಾಸ್ಟಿಂಗ್ ಆಗುವ ಸಂದರ್ಭದಲ್ಲಿ ಗಾಯಗೊಂಡಿದ್ದ. ಸಾಧಾರಣ ಕೂಲಿಯಾಳಿನ ಸಲುವಾಗಿ ಎಷ್ಟೊಂದು ಶ್ರಮವಹಿಸಿದ್ದ. ಅದೇ ಪ್ರಭಾಕರನಿಗೆ ಏಟುಬಿದ್ದಾಗ ಕೂಲಿಯಾಳಿನ ಇಡೀ ಸಂಸಾರ ಆಸ್ಪತ್ರೆ ಬಳಿ ನೆರೆದು ಗೋಳಿಟ್ಟವು.

'ಇವರತ್ತ ಬೆನ್ನು ಹಾಕಿ ನಿಂತ.

"ದಯವಿಟ್ಟು ಹೀಗೆಲ್ಲ ಹೇಳ್ಬೇಡಿ" ತಕ್ಷಣ ಹೊರಟುಬಿಟ್ಟ.

ಮನೆಗೆ ಬಂದಾಗ ಸಂಜೆ ಆಗಿತ್ತು. ಪದ್ಮಿನಿ ಗೆಜ್ಜೆ ಕಟ್ಟಿಕೊಂಡು ಕುಣಿಯುತ್ತಿದ್ದಳು. 'ವಾ, ಶಹಭಾಷ್' ಅವರಪ್ಪನ ಶಭಾಷ್‌ಗಿರಿ ನಡೆದೇ ಇತ್ತು. ಸುಮ್ಮನೆ ಒಳಗೆ ಹೋದ. ಕಠೋರತೆ ಕರಗಿ ಮನ ಬೆಣ್ಣೆಯಾಗಿತ್ತು. ಕಿಟಕಿಯಿಂದ ಹೊರಗೆ ನೋಡುತ್ತ ಕೂತ. ಗೆಜ್ಜೆಯ ನಾದ ಕೇಳಿಸುತ್ತಲೇ ಇತ್ತು. ಕಿವಿ ಮುಚ್ಚಿಕೊಳ್ಳಬೇಕೆನಿಸಿತು. ಪದ್ಮಿನಿಯನ್ನು ಬಿಟ್ಟು ಅವಳ ತಾಯಿ, ತಂದೆಯರ ನಡವಳಿಕೆಯ ಬಗ್ಗೆ ಯೋಚಿಸಿದ.

ಮೂರು ನಾಲ್ಕು ವಯಸ್ಸಿನ ಸಣ್ಣ ಮಗು ಕುಣಿದಾಗ, ಪುಸ್ತಕವಿಡಿದಾಗ ಸ್ವರವೆತ್ತಿದಾಗ ಖುಷಿಪಡುವ ಸ್ಥಿತಿ ಅವರದಾಗಿತ್ತು. ನಿಟ್ಟುಸಿರು ಹೊರದಬ್ಬಿ ಬಟ್ಟೆ ಬದಲಾಯಿಸಿ ಮಂಚದ ಮೇಲೆ ಉರುಳಿಕೊಂಡ.

ಮೆಲ್ಲನೆ ಮಂಪರು ಕವಿದುಕೊಳ್ಳತೊಡಗಿತು. ಹಂತಹಂತವಾಗಿ ನಿದ್ದೆಯ ಆಳಕ್ಕೆ ಇಳಿಯತೊಡಗಿದ. ಗೆಜ್ಜೆಗಳ ಶಬ್ದ ಕ್ರಮೇಣವಾಗಿ ಕರಗಿಹೋಗಿ ಕೊನೆಗೆ ನಿಂತುಹೋಯಿತು.

"ಊಟಕ್ಕೆ ಏಳಿ." ಭುಜ ಹಿಡಿದು ಅಲುಗಾಡಿಸಿದಾಗ ಭಾರವಾದ ರೆಪ್ಪೆಗಳನ್ನ ತೆರೆಯಲಾರದೆ ತೆರೆದ. "ಬೇಡ" ಪಕ್ಕಕ್ಕೆ ಹೊರಳಿದ. ಭುಜದ ಮೇಲೆ ಕೈಬಿದ್ದಾಗ ನವಿರಾದ ಭಾವನೆಯೊಡೆಯಿತು. ಕಣ್ಮುಚ್ಚಿಯೇ ಬೆರಳುಗಳನ್ನ ಸವರಿದ. ನಿದ್ದೆಯ ಗರ್ಭದಲ್ಲಿ ಹುದುಗಿಹೋದ.

ಪದ್ಮಿನಿ ಮುಖ ದಪ್ಪಗೆ ಮಾಡಿಕೊಂಡು ಹೊರಗೆ ಬಂದಳು. ಕುಣಿಕುಣಿದು ಕಾಲುಗಳು ಸುಸ್ತಾಗಿದ್ದವು. ಆದರೆ ಅಪ್ಪ, ಅಮ್ಮನ ಹೊಗಳಿಕೆಯಿಂದ ಉಲ್ಲಾಸವಾಗಿದ್ದಳು.

"ನಾವು ಊಟ ಮಾಡೋಣ."

ಚಿದಂಬರಯ್ಯ ಮೊಣಕಾಲಿಡಿದುಕೊಂಡು ಮೇಲಕ್ಕೆದ್ದರು. ಈಗ ಪೂರ್ತಿಯಾಗಿ ವೇಣು ಮನೆಗೆ ಬರುವುದನ್ನೇ ಕಡಿಮೆ ಮಾಡಿದ್ದ. ತಮ್ಮದೇ ಲೋಕದಲ್ಲಿ ಖುಷಿಪಡುತ್ತಿದ್ದರು.

"ಊಟ ಮಾಡೋಲ್ವಂತೆ!"

ತಲೆಯಾಡಿಸಿದಳು. ಮೂವರು ಕೂತು ಊಟ ಮಾಡಿದರು. ಮಧ್ಯೆ ಮಧ್ಯೆ ಪಿಸುಗುಟ್ಟುತ್ತಿದ್ದರು ಗಂಡ ಹೆಂಡತಿ ತಮ್ಮ ಮಗಳದು ತಪ್ಪೆಂದು ಒಪ್ಪಿಕೊಳ್ಳಲಾರರು. ಕಡೆಯವರೆಗೂ ಅಳಿಯನದೇ ತಪ್ಪೆಂದು ಸಾಧಿಸತಕ್ಕಂಥ ಜನ.

"ಎಷ್ಟು ಚೆನ್ನಾಗಿ ನಮ್ಮ ಪದ್ಮಿನಿ ಡ್ಯಾನ್ಸ್ ಮಾಡಿದ್ಳೂಂದ್ರೆ!" ಅಂಬುಜಮ್ಮನ ಕೈ ಪದ್ಮಿನಿಯ ಕೆನ್ನೆಯ ಮೇಲಾಡಿತು. ಚಿದಂಬರಯ್ಯನವರ ಮುಖ ಮೊರದಗಲ ಆಯಿತು.

ತಟ್ಟನೇ ವೇಣುಗೆ ಎಚ್ಚರವಾಯಿತು. ಹೊಟ್ಟೆಯಲ್ಲಿ ಹಸಿವಿನ ಭೂತ ಹೊಕ್ಕಂತಾಗಿತ್ತು. ಹೊರಗೆದ್ದು ಬಂದ. ಡೈನಿಂಗ್ ಹಾಲ್‌ನತ್ತ ನಡೆದವನ ಕಾಲುಗಳು ಸ್ತಬ್ಧವಾದವು. ಭಾರವಾದ ಕಣ್ಣುಗಳು ನಿರಾಶೆಯತ್ತ ತೂಗಿದವು. ಅವರುಗಳ ಮಾತುಕತೆ ಸ್ಪಷ್ಟವಾಗಿ ಕೇಳಿಸುತ್ತಿತ್ತು. ನೇರವಾಗಿ ನೋಡಿದ. ಪರಿಹಾಸ್ಯ ಬೆರೆತ ನೋವಿನ ನಗು ತುಟಿಗಳ ಮೇಲೆ ಇಣಕಿತು. ಹುಚ್ಚರ ಕೂಟವನ್ನ ಕಂಡಂತಾಯಿತು. ಈ ಸ್ಥಿತಿಗೆ ಕಾರಣವೇನು? ಕೆನ್ನೆಯುಜ್ಜಿದ. ತೀರಾ ಆಶ್ಚರ್ಯಕರವಾದ ಸಂಗತಿಯೆನಿಸಿತು.

"ಏನೂ ಆಗೋಲ್ಲ. ಬಂದ ಅದೃಷ್ಟ ಕಳ್ಕೊಳ್ಳೋ ಮೂರ್ಖರು ಇರ್ತಾರೆ?" ಚಿದಂಬರಯ್ಯನವರ ಸ್ವರ ಅವನನ್ನ ರೇಗಿಸಿತು. ತುಟಿ ಕಚ್ಚಿ ಕೋಣೆಗೆ ಹೋದ.

ಸಿಗರೇಟು ಪ್ಯಾಕ್, ಲೈಟರನ್ನ ಪ್ಯಾಂಟ್ ಜೇಬಿಗೆ ಸೇರಿಸಿ ಮನೆಯಿಂದ ಹೊರಬಿದ್ದ. ಕತ್ತಲೆ ಮೌನವಾಗಿ ಬಿದ್ದುಕೊಂಡಿತು. ನಿಧಾನವಾಗಿ ಸಿಗರೇಟು ಹಚ್ಚಿ ಸೇದುತ್ತ ನಡೆದ. ಪೂರ್ತಿ ಜೀವನವನ್ನು ಕತ್ತಲೆ ನುಂಗಿಬಿಡಲು ಸಿದ್ಧವಾಗಿರುವಂತೆ ಕಂಡಿತು. ಎದುರಾಗಿ ಬಂದ ಡಾಕ್ಟರ್ ಕಾರ್‌ನ ಹೆಡ್ ಲೈಟುಗಳು ಅವನ ಕಣ್ಣುಗಳನ್ನ ಕುಕ್ಕಿತು. ಪಕ್ಕಕ್ಕೆ ಸರಿದು ಕಣ್ಣಿಗೆ ಕೈಯನ್ನ ಅಡ್ಡವಾಗಿಡಿದ.

ಡ್ರೈವರ್ ತಲೆ ಹೊರಗೆ ಹಾಕಿದ.

"ಸಾಬ್...." ಹೋಗುವಂತೆ ಕೈಯಲ್ಲಿಯೇ ಸನ್ನೆ ಮಾಡಿ ಮುಂದಕ್ಕೆ ನಡೆದ.

ಗುಡ್ಡದತ್ತ ತಿರುಗಿದಾಗ ಜೀರುಂಡೆಗಳ ಸದ್ದು ಕೇಳಿಸತೊಡಗಿತು. ಕತ್ತಲೆಯ ಗರ್ಭವನ್ನ ಸೀಳಿಕೊಂಡು ಹತ್ತತೊಡಗಿದ. ಎರಡು ನಿಮಿಷ ನಿಂತು ಹಿಂದಿರುಗಿದ. ದೂರದಲ್ಲಿ ಕಾಣುವ ಕೂಲಿಗಾರರ ಗುಡಿಸಲುಗಳಲ್ಲಿ ಮಂಕಾದ ದೀಪದ ಬೆಳಕು. ಹೊರಗಡೆ ಒಂದೆಡೆ ಬೆಂಕಿಯುರಿಯುತ್ತಿತ್ತು. ಕೆಲವರು ತಮ್ಮ ಕೂಳನ್ನ ಹೊರಗಡೆ ಬೇಯಿಸಿಕೊಳ್ಳುತ್ತಿದ್ದರು. ಮುಖ ಮೇಲೆತ್ತಿ ಉಸಿರು ದಬ್ಬಿದ. ಸಿಗರೇಟಿನ ಹೊಗೆ ಸರಳಳನ್ನ ಚಿತ್ರಿಸತೊಡಗಿತು.

ಅವಳ ಸರಳತೆ, ಜೀವನವನ್ನ ಪ್ರೀತಿಸುವ ರೀತಿಗೆ ತಾನು ಮಾರುಹೋಗಿರಬೇಕು. ತುಟಿಯಂಚಿನಲ್ಲಿ ಒಂದು ತರಹ ಕಿರುನಗು ತೇಲಿತು.

* * * *

ಅಲ್ಪಸ್ವಲ್ಪ ಚೇತರಿಸಿಕೊಂಡಿದ್ದರೂ ಪ್ರಭಾಕರ ರಜೆಯನ್ನ ಮುಂದುವರಿಸಿದ್ದ. ಬಾಣಂತನ ಮುಗಿಸಿ ಮಗ, ಮೊಮ್ಮಕ್ಕಳೊಂದಿಗೆ ಅಪ್ಪ, ಅಮ್ಮ ಬಂದಿದ್ದರಿಂದ ಒಂದು ರೀತಿಯಲ್ಲಿ ನಿಶ್ಚಿಂತನಾಗಿದ್ದ.

ಕೋಣೆಯಿಂದ ಹೊರಗೆ ಬಂದು ದಿಟ್ಟಿಸಿದ. ಅಷ್ಟು ದೂರದಲ್ಲಿ ಬರುತ್ತಿದ್ದ ಆಕೃತಿ ಸ್ಪಷ್ಟವಾಯಿತು. ಆನಂದ ಬರುತ್ತಿದ್ದ. ನಾಲಿಗೆ ತುಟಿಯ ಮೇಲಾಡಿತು. ಹಣೆಯಲ್ಲಿ

ಗೆರೆಗಳು ಮೂಡಿದವು. ಮುಖ ಕಂಡೊಡನೆ ಕೈಯೆತ್ತಿದ್ದ. ಪ್ರಭಾಕರನ ಕೈ ಕೂಡ ಮೇಲೆ ಹೋಯಿತು. ತನ್ನ ಹರ್ಷ ವ್ಯಕ್ತಪಡಿಸಲು.

ಓಡುತ್ತಲೇ ಬಂದವನೇ ಅವನ ಕೈ ಕಾಲು, ತಲೆ ಮುಟ್ಟಿ ನೋಡಿದ. ಕಣ್ಣುಗಳಲ್ಲಿ ಗಾಬರಿ ಸ್ವಲ್ಪಮಟ್ಟಿಗೆ ಕಡಿಮೆಯಾಯಿತು.

"ಹೇಗಿದ್ದೀರಿ? ವಿಷ್ಯ ತಿಳ್ದ ಕೂಡಲೇ ಗಾಬ್ರಿಯಾಯ್ತು!" ಪ್ರಭಾಕರನ ತುಟಿಗಳ ಮೇಲೆ ನಗು ಮಿನುಗಿತು. "ಅಂಥದ್ದೇನು ಇಲ್ಲ. ಯಾವಾಗ್ಬಂದ್ರಿ?" ಬೆರಳುಗಳಿಂದ ಕೂದಲನ್ನ ಸರಿಪಡಿಸಿಕೊಂಡ. ಆನಂದನ ಕಣ್ಣುಗಳು ಕಿರಿದಾದವು. ರೆಪ್ಪೆಯ ಕೆಳಗೆ ಗೆರೆಗಳು ಸಣ್ಣದಾಗಿ ಮೂಡಿದವು. "ರಾತ್ರಿ ಬಂದೆ" ತೀರಾ ನೀರಸವಾಗಿ ಹೇಳಿದ.

ಆನಂದ ಹೇಳಿಸಿಕೊಳ್ಳದೆ ಕೂತ. ಅವನ ಕಣ್ಣುಗಳಲ್ಲಿ ನಿರಾಶೆ ಮಡವುಗಟ್ಟಿದಂತಿತ್ತು. ತುಟಿಗಳು ಬಿಗಿದುಕೊಂಡವು.

"ವೇಣು ಇದ್ನಾ?" ಆನಂದ ನಿಧಾನವಾಗಿ ಮುಖ ಮೇಲೆತ್ತಿದ.

"ಇರ್ಲಿಲ್ಲ. ಎಲ್ಲೋ ಹೋಗಿದ್ರು."

ಪ್ರಭಾಕರ ಮೌನವಾಗಿ ಕೂತ. ಇವನನ್ನ ನೋಡುವ ಸಲುವಾಗಿ ಆಗಾಗ ವೇಣು ಬಂದರೂ ತುಟಿ ಬಿಗಿದುಕೊಂಡು ಕೂಡುತ್ತಿದ್ದ. ಮಾತಾಡಿದರೂ ಕೆಲಸಕ್ಕೆ ಸಂಬಂಧಪಟ್ಟಿದ್ದು ಮಾತ್ರ. ಸ್ವಂತ ವಿಷಯದ ಕಡೆ ಮಾತುಗಳು ತಿರುಗಿದರೆ ಎದ್ದು ಹೊರಟುಬಿಡುತ್ತಿದ್ದ. ಒಂದೆರಡು ಸಲ ಲೀಲಾ ಸರಳ ಮನೆಗೆ ಹೋದಾಗಲೂ ಸಿಕ್ಕಿರಲಿಲ್ಲ.

"ನಮ್ಮ ತಾಯಿ ತಂದೇನ ಕರ್ಕೊಂಡ್ಹೋಗೋಣಾಂತ್ಬಂದೆ" ಸ್ವರ ಒಣಗಿದಂತೆ ಕಾಣಿಸಿತು. ಪ್ರಭಾಕರ ಏನು ಹೇಳಲೂ ಇಷ್ಟಪಡಲಿಲ್ಲ.

"ಕೆಲವು ಭಾವನೆಗಳು ಪದ್ಮಿನಿಯಲ್ಲಿ ಸತ್ತುಹೋಗಿರ್ಬೇಕೂ ಮತ್ತೆ ಕಸಿ ಮಾಡಿ ಬೆಳ್ಸೋದು ಕಠಿಣವಾದ ಕೆಲ್ಸ. ಇದ್ರಿಂದ ಯಾವ ಪ್ರಯೋಜನವೂ ಆಗೋಲ್ಲ. ಬಹುಶಃ ಅವ್ಳ ಸುಪ್ತ ಮನಸ್ಸಿನಲ್ಲಿ ಕೆಲವು ಬಾಲಿಶ, ಅರ್ಥರಹಿತ ಭಾವನೆಗಳ್ನ ಹುಟ್ಟುಹಾಕಿರೋರು ನಮ್ಮಪ್ಪ, ಅಮ್ಮನೇ." ಮೊದಲು ನೋವು ಮಿಡಿದ ಸ್ವರ ಕಡೆಗೆ ಗಡುಸಾಯಿತು. ಕಣ್ಣುಗಳಲ್ಲಿ ಕಠಿಣತೆ ಕಾಣಿಸಿಕೊಂಡಿತು.

ಎತ್ತಲೋ ನೋಡಿದ ಪ್ರಭಾಕರ. ಅವನು ಈಗ ಏನೂ ಹೇಳುವ ಸ್ಥಿತಿಯಲ್ಲಿರಲಿಲ್ಲ. ಆದರೆ ವೇಣುವನ್ನ ನೋಡಿದಾಗ ಈಟಿಯಲ್ಲಿ ಇರಿದಂಥ ನೋವು ಅನುಭವಿಸುತ್ತಿದ್ದ. ಎಲ್ಲಿ ಬಹುದೂರ ಹೋಗಿಬಿಡುವನೋ ಎಂದು ಚಡಪಡಿಸುತ್ತಿದ್ದ.

ಹೊರಗೆ ಬಂದ ಸರಳಳ ಕಣ್ಣುಗಳಲ್ಲಿ ಪರಿಚಯ ಇಣಕಿತು. "ಯಾವಾಗ್ಬಂದ್ರಿ?" ಮೆಲುವಾಗಿ ಪ್ರಶ್ನಿಸಿದಳು. ಆನಂದ ಹುಬ್ಬೆತ್ತಿ ಅವಳತ್ತ ನೋಡಿದ. ಕಣ್ಣುಗಳಲ್ಲಿ ಹಿಂದಿನ ಹೊಳಪು ಕಾಣಿಸಲಿಲ್ಲ, ತುಟಿ ಕಚ್ಚಿಕೊಂಡ. "ರಾತ್ರಿ ಬಂದೆ ನಿಮ್ಮ ಕೆಲ್ಸದ್ದು ಏನಾಯ್ತು?" ಗೆಲುವಾಗಿಯೇ ಕೇಳುವ ಪ್ರಯತ್ನ ಮಾಡಿದ. "ಸದ್ಯಕ್ಕೆ ಏನೂ ಆಗ್ಲಿಲ್ಲ. ಒಂದು ಕಡೆ ಇಂಟರ್‌ವ್ಯೂಗೆ ಹೋಗಿದ್ದೆ, ನೋಡ್ಬೇಕೂ..."

ನೆರಿಗೆಗಳನ್ನ ಕೊಡವುತ್ತ ಹೊರಗೆ ಹೋದವಳು ತಕ್ಷಣ ಹಿಂದಕ್ಕೆ ಬಂದು ಒಳಗೆ ಹೋದಳು.

ಪ್ರಭಾಕರ ತಾಯಿ ತಂದೆಯರನ್ನ ಕರೆತಂದು ಪರಿಚಯ ಮಾಡಿಸಿದ. ಪುಟ್ಟ ಪ್ರಮೋದ ಯಾವ ಸಂಕೋಚವೂ ತೋರದೆ ಆನಂದನ ಕೈಯಲ್ಲಿ ನಲಿದ.

"ಯಾವ್ದೂ ಸಕ್ಸಸ್ ಆಗ್ಲಿಲ್ಲ!" ಆನಂದ ಅರ್ಥಗರ್ಭಿತವಾಗಿ ಹೇಳಿದಾಗ ಪ್ರಭಾಕರ ಬೇರೆಡೆ ನೋಡಿದ.

ಆದಷ್ಟು ಈ ಮನೆಯವರ ನೆರಳಿನಿಂದಲೇ ವೇಣು ದೂರವಿರಲು ಪ್ರಯತ್ನಿಸುತ್ತಿದ್ದ. ಕಾರಣವರಿಯದೆ ಯೋಚಿಸಿ ತಲೆ ಕೆಡಿಸಿಕೊಳ್ಳುತ್ತಿದ್ದ. ಒಮ್ಮೊಮ್ಮೆ ನಮ್ಮ ಯೋಜನೆ ದುರುದ್ದೇಶಪೂರಿತವಾಗಿ ಕಂಡಿರಬಹುದೆ? ಅವನೆದೆ ಹಿಂಡಿ ರಕ್ತ ಬಸಿಯುವಂತಾಗುತ್ತಿತ್ತು.

"ಎಕ್ಸ್‌ಕ್ಯೂಜ್ ಮಿ" ಕೈಯನ್ನ ಮೃದುವಾಗಿ ಹಿಡಿದು ಒತ್ತಿದ.

"ಊಟ ಮುಗ್ಸಿಕೊಂಡೇ ಹೋಗ್ಬೇಕು" ಹೊರಟು ನಿಂತಾಗ ಪ್ರಭಾಕರ ಒತ್ತಾಯ ಹೇರಿದ.

"ಮತ್ತೆ ಬರ್ತೀನಿ. ಸ್ವಲ್ಪ ವೇಣು ಹತ್ರ ಮಾತಾಡ್ಬೇಕು" ಆನಂದ ಉಗುಳು ನುಂಗಿದ.

ಆನಂದ ಮನೆಗೆ ಬಂದಾಗ ವೇಣು ಇರಲಿಲ್ಲ. ಕಸ ಗುಡಿಸುತ್ತಿದ್ದ ಹುಸೇನಮ್ಮ ಏನೋ ತನ್ನಲ್ಲಿ ತಾನೇ ಗೊಣಗಾಡುತ್ತಿದ್ದಳು. ಅವನ ಹೆಜ್ಜೆಗಳು ಭಾರವಾದವು.

"ನಿಂದು ಕೆಲ್ಸ ಆಯ್ತಾ?" ಕೇಳಿದ.

ಸೊಂಟ ನೇರವಾಯಿತು. ಕಣ್ಣುಗಳು ಕಿರಿದಾದವು. ಮುಖದ ಸುಕ್ಕುಗಳು ಆಳವಾದವು.

"ಇನ್ನ ಇಲ್ಲ ಸಾಮಿ" ವಿನಯದಿಂದ ಹೇಳಿದಳು.

ಕೈಯಲ್ಲಿದ್ದ ಪರಕೆಯನ್ನ ಕೆಳಗೆ ಹಾಕಿ ಹೋಗುವಂತೆ ಸನ್ನೆ ಮಾಡಿದ. ಅವಳ ಕಣ್ಣುಗಳಲ್ಲಿ ಗಾಬರಿ ಪುಟಿಯಿತು.

"ಆಮೇಲೆ ಬಂದು ಮಾಡು." ಸಮಾಧಾನ ಮಾಡಿ ಕಳಿಸಿದ.

ಒಗ್ಗರಣೆ ಸೀದ ವಾಸನೆ ಮನೆಯಲ್ಲಿ ಸುತ್ತಿಕೊಂಡಿತ್ತು. ಮುಖ ಮೇಲೆತ್ತಿ ಉಸಿರು ದಬ್ಬಿದ. ಸುವಾಸನೆ ಬೀರಬೇಕಾದ ದಾಂಪತ್ಯ ಜೀವನ ದುರ್ಗಂಧ ಬೀರಲು ಶುರುವಾಗಿದೆ. ಇದರ ಅರಿವು ಯಾರಿಗೂ ಬಂದಿಲ್ಲವೇನೋ!

"ಪದ್ಮಿನಿ..." ಸೋಫಾ ಬೆನ್ನಿಗೆ ಒರಗಿ ಸುತ್ತುತ್ತಿರುವ ಫ್ಯಾನ್‌ನತ್ತ ಮುಖ ಮಾಡಿದ. ಕೂದಲು ಹಣೆಯ ಮೇಲೆ ಹಾರಾಡತೊಡಗಿತು. ಪದ್ಮಿನಿ ಒಬ್ಬಳೇ ಬರಲಿಲ್ಲ. ಅಮ್ಮ ಅಪ್ಪನ ಜೊತೆ ಬಂದಳು.

"ನೋಡಿದ್ಯೇನೋ! ಈ ಪರಿಸ್ಥಿತಿಯಲ್ಲಿ ಪದ್ಮಿನಿನ ಹೇಗೆ ಬಿಟ್ಟು ಬರೋದು!" ಅವನ ಕೈ ಹಣೆಯ ಮೇಲಕ್ಕೆ ಹೋಯಿತು.

"ಅರ್ಧ ಅವ್ವ ಈ ಸ್ಥಿತಿಗೆ ನೀವು ಅಣ್ಣತಮ್ಮಂದಿರೇ ಕಾರಣ" ಸೋಫಾ ಬೆನ್ನಿನಿಂದ ಒಂದಡಿ ಮುಂದಕ್ಕೆ ಬಂದ. ಮೈಯೆಲ್ಲ ಹತ್ತಿಕೊಂಡು ಉರಿದ ಅನುಭವವಾಯಿತು. "ನಾಚ್ಕೇ... ಆಗ್ಬೇಕೂ! ಅವ್ವ ಹಾಳಾಗೋಕೆ.... ನೀವೇ ಕಾರಣ!" ಕಣ್ಣುಗಳು ಕೆಂಡಗಳನ್ನು ದಬ್ಬಿದವು. ತಾಯಿ ತಂದೆಯರಿಗೆ ಗೌರವ ಕೊಡಬೇಕೆನ್ನುವುದು ಸಂಪೂರ್ಣವಾಗಿ ಮರೆತಿದ್ದ.

"ನೋಡಿದ್ರಾ...." ಅಂಬುಜಮ್ಮನ ಸೆರಗು ಕಣ್ಣಿನ ಬಳಿಗೆ ಧಾವಿಸಿತು. ಚಿದಂಬರಯ್ಯ ಮೇಲಕ್ಕೂ ಕೆಳಕ್ಕೂ ನೋಡಿದರು. ಗಂಡು ಮಕ್ಕಳು ತಮ್ಮ ಮೇಲೆ 'ಕಮ್ಯಾಂಡ್' ಮಾಡುತ್ತಿದ್ದಾರೆಂದು ಅವರಿಗೆ ಗೊತ್ತು. ಆದರೂ ನಿಸ್ಸಹಾಯಕರು.

"ನೀವುಗಳು ಅವ್ವ ವಿಷ್ಯಕ್ಕೆ ಬರ್ಬೇಡಿ" ತೊದಲಿದ.

ಆನಂದ್ ಸುಮ್ಮನಾಗಲಿಲ್ಲ. ಹುಚ್ಚಾಪಟ್ಟೆ ಕೂಗಾಡಿದ. ತಂಗಿಗೆ ನಾಲ್ಕು ಏರಿಸಬೇಕೆನ್ನುವ ಮಟ್ಟಕ್ಕೆ ಏರಿದ್ದ. ಆದರೆ ಅವಳು ತುಟಿ ಬಿಚ್ಚಿ ಉರಿಯುವ ಗಾಯಕ್ಕೆ ಉಪ್ಪೆರಚುವ ಪ್ರಯತ್ನ ಮಾಡಲಿಲ್ಲ.

"ನೀವ್ ಮೂರು ಜನನ್ನೂ ಹುಚ್ಚರ ಆಸ್ಪತ್ರೆಯಲ್ಲಿ ಇಡ್ಬೇಕು" ಸಹನೆಗೆಟ್ಟು ಅಬ್ಬರಿಸಿದ.

ಎಷ್ಟೋ ಹೊತ್ತಿನ ಮೇಲೆ ವೇಣು ಮನೆಗೆ ಬಂದ. ಹೊಗೆಯಾಡುವ ಸಿಗರೇಟು ಅವನ ತುಟಿಗಳ ಮಧ್ಯೆ ಇತ್ತು. ಹಿಂದಿನ ಕಣ್ಣು ಗುಡ್ಡೆ ಛಾಯೆಯಲ್ಲಿ ಕೆಂಪು ಬೆರೆತಿತ್ತು. ಉದಾಸೀನವಾಗಿ ನೋಡದಂತೆ ಕೋಣೆಯತ್ತ ನಡೆದ.

ಒಣಗಿದ ತುಟಿಗಳ ಮೇಲೆ ನಾಲಿಗೆಯಾಡಿಸಿದ ಆನಂದ್. ಎರಡು ಕೈ ಬೆರಳುಗಳನ್ನ ಬೆಸೆದು ನೆಟಿಕೆ ತೆಗೆದ. ಬೇಸರದಿಂದ ಎದ್ದು ಮೈ ಮುರಿದ. ಎರಡು ಕೈಗಳನ್ನ ಪ್ಯಾಂಟಿನ ಜೇಬಿನೊಳಕ್ಕೆ ತುರುಕಿ ಕೋಣೆಯತ್ತ ನಡೆದುಬಂದ.

"ಮೆ ಐ ಕಮಿನ್ ?" ಸ್ವರ ತಗ್ಗಿಸಿದ.

ಅರ್ಧ ಉರಿದ ಸಿಗರೇಟನ್ನ ಆಷ್‌ಟ್ರೇಗೆ ಒತ್ತಿದ ವೇಣು ಇವನತ್ತ ತಿರುಗದಂತೆ "ಯೆಸ್" ಎಂದ. ಹೆಜ್ಜೆಗಳು ಉತ್ಸಾಹ ತೋರದೇ ಸಂಕೋಚಿಸಿದವು. ಪ್ರಯಾಸದಿಂದ ಎತ್ತಿಟ್ಟ.

"ಮಿಸ್ಟರ್ ಆನಂದ್, ಪದ್ಮಿನಿ ವಿಷ್ಯ ಮಾತಾಡೋದ್ಬೇಡ. ಸುಮ್ನೇ ಕಿರಿಕಿರಿ. ನಕ್ಷತ್ರಗಳ ಜೊತೆ ಬಾಳೋ ಕಲ್ಪನೆಯಲ್ಲಿರೋ ಹೆಣ್ಣುಗಳ ಜೊತೆ ಸಂಸಾರ ಮಾಡೋಕಾಗೋಲ್ಲ. ನಮ್ಮಪ್ಪ ಬಹಳ ದೀರ್ಘವಾಗಿ ಪತ್ರ ಬರೆದಿದ್ದಾರೆ. ಮಗ್ಳನ್ನ ರಿಪೇರಿ ಮಾಡೋಕೆ ನಿಮ್ಮಪ್ಪ ಅಮ್ಮ ಬಂದಿದ್ದಾರಂತೆ. ಅವಮಾನಿಸ್ಬೇಡ. ಮರ್ಯಾದೆಯಿಂದ ನೋಡ್ಕೊಂತ ಬರ್ದಿದ್ದಾರೆ. ದಟ್ಸ್ ಆಲ್..." ಉದಾಸೀನವಾಗಿ ನಕ್ಕ.

ಇವನತ್ತ ತಿರುಗಿದ. ಕಣ್ಣುಗಳು ಕಿರಿದಾದವು.

"ನೀವ್ಯಾಕೆ ಯೋಚಿಸ್ತೀರಿ! ಅವ್ಳನ್ನ ಪ್ರೀತಿಸೋಕೆ ಹತ್ತಾರು ಗಂಡುಗಳಿದ್ದಾರೆ.

ಪಾಪ ಗಂಧದ ಪೆಟ್ಟಿಗೆಯಲ್ಲಿಟ್ಟು ಪೂಜೆ ಮಾಡೋಂಥ ಪತ್ರಗಳ್ನ ಸುಟ್ಟುಬಿಟ್ಟೆ. ಎಂಥ... ಆಘಾತ!" ಭುಜ ಕುಣಿಸಿ ಕೈ ಕೈ ಬೆಸೆದ.

ಮತ್ತೆ ಅವನ ಭುಜದ ಮೇಲೆ ಕೈ ಹಾಕಿ ಕೆನ್ನೆಯ ಬಳಿ ಬಗ್ಗಿದ. "ಎಂಥ ಅದೃಷ್ಟ ನಿಮ್ದೂ! ಜಗತ್ತಿನಲ್ಲಿ ಒಂದರಲ್ಲಿ ಅಭಿರುಚಿ, ಪ್ರತಿಭೆ ಇರೋ ಮಂದಿ ಬೆರಳೆಣಿಕೆಯಷ್ಟು, ಅಂಥದ್ದರಲ್ಲಿ ಸಂಗೀತ, ನೃತ್ಯ, ಸಾಹಿತ್ಯ ಒಲಿದಿರೋ ಈ ಅತಿ ಲಾವಣ್ಯ ಕನ್ಯೆ ಮನೆಯಲ್ಲಿರೋಕೆ ಲಾಯಕ್ಕಿಲ್ಲ; ತಗೊಂಡ್ಹೋಗಿ ಮ್ಯೂಜಿಯಂನಲ್ಲಿಡಿ" ಆವೇಶದಿಂದ ಸಿಡಿದ.

ಆದರೆ ಆನಂದ್ ತುಟಿ ಬಿಚ್ಚಲಿಲ್ಲ. ಬಿಚ್ಚುವ ಅಗತ್ಯ ಅವನಿಗೆ ಕಾಣಲಿಲ್ಲ. ತಲೆ ಸಿಡಿಯತೊಡಗಿತ್ತು. ಅಲ್ಲಿ ನಿಲ್ಲಲಾರದೇ ಹೋದ.

ವೇಣು ಇವನತ್ತ ಮುಖ ತಿರುಗಿಸಿದ. ಕಣ್ಣುಗಳಲ್ಲಿ ಮಡುವುಗಟ್ಟಿದ ವೇದನೆ ಕಂಡು ಅವನ ಮೈ ತಣ್ಣಗಾಯಿತು. ಕಣ್ಣುಗಳಲ್ಲಿ ಸಹಾನುಭೂತಿ ಇಣಕಿತು. ಸುಮ್ನೆ ಕೂತುಬಿಟ್ಟ.

"ಎಕ್ಸ್‌ಕ್ಯೂಜ್ ಮಿ." ಅವನ ಕೈಹಿಡಿದು ಮೃದುವಾಗಿ ಅಮುಕಿ ವೇಣು ಹೊರಗೆ ಹೊರಟ. ಅವನು ನಿಂತಲ್ಲಿಯೇ ಶಿಲೆಯಾಗಿದ್ದ.

ಸ್ಕೂಟರ್ ತಗೊಂಡು ಹೊರಟುಬಿಟ್ಟ. ಮನೆ, ಮಡದಿಯ ಚಿಂತೆಯನ್ನ ಪೂರ್ತಿಯಾಗಿ ಮರೆಯಲು ಪ್ರಯತ್ನಿಸುವ ಜೊತೆಗೆ ಸರಳಳ ಸುಂದರ ಕಣ್ಣುಗಳಲ್ಲಿ ಹೊಳಪನ್ನ ಮರೆಯಬೇಕಿತ್ತು. ತೀರಾ ಪ್ರಯಾಸವಾಗಿ ಕಾಣುತ್ತಿತ್ತು.

"ಸಾಹೇಬ್ರೆ.... ಸ್ವಾಮಿ..." ಪೆರುಮಾಳ್ ಸ್ವರ ಬ್ರೇಕ್ ಒತ್ತುವಂತೆ ಮಾಡಿತು. ನಿಲ್ಲಿಸಿ ಹಿಂದಕ್ಕೆ ತಿರುಗಿದ. ಅವನು ಓಡಿ ಬಂದು "ನಿಮ್ಮನ್ನ ಕರ್ಕೊಂಡ್ಬಂದ್ರು." ಇದು ಪ್ರಭಾಕರನ ಕರೆಯೆಂದು ಅವನಿಗೆ ಗೊತ್ತು. ಮೂರು ದಿನದಿಂದ ಅತ್ತ ತಲೆ ಹಾಕಿರಲಿಲ್ಲ. "ಹೋಗ್ತೀನಿ.... ಹೋಗು" ಸ್ಕೂಟರ್ ಹಿಂದಕ್ಕೆ ತಿರುಗಿತು.

ಪ್ರಭಾಕರನಿಗಾಗಿ ಅವನ ಹೃದಯದ ಮಿಡಿತ ಅಷ್ಟಿಷ್ಟಲ್ಲ. ಆದರೆ ನಿಸ್ಸಹಾಯಕನಾಗಿದ್ದ. ಹೋರಾಟದ ನಡುವೆ ಸರಳ ಅವನ ಹೃದಯದಲ್ಲಿ ಭದ್ರವಾಗಿ ನೆಲೆಯೂರಿದ್ದಳು. ಅದರ ಹಿಂದೆ ಇದ್ದ ಮಾನವೀಯ ಶಕ್ತಿ ಬಗ್ಗೆ ಬೆರಗಾಗಿದ್ದ.

ಸ್ಕೂಟರ್ ನಿಲ್ಲಿಸಿ ಒಳಗೆ ನಡೆದ. ಇಡೀ ಮನೆಯವರೆಲ್ಲ ಒಂದು ಕಡೆ ಸೇರಿದ್ದರು. ಒಂದು ಫೋಟೋ ಒಬ್ಬರ ಕೈಯಿಂದ ಮತ್ತೊಬ್ಬರ ಕೈಗೆ ಹೋಗುತ್ತಿತ್ತು.

ವೇಣು ನಿಂತ ಅನುಮಾನಿಸಿದ.

ಇವನತ್ತ ನೋಡಿದ ಪ್ರಮೋದ್ ತಾಯಿಯ ಮಡಿಲಿನಿಂದ ಅಂಬೆಗಾಲಿಡುತ್ತ ತನ್ನದೇ ಭಾಷೆಯಲ್ಲಿ ಮಾತಾಡುತ್ತ ಇವನತ್ತ ಬಂದ.

"ಓ... ವೇಣು..." ಪ್ರಭಾಕರ್ ಎದ್ದ.

ಸರಳ ನೋಟ ನೆಲದಲ್ಲಿ ಚೆಲ್ಲಾಡಿತು. ಮನ ಆವೇಗ ಹತ್ತಿಕ್ಕುವ ಪ್ರಯತ್ನದಲ್ಲಿ ಸೋತು ಮರೆಮಾಚಲು ಎದ್ದುಹೋದಳು.

"ಬನ್ನಿ... ವೇಣುಗೋಪಾಲ್"ಪ್ರಭಾಕರನ ತಂದೆ ನಾರಾಯಣ್ ಬಾಯಿಗೆ ಕೈ ಅಡ್ಡ ಹಿಡಿದು ಕೆಮ್ಮಿದರು. ಅವರ ಮುಖದ ಮೇಲೆ ಒಂದು ತರಹ ನೀರಸವಿತ್ತು.

ಸುಂದರ ಸ್ವಭಾವದ ಪ್ರಭಾಕರ ವೇಣುವಿನ ಬಗ್ಗೆ ತಪ್ಪು ತಿಳಿಯಲಾರ. ಕೈಹಿಡಿದು ಕೋಣೆಯೊಳಕ್ಕೆ ಕರೆದೊಯ್ದ.

"ಈಗ ಒಂದು ಪ್ರಾಬ್ಲಮ್, ಶಿವಮೊಗ್ಗ ಕಾಲೇಜಿನಿಂದ ಸರಳಗೆ ಇಂಟರ್‌ವ್ಯೂ ಬಂದಿದೆ. ಸದ್ಯಕ್ಕೆ ನಾನು ಹೋಗೋಕೆ ಮನೆಯಲ್ಲಿ ಒಪ್ಪೋಲ್ಲ. ಅಪ್ಪನಿಗೆ ಹುಷಾರಿಲ್ಲ. ಸರಳ ಒಬ್ಳನ್ನೇ ಕಳ್ಸಿಕೊಡ್ಬೇಕೂ. ಲೇಟಾದ್ರೆ ಬಸ್ಸುಗಳು ಸಿಗೋಲ್ಲ. ಸಿಕ್ರೂ.... ಒಬ್ಬೇ ಹೇಗೆ ಬರೋಕಾಗುತ್ತೆ! ಸಾಧ್ಯವಾದ್ರೆ ಸರಳಳ ಜೊತೆ ನೀನೂ ಹೋಗ್ಬಾ" ನಿರಾಳವಾಗಿ ಹೇಳಿದ.

ಗಾಬರಿಯಿಂದ ವೇಣು ಹುಬ್ಬೆತ್ತಿದ. ಯಾವ ವ್ಯಂಗ್ಯವೂ ಇರಲಿಲ್ಲ. ಹಸನ್ಮುಖನಾಗಿದ್ದ.

"ಅವ್ಳು ಯಾಕೋ ಮಂಕಾಗ್ಬಿಟ್ಟಿದ್ದಾಳೆ. ಸದಾ ಕೆಲ್ಸದ ಬಗ್ಗೆ ಯೋಚಿಸ್ತಾಳೆ. ಸರ್ಯಾದ ಗಂಡು ಸಿಗೋವರ್ಗೂ ಹೋಗ್ತಾ ಇರ್ಲಿ. ಆಮೇಲೆ ಅವರಿಷ್ಟ. ಆದರೆ ಪಾರ್ಥನ ಕೋರ್ಸು ಮುಗ್ಯೋವರ್ಗೂ ಮದ್ವೆ ಬೇಡಾಂತಾಳೆ."

ವೇಣು ಸುಮ್ಮನೆ ಕೇಳುತ್ತಾ ಕೂತಿದ್ದೇ ವಿನಃ ಒಂದು ಮಾತೂ ಆಡಲಿಲ್ಲ. ಪ್ರಭಾಕರನ ಮುಖದ ಗೆಲುವು ಇಳಿದುಹೋಯಿತು. ಬಗ್ಗಿ ಅವನ ಕೈಹಿಡಿದುಕೊಂಡ.

"ದಯವಿಟ್ಟು ಏನಾದ್ರೂ ಮಾತಾಡು. ನಿನ್ನ ಸ್ವಂತ ದಾಂಪತ್ಯಕ್ಕೆ ಸಂಬಂಧಿಸಿದ ವಿಷ್ಯದಲ್ಲಿ ತಲೆ ಹಾಕಿದ್ದು ತಪ್ಪಾ? ಮತ್ತೇನಾದ್ರೂ ನನ್ನ ಅರಿವಿಗೆ ಬಂದಂತೆ ನಿಂಗೆ ಕೆಟ್ಟದಾಗೋ ಪ್ರಯತ್ನ ನಡೆದಿದ್ಯಾ? ನಿನ್ನ ವಿಮುಖತೆಗೆ ಕಾರಣ ತಿಳ್ಸು." ಭುಜವಿಡಿದು ಜಗ್ಗಿದ.

ವೇಣುವಿಗೆ ಉಸಿರುಗಟ್ಟಿದಂತಾಯಿತು. ಆ ಸಂದರ್ಭ ಪ್ರಭಾಕರನ ಮನಸ್ಸಿಗೆ ನೋವಾಗದಂಗೆ ಏನು ಹೇಳಿ ತಪ್ಪಿಸಿಕೊಳ್ಳಬಹುದು ಎಂದು ಯೋಚಿಸತೊಡಗಿದ.

"ಏನಿಲ್ಲ ಪ್ರಭಾಕರ್, ಖಂಡಿತ ಅಂಥದ್ದೇನೂ ಇಲ್ಲ. ಸುಮ್ನೇ ಇಲ್ಲದ್ದೆಲ್ಲ ಕಲ್ಪಿಸಿಕೋಬೇಡ. ಇದ್ನ ನಂಬು, ಬೆಳಿಗ್ಗೆ ನಾನು ಬರ್ತೀನಿ. ಸರಳನ ರೆಡಿಯಾಗಿರೋಕೆ ಹೇಳು" ಏಕವಚನ ಇಣಕಿ ಅಣಕಿಸಿತು.

"ಊಟ ಆಯ್ತ?" ಇಲ್ಲಿ ವೇಣು ಬಾಯಿ ತಪ್ಪಿದ. "ಇನ್ನ ಇಲ್ಲ. ಮೆಸ್ ಕಡೆ ಹೊರಟಿದ್ದೆ." ಆಮೇಲೆ ನಾಲಿಗೆ ಕಚ್ಚಿಕೊಂಡ. ಪ್ರಭಾಕರ ಮನ ಕುಗ್ಗಿತು. ಇಂದಿಗೂ ಇವರುಗಳು ಸರಿಹೋಗಿಲ್ಲ. ಎಂದೂ ಸರಿಹೋಗಲಿಕ್ಕಿಲ್ಲವೇನೋ! "ಇಲ್ಲೇ ಊಟ ಮಾಡು." ನಿರುತ್ತರನನ್ನಾಗಿ ಮಾಡಿತು.

ಅಷ್ಟರಲ್ಲಿ ಕೋಣೆಯಲ್ಲಿ ಲೀಲಾ ಇಣಕಿದಳು. ಹೋಗಲೋ ಬೇಡವೋ ಎಂದು ಯೋಚಿಸಿದಳು. ಅವಳಿಗೂ ವೇಣುವಿನ ನಡವಳಿಕೆ ಒಗಟಾಗಿತ್ತು. ಒಂದು ದಿನ ಸರಳನ ತಲೆ ಕೆಡುವಷ್ಟು ಪ್ರಶ್ನೆಗಳನ್ನು ಕೇಳಿದ್ದಳು.

"ಅತ್ಗೇ ದಯವಿಟ್ಟು ಸುಮ್ಮನಿರು. ನಂಗಂತೂ ವೇಣು ಬಗ್ಗೆ ಏನೇನು ಗೊತ್ತಿಲ್ಲ. ಪದ್ಮಿನಿ ಖಂಡಿತ ಅಸೂಯೆ ಪಡೋಂಥ ಹೆಣ್ಣಲ್ಲ! ಹೆಣ್ಣಿಗೆ ಅಸೂಯೆ ಜಾಸ್ತಿ ಅನ್ನೋದು ಸುಳ್ಳು!" ಎಂದಿದ್ದಳು.

ಎಷ್ಟೋ ಸಲ ಲೀಲಾ ಸ್ವಲ್ಪ ಕಟುವಾಗಿಯೇ ತಮ್ಮಗಳ ಬೇಸರ ವೇಣು ಮುಂದೆ ವ್ಯಕ್ತಪಡಿಸಬೇಕೆಂದುಕೊಂಡರೂ ಅವನ ಗಂಭೀರ ಮುಖದ ಹಿಂದೆ ಯಾವುದೋ ವ್ಯಥೆಯ ನೆರಳಿದೆಯೆಂದು ಹಿಂಜರಿಯುತ್ತಿದ್ದಳು.

"ಏನು ಕುಡಿತೀರಾ?" ಒಳಗಡೆ ಬಂದಳು.

ವೇಣು ಮುಖದ ಗಂಭೀರ ಕರಗಲು ಶುರುವಾಯಿತು. ಇದಕ್ಕೆ ಹೆದರಿಯೇ ಅವನು ಇಲ್ಲಿ ಬರಲು ಹಿಂಜರಿಯುತ್ತಿದ್ದುದು ಮನ ಮಾತ್ರ ಸರಳ ಮುಂದಿರಲು ಬಯಸುತ್ತಿತ್ತು. ಆ ಕಣ್ಣ ತಂಪಿನ ನೆರಳಲ್ಲಿ ಮಿಸುಕಾಡುವ ಆಸೆ ಬೃಹದಾಕಾರವಾಗಿ ಬೆಳೆದು ನಿಲ್ಲುವ ಪ್ರಯತ್ನವನ್ನೇ ತಡೆದು ಹಿಂದಕ್ಕೆ ಓಡುವ ಪ್ರಯತ್ನ ಮಾಡುತ್ತಿದ್ದ. ಪದ್ಮಿನಿ ವಿಚಿತ್ರವಾದ ತೀರಾ ಬಾಲಿಶ ಎನಿಸುವ ಮಾತುಕತೆ, ನಡವಳಿಕೆ ಬಗೆಗಿನ ತೊಳಲಾಟಕ್ಕಿಂತ ಇದು ಅಧಿಕ ಎನಿಸುತ್ತಿತ್ತು.

"ಸದ್ಯಕ್ಕೆ ನೀರು ಸಾಕು." ಮುಖದ ಮೇಲೆ ಹಸನ್ಮುಖತೆ ಇಣುಕಿತು.

"ನೀರಿಗೆ ಸ್ವಲ್ಪ ನಿಂಬೆಹಣ್ಣು ಹಿಂಡಿದ್ರೆ.... ಆಗ್ಬಹುದಲ್ಲ!" ನಕ್ಕಳು.

"ಅದ್ರ ಜೊತೆ ಸ್ವಲ್ಪ ಸಕ್ಕರೆ ಹಾಕ್ಬಿಡು" ಪ್ರಭಾಕರ ಮಧ್ಯೆ ಹೇಳಿದ.

"ಸ್ವಲ್ಪ ಬಟ್ಟೆ ಬದಲಾಯ್ಸಿ, ಕೈಕಾಲು ತೊಳ್ಕೊಂಡ್ಬಿಡು" ಪ್ರಭಾಕರ ಒತ್ತಾಯವೇರಿದ.

ತಪ್ಪಿಸಿಕೊಳ್ಳುವುದಕ್ಕೆ ಯಾವ ಅವಕಾಶವೂ ಸಿಗಲಿಲ್ಲ. ಅನುಮಾನಿಸುತ್ತ ಕೂತ. ನಿಂಬೆಹಣ್ಣಿನ ಷರಬತ್ತು ಸರಳ ಹಿಡಿದು ಬಂದಳು. ಆ ಮುಖ ಕಂಡಕೂಡಲೇ ಹಗುರವಾಗಿ ಗಾಳಿಯಲ್ಲಿ ತೇಲಿದ ಅನುಭವವಾಯಿತು.

"ಸರಳ, ಬೆಳಿಗ್ಗೆ ವೇಣು ಬರ್ತಾನೆ ನಿನ್ನೊತೆ" ಪ್ರಭಾಕರ ನೆಮ್ಮದಿಯಿಂದ ಹೇಳಿದ.

ಹಿಂದಿನ ಸರಳ ಆಗಿದ್ದರೆ ಏನಾದರೂ ಪ್ರತಿಕ್ರಿಯೆ ವ್ಯಕ್ತಪಡಿಸುತ್ತಿದ್ದಳು. ಈಗ ಗಂಟಲು ಒತ್ತಿಹಿಡಿದಂತಾಯಿತು. ತುಟಿಗಳು ಅಲುಗಾಡಿದರೂ ಸ್ವರ ಹೊರಗೆ ಬರಲಿಲ್ಲ. ಆನಂದ್, ಪ್ರಭಾಕರ, ಲೀಲಾ ಅಪರಾಧಿಗಳ ವರ್ತುಳದಲ್ಲಿ ನಿಂತರು.

"ಫಸ್ಟ್ ಕ್ಲಾಸ್ ಷರಬತ್ತು!" ಪ್ರಭಾಕರ ಚಪ್ಪರಿಸಿದ. ವೇಣು ಕೈಯಲ್ಲಿನ ಲೋಟ ಕೆಳಗಿಳಿಯಿತು.

ಉಳಿದ ಲೋಟದೊಂದಿಗೆ ಸರಳ ಒಳಗೆ ಹೋದಳು. ನಾರಾಯಣ್ ಕೆಮ್ಮುತ್ತಲೇ ಇದ್ದರು.

"ಸ್ವಲ್ಪ ಊಟ ಮಾಡ್ಕೊಂಡು ಮಲ್ಗಿಬಿಡಿ." ನೆರಿಗೆಗಳನ್ನು ಸರಿಪಡಿಸಿಕೊಳ್ಳುತ್ತ ಒಳಗೆ ನಡೆದಳು.

ಕೈಕಾಲು ಒತ್ತಾಯಕ್ಕೆ ಮಣಿದು ತೊಳೆದ. ಆ ಮನೆಯಲ್ಲಿ ಎಲ್ಲರೂ ಒಟ್ಟಿಗೆ ಕೂತೇ ಊಟ ಮಾಡಿ ಪದ್ಧತಿ. ಇಂದಿಗೂ ನಿರ್ಮಲಮ್ಮ, ಗಂಡ, ಮಕ್ಕಳು, ಸೊಸೆಯನ್ನು ಕೂಡಿಸಿ ಬಡಿಸುತ್ತಿದ್ದರು.

"ಸ್ವಲ್ಪ ಅನ್ನ ಬಡಿಸ್ಕೋಪ್ಪ ವೇಣು. ಈ ವಯಸ್ಸಿನಲ್ಲಿ ಚೆನ್ನಾಗಿ ಊಟ ಮಾಡ್ಬೇಕೂ." ರೆಪ್ಪೆಯೆತ್ತಿ ಅವರತ್ತ ನೋಡಿದ. ಇಂತಹ ಅಂತಃಕರಣ ಸಂದರ್ಭ ಎಂದಾದರೂ ಬಂದಿದೆಯೇ? ಕೆದಕಿ ನೋಡಿದ.

ನಿರ್ಮಲಮ್ಮ ಸ್ವಲ್ಪ ಅನ್ನ ಬಡಿಸಿದ ಮೇಲೆಯೇ ಅವನು ವಾಸ್ತವಕ್ಕೆ ಮರಳಿದ್ದು.

"ಓ! ನಂಗೆ ಸಾಕಾಗಿತ್ತು!"

"ಅದೇನು ಜಾಸ್ತಿಯಲ್ಲ. ದುಡಿಯೋ ವಯಸ್ಸಿನಲ್ಲಿ ಚೆನ್ನಾಗಿ ತಿನ್ಬೇಕೂ ವಯಸ್ಸಾದ್ಮೇಲೆ ಅಷ್ಟೊಂದು ತಿನ್ನೋಕೂ ಆಗೋಲ್ಲ" ಹುಳಿಯ ಪಾತ್ರೆ ಕೈಗೆತ್ತಿಕೊಂಡರು.

ವೇಣು ತೆಪ್ಪಗಾಗಲೇಬೇಕಿತ್ತು.

ತುಂಬು ಅಂತಃಕರಣದಿಂದ ಅವರು ಉಪಚರಿಸಿ ಎಲ್ಲರಿಗೂ ಬಡಿಸುತ್ತಿದ್ದರೆ ಅವನ ಮನ ಉತ್ಸಾಹ, ಸಂಭ್ರಮಗಳಿಂದ ತುಂಬಿಕೊಂಡಿತು. ಹಬ್ಬದ ಸಡಗರ ಅನುಭವಿಸಿದ. ಎಲ್ಲಾ ಮರೆತುಬಿಟ್ಟ. ಮುಖದ ಸೋಗಿನ ಗಂಭೀರತೆ ತಾನಾಗಿ ಸಡಿಲವಾಯಿತು. ಮಾತು, ನಗುವಿನಲ್ಲಿ ಬೆರೆತು ಊಟ ಮಾಡಿದ.

ಕೋಣೆಗೆ ಬಂದಾಗ ಆನಂದ್ ಬರುತ್ತಿರುವುದು ಕಾಣಿಸಿತು. ಪ್ರಭಾಕರ ವೇಣುವಿನತ್ತ ನೋಟವರಿಸಿದಾಗ ಅವನು ಬೇರೆಡೆ ಮುಖ ತಿರುಗಿಸಿದ.

"ಆನಂದ್ ಏನಾದ್ರೂ ಹೇಳಿದ್ನಾ?" ವೇಣು ಕೇಳಿದ.

ಬೆಳಿಗ್ಗೆ ಅವನು ಈ ಕಡೆ ಬಂದಿದ್ದನ್ನು ನೋಡಿದ್ದ. ಸುಮ್ಮನೆ ಪ್ರಭಾಕರನ ಈ ಒತ್ತಡದಲ್ಲಿ ನಲುಗುವುದು ಬೇಕಿರಲಿಲ್ಲ.

ಕೆನ್ನೆಯುಜ್ಜಿದ ಪ್ರಭಾಕರ. ಅವನ ಉದ್ದೇಶ ಪೂರ್ತಿಯಾಗಿ ಅರಿವಾಗಿರಲಿಲ್ಲ. ಏನೆಂದು ಹೇಳುವುದು?

"ಅಂಥದ್ದೇನು ಹೇಳ್ಲಿಲ್ಲ." ಅನುಮಾನಿಸುತ್ತ ಹೇಳಿದ.

ಬಂದ ಆನಂದನನ್ನ ಪ್ರಭಾಕರ ನಗುಮುಖದಿಂದಲೇ ಸ್ವಾಗತಿಸಿದ. ಯಾವ ನಿರ್ಣಯವೂ ತೆಗೆದುಕೊಳ್ಳದೇ ತೊಳಲಾಡಿ ಪ್ರಭಾಕರನ ಸಲಹೆ ಕೇಳಲು ಬಂದಿದ್ದ.

ಇಲ್ಲಿಗೆ ಹೊರಟಾಗ ಅವನಣ್ಣ ಖಡಾಖಂಡಿತವಾಗಿ ಹೇಳಿದ್ದ.

"ಮಾರಾಯ! ಇಲ್ಗೇ ಕಟ್ಟಿಕೊಂಡು ಬರ್ಬೇಡ. ನಾವುಗಳು ನಿಶ್ಚಿಂತರಾಗಿರೋಕೆ ಸಾಧ್ಯವಿಲ್ಲ! ಛೀಮಾರಿ ಹಾಕಿ ಅಲ್ಲೇ ಬಿಟ್ಟು ಬಾ, ಕಟ್ಟಿಕೊಂಡವ್ನ ಹಣೆಬರಹ.... ಅನುಭವಿಸ್ಕೊಳ್ಳಿ!"

ತುಟಿ ಕಚ್ಚಿ ಕೇಳಿದ್ದ. ಇಂಥ ಒಂದು ಸಮಸ್ಯೆ ಇರಬಹುದೆಂದು ಅವನಿಗೆ ತಿಳಿದಿದ್ದು ಪದ್ಮಿನಿಯ ನಡವಳಿಕೆ ಗಮನಿಸಿದ ಮೇಲೇನೆ. ಮದುವೆಯಾಗುವ ಮುನ್ನ ಯಾವ

ಕಲ್ಪನೆಯಲ್ಲಾದರೂ ತೂಗಲಿ, ಆದರೆ ಆಮೇಲಿನ ಅಸಂಬದ್ಧ ವರ್ತನೆ ಚಿಂತೆಗೀಡಾದುದ್ದು ಮಾತ್ರವಲ್ಲದೇ ಇಡೀ ಸುಖದ ಜೀವನಕ್ಕೆ ಕೊಡಲಿ ಬೀಸಿದ್ದಲ್ಲದೇ ವೇಣು ಮನಕ್ಕೂ ಬೆಂಕಿ ಹಚ್ಚಿ ತಮಾಷೆ ನೋಡುತ್ತಿದ್ದಾಳೆನ್ನಿಸಿತು.

"ಆನಂದ್, ಊಟ ಆಯ್ತಾ?" ವೇಣುನೇ ಕೇಳಿದ. ಮನೆಗೆ ಅತಿಥಿಯಾಗಿ ಬಂದ ಭಾವಮೈದುನನ್ನ ವಿಚಾರಿಸಿಕೊಳ್ಳಬೇಕಾದ್ದು ಅವನ ಕರ್ತವ್ಯ. ಈಗ ಅಂತಹ ಯಾವ ಕರ್ತವ್ಯಕ್ಕೂ ಕಟ್ಟುಬಿದ್ದಿರಲಿಲ್ಲ.

"ಆಯ್ತು" ಆನಂದ ಮನ ಮಿಡಿಯಿತು. ತನ್ನ ಮನೆಯಲ್ಲಿಯೇ ಪರಕೀಯನಾಗಿ ಉಳಿಯಬೇಕಾದ ವೇಣುವಿನ ಸ್ಥಿತಿಗೆ ಮರುಗಿದ. ಪದ್ಮಿನಿಯನ್ನ ಕೊಚ್ಚಿ ಚೆಲ್ಲುವಷ್ಟು ಕೋಪ.

"ನಾನ್ಬರ್ತೀನಿ" ಹೆಲ್ಮೆಟ್ ಕೈಯಲ್ಲಿಡಿದು ವೇಣು ಹೊರಟೇಬಿಟ್ಟ.

ಆನಂದ್ ಮುಖ ಮೇಲೆತ್ತಿ ನಿಟ್ಟುಸಿರು ದಬ್ಬಿದ. ಅಂದು ಆತ್ಮವಿಶ್ವಾಸದಿಂದ ಆಡಿದ್ದ.

"ಖಂಡಿತ ಪದ್ಮಿನಿ ಈ ಸಲ ಸರ್ಯೋಗ್ತಾಳೆ. ನಂಗೆ ನಂಬಿಕೆ ಇದೆ. ಅದು ನಿಮ್ಮ ಬಾಯಿಂದ್ಲೇ ಬಂದಾಗ ನಾನು ಸಾಮಾನೆಲ್ಲ ತಂದು ಹಾಕ್ತೀನಿ, ಆಗ ಬೇರೇನು ಮಾತಾಡಕೂಡ್ದು."

ಕಿಟಕಿಯ ಬಳಿ ಹೋಗಿ ನಿಂತ ಆನಂದ್. ಇಷ್ಟು ಸಣ್ಣದಾಗಿ ಕಾಣುವ ದೌರ್ಬಲ್ಯವನ್ನ ತಿದ್ದಲು ಸಾಧ್ಯವಾಗಲಿಲ್ಲವಲ್ಲ! ಪ್ರತಿಯೊಂದು ಕಾರ್ಯದ ಹಿಂದೆನೂ ಒಂದು ದೈವಿಕ ಶಕ್ತಿಯ ನಿಯಂತ್ರಣವಿರಬೇಕು. ಯಾರಿಗಾದರೂ ಅರ್ಥವಾಗುವಂಥ ಸರಳ ವಿಷಯ. ಅಂಥದ್ದನ್ನು ಪಿ.ಯು.ಸಿ.ವರೆಗೂ ಕಲಿತ ಪದ್ಮಿನಿ ಯಾಕೆ ಅರ್ಥ ಮಾಡಿಕೊಳ್ಳಲಾರಳು? ತಲೆ ಕೆಟ್ಟಂತಾಯಿತು.

"ಕೂತ್ಕೋ, ಬನ್ನಿ ಆನಂದ್." ಮೃದುವಾಗಿ ಕರೆದ.

ಇವನ ಕರೆ ಕಿವಿಗೆ ಬೀಳದಂತೆ ನಿಂತಿದ್ದ ಆನಂದ್ ಆಮೇಲೆ ನಿಧಾನವಾಗಿ ನಡೆದುಬಂದು ಎದುರಾಗಿ ಕೂತ.

"ಈಗ ನನ್ನ ಕರ್ತವ್ಯವೇನು?" ಎರಡು ಕೈಯನ್ನ ಮುಷ್ಠಿ ಮಾಡಿ ಗದ್ದಕ್ಕೆ ಒತ್ತಿ ಕೂತ.

"ವೇಣು ಹತ್ರ ಮಾತಾಡೋದು ಒಳ್ಳೆದಿತ್ತು. ಏನಾದ್ರೂ ಬದಲಾವಣೆ ಕಂಡಿದ್ಯಾ? ನಿಮ್ಮ ತಾಯ್ತುಂದೆ ಸಲಹೆನೂ ಪಡ್ಕೊಳ್ಳೋದು.... ಒಳ್ಳೇದು" ಮುಷ್ಠಿ ಕೆಳಗಿಳಿಯಿತು. ಸೋತ ಧ್ವನಿಯಲ್ಲಿ ಹೇಳಿದ.

"ನಂಗಂತೂ ಯಾವ ಬದಲಾವಣೆನೂ ಕಾಣ್ತಾ ಇಲ್ಲ. ಮಗ್ಳ ಜೊತೆ ನಮ್ಮಪ್ಪ, ಅಮ್ಮ ಆರಾಮಾಗಿದ್ದಾರೆ. ಆ ಮನೆಗೆ ವೇಣು ಪರಕೀಯನಾಗಿದ್ದಾನೆ. ಇದೊಂದು ಹೊಸ ಬದಲಾವಣೆಯೆಂದು ತಿಳೀಬೇಕೇನೋ!"

ಗೊತ್ತಿದ್ದ ವಿಷಯ. ಮನಮೂಕವಾಗಿ ರೋದಿಸುವುದೇನು ಬಿಡಲಿಲ್ಲ. ವೇಣು

ಭವಿಷ್ಯದ ಹಾದಿ ಅವಲೋಕಿಸಿದಾಗ ಗಾಬರಿಯಾಗುತ್ತಿತ್ತು. ಪಾತ್ರಧಾರಿಗಳ ನಟನೆ ಸಮರ್ಪಕವಾಗಿರದೇ ಪ್ರಧಾನ ಪಾತ್ರಗಳೇ ಸೊರಗುವ ಸ್ಥಿತಿಗೆ ಬಂದಿದ್ದವು.

"ಸದ್ಯಕ್ಕೆ ನಿಮ್ಮ ತಾಯ್ತಂದೆನ ಕರ್ಕೊಂಡ್ಹೋಗಿ. ಇಲ್ಲಿರೋದ್ರಿಂದ ಯಾವ ಪ್ರಯೋಜನವೂ ಇಲ್ಲ" ಬಹಳ ಕಷ್ಟದಿಂದಲೇ ಪ್ರಭಾಕರ ಈ ಮಾತು ಹೇಳಿದ.

ಆನಂದ್ ಸದ್ಯಕ್ಕೆ ಈ ನಿಶ್ಚಯಕ್ಕೆ ಬಂದಿದ್ದ. ಅವರುಗಳು ಹೊರಡುವುದಕ್ಕೆ ತಕರಾರು ಹೂಡಿದರೂ ಹೆಚ್ಚಲ್ಲ. ಆದರೂ ಹೊರಡಿಸಬಲ್ಲನೆಂಬ ಆತ್ಮವಿಶ್ವಾಸ ಅವನಿಗಿತ್ತು.

"ಹಾಗೇ ಮಾಡ್ಬಹ್ದು. ಆದರೆ ವೇಣು ಬಹಳ ದೂರ ಹೋಗಿದ್ದಾನೆ. ಮತ್ತೆ ಹಿಂದಿರುಗಿ ಪದ್ಮಿನಿಯ ಬಳಿ ಬರಲಾರೆನೆನಿಸುತ್ತೆ."

ಪ್ರಭಾಕರ ಬೆಚ್ಚಿಬಿದ್ದ.

"ನೀವು ಹೇಳ್ತಾ ಇರೋದು..." ಆನಂದ ತಲೆಯಾಡಿಸಿ ಕೈ ಎತ್ತಿದ. "ಖಂಡಿತ ಸುಳ್ಳಲ್ಲ ಪದ್ಮಿನಿ ವಿಷ್ಯದಲ್ಲಿ ಅವ್ನ ಮನ ಕಲ್ಲಾಗಿದೆ. ಯಾವ ಭಾವನೆಗಳೂ ಸ್ಪಂದಿಸಲಾರವು!"

ಇಂಥದ್ದನ್ನ ಪ್ರಭಾಕರ ಯೋಚಿಸಿರಲೇ ಇಲ್ಲ. ತಲೆ ಸಿಡಿತ ಶುರುವಾದಾಗ ಮಡದಿಯ ಪ್ರೀತಿಗಾಗಿ ಎಂತಹ ಹಂಬಲವಿದೆಯೆಂದು ಆಶ್ಚರ್ಯಪಟ್ಟಿದ್ದ. ಎಲ್ಲಿ ಮಾನಸಿಕ ಸ್ವಾಸ್ಥ್ಯ ಕೆಡುತ್ತದೆಯೋ ಎಂದು ಚಿಂತಿಸುತ್ತಿದ್ದ.

"ನಂಬೋಕೆ ಸಾಧ್ಯವಾಗ್ತಾ ಇಲ್ಲ, ನಂಗೆ ಗೊತ್ತಿರೋ ಹಾಗೆ ವೇಣು ಪದ್ಮಿನಿನ ತುಂಬ ಪ್ರೀತಿಸ್ತಾ ಇದ್ದ. ತಲೆ ಕೆಡ್ಸಿಕೊಂಡು ನೋವು ಅನುಭವಿಸ್ತಾ ಇದ್ದ."

"ಅದೆಲ್ಲ ಭೂತದ ಗರ್ಭದಲ್ಲಿ ಹೂತುಹೋಗಿದೆ. ಮತ್ತೆಂದೂ ಅದನೆಲ್ಲ ನಿರೀಕ್ಷಿಸೋಕೆ ಸಾಧ್ಯವಿಲ್ಲ!"

ಆನಂದ್ ಪ್ಯಾಂಟ್ ಜೇಬಿನಿಂದ ಕರ್ಚೀಫ್‌ನ ಎಳೆದು ಮುಖದ ಮೇಲಿನ ಬೆವರನ್ನೊತ್ತಿದ್ದ. ವಿಷಯ ಸ್ಫಟಿಕದಷ್ಟು ಸ್ಪಷ್ಟವಾಗಿತ್ತು. ಆದರೆ ಮುಂದಿನ ನಿರ್ಣಯದ ಬಗ್ಗೆ ಯೋಚಿಸಬೇಕಿತ್ತು.

"ಅಷ್ಟೊಂದು ನಿರಾಶೆ ಬೇಡ ಕೆಲವೊಮ್ಮೆ ನಮ್ಮ ಅಭಿಪ್ರಾಯಗಳ್ನ ಬದಲಿಸಿಕೊಳ್ಳಬೇಕಾಗುತ್ತೆ. ಒಂದ್ಸಲ ವೇಣು ಜೊತೆ ಮಾತಾಡಿ. ಇನ್ನೊಮ್ಮೆ ಪದ್ಮಿನಿಯತ್ರ ವಿಚಾರ ವಿನಿಮಯ ನಡ್ಸಿ. ಭಿನ್ನಾಭಿಪ್ರಾಯಗಳು ಸಹಜ. ಆದರೆ ಪದ್ಮಿನಿ ಒಣ ಅಭಿಮಾನ, ಪ್ರತಿಷ್ಠೆಗೆ ಮೀರಿದ ಇಲ್ಲದ ಪ್ರತಿಭೆಯ ಬಗೆಗಿನ ಮಮಕಾರ ತೀರಾ ಜಿಗುಪ್ಸೆ ತರಿಸುವಂಥದ್ದು. ವೇಣುವಿನ ಸ್ಥಾನದಲ್ಲಿ ಬೇರೆ ಯಾರಿದ್ದರೂ ಇದಕ್ಕಿಂತ ಭಿನ್ನವಾಗಿ ಏನೂ ನಿರೀಕ್ಷಿಸುವಂತಿರಲಿಲ್ಲ!" ಸತ್ಯವನ್ನ ಸ್ಪಷ್ಟ ಆಡಿಬಿಟ್ಟ ಪ್ರಭಾಕರ.

ಅದನ್ನ ಅಲ್ಲಗೆಳೆಯಲು ಆನಂದ್ ಸಿದ್ಧವಿಲ್ಲ. ಸತ್ಯ ಎದುರಿಗೆ ಸ್ಪಷ್ಟವಾಗಿತ್ತು. ಕೆನ್ನೆಯುಜ್ಜಿ ಮೇಲಕ್ಕೆದ್ದ.

"ತುಂಬ ಥ್ಯಾಂಕ್ಸ್. ನಿಮ್ಮಂಥ ಆತ್ಮೀಯರು ವೇಣುವಿಗಿರುವುದು ಅದೃಷ್ಟ.

ಎಂಥವುದೋ ಆಸೆ ಇಟ್ಟುಕೊಂಡು ನಿಮಗೂ ತೊಂದರೆ ಕೊಟ್ಟಿದ್ದೀನಿ. ದಯವಿಟ್ಟು ಕ್ಷಮಿಸಿಬಿಡಿ." ಎರಡು ಕೈಗಳನ್ನ ಭದ್ರವಾಗಿ ಹಿಡಿದುಕೊಂಡು ಹೇಳಿದ.

ಪ್ರಭಾಕರನ ಎದೆಯ ಮೇಲೆ ಬಂಡೆ ಹೇರಿದಂತಾಯಿತು. ನಿಸ್ಸಹಾಯಕನಂತೆ ಪರಿತಪಿಸಿದ. ಮುಖ ಕೆಳಕ್ಕೆ ಹಾಕಿದ.

"ಒಮ್ಮೆ ವೇಣು ಹತ್ರ ಮಾತಾಡಿ."

"ಆಯ್ತು, ನಂಗೇನು ಭರವಸೆಯಿಲ್ಲ." ಕಾಲುಗಳು ಅಲ್ಲಿ ನಿಲ್ಲಲಾರದೆ ಚಡಪಡಿಸಿದವು.

ನಿಧಾನವಾಗಿ ಹೊರಟ. ಮಿದುಳು ರಣರಂಗವಾಗಿತ್ತು. ಬಂದವನೇ ಗಕ್ಕೆಂದು ನಿಂತ. ವೇಣು ಮುಳುಗುವ ಸೂರ್ಯನನ್ನ ನೋಡುತ್ತ ಮರಕ್ಕೆ ಒರಗಿ ನಿಂತಿದ್ದ. ಮುಖದಲ್ಲಿನ ಕಠೋರತೆ ನೋಡಿ ಮಾತಾಡಿಸಲೇ ಹಿಂಜರಿದ.

ಕೆಮ್ಮಿ ಗಂಟಲು ಸರಿಪಡಿಸಿಕೊಂಡಾಗ ಅವನ ನೋಟ ಇತ್ತ ಹರಿಯಿತು. ಯಾವ ಭಾವ ವಿಕಾರಕ್ಕೂ ಒಳಗಾಗಲಿಲ್ಲ. ಬಗ್ಗಿ ಕೈ ಸಿಕ್ಕಿದ ಕಲ್ಲನ್ನ ಎತ್ತಿ ದೂರಕ್ಕೆ ಎಸೆದ. ಎರಡು ಕೈಗಳಿಂದ ಹಣೆಯ ಮೇಲೆ ಹರಡಲು ಸಿದ್ಧವಾದ ಕೂದಲನ್ನ ಇಡಿಯಾಗಿ ಹಿಂದಕ್ಕೆ ತಳ್ಳುವ ವ್ಯರ್ಥ ಪ್ರಯತ್ನ ಮಾಡಿದ.

"ಇಲ್ಲಿನ ವಾತಾವರಣ, ಪ್ರಕೃತಿ ಸೌಂದರ್ಯ ತುಂಬ ಚೆನ್ನಾಗಿದೆ" ವೇಣು ತುಟಿಯಂಚಿನಲ್ಲಿ ಕಿರುನಗು ಇಣಕಿತು. "ಈಸ್ ಇಟ್?" ಕೈ ಪ್ಯಾಂಟ್ ಜೇಬಿನೊಳಕ್ಕೆ ಇಳಿಯಿತು.

"ನಿಮ್ಮ ನಂಬಿಕೆ ಕುಸಿತಲ್ಲ! ಮುಂದಿನ ಪ್ರೋಗ್ರಾಂ..." ಅವನಷ್ಟೇ ತಡೆದರೂ ಪರಿಹಾಸ್ಯ ಸ್ವರದಲ್ಲಿ ಇಣಕಿತು. ಮುಖ ಮೇಲೆತ್ತಿ ನಿಟ್ಟುಸಿರು ದಬ್ಬಿ ಇವನತ್ತ ಬಂದ.

"ಹೇಗೆ ಹೇಳಿದ್ರೆ ಹಾಗೆ..."

ವೇಣು ಕಣ್ಣುಗಳು ಕಿರಿದಾದವು. ಹಣೆ ಸಂಕುಚಿಸಿತು. ಮೂಡಿದ ಗೆರೆಗಳ ಮೇಲೆ ಅವನ ಕೈ ಬೆರಳುಗಳಾಡಿತು. ಸಿಗರೇಟು ಪ್ಯಾಕ್ ಹೊರಗೆಳೆದು ತೆಗೆದ. ಖಾಲಿಯಾಗಿತ್ತು. 'ಟಪ್ಪನೆ' ಎಸೆದು ಅದರತ್ತ ನೋಡಿದ. ಜೇಬಿನಲ್ಲಿ ಬೆಚ್ಚಗೆ ಜಂಬದಿಂದ ಕೂತಿದ್ದ ಅದು ಕೆಲಸಕ್ಕೆ ಬಾರದಂತೆ ಬಿದ್ದಿತ್ತು.

"ನಂಗೇನು ತೊಂದರೆ ಇಲ್ಲ. ಬೇಕಾದ್ರೆ ಇರ್ಲಿ. ಬೇಸರವೆನಿಸಿದ್ರೆ ಕರ್ಕೊಂಡ್ಹೋಗಿ. ಅವ್ಳ ಮೇಲಿನ ನನ್ನಲ್ಲಿನ ಪ್ರೀತಿ ಸತ್ತು ಹೋಗಿರೋದ್ರಿಂದ ತಕರಾರು ಇಲ್ಲ." ಹೃದಯದಾಳದಿಂದ ಬಂದ ವೇಣು ಮಾತಿಗೆ ಆನಂದ್ ತಳಮಳಿಸಿದ.

ಅವನತ್ತ ನೇರವಾದ ನೋಟ ಚೆಲ್ಲಿದ. ಆನಂದ ಏನನ್ನೋ ಹೇಳಲು ತವಕಿಸುತ್ತಿದ್ದ. ತುಟಿಗಳು ಅಲುಗಾಡಿದರೂ ಮಾತುಗಳು ಬಾರದ ಸ್ಥಿತಿ ಅವನದಾಗಿತ್ತು.

"ಇನ್ನೊಂದು ಮಾತು. ಅವ್ಳ ನೃತ್ಯ, ಸಂಗೀತ, ಸಾಹಿತ್ಯದ ಬಗ್ಗೆ ನಂಗೇನು ಅರ್ಥವಾಗ್ದು. ಅಂಥ ಪ್ರಯತ್ನ ನೀವುಗಳು ಮಾಡಿದ್ರೆ... ನನ್ನ ಸಹಾಯ, ಸಹಕಾರ ಅಗತ್ಯವೆನಿಸಿದ್ರೆ.... ಒಂದು ಪರಿಮಿತಿಯ ಒಳಗೆ ನೀಡುವೆ" ಆಕಾಶದತ್ತ ಮುಖ ಮಾಡಿದ.

ಇಬ್ಬರು ಮನೆಗ ಬಂದಾಗ ಅಂಬುಜಮ್ಮ ಕೈಯಲ್ಲಿ ಪೇಪರಿಡಿದು ಕೂತಿದ್ದರು. ಆಸೆಯ ಕಂಗಳತ್ತ ಪದ್ಮಿನಿ ಅವರ ಮುಂದೆ ಕೂತಿದ್ದಳು.

"ಬಟ್ಟೆಬರೆ ಪ್ಯಾಕ್ ಮಾಡ್ಕೊಳ್ಳಿ. ಆನಂದ್ ಒಳಗೆ ಬಂದ ಕೂಡಲೇ ಹೇಳಿದ. ಇದು ತನಗೆ ಸಂಬಂಧಿಸಿಯೇ ಇಲ್ಲವೆನ್ನುವಂತೆ ವೇಣು ಕೋಣೆಯತ್ತ ನಡೆದ."

"ಪದ್ಮಿನಿ, ನಿನ್ನ ಬಟ್ಟೆ ಬರೆನೂ ತೆಗ್ದು ಇಟ್ಕೋ."

ಅರ್ಥವಾಗದವಳಂತೆ ತಾಯಿಯತ್ತ ನೋಡಿದಳು. ಕಣ್ಣಲ್ಲೇ ಸುಮ್ಮನಿರುವಂತೆ ಸನ್ನೆ ಮಾಡಿದರು.

"ಈ ಮದ್ವೆಯಿಂದ ಪದ್ಮಿನಿಗೆ ಸುಖವಿಲ್ಲ. ಲಕ್ಷಾಂತರ ಮಂದಿ ಆರಾಧ್ಯ ದೇವತೆಯಾಗಬೇಕಾದ ಈ ಹೆಣ್ಣು ಈ ತರಹ ಕೊಳೆಯೋದ್ಬೇಡ" ವ್ಯಂಗ್ಯವಾಗಿ ಇರಿಯಿತು. ವೇಣು ನೋವುಂಡು ನಿರಾಶೆಗೊಂಡ ಮುಖ ಕಣ್ಣೆದುರು ಬಂದರೆ ಪದ್ಮಿನಿಯನ್ನ ಕತ್ತರಿಸಿ ಹಾಕುವ ಛಲ ಹುಟ್ಟುತ್ತಿತ್ತು.

ಅಂದ್ರೆ ಈಗ ಅಂಬುಜಮ್ಮ ಬಾಯಿ ಹಾಕಿದರು.

"ತಕ್ಷಣ ಹೊರಡೋಣ. ಸದ್ಯಕ್ಕೆ ಪದ್ಮಿನಿ ಇಲ್ಲಿಗೆ ಬರೋಲ್ಲ. ಅವಳ್ದು ಏನಿದ್ಯೋ ಅದ್ನ ತಗೊಂಡ್ಬಿಡಿ."

ಒಂದು ಸಿಗರೇಟ್ ಪ್ಯಾಕ್ ಖಾಲಿ ಮಾಡಿಯೇ ವೇಣು ಹೊರಗೆ ಬಂದಿದ್ದು. ಆನಂದನ ಮಾತುಗಳು ಅವನ ಕಿವಿಯ ಮೇಲೆ ಬಿದ್ದಿದ್ದವು. ಪ್ರತಿಕ್ರಿಯಿಸಲು ಮನ ಇಷ್ಟಪಡಲಿಲ್ಲ. ಪದ್ಮಿನಿಯ ಬಗೆಗಿನ ಕೋಪ, ಬೇಸರ, ನೋವು, ವ್ಯಥೆಯೆಲ್ಲ ಕರಗಿಹೋಗಿತ್ತು! ಅವನೆದೆಯ ರಾಗ ಹೊಸಹಾದಿಯನ್ನ ಕಂಡುಕೊಂಡಿತ್ತು. ಅಲ್ಲೂ ಕೂಡ ನಿರಾಸೆಯನ್ನ ಎದುರಿಸುವ ಸಿದ್ಧತೆಯಲ್ಲಿದ್ದ.

"ಎಕ್ಸ್‌ಕ್ಯೂಜ್ ಮಿ. ಡಿಸ್ಟರ್ಬ್ ಮಾಡ್ದೇಂತ ಕೋಪ ಬೇಡ" ಆನಂದ್ ಹಿಂದೆ ಬಂದಾಗ ನಿಂತು ಹಿಂದಿರುಗಿದ. "ಬೆಳಿಗ್ಗೆ ನಾವೆಲ್ಲಾ ಹೋಗ್ತಾ ಇದ್ದೀವಿ" ವೇಣು ಕೆಳತುಟಿಯನ್ನ ಕಚ್ಚಿ ಹಿಡಿದಿದ್ದ. "ನನ್ನಿಂದ ಏನಾದ್ರೂ ಆಗಬೇಕಿದ್ಯಾ?" ಏನಿಲ್ಲವೆಂದು ಆನಂದ್ ತಲೆಯಾಡಿಸಿದ.

"ಬೈ ದಿ ಬೈ ನಾಳೆ ಸರಳಾಗೆ ಇಂಟರ್‌ವ್ಯೂ ಇದೆ. ನಾನು ಕೂಡ ಶಿವಮೊಗ್ಗಕ್ಕೆ ಬೆಳಿಗ್ಗೆ ಹೋಗ್ತಾ ಇದ್ದೀನಿ. ನೀವುಗಳು ಯಾವಾಗ ಬೇಕಾದ್ರೂ..... ಹೋಗ್ಬಹ್ದು!" ಪಾತಾಳಕ್ಕೆ ಎತ್ತಿ ಎಸೆದ ಅನುಭವವಾಯಿತು ಆನಂದನಿಗೆ.

ಒಂದು ಹೆಣ್ಣು ನಡವಳಿಕೆಯಿಂದ ಹೂವಂಥ ಗಂಡಿನ ಹೃದಯ ಕಲ್ಲಾಗುವುದು ಸಹಜವೆನಿಸಿತು. ತಲೆ ಕೆಳಗೆ ಹಾಕಿದ.

ಬಹಳ ಹೊತ್ತು ಮೀರಿದ ಮೇಲೇನೇ ರಾತ್ರಿ ವೇಣು ಮನೆಗೆ ಬಂದಿದ್ದು. ನೀರವತೆ ಬಿದ್ದುಕೊಂಡಿತ್ತು. ಷೂ ಸದ್ದಾಗದಂತೆ ಬಿಚ್ಚಿಟ್ಟು ಕೋಣೆಗೆ ಬಂದ. ಪದ್ಮಿನಿ ಮೇಲು ಮುಖವಾಗಿ ಮಲಗಿದ್ದಳು. ಕಿಟಕಿಯಿಂದ ಪ್ರಸರಿಸುವ ಚಂದಿರನ ತಂಪು ಕಿರಣಗಳು ಮುಖದ ಮೇಲೆ ಬಿದ್ದು ಚೆಲುವನ್ನ ಹೆಚ್ಚಿಸಿದ್ದವು.

ಸುಂದರ ಹೆಣ್ಣಿನ ಮೇಲೆ ಗಂಡಿನ.... ದೌರ್ಜನ್ಯ.... ಬಲಾತ್ಕಾರ... ಗಹಗಹಿಸಿ ನಗಬೇಕೆನಿಸಿತು. ಆ ಮನಸ್ಥಿತಿಯ ಗಂಡುಗಳೇ ಬೇರೆ ಇರಬಹುದು.

ನಿಟ್ಟುಸಿರು ಹೊರದಬ್ಬಿ ಬಟ್ಟೆ ಬದಲಾಯಿಸಿ ಮಲಗಿಬಿಟ್ಟ.

* * * *

ಬಸ್ಸು ಶಿವಮೊಗ್ಗೆಗೆ ಬರುವ ವೇಳೆಗೆ ಒಂಬತ್ತು ಗಂಟೆಯಾಗಿತ್ತು. ಆಟೋ ಹಿಡಿದು ಕಾಲೇಜಿನ ಬಳಿಗೆ ಬಂದರು. ಮುಂದೆ ಪ್ರಾರಂಭಿಸಬೇಕೆನ್ನುವ ಕಾಲೇಜು ಅಧ್ಯಾಪಕರ ಆಯ್ಕೆಯ ಸಲುವಾಗಿ ಇಂಟರ್‌ವ್ಯೂ.

"ತುಂಬಾ ಲೇಟಾಗುತ್ತೇನೋ..... ಸ್ವಲ್ಪನಾದ್ರೂ ತಿಂದು ಹೋಗ್ಬೋದಿತ್ತು." ಕೈ ಬೆರಳುಗಳಿಂದ ಗಾಳಿಗೆ ಹಾರುವ ಕೂದಲನ್ನ ಹಿಂದಕ್ಕೆ ತಳ್ಳಿದ.

"ಅಲ್ಲಿನ ಪರಿಸ್ಥಿತಿ ನೋಡಿ ಆಮೇಲೆ ಯೋಚ್ಸೋಣ" ಗಾಳಿಗೆ ಹಾರುವ ನೆರಿಗೆಗಳನ್ನ ಸರಿಪಡಿಸಿದಳು.

ಕಾಲೇಜು ಮುಂಭಾಗದಲ್ಲಿ ಅಲ್ಲಲ್ಲಿ ಇಂಟರ್‌ವ್ಯೂಗೆ ಬಂದ ಅಭ್ಯರ್ಥಿಗಳಿರಬಹುದು. ಗುಂಪು, ಗುಂಪುಗಳಾಗಿ ನಿಂತು ಮಾತಾಡುತ್ತಿದ್ದರು.

ಸರಳ ವೇಣುವಿನೆಡೆ ತಿರುಗಿ ಮೆಲುನಗೆ ನಕ್ಕಳು.

"ಕೆಲ್ಸ ಸಿಕ್ಕೋ ಗ್ಯಾರಂಟಿ ಇಲ್ಲ."

"ಅಷ್ಟೊಂದು ನಿರಾಶೆ ಯಾಕೆ! ನಿಮ್ಮ ಅದೃಷ್ಟ ಚೆನ್ನಿದ್ರೆ ಯಾವ ರೆಕಮಂಡೇಷನ್ ಇಲ್ದೇ ನಿಮಗೇ ಸಿಗ್ಬೋದು!" ಕಾಲಿಗೆ ಸಿಕ್ಕ ಪುಟ್ಟ ಕಲ್ಲನ್ನ ಬೂಡ್ಸು ಕಾಲಿನಿಂದ ಒದ್ದು ಚಿಮ್ಮಿಸಿದ.

ವಿಚಾರಿಸಿಕೊಂಡು ಹೋಟಲಿಗೆ ಹೋಗಿ ತಿಂಡಿ ತಿಂದು ಬಂದರು. ಸರಳ ಹತ್ತನೆಯವಳಾದ್ದರಿಂದ ಬೇಗನೆ ಮುಗಿಯಿತು. ಸಂಬಂಧಪಡದ ಪ್ರಶ್ನೆಗಳನ್ನ ಹಾಕಿದ್ದರು. ಅಳುಕದೆ ಧೈರ್ಯದಿಂದಲೇ ಉತ್ತರಿಸಿ ಬಂದಿದ್ದಳು.

ಹೊರಗೆ ಬಂದು ಸುತ್ತಲೂ ನೋಡಿದಳು. ವೇಣುವಿನ ಮುಖ ಕಾಣಲಿಲ್ಲ. ಗುರುತಾದ ಕೆಲವರಿಗೆ ಹೇಳಿ ಕಾಲೇಜು ಆವರಣ ಬಿಟ್ಟು ಹೊರಗೆ ಬಂದಳು.

ಅಷ್ಟು ದೂರದಲ್ಲಿ ವೇಣು ಪೇಪರನ್ನ ಕೈಯಲ್ಲಿ ಮಡಚಿಟ್ಟುಕೊಂಡು ಬರುತ್ತಿದ್ದ. ಅವಳ ಕಣ್ಣುಗಳು ಮಿಂಚಿದವು. ಸ್ವಾರ್ಥ ತಲೆಯೆತ್ತಿತ್ತು. ಬೆಳೆದ ಪರಿಸರದ ಸಾತ್ವಿಕತೆ ಮೆಟ್ಟಿ ಕೆಳಗೆ ತಳ್ಳಿತು.

"ಮುಗೀತಾ?" ವೇಣು ಹೆಜ್ಜೆಯ ವೇಗ ಹೆಚ್ಚಿಸಿ ಅವಳತ್ತ ಬಂದ. "ಆಯ್ತು, ಹೊರಟುಬಿಡೋಣ್ವಾ?" ಅವಳ ಕಣ್ಣುಗಳಲ್ಲಿ ಪೂರ್ಣವಿಶ್ವಾಸ ಕಂಡಂತಾಯಿತು.

"ಎನೀ... ಹೋಪ್...?" ಕೈಯನ್ನ ಪ್ಯಾಂಟ್ ಜೇಬಿನೊಳಕ್ಕೆ ತುರುಕಿದ. "ಹೇಳೋಕಾಗೋಲ್ಲ. ಬರೀ ಇಂಟರ್‌ವ್ಯೂ ನಾಟಕವಾದ್ರೆ... ಯಾವ ಭರವಸೆ ಇಟ್ಕೊಳ್ಳೋಕಾಗುತ್ತೆ!" ನಿರಾಶೆ ಮೆಲ್ಲಗೆ ಹೊರಗೆ ಇಣಕಿದಂತಾಯಿತು.

ಅವನ ತುಟಿಗಳು ಬಿಗಿದು ಕೂತವು. ಮನ ಕದಡಿ ರಾಡಿಯಾಯಿತು. ತೀರಾ ಆದರ್ಶವೆನಿಸುವಂಥ ಭಾವನೆಗಳನ್ನ ಇಟ್ಟುಕೊಳ್ಳದಿದ್ದರೂ, ಕೆಲವು ಮೌಲ್ಯಗಳಿಗೆ ಬೆಲೆ ಕೊಡುತ್ತಿದ್ದ.

"ಈಗೇನು ಮಾಡೋಣ?" ಹುಬ್ಬೆತ್ತಿ ಕೇಳಿದ.

"ಬಸ್ಸು ಸಿಕ್ರೆ ಹೊರಟುಬಿಡೋದು. ಸುಮ್ನೇ ಪ್ರಭಣ್ಣ ಪೇಚಾಡ್ಕೋತಾನೆ." ಜೇಬಿನಿಂದ ಕರವಸ್ತ್ರ ಹೊರಗೆಳೆದ. ಬೆರಳುಗಳು ಅವಚಿ ಹಿಡಿದವು. ನೆನಪೊಂದು ಬಂದು ಕಾಡಿತು.

ಕಾರು ತುಂಬ ಜನರನ್ನ ತುಂಬಿಕೊಂಡು ಶಿವಮೊಗ್ಗಕ್ಕೆ ಬಂದು ಚಿದಂಬರಯ್ಯನವರ ಮನೆಯ ಮುಂದ ನಿಂತಾಗ ಅವನೆದೆಯಲ್ಲಿ ಕುತೂಹಲ, ಕಾತರ, ಅದಕ್ಕೆ ಮೀರಿದ ಮಧುರ ಸ್ಪಂದನದ ಅಲೆಗಳು ಎದ್ದಿದ್ದವು. ಹಗುರವಾಗಿ ಆಕಾಶದಲ್ಲಿ ಹಾರಾಡಿದ್ದ. ಚಿಕ್ಕಂದಿನಿಂದ ಕಾಡಿದ ಪ್ರೀತಿಯ ಕೊರತೆ ಇಲ್ಲಿ ತುಂಬಿಕೊಳ್ಳಬಹುದೆಂಬ ಕಲ್ಪನೆ ವರ್ಷಕ್ಕೆ ಮುನ್ನವೇ ಗಾಳಿಯಲ್ಲಿ ತೂರಿಹೋಗಿತ್ತು.

ಮೆಲುನಗೆ ನಕ್ಕಾಗ ಸರಳ ಕಣ್ಣರಳಿಸಿದಳು.

"ವರ್ಷಕ್ಕೆ ಮುನ್ನ ಒಂದ್ಸಲ ಶಿವಮೊಗ್ಗೆಗೆ ಬಂದಿದ್ದೆ. ಭಾರಿ ಜೋಕಾಗಿತ್ತು. ಪಾತ್ರ ನಿರ್ವಹಣೆಗಾಗಿ... ಪರದಾಟ... ವಂಡರ್‌ಫುಲ್ ಆಗಿತ್ತು!" ಬಾಯಿತುಂಬ ನಕ್ಕ.

ಅದು ವ್ಯಂಗ್ಯ ನಗುವೋ, ನಿರಾಶೆಯ ನಗುವೋ, ಬೇಸರದ ನಗೆಯೋ ಇಲ್ಲ ಸಂತೋಷದ ನಗೆಯೋ! ಅವಳಿಗಂತೂ ಗೊತ್ತಾಗಲಿಲ್ಲ!

"ಒಂದ್ನಿಮಿಷ ನಿಂತ್ಕೊಳ್ಳಿ.... ಬರ್ತೀನಿ." ಅತ್ತ ನಡೆದಾಗ ಸರಳ ತಡೆದಳು. "ಖಂಡಿತ ಸಾಧ್ಯವಿಲ್ಲ, ಬನ್ನಿ" ಅವನ ಕಣ್ಣುಗಳಲ್ಲಿ ಆಶ್ಚರ್ಯ ಇಣಕಿತು.

"ಈಗಂತೂ ನೀವು ಸಿಗರೇಟು ಪ್ಯಾಕ್ ಕೊಳ್ಳೋದ್ಬೇಡ" ಹಗುರವಾಗಿ ನಕ್ಕುಬಿಟ್ಟ. "ಅದ್ಕೇನು ಬಸ್‌ಸ್ಟಾಂಡ್‌ನಲ್ಲಿ ಕೊಳ್ಳೋಕೆ ಅಭ್ಯಂತರವಿಲ್ಲದಿದ್ರೆ ಸಾಕು." ಅವಳ ಮುಖದಲ್ಲಿ ಗಂಭೀರಭಾವ ಸುಳಿಯಿತು.

ಬೇಗ ಹೋಗಿ ಬಸ್ ಸ್ಟಾಂಡ್ ತಲುಪುವುದು ಯಾರಿಗೂ ಬೇಕಾಗಿರಲಿಲ್ಲ. ಖಾಲಿ ಬಂದ ಆಟೋಗಳಿಗೂ ಕೈಚಾಚಿ ನಿಲ್ಲಿಸಲು ಹೋಗಲಿಲ್ಲ. ಬಿಸಿಲು ಕೂಡ ಅವರಿಗೆ ಹಿತವಾಗಿ ಕಂಡಿರಬೇಕು.

"ಊಟ ಮಾಡೋಣ" ಕೈ ಹೊಟ್ಟೆಯ ಮೇಲಾಡಿತು. ವಿಪರೀತ ಸಿಗರೇಟು ಸೇದಲು ಶುರುವಾದ ಮೇಲೆ ಊಟದಲ್ಲಿ ರುಚಿಯೇ ಕಳೆದುಕೊಂಡಿದ್ದ!

ಅವನು ಊಟದ ಚೀಟಿ ಹಿಡಿದು ಮೇಜಿನ ಬಳಿಗೆ ಬರುವ ವೇಳೆಗೆ ಸರಳ ವ್ಯಾನಿಟಿ ಬ್ಯಾಗಿನಲ್ಲಿ ಏನೋ ತಡಕಾಡುತ್ತಿದ್ದಳು. ತಟ್ಟನೆ ಕೈ ಹೊರಗೆ ಬಂತು. ಬೆರಳುಗಳು ಜಿಪ್ ಎಳೆಯಿತು.

ಬಂದ ತಟ್ಟೆಯನ್ನ ಸರಳ ಮುಂದಕ್ಕೆ ಎಳೆದುಕೊಂಡಳು. ಯಾವುದೂ

ಪೋಲಾಗದಂತೆ ಊಟ ಮಾಡಿದಳು. ಕೈ ತೊಳೆಯುವುದಕ್ಕೆ ಮುನ್ನ ಅವನ ತಟ್ಟೆಯತ್ತ ನೋಡಿದಳು. ಒಂದು ಚಪಾತಿ, ಅರ್ಧಕ್ಕಿಂತ ಕಡಿಮೆ ಅನ್ನ ತಿಂದಿದ್ದ.

"ಊಟ ಸರ್ಯಾಗಿ ಮಾಡ್ಲಿಲ್ಲ" ಲೋಟ ನೀರು ಪೂರ್ತಿ ಕುಡಿದು ಕೈ ತೊಳೆಯಲು ಎದ್ದು ಹೋದ. ಅವಳ ಮುಖದ ಮೇಲೆ ನೀರಸಭಾವ ಮೂಡಿತು.

ಇಬ್ಬರು ಹೊರಗೆ ಬಂದರು. ಅವನ ಕೈ ಸಿಗರೇಟು ಪ್ಯಾಕ್‌ಗಾಗಿ ಜೇಬಿನಲ್ಲಿ ತಡಕಾಡಿ ನಿರಾಶೆಯಿಂದ ಹೊರಗೆ ಬಂತು.

"ಈಗ್ಲಾದ್ರೂ ಸಿಗರೇಟು ಕೊಳ್ಳೋಕೆ ಪರ್ಮಿಷನ್ ಕೊಡಿ" ತಲೆವಾಲಿಸಿ ಕೇಳಿದ.

"ಖಂಡಿತ ಬೇಡ. ನಂಗೆ ಸಿಗರೇಟು ಸೇದೋರ್ನ ಕಂಡ್ರಾಗೋಲ್ಲ" ಎರಡು ಕೈಯೆತ್ತಿ ಆಕಾಶದತ್ತ ನೋಡಿ "ದೇವರೇ ಗತಿ" ಎಂದ.

"ನಿಮಗ್ಯಾಕೆ ಸಿಗರೇಟು ಮೇಲೆ ಇಂಥ ದ್ವೇಷ? ಬಡಪಾಯಿ ಗಂಡು ಅಂಥ ಕೆಲವು ಸ್ವತಂತ್ರಗಳ್ನ ಇಟ್ಕೊಂಡಿದ್ದಾನೆ! ಅದ್ಕೂ ಕಲ್ಲು ಹಾಕೊ ಪ್ರಯತ್ನ ಯಾಕೆ? ಪ್ರತಿಯೊಬ್ರೂ ಸಿಗರೇಟು ಸೇದೋದೇ ನಿಲ್ಸಿಬಿಟ್ರೆ.... ಎಂಥ ಆಂದೋಳನವಾಗುತ್ತೆ ಗೊತ್ತಾ? ಹತ್ತಾರು ಕಂಪನಿಯ ಮಾಲೀಕರು ತಕ್ಷಣ ಮುಚ್ಚಿ ಕೈ ಕೈ ಹಿಸುಕಿಕೊಳ್ಳಬೇಕಾಗುತ್ತೆ. ಸಾವಿರಾರು ಜನ ಕೆಲ್ಸ ಕಳ್ದುಕೊಂಡು ಭವಿಷ್ಯದ ಬಗ್ಗೆ ಭೀತರಾಗಬೇಕಾಗುತ್ತೆ!"

"ಅಷ್ಟೇನಾ...?" ತಣ್ಣಗೆ ಕೇಳಿದಳು.

"ಮುಖ್ಯವಾದ್ದೇ ಬಿಟ್ಟೆ. ನಮ್ಮಂಥವ್ರು ಸೇದದೆ ತಲೆ ಸಿಡಿತ ಅನುಭವಿಸಬೇಕಾಗುತ್ತೆ. ಮನಸ್ಸಿನ ಸ್ವಾಸ್ಥ್ಯ ಕೆಡ್ಸಿಕೊಂಡು ಮಾನಸಿಕ ವೈದ್ಯರನ್ನು ನೋಡಲು ಓಡಬೇಕಾಗುತ್ತೆ. ಇಷ್ಟು ಸಾಕು, ಬೇಕಾದ್ರೆ ಇನ್ನಷ್ಟು ಹೇಳ್ಬಹ್ದು."

ಬಾಯಿಗೆ ಕೈ ಅಡ್ಡ ಹಿಡಿದು ಸರಳ ನಕ್ಕಳು.

ಸಿಗರೇಟು ಇಲ್ಲದೆ ಅವನಿಗೆ ತಲೆ ಕೆಟ್ಟಂತಾಗಿತ್ತು. ಆ ಕ್ಷಣ ಸರಳಗೆ ನಾಲ್ಕು ತಟ್ಟಿಬಿಡುವಷ್ಟು ಕೋಪ ಬರುತ್ತಿತ್ತು. ಆದರೆ ಅವಳ ಮಾತು ಮೀರಲು ಹಿಂದೆಗೆಯುತ್ತಿದ್ದ.

"ಏನಾದ್ರೂ ತಗೋಬೇಕಾ?" ನಿಂತು ಕೇಳಿದ.

ಆಸೆಯ ಹೆಣ್ಣಲ್ಲ. ಆದರೂ ಪುಟ್ಟ ಪ್ರಮೋದ್‌ನ ಕಣ್ಣುಗಳಲ್ಲಿ ಕಾಣುವ ಹರ್ಷದ ತರಂಗಗಳನ್ನ ಸವಿಯುವ ಬಯಕೆ. ಅವನಿಗಾಗಿ ಬಣ್ಣಬಣ್ಣವಾಗಿ ಕಾಣುವ ಆಟದ ಸಾಮಾನನ್ನ ಕೊಳ್ಳಲು ಆಸೆ. ಆದರೆ ಪ್ರಭಾಕರನಿಗೆ ಆಕ್ಸಿಡೆಂಟ್ ಆದ ಮೇಲೆ ಆರ್ಥಿಕವಾಗಿ ಬಹಳವಾಗಿ ನೊಂದಿದ್ದರು. ಬರುವಾಗ ಅಕ್ಕ ಚೇತನ ಬಲವಂತವಾಗಿ ಇಪ್ಪತ್ತೈದು ರೂಪಾಯಿಗಳನ್ನ ಅವಳ ಕೈಯಲ್ಲಿ ಇಟ್ಟಿದ್ದಳು.

"ಸಂಕೋಚ ಬೇಡ್ವೆ. ನಿನ್ಗೇನಾದ್ರೂ ಕೆಲ್ಸ ಸಿಕ್ಕಿದ್ರೆ ಮೊದಲ್ನೆ ತಿಂಗ್ಳ ಸಂಬಳದಲ್ಲಿಯೇ ನಂಗೆ ಕೊಡಬೇಕೆನಿಸಿದ್ದು ಕೊಂಡುಕೊಡು" ಎಂದಿದ್ದಳು ಬಾಯಿ ಮಾತಿಗೆ. ಅಂತಹ ಬಯಕೆಯೇನು ಅವಳಿಗಿಲ್ಲವೆಂದು ಸರಳಗೆ ಗೊತ್ತು.

ಒಂದೇ ಮೂಸೆಯಲ್ಲಿ ರೂಪುಗೊಂಡ ಪ್ರತಿಮೆಗಳು. ಅಲ್ಪಸ್ವಲ್ಪ ಮಾರ್ಪಾಟಿದ್ದರೂ ಮೂಲ ರೂಪಗಳು ಒಂದೇ. ಮಧ್ಯಮ ದರ್ಜೆಯ ಗಂಡನ್ನ ಕೈಹಿಡಿದ ಚೇತನ ಒಂದು ದಿನವಾದರೂ ಇಂಥದ್ದು ಬೇಕೆಂದು ಕೇಳಿರಲಿಲ್ಲ. ಕೆಲವೊಮ್ಮೆ ಅಣ್ಣನ ಮೇಲೆ ರೇಗುತ್ತಿದ್ದಳು.

"ಪ್ರಭಣ್ಣ, ನಂಗೇನು ಬೇಕಾಗಿಲ್ಲ. ಏನು ಕಡ್ಮೆಯಾಗಿದೆ? ಬೇಜಾರಾಗುತ್ತಪ್ಪ!"

ವ್ಯಾನಿಟಿ ಬ್ಯಾಗ್‌ನ ಹೊಟ್ಟೆಯನ್ನ ಅದುಮಿ ನೋಡಿದಳು.

"ನಿಮ್ಗೇನಾದ್ರೂ ಇಂಥ ವಸ್ತುಗಳ ಆರೋಗ್ಯ ತಿಳ್ಯೋ ಹವ್ಯಾಸ ಇದ್ಯಾ?" ವ್ಯಾನಿಟಿಬ್ಯಾಗನ್ನ ನೋಡಿದಾಗ ಸರಳವಾಗಿ ನಕ್ಕುಬಿಟ್ಟಳು.

"ನಮ್ಮ ಪ್ರಮೋದ್‌ಗೆ ಏನಾದ್ರೂ ಆಟದ ಸಾಮಾನು ತಗೋಬೇಕು." ಕಣ್ಣುಗಳು ಅತ್ತಿತ್ತ ಅಲೆದಾಡಿತು ಅಂಗಡಿಗಳ ಕಡೆ.

ಇಬ್ಬರು ಒಂದು ಫ್ಯಾನ್ಸಿ ಸ್ಟೋರ್‌ಗೆ ನುಗ್ಗಿದರು. ವೇಣು ಕೈಕಟ್ಟಿ ಸುಮ್ಮನೆ ನಿಂತ. ಸರಳ ಜಾಣತನದಿಂದ ಪುಟ್ಟ ಪ್ರಮೋದ ಮತ್ತು ಚೇತನಳ ಮಗುವಿಗಾಗಿ ಆಟದ ಸಾಮಾನು ಖರೀದಿಸಿ ದುಡ್ಡು ಕೊಟ್ಟು ಹೊರಗೆ ಬಂದಳು.

"ನಿಮ್ದು ಮುಗೀತಾ?" ಒಳಗೆ ನಡೆದ.

ಹತ್ತು ನಿಮಿಷದಲ್ಲಿ ನಾಲ್ಕು ಪ್ಯಾಕೆಟ್ ಹಿಡಿದು ಹೊರಗೆ ಬಂದ. ಇಷ್ಟು ಬೇಗ ಆರಿಸಿಕೊಂಡು ಬಂದಿದ್ದು ನೋಡಿ ಅವಳಿಗೆ ಆಶ್ಚರ್ಯವಾಯಿತು. ಅವಳ ಕೈಯಲ್ಲಿದ್ದ ಎರಡು ಪುಟ್ಟ ಆಟದ ಸಾಮಾನುಗಳನ್ನ ಆರಿಸಿಕೊಂಡು ಬರಲು ಇಪ್ಪತ್ತು ನಿಮಿಷಗಳನ್ನ ವ್ಯಯ ಮಾಡಿದ್ದಳು.

"ಹೋಗೋಣ್ವಾ?" ವೇಣು ಅವಳತ್ತ ನೋಡಿದಾಗ ಅವಳ ನೋಟ ರಸ್ತೆಯಲ್ಲಿ ಹರಿದಾಡುತ್ತಿತ್ತು.

ಇಬ್ಬರು ಬಸ್‌ಸ್ಟಾಂಡ್ ತಲುಪಿದರು. ವೇಣು ಹೋಗಿ ತಾನೇ ಹಣ್ಣುಗಳನ್ನ ಕೊಂಡು ತಂದ. ಬಸ್ಸು ಬರುವವರೆಗೂ ಮಾತಾಡುತ್ತ ನಿಂತರು.

ಆದರೂ ಅವರು ಪೂರ್ಣ ಕತ್ತಲು ಆವರಿಸಿದ ಮೇಲೆನೇ ತಲುಪಿದ್ದು. ವೇಣು ಅವಳೊಂದಿಗೆ ಬಂದ. ಮನೆಯ ಬಾಗಿಲಿನಲ್ಲಿಯೇ ಎದುರಾದ ಲೀಲಾ ಕೈಗೆ ಪ್ಯಾಕೆಟ್, ಆಟದ ಸಾಮಾನುಗಳನ್ನ ಕೊಟ್ಟು ಮಾತನಾಡದೆ ನಡೆದುಬಿಟ್ಟ.

"ವೇಣು, ಒಂದ್ನಿಮಿಷ ಬಂದ್ಹೋಗ್ಬಹುದಲ್ಲಾ." ಕೈಯೆತ್ತಿ ಸನ್ನೆ ಮಾಡಿ ಹೊರಟುಬಿಟ್ಟ.

ಭಾರವಾದ ಮೈ ಮನವನ್ನ ಹೊತ್ತು ಕ್ವಾರ್ಟರ್ಸ್ ಬಳಿ ಬಂದ. ಬೆಳಗುತ್ತಿದ್ದ ಲೈಟನ್ನ ನೋಡಿ ಹುಬ್ಬೇರಿಸಿದ. ಚಿಲಕದತ್ತ ಕಣ್ಣಾಡಿಸಿದ. ಬೀಗ ಹಾಕಿರಲಿಲ್ಲ. ಕಾಲಿಂಗ್ ಬೆಲ್ ಒತ್ತುವುದನ್ನು ಮರೆತು ಬಾಗಿಲು ತಟ್ಟಿದ. ನಿಧಾನವಾಗಿ ಬಾಗಿಲು ತೆರೆಯಿತು. ನೀರವತೆ ದಟ್ಟವಾಗಿ ಕವಿದುಕೊಂಡಿತ್ತು.

ನಗುಮುಖದಿಂದ ಆನಂದ ಎದುರುಗೊಂಡ. ಪದ್ಮಿನಿಯ ಅಸ್ತಿತ್ವವಿನ್ನು ಆ ಮನೆಯಲ್ಲಿದೆಯೆಂದುಕೊಂಡ. ತಲೆ ತಗ್ಗಿಸಿ ಕೋಣೆಯತ್ತ ನಡೆದ.

"ಹೇಗಾಯ್ತು ಇಂಟರ್‌ವ್ಯೂ?" ಆನಂದ ಹಿಂಬಾಲಿಸಿಕೊಂಡು ಬಂದ. ಹೇಗೆ ಹೇಳೋಕಾಗುತ್ತೆ! ಇವೆಲ್ಲ ಬರೀ ನಾಟ್ಯವೆಂದು ಎಲ್ರಿಗೂ ಗೊತ್ತು! ಕೈಬೆರಳುಗಳು ಷರಟಿನ ಗುಂಡಿಗಳನ್ನ ಕಳಚತೊಡಗಿದವು. ಆನಂದ ಎದೆಯ ಮೇಲೆ ಕೈಕಟ್ಟಿ ನಿಂತ.

ಬಟ್ಟೆ ಬದಲಾಯಿಸಿ ಟವಲನ್ನ ಹೆಗಲ ಮೇಲೆ ಹಾಕಿಕೊಂಡು ಮುಖ ತೊಳೆಯಲು ಬಾತ್‌ರೂಂನತ್ತ ನಡೆದ. ಪದ್ಮಿನಿ ಗದ್ದಕ್ಕೆ ಕೈ ಹಚ್ಚಿ ಕೂತಿದ್ದಳು. ಅವಳ ಮುಖದ ಭಾವನೆಗಳನ್ನ ಅವಲೋಕಿಸಿ ನೋಡಬೇಕೆನ್ನುವ ಇಷ್ಟ ಅವನಿಗಾಗಲಿಲ್ಲ.

ಒದ್ದೆ ಮುಖವನ್ನ ಒತ್ತುತ್ತ ಬಂದ. ಪ್ರಶ್ನಾರ್ಥಕವಾಗಿ ಅವಳತ್ತ ನೋಡಿದ. ಅತ್ತ ಗುರುತುಗಳು ಸ್ಪಷ್ಟವಾಗಿದ್ದವು. ಕಸಿವಿಸಿಯಾಯಿತು. ಆ ಕೆನ್ನೆಗಳ ಕೆಂಪಿಗಾಗಿ ತವಕಿಸಿದ್ದ ದಿನಗಳು ಹಿಂದೆ ಕಳೆದುಹೋಗಿದ್ದವು. ನಿಂತು ನಿಟ್ಟುಸಿರು ದಬ್ಬಿದ.

ಇವನು ಬಂದಾಗ ಆನಂದ ಅದೇ ಜಾಗದಲ್ಲಿ ಕೈಕಟ್ಟಿ ನಿಂತಿದ್ದ. ಮಾತಾಡಲು ಶುರು ಮಾಡಿದರೆ ಹರಿಯುವುದು ಪದ್ಮಿನಿಯತ್ತ ಅದು ಬೇಡವೆನಿಸಿತ್ತು.

"ಮನೆಗೆ ಹೋಗಿದ್ರಾ?" ಅರೆ ಮನಸ್ಸಿನಿಂದಲೇ ಕೇಳಿದ.

"ಇಲ್ಲ, ಇಂಟರ್‌ವ್ಯೂ ಮುಗ್ದ ಕೂಡ್ಲೇ ಹೊರಟುಬಿಟ್ವಿ." ಹಣೆಗೆ ಅಂಟಿದ ಒದ್ದೆ ಕಾಲನ್ನ ಬೆರಳುಗಳಿಂದ ಹಿಂದಕ್ಕೆ ಸರಿಸಿದ.

"ಇವತ್ತು ಅಪ್ಪ, ಅಮ್ಮನ್ನ ಊರಿಗೆ ಕಳಿಸ್ದೇ. ಬೆಳಿಗ್ಗೆ ನಾನು ಪದ್ಮಿನಿ ಹೋಗ್ತೀವಿ." ಸ್ವರದಲ್ಲಿ ನೀರಸ ಇಣಕಿತು. ವೇಣು ಅವನ ಕಡೆ ಬೆನ್ನು ಹಾಕಿ ನಿಂತ. "ನಾನೇನು ಹೇಳ್ಲಾರೆ. ನಂಗಿಂತ ಪದ್ಮಿನಿ ಬಗ್ಗೆ ನಿಮ್ಗೇ ಗೊತ್ತು. ಅವ್ಳು ಇಲ್ಲೇ ಉಳಿದ್ರೂ ನನ್ದೇನು ತಕರಾರಿಲ್ಲ. ಮತ್ತೆ ಕೆಟ್ಟವನಾಗ್ಲಾರೆ!"

ಆನಂದ ತುಟಿ ಕಚ್ಚಿ ಯೋಚಿಸಿದ. ಬೆಳಗಿನಿಂದ ತಂಗಿಯನ್ನ ಕೂಡಿಸಿಕೊಂಡು ಬಹಳಷ್ಟು ಹೇಳಿದ. ಅಸಂಬದ್ಧ ನಿಲುವನ್ನ ಅವಳು ಬದಲಾಯಿಸಿಕೊಳ್ಳಲು ಸಿದ್ಧವಿಲ್ಲ.

"ನಂಗೆ ಮೂರು ತಿಂಗ್ಳು ಅವಕಾಶ ಕೊಡಿ."

ವೇಣುಗೆ ನಗು ಬಂತು. ಆದರೆ ನಗಲಿಲ್ಲ. ಅಂತಹ ದಿನಗಳನ್ನ ಹಿಂದೆ ಎದುರು ನೋಡಿದ್ದ. ಮುಂದೆ ನೋಡಲಾರ. ಅವನೆದೆಯಲ್ಲಿ ಮೊಳೆತ ಹಸಿರು ಸುಟ್ಟು ಬೂದಿಯಾಗಿತ್ತು. ಅದನ್ನ ನೆಟ್ಟು ಚಿಗುರಿಸುವುದು ಪದ್ಮಿನಿಯಿಂದ ಸಾಧ್ಯವಿಲ್ಲ. ಸರಳಳ ತುಂಬು ವ್ಯಕ್ತಿತ್ವ ಎದುರು ಬಂದು ನಿಂತಿತು. ಕಣ್ಣುಗಳಲ್ಲಿ ಮಿಂಚೊಡೆಯಿತು.

"ನನ್ಮಾತಿಗೆ ಏನು ಹೇಳ್ಲಿಲ್ಲ."

"ಬಹುಶಃ! ಹೇಳೋಕೆ ಏನೂ ಇಲ್ಲ" ಹೊರಗೆ ನಡೆದ.

ಎರಡು ಕೈಗಳನ್ನ ಹಿಂದಕ್ಕೆ ಕಟ್ಟಿ ಆಕರ್ಷಕವಾದ ಭಂಗಿಯಲ್ಲಿ ಗೋಡೆಗೊರಗಿ ನಿಂತಿದ್ದಳು. ಸರಳ ಪಕ್ಕ ನಿಲ್ಲಿಸಿದರೆ ಮೇಲ್ನೋಟಕ್ಕೆ ಚೆಲುವೆಯೆಂದು ಒಪ್ಪಿಕೊಂಡರೂ ಹೃದಯ ಒಪ್ಪಿಕೊಳ್ಳುವ ಸ್ಥಿತಿಯಲ್ಲಿರಲಿಲ್ಲ.

"ಅಡ್ಗೇ ಆಗಿದ್ರೆ ಬಡ್ಸು" ಪ್ರಯಾಸದಿಂದ ಹೇಳಿದ. ಮಡದಿಯೆನ್ನುವುದು ಮರೆಯಲು ಸಾಧ್ಯವೇ?

ಆನಂದ್, ವೇಣು ಒಟ್ಟಿಗೆ ಕೂತು ಊಟ ಮಾಡಿದರು. ಮಾತುಕತೆಯಲ್ಲಿ ಉತ್ಸಾಹ ಇಣುಕಲಿಲ್ಲ. ಬೆಳಿಗ್ಗೆ ಪದ್ಮಿನಿಯನ್ನ ಕರೆದೊಯ್ಯುವ ಆನಂದನ ನಿಶ್ಚಯ ದೃಢವಾಗಿತ್ತು.

"ಬೆಳಗಿನ ಬಸ್ಸಿಗೇ ಹೊರಡೋದು" ಕೈ ತೊಳೆದು ಎದ್ದ. ಅವರ ವಿರುದ್ಧ ಏನೂ ಹೇಳಬೇಕಾದ ಅಗತ್ಯವಿಲ್ಲದ ಕಾರಣ ವೇಣು ಮೌನವಹಿಸಿದ.

* * * *

ಆನಂದ ಪದ್ಮಿನಿಯನ್ನ ಕರೆದುಕೊಂಡು ಮನೆಗೆ ಬಂದಾಗ ದೊಡ್ಡ ರಗಳೆಯೆ ಆಯಿತು. ಅಣ್ಣ ಕೃಷ್ಣಸ್ವಾಮಿ ರೇಗಾಡಿದ್ದು ಮಾತ್ರವಲ್ಲ, ದೃಢವಾಗಿ ಹೇಳಿದ.

"ಆನಂದ್ ಬೇಡಾಂದೆ. ನೀನು ಕರ್ಕೊಂಡ್ಬಂದಿದ್ದೀಯಾ! ಈ ಮನೆಯಲ್ಲಂತೂ ಇಟ್ಕೊಳ್ಳೋಕೆ ಸಾಧ್ಯವಿಲ್ಲ. ಬೇರೆ ಮಾಡಿ ಕರ್ಕೊಂಡ್ಹೋಗು. ಅಪ್ಪ, ಅಮ್ಮನ್ನ ಅಲ್ಲೇ ಇಟ್ಕೊಳ್ಳಿ. ಮುದ್ದುಮಗ್ಳ ತೊದಲ್ನುಡಿಗಳ್ನ ಕೇಳಿಕೊಂಡಿರ್ಲಿ."

ಇದನ್ನ ಆನಂದ್ ನಿರೀಕ್ಷಿಸಿಯೇ ಇದ್ದ.

"ಆಯ್ತು. ನೀನೇನು ತಲೆ ಕೆಡಿಸ್ಕೋಬೇಡ. ನಾವೆಲ್ಲ ಏರ್ಪಾಟು ಮಾಡ್ತೀನಿ." ಕಣ್ಣೊಡೆದಾಗ ಕೃಷ್ಣಸ್ವಾಮಿ ಅರ್ಥವಾಗದವನಂತೆ ಪಿಳಿಪಿಳಿ ನೋಡಿದ. ಸುಮ್ಮನಿರುವಂತೆ ಸನ್ನೆ ಮಾಡಿದ.

"ಬೆಳಿಗ್ಗೆ ರೆಡಿಯಾಗಿರಿ. ಸ್ವಲ್ಪ ಹೊರ್ಗಡೆ ಹೋಗ್ಬೇಕೂ..." ಎತ್ತಲೋ ನೋಡುತ್ತ ಹೇಳಿದಾಗ ಅಂಬುಜಮ್ಮನ ಕಣ್ಣುಗಳಲ್ಲಿ ವಿಸ್ಮಯ ಇಣಕಿತು. "ಸದ್ಯಕ್ಕೆ ಎಲ್ಲೂ ಹೋಗೋದ್ಬೇಡ. ಕೃಷ್ಣನಿಗೆ ತಂಗಿ ಮೇಲೆ ಎಂಥ ಉದಾಸೀನ ನಮ್ಮ ಮಾತಿಗೆ ಬೆಲೆ ಕೊಡ್ದೆ ಮದ್ವೆ ಮಾಡ್ದ. ಈಗ ರೇಗಾಡಿದ್ರೆ... ಹೇಗೆ!" ಮೂಗಿನ ತುದಿ ಕೆಂಪಗಾಗಿತ್ತು.

"ಅದ್ನೆಲ್ಲ ಆಮೇಲೆ ಯೋಚ್ನೆ ಮಾಡ್ಬಹ್ದು. ಬೆಳಿಗ್ಗೆಯಂತೂ ಹೊರಡ್ಲೇ ಬೇಕೂ...!" ಕಡ್ಡಿ ತುಂಡು ಮಾಡಿದಂತೆ ಹೇಳಿದ.

ಇದೊಂದು ಕಡೆಯ ಪ್ರಯತ್ನ ಮಾಡಬೇಕಾಗಿತ್ತು. ಪದ್ಮಿನಿ ಸುಪ್ತಮನಸ್ಸಿನಲ್ಲಿ ನಿಂತಿರುವ ದೃಢ ವಿಷಯಗಳ ಬದಲಾವಣೆ ಮಾನಸಿಕ ವೈದ್ಯರಿಂದ ಸಾಧ್ಯವೇನೋ ಎಂದು ಪ್ರಯತ್ನಿಸಿ ನೋಡಿಬಿಡಬೇಕಾಗಿತ್ತು. ತಪ್ಪು ನಂಬಿಕೆ, ಅಭಿಪ್ರಾಯವೆಂದು ಅವಳ ಮನಸ್ಸಿಗೆ ಬಂದರೆ ತಿದ್ದುವುದು ಸುಲಭ ಸಾಧ್ಯವಿತ್ತು.

ಚಿದಂಬರಯ್ಯ ಸಣ್ಣ ಧ್ವನಿಯಲ್ಲಿ ರೇಗಾಡಿದರೂ ಹಿಂದಿನ ಕಾವು ಸ್ವರದಲ್ಲಿರಲಿಲ್ಲ. ಬರಬರುತ್ತಾ ಕ್ಷೀಣವಾಗುತ್ತಾ ನಡೆದಿತ್ತು.

"ಎಲ್ಲೋಗೋದು?" ಹುಬ್ಬೆತ್ತಿ ಪ್ರಶ್ನಿಸಿದರು.

"ಡಾಕ್ಟರತ್ರ" ಪ್ಯಾಂಟ್ ಜೇಬಿನಲ್ಲಿ ಕೈ ತುರುಕಿದ.

ಇವರ ಕಣ್ಣುಗುಡ್ಡೆಗಳು ಗರಗರನೆ ತಿರುಗಿದವು. ಹುಬ್ಬುಗಳು ನಿಗರಿ ನಿಂತವು.

"ಯಾರ್ಗೇ ಏನಾಗಿದೆ? ಎಲ್ಲಾ ಬರ್ತಾ ಬರ್ತಾ ವಿಚಿತ್ರವಾಯ್ತು! ಹಿರಿಯರು ಅನ್ನೋದು ಕಾಲು ಕಸವಾಯ್ತು!"

"ಏನಾಗಿದೇಂತ ತಿಳ್ಕೋಬೇಕಾಗಿದೆ. ಇಲ್ದಿದ್ರೆ ನಿಮ್ಮತ್ರ ಸೆಣೆಸಿ ನಾವೇ ಹುಚ್ಚರಾಗಬೇಕಾಗುತ್ತೆ. ತೆಪ್ಪಗೆ ನನ್ನೊತೆಯಲ್ಲಿ ಬನ್ನಿ" ಪೂರ್ತಿಯಾಗಿ ಸಹನೆ ಕಳೆದುಕೊಂಡನು.

ಅಭಿಮಾನದಿಂದ ಚಿದಂಬರಯ್ಯನವರು ಕುದಿದರು. ಕೆಲಸದಲ್ಲಿದ್ದಾಗ ದರ್ಪ ಅವರ ಕಾಲಡಿಯಲ್ಲಿ ಬಿದ್ದುಕೊಂಡಿತ್ತು. ಈಗ ಇವರತ್ತ ನುಸುಳಲು ಕೂಡ ಬೇಸರಿಸುತ್ತಿತ್ತು.

"ನಂಗೆ ಕೋಪ ಬರ್ಸಬೇಡ. ನಿಮ್ಮ ಹಂಗಿನಲ್ಲಿರೋ ಕರ್ಮ ನಮಗ್ಯಾಕೆ!' ನಿಮ್ಮ ಸಹವಾಸನೇ ಬೇಡ. ನಾವು ಬೇರೆ ಇದ್ಕೊತೀವಿ" ಕಾಲು ಕುಣಿಸಿದರು.

"ಪ್ಲೀಸ್, ಈಗೇನು ಮಾತಾಡ್ಬೇಡಿ. ಬೆಳಿಗ್ಗೆ ಸ್ವಲ್ಪ ಕೋ-ಆಪರೇಟ್ ಮಾಡಿ. ಆಮೇಲೆ ಮಿಕ್ಕಿದ್ದು ಯೋಚ್ನೆ ಮಾಡೋಣ." ತಣ್ಣನೆಯ ಸ್ವರದಲ್ಲಿ ನುಡಿದ.

ವಾಕ್ ನೆಪದಲ್ಲಿ ಹೊರಟ ಅಣ್ಣ ತಮ್ಮ ಸಾಕಷ್ಟು ಚರ್ಚಿಸಿದರು. ಕೃಷ್ಣಸ್ವಾಮಿಗಳಂತೂ ತಂಗಿಯ ವಿಷಯದಲ್ಲಿ ಸಾಕಷ್ಟು ಚರ್ಚಿಸಿದರು. ಯಾರ ಮೇಲಾದರೂ ಇವಳ ಸ್ವಭಾವ ನೆಟ್ಟಗಾಗಬಹುದು. ಆ ಜವಾಬ್ದಾರಿಯುತ ವಾತಾವರಣದಲ್ಲಿ ಈ ಹುಚ್ಚುಚ್ಚು ಕಲ್ಪನೆಗಳು ಕರಗಿಹೋಗಬಹುದೆಂದುಕೊಂಡಿದ್ದರು. ನಿರಾಶೆಯ ಮನ ಅಂತಃಕರಣ ಮರೆತು ಕತ್ತು ಹಿಡಿದು ಪದ್ಮಿನಿಯನ್ನ ಹೊರಗೆ ತಳ್ಳುವಂತೆ ಪ್ರೇರೇಪಿಸುತ್ತಿತ್ತು.

"ಅಷ್ಟೊಂದು ಸುಲಭ ಸಾಧ್ಯವಲ್ಲ. ಕುಟುಂಬದ ಪೂರ್ಣ ಸಹಕಾರ ಸಿಕ್ಕಿದರೇ ವೈದ್ಯರು ಅರಿತು ಒಂದು ತೀರ್ಮಾನಕ್ಕೆ ಬರ್ತಾರೆ. ಈ ಮೂರ್ಖರಿಂದ ಅದು ಸಾಧ್ಯವಿಲ್ಲ." ಕೈ ಕೊಡವಿದ ಕೃಷ್ಣಸ್ವಾಮಿ.

ಇದನ್ನ ಆನಂದ್ ಮೊದಲೇ ಯೋಚಿಸಿದ್ದ.

"ನೀನೇನು ಯೋಚ್ನೇ ಮಾಡ್ಬೇಡ. ಎಲ್ಲಾ ವಿಷ್ಯ ನಂಗೆ ಬಿಡು. ಸದ್ಯಕ್ಕೆ ಸ್ವಲ್ಪ ಸಹನೆಯಿಂದ ಇದ್ಬಿಡು." ಕೃಷ್ಣಸ್ವಾಮಿ ಮುಖದಲ್ಲಿ ಬೇಸರ ಇಣಕಿತು. ಆನಂದ ಗೊಂದಲದಲ್ಲಿ ಬಿದ್ದ.

ಮರುದಿನ ಬಲವಂತದಿಂದಲೇ ಖ್ಯಾತ ಸೈಕಾಲಜಿಸ್ಟ್ ಡಾ॥ ರಾಯ್ ಬಳಿಗೆ ಕರೆದೊಯ್ದ. ಮೊದಲು ತಾನು ಹೋಗಿ ನೇರವಾಗಿ ಎಲ್ಲ ವಿಷಯಗಳನ್ನು ತಿಳಿಸಿದ. ಹಸನ್ಮುಖರಾಗಿಯೇ ಕೇಳಿದರು.

"ಆಯ್ತು, ಕರ್ಕೊಂಡ್ಬನ್ನಿ" ಎಂದರು.

ಹೊರಗೆ ಬಂದ. ಅವರು ಕುಳಿತಿದ್ದ ಕಡೆ ಖಾಲಿಯಾಗಿತ್ತು. ಇಡೀ ಕಾಂಪೌಂಡ್ ಅರಸಿಬಂದ. ಎಲ್ಲೂ ಅವರ ಮುಖಗಳು ಕಾಣಲಿಲ್ಲ. ಸಿಟ್ಟಿನಿಂದ ಅವುಡು ಕಚ್ಚಿದ.

"ಎಕ್ಸ್‌ಕ್ಯೂಜ್ ಮಿ. ಡಾಕ್ಟರ್. ಅವ್ರುಗಳು... ಕಾಣ್ತಾ... ಇಲ್ಲ" ತಲೆ ಕೆಳಗೆ ಹಾಕಿನಿಂತ.

ಅವರ ಕನ್ನಡಕದಲ್ಲಿನ ಕಣ್ಣುಗಳು ಗಂಭೀರವಾದವು. ಕೈಯಲ್ಲಿದ್ದ ಪೆನ್ನನ್ನ ಕೆಳಗಿಟ್ಟರು.

"ಹಣವಿದ್ದವರಲ್ಲಿ ಇಂಥ ಮನೋಭಾವ ಹುಟ್ಟಿಕೊಂಡಿದೆ; ಇಂಥ ಕೇಂದ್ರಗಳಿಗೆ ಚಿಕಿತ್ಸೆಗೆ ಬಂದರೆ, ಮಾನಸಿಕ ವೈದ್ಯರ ಬಳಿ ಹೇಳಿ ನೆರವು ಪಡೆದರೆ ಕಳಂಕ ಎನ್ನುವುದು ಇವ್ರ ಸಿದ್ಧಾಂತ. ಬಂದರೂ ಇವರುಗಳು ತೊಳಲಾಟ, ತುಮುಲ, ದೇಹದ ಮೇಲೆ ಬೀರುವ ಪರಿಣಾಮಗಳಿಗೆ ಕಾರಣ ಕಂಡು ಬಂದರೂ ಅವರುಗಳು ಸರ್ವಥಾ ಒಪ್ಪಲು ಸಿದ್ಧರಿರೋಲ್ಲ!" ಅವರ ಧ್ವನಿ ಭಾರವಾಯಿತು.

ಪೆಚ್ಚಾಗಿ ಭಾರವಾದ ಮನವನ್ನ ಹೊತ್ತು ಆನಂದ್ ಹೊರಗೆ ಬಂದ. ಏಕಾಂತ ಸ್ಥಳದಲ್ಲಿ ಒಂಟಿಯಾಗಿ ಒಂದು ಮರದ ಕೆಳಗೆ ಕೂತು ಯೋಚಿಸಿದ. ತಟ್ಟನೆ ಮನದಲ್ಲಿ ಮಿಂಚೊಡೆಯಿತು.

"ನೋಡ್ತಾ ಇರೀ... ನೀವುಗಳೇ ಬದ್ಲಾಗ್ಬೇಕೂ!" ಹಾರುವ ನಡಿಗೆಯಲ್ಲಿ ಹೊರಟ.

ಆಟೋ ತುಂಬ ತುಂಬಿಸಿಕೊಂಡೇ ಮನೆಗೆ ಬಂದ. ಒಂದು ಸೆಕೆಂಡ್ ಹ್ಯಾಂಡ್ ತಂಬೂರಿ, ಗೆಜ್ಜೆಗಳು, ಒಂದಷ್ಟು ಪುಸ್ತಕಗಳಿತ್ತು. ಅದನ್ನೆಲ್ಲ ನೇರವಾಗಿ ಔಟ್‌ಹೌಸ್‌ನಲ್ಲಿರಿಸಿದ.

"ಮೊದ್ಲು ಇವಳನ್ನ ಕರ್ಕೊಂಡ್ಹೋಗಿ ಗಂಡನ ಮನೆಯಲ್ಲಿ ಬಿಟ್ಟು ಬನ್ನಿ. ನೀವು ವೇಣು ಮೇಲೆ ಏನ್ಹೇಳಿದ್ರೂ.... ನಂಬೋಲ್ಲ!" ಸಹನೆಗೆಟ್ಟು ರೇಗುತ್ತಿದ್ದ ಕೃಷ್ಣಸ್ವಾಮಿಯ ಸ್ವರ ಅವನನ್ನ ಹೊಸಲಿನಲ್ಲಿಯೇ ತಡೆದು ನಿಲ್ಲಿಸಿತು.

ಅತ್ತಿಗೆ ಮುಖ ಬಿಗಿದುಕೊಂಡು ಕೂತಿದ್ದು ನೋಡಿ ಬೇಸರದಿಂದ ಕೋಣೆಯತ್ತ ನಡೆದ.

"ಸದ್ಯಕ್ಕೆ ಅವ್ರುಗಳು ಔಟ್‌ಹೌಸ್‌ನಲ್ಲಿರ್ತಾರೆ. ನೀನು ಸುಮ್ನೇ ತಲೆ ಕೆಡಿಸ್ಕೋಬೇಡ. ಪದ್ಮಿನಿ ಎಂಥ ಪ್ರತಿಭಾವಂತೆ ಅಂತ ತಿಳಿದ್ರೆ ಅವ್ನೇ ಓಡಿ ಬರ್ತಾನೆ!" ಕೃಷ್ಣಸ್ವಾಮಿಗೆ ಕಣ್ಣೊಡೆದ. ಅವನು ಮುಖ ಊದಿಸಿಕೊಂಡೇ ಹೊರಗೆ ಹೋದ.

"ಅವ್ನಿಗೆ ಮೊದ್ಲೇ ಮುಂಗೋಪ ಜಾಸ್ತಿ. ಸುಮ್ನೇ ಕಿರಿಕಿರಿ ಮಾಡ್ತಾನೆ. ಆರಾಮಾಗಿ ಔಟ್‌ಹೌಸ್‌ನಲ್ಲಿದ್ದುಬಿಡಿ" ವಿನಯ ನಟಿಸಿದ.

ತಡಮಾಡದೆ ಅವರುಗಳ ಎಲ್ಲಾ ಸಾಮಾನುಗಳನ್ನ ಅಲ್ಲಿಗೆ ಸಾಗಿಸಿದ. ಊಟವಾದ ಕೂಡಲೇ ಮೂವರನ್ನೂ ಅಲ್ಲಿಗೆ ಕರೆದೊಯ್ದು ಜಾಂಡ ಹೂಡಿದ.

"ನಾನೆಲ್ಲ ಏರ್ಪಾಟು ಮಾಡಿದ್ದೀನಿ. ಇವ್ರಲ್ಲಿರೋ ಪ್ರತಿಭೆ ನಂಗೂ ನಿಮ್ಗೂ ಗೊತ್ತಾದ್ರೆ ಏನು ಪ್ರಯೋಜನ? ಹೊರಗೆ ಪ್ರಕಟವಾದ್ಮೇಲೇನೇ ಅಭಿಮಾನಿಗಳು

ಹಿಂಡುಹಿಂಡಾಗಿ ಉದಯಿಸೋದು!!" ಬಂದ ನಗುವನ್ನು ಹೊರಗೆ ತಳ್ಳಿ ಹೇಳಿದ ಮಲಗುವ ಮುನ್ನ.

ಬೆಳಗಿನ ಜಾವ ಐದು ಗಂಟೆಗೆ ಬಾಗಿಲು ಬಡಿಯುವ ಸಪ್ಪಳ ಕೇಳಿ ತರಾತುರಿಯಿಂದ ಮೇಲಕ್ಕೆದ್ದುಹೋಗಿ ಬಂದವರನ್ನ ಆದರದಿಂದ ಬರಮಾಡಿಕೊಂಡ.

"ಮೊದ್ಲ ದಿನ ನೋಡಿ. ನಾಳೆಯಿಂದ ನೀವು ಬರೋ ವೇಳೆಗೆ ಪದ್ಮಿನಿ ರೆಡಿಯಾಗಿರ್ತಾಳೆ" ಕೃತಕ ವಿನಯ ನಟಿಸಿದ.

ಆತುರಾತುರದಿಂದ ಪದ್ಮಿನಿಯನ್ನ ಎಬ್ಬಿಸಿದ. ಬೆಳಗಿನ ಜಾವದ ಕನಸಿನಲ್ಲೂ ಶ್ರೇಷ್ಠ ಅಭಿನೇತ್ರಿಯಾಗಿ ಸಾವಿರಾರು ಮಂದಿ ಪ್ರೇಕ್ಷಕರ ಮುಂದೆ ಕುಣಿಯುತ್ತಿರಬೇಕು.

"ಬೇಗ ಏಳು. ಸಂಗೀತ ಪಾಠಕ್ಕೆ ದೊಡ್ಡ ವಿದ್ವಾಂಸರು ಬಂದಿದ್ದಾರೆ" ಎಳೆದುಕೊಂಡು ಹೋಗಿ ಬಾತ್‌ರೂಮಿಗೆ ತಳ್ಳಿದಾಗ ಚಿದಂಬರಯ್ಯ, ಅಂಬುಜಮ್ಮ ಗರಬಡಿದವರಂತೆ ನಿಂತರು.

"ನಾವುಗಳು ಮಾತ್ರ ಕೇಳಿ ಹೆಮ್ಮೆಪಟ್ಟುಕೊಳ್ಳೋದಂದ್ರೆ... ಪ್ರಯೋಜನವೇನು? ಘನವಿದ್ವಾಂಸರ ಮಾರ್ಗದರ್ಶನದಲ್ಲಿ ಕಛೇರಿ ಮಾಡಿ ಪ್ರಸಿದ್ಧಿಗಳಿಸಬೇಕಾಗಿದೆ" ವ್ಯಂಗ್ಯವಾಗಿ ಇರಿದು ಬೆಡ್‌ಷೀಟನ್ನ ಕೊಡವಿ ಮಡಚಿಟ್ಟ.

"ಏನೋ ಇದು...?" ಅಂಬುಜಮ್ಮ ಆತಂಕದಿಂದ ಕೇಳಿದರು. ಹತ್ತಿರಕ್ಕೆ ಬಂದು ಬಗ್ಗಿ ಹೇಳಿದ "ಪ್ಲೀಸ್ ಡೂ ಬಿ ಕ್ವಯಟ್" ಅದೇನೆಂದು ಅರ್ಥವಾಗದಿರಲಿಯೆಂದೇ ಉಸುರಿದ್ದ. ಚಿದಂಬರಯ್ಯನವರ ಕಣ್ಣುಗಳು ಕೆಂಪಾದವು.

ಮುಖ ತೊಳೆದು ನೇರವಾಗಿ ಹೋಗಿ ಕೋಣೆಯಲ್ಲಿ ಕೂತ. ಸಂಗೀತ ಪಾಠ ಶುರುವಾಗಿತ್ತು. ಅವರು ಮಧ್ಯೆ ಮಧ್ಯೆ ಕಣ್ಣು ಕೆಂಪಗೆ ಮಾಡುತ್ತಿದ್ದರು. ಪದ್ಮಿನಿಯ ಸ್ವರವೇಳದೆ ಚಡಪಡಿಸುತ್ತಿತ್ತು. ಇತ್ತ ತಿರುಗಿದಾಗ ಇವನೆದ್ದು ಹೊರಗೆ ಬಂದ.

ಏಳೂವರೆಗೆ ವಿದ್ವಾಂಸರು ಮೇಲಕ್ಕೆದ್ದಾಗ ಪದ್ಮಿನಿ ಮುಖ ಪೂರ್ತಿಯಾಗಿ ಬಿಳಚಿಕೊಂಡಿತ್ತು.

"ಹಿಂದೆ ಯಾರ್ಹತ್ರ ಪಾಠ ಹೇಳ್ಸಿದ್ರಿ?" ಕೇಳಿದಾಗ ತಂದೆಯತ್ತ ಕೈ ತೋರಿ ಬೇರೆಡೆ ನೋಡುತ್ತ ನಿಂತ. ಅವರು ಮಾತಾಡುವ ಮುನ್ನ ತಾವೇ ಹೇಳಿದರು.

"ಏನು ಪ್ರಯೋಜನವಿಲ್ಲ. ಸಾ. ಸಾ. ನಿಂದ್ಲೇ ಶುರು.... ಮಾಡ್ಬೇಕು." ಅವಮಾನದಿಂದ ಚಿದಂಬರಯ್ಯನವರ ಮುಖ ಚಿಕ್ಕದಾಯಿತು. ಮಾತನಾಡಬಾರದೆಂದು ಆನಂದ ಸನ್ನೆ ಮಾಡಿದ.

"ಯಾವನೋ, ಇವ್ನು..." ಸಿಟ್ಟಿನಿಂದ ಕುದಿದರು.

"ಅವ್ರ ಬಗ್ಗೆ ಅನುಮಾನ ಬೇಡ. ದೊಡ್ಡ ವಿದ್ವಾಂಸರು ಸಾಕಷ್ಟು ಮಂದಿ ಶಿಷ್ಯರನ್ನ ತಯಾರು ಮಾಡಿದ್ದಾರೆ. ಮನೆಗೆ ಬಂದು ಪಾಠ ಮಾಡೋ ಕರ್ಮ ಅವ್ರಿಗ್ಯಾಕೆ ಬೇಕು! ನಾನೇ ನಮ್ಮ ಪದ್ಮಿನಿ ಕಂಠಶ್ರೀ, ಪ್ರತಿಭೆ ಬಗ್ಗೆ ಗುಣಗಾನ ಮಾಡಿ ಒಪ್ಪಿಸ್ದೇ!" ಆಕಾಶದಲ್ಲೇ ತೇಲಿದಂತೆ ನುಡಿದ.

"ನೀನು ಈ ವಿಷ್ಯದಲ್ಲಿ ತಲೆ ಕೆಡಿಸ್ಕೋಬೇಡ. ಅವ್ಳಿಗಿರೋ ಪ್ರತಿಭೆನ ರುಜುವಾತು ಮಾಡ್ಲೇಬೇಕು. ಹಾಗಂತ ವೇಣು ಹತ್ರ ಬೆಟ್ ಕಟ್ಟಿದ್ದೀನಿ. ಸಂಜೆ ಡ್ಯಾನ್ಸ್ ಮಾಸ್ಟ್ರು ಬರ್ತಾರೆ. ಇಲ್ದಿದ್ರೆ ನಾನೇ ಕರ್ಕೊಂಡ್ಹೋಗ್ತೀನಿ. ಇನ್ನು ರಾತ್ರಿ ಹೊತ್ತು ಒಬ್ಬ ದೊಡ್ಡ ಪ್ರೊಫೆಸರ್ ಗೊತ್ತು ಮಾಡಿದ್ದೀನಿ. ಅವ್ರು ಬಂದು ಇವ್ಳ ಸಾಹಿತ್ಯಕ್ಕೆ ಬೇಕಾದ ಸಲಹೆ, ಸಹಕಾರ ಕೊಡ್ತಾರೆ. ಇದಿಷ್ಟು ಕಡ್ಡಾಯವಾಗಿ ನಡಿಲೇಬೇಕು. ಆಮೇಲೆ ನಿಮ್ಮ ಅವ್ಳ ಕನಸುಗಳು ಒಟ್ಟಿಗೆ ನಿಜ್ವಾಗುತ್ತೆ." ಎಷ್ಟೇ ಸಹಜವಾಗಿ ಹೇಳಬೇಕೆಂದುಕೊಂಡರೂ ವ್ಯಂಗ್ಯದ ಮೊನಚು ಅವರನ್ನ ಇರಿಯದೇ ಹೋಗಲಿಲ್ಲ.

"ಇಲ್ಲಿ ಸ್ವಲ್ಪ ನೋಡು..." ಕೈಯೆತ್ತಿ ಮಧ್ಯದಲ್ಲಿಯೇ ತಡೆದ.

"ಮತ್ತೆ ಮಾತೇ ಬೇಕಿಲ್ಲ. ಇವ್ಳಿಗೆ ಪತ್ರಗಳ್ನ ಬರೆದ್ರಲ್ಲ.... ಅವರೇನು ಹುಚ್ಚರೇ! ಅಂಥ ಪತ್ರಗಳ್ನ ಸುಟ್ಟ ವೇಣು ಮೇಲೆ ಸೇಡು ತೀರ್ಸಿಕೊಳ್ಳೋದ್ಬೇಡ್ವಾ!?"

ನಾಲ್ಕು ಹೆಜ್ಜೆ ಮುಂದೆ ಹೋದವನು ನಿಂತು ಗಂಭೀರವಾಗಿ ಹೇಳಿದ.

"ದಯವಿಟ್ಟು ಇದ್ರ ಮಧ್ಯೆ ತಮ್ಮಗಳ ಪ್ರವೇಶ ಬೇಡ!"

ಹೋಗುತ್ತಿದ್ದ ಮಗನತ್ತಲೇ ನೋಡುತ್ತ ಚಿದಂಬರಯ್ಯ ನಿಂತಲ್ಲಿಯೇ ಕಲ್ಲಾದರು.

ಇಡೀ ದಿನ ಪೂರ್ತಿ ಅವಳ ಅಭ್ಯಾಸಗಳಿಗೆ ಸಾಕಾಗುತ್ತಿರಲಿಲ್ಲ. ರಾತ್ರಿಯೆಲ್ಲ ಸ್ವಂತ ವಿಚಾರಗಳತ್ತ ತಲೆ ಓಡಿಸದೆ ಪ್ರೊಫೆಸರ್ ಹೇಳಿದ ಪುಸ್ತಕಗಳನ್ನ ಓದುತ್ತಿದ್ದಳು. ತಲೆಬುಡ ಗೊತ್ತಾಗದೆ ಕೂತು ಅತ್ತುಬಿಡುತ್ತಿದ್ದಳು.

ಕೋಣೆಯಿಂದ ಹೊರಗೆ ಬಂದಾಗ ಆನಂದನ ಹಾಸಿಗೆ ಹಾಲ್‌ನಲ್ಲಿ ಬಿಡಿಸಿತ್ತು. ಸದ್ದಿಗೆ ತಟ್ಟನೆ ಎದ್ದು ಕೂತ. ತುಟಿಯಂಚಿನ ಕಿರುನಗು ಜಾರಿತು. ಆಳದ ಉದ್ದಗಲ ತಿಳಿಯುವವರೆಗೂ ಸುಮ್ಮನಿರಲಾರ.

"ಯಾರದು?" ಗೊತ್ತಿಲ್ಲದವನಂತೆ ಪ್ರಶ್ನಿಸಿದ.

"ನಾನು" ಧ್ವನಿ ಕ್ಷೀಣಿಸಿತು. ಸರಿಯಾಗಿ ಕೂತ. "ಅದ್ನ ಓದಿ ಮುಗಿಸಿದ್ಯಾ? ಪದ್ಮಿನಿಯ ಮುಖ ಬೆವರಿನಿಂದ ತೊಯ್ದುಹೋಯಿತು. ನಿದ್ದೆ ಬರುತ್ತೆ ನಾಳೆ ಓದ್ತೀನಿ" ಅವನು ಸುಮ್ಮನಿರಲಾರ. ಎದ್ದು ಲೈಟು ಹಾಕಿದ. ಮೈಮುರಿದು ಆಕಳಿಸಿ ಕ್ರಾಪ್ ಸರಿಮಾಡಿಕೊಂಡ. "ಅದೆಲ್ಲ ಬೇಡ. ಮೊದ್ಲು ಓದಿ ಮುಗ್ಸು. ನಿನ್ನಲ್ಲಿರೋ ಪ್ರತಿಭೆನ ಬಣ್ಣಬಣ್ಣವಾಗಿ ಅವ್ರಿಗೆ ವರ್ಣಿಸಿದ್ದೀನಿ. ತೀರಾ ಅವಮಾನವಾಗುತ್ತೆ. ಅಲ್ದೇ ನೀನೆಂದು ಪ್ರಸಿದ್ಧಿಗೆ ಬರೋದು" ಸುಪ್ತ ಮನದ ಅವಳ ಕಲ್ಪನೆಗಳು ಅಲುಗಾಡಿದವು.

ಎಚ್ಚರಗೊಂಡ ಚಿದಂಬರಯ್ಯನವರು ಹೊರಗೆ ಬಂದರು. ಮಗಳ ಮುಖದಲ್ಲಿದ್ದ ಬೇಸರನ್ನ ಸುಲಭವಾಗಿ ಓದಿಕೊಂಡರು. ಒಂದು ಕ್ಷಣ ಸಹಾನುಭೂತಿಯಿಂದ ಮನ ತುಳುಕಾಡಿದರೂ ಮರುಕ್ಷಣ ಸ್ತಬ್ಧವಾಗಿ ನಿಂತಿತು.

"ಅಪ್ಪ, ನೀವು ಮಲಕ್ಕೋ ಹೋಗಿ. ಸುಮ್ನೇ ನಾಲ್ಕು ಗೋಡೆ ಮಧ್ಯೆ ಅವ್ಳ ಪ್ರತಿಭೆ ಕಮರಿಹೋಗೋದು ನಂಗೆ ಬೇಕಿಲ್ಲ! ನೀವೆಲ್ಲ ಆಶ್ಚರ್ಯಪಡೋ ಹಾಗೆ ಅವ್ಳನ್ನ ತಯಾರು ಮಾಡ್ತೀನಿ." ಚಿಟಿಕೆ ಹೊಡೆದು ಹೇಳಿದ.

ಪೆಚ್ಚು ಮುಖ ಹಾಕಿಕೊಂಡು ಕೋಣೆಯೊಳಕ್ಕೆ ಬಂದು ತಲೆಯ ಮೇಲೆ ಕೈಯೊತ್ತು ಕೂತರು. ಕತ್ತಲೆ ಗರ್ಭದಲ್ಲಿ ಸೀಳಿಕೊಂಡು ಹೆಂಡತಿಯ ಉಸಿರಾಟದ ಸದ್ದು ಕೇಳಿಸುತ್ತಿತ್ತು.

ಪ್ಲೇಟು ಮುಂದೆ ಬಂದಾಗ ಮುಗಿಲಿನೊಡನೆ ವಿಹರಿಸುತ್ತಿದ್ದರು. ಬರೆದ ಪದ್ಯ ಮುಂದಿಟ್ಟಾಗ ನಕ್ಷತ್ರಗಳಲ್ಲಿ ಒಂದಾಗಿದ್ದರು. ಸುಪ್ರಸಿದ್ಧ ಬರಹಗಾತಿ ಭ್ರಮೆಯ ಬೆಳಕಲ್ಲಿ ಮಗಳನ್ನ ಕಂಡಿದ್ದರು.

"ನಾನು ಅಲ್ಲೇ ಕೂತ್ಕೋತೀನಿ ನಡೀ!" ಆನಂದನ ಸ್ವರ ಕೇಳಿಸಿತು. ತಲೆಗೆ ಕೈಕೊಟ್ಟು ಮಲಗಿಕೊಂಡರು.

ತೆಪ್ಪಗೆ ಪದ್ಮಿನಿ ಕೋಣೆಯೋಳಕ್ಕೆ ಬಂದಳು. ಹೆಚ್ಚು ಓದುವುದು ಕೂಡ ಅವಳಿಂದಾಗುತ್ತಿರಲಿಲ್ಲ. ನಾಲ್ಕು ಪುಟ ಓದುವ ವೇಳೆಗೆ ಆಕಳಿಕೆ, ತೂಕಡಿಕೆ ಶುರುವಾಗುತ್ತಿತ್ತು. ನಡೆದ ಘಟನೆಯನ್ನ ಆಧರಿಸಿ ಒಂದು ಕತೆ ಬರೆದು ಕೊಡುವಂತೆ ಪ್ರೊಫೆಸರ್ ಸಲಹೆ ಇತ್ತಿದ್ದರು. ನಾಲ್ಕು ದಿನದಿಂದ ಪ್ರಯತ್ನಿಸಿ ಸೋತುಹೋಗಿದ್ದಳು. ಪೆನ್ನು ಹಿಡಿದಾಗ ಅವಳ ಸಹನೆಯೇ ಸತ್ತುಹೋಗುತ್ತಿತ್ತು. ಏನೂ ಜ್ಞಾಪಕಕ್ಕೆ ಬರುತ್ತಿರಲಿಲ್ಲ.

"ನಂಗೆ ತುಂಬ ನಿದ್ದೆ; ಹೋಗಿ ಮಲಕ್ಕೋತೀನಿ" ತಡೆಯಲಾರದೇ ಹೇಳಿದಳು. ಆನಂದನ ಕಣ್ಣುಗಳು ಕೆಂಪಗಾದವು. ಕಪಾಳಕ್ಕೆ ಬಾರಿಸುವಷ್ಟು ಕೋಪ ಬಂತು.

"ನಂಗೆ ಕೋಪ ಬರಿಸ್ಬೇಡ. ನಾವೆಲ್ಲ ನಿಂಗೆ ತುಂಬ ಅನ್ಯಾಯ ಮಾಡಿ ಬಿಟ್ಟಿದ್ದೀವಂತ ತಾನೇ ನಿನ್ನ ಆಕ್ಷೇಪಣೆ! ಈಗ ನಿನ್ನ ಪ್ರತಿಭೆ ತೋರ್ಸು ಇಲ್ಲಿ ನಿಂಗೆ ಕುಣ್ಯೋದು, ಹಾಡೋದು, ಬರ್ಯೋದು, ಬಿಟ್ಟು ಬೇರೆ ಕಲ್ಪನೆ ಇಲ್ಲ!"

ಸುಸ್ತಾದವಳಂತೆ ಕೂತಳು. ಕಣ್ಮುಂದೆ ಮಂಜು ಹರಡಿಕೊಂಡಿತು. ಎಲ್ಲಾ ಮಸುಕು ಮಸುಕು. ಬೆಚ್ಚಗೆ ಹೊದ್ದು ವೇಣುವಿನ ಬಾಹುಗಳಲ್ಲಿ ಕರಗುವುದೇ ಹಿತವಾಗಿ ಕಾಣಿಸಿತು.

ಕೈಗೆ ಸಿಕ್ಕಿದ ಪುಸ್ತಕ ಹಿಡಿದು ಆನಂದ್ ಅಲ್ಲೇ ಕಾಲು ಚಾಚಿ ಗೋಡೆಗೊರಗಿ ಕೂತ. ವಾರೆಗಣ್ಣಿಂದ ಅವಳತ್ತ ನೋಡುತ್ತಲೇ ಇದ್ದ. ಸೋಮಾರಿ ಮುಖ ಕಂಡು ಹಲ್ಲು ಕಚ್ಚಿದ.

"ಮುಖ ತೊಳ್ಕೊಂಡ್ಬಂದು ಕೂತ್ಕೊ" ಗದರಿದ.

ಇಡೀ ರಾತ್ರಿ ಮಲಗಿಸದೆ ಕಾವಲು ಕೂತ. ತನ್ನಿಂದ ಸಾಧ್ಯವಿಲ್ಲವೆಂದು ಅವಳ ಮನಸ್ಸಿಗೆ ಪೂರ್ತಿ ಅರಿವಾಗುವುದು ಮಾತ್ರವಲ್ಲ ಅಪ್ಪ, ಅಮ್ಮ ಕೂಡ ತಮ್ಮ ಅವಿವೇಕದ ಹುಚ್ಚಾಟಗಳಿಗೆ ತಲೆ ಚಚ್ಚಿಕೊಳ್ಳಬೇಕು. ಅದುವರೆಗೂ ಅವನ ಮನ ಸಮಾಧಾನಗೊಳ್ಳದು.

ಒಂದು ಕ್ಷಣ ಗಾಢವಾದ ನಿದ್ದೆ ಅವನನ್ನ ಆವರಿಸಿತು. ಚಿಲಕದ ಸದ್ದು ಕೇಳಿ ಎದ್ದು ಕೂತ. ಕಣ್ಣುಗಳು ಭಗಭಗನೇ ಉರಿಯುತ್ತಿದ್ದವು. ಮೈ ಭಾರವೆನಿಸಿತು. ಕಣ್ಣುಗಳನ್ನ ಹೊಸಕಿಕೊಳ್ಳುತ್ತ ಹೋಗಿ ಬಾಗಿಲು ತೆರೆದ.

ಸಂಗೀತದ ಮೇಷ್ಟ್ರು ನಿಂತಿದ್ದರು. ತುಟಿಗಳ ಮೇಲೆ ನಗುವರಳಿಸಿ ಆಹ್ವಾನಿಸಿದ.

"ಬನ್ನಿ, ಬನ್ನಿ.... ನಮ್ಮ ಪದ್ಮಿನಿ ಕಾಯ್ತಾ ಕೂತಿದ್ದಾಳೆ. ನಾಲಿಗೆಯಿಂದ ತುಟಿಯನ್ನ ಸವರಿಕೊಂಡ."

ಕೋಣೆಯತ್ತ ನಡೆದ. ಪದ್ಮಿನಿ ಗಾಢವಾದ ನಿದ್ದೆಯಲ್ಲಿ ಮುಳುಗಿಬಿಟ್ಟಿದ್ದಳು. ಒಂದು ಕ್ಷಣ ಮನ ಹಿಂದೆಗೆಯಿತು. ಕಣ್ಮುಂದೆ ವೇಣುವಿನ ಬೇಸರದ ಮುಖ ಸುಳಿಯಿತು. ಮುಖದಲ್ಲಿ ಕಠಿಣತೆ ಮಿನುಗಿತು.

ತೋಳು ಮೇಲೆ ಕೈಯಿಟ್ಟು ಅಲುಗಾಡಿಸಿ ಎಚ್ಚರಿಸಿದ.

"ಬೇಗ ಏಳು, ಸಂಗೀತದ ಮೇಷ್ಟ್ರು ಬಂದಿದ್ದಾರೆ. ನಿನ್ನ ಸೋಮಾರಿ ಮುಖ ನೋಡಿದ್ರೆ... ಏನಂದ್ಕೋತಾರೆ. ಬೆಳಗಿನ ಜಾವದಲ್ಲಿ ತಣ್ಣೀರಿನಲ್ಲಿ ನಿಂತು ಸಂಗೀತದ ಅಭ್ಯಾಸ ಮಾಡ್ಬೇಕಂತೆ."

ಬಿಕ್ಕಿಬಿಕ್ಕಿ ಅತ್ತುಬಿಡಬೇಕೆನಿಸಿತು. ಪದ್ಮಿನಿಗೆ ಆನಂದ ಅವಳ ಪಾಲಿಗೆ ಶತ್ರುವೆನಿಸಿದ. ಎದ್ದು ಬಾತ್‌ರೂಮಿನತ್ತ ನಡೆದಾಗ ಕಿರುನಗೆ ನಕ್ಕು ಕೈ ಜಾಡಿಸಿದ.

ಎದ್ದು ಮುಂದಿನ ಮನೆಗ ಬಂದ. ಕೃಷ್ಣಸ್ವಾಮಿ ಕಾಫಿ ಕುಡಿಯುತ್ತಿದ್ದವನು ನಗುಮುಖದಿಂದಲೇ ಆಹ್ವಾನಿಸಿದ.

"ಅಂತೂ ದೊಡ್ಡ ನಾಟ್ಕ ನಡ್ಸಿದ್ದೀಯಾ!"

"ಬೇರೆ ದಾರಿನೇ ಇಲ್ಲ. ಇದೇ ಸರ್ಯಾದ ಚಿಕಿತ್ಸೆ. ನೋಡ್ತಾ ಇರು ಹೇಗೆ ದಾರಿಗೆ ಬರ್ತಾಳೇಂತ. ತಾನಾಗಿ ವೇಣುನತ್ರ ಓಡ್ಬೇಕೂ..." ಮುಖದ ಮೇಲೆ ಗಂಭೀರಭಾವ ಸುಳಿಯಿತು. ಉಸಿರನ್ನ ಎಳೆದು ಹೊರಗೆ ದಬ್ಬಿದ.

ಬೆತ್ತದ ಕುರ್ಚಿಯ ಮೇಲೆ ಕೂತು ಕಾಲುಗಳನ್ನ ಮೇಲಕ್ಕೆ ಎಳೆದುಕೊಂಡ. ಅಚ್ಚುಕಟ್ಟಾಗಿ ಕೂತು ಅತ್ತಿಗೆ ತಂದ ಕಾಫಿಗೆ ಕೈ ನೀಡಿದ.

"ಏನೋಪ್ಪ, ನಂಗೊಂದು ಅರ್ಥವಾಗೋಲ್ಲ!" ಹಣೆಯುಜ್ಜಿದರು.

"ಯಾರ್ಗೂ ಅರ್ಥವಾಗದಂಥ ವಿಲಕ್ಷಣ ಸಮಸ್ಯೆನೇ!" ಕೆಟ್ಟದಾಗಿ ಮುಖ ಮಾಡಿದ.

ಸ್ನಾನ, ತಿಂಡಿ ಎಲ್ಲಾ ಅಲ್ಲೇ ಮುಗಿಸಿ ಔಟ್‌ಹೌಸ್‌ಗೆ ಬರುವ ವೇಳೆಗೆ ಹೊರ ತಳ್ಳುವಂಥ ನೀರವತೆ ಹರಡಿಕೊಂಡಿತ್ತು. ಚಿದಂಬರಯ್ಯ, ಅಂಬುಜಮ್ಮ ಒಂದೊಂದು ಕಡೆ ಕೂತಿದ್ದರು. ಕೋಪ ಬೆರೆತ ಬೇಸರದ ಛಾಯೆ ಸ್ಪಷ್ಟವಾಗಿತ್ತು.

"ಯಾವುದಾದ್ರೂ ಬೆಟ್ಟ ತಲೆ ಮೇಲೆ ಬಿತ್ತಾ?" ರೋಸಿ ಕಟುವಾಗಿಯೇ ಇರಿದ.

ಚಿದಂಬರಯ್ಯನವರು ಮಗನ ಕಡೆ ದುರದುರನೇ ನೋಡಿದರು. ಉಗುಳು ನುಂಗಿದರು. ಕಣ್ಣಿನ ಗೋಲಿಗಳು ವಿಚಿತ್ರ ಗತಿಯಲ್ಲಿ ಸುತ್ತಿತು.

"ಅವ್ಳನ್ನ ಏನು ಮಾಡ್ಬೇಕೂಂತಿದ್ದೀಯೋ?" ಪ್ರಶ್ನೆ ಬಾಣದಂತೆ ಬಂದಾಗ ಅಳುಕದೆ ನಿಶ್ಚಲವಾಗಿ ಅವರ ಎದುರಿನಲ್ಲಿಯೇ ಕೂತ. "ನಿಮ್ಗೆ ಗೊತ್ತಿಲ್ವಾ?" ವ್ಯಂಗ್ಯದ ಮೊನಚು ಅವರನ್ನ ಇರಿಯಿತು. ಆನಂದ್ ನೇರವಾಗಿ ಅವರನ್ನ ನೋಡಿದ. ಇಲ್ಲದ

ಗುಣಗಳನ್ನ ಮಗಳ ಸುಪ್ತಮನಸ್ಸಿನಲ್ಲಿ ನೆಟ್ಟು ಬೆಳೆಸಿ ಹಾಸ್ಯಾಸ್ಪದವಾಗಿ ತಯಾರು ಮಾಡಿದ ಅವರ ಬಗ್ಗೆ ಅವನಿಗೆ ಜಿಗುಪ್ಸೆ. "ಯಾಕೆ ಸುಮ್ಮನಾದ್ರಿ! ನಿಮ್ಮ ಮಗ್ಳು ಅಪರೂಪದ ಪ್ರತಿಭಾವಂತೆ! ಅದ್ನ ಸಾಬೀತುಮಾಡೋಕೆ ಹೊರಟಿದ್ದೀನಿ, ಅಷ್ಟೇ."

"ತೀರಾ ಅತಿ ಆಯ್ತು." ಚಿದಂಬರಯ್ಯನವರ ತುಟಿಗಳು ಕೋಪದಿಂದ ಕಂಪಿಸಿತು.

"ಯಾವ್ದು ಅತಿ!" ಅವರ ಸನ್ನಿಹಕ್ಕೆ ಸರಿದು ಕೂತ.

"ಅವ್ಳಿಗೆ ವಿರಾಮ ಬೇಡ್ವಾ! ಕುಣ್ದು ಕುಣ್ದು ಅವ್ಳ ಕೈಕಾಲುಗಳು ಬಿದ್ಹೋಗಿದೆ! ರಾತ್ರಿಯಲ್ಲಿ ಜಾಗರಣೆ ಮಾಡಿಸ್ತೀಯಾ! ಆ ಸಂಗೀತದ ಮೇಷ್ಟ್ರು... ರೇಗಾಡ್ತಾರೆ ಇಂಥ ಹಣೆಬರಹ ಅವ್ಳಿಗ್ಯಾಕೆ?" ಆನಂದ ಜೋರಾಗಿ ನಕ್ಕುಬಿಟ್ಟ. ಹಣೆ ಚಚ್ಚಿಕೊಂಡ.

"ಮತ್ತೆ ಪ್ರಸಿದ್ಧಿ ಗಳಿಸೋದ್ಹೇಗೆ? ಸಾವಿರಾರು ಅಭಿಮಾನಿಗಳ ಆರಾಧ್ಯದೇವತೆ ಹಾಗೆ ಮೆರೆಯೋಕೆ ಇಷ್ಟು ತಯಾರು ಖಂಡಿತ ಅಗತ್ಯ" ಮುಷ್ಟಿ ಹಿಡಿದು ನೆಲಕ್ಕೆ ಗುದ್ದಿದ.

ಗಂಡ, ಹೆಂಡತಿ ಮುಖ ಮುಖ ನೋಡಿಕೊಂಡರು.

"ಇನ್ನು ಈ ವಿಷ್ಯದಲ್ಲಿ ನೀವುಗಳು ತಲೆ ಹಾಕೋದ್ಬೇಡ" ಕಡ್ಡಿ ತುಂಡು ಮಾಡಿದಂತೆ ಹೇಳಿ ಮೇಲಕ್ಕೆದ್ದ.

ಅವನು ನೇರವಾಗಿ ಸಂಗೀತದ ಮೇಷ್ಟ್ರು ಮನೆಗ ಬಂದ. ಅವನ ಖಾಸ ಗೆಳೆಯನ ಚಿಕ್ಕಪ್ಪನು ಒಂದು ವಿಧವಾದ ತಮಾಷೆಯ ಮನುಷ್ಯ. ಎಲ್ಲರೊಡನೆ ಒಗ್ಗಿಕೊಳ್ಳುವ ಜಾಯಮಾನ ಅವರದು.

"ನಮಸ್ಕಾರ...." ಎರಡು ಕೈ ಜೋಡಿಸಿದ.

"ಬನ್ನಿ... ಬನ್ನಿ.... ನಿಮ್ಹತ್ರ ಮಾತಾಡೋ ವಿಷ್ಯವಿತ್ತು" ಅವರ ಮುಖದಲ್ಲೂ ಉತ್ಸಾಹ ಕಾಣಲಿಲ್ಲ.

ಇದರಿಂದ ಪದ್ಮಿನಿಯನ್ನ ತಿದ್ದುವುದು ಮಾತ್ರವಲ್ಲದೇ ಅವಳಿಗೆ ಈ ಮೂರರಲ್ಲಿ ಹೆಚ್ಚಿನ ಆಸಕ್ತಿ ಯಾವ ಕಡೆಗಿದೆಯೆಂದು ಪರೀಕ್ಷಿಸುವುದು ಎಂದು ತೀರ್ಮಾನಿಸಿದ್ದ.

"ಏನು ಪ್ರಯೋಜನ ಇಲ್ಲ. ಕಲಿಯುವ ಆಸಕ್ತಿನೇ ಇಲ್ಲ. ಬಲವಂತದಿಂದ ಸಂಗೀತ ಕಲ್ಸೋದು ಕಷ್ಟ!"

"ಗುಡ್, ಆದ್ರೆ ನೀವು ಖಂಡಿತ ಬರ್ಲೇಬೇಕು. ಪಾಠ ಹೇಳ್ಲೇಬೇಕೂ" ಒತ್ತಿ ಹೇಳಿದ.

ಆಮೇಲೆ ಭಾರವಾದ ಮನಸ್ಸಿನಿಂದ ಎಲ್ಲ ವಿವರಿಸಿದ.

"ವೈದ್ಯರು ಇದಕ್ಕೆ ಚಿಕಿತ್ಸೆ ನಡೆಸುತ್ತಿದ್ದರೋ ಏನೋ! ನಾನು ಮಾತ್ರ ಈ ದಾರಿನ ಆರ್ಸಿಕೊಂಡಿದ್ದೀನಿ. ಖಂಡಿತ ಸಕ್ಸೆಸ್ ಆಗ್ತೀನಿ" ಕೈ ಎದೆಯ ಮೇಲಕ್ಕೆ ಹೋಯಿತು.

ಅರ್ಧ ಗಂಟೆ ಅಲ್ಲಿ ಮಾತಾಡುತ್ತ ಕೂತಿದ್ದು ನೃತ್ಯಶಾಲೆಯ ಕಡೆಗೆ ನಡೆದ.

ಗೆಜ್ಜೆಗಳ ಝುಣತ್ಕಾರ ಮೈಮನವನ್ನು ಪುಳಕಿತಗೊಳಿಸಿತು. ಹೆಜ್ಜೆಯ ವೇಗವನ್ನ ಕಡಿಮೆಗೊಳಿಸಿದ. ಕಣ್ಣುಗಳು ಕಿರಿದಾದವು.

ಮೆಟ್ಟಲುಗಳನ್ನ ಹತ್ತಿ ಮೇಲೆ ಹೋದಾಗ ಚಿಕ್ಕ ವಯಸ್ಸಿನ ತರುಣಿಯರು ಗುರುವಿನ ತಾಳಕ್ಕೆ ಸರಿಯಾಗಿ ಅಭ್ಯಾಸ ಮಾಡುತ್ತಿದ್ದರು. ಹತ್ತು ನಿಮಿಷ ಸುಮ್ಮನೆ ಕೂತ.

"ಏನ್ಸಮಾಚಾರ?" ಇವನತ್ತ ಗಮನವರಿಸಿದರು.

"ಸುಮ್ನೆ ಬಂದೆ."

ಅವರಾಗಿ ಏನೂ ಹೇಳದ ಕಾರಣ ಸುಮ್ಮನೆ ಅದೂ, ಇದೂ ಮಾತನಾಡುತ್ತಾ ಕೂತಿದ್ದು ಎದ್ದು ಹೊರಟ.

ದಿನಗಳು ಸರಿಯುತ್ತಿದ್ದವು. ಆದರೂ ಆನಂದನ ಬಿಗಿಮುಷ್ಠಿ ಸಡಿಲಿಸಲಿಲ್ಲ.

* * * *

ಅಂದು ಪ್ರಭಾಕರನ ಮನೆಯಲ್ಲಿ ಸಂಭ್ರಮದ ವಾತಾವರಣ ತುಂಬಿಕೊಂಡಿತ್ತು. ಬಂದ ಸಂಬಂಧದವರು ಯಾವ ಷರತ್ತನ್ನೂ ಹಾಕದೆ ವರದಕ್ಷಿಣೆಯ ಆಸೆಯನ್ನು ವ್ಯಕ್ತಪಡಿಸದೆ ಸರಳನ ಮದುವೆಯಾಗಲು ಒಪ್ಪಿಕೊಂಡಿದ್ದರು.

ಸರಳ ಏಕಾಂಗಿಯಾಗಿ ಬಂದು ಕಾಂಪೌಂಡ್‌ನಲ್ಲಿ ನಿಂತಳು. ಹೃದಯದಲ್ಲಿ ಹೇಳಿಕೊಳ್ಳಲಾರದ ವೇದನೆ. ಎಲ್ಲಿ ಒಡೆದುಹೋಗುವುದೋ ಎಂದು ಭಯಭ್ರಾಂತಳಾಗಿದ್ದಳು.

"ಯಾಕೆ ಇಲ್ಲಿ ನಿಂತ್ಕೊಂಡೆ!" ಪ್ರಭಾಕರನ ಕಣ್ಣುಗಳು ಕಿರಿದಾದವು.

ಅಷ್ಟು ದೂರದಲ್ಲಿ ಬರುವಾಗಲೇ ತಂಗಿಯ ಮ್ಲಾನವದನ ಗಮನಿಸಿದ್ದ. ತಲೆಯಲ್ಲಿ ಅಗ್ನಿಸ್ಫೋಟವಾಗಿತ್ತು. ಅಂತಃಕರಣದ ಸರಳ ವಾತಾವರಣದಲ್ಲಿ ಅವರೊಡನೆ ಬೆರೆಯುತ್ತಿದ್ದನೇ ವಿನಃ ಯಾವುದೇ ಬಿಗುವು ಇರಲಿಲ್ಲ.

"ತಣ್ಣಗೆ ಗಾಳಿ ಬರ್ತಾ ಇತ್ತು. ಅದ್ಕೇ ನಿಂತ್ಕೊಂಡೆ" ನಸುನಕ್ಕಳು. ಅದು ಕೃತಕವೆನಿಸಿತು.

"ಹಾಗಾದ್ರೆ ಅಡ್ಡಾಡಿಕೊಂಡು ಬರೋಣ, ನಡೀ."

ಮುಖ ಮೇಲೆತ್ತಿ ಪ್ರಭಾಕರನ ನೋಟ ಎದುರಿಸಲಾರದೆ ತಲೆ ತಗ್ಗಿಸಿದಳು. ಹೃದಯದ ಬಡಿತ ಹೆಚ್ಚಿತು.

ಪ್ರಭಾಕರ ತಂಗಿಯ ಕೈಯನ್ನು ತನ್ನ ಕೈಯಲ್ಲಿಡಿದು ಮೃದುವಾಗಿ ಅದುಮಿದ. "ಅಯ್ಯೋ ಹುಚ್ಚಿ! ನಿನ್ನಣ್ಣ ಇರೋವಾಗ ನಿಂಗ್ಯಾಕೆ ಚಿಂತೆ? ಏನಿದ್ರೂ ಧೈರ್ಯವಾಗಿ ಹೇಳು." ಕಣ್ಣುಗಳಲ್ಲಿಯೇ ಆಶ್ವಾಸನೆ ಕೊಟ್ಟ.

"ಪ್ರಮೋದನ್ನ ಎತ್ಕೊಂಡ್ಬರ್ಲಾ?" ಮೆಲ್ಲಗೆ ಕೇಳಿದಳು.

"ಏನು ಬೇಡ."

ಪ್ರಭಾಕರ, ಸರಳ ಇಬ್ಬರೂ ನಿಧಾನವಾಗಿ ಹೊರಟರು. ಸೂರ್ಯನ ಕಿರಣಗಳ ತೀಕ್ಷ್ಣತೆ ಕಮ್ಮಿಯಾಗಿತ್ತು. ಗುಡ್ಡದತ್ತ ನಡೆದರು. ಅಷ್ಟು ದೂರದಲ್ಲಿ ಹೋಗುತ್ತಿದ್ದ ವೇಣುಗೆ ಕೈಬೀಸಿದ.

"ನಮ್ಮನ್ನ ಮರೆತವನ ಹಾಗೆ ಓಡಾಡೋ ಅಭ್ಯಾಸ ಮಾಡ್ಕೊಂಡಿದ್ದಾನೆ" ನೋವಿನ ನಗೆ ನಕ್ಕ.

ಇಂಟರ್‌ವ್ಯೂಗೆ ಹೋಗಿ ಬಂದ ಮೇಲೆ ಇವರ ಮನೆ ಕಡೆ ಬಂದೇ ಇರಲಿಲ್ಲ. ಒಂದೆರಡು ಸಲ ಕರೆದಾಗ ವೇಣು ಮುಖ ಬೇರೆಡೆ ತಿರುಗಿಸಿದನ್ನ ನೋಡಿದ ಮೇಲೆ ಪ್ರಭಾಕರ ಕರೆಯುವುದನ್ನೇ ಬಿಟ್ಟಿದ್ದ. ಇವನಾಗಿ ಹೋದರೂ ಎಷ್ಟೋ ಅಷ್ಟು ಮಾತು.

ವೇಣು ನೋಡದವನಂತೆ ಹೋಗಿಬಿಟ್ಟ.

ಗುಡ್ಡದ ಸಮತಟ್ಟಾದ ಜಾಗ ತಲುಪಿದ ಮೇಲೆ ಅಲ್ಲಿದ್ದ ಕಲ್ಲಿನ ಹಾಸಿನ ಮೇಲೆ ಕೂತರು.

ಸರಳ ಮುಳುಗುವ ಸೂರ್ಯನನ್ನೇ ನೋಡುತ್ತ ಕೂತಳು. ಪ್ರಭಾಕರನ ಬಳಿ ಅವಳಿಗೆ ಯಾವುದೇ ಸಂಕೋಚವಿರಲಿಲ್ಲ. ಆದರೂ ಇದರಿಂದ ಅವನ ಮನಸ್ಸಿಗೆ ಎಲ್ಲಿ ಘಾಸಿಯಾಗುವುದೋ ಅನ್ನುವ ಹೆದರಿಕೆ.

"ಈಗ ಬಂದಿದ್ದ ಗಂಡು ನಿನ್ನ ಮನಸ್ಸಿಗೆ ಬರ್ಲಿಲ್ವಾ?" ಮೃದುವಾಗಿ ಕೇಳಿದ. ಅವಳ ತಲೆ ತಗ್ಗಿತು.

ತಂಗಿಯ ಭುಜದ ಮೇಲೆ ಕೈಹಾಕಿದ.

"ಇರೋದು ಹೇಳು. ನಿನ್ನ ಇಷ್ಟವಿಲ್ದೇ ಈ ಮದ್ವೆ ನಡ್ಯೋಕೆ ಸಾಧ್ಯವಿಲ್ಲ, ಅಪ್ಪ, ಅಮ್ಮ ಕೂಡ ಬಲವಂತ ಮಾಡೋಲ್ಲ. ನೀವು ಇಷ್ಟಪಟ್ರೆ ಕೆಲ್ಸಕ್ಕೆ ಹೋಗೋಕೆ ಅವ್ನ ಅಭ್ಯಂತರವಿಲ್ವಂತೆ."

ಮೌನವಾಗಿ ಕೂತಳೇ ವಿನಃ ತುಟಿ ಎರಡು ಮಾಡಲಿಲ್ಲ.

"ಸರಳ, ನನ್ಮೇಲೆ ನಿಂಗೆ ನಂಬಿಕೆ ಇಲ್ವಾ?" ಆ ಪ್ರಶ್ನೆ ಅವಳೆದೆಯನ್ನ ಈಟಿಯಂತೆ ಇರಿಯಿತು.

"ಪ್ರಭಣ್ಣ ಹಾಗೆಲ್ಲ... ಹೇಳ್ಬೇಡ. ಬಹುಶಃ ನಾನು ತುಂಬ ದುರ್ಬಲ ಹೆಣ್ಣು ಇರ್ಬೇಕೂ!" ಪ್ರಭಾಕರ ಬೆರಳುಗಳಿಂದ ಅವಳ ಬಾಯಿ ಮುಚ್ಚಿದ. "ಎಂಥ ಮಾತು! ನಾನು ನಂಬೋಲ್ಲ ಹಣೆಯಲ್ಲಿ ಚಿಂತೆಯ ಗೆರೆಗಳು ಮೂಡಿದವು."

"ನಂಬ್ಲೇ ಬೇಕಿದೆ. ನೀನು ಪದ್ಮಿನಿ ಎದ್ರು ವೇಣುನ ಪ್ರೀತಿಸೋ ನಾಟ್ಕ ಆಡೂಂದೆ. ನಾನು...." ಅವನ ಭುಜಕ್ಕೆ ಹಣೆ ಹಚ್ಚಿ ಬಿಕ್ಕಿದಳು.

ಪರ್ವತ ಸಿಡಿದು ತಲೆಯ ಮೇಲೆ ಬಿದ್ದಂತಾಯಿತು ಪ್ರಭಾಕರನಿಗೆ, ಮುಖ ಬೆವರಿನಿಂದ ತೊಯ್ದುಹೋಯಿತು. ಆ ಕ್ಷಣದಲ್ಲಿ ಏನೂ ತೋರದೆ ಮೌನವಾಗಿ ಕೂತುಬಿಟ್ಟ.

“ಅದ್ನೇ ತಲೆ ಕೆಡ್ಸಿಕೊಳ್ಳೋದ್ಬೇಡ. ಕಾಲ ಎಲ್ಲಾ ಮರೆಸಬಹ್ದು. ಸದ್ಯಕ್ಕೆ ನಂಗೆ ಮದ್ವೆ ಬೇಡ.”

ಪ್ರಭಾಕರ ಭುಜ ತಟ್ಟಿ ಆಶ್ವಾಸನೆ ಕೊಟ್ಟ.

“ಓ.ಕೆ.... ಅಂದ್ರೆ ನೀನು ಮಾತ್ರ ತಲೆ ಕೆಡ್ಸಿಕೋಬೇಡ. ತಪ್ಪು ಏನಾದ್ರೂ ಇದ್ರೆ.... ನಂದೇ. ವೇಣುನ ಯಾರು ಬೇಕಾದ್ರೂ ಪ್ರೀತಿಸೋ ಅಂಥ ಯುವಕ. ಪ್ರೀತಿ ಕೂಡ ಪ್ರಕೃತಿಯ ಸಹಜ ಒತ್ತಡ.”

ಅಷ್ಟು ದೂರದಲ್ಲಿ ನಿಂತ ವೇಣು ನಿಂತಲ್ಲಿಯೇ ಕಲ್ಲಾದ. ಚೇತರಿಸಿಕೊಂಡು ಬೇಗ ಬೇಗ ಇಳಿದುಹೋದ. ಅವನ ಹೃದಯ ಹಕ್ಕಿಯಂತೆ ಆಕಾಶದಲ್ಲಿ ಹಾರತೊಡಗಿತು. ಇನ್ನು ಹೃದಯದ ಪ್ರೀತಿಯನ್ನ ಅದುಮಿಡಬೇಕಿರಲಿಲ್ಲ.

ಕೈಯಲ್ಲಿದ್ದ ಸಿಗರೇಟು ಪ್ಯಾಕನ್ನ ಹರಿಯುತ್ತಿದ್ದ ನೀರಿಗೆ ಎಸೆದ. ಹಿಂದೆ ನಡೆದುಹೋದ ಅಧ್ಯಾಯಕ್ಕೆ ತೆರೆ ಸರಿಸಿಬಿಟ್ಟಿದ್ದ. ಮನ ಹುಚ್ಚೆದ್ದು ಅಲೆಗಳಂತೆ ಭೋರ್ಗರೆಯತೊಡಗಿತು.

ಅಂದು ರಾತ್ರಿ ನಿಶ್ಚಿಂತೆಯಿಂದ ನಿದ್ರಿಸಿದ. ಅವನೇನು ಆದರ್ಶದ ಬೆನ್ನು ಹತ್ತಿ ಹೋಗಿರಲಿಲ್ಲ. ಪ್ರೀತಿ ಸ್ಪಂದಿಸದ ಪದ್ಮಿನಿಗೆ ಅವನಿಗೆ ಬೇಡ. ಅವನಿಗೆ ಬದುಕು ಬೇಕು. ಪ್ರೀತಿ ಬೇಕೂ, ಎಲ್ಲಾ ಬೇಕು. ಅದನ್ನೆಲ್ಲ ಪ್ರಾಮಾಣಿಕವಾಗಿ ಮುಕ್ತ ಮನಸ್ಸಿನಿಂದ ಕೊಡುವಂಥ ಹೆಣ್ಣು ಬೇಕು. ಸರಳವಾಗಿ ಅವನೆದೆ ಮಿಡಿಯುತ್ತಿತ್ತು. ಅವಳ ಕಣ್ಣ ಬೆಳಕಿನಲ್ಲಿ ಕರಗುವ ಆಸೆಪಡುತ್ತಿದ್ದ.

ಬೆಳಿಗ್ಗೆ ಸ್ನಾನ ಮುಗಿಸಿದವನೇ ಪ್ರಭಾಕರನ ಮನೆಗೆ ಬಂದ. ಅವಳು ಪ್ರೀತಿಸಿದ್ದಾಳೆಂದು ಗೊತ್ತಾದ ಮೇಲೆ ಈ ಹುಚ್ಚು ಸಾಹಸ.

“ಗುಡ್ ಮಾರ್ನಿಂಗ್ ಪ್ರಮೋದ್” ಲೀಲಾಳ ಕೈಯಲ್ಲಿದ್ದ ಪ್ರಮೋದ್‌ಗಾಗಿ ತೋಳು ಚಾಚಿದ.

ಲೀಲಾಳ ಕಣ್ಣುಗಳು ಅರಳಿದವು. ನಸುನಕ್ಕು ಅವನೆಡೆಗೆ ನೀಡಿದಳು.

“ಸದ್ಯ ಬಂದ್ರಲ್ಲಾ! ನಿಮಗೋಸ್ಕರ ಸ್ವೀಟ್ ತೆಗೆದಿಟ್ಟಿದ್ದೀನಿ” ವೇಣು ಅರ್ಥವಾಗದವನಂತೆ ಮುಖ ಮಾಡಿದ. “ನಮ್ಮ ಸರಳ ಮದ್ವೇ ನಿಶ್ಚಯವಾಯಿತು!” ಉಕ್ಕಿ ಹರಿಯುತ್ತಿದ್ದ ಉತ್ಸಾಹದ ಅಲೆಗಳು ಒಮ್ಮೆಲೇ ನಿಂತು ಭವಿಷ್ಯದತ್ತ ಮುಖ ಮಾಡಿದವು.

“ಗುಡ್ ನ್ಯೂಸ್ - ಕಂಗ್ರಾಚ್ಯುಲೇಷನ್” ಸ್ವರ ಬತ್ತಿತ್ತು. ವಿವೇಚನೆ ಸತ್ತುಹೋಯಿತು. ‘ಇಲ್ಲಿ ಕೂಡ ತನ್ನ ಮೂರ್ಖತನ ಪ್ರದರ್ಶಿಸಿಬಿಟ್ಟೆನಲ್ಲ!’ ಅವರುಗಳ ಮಾತುಗಳನ್ನ ಅರ್ಥ ಮಾಡಿಕೊಳ್ಳುವ ಪ್ರಯತ್ನವನ್ನೇ ಮಾಡದೆ ಹುಚ್ಚುಹುಚ್ಚಾಗಿ ಉಬ್ಬಿಹೋದೆನಲ್ಲ!

“ನೋಡಿ, ವೇಣು ಬಂದಿದ್ದಾರೆ!”

ಲೀಲಾ ನೆರಿಗೆಗಳನ್ನ ಚಿಮುಕ್ತ್ತ ಹೋದತ್ತಲೇ ನೋಡಿ ನಿಟ್ಟುಸಿರು ದಬ್ಬಿದ.

ಹರಿಯುವ ನೀರಿನಲ್ಲಿ ತೇಲುತ್ತ ಹೋದ ಸಿಗರೇಟು ಪ್ಯಾಕೆಟ್ ನೆನಪಾಯಿತು. ತುಟಿಗಳ ಮೇಲೆ ನೋವಿನ ನಗೆ ಅರಳಿತು.

"ಓ..... ಕೂತ್ಕೋ..." ಮೊದಲಿನ ಆತ್ಮೀಯತೆಯೇ ಪ್ರಭಾಕರನ ಸ್ವರದಲ್ಲಿ. ಅವನ ಸಂತೃಪ್ತಿಯ ಬಾಳನ್ನ ನೋಡಿ ಒಂದು ಕ್ಷಣ ಅಸೂಯೆಯಾಯಿತು.

ಪ್ರಮೋದ್ ತನ್ನ ಪುಟ್ಟ ಕೈನಿಂದ ಕೂದಲು ಕೀಳತೊಡಗಿದ. ಅವನಿಗೆ ಹಿತವಾಗಿಯೇ ಕಂಡಿತು.

"ಏಯ್.... ಬಾ ಇಲ್ಲಿ."

ಕೈ ಚಾಚಿ ಪ್ರಮೋದನನ್ನ ಎತ್ತಿಕೊಂಡ. ಕೆಲಸದ ವಿಷಯವಾಗಿ ಮಾತಾಡಿದ.

"ಸರಳ, ಸ್ವಲ್ಪ ಕಾಫಿ ತಗೊಂಡ್ಬಾ" ಕೂಗಿ ಹೇಳಿದ. ವೇಣುವಿನ ಹುಬ್ಬೇರಿತು.

ಲೀಲಾ ತಟ್ಟೆಯಲ್ಲಿ ಮೊದಲು ಸ್ವೀಟ್ ಹಿಡಿದು ಬಂದಳು. ಅವರುಗಳ ಉದಾರತೆಯ ಬಗ್ಗೆ ಬಾಯಿ ತುಂಬ ಹೊಗಳಿದಳು.

"ನೀವು ಇರ್ಬೇಕಿತ್ತು" ಸ್ವರದಲ್ಲಿ ಆಕ್ಷೇಪಣೆ ಇತ್ತು.

"ಪರ್ವಾಗಿಲ್ಲ, ಅಂತೂ ಮದ್ವೆಗೆ ಇರ್ತೀನಲ್ಲ" ಕಾಫಿ ಲೋಟ ಕೈಗೆತ್ತಿಕೊಂಡ. ಪ್ರೀತಿಯನ್ನ ಅರಸಲು ಹೊರಟ ತನಗೆ ನಿರಾಶೆಯೇ ಎದುರಾಗಬೇಕೆ! ಪೂರ್ತಿ ಕೇಳಿಸಿಕೊಂಡಿರಲಿಲ್ಲ.

"ಯಾವಾಗ.... ಮದ್ವೆ?" ಪ್ರಭಾಕರ ಹಣೆಯುಜ್ಜಿದ.

ಸರಳ ಹೇಳಿದ್ದು ಅವನ ಹೃದಯದಾಳದಲ್ಲಿಯೇ ಇತ್ತು. ಸದ್ಯಕ್ಕೆ ಲೀಲಾಗೂ ಹೇಳಲಾರ. ಮದುವೆಯನ್ನ ನೆವವೊಡ್ಡಿ ಮುಂದಕ್ಕೆ ಹಾಕುವುದನ್ನ ಬಿಟ್ಟು ಅವನಿಗೆ ಬೇರೆ ದಾರಿ ಕಾಣಲಿಲ್ಲ.

"ನೋಡ್ಬೇಕೂ.... ಸದ್ಯಕ್ಕೆ ಪಾರ್ಥನ ಕೋರ್ಸು ಮುಗಿಲೀಂತ. ಸರಳಾಗೂ ಸ್ವಲ್ಪ ದಿನವಾದ್ರೂ ಕೆಲ್ಸದಲ್ಲಿರಬೇಕೂಂತ ಆಸೆ ಇದೆ." ಅವನ ಹಣೆಯಲ್ಲಿ ಗೆರೆಗಳು ಮೂಡಿ ಮಾಯವಾದವು.

"ವೇಣು ಶಿವಮೊಗ್ಗೆಗೆ ಹೋಗಿದ್ಯಾ? ಒಂದ್ಸಲ ಹೋಗಿ ಬರ್ಬೇಕಿತ್ತು. ಜೀವನ ಪೂರ್ತಿ ಒಂದಲ್ಲ ಒಂದು ಸಮಸ್ಯೆ ಕಾಡ್ತಾ ಇರುತ್ತೆ!"

"ಪ್ಲೀಸ್, ನಂಗೆ ಆ ವಿಷ್ಯ ಮಾತಾಡೋಕೆ ಇಷ್ಟವಿಲ್ಲ!" ಅವನ ಕಣ್ಣುಗಳಲ್ಲಿನ ವೈರಾಗ್ಯ ಭಾವನೆ ಕಾಣಿಸಿಕೊಂಡಿತು.

ಎದ್ದು ಹೊರಟುಬಿಟ್ಟ. ಪ್ರಭಾಕರ ತುಟಿ ಕಚ್ಚಿಕೊಂಡ. ಆ ವಿಷಯ ಎತ್ತಬಾರದಾಗಿತ್ತೇನೋ! ಹಿತೈಷಿಗಳೆನಿಸಿಕೊಂಡವರು ಒಳಿತನ್ನ ಬಯಸಬೇಕಾದ್ದು ಕರ್ತವ್ಯ.

ನೇರವಾಗಿ ಡ್ಯಾಮ್ ಕನ್‌ಸ್ಟ್ರಕ್ಷನ್ ಸ್ಥಳಕ್ಕೆ ಹೋದ.

ಮೇಸ್ತ್ರಿ ಓಡಿಬಂದ. ಏನು ಎನ್ನುವಂತೆ ನೋಡಿದ.

"ನಿಮ್ಮ ತಂದೆಯೋರು ಬಂದಿದ್ದಾರೆ." ಅವನ ಕಣ್ಣುಗಳು ಕಿರಿದಾದವು. ಮನದಲ್ಲಿ ಯಾವ ಭಾವ ಸ್ಪಂದನಕ್ಕೂ ಅವಕಾಶವಿಲ್ಲ. ಉದಾಸೀನ ವ್ಯಕ್ತಪಡಿಸಲು ಇಚ್ಛಿಸಲಿಲ್ಲ.

"ಆಯ್ತು. ನಾನ್ಹೋಗಿ ನೋಡ್ತೀನಿ" ಕೈಯನ್ನ ಪ್ಯಾಂಟ್ ಜೇಬಿನೊಳಕ್ಕೆ ತುರುಕಿ ಕೆಲಸ ಮಾಡುತ್ತಿದ್ದ ಆಳುಗಳತ್ತ ನೋಡಿದ. ಅವರುಗಳ ಆಸೆ, ಆಕಾಂಕ್ಷೆ, ನೋವು, ನಲಿವು ಎಲ್ಲಾ ಧೂಳಿನಿಂದ ಆವೃತವಾಗಿ ಹೋಗಿದೆಯೆಂದುಕೊಂಡ.

ಜೀಪಿನಲ್ಲಿ ಬಂದು ಇಳಿದಾಗ ಭವ್ಯ ಸೂಟಿನಲ್ಲಿ ರಾಮನಾಥ್ ಮನೆಯ ಮುಂದೆ ನಿಂತಿದ್ದರು. ಬ್ರೀಫ್ ಕೇಸ್ ತಂದಿಟ್ಟ ಕೂಲಿಯ ಮುಂದೆ ಏನೋ ಒದರುತ್ತಿದ್ದರು. ಅದನ್ನ ಕಿವಿಯಾರೆ ಕೇಳಬೇಕಿರಲಿಲ್ಲ. ಸುಲಭವಾಗಿ ಊಹಿಸಿಕೊಳ್ಳಬಲ್ಲ; ಗತ್ತಿನ ಬಡಬಡಿಕೆ ಅಷ್ಟೆ.

ಇಳಿದು ಡ್ರೈವರ್‌ಗೆ ಏನೋ ಹೇಳಿ ಮನೆಯತ್ತ ನಡೆದ. ಕೈ ಪ್ಯಾಂಟ್ ಜೇಬಿನಲ್ಲಿದ್ದ ಬೀಗದ ಕೈಯನ್ನ ಸವರಿ ನೋಡಿತು.

"ಎಷ್ಟೊತ್ತು ಕಾಯೋದು?" ಬೇಸರ ವ್ಯಕ್ತಪಡಿಸಿದರು. ಅದಕ್ಕೆ ವೇಣು ಪ್ರತಿಕ್ರಿಯೆ ವ್ಯಕ್ತಪಡಿಸಲು ಹೋಗಲಿಲ್ಲ.

ಬೀಗ ತೆಗೆದ. ಬ್ರೀಫ್ ಕೇಸ್ ತಂದಿಟ್ಟ ಕೂಲಿಯನ್ನ ನಿಲ್ಲುವಂತೆ ಹೇಳಿದ.

"ತಗೋ" ಜೇಬಿನಿಂದ ಎರಡರ ನೋಟನ್ನ ತೆಗೆದು ಅವನ ಮುಂದಿಡಿದ. ಅವನು ಬೆಂಕಿ ಸೋಕಿದವನಂತೆ ಕೈಯನ್ನ ಹಿಂದಕ್ಕೆ ತೆಗೆದುಕೊಂಡ.

"ಬೇಡ, ಸ್ವಾಮಿ" ಸಂಕೋಚದಿಂದ ಅವನ ತಲೆ ನೆಲದತ್ತ ಬಾಗಿತ್ತು.

"ಯಾಕೆ ಬೇಡ? ತಗೋ." ವೇಣು ಅವನ ಕೈಯಲ್ಲಿ ತುರುಕಿ ಒಳಗೆ ಹೋದ.

ಒಳಗೆ ಬಂದು ಕೂತ ರಾಮನಾಥ್ ಕತ್ತಿನ ಟೈಯನ್ನ ಸಡಿಲಿಸಿ ಷರಟಿನ ಒಂದು ಗುಂಡಿ ಬಿಚ್ಚಿದರು. ವೇಣು ಫ್ಯಾನ್ ಸ್ವಿಚ್ ಅದುಮಿ ಅಡಿಗೆಯ ಮನೆಗೆ ಹೋದ. ಒಂದು ಲೋಟ ತಣ್ಣನೆಯ ನೀರು ಬಗ್ಗಿಸಿಕೊಂಡು ಬಂದು ಅವರ ಮುಂದಿಟ್ಟು ಎದುರು ಕೂತ.

"ಹೇಗಿದ್ದಾರೆ, ಅಮ್ಮ?" ನವಿರಾಗಿ ಕೇಳಿದ.

"ಏನ್ಹೇಳಿ.... ಅವ್ಳ ಆರೋಗ್ಯ ಏನೇನು ಸರಿಯಿಲ್ಲ! ಡಾಕ್ಟ್ರು ಬಿಲ್ ತೆತ್ತು ತೆತ್ತು ಸಾಕಾಗಿದೆ, ಪದ್ಮಿನಿ ಎಲ್ಲಿ?"

"ಅವ್ಳು ಅಪ್ಪ, ಅಮ್ಮನ ಜೊತೆ ಹೋದ್ಲು. ಅಲ್ಲೇ ಇದ್ದಾಳೆ." ರಾಮನಾಥ್ ಮೂಗಿನ ತುದಿ ಕೆಂಪಗಾಯಿತು. "ಯಾಕೆ ಕಳಿಸ್ದೇ?" ಸ್ವರ ಏರಿಸಲಿಲ್ಲ. ಸಮಾಧಾನ ಕಳೆದುಕೊಳ್ಳುವುದು ವೇಣುಗೂ ಬೇಕಾಗಿರಲಿಲ್ಲ. "ಕಾರಣ ಅಗತ್ಯವಿಲ್ಲ. ಎದ್ದು ಬಟ್ಟೆ ಬದಲಾಯಿಸಿ" ಮೇಲಕ್ಕೆದ್ದ.

ಮಗ ಮೃದುವಾಗಿದ್ದಿದ್ದರಿಂದೇನೋ ಅವರು ದಂಗಾದರು. ಸ್ವಲ್ಪ ಜೋರಾಗಿಯೇ ಗುಡುಗಿದರು.

"ಹೆಣ್ಣನ್ನ ಆಳಬೇಕಾದರೂ ಕೆಪಾಸಿಟಿ ಬೇಕು! ಎಂಥ ಚೆಂದದ ಹುಡ್ಗಿ! ನಿಂಗೆ ಅದೃಷ್ಟವಿಲ್ಲ! ಇದು ನಿನ್ನೊಬ್ಬನ ಪ್ರಶ್ನೆಯಲ್ಲ. ಮನೆತನದ ಮರ್ಯಾದೆ ಪ್ರಶ್ನೆ."

ವೇಣು ಕಣ್ಣುಗಳು ಕಿರಿದಾದವು. ತಂದೆಯ ಮಾತು, ನಡೆನುಡಿಯ ಮಧ್ಯೆ ಅಗಾಧ ಅಂತರವಿದೆಯೆಂದು ಗೊತ್ತು. ಆದರೆ ಸ್ವರದಲ್ಲಿನ ಅಹಂಕಾರದ ಅಧಿಕಾರದ ಮತ್ತು ಯಾವಾಗಲೂ ಇರುತ್ತಿತ್ತು.

"ಮೊದ್ಲು ಎದ್ದು ಬಟ್ಟೆ ಬದಲಾಯ್ಸಿ ವಿಶ್ರಾಂತಿ ತಗೊಳ್ಳಿ. ಅವೆಲ್ಲ ಮಾತಾಡೋಕೆ ಸಾಕಷ್ಟು ವೇಳೆ ಇದೆ" ಕೆನ್ನೆಯುಜ್ಜುತ್ತ ಕೋಣೆಗೋಗಿ ಅವನು ಟವಲ್ಲು ಹಿಡಿದು ಹೊರಗೆ ಬಂದಾಗ ರಾಮನಾಥ್ ಬಿಗಿದ ಮುಖದಿಂದಲೇ ಕುಳಿತಿದ್ದರು. ಅವರು ಏಳುವ ಸೂಚನೆ ಕಾಣಲಿಲ್ಲ.

"ನಾನು ಈಗ ಹೋಗ್ಬೇಕು.... ಸ್ವಲ್ಪ ನಿನ್ನ ಫ್ರೆಂಡ್‌ನ ನೋಡ್ಬೇಕಾಗಿತ್ತು." ವೇಣುಗೆ ಅರ್ಥವಾಗಲಿಲ್ಲ. ಹುಬ್ಬುಗಳು ಬೆಸೆದುಕೊಂಡವು.

ಬ್ರೀಫ್‌ಕೇಸ್ ತೆಗೆದು ಇನ್ವಿಟೇಷನ್ ಹೊರಗೆ ತೆಗೆದು ಕಿಸೆಯಿಂದ ಪೆನ್ನು ತೆಗೆದರು.

"ಹೆಸರೇನು?" ಮುಖ ಮೇಲೆತ್ತಿ ಅವನತ್ತ ನೋಡಿದರು. "ಯಾಕೆ?" ಕುತೂಹಲ ತಣಿಸಲು ಪ್ರಶ್ನೆ ಎಸೆದ. ವಾಸಂತಿ ಮದುವೆಯ ಚಿತ್ರ ಅವನ ಕಣ್ಮುಂದೆ ಮಿಂಚಿತು. ತಾಯಿ ತಂದೆಯ ಸ್ವಭಾವ ಅರಿತಿದ್ದರಿಂದ ತಮಗೆ ತಿಳಿಯದೆಯೇ ಇಷ್ಟು ಮುಂದುವರಿಯುವುದು ಅತಿಶಯವೆನಿಸಲಿಲ್ಲ.

ಸ್ವಲ್ಪ ಮೆತ್ತಗಾದರು. ಈ ಸಮಯದಲ್ಲಿ ಮಗನಿಗೆ ವಿಷಯ ತಿಳಿಸದಿದ್ದರೂ ಅವನನ್ನ ಎದುರುಹಾಕಿಕೊಳ್ಳುವುದು ಅವರಿಗೆ ಬೇಡವಾಗಿತ್ತು.

"ನಿಮ್ಮಮ್ಮನ ಸ್ವಭಾವ ಗೊತ್ತಲ್ಲ. ಅಷ್ಟಲಕ್ಷ್ಮಿಪೂಜೆ.... ಏನೇನೋ ಏರ್ಪಾಟು ಮಾಡಿದ್ದಾಳೆ. ಇಂಥ ಸಂದರ್ಭದಲ್ಲಿ ಬೇಕಾದವ್ರನ್ನ ಕರ್‍ಯೋದು ರೂಢಿ."

ಪ್ರಭಾಕರನ ಹೆಸರು ಹೇಳಿ ಸುಮ್ಮನಾದ. ಮಗ ಅವರಿಗೆ ಬೇಕಾದವನ ಹಾಗೇ ಕಂಡಿರಲಿಲ್ಲವೇನೋ!

"ಸ್ವಲ್ಪ ಅವ್ರ ಮನೆಗೆ ಹೋಗೋಣ; ನಡೀ!"

ಕೆಲವು ಸಲ ಅವರ ನಡೆನುಡಿಗಳನ್ನ ಅರ್ಥ ಮಾಡಿಕೊಳ್ಳುವುದೇ ಅವನಿಗೆ ಕಷ್ಟವಾಗುತ್ತಿತ್ತು. ಯಾರಾದರೂ ಬಡವರು ಬಂದು ತಮ್ಮ ಕಷ್ಟ ತೋಡಿಕೊಂಡಾಗ ಧಾರಾಳ ಮನಸ್ಸಿನಿಂದ ಹತ್ತು ರೂಪಾಯಿ ಕೊಡಲಾರದವಳು ಮೀನಾಕ್ಷಮ್ಮ, ಸುಂದರಮ್ಮ, ಪ್ರಮೀಳ ಮತ್ತು ಇನ್ನು ಕೆಲವರ ಕುಟುಂಬಕ್ಕೆ ಒಣ ಸಹಾನುಭೂತಿಯ ಮಾತುಗಳನ್ನ ಆಡುತ್ತ ಸಾವಿರಾರು ರೂಪಾಯಿಗಳು ಸುರಿಯುತ್ತಿದ್ದರು. ಇದರ ಮೂಲ ಕೂಡ ಹುಡುಕಬಾರದು ಅಷ್ಟೆ.

ಇಬ್ಬರೂ ಪ್ರಭಾಕರನ ಮನೆಗೆ ಬಂದರು. ಅವನ ತಂದೆನೇ ಬಂದು ಎದುರುಗೊಂಡು ವಿಶ್ವಾಸದಿಂದ ಮಾತಾಡಿಸಿದರು.

"ನೀವುಗಳು ಬಂದಿದ್ದು ತುಂಬ ಸಂತೋಷ. ವೇಣು ಕೂಡ ನಮ್ಮಿಗ್ಗನೇ ಆಗಿಬಿಟ್ಟಿದ್ದಾನೆ." ಇದು ಹೃದಯದಾಳದಿಂದ ಬಂದ ಮಾತು. ಎಷ್ಟೋ ಸಲ ತಾವಾಗಿಯೇ ವೇಣುವನ್ನ ಮನೆಯವರೆಗೂ ಹುಡುಕಿಕೊಂಡು ಹೋಗಿ ಮಾತನಾಡಿಸಿಕೊಂಡು ಬರುತ್ತಿದ್ದರು. ಅವರ ಮನ ಸಹಾನುಭೂತಿಯಿಂದ ಅವನಿಗಾಗಿ ಮಿಡಿಯುತ್ತಿತ್ತು.

"ಬಹಳ ಸಂತೋಷ, ನೀವುಗಳೆಲ್ಲ ಖಂಡಿತ ಬಂದು ನಮ್ಮ ಮನೆಯಲ್ಲಿ ನಡ್ಯೋ ಪೂಜಾ ಸಮಾರಂಭದಲ್ಲಿ ಭಾಗವಹಿಸಬೇಕು."

ಅಂದು ರಾತ್ರಿಯವರೆಗೂ ಅಲ್ಲೇ ಉಳಿದುಕೊಂಡರು. ತಮ್ಮ ಜೋಕ್ಸ್ ದೊಡ್ಡ ನಗೆಯಿಂದ ಮನೆಯಲ್ಲಿ ಉತ್ಸಾಹವನ್ನುಂಟು ಮಾಡಿದರು. ಹೋಗುವ ಮುನ್ನ ಅವರನ್ನ ಖಂಡಿತ ಕರೆತರಬೇಕೆಂದು ಮಗನಿಗೆ ಹೇಳಿದರು.

"ಮರ್ತುಬಿಡ್ಬೇಡ. ಅವ್ರುಗಳು ಖಂಡಿತ ಬರ್ಲೇಬೇಕು. ಬೇರೆ ಯಾರಾದ್ರೂ ನಿಂಗೆ ಬೇಕಾದ್ರೆ ಕರ್ಕೊಂಡ್ಬಾ. ಗ್ರಾಂಡಾಗಿ ಏರ್ಪಾಟು ಮಾಡಿದ್ದೀನಿ" ಮೌನವಾಗಿ ತಲೆಯಾಡಿಸಿದ.

ಇದ್ದಕ್ಕಿದ್ದಂತೆ ಪ್ರಭಾಕರನ ಕುಟುಂಬದ ಬಗ್ಗೆ ಇವರಿಗೆ ಇಷ್ಟೊಂದು ಆಸಕ್ತಿ ಮೂಡಲು ಕಾರಣವೇನು? ಎಷ್ಟು ಯೋಚಿಸಿದರೂ ಈ ಪ್ರಶ್ನೆಗೆ ಉತ್ತರ ಹೊಳೆಯಲಿಲ್ಲ.

ನಿದ್ದೆ ಬರದೇ ಇಡೀ ರಾತ್ರಿ ಹೊರಳಾಡಿದ. ಮನೆಯಲ್ಲಿದ್ದ ನಾಲ್ಕು ಸಿಗರೇಟು ಪ್ಯಾಕ್ ಸುಟ್ಟು ಸೇಡು ತೀರಿಸಿಕೊಂಡ. ಹರಿಯುವ ನೀರಿನಲ್ಲಿ ತೇಲಿ ಹೋದ ಸಿಗರೇಟು ಪ್ಯಾಕ್ ಅವನ ಕಣ್ಮುಂದೆ ಸುಳಿಯುತ್ತಿತ್ತು.

ಬೆಳಿಗ್ಗೆ ಎದ್ದವನೇ ಸ್ನಾನ ಕೂಡ ಮಾಡದೆ ಗುಡ್ಡದ ಕಡೆ ನಡೆದ. ವ್ಯಾಯಾಮವೆಂದು ಇಲ್ಲಿಗೆ ಬಂದ ಹೊಸದರಲ್ಲಿ ಹತ್ತುತ್ತಿದ್ದ. ಬರಬರುತ್ತ ಅಲ್ಲಿನ ಪರಿಸರ ಪ್ರಿಯವಾಯಿತು. ಆಮೇಲೆ ಆಕರ್ಷಣೆ ಬಲವಾಯಿತು.

"ರೀ.... ವೇಣು, ನಿಂತ್ಕೊಳ್ಳಿ" ಸ್ವರ ಅವನನ್ನು ಹಿಡಿದು ನಿಲ್ಲಿಸಿತು.

ಹಿಂದಿರುಗಿ ನೋಡಿದ. ಅಷ್ಟು ದೂರದಲ್ಲಿ ಲೀಲಾ, ಸರಳ ಬರುತ್ತಿದ್ದರು. ಸರಳ ಬಿರಿಯುವ ಮೊಗ್ಗಿನಂತೆ ಕಂಡರೆ ಲೀಲಾ ಸುಂದರ ಹೂವಾಗಿ ಕಂಡಳು. ಅತ್ತಿಗೆ, ನಾದಿನಿಯರಲ್ಲಿ ವಿಸ್ಮಯಪಡುವಂಥ ಅನ್ಯೋನ್ಯತೆ!

"ಇದೇನು ಬೆಳಗಿನ ವಾಕ್!" ನಸುನಕ್ಕ.

"ಹೇಳಿದ್ರೆ ನಗ್ತೀರಿ! ಬೇಡ ಬಿಡಿ...." ಲೀಲಾಳ ಕಣ್ಣುಗಳಲ್ಲಿ ಸಂಕೋಚ ಮಿನುಗಿತು. ಅತ್ತೆಯ ಕೈನ ಊಟ ಹಿತವಾಗಿತ್ತು. ಪ್ರಭಾಕರನ ಪ್ರೀತಿಯ ಸರೋವರದಲ್ಲಿ ಈಜಾಡುವ ಅವಳು ಸಂಪೂರ್ಣ ಸುಖಿ. "ಈಚೆಗೆ ತುಂಬ ಮೈ ಬರ್ತಾ ಇದೆ!" ಸರಳ ಬಾಯಿಗೆ ಕೈ ಅಡ್ಡ ಹಿಡಿದು ನಕ್ಕಳು.

"ಶುದ್ಧ ಸುಳ್ಳು, ನೀವು ಮೊದ್ಲಿಗಿಂತ ಸಣ್ಣಗಾಗಿದ್ದೀರಾ!"

ಸರಳ, ಲೀಲಾ ಜೋರಾಗಿ ನಕ್ಕುಬಿಟ್ಟರು. ಅರ್ಥವಾಗದವನಂತೆ ಮುಖ ಮಾಡಿದ. ಲೀಲಾ ಬಸುರಿಯಾಗಿದ್ದಾಗ ಮೈ ತುಂಬಿಕೊಂಡಿದ್ದಳು. ಹೆರಿಗೆಯಾದ ಮೇಲೆ ಸಣ್ಣಗಾದರೂ ಈಗ ಸ್ವಲ್ಪ ಮೈ ಬಂದಿತ್ತು.

"ಯಾಕೆ ನಕ್ರಿ! ನನ್ಮಾತು ಖಂಡಿತ ಸುಳ್ಳಲ್ಲ!" ದಿಟವಾಗಿ ಹೇಳಿದ.

ಮೂವರು ಗುಡ್ಡ ಏರತೊಡಗಿದರು. ಲೀಲಾ, ಸರಳ ಸೆರಗನ್ನ ಸೊಂಟಕ್ಕೆ ಬಿಗಿದು ಓದುತ್ತಲೇ ಉತ್ಸಾಹದಿಂದ ಹತ್ತಿದಾಗ ವೇಣು ಹಿಂದೆ ಬೀಳುವ ಅಗತ್ಯವಿರಲಿಲ್ಲ. ಇವರಿಗೆ ಮೊದಲು ಅಲ್ಲಿ ಹೋಗಿ ತಲುಪಿದ್ದ.

"ಛೆ ಎಂಥ ಜನ! ಲೇಡಿಸ್ ಫಸ್ಟ್ ಅನ್ನೋದು ಮರೆತ್ರಾ!" ಲೀಲಾಳ ಸ್ವರದಲ್ಲಿ ಆಕ್ಷೇಪಣೆ ಇತ್ತು. ಸರಳ ಸೂರ್ಯ ಮುಳುಗುವ ಕಡೆಗೆ ಮುಖ ಮಾಡಿ ಕೂತಳು.

"ಸರಳ ನನ್ನತ್ರ ಮಾತಾಡ್ಬಾರ್ದೂಂತ ತೀರ್ಮಾನ ಮಾಡಿರಬೇಕು." ವೇಣು ಮಾತಿಗೆ ಸರಳ ತಟ್ಟನೆ ಎಚ್ಚೆತ್ತಳು. "ಯಾಕೆ ಮಾತಾಡ್ಬೇಕೂ? ಮುಖ ತಪ್ಪಿಸಿಕೊಂಡು ತಿರುಗಾಡೋವ್ರ ಜೊತೆ ಮಾತಾಡೋಕೆ ತಾನೇ ಏನಿರುತ್ತೆ!?" ಎಸೆದ ಬಾಣ ಹಿಂದಿರುಗಿತು. ಸರಳ ತಾನು ದುರ್ಬಲ ಹೆಣ್ಣೆಂದು ತೋರಿಸಿಕೊಳ್ಳಲು ಇಷ್ಟಪಡಲಿಲ್ಲ. ಅವನೆಡೆಗೆ ತಿರುಗಿ ಕೂತಳು.

"ನಿಮ್ಗೆ ಯಾರು ಹೇಳಿದ್ರು ಇದೆಲ್ಲ? ತುಂಬ ವರ್ಕ್, ಎಲ್ಲೂ ಬರೋಕಾಗೋಲ್ಲ" ನೋಟ ಅವಳತ್ತ ಎಸೆದ. ಅವಳ ಕಣ್ಣುಗಳಲ್ಲಿ ಪ್ರೇಮದ ಲೋಕವನ್ನೇ ಕಂಡ.

ಆದರೆ ತನ್ನ ಪ್ರೇಮ ನಿವೇದನೆಗೆ ಅರ್ಹವಲ್ಲ! ಇದು ಅವನದೇ ತೀರ್ಮಾನವೆನಿಸಿತು.

"ಯಾವು ಹೇಳ್ಬೇಕಾಗಿಲ್ಲ. ನಿಮ್ಮ ಅಮೂಲ್ಯ ವೇಳೆಯನ್ನ ನಾವು ಹಾಳು ಮಾಡೋಕೆ ಇಷ್ಟಪಡೋಲ್ಲ."

ಲೀಲಾ ಬೆರಗುಗಣ್ಣುಗಳಿಂದ ಸರಳಳತ್ತ ನೋಡಿದಳು. ಹೀಗೆ ತೀಕ್ಷ್ಣವಾಗಿ ಮಾತಾಡುವುದು ಸರಳಳ ಸ್ವಭಾವವಲ್ಲ.

"ನಮ್ಮ ಸರಳಗೆ ನೀವು ಬರ್ದೇ ಇರೋದು ತುಂಬ ಬೇಸರ! ಅದ್ಕೇ ಅಷ್ಟೊಂದು ತೀಕ್ಷ್ಣವಾಗಿ ಆಡಿದ್ದು!" ಲೀಲಾ ಮಾತಿಗೆ ಇಬ್ಬರು ಬೆಚ್ಚಿಬಿದ್ದರು. ತಕ್ಷಣ ಏನು ಹೇಳಬೇಕೆಂಬುದೇ ಸರಳಳಿಗೆ ಅರ್ಥವಾಗಲಿಲ್ಲ.

"ಪ್ರಭಣ್ಣನ ಬೇಜಾರು ನನ್ನಿಂದ ಆಡಿಸಿದ್ದು!"

ಆಮೇಲೆ ಇಳಿಯುವಾಗ ಬರೀ ಪ್ರಮೋದನ ಬಗ್ಗೆನೇ ಮಾತಾಡಿದರು. ಆಮೇಲೆ ಲೀಲಾ ಕೆಲಸದ ಮೇಲೆ ಸರಳಾಗೆ ಇರೋ ಆಸಕ್ತಿ ವಿವರಿಸಿದಳು.

ಕವಲು ದಾರಿಗೆ ಬಂದಾಗ ಲೀಲಾ ಹೇಳಿದಳು.

"ತಿಂಡಿಗೆ ಮೆಸ್‌ಗೆ ಹೋಗ್ಗೋ ಬದ್ಲು - ಮನೆಗೆ ಬನ್ನಿ."

ವೇಣು ನಿಂತ. ಸರಳಳ ಕಣ್ಣುಗಳಲ್ಲಿ ಆಹ್ವಾನವಿದೆಯೇ ಎಂದು ಹುಡುಕಿ ನೋಡಿದ. ಅವಳು ವಸ್ತುಸ್ಥಿತಿಯನ್ನ ಅರಿತವಳು ಪ್ರೀತಿಯನ್ನೇ ಮರೆಯುವಂಥ ದಿಟ್ಟೆ.

"ಸ್ನಾನ ಮುಗ್ಸಿಕೊಂಡು ಬರ್ತೀನಿ." ಅವರಿಗೆ ಅಭಿಮುಖವಾದ ಹಾದಿಯನ್ನ ಹಿಡಿದ.

ಹುಸೇನಮ್ಮ ಕಸ ತೆಗೆಯುತ್ತಿದ್ದಳು ಬಂದಾಗ. ತಣ್ಣೀರಿನಲ್ಲಿಯೇ ಸ್ನಾನ ಮಾಡಿದ. ಮನೆಯಿಂದ ಮನ ಕೂಡ ಬಿಕೋ ಎಂದಿತು. ಅಲಮಾರಿನಲ್ಲಿದ್ದ ರಾಧಾಕೃಷ್ಣರ ರಾಸಲೀಲೆ ಗಂಧದ ಪ್ರತಿಮೆ ಅಣಕಿಸಿತು. ಗೆಳೆಯ ಅದನ್ನ ಮದುವೆಯಲ್ಲಿ ಉಡುಗೊರೆಯಾಗಿ ಕೊಟ್ಟಾಗ ಅವನ ಕಣ್ಣುಗಳಲ್ಲಿ ಕೋಟಿ ಮಿಂಚಿತ್ತು. ಮೈಯಲ್ಲಿ ಹರ್ಷದ ಪುಳಕವಿತ್ತು. ಪಕ್ಕದಲ್ಲಿದ್ದ ಸಂಗಾತಿಯನ್ನು ನೋಡಿ ಮೈಮರೆತಿದ್ದ.

ಬಳಸಿ ಅಪ್ಪಿ ಪದ್ಮಿನಿಯ ಕಿವಿಯಲ್ಲಿ ಪಿಸುಗುಟ್ಟಿದ್ದ. ನಾಚಿ ಆ ಮೊಗವು ಕೆಂಪಾಗಲಿಲ್ಲ. ಕಣ್ಣುಗಳು ಅನುರಾಗದ ವರ್ಷವನ್ನ ಚಿಮುಕಿಸಲಿಲ್ಲ. ಆದರೆ ಕಣ್ಣುಗಳಲ್ಲಿ ಕಂಡಿದ್ದೇನು? ಹಾಸಿಗೆಗೆ ಒರಗಿ ಕೂತ. ಅವಳಾಗಿ ನಿರ್ಮಿಸಿಕೊಂಡಿದ್ದ ಭ್ರಮಾಲೋಕ. ಮೊದಮೊದಲು ತೀರಾ ಬಾಲಿಶವಾಗಿ ಕಂಡಿತ್ತು.

"ನಿನ್ನ ಸಾಹಿತ್ಯ, ಸಂಗೀತ, ನೃತ್ಯ ಎಲ್ಲಾ ನನ್ನ ಪಾಲಿಗೆ ಇರ್ಲಿ" ಎಂದ. ದಿನ ಅವಳ ಕಣ್ಣಲ್ಲಿ ಕಂಡಿದ್ದೇನು? ಇಂದಿಗೂ ಸ್ಪಷ್ಟವಾಗಿ ಅರಿವಾಗಲೊಲ್ಲದು.

ತಾನು ತಿದ್ದಲು ಮಾಡಿದ ಪ್ರಯತ್ನಗಳೆಷ್ಟು? ವೇದನೆಯ ಉಸಿರನ್ನ ಚೆಲ್ಲಿ ಅಂಗಾತನಾಗಿ ಮಲಗಿದ.

ಅಂದು ನಿನ್ನದೆನ್ನುವುದೆಲ್ಲ ತಗೋ." ಗುಡುಗಿದ್ದ ಆದರೂ ಹೃದಯ ಅವಳು ಒಮ್ಮೆ ಸನಿಹಕ್ಕೆ ಸುಳಿದು "ನೀವು ನನ್ನವರೇ" ಎಂದು ಒಮ್ಮೆ ಅನ್ನಲಿ ಎಂದು ಎಷ್ಟು ಬಗೆಯಲ್ಲಿ ಬಯಸಿತ್ತು. ಅದರತ್ತ ಯೋಚಿಸಲು ಅವಳ ವಿವೇಚನೆ ಸತ್ತುಹೋಗಿತ್ತು. ಮದುವೆಯಲ್ಲಿ ಉಡುಗೊರೆಯಾಗಿ ಬಂದವನ್ನೆಲ್ಲ ತೆಗೆದಿಟ್ಟುಕೊಂಡಿದ್ದಳು. ಒಮ್ಮೆಯಾದರೂ ಕೈ ಹಿಡಿದವನ ಬಗ್ಗೆ ಯೋಚಿಸದಂಥ ಪಾಷಾಣ ಹೃದಯವೇ ಅವಳದು? ಮನ ಮೃದುವಾಯಿತು.

"ಸಾಹೇಬ್ರ.... ಮತ್ತೇನಾದ್ರೂ ಕೆಲ್ಸವುಂಟಾ?" ಹುಸೇನಮ್ಮನ ಧ್ವನಿ ಎಚ್ಚರಿಸಿತು. ಸರಿಯಾಗಿ ಕೂತ. "ಮತ್ತೇನು ಇಲ್ಲ." ಆ ಜಾಗ ಬಿಟ್ಟು ಅಲುಗಾಡಲು ಮನಸ್ಸಾಗಲಿಲ್ಲ.

ಹುಸೇನಮ್ಮನ ಬಗ್ಗೆ, ಬಡಕೂಲಿಗಳ ಬಗ್ಗೆ ಯೋಚಿಸಿದ. ಅವರಿಗೆ ಇರುವ ಸಮಸ್ಯೆಗಳು ಬಗೆಹರಿಯಲಾರದಂಥವು ಎನಿಸಿತು. ಆದರೂ ಕೆಲವರ ಬದುಕಿನಲ್ಲಿ ಸಂತೃಪ್ತಿ ಇದೆ. ನೆಮ್ಮದಿ ಇದೆ. ಆದರೆ ತನಗೆ ಸಮಾಜದಲ್ಲಿ ಪ್ರತಿಷ್ಠಿತ ಸ್ಥಾನವಿದೆ. ವಿದ್ಯೆ ಇದೆ. ಹಣವು ಇದೆ. ಆದರೆ ಬದುಕಿಗೆ ಅರ್ಥವಿಲ್ಲ. ಸಂತೃಪ್ತಿ ಇಲ್ಲ. ಹೀಗೇಕೆ? ಮನುಷ್ಯನ ಕೆಲವು ಅವಶ್ಯಕತೆಗಳಲ್ಲಿ ಪ್ರೀತಿಯೂ ಒಂದು. ಊಟ ನಿದ್ದೆಯಂತೆ ಪ್ರೀತಿಯ ಅಗತ್ಯವೂ ಇದೆ. ಬಯಕೆಗೆ ಬಾಯಿ ಬಿಡುವ ಶರೀರವೂ ಇದೆ.

"ಹೋಗ್ಲಾ.... ಸಾಹೇಬ್ರೆ?" ಅವನ ತುಟಿಗಳ ಮೇಲೆ ನಗು ತುಳುಕಿತು.

ಎದ್ದು ಹೊರಗೆ ಬಂದ. ದೈನ್ಯವೇ ಮೂರ್ತಿವೆತ್ತಂತೆ ಹುಸೇನಮ್ಮ ನಿಂತಿದ್ದಳು. ಯೌವನ ಮಾಸಿರಬಹುದು. ಸುಕ್ಕುಗಳು ಆಳಕ್ಕೆ ಇಳಿದಿದೆ. ಆದರೆ ಹೆಣ್ಣುತನದ

ಮಾರ್ದವತೆ ಮಾಸಿಲ್ಲ. ಅಂದು ಬಯಕೆಗಳು ಹುಟ್ಟಿಸಿದ ದೇಹ ಇಂದು ಗೌರವದಿಂದ ಕಾಣುವಂತೆ ಹೇಳುತ್ತಿದೆ.

"ಹೋಗಮ್ಮ" ಬಾವಿ ಆಳದಿಂದ ಬಂದಂತಿತ್ತು ಸ್ವರ.

ಅಷ್ಟು ದೂರ ಹೋದ ಹುಸೇನಮ್ಮ ಹಿಂದಕ್ಕೆ ಬಂದಳು. ಆಳಕ್ಕೆ ಇಳಿದ ಕಣ್ಣುಗಳಲ್ಲಿ ಕಾತರವಿತ್ತು. ತೆರೆದಿಟ್ಟ ಮನವನ್ನ ಮುಖದಲ್ಲಿಯೇ ಓದಿಕೊಂಡ.

"ಯಾಕೆ, ಹುಸೇನಮ್ಮ? ಏನಾದ್ರೂ ಬೇಕಿತ್ತಾ!"

ಆಕೆಯ ತುಟಿಗಳು ಅಲುಗಾಡಿದವು. ಕಣ್ಣಂಚಿನಲ್ಲಿ ಶೇಖರವಾದ ಕಂಬನಿ ಕೆನ್ನೆಯ ಮೇಲೆ ಜಾರಿತು. ವೇಣು ಗಾಬರಿಯಾದ. ಕಣ್ಣು ಕಿರಿದಾದವು.

"ಯಾಕೆ? ಯಾರಿಗಾದ್ರೂ... ಹುಷಾರಿಲ್ವಾ?" ಸ್ವರ ಆತಂಕವನ್ನು ಹೊರಗೆ ಹಾಕಿತ್ತು. ಸೆರಗಿನಂಚಿನಿಂದ ಹುಸೇನಮ್ಮ ಕಂಬನಿ ತೊಡೆದುಕೊಂಡಳು.

"ಸಾಹೇಬ್ರೆ, ಬಡವರು ಅಂದ ಮಾತ್ರಕ್ಕೆ ಯಾವಾಗ್ಲೂ ತಮ್ಮ ಗೋಳು ಹೇಳ್ಕೊಂಡು ಸಹಾಯ ಕೇಳೋದೇ ಅವ್ರ ಕೆಲ್ಸನಾ! ನಾವೂ ಮನುಸ್ರು ಅಲ್ವಾ!"

ವೇಣುಗೆ ತಲೆ ಬುಡ ಅರ್ಥವಾಗಲಿಲ್ಲ.

"ಸರ್ಯಾಗಿ ಹೇಳ್ದಿದ್ರೆ ನಂಗೇನು ಗೊತ್ತಾಗೋಲ್ಲ" ಕೈ ಅಲ್ಲಾಡಿಸಿಬಿಟ್ಟ.

"ಅಮ್ಮಾವ್ರು ಯಾವಾಗ್ಬರ್ತಾರೆ?"

ಅವನ ಮೈಗೆ ಮಂಜಿನ ಸ್ಪರ್ಶವಾಯಿತು. ತೆರೆದ ಮನದಿಂದ ಪದ್ಮಿನಿಯನ್ನ ಸ್ವಾಗತಿಸುವ ದಿನಗಳು ಮುಗಿದುಹೋಗಿತ್ತು. ಈಗ ಬಂದರೂ ಬೇಡವೆಂದು ತಳ್ಳಲಾರ. ಬರದಿದ್ದರೆ ಕರೆತರಲು ಹೋಗಲಾರ. ಬರೀ ಕರುಣೆ, ಸಹಾನುಭೂತಿಯಿಂದ ಕಾಣುವುದು ಮಾತ್ರ ಅವನಿಂದ ಸಾಧ್ಯವಾಗಿತ್ತು.

"ಬಂದ್ರೆ ಗೊತ್ತಾಗುತ್ತಲ್ಲ" ನವಿರಾಗಿ ಹೇಳಿದ.

ಹುಸೇನಮ್ಮ ಮರುಮಾತನಾಡದೆ ಹೊರಟುಬಿಟ್ಟಳು. ಕೈಬಾಯಿ ತಿರುಗಿಸುತ್ತ ಗೊಣಗಾಡಿಕೊಂಡು ಹೋದಳು. ಅವಳು ಒಬ್ಬಳೇ ಇದ್ದಾಗ ತನ್ನಲ್ಲಿ ತಾನೇ ಮಾತಾಡಿಕೊಳ್ಳುವುದು ಅವಳಿಗೆ ಅಭ್ಯಾಸವಾಗಿತ್ತು.

ಜೀವನ ಪ್ರತಿಯೊಬ್ಬರಿಗೂ ತೊಡಕಿನ ಸರಮಾಲೆಗಳನ್ನೇ ಒಡ್ಡುತ್ತೆ. ಕೆಲವರಿಗೆ ಸರಳವಾಗಿರಬಹುದು; ಮತ್ತೆ ಹಲವರಿಗೆ ಬಿಡಿಸಲಾರದ ಕಗ್ಗಂಟು.

* * * *

ಮೊದಲು ವೇಣುಗಿಂತ ಪ್ರಭಾಕರನ ಮನೆಯವರೇ ರಾಮನಾಥ್ ಆಹ್ವಾನವನ್ನ ಮನ್ನಿಸಿ ಹೊರಡಲು ಸಿದ್ಧರಾದಾಗ ಅವನು ನಿಸ್ಸಹಾಯಕನಾಗಿದ್ದ. ಹೋಗಲು ಉತ್ಸಾಹವಿಲ್ಲ. ಆದರೂ ಹೊರಡಲು ತೀರ್ಮಾನಿಸಿದ. ಮೊದಲು ಪ್ರಭಾಕರ ಲೀಲಾ ಹೊರಡುವುದೆಂದು ತೀರ್ಮಾನಿಸಿದರೂ ಕಡೆಗಳಿಗೆಯಲ್ಲಿ ಸರಳನ್ನ ಕೂಡ ಹೊರಡಿಸಿದರು.

"ಮದ್ವೆಯೊಂದು ಮುಗ್ಸಿಕೊಂಡ್ರೆ ಮತ್ತೆಲ್ಲಿ ಹೋಗೋಕ್ಕಾಗುತ್ತೆ!" ಎಂದಾಗ ಲೀಲಾ ಪ್ರಭಾಕರ ಸುಮ್ಮನಾಗಿದ್ದ.

ಮಡದಿಯ ಮುಂದೆ ಒಂದು ರಹಸ್ಯನ ಕಾಪಾಡಿಕೊಂಡಿದ್ದ. ಯಾವುದೇ ಹೊಗೆ ಏಳುವುದು ಅವನಿಗೆ ಬೇಕಿಲ್ಲ. ಸರಳ ಅವನ ಪ್ರೀತಿಯ ತಂಗಿ. ಅವಳ ಭವಿಷ್ಯದ ಬಗ್ಗೆ ಅವನಿಗ ಕಾಳಜಿ ಇತ್ತು.

"ಪ್ರಮೋದ್‌ನ ಕರ್ದುಕೊಳ್ಳಿ?" ಬಸ್ಸಿಗೆ ಹೊರಟಾಗ ಲೀಲಾ ಪೆಚ್ಚಾದಳು.

ಪ್ರಭಾಕರ ಅವಳತ್ತ ತಿರುಗಿದ. ಕಣ್ಣಂಚಿನಲ್ಲಿ ಕಂಬನಿ ಕಂಡು ಅವನೆದೆ ಸಹಾನುಭೂತಿಯಿಂದ ತೊಯ್ದಾಡಿತು.

"ಸೊಸೆ, ಮಗ ಹಾಯಾಗಿ ಹೋಗ್ಬರ್ಲಿಂತ ಅವ್ನನ್ನ ಇಟ್ಕೊಂಡಿದ್ದು. ಅಮ್ಮ ನೀನು ಬೇಜಾರು ಮಾಡ್ಕೊಳ್ಳೋದ್ಬೇಡ." ಅವನ ಕೈ ಅವಳ ಭುಜದ ಮೇಲಾಡಿತು. ಬೇರೆಡೆ ಮುಖ ಮಾಡಿ ಕಂಬನಿಯನ್ನು ತೊಡೆದುಕೊಂಡಳು. "ಬೇಡ...." ಅರೆ ಮನಸ್ಸಿನ ನಿರ್ಧಾರವೆಂದು ಅವನಿಗೆ ಗೊತ್ತು.

ಅಷ್ಟರಲ್ಲಿ ವೇಣು ಬಂದಿದ್ದರಿಂದ ಆ ವಿಷಯಕ್ಕೆ ತಾತ್ಕಾಲಿಕವಾಗಿ ತೆರೆಬಿದ್ದಂತಾಯಿತು. ವಾಚ್ ಕಡೆ ನೋಡುತ್ತ ಹೇಳಿದ.

"ಈಗೊಂದು ಬಸ್ಸಿದೆ. ಇಲ್ದಿದ್ರೆ ಸಂಜೆವರ್ಗೂ ಕಾಯ್ಬೇಕಾಗುತ್ತೆ."

ಎಲ್ಲರೂ ಹೊರಟರು. ಸರಳ ಕೂಡ ಉತ್ಸಾಹದಿಂದ ಹರಟುತ್ತಿದ್ದಳು. ಆದರೆ ವೇಣು ಆಗಾಗ ಮಂಕಾಗಿ ನೋಟವನ್ನು ದೂರಕ್ಕೆ ಹಾಯಿಸುತ್ತಿದ್ದ. ಪ್ರಮೋದ್‌ನನ್ನ ಬಿಟ್ಟು ಬಂದಿದ್ದಕ್ಕೇನೋ ಲೀಲಾ ತುಸು ಮಂಕಾಗಿದ್ದಳು.

ಬಸ್ಸಿನ ಕುಲಕಾಟದಲ್ಲಿ ಬೇಸತ್ತು ಇಳಿದಾಗ ಎಲ್ಲರೂ ಸಮಾಧಾನದಿಂದ ಉಸಿರುಬಿಟ್ಟರು. ವೇಣು ಹೋಗಿ ಟ್ಯಾಕ್ಸಿ ತಂದ. ಸರಳ ಹತ್ತುವ ಮುನ್ನ ಸುತ್ತ ಕಣ್ಣರಳಿಸಿದಳು.

"ಇದ್ನೆಲ್ಲ ನಾಳೆ.... ನೋಡ್ಬಹ್ದು" ವೇಣು ಅವಳ ನೋಟನ ಅನುಸರಿಸಿ ಹೇಳಿದ. ಒಳಕ್ಕೆ ತೂರಿದಳು.

ಮನೆಯ ಮುಂದೆ ಟ್ಯಾಕ್ಸಿ ನಿಂತಾಗ ಹೊರಗೆ ಕಾಂಪೌಂಡ್‌ನಲ್ಲಿ ಆಡುತ್ತಿದ್ದ ಹುಡುಗರು ಕೂಡ ಇತ್ತ ಲಕ್ಷ್ಯ ಹರಿಸಲಿಲ್ಲ. ಲೀಲಾಳ ನೋಟ ಆಳವಾಯಿತು. ಪ್ರಭಾಕರನ ಹುಬ್ಬೇರಿತು. ಮುಜುಗರವೆನಿಸಿತು.

"ಬನ್ನಿ...." ಪ್ರಭಾಕರನತ್ತ ನೋಡಿ ಮನಸ್ಸನ್ನ ಅರಿತವನಂತೆ "ಆ ಹುಡುಗ್ರು ಬೇರೆಯವ್ರು. ಇಲ್ಲಿ ನನ್ನಣ್ಣನ ಮಕ್ಳು ಇಲ್ಲ" ಸ್ವರದಲ್ಲಿ ನಿರ್ಲಿಪ್ತತೆ ಚೆಲ್ಲಾಡಿತು.

ಕಾಂಪೌಂಡ್ ಗೇಟು ಸರಿಸಿ ಒಳಕ್ಕೆ ನಡೆದರು; ಹೆಜ್ಜೆಗಳು ಸರಾಗವಾಗಿ ಮುಂದಡಿ ಇಡಲಿಲ್ಲ; ತಡವರಿಸಿದವು. ನಾಲ್ಕು ಜನ ಎದುರಿಗೆ ಬಂದವರು ಇವರುಗಳನ್ನ ಸವರಿಕೊಂಡು ಹೋದರೇ ವಿನಃ ವೇಣುವನ್ನು ಕೂಡ ಮಾತನಾಡಿಸುವ ಶ್ರಮ ತೆಗೆದುಕೊಳ್ಳಲಿಲ್ಲ.

ವರಾಂಡ ಹೊಕ್ಕಾಗ ಯಾರೊಬ್ಬರೂ ಮಾತನಾಡಿಸಲಿಲ್ಲ. ಟ್ಯಾಕ್ಸಿ ಡ್ರೈವರ್ ಲಗೇಜ್ ತಂದಿಟ್ಟ ಹಣ ಪಡೆದು ಹೋದ.

"ಕೂತ್ಕೊಳ್ಳಿ..." ವೇಣುನೆ ಹೇಳಿದ. ಅವನ ಗಂಟಲು ಕೂಡ ಹಿಡಿದಂತಾಗಿತ್ತು. "ಇದು ನಿಮ್ಮ ಮನೆನೇ?" ಲೀಲಾ ಮನವನ್ನ ತೆರೆದಿಟ್ಟಳು. "ಹಾಗೇ ತಿಳ್ಕೊಳ್ಬೇಕು" ಒಳಗೆ ನಡೆದ.

ವೇಣು ಇಡೀ ಮನೆ ಅಡ್ಡಾಡಿದ. ಮೀನಾಕ್ಷಮ್ಮ, ಸುಂದರಮ್ಮ ಇವನ ಮುಖ ನೋಡಿ ಮುಗುಳ್ನಕ್ಕರು. ಕೋಣೆಯಿಂದ ಹೊರಗೆ ಬರಲಿಲ್ಲ. ಮನೆತುಂಬ ಜನರಿದ್ದರು. ಹುಡುಗರು ಸಾಕಷ್ಟು ಗಲಾಟೆ ಮಾಡುತ್ತಿದ್ದರು. ಅಡಿಗೆಯವನ ರೇಗಾಟ ಕಾಂಪೌಂಡರ್‌ವರೆಗೂ ಕೇಳಿಸುತ್ತಿತ್ತು. ಪಾದಗಳು ನೆಲದಲ್ಲಿ ಹೂತುಹೋದ ಅನುಭವವಾಯಿತು. ಇಂಚು ಇಂಚಾಗಿ ತನ್ನನ್ನ ನೆಲ ಕಬಳಿಸುತ್ತಿದೆ.

"ಈಗೇನಾ... ಬಂದಿದ್ದು!" ಪ್ರಮೀಳಾ ಉಗ್ರಾಣದಿಂದ ತಲೆಯನ್ನು ಹೊರಗೆ ಹಾಕಿದಳು.

ತನ್ನ ಅಸ್ತಿತ್ವಕ್ಕೆ ಈ ಮನೆಯಲ್ಲಿ ಬೆಲೆಯಿದೆಯೇ? ಎಂದು ಯೋಚಿಸುವುದಕ್ಕೆ ಮುನ್ನ ಬಂದವರತ್ತ ಗಮನ ಕೊಡುವುದು ಅವಶ್ಯಕವಾಗಿತ್ತು.

"ಬೇಗ ಒಂದು ನಾಲ್ಕು ಕಪ್ ಕಾಫಿ ಬೇಕು" ಕೈ ಬೆರಳುಗಳು ಪ್ಯಾಂಟ್ ಜೇಬಿನಲ್ಲಿದ್ದ ಕರ್ಚಿಫನ್ನ ಹೊರಗೆಳೆಯಿತು.

"ಕಳಿಸ್ತೀನಿ. ಎಲ್ಲಾ ಕೆಲ್ಸ ನನ್ಮೇಲೆ ಹಾಕ್ಬಿಡ್ತಾರೆ. ಎಲ್ಲೀಂತ ನೋಡ್ಕೊಳ್ಳಿ" ನೆರಿಗೆಗಳನ್ನ ಸೊಂಟಕ್ಕೆ ಸಿಕ್ಕಿಸುತ್ತ ಅಡಿಗೆಯ ಮನೆಯತ್ತ ನುಗ್ಗಿದಳು.

ಕರ್ಚಿಫ್‌ನಿಂದ ಮುಖದ ಬೆರವನ್ನ ತೊಡೆಯುತ್ತ ವರಾಂಡಕ್ಕೆ ಬಂದ. ಅವರುಗಳ ಮುಖದ ಭಾವಗಳನ್ನು ಅಳೆದು ಸುರಿದೂ ಅರ್ಥಮಾಡಿಕೊಂಡು ತಲೆಕೆಡಿಸಿಕೊಳ್ಳುವುದಕ್ಕಾಗಲಿ, ಅದಕ್ಕೆ ವಿವರಣೆ ನೀಡುವುದಕ್ಕಾಗಲಿ ಹೋಗದೇ ಕೇಳಿದ.

"ಕೋಣೆಗೆ ಬನ್ನಿ" ನಿಧಾನವಾಗಿ ಹೇಳಿದ ವೇಣು.

ಲೀಲಾ, ಸರಳ ಸಂಕೋಚದಿಂದ ಹೆಪ್ಪುಗಟ್ಟಿದಂತಾದರು. ಕಡೆಯ ಪಕ್ಷ ಆ ಮನೆಯವರೆನಿಸಿಕೊಂಡವರು ಒಬ್ಬರಾದರೂ ಹೊರಗೆ ಬಂದು ಮಾತಿನ ಉಪಚಾರವಾದರೂ ಮಾಡಲಿಲ್ಲ.

"ಇಲ್ಲೇ ಸಾಕಾಗಿತ್ತು" ಮನದ ಬೇಸರವನ್ನ ಲೀಲಾ ಹೊರಹಾಕಿದಳು.

"ಬೇಡ ಬನ್ನಿ." ಕೋಣೆಗೆ ಕರೆದೊಯ್ದ.

ಆ ಕೋಣೆಯ ಸ್ಥಿತಿ ನೋಡಿ ಬೆಪ್ಪಾದವನಂತೆ ನಿಂತ. ಸೂಟ್‌ಕೇಸ್, ಹಾಸಿಗೆಗಳು ಅಲ್ಲಲ್ಲಿ ಜೋಡಿಸಲ್ಪಟ್ಟಿತ್ತು. ಇಲ್ಲಿ ಕೂಡ ಅವನನ್ನ ಪರಕೀಯತೆ ಬಾಧಿಸಿತು. ಅವನು ಜೋಡಿಸಿಟ್ಟ ಪುಸ್ತಕಗಳ ಸೆಲ್ಫ್ ಖಾಲಿಯಾಗಿತ್ತು. ಅಲ್ಲಿ

ಅಲಂಕರಣ ಸಾಮಗ್ರಿಗಳು ಸಂಗ್ರಹವಾಗಿತ್ತು. ಸಿಟ್ಟಿನಿಂದ ಅವನ ನೆತ್ತಿ ಹತ್ತಿಕೊಂಡು ಉರಿಯಿತು. ತುಟಿ ಕಚ್ಚಿ ಅಡಗಿಸಲು ಪ್ರಯತ್ನಿಸಿದ.

"ಕೂತ್ಕೊಳ್ಳಿ, ಇಲ್ಲಿರೋರೆಲ್ಲ ಹೊರಗಿನೋರು. ಮನೆಯವ್ರು ಎಲ್ಲೆಲ್ಲೋ ಹೋಗಿದ್ದಾರೆ." ಅವನ ತುಟಿಗಳ ಮೇಲೆ ನೋವಿನ ನಗೆ ಅರಳಿತು. ಹಾಸಿದ್ದ ಹಾಸಿಗೆಯನ್ನ ಮಂಚದ ಮೇಲೆ ಸುತ್ತಿಟ್ಟ.

ಈ ವಿಚಿತ್ರ ಸನ್ನಿವೇಶದಲ್ಲಿ ಪ್ರಭಾಕರ ಕೂಡ ಪೆಚ್ಚಾಗಿದ್ದ.

ನೆರಿಗೆಗಳನ್ನ ಕೊಡವಿಕೊಳ್ಳುತ್ತಲೇ ಪ್ರಮೀಳ ಕಾಫಿ ಲೋಟಗಳನ್ನು ಹಿಡಿದು ಬಂದಳು.

"ಹಾಲೆಲ್ಲ ಮುಗ್ಸಿಬಿಟ್ಟಿದ್ದಾರೆ. ಬೆಳಿಗ್ಗೆ ತಗೊಂಡ ನಾಲ್ಕು ಲೀಟರ್ ಹಾಲಿಗೆ ಒಂದ್ಲೋಟದಷ್ಟು ಉಳಿದಿದೆ. ಎಲ್ಲಿಂತ ನೋಡ್ಲಿ! ಅವರಪ್ಪಿಗೆ ಬೇಕಾದಷ್ಟು ಬಗ್ಗಿಸಿಕೊಂಡು ಕುಡೀತಾರೆ!" ಹಾಗೆ ಅಂದವಳೇ ವೇಣು ಮುಖ ನೋಡಿ ತುಟಿ ಕಚ್ಚಿಕೊಂಡಳು. ಎಲ್ಲರ ಮುಂದೆಯೂ ಬಾಯಿಗೆ ಬಂದಂತೆ ವದರಾಡಿದರೂ ಅವನ ಮುಂದೆ ಮಾತ್ರ ನಾಲಿಗೆ ಹಿಡಿದಂತಾಗುತ್ತಿತ್ತು.

ಎಲ್ಲರ ಕೈಗೂ ಕಾಫಿ ಲೋಟಗಳು ಬಂದವು. ಸರಳ ಅಂತೂ ಮುಳ್ಳಿನ ಮೇಲೆ ಕೂತವಳಂತೆ ಚಡಪಡಿಸುತ್ತಿದ್ದಳು. ಲೀಲಾ ಕಣ್ಣಲ್ಲಿಯೇ ಸಮಾಧಾನ ಹೇಳತೊಡಗಿದಳು. ಇನ್ನು ನಿಮಿಷಗಳನ್ನ ಲೆಕ್ಕ ಹಾಕಬೇಕು.

ವೇಣು ತುಟಿ ಬಿಗಿದುಕೊಂಡಿತು. ಅಪ್ಪನ ಮೇಲೆ ರೋಷ ಉಕ್ಕಿತು. ಆ ಕರೀ ಕಾಫಿ ಲೋಟವನ್ನ ಹಿಡಿದು ನೋಡಿದ. ಎಲ್ಲಿ ಕೊರತೆ ಇದೆ?

"ಹಾಲು ಸಾಲದಿದ್ರೂ ರುಚಿ ಇದೆ" ಲೋಟ ಕೆಳಗಿಳಿದಾಗ ಲೀಲಾ ಶಭಾಷ್‌ಗಿರಿ ಕೊಟ್ಟಳು. ಪ್ರಮೀಳ ಮುಖ ಮೊರದಷ್ಟು ಅಗಲವಾಯಿತು. "ನಾನು ಹೀಗೇನೇ! ಇದ್ದಿದ್ರಲ್ಲೇ ಅಚ್ಚುಕಟ್ಟಾಗಿ ಮಾಡ್ತೀನಿ. ಇಲ್ದಿದ್ರೆ ಈ ಮನೆ ಮಾನ ಎಂದೋ ಬೀದಿಪಾಲು ಆಗ್ತಾ ಇತ್ತು!"

"ನಿಮ್ಮ ಕೆಲ್ಸ ನೋಡ್ಕೊಳ್ಳಿ" ವೇಣು ಕೈಯಲ್ಲಿ ಲೋಟ ಹಿಡಿದೇ ಗುಡುಗಿದ.

"ಬಂದಿದ್ದಕ್ಕೆ ಪಶ್ಚಾತ್ತಾಪ ಆಗ್ತಾ ಇರ್ಬೇಕೂ." ವೇಣು ನಗುತ್ತಲೇ ಕೇಳಿದ.

"ಏನಿಲ್ಲ" ಎಂದರೂ ಮುಖದಲ್ಲಿ ಛಾಯೆ ಸ್ಪಷ್ಟವಾಗಿತ್ತು.

ವೇಣು ಸಹಾಯದಿಂದ ಮುಖ ತೊಳೆದು ಬಂದರು. ಪಕ್ಕದ ಕೋಣೆಯಲ್ಲಿದ್ದ ಹುಡುಗಿಯರ ಗುಂಪು ದೊಡ್ಡದಾಗಿ ಗಲಾಟೆ ಮಾಡುತ್ತಿತ್ತು. ವರಾಂಡಕ್ಕೆ ಸೇರಿದಂತಿದ್ದ ಕೋಣೆಯಲ್ಲಿ ಇಸ್ಪೀಟು ಆಡುತ್ತಿದ್ದರು. ಅದರಲ್ಲಿ ಮೀನಾಕ್ಷಮ್ಮ, ಸುಂದರಮ್ಮ ಅವರ ಗಂಡು ಮಕ್ಕಳ ಜೊತೆ ಅವರ ಗೆಳೆಯರೂ ಇದ್ದರು.

"ಹೊರ್ಗಡೆ ಹೋಗ್ಬಿಟ್ಟು ಬರೋಣ." ಈ ಉಸಿರು ಕಟ್ಟುವ ವಾತಾವರಣದಿಂದ ಅವರನ್ನ ಹೊರಗೆ ಕರೆದೊಯ್ಯಬೇಕೆನಿಸಿತು ವೇಣುಗೆ ಕಾದಿದ್ದವರಂತೆ ಮೇಲಕ್ಕೆದ್ದರು.

ಕಾಂಪೌಂಡ್‌ನಲ್ಲಿ ಗಲಾಟೆ ಮಾಡುತ್ತಿದ್ದ ಹುಡುಗರನ್ನ ನಾಲ್ಕು ತಟ್ಟಿ ಹೊರಗೆ

ಕಳುಹಿಸುವ ಮನಸ್ಸಾಯಿತು. ಹಿಂದಿನ ಘಟನೆ ನೆನಪಿಗೆ ಬಂದು ಮನಸ್ಸು ಕಹಿಯಾಯಿತು.

"ನಂಗೆಲ್ಲ ಸರಿ ಕಾಣೋಲ್ಲ. ನಿಂಗೆ ಇಷ್ಟವಿದ್ರೆ ಮನೆಯಲ್ಲಿರು. ಇಲ್ದಿದ್ರೆ ಹೇಗೂ ಓದುಬರಹ ಕಲ್ಸಿ ಒಂದು ದಾರಿ ಮಾಡಿದ್ದೀವಲ್ಲ. ನಿನ್ನ ಪಾಡಿಗೆ ನೀನಿದ್ದುಬಿಡು. ತೀರಾ ಬೇಕಾದವ್ರು ಮನೆಯಲ್ಲಿ ಇರ್ಲೇಬೇಕು. ಅವ್ರನ್ನ ಅಂದು ಆಡಿ ಮಾಡೋ ಅಧಿಕಾರ ನಿಂಗಿಲ್ಲ" ಎಂದಾಗ ಛಡಿಯೇಟು ತಿಂದವನಂತೆ ನರಳಿದ್ದ. ಕಹಿಯಾದ ಉಗುಳನ್ನ ನುಂಗಲಾರದೆ ಉಗಿದ.

ಲೀಲಾ, ಸರಳ ಗುಹೆಯಿಂದ ಹೊರಗೆ ಬಂದವರಂತೆ ಸಮಾಧಾನದ ಉಸಿರು ದಬ್ಬಿದರು.

"ನಿಮ್ಮ ಅಣ್ಣಂದಿರು ಕಾಣ್ಲೇ ಇಲ್ಲ." ಪ್ರಭಾಕರ ಕುತೂಹಲ ತಡೆಯಲಾರದೇ ಕೇಳಿದ.

"ಆಫೀಸ್, ಬಿಜಿನೆಸ್... ರಾತ್ರಿನೇ ಮನೆ ಸೇರೋದು."

ತಿರುಗಾಡಿಕೊಂಡು ರಾತ್ರಿ ಮನೆಗೆ ಬಂದಾಗ ಒಂಬತ್ತು ಆಗಿತ್ತು. ಇನ್ನಷ್ಟು ಜನ ಬಂದಿದ್ದರು. ಮದುವೆ ಹಿಂದಿನ ದಿನದ ವರಪೂಜೆಯ ಗದ್ದಲ ಕಾಣಬರುತ್ತಿತ್ತು.

"ಅಬ್ಬಬ್ಬ.....! ತುಂಬ ಜನ ಬಂದಿದ್ದಾರೆ!" ಲೀಲಾ ಉದ್ಗರಿಸಿದಳು. ವೇಣು ತುಟಿಗಳ ಮೇಲೆ ಪರಿಹಾಸ್ಯದ ನಗು ತೇಲಿತು. ಈ ದೊಂಬರಾಟವನ್ನು ನೋಡುತ್ತಲೇ ಬೆಳೆದಿದ್ದ.

ತೀರಾ ಬಡಹುಡುಗ ಓದಲು ಸಹಾಯ ಬೇಡಿ ಬಂದರೆ ಬಾಯಿಗೆ ಬಂದಂತೆ ಹಂಗಿಸಿ ಎರಡರ ನೋಟನ್ನು ಅವನ ಮುಂದೆ ಎಸೆಯುವ ಮಹಾನುಭಾವರು ಇಂತಹ ಅದ್ದೂರಿ ಸಮಾರಂಭಕ್ಕೆ ಸಾವಿರಾರು ಸುರಿಯುತ್ತಿದ್ದರು. ಅವರ ರೀತಿಯಲ್ಲಿ ಫಲಾಪೇಕ್ಷೆಯಿಲ್ಲದ ಕರ್ಮವಿರಬಹುದು! ಪುಣ್ಯ ಸಿಗುವುದಿಲ್ಲವೆನ್ನುವುದು ಮಾತ್ರ ಗ್ಯಾರಂಟಿ.

ರಾಮನಾಥ್ ದೊಡ್ಡ ನಗು ಕೇಳಿಸಿತು. ವೇಣುವಿನ ಮುಖದ ಮೇಲೆ ಬೇಸರ ಜಿನುಗಿತು.

ದೊಡ್ಡ ಹಾಲ್‌ನಲ್ಲಿ ಸುಮಾರು ಜನ ಸೇರಿದ್ದರು. ಅದರಲ್ಲಿ ಹೆಂಗಸರ ಸಂಖ್ಯೆ ಅಧಿಕವಾಗಿತ್ತು.

"ಯಾವಾಗ... ಬಂದಿದ್ದು?" ರಾಮನಾಥ್ ಎದ್ದು ಬಂದು ಕೈ ಕುಲುಕಿದರು. ಎಲ್ಲರ ನೋಟ ಇವರತ್ತ ಹರಿದಾಗ ಲೀಲಾ, ಸರಳಳ ಮೇಮೇಲೆ ಚೇಳುಗಳು ಹರಿದಾಡಿದಂತಾಯಿತು.

ವೇಣು ತಾಯಿ ಬಂದು ಆತ್ಮೀಯತೆಯಿಂದ ಮಾತಾಡಿಸಿದರು.

"ಬೇಜಾರು ಮಾಡ್ಕೊಂಡ್ರಾ! ತುಂಬ ಫ್ರೆಂಡ್ಸ್ ಮಾಡ್ಕೊಂಡ್ಬಿಟ್ಟಿದ್ದೀನಿ. ಅವ್ರನ್ನೆಲ್ಲ

ಕರೀಬೇಕು. ಬೆಳಿಗ್ಗೆ ಹೊರಟವ್ರು ಈಗ್ಲೇ ಮನೆ ಸೇರಿದ್ದು. ಇನ್ನಷ್ಟು ಬಿಟ್ಟುಹೋಗಿದೆ" ತೋಡಿಕೊಂಡರು.

ಲೀಲಾಳ ಕಣ್ಣುಗಳು ಕಿರಿದಾದವು. ರೆಪ್ಪೆಯ ಕೆಳಗೆ ಗೆರೆಗಳು ಮೂಡಿದವು.

"ನಿಮ್ಮ ಸೊಸೆಯಂದ್ರು ಇಲ್ವಾ?"

ಆಕೆಯ ಮುಖ ತಕ್ಷಣ ಪೆಚ್ಚಾಯಿತು. ಎಚ್ಚೆತ್ತು ನಾಟಕೀಯದ ಬಣ್ಣ ಬಳಿದಿದ್ದು ಲೀಲಾಗೆ ಅರಿವಾಯಿತು.

"ಅಯ್ಯೋ! ಎಂಥ ಕೆಲ್ಸ ಆಯ್ತೂಂತ! ನನ್ನ ದೊಡ್ಡ ಸೊಸೆಗೆ ಪೂಜೆ, ಪುರಸ್ಕಾರ ಅಂದ್ರೆ ತುಂಬ ಇಷ್ಟ. ಅವ್ಳ ಮಗ್ಳಿಗೆ ಹುಷಾರಿಲ್ಲಾಂತ ಬೀಗರು ಪತ್ರ ಬರೆದಿದ್ರು. ಅರೆ ಮನಸ್ಸಿನಿಂದ್ಲೇ ಓಡಿಹೋದ್ಲು. ಇನ್ನೊಬ್ಬ ಮಗ ಹೆಂಡ್ತೀನ ಕರ್ಕೊಂಡ್ಬರೋಕೆ ಹೋಗಿದ್ದಾನೆ. ಈಗ ಕಡೇ ಬಸ್ಸಿನಲ್ಲಿ ಬರ್ತಾನೆ."

ಲೀಲಾ ಸುಸ್ತಾದಳು. ಇಷ್ಟು ದೊಡ್ಡ ಸಮಾರಂಭ ನಡೆಸುತ್ತಿದ್ದಾರೆ. ಮನೆಯ ಮುಖ್ಯರಿಲ್ಲದ ಈ ಸಮಾರಂಭಕ್ಕೆ ಏನಾದರೂ ಶೋಭೆ ಇದೆಯೇ? ಅವಳಿಗೆ ವಿಲಕ್ಷಣವೆನಿಸಿತು.

"ಮೊದ್ಲು ಊಟ ಮಾಡಿ." ಒತ್ತಿ ಹೇಳಿದರು.

ಯಾರೋ ಒಬ್ಬರು ಬಂದು ಕೂತವರನ್ನ ಎಬ್ಬಿಸಿದರು. ಇನ್ನೊಬ್ಬಾಕೆ ಎಲೆ ಹಾಕಿದರು. ದಂಪತಿಗಳು ಮಾತ್ರ ಅಲುಗಾಡದೇ ಕೂತೇ ಇದ್ದರು. ರಾಮನಾಥ್ ಮಾತುಗಳಿಗೆ ಯಾವುದೇ ಅಡೆತಡೆ ಇರಲಿಲ್ಲ. ತಮ್ಮ ಜೋಕ್‌ಗಳಿಗೆ ತಾವೇ ನಗುತ್ತಿದ್ದರು.

ವೇಣು ಬಂದು ಎಬ್ಬಿಸಿಕೊಂಡು ಹೋದ. ಕೋಣೆಯಲ್ಲಿದ್ದು ಒಂದಷ್ಟು ಜನ ಹೊರಗೆ ಬಂದರು. ಮಿಕ್ಕವರು ಕೂತೇ ಇದ್ದರು. ಬಟ್ಟೆ ಬದಲಾಯಿಸಲು ಕೂಡ ಪ್ರಭಾಕರ ಅನುಮಾನಿಸಿದ.

"ಒಂದ್ನಿಮಿಷ.... ಅಶೋಕ ಬಂದ ಕೂಡ್ಲೇ ಅವನ ಕೋಣೆ ಕೀ ಸಿಗುತ್ತೆ ಆಮೇಲೆ ಈ ತಕರಾರಿಲ್ಲ!" ಕೂತಿದ್ದವರ ಮೇಲೆ ಕಣ್ಣಾಡಿಸಿ ಹೊಟ್ಟೆ ಸವರಿಕೊಂಡ.

ಅವರಲ್ಲಿ ಕೆಲವರ ಪರಿಚಯ ಇವನಿಗಿಲ್ಲ. ಇದ್ದವರ ಬಳಿ ಮಾತನಾಡಲು ಅವನಿಗಿಷ್ಟವಿಲ್ಲ.

ಪ್ರಭಾಕರ ತೊಟ್ಟ ಪ್ಯಾಂಟ್‌ನಲ್ಲಿಯೇ ಮುಜುಗರದಿಂದ ಊಟಕ್ಕೆ ಕೂತ. ಸರಳ ಅಣ್ಣನ ಪೇಚಾಟ ನೋಡಿ ನಗು ತಡೆಯಲು ಕೈಯನ್ನ ಬಾಯಿಗೆ ಅಡ್ಡವಾಗಿಟ್ಟಿದ್ದಳು.

ವೇಣು ಕಣ್ಣುಗಳು ಅತ್ತ ಹೊರಳಿದಾಗ ನಗುವಿನ ಲೇಪನದಿಂದ ಮುದ್ದಾಗಿ ಕಂಡಳು. ಹಿಂದೆ ಕಾಣದ ಅವಳ ಸೌಂದರ್ಯ ಈಚೆಗೆ ಅವನ ಕಣ್ಣುಗಳು ಗುರ್ತಿಸತೊಡಗಿತ್ತು.

"ಸರಳ, ಕೈ ತೆಗ್ದುಬಿಡಿ" ಮೆಲ್ಲಗೆ ಹೇಳಿದ.

ಅವಳು ತೆಗೆಯುವ ಬದಲು ಭದ್ರವಾಗಿ ಅಲ್ಲಿ ಕೈಯೂರಿದಳು. ಆದರೂ ಕಣ್ಣುಗಳು ನಗುವಿನ ಹರ್ಷವನ್ನ ಹೊರಗೆ ಹಾಕಿದವು.

"ಆಯ್ತು ನಗು" ಪ್ರಭಾಕರನ ಕೈ ಪ್ಯಾಂಟ್ ಮೇಲಾಡಿತು.

ಭರ್ಜರಿ ಊಟ. ಪೂಜೆಯ ಹಿಂದಿನ ದಿನಕ್ಕೂ ವಿಶೇಷ ಅಡಿಗೆ ತಯಾರಾಗಿತ್ತು. ತುಪ್ಪ, ಸಿಹಿಯನ್ನ ಧಾರಾಳವಾಗಿ ಬಡಿಸಿದರು. ರಾಮನಾಥ್ ಎಡ, ಬಲ ಪಂಕ್ತಿಗಳ ನಡುವೆ ನಿಂತು ಉಪಚರಿಸಲು ಶುರು ಮಾಡಿದಾಗ ಮುಜುಗರವೆನಿಸಿತು. ಸರಿಯಾಗಿ ಊಟ ಮಾಡಲಾಗಲಿಲ್ಲ.

"ವೇಣು, ಸ್ವಲ್ಪ ಹೊರ್ಗಡೆ ಹೋಗೋಣ. ಪ್ರಭಾಕರನಿಗೆ ಆ ಗದ್ದಲದಲ್ಲಿರಲು ಸಾಧ್ಯವಾಗಲಿಲ್ಲ. ವೇಣು ಅರಿತವನಂತೆ ಬಾಗಿಲಿನತ್ತ ನಡೆದ."

ಇದುವರೆಗೆ ಅತ್ತಿಗೆ, ನಾದಿನಿಯರು ಹೊರಗೆ ನಡೆದಿದ್ದರು.

"ಹೇಗಿದೆ ಮೇಡಮ್?" ವೇಣು ತಮಾಷೆ ಮಾಡಿದ.

"ತುಂಬಾ ಚೆನ್ನಾಗಿದೆ. ಒಂದೇ ಲೋಪ...." ಸರಳಗೆ ತಕ್ಷಣ ಪದ್ಮಿನಿ ಜ್ಞಾಪಕ ಬಂತು. ತುಟಿ ಕಚ್ಚಿಕೊಂಡಳು. ಎದೆಯಾಳದಲ್ಲಿ ಎಂತಹುದೋ ವೇದನೆ.

ಒಂದು ಲೂನಾ ಬಂದು ನಿಂತಾಗ ಎಲ್ಲರ ಗಮನ ಅತ್ತ ಹರಿಯಿತು. ಚೂಡಿದಾರ್ ಧರಿಸಿದ ಎರಡು ಜಡೆಯ ಲಲನೆ ಶಬ್ದವಾಗುವಂತೆ ಗೇಟನ್ನು ತಳ್ಳಿಕೊಂಡು ವಾಹನದ ಸಮೇತ ಕಾಂಪೌಂಡ್‌ನೊಳಕ್ಕೆ ಬಂದಳು.

ಇವನತ್ತ ತಿರುಗಿ "ಹಲೋ...." ಎಂದು ಕೈಯೆತ್ತಿದಳು.

"ನನ್ತಂಗಿ... ವಾಸಂತಿ" ತಣ್ಣನೆಯ ಸ್ವರದಲ್ಲಿ ನುಡಿದ.

ನಿಲ್ಲಿಸಿ ಇವನತ್ತ ಬಂದಳು. ತುಟಿಯ ಬಣ್ಣ ಎದ್ದು ಕಾಣುತ್ತಿತ್ತು. ಹಣೆಯ ಮೇಲೆ ಹಾರಾಡುತ್ತಿದ್ದ ಮುಂಗೂದಲನ್ನ ಬೆರಳಿನಿಂದ ಹಿಂದಕ್ಕೆ ತಳ್ಳಿದಳು.

"ಹೌ ಆರ್ ಯು?" ಗಡಿಬಿಡಿಯಿಂದಲೇ ಕೇಳಿದಳು.

"ಓ.ಕೆ., ಎಲ್ಲಿಗೆ ಹೋಗಿದ್ದೆ?" ಅರಿವಾಗದೆ ಅವನ ಸ್ವರದಲ್ಲಿ ಕಠಿಣತೆ ಇಣಕಿತ್ತು.

"ಇನ್ವಿಟೇಷನ್ ಹಂಚೋಕೆ. ಟೈಮ್ ಸಾಲಲೇ ಇಲ್ಲ." ಕೈ ಕೊಡವಿದಳು. "ಬರ್ತೀನಿ...." ಒಳಗೆ ನಡೆದಳು. ವೇಣು ನಿಂತ ಲೂನಾದತ್ತಲೇ ನೋಡಿದ.

"ಪ್ರಭಾಕರ್, ಅವಳೊಂದು ತರಹ ಜವಾಬ್ದಾರಿರಹಿತ ವಾತಾವರಣದಲ್ಲಿ ಬೆಳೆದಿದ್ದಾಳೆ!" ತಟ್ಟನೆ ಒಳಗೆ ಹೋಗಿದ್ದಕ್ಕೆ ಸಮಜಾಯಿಷಿ ಹೇಳುವ ಪ್ರಯತ್ನ ಮಾಡಿದ.

ದೊಡ್ಡ ಧ್ವನಿಯಲ್ಲಿ ಕೂಗಾಟ ಕೇಳಿಸಿತು. ಅದು ವಾಸಂತಿಯ ಸ್ವರವೇ ಎಂದು ವೇಣುಗೆ ಗೊತ್ತು. ಅವಮಾನದಿಂದ ಅವನ ಮುಖ ಬಿಳಚಿಕೊಂಡಿತು.

"ಏನು ಓದ್ತಾ ಇದ್ದಾಳೆ?" ಲೀಲಾ ಮೃದುವಾಗಿ ಪ್ರಶ್ನಿಸಿದಳು.

ವೇಣು ಕಣ್ಣುಗಳು ಕಿರಿದಾದವು. ಅವನಿಗೂ ನೆನಪು ಬರಲಿಲ್ಲ. ಎದೆಯ ಮೇಲೆ ಕೈಕಟ್ಟಿ ಮೇಲಕ್ಕೆ ನೋಡಿದ. ವಿರಳವಾಗಿ ಪ್ರಕಾಶಿಸುತ್ತಿದ್ದ ನಕ್ಷತ್ರಗಳು ನಕ್ಕಂತಾಯಿತು.

"ನೀವೆಲ್ಲ ಇಲ್ಲಿ ನಿಂತ್ಬಿಟ್ರಾ" ರಾಮನಾಥ್ ಸ್ವರ ಎಚ್ಚರಿಸಿತು. ಯಾರಾದರೂ ಮಾತಾಡುವ ಮುನ್ನ ಅವರೇ ಹೇಳಿದರು. "ಏನು ಸಂಕೋಚ ಪಟ್ಕೋಬೇಡಿ. ನಿಮ್ಮನೆ ಅಂತಾನೆ ತಿಳ್ಕೊಳ್ಳಿ. ನನ್ದೂ ಧಾರಾಳ ಮನಸ್ಸು. ಜರ್ಬಾಗಿಯೇ ನಡೀಬೇಕು. ಇನ್ನು ಸಾಕಷ್ಟು ಜನ ಬರೋರು ಇದ್ದಾರೆ. ಈ ಖರ್ಚಿನಲ್ಲಿ ಒಂದು ಮದ್ವೆ ಮಾಡಿಬಿಡ್ತಾರೆ" ದೊಡ್ಡ ಧ್ವನಿಯಲ್ಲಿ ನಕ್ಕರು. ವೇಣು ಮುಖ ಬಿಗಿದುಕೊಂಡಿತು. ಪ್ರಯಾಸಪಟ್ಟು ತುಟಿಗಳನ್ನ ಕಚ್ಚಿ ಹಿಡಿದಿದ್ದನೆಂದು ಸರಳಗೆ ಅರಿವಾಯಿತು.

"ಎಲ್ಲಾ ಒಟ್ಟಿಗೆ ನಿಮ್ಗೇ ಪರಿಚಯ ಮಾಡಿಸ್ತೀನಿ!" ಒಳಗೆ ಹೋದರು. ವೇಣು ಆಕಾಶದತ್ತ ನೋಡಿದ. ಪ್ರಭಾಕರನ ನೋಟ ಸರಳಳತ್ತ ಹರಿದಾಗ ಗಹನವಾದ ಯೋಚನೆಯಲ್ಲಿ ಮುಳುಗಿದಂತೆ ಕಂಡಳು.

"ಅವಳ ಯೋಚನೆ ಯಾವ ದಿಕ್ಕು ಹಿಡಿದಿರಬಹುದು? ಬಾಯಿ ಬಿಟ್ಟು ವೇಣುನ ಪ್ರೀತಿಸಿರೋ ವಿಷಯನ ಅವಳೇ ತಿಳಿಸಿದ್ದಾಳೆ. ಅಂದರೆ ಅವನ ಬಗ್ಗೆ ಸಹಾನುಭೂತಿಯು ಇರಬಹುದು. ಅದು ಪ್ರೀತಿಯ ದಾರಿ ಹಿಡಿಯಲು ಸಹಾಯ ಮಾಡಿರಬಹುದು."

"ವೇಣು, ನಾಳೆ ಎಷ್ಟೊತ್ತಿಗೆ ಪೂಜೆ ಮುಗಿಬಹುದ್ದು?" ಎಂದು ಕೇಳಿದಾಗ ವೇಣು ಜೋರಾಗಿ ನಕ್ಕುಬಿಟ್ಟ. "ಆಗ್ಲೇ ಬೇಸರವಾಯ್ತು! ಕನಿಷ್ಟ ವಾರವಾದ್ರೂ ಇದ್ದು ಪೂರ್ಣ ಪರಿಚಯ ಮಾಡಿಕೊಳ್ಳಬೇಕು!" ಹುಸಿ ಹುಸಿ ಒತ್ತಾಯವೇರಿದ.

"ಮೈ ಗಾಡ್.... ಮನೆಗೆ ಕಳಿಸ್ತಾರೆ ಸರ್ಕಾರದೋರು."

ನಿಂತು ಲೀಲಾ, ಸರಳ ಕಾಲುಗಳು ನೋಯತೊಡಗಿದವು. ಒಂದೆರಡು ಕಡೆ ಛೇರ್‌ಗಳು ಹಾಕಿಕೊಂಡು ಕೂತು ಮಾತಾಡುತ್ತಿದ್ದರು. ವೇಣು ಕೂಡ ಇಲ್ಲಿ ಪರಕೀಯನಂತೆ ಅವರಿಗೆ ಕಂಡ.

"ವೇಣು, ಎಲ್ಲಾದ್ರೂ ಸ್ವಲ್ಪ ಮಲ್ಗಿಕೊಳ್ಳೋಕೆ ವ್ಯವಸ್ಥೆ ಮಾಡಪ್ಪ." ಲೀಲಾ ಸೋತು ಹೇಳಿದಳು.

ಅವನ ವಿವೇಕ ಎಚ್ಚೆತ್ತಿತ್ತು. ಅವನು ಉಪಯೋಗಿಸುತ್ತಿದ್ದ ಕೋಣೆ ತುಂಬ ಕೆಲವರು ತುಂಬಿಕೊಂಡಿದ್ದರು. ನಾಲ್ಕಾರು ಮಕ್ಕಳು ಮಲಗಿ ನಿದ್ರಿಸಿದ್ದರು. ಅವನಿಗೆ ತಲೆ ಕೆಟ್ಟಂತಾಯಿತು.

"ಒಂದ್ನಿಮಿಷ" ನಾಲ್ಕು ಹೆಜ್ಜೆ ಹೋದವನು ಸ್ಕೂಟರ್ ಸದ್ದು ಕೇಳಿ ನಿಂತ ಅಶೋಕ ಸ್ಕೂಟರನ್ನ ಕಾಂಪೌಂಡಿನೊಳಕ್ಕೆ ತಳ್ಳಿಕೊಂಡು ಬಂದ. ಸ್ಟಾಂಡ್ ಹಾಕಿ ನಿಲ್ಲಿಸಿ ಹೆಲ್ಮೆಟ್ ತೆಗೆದು ಕೈಯಲ್ಲಿಡಿದ."

ಇತ್ತ ತಿರುಗಿದಾಗ ಅವನ ಕಣ್ಣುಗಳು ಮಿಂಚಿದವು. ಇವರತ್ತ ಬಂದ.

"ವೇಣು ಯಾವಾಗ್ಬಂದೆ?" ಇವರುಗಳ ಕಡೆ ನೋಟವರಿಸಿದ.

ಮರಳುಗಾಡಿನಲ್ಲಿ ಚಿಲುಮೆ ಉಕ್ಕಿದಂತಾಯಿತು ವೇಣುಗೆ. ಪ್ರಭಾಕರ, ಸರಳ, ಲೀಲಾ, ಪರಿಚಯಿಸಿದ.

"ನೀವೆಲ್ಲ ಬಂದಿದ್ದು ತುಂಬ ಸಂತೋಷ. ಬನ್ನಿ ಹೋಗೋಣ." ಅಲ್ಲಿ ಆತ್ಮೀಯತೆ ಪ್ರಾಮಾಣಿಕತೆ ಇನಿಧ್ವನಿಯನ್ನ ಕಂಡಂತಾಯಿತು. "ಈಗ ತಾನೇ ಬಂದಿದ್ದೀರಿ...." ಪ್ರಭಾಕರ ಅನುಮಾನಿಸಿದ. "ಎಂಥದ್ದೂ ಇಲ್ಲ. ನನ್ನ ಕೋಣೆಗೆ ಹೋಗೋಣ."

ಅವನ ಹಿಂದೆ ಮಹಡಿ ಮೆಟ್ಟಲು ಹತ್ತಿ ಮೇಲಕ್ಕೆ ನಡೆದರು. ಕೋಣೆಗೆ ಬಿದ್ದ ಬೀಗ ನೋಡಿ ಪ್ರಭಾಕರ ದಿಗ್ಭ್ರಾಂತನಾದ.

ಬೀಗ ತೆರೆದು ಬಾಗಿಲು ತೆರೆದ. ವಿಭಿನ್ನ ವಾತಾವರಣವಿತ್ತು. ಗೋಡೆಗಳು ಡೆಕೋ ಪ್ಲಾಸ್ಟರ್‌ನಿಂದ ಲಕಲಕನೆ ಹೊಳೆಯುತ್ತಿತ್ತು. ಕೋಣೆ ವಿಶಾಲವಾಗಿತ್ತು. ಒಂದು ಕಡೆ ಸೋಫಾಸೆಟ್ ಇದ್ದರೆ ಅದಕ್ಕೆ ಎದುರಾಗಿ ಜೋಡಿ ಮಂಚವಿತ್ತು. ಅದಕ್ಕೆ ಗುಲಾಬಿ ಬಣ್ಣದ ಸೊಳ್ಳೆ ಪರದೆ ನೇತುಬಿದ್ದಿತ್ತು. ಸಣ್ಣ ಟೀಪಾಯಿನಲ್ಲಿ ಜೀವಂತ ಹೂಗಳ ಚೆಲುವನ್ನ ಮೀರಿಸುವಂತೆ ಹೂದಾನಿಯಲ್ಲಿ ಪ್ಲಾಸ್ಟಿಕ್ ಹೂಗಳು ಅರಳಿದ್ದವು. ಒಂದು ಮೂಲೆಯಲ್ಲಿ ಫ್ರಿಜ್ ಇದ್ದರೆ ಮತ್ತೊಂದು ಮೂಲೆಯಲ್ಲಿ ಸ್ಟೀರಿಯೋ ಇದ್ದು ಆ ಕೋಣೆಯ ಸುವ್ಯವಸ್ಥೆಯನ್ನ ಕಾಯ್ದುಕೊಂಡಿತ್ತು.

"ಕೂತ್ಕೊಳ್ಳಿ.... ಯಾವ ಸಂಕೋಚವೂ ಬೇಡ." ಕೆಳಗಿಳಿದು ಹೋದವನು ನಿಂತು "ವೇಣು ಅವ್ರದ್ದು ಊಟ ಆಯ್ತು?" ಕೇಳಿದ.

"ಆಯ್ತು" ಎಂದಾಗ ಕೆಳಗಿಳಿದು ಹೋದ.

ಸರಳ ಮನಸ್ಸಿನಲ್ಲಿ ಏನೋ ಲೆಕ್ಕ ಹಾಕತೊಡಗಿದಳು. ಇದು ಮನೆಯಾಗಿ ಕಾಣಲಿಲ್ಲ ಅವಳಿಗೆ.

ಹತ್ತು ನಿಮಿಷದಲ್ಲಿ ಅಶೋಕ ಹಾಲು ಹಣ್ಣುಗಳನ್ನು ತೆಗೆಸಿಕೊಂಡು ಮೇಲಕ್ಕೆ ಬಂದವನು ಧೋತಿ ಉಟ್ಟು ಸರಳವಾಗಿ ಕೂತ.

"ತಗೊಳ್ಳಿ, ನಿಮ್ಮನ್ನ ಉಪಚರಿಸೋಕೆ ನನ್ನ ಶ್ರೀಮತಿ ಇಲ್ಲ. ಸದ್ಯಕ್ಕೆ ತವರುಮನೆಯಲ್ಲಿದ್ದಾಳೆ." ಅವನ ಕಣ್ಣುಗಳಲ್ಲಿ ವಿಚಿತ್ರಭಾವ ತುಂಬಿಕೊಂಡಿತು. ಎರಡು ಕೈ ಬೆರಳುಗಳನ್ನ ಬೆಸೆದು ತಲೆಯ ಹಿಂದಕ್ಕೆ ಇಟ್ಟುಕೊಂಡ.

ಈ ಪೂಜೆಯ ಏರ್ಪಾಟುಗಳು ಹತ್ತು ದಿನದ ಹಿಂದೆ ಶುರುವಾಗಿದ್ದರೂ ಅವನಿಗೆ ಎರಡು ದಿನದ ಹಿಂದೆ ತಿಳಿಯಿತು. ತಂದೆಯಾಗಲಿ, ತಾಯಿಯಾಗಲಿ ಅವನ ಮುಂದೆ ಪ್ರಸ್ತಾಪವೇ ಎತ್ತಿರಲಿಲ್ಲ. ಹಿಂದಿನ ದಿನ ಕರೆದು ಕೇಳಿದರು. "ಯಾವಾಗ ಬರ್ತಾಳೆ, ನಿನ್ನ ಹೆಂಡ್ತಿ?" ಅವರ ಪ್ರಶ್ನೆಗೆ ಉತ್ತರಿಸದೆ ಹೊರಟಿದ್ದ. ಇಂಥಹುದು ಹೊಸದಲ್ಲದಿದ್ದರೂ ನೋವು ಅನುಭವಿಸುವುದಂತೂ ತಪ್ಪಲಿಲ್ಲ.

"ನೀವು ಊಟ ಮಾಡ್ಕೊಂಡು ಬಂದ್ಬಿಡಿ" ಪ್ರಭಾಕರ ಸೇಬಿನ ಚೂರು ಕೈಗೆತ್ತಿಕೊಂಡ.

ಅಶೋಕನ ಮುಖದ ಮೇಲೆ ವಿಷಾದ ರೇಖೆ ಹಾದುಹೋಯಿತು. ಮಡದಿ ಇಲ್ಲದ ದಿನಗಳಲ್ಲಿ ಮನೆಯ ಊಟಕ್ಕೆ ಬರುತ್ತಿರಲಿಲ್ಲ. ಒಮ್ಮೆ ತೀರಾ ಹಸಿದು ಮನೆಗೆ ಬಂದಿದ್ದ.

"ಈಗ ಯಾರೋ ಬಂದಿದ್ರು... ಬಡ್ಸಿಬಿಟ್ಟೆ" ಪ್ರಮೀಳ ಹೇಳಿದ್ದಳು. ಸುಮ್ಮನೆ ಹೊರಗೆ ನಡೆದಿದ್ದ. ಅಂದಿನಿಂದ ಮನೆಗಾಗಿ ಒಂದು ಪೈಸೆ ಖರ್ಚು ಮಾಡುತ್ತಿರಲಿಲ್ಲ.

ಒಮ್ಮೆ ರಾಮನಾಥ್ ರೇಗಿದ್ದರು.

"ಏಕೋ ಇದು! ಬೇಕಾ ಬೇಕಾದ್ದುದನ್ನೆಲ್ಲ ಕೋಣೆಯಲ್ಲಿ ತಂದಿಟ್ಟುಕೊಂಡು ಗಂಡಹೆಂಡ್ತಿ ತಿಂದ್ರೆ ಹೆಂಗೆ! ಮನೆ ವ್ಯವಸ್ಥೆ ಕೆಡುತ್ತೆ!"

ಆಗ ಅಶೋಕನ ಮೈ ಉರಿದುಹೋಗಿತ್ತು. ತಂದೆಯನ್ನುವುದನ್ನು ಕ್ಷಣಕಾಲ ಮರೆತು ರೇಗಿದ್ದ.

"ಅದೂ ಎಂದೋ ಕೆಟ್ಟಿದೆ! ಮತ್ತೆ ಕೆಡಬೇಕಿಲ್ಲ. ನನ್ನಿಷ್ಟ. ಯಾವುದನ್ನೂ ಪ್ರಶ್ನಿಸುವ ಅಧಿಕಾರ ನಿಮಗಿಲ್ಲ."

"ನನ್ನ ಫ್ರೆಂಡ್ ಬಲವಂತಕ್ಕೆ ಹೋಟೆಲಿನಲ್ಲೇ ಮುಗಿಸ್ದೇ" ಮೇಲಕ್ಕೆದ್ದ.

ವೇಣು ಸಹಾಯದಿಂದ ಮಡಚಿಟ್ಟಿದ್ದ ಕಬ್ಬಿಣದ ಸ್ಪ್ರಿಂಗ್ ಮಂಚ ಹಾಕಿಕೊಟ್ಟು ತಾನೇ ಹಾಸಿಗೆ ಬಿಡಿಸಿಕೊಟ್ಟ.

"ಸದ್ಯಕ್ಕೆ ನೀವು ಮಲ್ಗಿ ರೆಸ್ಟ್ ತಗೊಳ್ಳಿ. ನಾನು, ವೇಣು ಹೊರ್ಗಡೆ ಹೋಗ್ತೀವಿ" ವೇಣುವಿನ ಭುಜದ ಮೇಲೆ ಕೈಹಾಕಿ ಹೊರಗೆ ಕರೆದೊಯ್ದ.

"ನಿದ್ದೆ ಬರ್ತಾ ಇದ್ಯಾ?" ತಣ್ಣನೆಯ ಗಾಳಿಗೆ ಅಶೋಕ ಮುಖವೊಡ್ಡಿ ಕೇಳಿದ. ಇಲ್ಲವೆನ್ನುವಂತೆ ವೇಣು ತಲೆಯಾಡಿಸಿದ. "ನಡೀ ಹೋಗೋಣ" ಅವನನ್ನ ತಳ್ಳಿಕೊಂಡೇ ಹೊರಟ.

ರಾತ್ರಿಯ ನೀರವತೆಯನ್ನ ಭೇದಿಸಿಕೊಂಡು ಆಗಾಗ ವಾಹನಗಳು ಓಡಾಡುತ್ತಿದ್ದವು. ನಿಧಾನವಾಗಿ ಹೆಜ್ಜೆ ಹಾಕತೊಡಗಿದರು.

ಹಿಂದಿನ ರೋಡಿಗೆ ಬಂದು ಅಡ್ಡರಸ್ತೆಗೆ ತಿರುಗಿ ಐದನೆಯ ಮನೆಯ ಮುಂದೆ ನಿಂತರು. ಹೊರಗೆ ಆಧುನಿಕತೆಯ ಮೆರಗನ್ನ ಹೊತ್ತು ನೋಡುವವರಿಗೆ ಅಚ್ಚುಕಟ್ಟಾಗಿ ಕಾಣುತ್ತಿತ್ತು.

ವೇಣು ಕಣ್ಣುಗಳಲ್ಲಿ ವಿಸ್ಮಯ ಇಣಕಿತು. ರಾತ್ರಿಯ ವೇಳೆ ಮಲಗಿರುವವರನ್ನ ಎಚ್ಚರಿಸುವುದು ಚೆನ್ನಾಗಿ ಕಾಣಲಿಲ್ಲ. ಅಶೋಕನ ಭುಜದ ಮೇಲೆ ಕೈ ಹಾಕಿ ಹೇಳಿದ.

"ಯಾರ್ಮನೆ? ಇಷ್ಟೊತ್ತಿನಲ್ಲಿ ಎಬ್ಸೋ ತೊಂದರೆ ಕೊಡ್ಸೋದ್ಬೇಡ. ಮನೆಗೆ ಹೋಗೋಣ. ಹೇಗೋ ಆಗುತ್ತೆ" ವೇಣು ಯೋಚಿಸಿದ ರೀತಿಯೇ ಬೇರೆ. ಆ ಗಲಾಟೆಯ ವಾತಾವರಣದಲ್ಲಿ ಮಲಗಲು ಸಾಧ್ಯವಿಲ್ಲವೆಂದು ಇಲ್ಲಿಗೆ ಕರೆತಂದಿರಬೇಕೆಂದುಕೊಂಡ. ಅಶೋಕನ ತುಟಿಯಂಚಿನಲ್ಲಿ ಕಿರುನಗು ಮಿನುಗಿತು. "ಮನೆ ನಂದೇ. ಸದ್ಯಕ್ಕೆ ಎಬ್ಬಿಸೋ ತೊಂದರೆ ಇಲ್ಲ. ಖಾಲಿಯಾಗಿಯೇ ಇದೆ" ಇಷ್ಟೊತ್ತು ನೋಡದ ಕೀ ಬಂಚ್ ಅವನ ಕೈಯಲ್ಲಿ ಕಂಡಾಗ ವೇಣು ತುಟಿ ಕಚ್ಚಿಕೊಂಡ.

ಬಾಗಿಲು ತೆಗೆದು ಒಳಹೊಕ್ಕಾಗ ಖಾಲಿಯಾಗಿ ಕಾಣಲಿಲ್ಲ. ವಾಸದ ಮನೆಯಂತೆ ಎಲ್ಲ ವಸ್ತುಗಳೂ ಇದ್ದವು. ವೇಣುಗೆ ಕಕ್ಕಾಬಿಕ್ಕಿಯಾಯಿತು.

"ಯಾವಾಗ ತಗೊಂಡೆ?" ಸೋಫಾಕ್ಕೆ ಜಾರಿ ಕೂತ.

"ಆಗ್ಲೇ ಆರು ತಿಂಗ್ಳು ಆಯ್ತು" ಅಶೋಕನ ಕೈ ಸೋಫಾ ಮೇಲಾಡಿತು. ಅಂಟಿದ್ದ ಧೂಳನ್ನ ಹಿಡಿದು ನೋಡಿದ. "ಎಷ್ಟು ಹೇಳಿದ್ರೂ ಅಷ್ಟೆ!" ಗೊಣಗಿಕೊಂಡು ಹೋಗಿ ಬಟ್ಟೆಗೆ ಕೈಯೊರೆಸುತ್ತ ಬಂದ.

"ನಮ್ಮನೆ ಸಂಗ್ತಿ ಗೊತ್ತೇ ಇದೆಯಲ್ಲ ಒಡಕು ದೋಣಿ. ಯಾವ ಕ್ಷಣದಲ್ಲಿ ಬೇಕಾದ್ರೂ ಮುಳುಗಬಹುದ್ದು. ಯಾರೋ ಮಾಡ್ದ ತಪ್ಪಿಗೆ ನಾವ್ಯಾಕೆ ನೀರು ಪಾಲು ಆಗ್ಬೇಕು!" ವಿಲನ್ ನಗೆ ನಕ್ಕಾಗ ವೇಣು ಮನ ಕಹಿಯಾಯಿತು.

"ಅಂದ್ರೆ.... ನಂಗೇನು ಅರ್ಥವಾಗ್ಲಿಲ್ಲ. ಯಾರಾದ್ರೂ ಯಾಕೆ ಮುಳುಗ್ತಾರೆ? ಅಂಥದ್ದು ಏನಾಗಿದೆ?" ಅವನ ಸ್ವರದಲ್ಲಿನ ಉತ್ಸಾಹ ಅಡಗಿತು.

"ಅರ್ಥ ಮಾಡಿಕೊಳ್ಳೋಕೆ ಹೊಸದೇನಿದೆ! ಗೊತ್ತೇ ಇದೆಯಲ್ಲ ನಮ್ಮ ಪೂಜ್ಯ ಮಾತಾಪಿತೃಗಳ ವಿಷಯ." ಅವನ ತುಟಿಯಂಚಿನಲ್ಲಿ ವ್ಯಂಗ್ಯನಗು ಇಣಕಿತು. ಕಣ್ಣುಗಳಲ್ಲಿ ಕಠೋರತೆ ಮಿನುಗಿತು.

ಮುಖ ಮೇಲೆತ್ತಿ ವೇಣು ಉಸಿರನ್ನ ಹೊರಗೆ ದಬ್ಬಿದ.

"ಎಷ್ಟು ಸೋರಿಹೋಗ್ತಾ ಇದೆ ಗೊತ್ತ! ಮೀನಾಕ್ಷಮ್ಮ, ಸುಂದರಮ್ಮ ಆ ನಳಿನಿ. ಈ ಪ್ರಮೀಳ ಇವ್ರುಗಳೆಲ್ಲ ಯಾರು? ಅವ್ರುಗಳ ಮಕ್ಳು ನಮ್ಮ ಮನೆಯಲ್ಲಿ ಉಂಡು ತಿನ್ನೋಕೆ ವಾರಸುದಾರರ! ಎಲ್ಲೆಲ್ಲಿನ ಮಕ್ಳೋ ಈ ಮನೆ ಹಾಲು, ತುಪ್ಪ ತಿಂದು ಬೆಳೀತಾ ಇದೆ. ನಮ್ಮ ಮಕ್ಳನ್ನ ದೂರ ಬಿಡಬೇಕಾದ ಪರಿಸ್ಥಿತಿ ಬಂದಿದೆ!" ರೋಷದಿಂದ ಅವನ ಮುಖ ಕೆಂಪಾಯಿತು. ಏನೂ ಮಾತನಾಡಲಾರದ ಸ್ಥಿತಿ ವೇಣುವಿನದು. ಸತ್ಯ ಕಂಡಿದ್ದ. ಈಗ ಕಾಣುತ್ತಲೂ ಇದ್ದ. ಮುಂದೆ ಬದಲಾವಣೆ ನಿರೀಕ್ಷಿಸೋದು ಕೂಡ ಸಾಧ್ಯವಿಲ್ಲ.

"ಯಾರ್ಗಾಗಿ ಇವ್ರ ಪೂಜೆ, ಪುರಸ್ಕಾರ! ಬೇಕಾದವ್ರಿಗೆ ಮೇಜವಾನಿ ಕೊಡ್ಬೇಕೂಂದ್ರೆ ಇಂಥ ಸಮಾರಂಭಗಳು ಮಾಡಿಕೊಳ್ಳಿಬಿಡು. ಇನ್ನೆಷ್ಟು ದಿನ! ಅಮ್ಮನಿಗಾದ್ರೂ ಬುದ್ಧಿ ಬೇಡ್ವಾ! ಆ ಸುಪನಾತಿಯವ್ರನ್ನ ಮೂರ್ಹೊತ್ತು ರೂಮಿನಲ್ಲಿ ಕೂಡ್ಸಿಕೊಂಡು ಅದೆಂಥ ಮಾತು! ರೇಗಾಡಿದ್ರೆ.... ಅಳು, ಡಾಕ್ಟರ್, ಕಾಯಿಲೆ, ಏನೇನೋ ಶುರುವಾಗುತ್ತೆ. ನಾವೇ ಆ ಮನೆಯಲ್ಲಿ ಪರಕೀಯರಾಗಿದ್ದೀವಿ!" ಮುಷ್ಟಿ ಹಿಡಿದು ಟೀಪಾಯಿ ಮೇಲೆ ಗುದ್ದಿದ.

"ತಿಂಗ್ಳಿಗೆ ಎರಡು ಪ್ರವಾಸ. ನಮ್ಮವರ್ಗೂ ವಿಷ್ಯನೇ ಬರೋಲ್ಲ. ಅವರವ್ರು ಹೊರಟುಬಿಡ್ತಾರೆ. ಹೇಗೆ ಇದೆಲ್ಲ ಸಹಿಸೋಕಾಗುತ್ತೆ? ಅಮ್ಮನ ಬಾಯಲ್ಲಿ ಮಾತು ಮಾತ್ರ ಬೆಣ್ಣೆ. ಬಂದವ್ರ ಎದುರಿಗೆ ಎಂಥ ಒಳ್ಳೆಯತನದ ಪ್ರದರ್ಶನ!" ಅಶೋಕನ ಮೈಯಲ್ಲಿನ ರಕ್ತವೆಲ್ಲ ಮುಖಕ್ಕೆ ನುಗ್ಗಿತು.

"ನಾನಂತೂ ಒಂದು ಪೈಸೆ ಕೂಡ ಮನೆಗೆ ಕೊಡೋದು ಬಿಟ್ಟಿದ್ದೀನಿ! ಯಾಕೆ... ಕೊಡ್ಬೇಕು? ಎಲ್ಲರೂ ತಿಂದುಂಡು ಹಾರಾಡೋವಾಗ ಮನೆ ಮಕ್ಳಾದ ನಾವ್ಯಾಕೆ

ಹೊರ್ಗಡೆ ಹೋಗ್ಬೇಕು! ನಡೀಲಿ.... ಆಮೇಲೆ ಇದ್ದಿದ್ದೆ..." ನಿರ್ದಾಕ್ಷಿಣ್ಯವಾಗಿ ಆಡಿದ.

ವೇಣು ತುಟಿ ಬಿಚ್ಚಲಿಲ್ಲ. ಆಡಲು ಮಾತುಗಳೇ ಇಲ್ಲವೆನಿಸಿತು. ಮಧುರವಾಗಿರಬೇಕಾದ ಸಂಬಂಧಗಳಿಗೆ ಕಲ್ಲಿನ ಮೊನಚಿನ ಚೂಪು ಬಂದಿದೆ. ಕರಗಬೇಕಾದ ಅಂತಃಕರಣ ಪಾಷಾಣವಾಗಿದೆ. ದೋಣಿಯನ್ನ ಮುಂದೆ ನಡೆಸಬೇಕಾದ ಅಂಬಿಗರೇ ಮುಳುಗಲು ಕಾದು ಹೊರಗೆ ಹಾರಿಕೊಳ್ಳಲು ಸಿದ್ಧರಾಗಿದ್ದಾರೆ.

ಆ ವಿಷಯದ ಪ್ರಲಾಪ ಅಶೋಕನಿಗೂ ಸಾಕೆನಿಸಿರಬೇಕು. ವೇಣುವಿನ ವಿಷಯದತ್ತ ಹೊರಳಿತು.

"ಅವೆಲ್ಲ ಎಲ್ಲಾದ್ರೂ ಹಾಳಾಗ್ಲಿ! ನಿನ್ನ ವಿಷಯವೇನು? ಒಂದೆರಡು ಸಲ ಅಣ್ಣ ಹಾರಾಡ್ತಾ ಇದ್ರು. ಅವ್ರು ಕೊಟ್ಟಿದ್ದೆಲ್ಲ ಹಿಂದಕ್ಕೆ ಕೊಟ್ಟು ಬಿಟ್ಟೆಯಂತಲ್ಲ! ಈ ಲೆಕ್ಕಾಚಾರದ ಅರ್ಥವೇನು?"

ವೇಣುವಿನ ಹುಬ್ಬುಗಳು ಬಿಗಿದುಕೊಂಡವು. ಇಷ್ಟೊತ್ತು ಒಳಗೆ ತಣ್ಣನೆಯ ಕಾವಿನಲ್ಲಿ ಕುದಿಯುತ್ತಿದ್ದ ರಕ್ತ ಉಕ್ಕಲು ಶುರುವಾಯಿತು.

"ಅವ್ರೇ ಹೊರಟಾಗ ಅಗತ್ಯವೇನು?" ಉದ್ವೇಗದಿಂದ ಭುಸುಗುಟ್ಟಿದ. ಯಾರ ಮುಂದಾದರೂ ಬಿಚ್ಚಿಡಬೇಕಿತ್ತು. ಅಶೋಕನ ಮುಂದೆ ಪದರ ಪದರವಾಗಿ ಬಿಚ್ಚಿದ.

ಕೋಪ, ವಿಷಾದ, ದುಃಖ ಯಾವ ಭಾವನೆಗಳೂ ಅಶೋಕನಲ್ಲಿ ಮಿಡಿಯಲಿಲ್ಲ. ಹಗುರವಾಗಿ ನಕ್ಕುಬಿಟ್ಟ.

"ಈ ಸಂಬಂಧದಿಂದ ಸುಖವಿಲ್ಲ. ಲಾಯರ್‌ನ ವಿಚಾರ್ಸೋಣ. ಡೈವೋರ್ಸ್ ತಗೊಂಡು ಬೇರೆ ಮದ್ವೆ ಮಾಡ್ಕೊ. ತಾಯಿ, ತಂದೆ ನಮಗಾಗಿ ಮಾಡಿದ್ದು ಬರೀ ಕರ್ತವ್ಯ. ಅಂತಃಕರಣಪೂರಿತ ಪ್ರೀತಿಯನ್ನ ಉಣ್ಣಲಿಲ್ಲ. ಈಗ ಇಂಥ ಹೆಣ್ಣಿನಲ್ಲಿ ಏನು ಸಿಕ್ಕಿತು! ಅವಳೊಬ್ಬು ಸೆಂಟಿಮೆಂಟಲ್... ಫೂಲ್... ಮರ್ತುಬಿಡು. ತನ್ನನ್ನ ಮರೆತು ಹೃದಯದಾಳದಿಂದ ಪ್ರೀತಿಸಿ ಸಮರ್ಪಿಸಿಕೊಳ್ಳೋ ಹೆಣ್ಣು ಮಾತ್ರ ಪುರುಷನ ಹೃದಯದ ಕವಾಟ ತೆಗೆಯಬಲ್ಲಳು!"

ದಿಕ್ಕು ತೋರದೆ ನಿಂತಾಗ ದಾರಿ ತೋರುವ ಪಥನಿಕನಂತೆ ಕಂಡ ಅಶೋಕ.

"ಬೆಳಿಗ್ಗೆ ಮಾತಾಡೋಣ ಮಲಕ್ಕೋ" ವಾಚ್ ಕಡೆ ನೋಡಿ ಅಶೋಕ ಮೇಲೆದ್ದು ಮೈ ಮುರಿದ.

ಇದ್ದ ದೊಡ್ಡ ಮಂಚದ ಮೇಲೆ ಇಬ್ಬರು ಮಲಗಿದರು. ಅಶೋಕ ಹತ್ತೇ ನಿಮಿಷದಲ್ಲಿ ಸಣ್ಣಗೆ ಗೊರಕೆ ಹೊಡೆಯತೊಡಗಿದ. ವೇಣುಗೆ ನಿದ್ದೆ ಹತ್ತಲಿಲ್ಲ. ಕಣ್ಣು ಮುಚ್ಚದೆಯೇ ಬೆಳಕು ಮಾಡಿದ.

ಎದ್ದವನೇ ಬಾತ್‌ರೂಮಿಗೆ ಬಂದು ಬಾಯ್ಲರ್ ಸ್ವಿಚ್ ಹಾಕಿದ. ಎಲ್ಲಾ ವ್ಯವಸ್ಥೆಯೂ ಇತ್ತು. ಅಶೋಕ ವ್ಯವಹಾರದಲ್ಲಿ ಬುದ್ಧಿವಂತನಂತೆ ಕಂಡ.

"ನೀನು ಮನೆ ತಗೊಂಡಿರೋ ಸಮಾಚಾರ ಅಣ್ಣ, ಅಮ್ಮನಿಗೆ ಗೊತ್ತಿಲ್ವಾ?" ಕುತೂಹಲದಿಂದ ಕೇಳಿದ.

ಬ್ರಷ್‌ಗೆ ಪೇಸ್ಟ್ ಹಾಕುತ್ತಿದ್ದ ಅಶೋಕ ಹುಬ್ಬೆತ್ತಿ ಮೆಲುನಗೆ ನಕ್ಕ.

"ಗೊತ್ತಿರಬಹ್ದು. ಇಲ್ದೇನೇ ಇರಬಹ್ದು. ಅದಕ್ಕಾಗಿ ನಾನ್ಯಾಕೆ ತಲೆ ಕೆಡ್ಸಿಕೊಳ್ಳಿ! ಕೇಳೋ ಮುಖ ಅವ್ರಿಗೆಲ್ಲಿದೆ! ಅಮ್ಮ ತುಂಬ ದೊಡ್ಡದಾಗಿ ನಂಗೆ ಅಕ್ಕ ತಂಗಿಯರಿಗಿಂತ ಹೆಚ್ಚು. ಅವ್ರ ಮಕ್ಳು ನಂಗೆ ಸ್ವಂತ ಮಕ್ಳು ಇದ್ದಂಗೆ. ನನ್ನ ಎಷ್ಟೋ ಪ್ರೀತಿ, ವಿಶ್ವಾಸದಿಂದ ನೋಡ್ಕೋತಾರೆ. ಈ ಡೈಲಾಗ್ ಸಾಕಷ್ಟು ಸಲ ಕೇಳಿಬಿಟ್ಟಿದ್ದೀನಿ. ಮನಸ್ಸು ಕಲ್ಲಾಗಿದೆ" ಕಡ್ಡಿ ತುಂಡು ಮಾಡಿದಂತೆ ಕಡೆಯ ವಾಕ್ಯ ಒತ್ತಿ ಹೇಳಿದ.

ಇಷ್ಟು ಮಾತಾಡಿದ್ದ. ಇನ್ನೊಬ್ಬನ ಪ್ರಸ್ತಾಪವನ್ನ ಎತ್ತಿರಲಿಲ್ಲ. ಬದ್ಕಲು ಕಲಿತ ಜಾಣ. ವೇಣು ಮನದಲ್ಲೇ ನಕ್ಕ.

"ನಾನು ಅಲ್ಲೇ ಸ್ನಾನ ಮಾಡ್ತೀನಿ. ಒಂದ್ಸಲ ಬಂದು ನಾಲ್ಕುದಿನ ಪ್ರಭಾಕರನ ಮನೆಯಲ್ಲಿ ಉಳೀ. ಸಂಬಂಧದ ಬೆಲೆ, ಬದುಕಿನ ಅರ್ಥ ಗೊತ್ತಾಗುತ್ತೆ. ಜೀವನದ ಸೌಲಭ್ಯಗಳನ್ನ ಕೂಡಿಹಾಕ್ಕೊಂಡು ಸ್ವಾರ್ಥಿ ಆಗೋದೇ ಜೀವನವಲ್ಲ!" ನಿಲ್ಲಲಾರದೆ ಹೊರಗೆ ಬಂದ.

ಮನೆಯ ಕಡೆ ಹೆಜ್ಜೆ ಹಾಕಿದ. ತಲೆಯನ್ನ ಕಿತ್ತು ತಿನ್ನುವಂಥ ವಿಷಯಗಳು. ಮೊದಲಿನ ತಲೆ ಸಿಡಿತ ಮತ್ತೆಲ್ಲಿ ಪ್ರಾರಂಭವಾಗುವುದೋ ಎಂದು ಭಯಗೊಂಡ. ಹೊರಟಾಗಿನಿಂದ ಸಿಗರೇಟು ಸೇದಿರಲಿಲ್ಲ. ಅಂಗಡಿಗಳ ಕಡೆ ನೋಟವರಿಸಿದ. ಮುಚ್ಚಿದ್ದ ಬಾಗಿಲುಗಳು ಅಣಕಿಸಿದವು.

ಅಷ್ಟು ದೂರದಿಂದಲೇ ವಾಸಂತಿಯ ಲೂನಾ ಕಾಣಿಸಿತು. ಹುಬ್ಬೇರಿಸಿದ. ಎಂಟಕ್ಕೆ ಎದ್ದು ಕಾಲೇಜಿಗೆ ಓಡುವ ಕನ್ಯೆ ಇಷ್ಟು ಬೇಗ ಎದ್ದಿದ್ದಾಳೆಂದರೆ ಬದಲಾಗಿರಬೇಕು. ಮನದಾಳದಲ್ಲಿ ಆಶಾ ತಂತು ಮಿಡಿಯಿತು.

ಮುಖ ಕಂಡಕೂಡಲೇ ಕೈಯೆತ್ತಿದ್ದಳು. ಸರಳ, ಪ್ರಭಾಕರನ ನಡುವಿನ ಅಂತಃಕರಣ ನೆನಪಿಗಾಗಿ ಎದೆ ತುಂಬಿ ಬಂತು. ಅಂತಹ ಒಂದು ಸಂದರ್ಭವಾದರೂ ತನ್ನ ಜೀವನದಲ್ಲಿ ಒಮ್ಮೆ ಬಂದರೆ.

"ಬೆಳಗಿನ ವಾಕ್‌ಗೆ ಹೋಗಿದ್ಯಾ?" ಕೈಯಲ್ಲಿದ್ದ ಕರೆಯೋಲೆಗಳ್ನ ಎಣಿಸತೊಡಗಿದಳು. ವೇಣು ಲೂನಾದ ಮುಂದಿನ ಚಕ್ರದ ಕಡೆ ನೋಟವರಿಸಿದ. "ಏರ್ ಕಮ್ಮಿ ಇದೆ" ಅಮುಕಿ ನೋಡಿದ.

"ಇದ್ಕೊಳ್ಳಿ ಬಿಡು" ಉದಾಸೀನವಾಗಿ ನುಡಿದಳು.

"ಇಷ್ಟೊಂದು ಇನ್ವಿಟೇಷನ್ ಹಂಚಬೇಕು!" ಮುಖದ ಮುಂದೆ ಹಿಡಿದಳು. ಕಣ್ಣುಗಳಲ್ಲಿಯೇ ಎಣಿಸಿದ. ನಲ್ವತ್ತಕ್ಕಿಂತ ಹೆಚ್ಚಾಗಿತ್ತು. "ಸಂಜೆವರ್ಗೂ.... ಆಗಬಹುದಾ?" ಹುಬ್ಬೇರಿಸಿ ಕೇಳಿದ. ತಕ್ಷಣ ಅವಳಿಗೆ ಹೊಸ ಬಿಡುಗಡೆಯ ಚಿತ್ರದ ಜ್ಞಾಪಕ ಬಂತು. "ಇಲ್ಲಪ್ಪ, ಅಮಿತಾಬ್‌ನ ಹೊಸ ಚಿತ್ರ ಬಿಡುಗಡೆಯಾಗಿದೆ.

ಬುಕಿಂಗ್‌ಗೆ ಹೋಗ್ಬೇಕು... ಇಲ್ದಿದ್ರೆ ಬ್ಲಾಕ್‌ನಲ್ಲಿ ಎಷ್ಟಾದ್ರೂ ತೆತ್ತು ಹೋಗ್ಬೇಕು". ಲೂನಾ ಅವನನ್ನ ಸವರಿಕೊಂಡೇ ಹಾದುಹೋಯಿತು. ತುಟಿ ಕಚ್ಚಿ ಅವಳು ಹೋದತ್ತಲೇ ನೋಡುತ್ತ ನಿಂತ. ಆಕೃತಿ ಮಸುಕಾಗಿ ಕಡೆಗೆ ಕಾಣದೆ ಹೋದಳು.

ನಿಧಾನವಾಗಿ ಗೇಟು ತೆರೆದುಕೊಂಡು ಬಳಿಗೆ ಬಂದ. ಹೆಂಗಳೆಯರ ಸಮೂಹ ದೊಡ್ಡ ಹಾಲ್‌ನಲ್ಲಿ ಜಮಾಯಿಸಿಬಿಟ್ಟಿತ್ತು. ಅವರತ್ತ ಗಮನವರಿಸದೆ ಮೆಟ್ಟಲು ಹತ್ತಿ ಮೇಲೆ ಹೋದ.

ಬಾಗಿಲನ್ನ ತಳ್ಳಿದ. ತೆಗೆದುಕೊಂಡಾಗ ಅವನ ಕಣ್ಣಿಗೆ ಬಿದ್ದವಳು ಸರಳ. ಬಿಚ್ಚು ಕೂದಲನ್ನ ಹರಡಿಕೊಂಡು ಬಾಚಣಿಗೆಯಿಂದ ಸಿಕ್ಕು ಬಿಡಿಸುತ್ತಿದ್ದಳು. ಕಣ್ಣಲ್ಲಿ ಮಿಂಚೊಡೆಯಿತು. ಪ್ರೇಮದ ಸರೋವರದ ಸುಂದರ ಬಿಳಿ ಹಂಸದಂತೆ ಕಂಡಳು.

"ಗುಡ್ ಮಾರ್ನಿಂಗ್, ನಿದ್ದೆ ಬಂತಾ?" ಒಳಗಡಿಯಿಟ್ಟ. ಮಂಚ ಖಾಲಿಯಾಗಿತ್ತು. ಅರಿತವಳಂತೆ ನುಡಿದಳು. "ಬೆಳಗಿನ ವಾಕ್‌ಗೆ..... ನನ್ನದ್ದು ಅತ್ಗೆ ಜೊತೆ ಪ್ರಭಣ್ಣ ಹೋಗಿದ್ದಾನೆ." ಗುಡ್ಡ ಹತ್ತಿದ್ದನ್ನ ವೇಣು ಜ್ಞಾಪಿಸಿಕೊಂಡು ನಕ್ಕ.

"ಅವ್ರಿಗ್ಯಾಕೆ ಈ ಹುಚ್ಚು!" ಸೋಫಾ ಮೇಲೆ ಕೂತು ಮೈ ಮುರಿದ. ಕಣ್ಣುಗಳು ಭಗಭಗನೆ ಉರಿಯುತ್ತಿದ್ದವು. ಮೈಭಾರ. ಈಗ ಮಲಗಿಬಿಡುವುದು ಸರಿಯೆನಿಸಿತು. "ಸರಳ, ನಾನು ಸ್ವಲ್ಪೊತ್ತು ಮಲ್ಗಿಬಿಡ್ತೀನಿ." ಮಂಚದ ಮೇಲೆ ಹೋಗಿ ಬಿದ್ದುಕೊಂಡ. ರೆಪ್ಪೆಗಳು ಕೆನ್ನೆಯ ಮೇಲೆ ಮಲಗಿದವು. ಮತ್ತು ಬಂದಂತೆ ನಿದ್ದೆ ಆವರಿಸಿತು.

ದೊಡ್ಡ ಗೊಂಡಾರಣ್ಯ.... ಸುತ್ತಲೂ ಕಾಡುಪ್ರಾಣಿಯ ಮುಖವಾಡಗಳನ್ನ ಹೊದ್ದ ಪದ್ಮಿನಿ, ರಾಮನಾಥ್, ಅಶೋಕ್, ವಿನುತಮ್ಮ ಎಲ್ಲರೂ ನಿಂತಿದ್ದಾರೆ. ಅವನ ನಾಲಿಗೆಯಲ್ಲಿನ ತೇವ ಆರಿಹೋಯಿತು. ಯಾರ ಕಣ್ಣಲ್ಲೂ ಪ್ರೇಮದ ಜಲವಿಲ್ಲ. ಇವರ ಮಧ್ಯೆ ಬದುಕುವುದು ಸಾಧ್ಯವಿಲ್ಲ. ಹಣೆಗಟ್ಟಿಸಿಕೊಂಡಿದ್ದ. ದೂರದಲ್ಲಿ ಕಂಡೂ ಕಾಣದಂತೆ ಒಂದು ಬೆಳಕು ಕಾಣಿಸಿತು. ಛಾಯೆ ಸ್ಪಷ್ಟವಾಯಿತು. ಸರಳ.... ಸರಳ.... ಪ್ರಾಣಿಗಳೆಲ್ಲ ಇವನ ಕಡೆ ತಿರುಗಿ ಗರ್ಜಿಸತೊಡಗಿತು. ಎರಡು ಕೈಗಳಿಂದಲೂ ಕಿವಿಗಳನ್ನ ಮುಚ್ಚಿಕೊಂಡ.

"ಸರಳ... ಸರಳ.... ನಾನ್ಬರ್ತೀನಿ.... ನಿಂತ್ಕೋ..." ಜೋರಾಗಿ ಕೂಗಿಕೊಂಡು ಎದ್ದು ಕೂತಾಗ ಸರಳ ಮಂಚದ ಅಂಚಿನಲ್ಲಿ ನಿಂತಿದ್ದಳು. ಅವಳ ಕಣ್ಣುಗಳಲ್ಲಿ ಗಾಬರಿಯಿತ್ತು. ವೇಣು ಮುಖ ಬೆವರಿನಿಂದ ತೊಯ್ದುಹೋಗಿತ್ತು.

"ಕನಸು ಕಂಡ್ರಾ?"

ಒಂದು ಕ್ಷಣ ಸಂಕೋಚಗೊಂಡರೂ ನಗುತ್ತಾ ಮೇಲೆದ್ದ, ಕಸಿವಿಸಿಯಾಗಿತ್ತು. ಟವಲಿನಿಂದ ಮುಖ ಉಜ್ಜಿದ.

"ನಾನು ಕೂಗಿಕೊಂಡ್ನಾ?" ಟವಲು ಕೆಳಗಿಳಿಯಿತು. ಸರಳ ಮುಖದಲ್ಲಿ ನಗು ಮಿನುಗಿತು. "ಹೌದು, ಏನಾದ್ರೂ ಭಯಂಕರ ಕನಸನ್ನ ಕಂಡ್ರಾ?" ವೇಣು ಗಂಭೀರವಾಗಿ ನಿಂತ. ಆಮೇಲೆ ಹಗುರವಾಗಿ ತೇಲಿದ "ಕನಸಿನ ವಿಷ್ಯ ಇರಲೀ,

ಏನಂತ ಕೂಗಿಕೊಂಡಿದ್ದು?" ಅವಳ ತುಟಿಗಳು ಬಿಗಿದುಕೊಂಡವು. ವೇಣು, ಸರಳ ಎಂದು ಕೂಗಿಕೊಳ್ಳಲು ಕಾರಣ? ನಿದ್ದೆ ಕನಸು ಎಲ್ಲಾ ಸುಳ್ಳೆನಿಸಿತು - ವೇಣು ತಮಾಷೆಯ ಆಟ.

"ನೀವು ನಿದ್ದೇನು ಮಾಡಿಲ್ಲ, ಕನಸು ಕಂಡಿಲ್ಲ!" ದೃಢಸ್ವರದಲ್ಲಿ ಹೇಳಿದಳು.

"ಹೇಗೆ ಹೇಳ್ತೀರಿ?" ಸವಾಲೆಸೆದ.

"ಎಲ್ಲರ ಹೆಸರು ಬಿಟ್ಟು ನನ್ನ ಹೆಸರು ಕೂಗಿಕೊಳ್ಳೋಕೆ ಕಾರಣವೇನು?" ಸರಳ ಕಣ್ಣುಗಳತ್ತಲೆ ನೋಡಿದ. ಈ ನಟನೆ ಬೇಡವೆಂದು ಕೂಗಿ ಹೇಳಬೇಕೆನಿಸಿತು. ಅದ್ರಲ್ಲೇನು! ತಮ್ಮನ್ನ ಪ್ರೀತಿಸಬಹುದಾದಂಥ, ರಕ್ಷಿಸಬಹುದಾದಂಥವರ ಹೆಸರಿಡಿದು ಕೂಗಿಕೊಳ್ಳೋದು ಸಹಜ! ಅವಳೆದೆ ಕೇಳಿಸುವಂತೆ ಬಡಿದುಕೊಳ್ಳಲು ಶುರು ಮಾಡಿತು. ಹಗುರವಾಗಿ ತೇಲಿಸಿಬಿಡಬಹುದಾದಂಥ ಮಾತುಗಳಿಗಾಗಿ ಹುಡುಕಾಡಿದಳು. ಆ ಕ್ಷಣ ಜ್ಞಾಪಕಶಕ್ತಿ ಸತ್ತ ಅನುಭವವಾಯಿತು.

"ಸರಳ...." ಮೆಲ್ಲನೆ ಮುಖವೆತ್ತಿದಳು. ವೇಣುವಿನ ಕಣ್ಣುಗಳು ಪ್ರಜ್ವಲಿಸುತ್ತಿದ್ದವು. ಉತ್ಕೃಷ್ಟ ಸ್ಥಿತಿಯ ಪ್ರೇಮದ ಪರಾಕಾಷ್ಠೆ ಭಾವದ ತನ್ಮಯತೆ ನೆಲೆಸಿತ್ತು.

"ಇನ್ಮೇಲೆ ನಾನು ಬರೋಲ್ಲಪ್ಪ!" ಪ್ರಭಾಕರನ ಸ್ವರ ಕಿವಿಗೆ ಬಿದ್ದಾಗ ಅವನ ಕಣ್ಣೆವೆಗೆ ಚಲನೆ ಬಂದಂತಾಯಿತು. ಕೈಯಲ್ಲಿದ್ದ ಟವಲನ್ನ ನವಿರಾಗಿ ಸ್ಟಾಂಡ್ ಮೇಲೆಸೆದ.

ಒಳಗೆ ಬಂದ ಲೀಲಾ ಸುಸ್ತಾದವಳಂತೆ ಸೋಫಾ ಮೇಲೆ ಕುಸಿದಳು. ಸಾಕಷ್ಟು ಸುತ್ತಿಸಿಬಿಟ್ಟಿದ್ದ ಪ್ರಭಾಕರ. ನಸುಮುನಿಸು ಅವಳ ಮುಖದ ಮೇಲಿತ್ತು. ಇಬ್ಬರು ಮುಖ ತಿರುಗಿಸಿ ಕೂತಾಗ ಸರಳಗೆ ನಗು ಬಂತು.

"ಪ್ರಭಣ್ಣ, ಅತ್ಗೇ ಹತ್ರ ಜಗ್ಳ ಆಡ್ತೀಯಾ! ಅಮ್ಮನಿಗೆ ಹೇಳ್ತೀನಿ ಬಿಡು" ನಗುತ್ತ ಅಂದಳು. ಅವನ ಕೈ ಅವಳ ಕಿವಿಯನ್ನ ಹಿಡಿಯಿತು. "ಯಾವಾಗ್ಲೂ ನೀನು ನಿಮ್ಮ ಅತ್ಗೇ ಕಡೆನೆ ಸಪೋರ್ಟ್!" ಈ ಆರೋಪಕ್ಕೆ ಹುರುಳಿಲ್ಲವೆಂದು ಅವನಿಗೆ ಗೊತ್ತು. ಸರಳ ಕಿವಿ ಬಿಡಿಸಿಕೊಂಡು ಕೂದಲಲ್ಲಿ ಬೆರಳಾಡಿಸಿದಳು.

ಇದೊಂದು ಅಪರೂಪದ ದೃಶ್ಯ ವೇಣು ಪಾಲಿಗೆ. ಸದಾ ಗಂಭೀರವಾಗಿ ಇರುತ್ತಿದ್ದ ಪ್ರಭಾಕರ ಕೂಡ ಸಾಕಷ್ಟು ಸರಸಮಯಿಯೆಂದು ತಿಳಿಯುವ ಅವಕಾಶಗಳು ಬೇರೆಯವರ ಕಣ್ಣುಗಳಿಗೆ ಬೀಳುವುದು ಅಪರೂಪ.

"ಅಂತೂ ಫೈಟ್...." ವೇಣು ಮೆಲುನಗೆ ನಕ್ಕ.

ರಾಮನಾಥ್ ದೊಡ್ಡ ಧ್ವನಿ ಕೇಳಿ ಎಲ್ಲರು ಬೆಚ್ಚಿಬಿದ್ದರು. ವೇಣು ಕೋಣೆಯಿಂದ ಹೊರಗೆ ಹೋದವನೇ ನಿಂತು ಹೇಳಿದ.

"ನೀವು ಇಲ್ಲೇ ಸ್ನಾನ ಮುಗ್ಸಿಬಿಡಿ."

"ಅಟ್ಯಾಚ್ಡ್ ಬಾತ್ ರೂಮು ಇದ್ದಿದ್ದರಿಂದ ಬೇಗ ಬೇಗ ಸ್ನಾನ ಮುಗಿಸಿದರು.

ಬೆಳಗಿನಿಂದ ಕೆಳಗೆ ಅಷ್ಟೊಂದು ಗದ್ದಲವಿದ್ದರೂ ಮೇಲೆ ಹತ್ತಿ ಒಬ್ಬರೂ ಬರಲಿಲ್ಲ. ವಿಚಿತ್ರ ಪ್ರಪಂಚವನ್ನು ಕಂಡಂತಾಗಿತ್ತು."

ವೇಣು ಕೆಳಗೆ ಇಳಿದು ಬಂದಾಗ ವಿನುತಮ್ಮ ದೊಡ್ಡ ಅಂಚಿನ ಜರಿಯ ಸೀರೆಯುಟ್ಟು ಮೈ ತುಂಬ ಒಡವೆ ತೊಟ್ಟು ಕೂತಿದ್ದರು. ಮೂರು ವರ್ಷದ ಪುಟ್ಟ ಮಗುವೊಂದು ಅವರ ಬೆರಳಿಡಿದು ಆಡುತ್ತಿತ್ತು.

ಮಗನ ಮುಖ ಕಂಡ ಕೂಡಲೇ ಅವರ ಮುಖದಲ್ಲಿ ಬಳಲಿಕೆ ಪ್ರಕಟವಾಯಿತು. ಕೈಯಲ್ಲಿದ್ದ ಕರ್ಚಿಫ್ ಮುಖವನ್ನ ಅಲ್ಲಲ್ಲಿ ಸ್ಪರ್ಶಿಸಿತು.

"ನಿಮ್ತಂದೆ ಬೀಗರಿಗೂ ಪತ್ರ ಬರ್ದು ಇನ್ವಿಟೇಷನ್ ಕಳಿಸಿದ್ರು. ಇದುವರ್ಗೆ ಪದ್ಮಿನಿನ ಕರ್ಕೊಂಡ್ಬರ್ಬೇಕಿತ್ತು! ಯಾಕೆ ಬರಲಿಲ್ವೋ!" ಪೇಚಾಡಿಕೊಂಡರು.

"ಅತ್ತೇರು ಕಾಣ್ತಾ ಇಲ್ಲ. ಯಾರೂ ಇಲ್ಲದಾಗ ಇವೆಲ್ಲ ಯಾಕೆ ಮಾಡ್ಬೇಕಾಗಿತ್ತು? ಕಟುವಾಗಿಯೇ ಕೇಳಿದ. ಆಕೆಯ ಹಣೆಯ ಮೇಲೆ ಮುತ್ತಿನಂತೆ ಬೆವರಿನ ಬಿಂದುಗಳು ಮೂಡಿದವು.

"ಅವ್ರಿಗೆ ಯಾಕೆ ಬೇಕು! ಇಷ್ಟೆಲ್ಲ ಕಟ್ಕೊಂಡು ನಾನು ಈಗ್ಲೂ ಒದ್ದಾಡಬೇಕಿದೆ. ಅವ್ರುಗಳು ಇರೋ ಹೊತ್ಗೇ ನಾನು ಇಷ್ಟೆಲ್ಲ ಪೂರೈಸ್ತಾ ಇದ್ದೀನಿ."

ಅಲ್ಲಿಗೆ ಬಂದ ಮೀನಾಕ್ಷಮ್ಮನ ಮುಖ ಅರಳಿತು ತಾವರೆಯಾಯಿತು. ತುಂಬ ನವಿರಾಗಿ ಅಂದರು.

"ನೀವೊಬ್ರು ನಮ್ಮನ್ನ ಇಷ್ಟೊಂದು ಹಚ್ಕೊಂಡಿರೋದ್ರಿಂದ ನಮ್ಮನೆ ಅಂತ ತಿಳ್ಕೊಂಡು ಬರ್ತೀವಿ. ಇಲ್ದಿದ್ರೆ ಯಾಕೆ ಬರ್ತಾ ಇದ್ವಿ! ಒಟ್ಟಿನಲ್ಲಿ ನಿಮ್ಮ ಅದೃಷ್ಟ ಒಳ್ಳೇದಲ್ಲ. ಮಕ್ಳು ಸೊಸೆಯರಿಗೆ ಯಾರ್ಗೂ ಬೇಕಾಗಿಲ್ಲ."

ಅವನ ಮೂಗಿನ ತುದಿ ಕೆಂಪಗಾಯಿತು. ಹಲ್ಲುಗಳನ್ನ ಕಚ್ಚಿ ಹಿಡಿದ. ಮುಷ್ಠಿಯನ್ನ ಬಿಗಿ ಹಿಡಿದ.

"ರ್ರೀ ಮೀನಾಕ್ಷಮ್ಮ... ಇಲ್ಲಿ ಬನ್ನಿ" ರಾಮನಾಥ್ ಧ್ವನಿಗೆ ಆಕೆ ಜಾಗ ಖಾಲಿ ಮಾಡಿ ಹೋದರು. ವೇಣು ತಾಯಿಯತ್ತ ನೋಡಿ ಪರಿಹಾಸ್ಯದ ನಗು ಬೀರಿದ.

ನೆನಪಿನ ಹೂ ಬಿರಿಯಿತು. ಕಾಲು ಬಡಿದು ಅಂದು ಬರುವುದಾಗಿ ಅತ್ತಿದ್ದ. ನಲ್ಮೆಯ ಮಾತಿನಿಂದ ಅಂದು ರಮಿಸ ಹೋದ ತಾಯಿ ಕೆಟ್ಟವಳಾಗಿ ಕಾಣದಿದ್ದರೂ ಮಾತೃಸ್ಥಾನದಿಂದ ವಂಚಿತಳಾಗಿ ಕಂಡಳು.

"ಅವ್ರನ್ನೆಲ್ಲ ಸರ್ಯಾಗಿ ವಿಚಾರಿಸ್ಕೊ. ನಂಗೆ ಮೇಲೆ ಹತ್ತಿ ಇಳ್ಯೋಕಾಗೋಲ್ಲ" ಮಾತು ಮರೆಸಿದರು. ಏನೋ ನೆನಪಿಸಿಕೊಂಡವರಂತೆ ಒಳಗೆ ನಡೆದರು.

ಮಂಟಪ, ಹೋಮಕುಂಡ, ತಟ್ಟೆಯಲ್ಲಿ ತುಂಬಿಟ್ಟಿದ್ದ ಹೂ, ಹಣ್ಣು ವರ್ತುಲಾಕಾರವಾಗಿ ಅವನ ಮುಂದೆ ಸುತ್ತುವಂತೆ ಭಾಸವಾಯಿತು. ಕಲ್ಲಿನಂತೆ ನಿಂತ.

"ದಾರಿ ಬಿಡೋ" ವಾಸಂತಿ ಅವನನ್ನ ತಳ್ಳಿಕೊಂಡೇ ಹೋದಳು. ಭುಸಗುಟ್ಟುತ್ತಿದ್ದಳು. "ಬೇಗ ಕೊಡಿ ಅಣ್ಣ, ನಂಗೆ ಐವತ್ತು ಬೇಕೇ ಬೇಕು. ನನ್ನ ಫ್ರೆಂಡ್ಸ್

ಎಲ್ಲಾ ಬರ್ತಾರೆ." ಅಧಿಕಾರ ಚಲಾಯಿಸುವಲ್ಲಿ ಅಪ್ಪನಿಗೆ ಸರಿಯಾದ ಮಗಳಾಗಿ ಕಂಡಳು.

"ಈಗ ನನ್ಹತ್ರ ಇಲ್ಲ. ಅಶೋಕನತ್ರ ಇಸ್ಕೋ!"

ಸರ್ರೆಂದು ಬಂದವಳೆ ಧಡಧಡ ಮೆಟ್ಟಲು ಹತ್ತಿ ಮೇಲೆ ಹೋದವಳು ಅಷ್ಟೇ ವೇಗವಾಗಿ ಹಿಂದಿರುಗಿ ಬಂದಳು.

"ಅವನಿಲ್ಲ...." ಜೋರಾಗಿ ಕೂಗಿದಳು.

ಅಷ್ಟರಲ್ಲಿ ಅಶೋಕ ಬಂದಿದ್ದರಿಂದ ದಾಳಿ ಇತ್ತ ಧಾವಿಸಿತು. ಅವಳ ಚಪ್ಪಲಿ ಮೆಟ್ಟಿದ ಕಾಲುಗಳು ಇಡೀ ಹಾಲ್‌ನಲ್ಲಿ ಹರಿದಾಡುತ್ತಿದ್ದವು.

"ಬೇಗ ಐವತ್ತು ರೂಪಾಯಿ ಕೊಡೋ" ತೋಳಿಡಿದು ಜಗ್ಗಿದಳು.

ಗಂಭೀರವಾಗಿ ನಿಂತ ಅಶೋಕ ಮೆಲ್ಲಗೆ ಅವಳತ್ತ ನೋಡಿ ಕೇಳಿದ.

"ಐವತ್ತು ಯಾಕೆ?" ಬೆನ್ನ ಮೇಲೆ ನಾಲ್ಕು ಏರಿಸುವಷ್ಟು ಕೋಪ ಅವನಿಗೆ. ಆದರೆ ಕೋಪವನ್ನ ನುಂಗಿಕೊಳ್ಳುವ ಅಭ್ಯಾಸ ಮಾಡಿಕೊಂಡಿದ್ದ. "ಫಿಲಂಗೆ ಹೋಗ್ಬೇಕು" ಐದರ ಒಂದು ನೋಟನ್ನ ತೆಗೆದು ಅವಳ ಕೈಯಲ್ಲಿಟ್ಟ ಸಿಟ್ಟಿನಿಂದ ಗಾಳಿಗೆ ತೂರಿದಳು. "ಯಾರ್ಗೇಬೇಕು.... ನಿನ್ನ ಐದು ರೂಪಾಯಿ!" ಕಾಲು ಅಪ್ಪಳಿಸುತ್ತ ಒಳಗೆ ನಡೆದಳು.

ಕಣ್ಣು ಮುಚ್ಚಿ ತೆಗೆದು "ಹೇಗಿದ್ದಾಳೆ ನೋಡು!" ಕಣ್ಣಿನಲ್ಲಿಯೇ ಸನ್ನೆ ಮಾಡಿದ. "ಇವ್ಳು ಮಹಾರಾಣಿ ನೋಡು! ಇವಳ್ಜೊಂದೆ ದೊಡ್ಡ ಪರಿವಾರವೇ ಹೊರಡ್ಬೇಕು.... ಐವತ್ತು ತಾನೇ ಎಲ್ಲಿ ಸಾಕಾಗುತ್ತೆ! ನೂರರ ನೋಟೇ ಕೊಡ್ಲಿ?" ಅಶೋಕ ಭುಜ ಕುಣಿಸಿ ಕೆಳಗೆ ಬಿದ್ದ ಐದರ ನೋಟನ್ನ ಹೆಕ್ಕಿ ಜೇಬಿಗಿಟ್ಟುಕೊಂಡ.

ರಾಮನಾಥರು ಹಿಂದೆನೇ ಬಂದರು. ರೇಶಿಮೆಯ ಜರಿಪಂಚೆ ಉಟ್ಟು ಮೇಲೆ ಶಲ್ಯ ಹೊದ್ದಿದ್ದರು. ಅದಕ್ಕೆ ಚಿಮುಕಿಸಿದ್ದ ಅತ್ತರಿನ ಪರಿಮಳ ಎಲ್ಲಾ ಕಡೆಯೂ ಹರಡಿಕೊಂಡಿತು.

"ಅಶೋಕ, ಇವ್ಳಿಗೊಂದು ಐವತ್ತು ರೂಪಾಯಿ ಕೊಡೋ." ಅಶೋಕ ನೇರವಾಗಿ ನಿಂತು ಕೈ ಅಲ್ಲಾಡಿಸಿದ "ನನ್ಹತ್ರ.... ಇಲ್ಲ..." ಅವರತ್ತ ಬೆನ್ನು ಹಾಕಿ ಹೊರಟುಬಿಟ್ಟ. ಈ ಉದಾಸೀನ ಸಹಿಸಲಾರದೆ ವೇಣು ನರಳಿದ.

"ಕೊಡ್ತೀನಿ, ಇರು" ತಮ್ಮ ಬೆಡ್‌ರೂಮಿಗೆ ಹೊರಟರು. ವಾಸಂತಿ ಬಾಲ ಹಿಡಿದುಕೊಂಡು ಓಡಿದಳು.

ಅಲ್ಲಿ ಓಡಿಯಾಡುವವರ ನೋಟಕ್ಕೆ ಸಿಕ್ಕಿ ಹಣ್ಣಾಗಲು ಇಷ್ಟಪಡದೆ ವೇಣು ಮೇಲೆ ನಡೆದ. ಅಶೋಕ ಕೂತು ಪ್ರಭಾಕರನೊಂದಿಗೆ ಮಾತಾಡುತ್ತಿದ್ದ. ಅಲ್ಲಿ ಸ್ವಾರ್ಥಿಯಾಗಿ, ಐದು ನಿಮಿಷದ ಹಿಂದೆ ಕಠೋರ ವ್ಯಕ್ತಿಯಾಗಿ ಕಂಡ ಅಶೋಕ ಇಲ್ಲಿ ಆತ್ಮೀಯ ವ್ಯಕ್ತಿಯಂತೆ ಕಂಡ.

"ಏಯ್... ವೇಣು... ಪ್ರಭಾಕರ್ ಸಂಜೆ ಹೊರಡ್ಬೇಕೂಂತಾರಲ್ಲ, ಇನ್ನೆರಡು

ದಿನ ನಿಲ್ಲಿಸ್ಕೋ." ವೇಣು ತಲೆಯಾಡಿಸಿದ. "ಆಗೋಲ್ಲಪ್ಪ, ಇಬ್ರನ್ನೂ ಬೇಜವಾಬ್ದಾರಿ ಜನಾಂತ ಮನೆಗೆ ಕಳಿಸ್ತಾರೆ!" ಅಲ್ಲೇ ಕೂತ.

ಪೂಜೆಯ ವೇಳೆಗೆ ಎಲ್ಲರೂ ಕೆಳಗಿಳಿದು ಬಂದರು. ಅಶೋಕ ಸ್ಕೂಟರ್ ಹತ್ತಿ ಹೊರಟುಬಿಟ್ಟ. ಪ್ರಭಾಕರ, ಸರಳ, ಲೀಲಾ ಇಲ್ಲದಿದ್ದರೆ ವೇಣುವನ್ನ ಕರೆದೊಯ್ಯುತ್ತಿದ್ದನೇನೋ!

ರುಚಿಕಟ್ಟಾದ ತಿಂಡಿ ಆಗಿದ್ದರಿಂದ ಪೂಜೆ ಮುಗಿದ ಕೂಡಲೇ ಊಟಕ್ಕೆ ಕಾಯದೆ ಹೊರಡಲು ಸಿದ್ಧರಿದ್ದರು.

ಪುರೋಹಿತರು ದೊಡ್ಡ ಧ್ವನಿಯಲ್ಲಿ ಮಂತ್ರಗಳನ್ನು ಹೇಳುತ್ತಿದ್ದರು. ಊದುಬತ್ತಿಯ ಪರಿಮಳದಿಂದ ವಾತಾವರಣ ಆಹ್ಲಾದಕರವಾಗಿತ್ತು.

ಪೂಜೆ ಮುಗಿಯುವ ವೇಳೆಗೆ ಬಂದವರ ಸಂಖ್ಯೆ ಅಧಿಕವಾಗಿ ಸೆಕೆಯಿಂದ ಬೆವರು ಹರಿಯತೊಡಗಿತು. ವೇಣು, ಪ್ರಭಾಕರನನ್ನ ಎಬ್ಬಿಸಿ ಹೊರಗೆ ಹೋದ. ಕಾಂಪೌಂಡ್‌ನಲ್ಲಿ ಗಂಡಸರು ಅಲ್ಲಲ್ಲಿ ನಿಂತು ಸಿಗರೇಟು ಸೇದುತ್ತ ಹರಟೆ ಹೊಡೆಯುತ್ತಿದ್ದರು. ನಿಂತ ಆಟೋದಿಂದ ಪದ್ಮಿನಿ, ಆನಂದ್ ಇಳಿದರು. ವೇಣು ಬೇರೆ ಕಡೆ ಮುಖ ಮಾಡಿ ನಿಂತ.

ಪ್ರಭಾಕರನ ಕಣ್ಣುಗಳು ಮಿನುಗಿದವು. ಇದೊಂದು ಶುಭಲಕ್ಷಣವಾಗಿ ಕಂಡಿತು. ಆದರೆ.... ಸರಳ ಮುಖ ಕಣ್ಣೆದುರು ಸುಳಿದಾಗ ಒಂದು ಕ್ಷಣ ತುಮುಲಕ್ಕೆ ಒಳಗಾದ. ಸ್ವಾರ್ಥಿಯಾಗಲಾದ.

ವೇಣು ತೋಳನ್ನ ಜಗ್ಗಿ ಕಣ್ಣಲ್ಲಿಯೇ ಹೇಳಿದ. ಅವನ ಪ್ರತಿಕ್ರಿಯೆ ಸೊನ್ನೆಯಾಗಿತ್ತು.

"ಹಲೋ...." ಆನಂದ್ ಇತ್ತಲೇ ಬಂದ. ಪದ್ಮಿನಿ ಅನುಮಾನಿಸುತ್ತ ಹೆಜ್ಜೆ ಹಾಕುವಂತೆ ಕಂಡಳು.

"ಹಲೋ...." ಪ್ರಭಾಕರ ಆತ್ಮೀಯತೆಯಿಂದ ಕೈಕುಲುಕಿದ.

"ನಿಮ್ಮನ್ನ ನೋಡಿ ಸಂತೋಷವಾಯ್ತು. ಅಂತೂ ದೊಡ್ಡ ಮನಸ್ಸು ಮಾಡಿ ಬಂದಿದ್ದೀರಲ್ಲ!"

ಆನಂದ ಒದರಿದ್ದು ಒಂದು ವೇಣುವಿನ ತಲೆಗೆ ಹೋಗಲಿಲ್ಲ. ಔಪಚಾರಿಕವಾಗಿ ಎರಡು ಮಾತು ಆಡಿದ. ಪದ್ಮಿನಿಯತ್ತ ನೋಟ ಹರಿಸಲು ಕಣ್ಣುಗಳು ಹಿಂದೆಗೆಯುತ್ತಿದ್ದವು.

"ಕರ್ಕೊಂಡ್ ಹೋಗು." ಪ್ರಭಾಕರ ಕಣ್ಣುಗಳಲ್ಲಿಯೇ ಗದರಿಸಿದ.

ಅರೆಮನಸ್ಸಿನಿಂದಲೇ ಕರೆದೊಯ್ದು ಪ್ರಮೀಳಗೆ ಒಪ್ಪಿಸಿ ಹೊರಗೆ ಬಂದ. ಮುಖ ಬಿಗಿದುಕೊಂಡಿತ್ತು. ಬಲವಂತದಿಂದ ತುಟಿಗಳನ್ನ ಕಚ್ಚಿ ಹಿಡಿದಿದ್ದ. ಇಷ್ಟು ದಿನದ ವಿರಹ ಕೂಡ ಅವನ ಮನವನ್ನ ಮೃದುವಾಗಿಸಲಿಲ್ಲ.

ಅವನ ಕೈಹಿಡಿದು ಪ್ರಭಾಕರ ಮೃದುವಾಗಿ ಅದುಮಿದ.

"ಸ್ವಲ್ಪ ಸಹನೆಯಿಂದ ವರ್ತಿಸು. ಉದಾರವಾಗಿ ನಡ್ಕೋ. ಪ್ರೀತಿಗೆ ಇನ್ನೊಂದು ಹೆಸರು ಹೆಣ್ಣೊಂತ ತಿಳ್ಕೊ."

"ಸ್ಟಾಪ್ ಇಟ್.... ಉಪದೇಶ ಕೇಳೋ ಸಮಯವಲ್ಲ."

ಪರಿಚಯದ ಮುಖ ಕಂಡಾಗ ವೇಣು ಅತ್ತ ತಿರುಗಿದ. ಮೀನಾಕ್ಷಮ್ಮನ ಗಂಡ ಜರ್ಬಿನಿಂದ ಒಳಗೆ ಹೋದರು. ಹೊರಗೆ ಬಂದ ರಾಮನಾಥ್ ಪ್ರಭಾಕರ್‌ನನ್ನ ಒಳಗೆ ಕರೆದೊಯ್ದಾಗ ವೇಣು ಅಶೋಕನ ಅಂಗಡಿಯತ್ತ ನಡೆದ. ಬೀಗದ ಕೈ ಪಡೆದು ಅವನ ಮನೆಯಲ್ಲಿ ಆರಾಮವಾಗಿ ಹೋಗಿ ಮಲಗಿಬಿಟ್ಟ.

ನಾಲ್ಕರ ಸುಮಾರಿಗೆ ಇವನಿಗೆ ಎಚ್ಚರವಾಯಿತು. ಆಕಾಶದಲ್ಲಿ ಮೋಡ ಕವಿದುಕೊಂಡಿದ್ದರಿಂದ ಮಬ್ಬು ಕವಿದುಕೊಂಡಿತ್ತು. ಮೈಮುರಿದು ಮುಖ ತೊಳೆದು ಬೀಗ ಹಾಕುತ್ತಿದ್ದಾಗ ಅಶೋಕ ಸ್ಕೂಟರ್ ಬಂದು ನಿಂತಿತು.

"ಎಂಥ ಕೆಲ್ಸವಾಯ್ತು! ಪ್ರಭಾಕರ್ ಎಲ್ಲ ಕಡೆ ಹುಡ್ಕಿಬಿಟ್ಟಿದ್ದಾರೆ. ಒಳ್ಳೆ.... ಭೂಪ.... ನೀನು!" ಸ್ವರದಲ್ಲಿ ಆಕ್ಷೇಪಣೆಯಿತ್ತು.

ಅದೇ ಸ್ಕೂಟರ್‌ನಲ್ಲಿ ವೇಣುನ ಕೂಡಿಸಿಕೊಂಡು ಮನೆಗ ಹೋದ. ಮುಕ್ಕಾಲು ಜನ ಕರಗಿದ್ದರು. ಇನ್ನಷ್ಟು ಜನ ಕಾಂಪೌಂಡ್‌ನಲ್ಲಿ ಕೂತು, ನಿಂತು ತಾಂಬೂಲ ಮೆಲ್ಲುತ್ತಿದ್ದರು.

"ಕಡೇ ಪಂಕ್ತಿ... ನಮ್ದು!" ಕಟುವಾಗಿಯೇ ಹೇಳಿದ ಅಶೋಕ.

ಎದುರಾದ ಸರಳಳ ಕಣ್ಣುಗಳಲ್ಲಿ ಬೇಸರವಿತ್ತು. ಈ ವಾತಾವರಣದಲ್ಲಿ ಅವಳಿಗೆ ಉಸಿರು ಕಟ್ಟಿದಂತಾಗಿತ್ತು. ವೇಣು ಇದ್ದಿದ್ದರೆ ಅವರುಗಳು ಹೊರಟೇಬಿಡುತ್ತಿದ್ದರು. ಕೋಪದಿಂದ ಮುಖವು ಕೆಂಪಾಗಿತ್ತು. ತುಟಿ ಅರಳಿಸಿದ.

"ಅಂತೂ ಒಳ್ಳೆ ಕೆಲಸ ಕೊಟ್ರಿ! ಪ್ರಭಣ್ಣ ಪೇಚಾಡಿಕೊಂಡೇ ಊಟ ಮಾಡ್ದ!" ಅಸಹನೆ ಕಕ್ಕಿದಳು.

"ಸಾರಿ ಮೇಡಮ್" ವಿನಯ ನಟಿಸುತ್ತ ಹಾದುಹೋದ.

ಇವರಿಬ್ಬರು ಬಂದು ಊಟಕ್ಕೆ ಕೂತಾಗ ವಾಸಂತಿಯ ಸ್ನೇಹಿತರ ಹಿಂಡು ಊಟಕ್ಕೆ ಕೂತಿತ್ತು. ನಗೆಚಾಟಿಕೆ, ಮಾತು ಊಟಕ್ಕಿಂತ ಜೋರಾಗಿತ್ತು.

ವೇಣು ಕಣ್ಣರಳಿಸಿ ನೋಡಿದ. ವಿವಿಧ ಮಾದರಿಯ ಹೂಗಳು ಒಂದೆಡೆ ಸೇರಿದಂತಿತ್ತು. ಸೆಲ್ವಾರ್‌ಕಮೀಜ್, ಕುರ್ತಾ, ಪಂಜಾಬಿ, ಮಿಡಿ, ಮಿನಿ ತೊಟ್ಟ ಹೆಣ್ಣುಗಳಲ್ಲಿ ಕನ್ನಡತಿಯನ್ನು ಕಾಣಲು ಪ್ರಯಾಸಪಡಬೇಕಾಗಿತ್ತು. ಬಹಳ ಮುಂದೆ ಸಾಗಿದ ಇವರನ್ನ ಹಿಂದಕ್ಕೆ ಕರೆದೊಯ್ಯುವುದು ಕಷ್ಟವೆನಿಸಿತು. ಅವರುಗಳು ಹರಕು, ಮುರುಕು ಸಂಭಾಷಣೆಗಳೆಲ್ಲ ಆಂಗ್ಲ ಭಾಷೆಯಲ್ಲಿಯೇ ನಡೆಯುತ್ತಿತ್ತು.

"ಪಿಕ್ಚರ್‌ಗೆ.... ಹೋಗಿದ್ರಾ?" ಕಣ್ಣೊಡೆದು ವಾಸಂತಿ ಕೇಳಿದಾಗ ಅಶೋಕನ ಕಣ್ಣುಗಳು ಕಿಡಿಗಳನ್ನ ಕಾರಿದವು.

ಹೋಮಕುಂಡ, ಪೂಜಾ ಪರಿಕರಗಳು ಒತ್ತಟ್ಟಿಗೆ ಇದ್ದವು. ಹೂ, ಗಂಧ, ಊದುಬತ್ತಿಯ ಪರಿಮಳ ಕಡಿಮೆಯೇನು ಆಗಿರಲಿಲ್ಲ.

ಇವರುಗಳು ಊಟ ಮುಗಿಸಿ ಎದ್ದಾಗ ಅವರುಗಳೆಲ್ಲ ಎಲೆಯ ಮುಂದೆ ಕೂತೇ ಇದ್ದರು. ಬಡಿಸಿದ್ದು ಎಲ್ಲಾ ಎಲೆಗಳಲ್ಲೂ ಹಾಗೆನೇ ಇತ್ತು. ಅಲ್ಲಿ ಅಷ್ಟು ಇಲ್ಲಿ ಅಷ್ಟು ಕೆದಕಿ ಹರಡಿದ್ದರು. ಆದರೂ ಅಡಿಗೆಯವನನ್ನ ಕೂಗಿ ಪೈಪೋಟಿಯಿಂದ ಒಬ್ಬರಿಗೊಬ್ಬರು ಒತ್ತಾಯದಿಂದ ಬಡಿಸುವಂತೆ ಹೇಳುತ್ತಿದ್ದರು.

"ಅಲ್ಲಮ್ಮ, ನೀವು ಲಾಡು ಬಡ್ಸಿ ಅಂತೀರಾ. ಅವರ ಎಲೆಯಲ್ಲಿರೋ ಎರಡು ಲಾಡು ಗತಿಯೇನಾಗ್ಬೇಕು!" ಲಾಡು ತಟ್ಟೆ ಹಿಡಿದೇ ಬಡಿಸುವವನು ಪೇಚಾಡಿಕೊಂಡ.

"ನಿಮಗ್ಯಾಕ್ರಿ! ಹೇಳಿದಷ್ಟು ಮಾಡಿ!" ವಾಸಂತಿ ಸಿಡಿದಾಗ ತೆಪ್ಪಗಾದ. ಕೇಳಿದಷ್ಟು ತಂದು ಸುರಿಯಲು ಪ್ರಾರಂಭ ಮಾಡಿದ.

ಟವಲಿನಿಂದ ಒದ್ದೆ ಕೈಯೊರೆಸುತ್ತ ಬಂದ ಅಶೋಕ, ವೇಣುವಿನ ಕಣ್ಣಲ್ಲಿದ್ದ ಬೆಂಕಿಯನ್ನ ನೋಡಿ ಕಣ್ಣಿನಲ್ಲಿಯೇ ಸುಮ್ಮನಿರುವಂತೆ ಸನ್ನೆ ಮಾಡಿದ.

"ಎಲ್ಲಾದ್ರೂ.... ಹಾಳಾಗ್ಲಿ" ಗೊಣಗಾಡುತ್ತ ಮೆಟ್ಟಿಲಿನತ್ತ ನಡೆದ. ವೇಣು ತೆಪ್ಪಗೆ ಹಿಂಬಾಲಿಸಿದ.

ಪ್ರಭಾಕರ, ಲೀಲಾ ನಡುವೆ ವಿನುತಮ್ಮ ಕೂತಿದ್ದರು. ತುಂಬ ಬಳಲಿದಂತೆ ಕಂಡರು.

"ಬಂದಾಗ್ನಿಂದ ಸರ್ಯಾಗಿ ಇವರತ್ರ ಮಾತಾಡೋಕಾಗ್ಲಿಲ್ಲ. ಅದ್ಕೇ ಬಂದೆ" ಅಶೋಕ, ವೇಣುವಿನ ಕಣ್ಣುಗಳಲ್ಲಿದ್ದುದನ್ನ ಓದಿಕೊಂಡು ಸಮಜಾಯಿಷಿ ಹೇಳಿದರು.

ತನಗೆ ಕೇಳಿಸಲೇ ಇಲ್ಲವೆನ್ನುವಂತೆ ಬಟ್ಟೆ ತೊಟ್ಟು ಅಶೋಕ ಹೊರಟುನಿಂತ.

"ಅಂಗ್ಡಿ ಕಡೆ ಬನ್ನಿ" ಆಹ್ವಾನಿಸಿದ.

ಪ್ರಭಾಕರ ಸರಿಯಾಗಿ ಕೂತ. ಅವನಂತೂ ಸುತಾರಾಂ ನಿಲ್ಲಲಾರ. ಲೀಲಾ ಅಂತೂ ಪ್ರಮೋದನನ್ನ ನೆನೆಸಿಕೊಂಡು ಮಂಕಾಗಿದ್ದಳು. ಅವನನ್ನ ನೋಡದ ಹೊರತು ಅವಳು ಗೆಲುವಾಗಲಾರಳು.

"ಇನ್ನೊಮ್ಮೆ ಬರ್ತೀವಿ. ದಯವಿಟ್ಟು ಈಗ ನಿಲ್ಲಿರೆಂದು ಹೇಳ್ಬೇಡಿ" ಎರಡು ಕೈಜೋಡಿಸಿದ ಪ್ರಭಾಕರ.

ವಿನುತಮ್ಮನ ಕಣ್ಣುಗಳಲ್ಲಿ ಗಾಬರಿ ಕಾಣಿಸಿಕೊಂಡಿತು. ಅವರನ್ನ ಕರೆಸಿದ ಉದ್ದೇಶವೇ ಬೇರೆ ಇತ್ತು. ಅದರ ಪ್ರಸ್ತಾಪಕ್ಕೆ ಮುನ್ನವೇ ಹೊರಡಲು ಬಿಡಲಾರರು.

"ಇವತ್ತಂತೂ ನಿಮ್ಮನ್ನ ಕಳ್ಸೋಲ್ಲ. ಸಂಜೆ ಆಯ್ತು. ರಾತ್ರಿ ಪ್ರಯಾಣ ಅವ್ರು ಒಪ್ಪೋಲ್ಲ. ನಾಳೆಯೊಂದು ದಿನ ಇದ್ಬಿಡಿ. ನಾಳಿದ್ದು ಕಳ್ಸಿಕೊಡ್ತೀವಿ" ಪ್ರಭಾಕರ ಸುಸ್ತಾದ. ವೇಣುವಿನತ್ತ ನಿಸ್ಸಹಾಯಕ ನೋಟವರಿಸಿದ.

"ಆಗೋಲ್ಲಮ್ಮ. ಮಗುನ ಬೇರೆ ಬಿಟ್ಟು ಬಂದಿದ್ದಾರೆ. ಅವ್ರ ಮನಸ್ಸೆಲ್ಲ ಅಲ್ಲೇ

ಇದೆ" ವಿನುತಮ್ಮನ ಮುಖ ಚಿಕ್ಕದಾಯಿತು. ಮಗ ನಿಷ್ಠೂರ ವ್ಯಕ್ತಿಯಾಗಿ ಕಂಡ. ಅಶೋಕ ಮುಗುಳ್ನಗು ನಕ್ಕು ಇಳಿದು ಹೋದ.

"ಹೋಗ್ಲಿ, ನಾಳೆ ಹೋಗ್ಬಹುದಲ್ಲ!"

ಪ್ರಭಾಕರ ಲೀಲಾ ಕಡೆ ನೋಡಿದ. ಕಣ್ಣುಗಳಲ್ಲಿಯೇ ಸಂಭಾಷಿಸಿಕೊಂಡರು. ವೇಣು ತುಟಿಗಳ ಮೇಲೆ ನಗು ಅರಳಿತು. ಮುಖವನ್ನ ಬೇರೆಡೆ ತಿರುಗಿಸಿದ.

"ನಮ್ಮನ್ನ ಬೇಗ್ಗೆ ಕಳ್ಸಿಕೊಟ್ಬಿಡಿ" ವಿನಯದಿಂದ ಹೇಳಿದ.

"ಕೆಳಗಡೆ ನೋಡ್ತೀನಿ" ವಿನುತಮ್ಮ ಎದ್ದು ಹೋದರು. ಮತ್ತೆ ಹಿಂದಿರುಗಿ ಬಂದರು "ವೇಣು ಸ್ವಲ್ಪ ಬಾ" ಎಂದರು.

ಅವನಿಗೆ ಇಳಿದು ಹೋಗಲು ಸುತರಾಂ ಇಷ್ಟವಿಲ್ಲ. ಬೇರೆ ಹೆಣ್ಣಾಗಿ ಕಾಣುವಷ್ಟರ ಮಟ್ಟಿಗೆ ಪದ್ಮಿನಿಯ ವಿಷಯದಲ್ಲಿ ಬದಲಾಗಿದ್ದ. ಬೆರಳಿನಿಂದ ಕೂದಲನ್ನ ಹಿಂದಕ್ಕೆ ದೂಡಿದ.

"ಹೊಟ್ಟೆ ಭಾರ; ನಂಗೆ ಸ್ವಲ್ಪ ವಿಶ್ರಾಂತಿ ಬೇಕು." ನಾನು ಬರೋಲ್ಲ ಅಂತ ಮುಖದ ಮೇಲೆ ಹೊಡೆದಂತೆ ಹೇಳಿದಂತಾಯಿತು. ಮೆತ್ತಗಾದರು. "ಅಲ್ಲೇ ವಿಶ್ರಾಂತಿ ತಗೋ ಬಾ" ಎರಡು ಕೈ ಜೋಡಿಸಿ ಸೋಫಾ ಮೇಲೆಯೇ ಮಲಗಿಬಿಟ್ಟ.

"ಇವ್ನು ಯಾವಾಗ್ಲೂ ಇಷ್ಟೆ. ತುಂಬ ಮೊಂಡು!" ತುಟಿಯ ಮೇಲೆ ನಗುವರಳಿಸಿದರು. ತಮ್ಮಲ್ಲಿನ ಅನ್ಯೋನ್ಯತೆ ಬೇರೆಯವರ ಎದುರು ಕಾಯ್ದುಕೊಳ್ಳುವುದೇ ವಿನುತಮ್ಮನ ಪ್ರಯತ್ನ.

ವೇಣು ಒಳಗೊಳಗೆ ನಕ್ಕ.

ಅವರು ಹೋದ ಮೇಲೆ ಜೋರಾಗಿ ಹೇಳಿದ.

"ಎಲ್ರೂ ಮಲ್ಗಿ ವಿಶ್ರಾಂತಿ ತಗೋಬಹುದ್ದು."

ಎದ್ದು ಬಂದ ಪ್ರಭಾಕರ ಅವನ ಪಕ್ಕದಲ್ಲಿ ಕೂತು ತಲೆಯ ಮೇಲೆ ಮೊಟಕಿದ.

"ಅಬ್ಬಬ್ಬ! ಎಷ್ಟೊಂದು ಅವಿಧೇಯತೆ! ಅವರೆಷ್ಟು ಬೇಜಾರು ಮಾಡ್ಕೊಂಡಿರ್ಬೇಕು! ಎದ್ದು ಹೋಗಿ ವಿಚಾರ್ಸು." ಅವನ ಕೆನ್ನೆಯ ಮೇಲೆ ಕೈಯಾಡಿಸಿದ.

ಅವನಿಗೆ ಸದ್ಯ ಇಲ್ಲಿಂದ ಹೊರಟಿದ್ದರೆ ಸಾಕಾಗಿತ್ತು. ಹೇಗೂ ಪ್ರಭಾಕರ ನಿಂತ ಮೇಲೆ ಅವನು ಕಡ್ಡಾಯವಾಗಿ ನಿಲ್ಲಲೇಬೇಕಾಗಿತ್ತು. ಹೊರಡೋವರೆಗೂ ತುಟಿ ಬಿಗಿದುಕೊಂಡು ಮಾತನ್ನು ಆದಷ್ಟು ನುಂಗಲು ನಿರ್ಧರಿಸಿದ್ದ.

"ಡೋಂಟ್ ಡಿಸ್ಟರ್ಬ್ ಮಿ" ಎಂದವನೇ ಪಕ್ಕಕ್ಕೆ ಹೊರಳಿದ. ಕಣ್ಣುಗಳನ್ನ ಬಿಗಿಯಾಗಿ ಮುಚ್ಚಿಕೊಂಡ. ಸುಮ್ಮನೆ ಸೋಫಾಗೆ ಒರಗಿ ಎದೆಯ ಮೇಲೆ ಕೈಕಟ್ಟಿ ಪ್ರಭಾಕರ ಕಣ್ಮುಚ್ಚಿದ.

"ಕರೀತಾರೆ" ಹತ್ತರ ಒಬ್ಬ ಹುಡುಗ ಬಂದು ನಿಂತಾಗ ಪ್ರಭಾಕರ

ಅನುಮಾನಿಸಿದ. "ಯಾರ್ನ? ವೇಣುನ್ನಾ?" ಅವನು ಅಲ್ಲವೆನ್ನುವಂತೆ ತಲೆಯಾಡಿಸಿ "ನಿಮ್ಮನ್ನ" ಎಂದ.

ಕಣ್ಮುಚ್ಚಿ ನಿದ್ದೆಯ ನಟನೆ ಮಾಡುತ್ತಿದ್ದ ವೇಣು ಕೈ ಅವನ ತೊಡೆಯ ಮೇಲೆ ಬಿತ್ತು. ಕೈಯಲ್ಲಿಯೇ ಹೋಗಬೇಡವೆಂದು ಸನ್ನೆ ಮಾಡಿದ.

"ಅವ್ರು ರೆಸ್ಟ್ ತಗೋತಾ ಇದ್ದಾರೇಂತ ಹೇಳ್ಬಿಡು" ಕಣ್ಮುಚ್ಚಿಯೇ ಹೇಳಿದ. ಪ್ರಭಾಕರನ ಕೈ ವೇಣುನ ಹಿಡಿಯಲ್ಲಿತ್ತು. "ವಿಚಾರಿಸ್ಕೋಣ ಬಿಡು" ಈಗಿನ ಪಂಚಾಯಿತಿ ಅರಿವು ಇದ್ದುದ್ದರಿಂದ ವೇಣುವನ್ನ ಕಳುಹಿಸಲಾರ. "ಪ್ಲೀಸ್, ಸುಮ್ನೇ ಕೂತ್ಕೋ - ನೀನ್ಯಾಕೆ ಬೇಡದ ವಿಷ್ಯಕ್ಕೆ ತಲೆ ಕೆಡಿಸ್ಕೋತೀಯಾ!" ಒರಟಾಗಿಯೇ ಹೇಳಿದ.

ಆ ಹುಡುಗ ಹೋದ ಮೇಲೆ ವೇಣು ಎದ್ದು ಕೂತ. ತೀರಾ ಗಂಭೀರವಾಗಿದ್ದ.

"ಪ್ರಭಾಕರ್, ನನ್ಮೇಲೆ ನಿಂಗೇನಾದ್ರೂ ಪ್ರೀತಿಯಿದ್ರೆ.... ಪದ್ಮಿನಿಯ ವಿಷಯದಲ್ಲಿ ಯಾವ ಒತ್ತಾಯವನ್ನೂ ಹೇರಬೇಡ. ನಾವಿಬ್ರೂ ಒಂದೇ ಛಾವಣಿಯ ನಡುವೆ ಬಾಳಿದರೂ... ಯಾವ ಪ್ರಯೋಜನವೂ ಇಲ್ಲ!" ಅವನ ಸ್ವರದಲ್ಲಿ ದೃಢತೆಗೆ ಬೆಚ್ಚಿಬಿದ್ದ.

"ಪ್ಲೀಸ್, ನನ್ನ ಅರ್ಥಮಾಡ್ಕೊ" ಅವನ ಕೈ ಹಿಡಿದುಕೊಂಡ. ವೇಣುವಿನ ಕಣ್ಣುಗಳಲ್ಲಿದ್ದ ನೋವನ್ನ ನೋಡಿ ಪ್ರಭಾಕರ ಕುಳಿತಲ್ಲೇ ಶಿಲೆಯಾದ.

"ನಾನೊಬ್ಬ ಮಾನಸಿಕ ರೋಗಿಯಾಗ್ಬಹ್ದು. ಇಲ್ದಿದ್ರೆ..." ವೇಣು ಗಂಟಲು ಒತ್ತಿ ಹಿಡಿದಂತಾಯಿತು.... "ಪಕ್ಕಾ ಚಟಗಳಿಗೆ ಬಲಿ ಬಿದ್ದ ನಾಲ್ಕನೇ ದರ್ಜೆಯ ಪ್ರಜೆಯಾಗ್ಬಹ್ದು. ಅಷ್ಟಕ್ಕೆ ಅವಕಾಶ ಕೊಡ್ಬೇಡ" ಹಣೆಯನ್ನ ಒತ್ತಿ ಹಿಡಿದ.

ಸ್ನೇಹದಿಂದ ಪ್ರಭಾಕರ ಅವನ ಕೈ ಅದುಮಿದ. ಬಲವಾದ ಆಶ್ವಾಸನೆ ದೊರೆತಂತಾಯಿತು. ಇನ್ನು ಯಾರ ಮಾತಿಗೂ ಅವನು ಸಡ್ಡು ಹೊಡೆಯಲಾರ.

ರಾಮನಾಥ್ ತಾವೇ ಕೆಳಗಿನ ಮೆಟ್ಟಿಲಿನಲ್ಲಿ ನಿಂತು ಕೂಗಿದವರು ಮೇಲಕ್ಕೆ ಹತ್ತಿ ಬಂತರು. ಐಶ್ವರ್ಯ, ಕಂಠದಲ್ಲಿ ಗತ್ತು ಅವರನ್ನ ದೊಡ್ಡ ವ್ಯಕ್ತಿಯನ್ನಾಗಿ ಮಾಡಿತ್ತು.

"ಹೇಗಿತ್ತು ಅಡ್ಗೇ!?" ಮಗನ ಕಡೆ ನೋಡಿದರು.

"ತುಂಬಾ ಚೆನ್ನಾಗಿತ್ತು. ಅದ್ರ ಬಗ್ಗೆ ಎರಡು ಮಾತಿಲ್ಲ" ಪ್ರಭಾಕರ ನವಿರಾಗಿ ಹೇಳಿದ.

"ವೇಣು, ಎದ್ದು ಬಾ" ಅವನು ಹಿಂಬಾಲಿಸಬಹುದೆಂದು ಇಳಿದುಹೋದರು.

ಮೂವರು ಕೆಳಗಿಳಿದು ಬಂದರು. ವಿನುತಮ್ಮನ ಕೋಣೆಗೆ ಬಂದಾಗ ಆಕೆ ಡನ್‌ಲಪ್ ಹಾಸಿಗೆಯ ಮೇಲೆ ಮಲಗಿದ್ದರು. ಅಲ್ಲಿ ಕೂತಿದ್ದ ಹೆಂಗಸರು ಇವರನ್ನ ನೋಡಿ ಹೊರಗೆದ್ದು ಹೋದರು.

"ಬನ್ನಿ....." ಎದ್ದು ದಿಂಬಿಗೊರಗಿ ಕೂತರು.

ಈಗ ಪ್ರಭಾಕರನ ಸಹಾಯ ಅವರಿಗೆ ಬೇಕೆನಿಸಿತು. ವೇಣು ಅವನಲ್ಲಿ

ಗೌರವವಿಟ್ಟಿದ್ದಾನೆಂಬ ಭಾವನೆಯೂ ಅವರಲ್ಲಿ ಮೂಡಿತು. ಅಲ್ಲೇ ಆಶಾಕಿರಣ ಗೋಚರಿಸಿದ್ದು.

"ನೀವು ಮದ್ವೆಯಾದೋರೂ, ನಮ್ಮ ವೇಣು ಮಾಡೋದು ಸರಿನಾ! ಅವ್ಳು ಸ್ವಲ್ಪ ನಮ್ಮ ವಾಸಂತಿ ಹಾಗೆ. ವಯಸ್ಸು ಚಿಕ್ದು. ಏನೋ ಮಾತಾಡ್ತಾಳೆ. ಅದ್ಕೆಲ್ಲ ಯಾಕೆ ಬೆಲೆ ಕೊಡ್ಬೇಕು! ಒಂದೆರಡು ಮಕ್ಳು ಆದ್ಮೇಲೆ ಸರ್ಯೋಗ್ತಾಳೆ!"

ಮೈಯಲ್ಲಿನ ರಕ್ತವೆಲ್ಲ ವೇಣುನ ಮುಖಕ್ಕೆ ನುಗ್ಗಿತು. ಅವುಡು ಕಚ್ಚಿದ. ಬಹಳ ಸಮಾಧಾನದಿಂದಿರಬೇಕೆಂದುಕೊಂಡು ನಿಶ್ಚಯಿಸಿಕೊಂಡೇ ಈ ಕೋಣೆಯೊಳಕ್ಕೆ ಬಂದಿದ್ದು. ಆದರೆ ಬಹಳ ಬೇಗ ಸಹನೆ ಕಳೆದುಕೊಳ್ಳುವ ಸ್ಥಿತಿ ಮುಟ್ಟಿದ್ದ.

"ಅವ್ರ ತಂದೆ ಸಮಾಜದಲ್ಲಿ ಪ್ರತಿಷ್ಠಿತ ವ್ಯಕ್ತಿ! ಇದೆಲ್ಲ ಏನು ಚೆನ್ನ! ಹಿಂದಿನದೆಲ್ಲ ಮರ್ತುಬಿಟ್ಟು ಹೊಂದಿಕೊಂಡು ಬಾಳೋಕೆ ಹೇಳಿ. ಇದ್ನೆಲ್ಲ ತಡ್ಯೋ ಶಕ್ತಿ ನನ್ನ ಹೃದಯಕ್ಕಿಲ್ಲ!"

ವೇಣು ತಟ್ಟನೆ ಮೇಲಕ್ಕೆದ್ದ. ಕೋಪದಿಂದ ನಡುಗುತ್ತಿದ್ದ. ತಕ್ಷಣ ಪ್ರಭಾಕರ ಅವನ ಕೈ ಹಿಡಿದುಕೊಂಡು ಕಣ್ಣುಗಳಲ್ಲಿಯೇ ಸಮಾಧಾನ ಹೇಳಿದ.

"ನಾವು ಇಂಥದನ್ನ ಕಂಡೇ ಇಲ್ಲ. ಅವ್ರು ಅಳಿಯನಿಗೆ ಬಳುವಳಿಯಾಗಿ ಕೊಟ್ಟಿದ್ನ ಬಿಸಾಕಿ ಬಂದಿದ್ದಾನಂತಲ್ಲ - ಇದೇನು ಬುದ್ಧಿವಂತರ ಲಕ್ಷಣವಾ! ಜನ ಎಷ್ಟು ಕೆಟ್ಟದಾಗಿ ಮಾತಾಡಿಕೊಳ್ತಾರೆ! ಮುಂದೆ ಇನ್ನು ಒಂದು ಹೆಣ್ಣು ಮಗು ಇದೆ. ಇಂಥಾದೇನಾದ್ರೂ ಒಬ್ರ ಕಿವಿಯಿಂದ ಮತ್ತೊಬ್ರ ಕಿವಿಗೆ ಹರಡಿದ್ರೆ... ಯಾರು ತಂದ್ಕೊತಾರೆ ನಮ್ಮನೆ ಹೆಣ್ಣಾ!" ಬೆಣ್ಣೆಯಂಥ ಮಾತುಗಳಿಗೆ ಪ್ರಭಾಕರನೇ ಬೆರಗಾದ. ಆದರೆ ವೇಣುವಿಗೆ ಕುಲುಮೆಯಲ್ಲಿ ನಿಂತ ಅನುಭವವಾಯಿತು. ಎಲ್ಲಿ ಪ್ರಭಾಕರ ಸಂಪೂರ್ಣವಾಗಿ ಕರಗಿಬಿಡುವನೋ! ಎಂದು ಆತಂಕಗೊಂಡ.

"ಬೇರೆಯವ್ರ ಅಗತ್ಯ ದಂಪತಿಗಳಿಗೆ ಇರೋಲ್ಲ. ಅವರವ್ರೇ ತೀರ್ಮಾನ ಮಾಡ್ಕೊಳ್ಳಿ" ಪ್ರಭಾಕರ ತಣ್ಣನೆಯ ಸ್ವರದಲ್ಲಿ ಹೇಳಿದ.

ಮಧ್ಯೆ ಆನಂದ ಬಂದಿದ್ದರಿಂದ ವಾತಾವರಣದ ಬಿಗುವು ಕಡಿಮೆಯಾಯಿತು. ಲೋಕಾಭಿರಾಮವಾಗಿ ಬೇರೆ ಮಾತುಗಳನ್ನ ಆಡಿದನೇ ವಿನಃ ಅವನು ಸ್ವಂತ ವಿಷಯಕ್ಕೆ ಬರಲಿಲ್ಲ.

ವಿನುತಮ್ಮ ತಮ್ಮ ಒಳ್ಳೆಯತನ, ಗಂಡನ ಅಧಿಕಾರದ ಗತ್ತು, ತಮಗೆ ಮಕ್ಕಳ ಮೇಲಿನ ಹಿಡಿತವನ್ನ ಇಲ್ಲಿ ವಿಜೃಂಭಿಸಬೇಕೆಂದು ಆಸೆಯಾಯಿತೇನೋ, ಅಧಿಕಾರದ ಸ್ವರಕ್ಕೆ ಬೆಣ್ಣೆ ಹಚ್ಚಿ ಹೇಳಿದರು.

"ಆನಂದ, ಇದೆಲ್ಲ ಸ್ವಲ್ಪನೂ ಚೆನ್ನಾಗಿರೋಲ್ಲ. ಮೊದ್ಲು ಪದ್ಮಿನಿನ ವೇಣು ಜೊತೆಯಲ್ಲಿ ಕಳ್ಸು. ಅವ್ಳು ನಮ್ಗೆ ವಾಸಂತಿ ಹಾಗೇನೇ!"

ವೇಣು ಎದ್ದು ಹೋಗಿ ವಿನುತಮ್ಮನ ಪಕ್ಕ ಕೂತ. ಕುದಿಯುವ ಎದೆಗೆ ಮುಚ್ಚಳ ಹಾಕಿಟ್ಟ. ನವಿರಾದ ಸ್ವರದಲ್ಲಿ ಹೇಳಿದ.

"ಇದ್ನೆಲ್ಲ ತಡ್ದುಕೊಳ್ಳೋ ಶಕ್ತಿ ನಿಂಗಿಲ್ಲ. ಸುಮ್ನೇ ತಲೆ ಕೆಡಿಸ್ಕೋಬೇಡ. ಸಂತೋಷವಾಗಿ ಪೂಜೆ ಮಾಡಿ ಇಷ್ಟೊಂದು ಅತಿಥಿಗಳನ್ನ ಸತ್ಕರಿಸಿದ್ದೀಯ. ನೊಂದುಕೊಳ್ಳೋದ್ಬೇಡ" ಭುಜದ ಮೇಲೆ ಕೈಯಿಟ್ಟ.

ಅದು ವ್ಯಂಗ್ಯದ ಇರಿತವೆಂದು ವಿನುತಮ್ಮನಿಗೆ ಬಿಟ್ಟು ಬೇರೆಯವರಿಗೆ ಗೊತ್ತಾಗದಿದ್ದರೂ ಪ್ರಭಾಕರನ ಕಣ್ಣುಗಳಲ್ಲಿ ವಿಸ್ಮಯ ಇಣುಕಿತ್ತು. ಆದರೆ ಆನಂದನ ಮುಖದ ಭಾವನೆಗಳಲ್ಲಿ ಬದಲಾವಣೆಯೂ ಆಗಲಿಲ್ಲ.

"ಅವ್ರು ತುಂಬ ವೀಕ್, ಉದ್ವೇಗ ಅವ್ರ ಆರೋಗ್ಯಕ್ಕೆ ಒಳ್ಳೇದಲ್ಲ. ಈಗ ರೆಸ್ಟ್ ಅಗತ್ಯ ಅವ್ರಿಗೆ." ಕೈ ಚಾಚಿ ಮಡಚಿ ಮೇಲಕ್ಕೆದ್ದ. ಇಂದು ಮಗ ಕಟುವಾಗಿ ಮಾತನಾಡಬಲ್ಲವನು ಮಾತ್ರವಲ್ಲದೆ ಬುದ್ಧಿವಂತನಾಗಿ ಕಂಡ. ನಿಸ್ಸಹಾಯಕತೆ ಅವರನ್ನ ಬಾಧಿಸಿತು. ಆನಂದ ತಾನಾಗಿ ಏನು ಹೇಳಿದ್ದರೂ ಅವರಾಗಿ ಮಧ್ಯಸ್ಥಿಕೆ ವಹಿಸಿಕೊಂಡು ಬಂದಿದ್ದರು. ಅವಮಾನಿತರಾಗುವುದು ಅವರಿಗೆ ಬೇಕಿರಲಿಲ್ಲ.

"ಇರ್ಲಿ ಕೂತ್ಕೊಳ್ಳೋ....." ಪಟ್ಟು ಬಿಡದಂತೆ ಹೇಳಿದರು.

"ಸ್ವಲ್ಪ ಅರ್ಜೆಂಟ್ ಕೆಲ್ಸ ಇದೆ" ಹೆಜ್ಜೆಗಳು ಬಾಗಿಲತ್ತ ಸರಿದವು.

ಹೊರಗೆ ಬಂದ. ವಾಸಂತಿ ಗೆಳತಿಯರ ಹಿಂಡಿನಲ್ಲಿ ರಾಣಿಯಂತೆ ಹರಟೆ ಹೊಡೆಯುತ್ತಿದ್ದಳು. ಸರಳ ಸೀಬೆಮರದ ಬುಡವನ್ನ ನೋಡುತ್ತ ನಿಂತಿದ್ದಳು. ಅತ್ತ ನಡೆದ.

"ಮುಗೀತಾ?" ನೇರವಾಗಿ ಕೇಳಿದ.

ತಕ್ಷಣ ಸರಳಿಗೆ ಅರ್ಥವಾಗಲಿಲ್ಲ. ಬುಡದತ್ತ ಕಣ್ಣಲ್ಲಿಯೇ ತೋರಿದಾಗ ನಸುನಕ್ಕಳು. ತುಂಬ ಪ್ರಾಮಾಣಿಕ ಕಣ್ಣುಗಳನ್ನ ದಿಟ್ಟಿಸುವ ಮನಸ್ಸಾಯಿತು ವೇಣುಗೆ. ಆ ಕ್ಷಣ ಕಠೋರನಾಗಿದ್ದ. ತಾನು ಸರಳನ ಪ್ರೀತಿಸೋದು ನಿಜ, ಅವಳು ಪ್ರೀತಿಸೋದು ಸುಳ್ಳಲ್ಲ. ಇನ್ನ ಮಿಕ್ಕವರೆಲ್ಲ ಈ ಬಿರುಗಾಳಿಗೆ ಹಾರಿಹೋಗುವ ತರಗೆಲೆಗಳಂತೆ ಕಂಡರು.

ಒಳಗೆ ಹೋಗಿ ಬಂದ ವಾಸಂತಿ ದಢದಢನೇ ಅವನ ಮುಂದೆ ಬಂದು ನಿಂತಳು.

"ಅತ್ಗೇ ಕರೀತಾ ಇದ್ದಾರೆ" ತಟ್ಟನೆ ಅವನ ಸುಂದರ ಸ್ವಪ್ನ ಚೆಲ್ಲಾಪಿಲ್ಲಿಯಾಗಿ ಚೆದುರಿ ಹೋಯಿತು. ಕಣ್ಣುಗಳು ಕಿರಿದಾದವು. ವೈರಾಗ್ಯದ ಆಳಕ್ಕೆ ಇಳಿದಂತೆ ಕಂಡವು.

"ಹೋಗಿ ನಿನ್ಕೆಲ್ಸ ನೋಡು" ಕಣ್ಣಿನಲ್ಲೇ ಗದರಿದ. ನೆಲಕ್ಕೆ ಕಾಲುಗಳನ್ನ ಅಪ್ಪಳಿಸಿ ಸರಿದುಹೋದಳು.

"ಇಷ್ಟೊಂದು ಹಟ ಮಾಡಿದರೆ ಹೇಗೆ! ಪದ್ಮಿನಿ ಕರೀತಾ ಇದ್ದಾರಂತೆ ನೋಡಿ" ಸ್ವರದಲ್ಲಿ ನೋವು ತುಂಬಿದೆಯೆನಿಸಿತು ಅವನಿಗೆ. ಅಥವಾ ಬರೀ ಭ್ರಮೆಯೋ!

"ಕರೀತಾರೆ" ಹುಡುಗ ಬಂದು ನಿಂತಾಗ ನಾಲ್ಕು ಬಾರಿಸಿಬಿಡುವಷ್ಟು ಸಿಟ್ಟು ಬಂತು. ಹಿಂದಕ್ಕೆ ಹೆಜ್ಜೆ ಹಾಕಿದ ವೇಣು. ಒಂದು ಜೊತೆ ಕಣ್ಣುಗಳು ಅವನನ್ನ ಹಿಂಬಾಲಿಸಿದವು.

"ಮೇಲೆ ಇದ್ದಾರೆ, ನೋಡು" ವಾಸಂತಿಯತ್ತ ದುರದುರನೆ ನೋಡಿದ.

ಮೆಟ್ಟಲು ಹತ್ತಿ ಮೇಲೆ ಹೋದ. ಪದ್ಮಿನಿ ಕರೆದಿದ್ದು ಸುಳ್ಳಾಗಿರಬಹುದು. ಆದರೆ ಅಲ್ಲಿ ಇದ್ದಿದ್ದು ಮಾತ್ರ ಸುಳ್ಳಲ್ಲ. ಉಗುರಿನ ಬಣ್ಣ ನೋಡುತ್ತ ಕೂತಿದ್ದಳು. ಮೊದಲಿಗಿಂತ ಸ್ವಲ್ಪ ಬಡವಾದ ಹಾಗೆ ಕಂಡಳು. ಮುಖದ ಮೇಲೆ ಚೆಲ್ಲಾಡುವ ದುರಭಿಮಾನವೇನು ಕಮ್ಮಿಯಾದ ಹಾಗೆ ಕಾಣಲಿಲ್ಲ.

ಕಾಲುಗಳು ಮುಂದೆ ಸರಿಯಲು ಹಿಂಜರಿದವು. ಬೆಸೆದು ಬಂದಾಗ ಬೇಕಾದ ಹೃದಯಗಳು ವಿರುದ್ಧ ದಿಕ್ಕಿನತ್ತ ಮುಖ ಮಾಡಿದ್ದವು.

"ಪದ್ಮಿನಿ, ಹೇಳಿ ಕಳಿಸಿದ್ಯಾ?" ಶ್ರಮಪಟ್ಟು ಕೇಳಿದ. ಮುಖದ ಮೇಲೆ ಬೆವರೊಡೆಯಿತು.

ಮೆಲ್ಲಗೆ ತಲೆಯೆತ್ತಿದಳು. ಅವಳ ಕಣ್ಣಲ್ಲಿ ಕಂಬನಿಯೊಡೆಯಿತು. ಮುಖವನ್ನ ಬೇರೆಡೆ ತಿರುಗಿಸಿಕೊಂಡಳು. ವೇಣುವಿನ ಹೃದಯ ಬೆಣ್ಣೆಯಾಯಿತು. ಅವಳತ್ತ ಸರಿಯದಾದ.

"ನೀನೇನು ನನ್ನ ಶತ್ರುವಲ್ಲ. ಸ್ನೇಹಿತರಂಥವರೂ ಮಾತಾಡ್ಬಹ್ದು" ಅವಳು ತುಟಿ ಎರಡು ಮಾಡದಾದಾಗ ಅವಮಾನದಿಂದ ಕುದಿದ.

ಬಹಳ ಸಂಯಮದಿಂದ ಹಿಂದೆ ವರ್ತಿಸಿ ಅವಳಲ್ಲಿ ಬದಲಾವಣೆ ಕಾಣಲು ಪ್ರಯತ್ನಿಸಿದ್ದ. ನಿರಾಶೆ ಬೇರೆಡೆ ಮುಖ ಮಾಡಿತ್ತು. ಸರಸರನೇ ಕೆಳಗಿಳಿದು ಬಂದ.

ಈಗ ದೊಡ್ಡ ಹಾಲ್‌ನಲ್ಲಿ ಎಲ್ಲ ಕೂತಿದ್ದರು. ನೋಡದಂತೆ ಹೊರಗೆ ನಡೆದ. ಒಂಟಿಯಾಗಿ ತಿರುಗಾಡಿಕೊಂಡು ರಾತ್ರಿ ಹತ್ತರ ವೇಳೆಗೆ ಮನೆಗೆ ಬಂದಾಗ ಕಾಂಪೌಂಡ್‌ನಲ್ಲಿ ಹತ್ತಾರು ಛೇರ್‌ಗಳನ್ನ ಹಾಕಿದ್ದರು. ಸರಳ, ಪ್ರಭಾಕರ, ಲೀಲಾ ಅಲ್ಲೇ ಕೂತಿದ್ದರು. ರಾಮನಾಥ್, ವಿನುತಮ್ಮನಲ್ಲದೆ ಅಶೋಕ ಕೂಡ ಇದ್ದಿದ್ದು ವಿಸ್ಮಯವನ್ನುಂಟುಮಾಡಿತು.

"ಎಲ್ಹೋಗಿದ್ದೆ! ಮೊದ್ಲು ಊಟ ಮಾಡ್ಕೊಂಡ್ಬಾ" ವಿನುತಮ್ಮ ಹೇಳಿದಾಗ ಕೇಳದವನಂತೆ ಖಾಲಿ ಇದ್ದ ಕುರ್ಚಿಯಲ್ಲಿ ಕೂತ. ಪ್ರಭಾಕರ ಸ್ನೇಹದಿಂದ ಹೆಗಲ ಮೇಲೆ ಕೈಹಾಕಿದ.

"ತುಂಬ ಬೇಜಾರಾಯ್ತು!" ಮೆಲುಧ್ವನಿಯಲ್ಲಿ ಹೇಳಿದ.

"ಸಾರಿ...." ತೀರಾ ಕೆಳಸ್ವರದಲ್ಲಿ ಹೇಳಿದ.

ರಾಮನಾಥ್ ಹೆಂಡತಿಯತ್ತ ವಾಲಿ ಹೇಳಿದ್ದನ್ನ ಕೇಳಿದರು.

ಒಂದೆರಡು ನಿಮಿಷ ಯೋಚಿಸುತ್ತ ಕೂತರು. ಆಮೇಲೆ ಮೆಲ್ಲನೆ ವಿಷಯದ ಪ್ರಸ್ತಾಪಕ್ಕೆ ಬಂದರು.

ರಾಮನಾಥ್ ಬಾಯಲ್ಲಿ ಬಂದಿದ್ದು ಆಶ್ಚರ್ಯದ ಸಂಗತಿಯಾಗಿ ಕಾಣದಿದ್ದರೂ ಅವರು ಹೇಳಿದ ಧೋರಣೆ ಅವನಲ್ಲಿ ವಿಸ್ಮಯವನ್ನುಂಟುಮಾಡಿತು. ಈ ಮಾತಿಗೆ ತನ್ನ ಪ್ರತಿಕ್ರಿಯೆ ಅಗತ್ಯವಿಲ್ಲವೆಂದು ಸುಮ್ಮನಾದ.

"ಹೇಗೂ ನಮ್ಮ ವೇಣು, ನೀವು ಗೆಳೆಯರೇ ಆಗಿದ್ದೀರಾ. ಸ್ನೇಹ ಸಂಬಂಧದಲ್ಲಿ

ಮುಕ್ತಾಯವಾದ್ರೆ ಚೆನ್ನ. ನಮ್ಮ ವಾಸಂತಿನ ನಿಮ್ಮ ತಮ್ಮನಿಗೆ ಕೊಡೋ ನಿಶ್ಚಯ ಮಾಡಿದ್ದೀವಿ."

ಅವರ ಉದ್ಧಟತನಕ್ಕೆ ಅವನ ಮೈಯೆಲ್ಲ ಬೆಂಕಿಯಾಯಿತು. 'ನನ್ನ ತಮ್ಮನಿಗೆ ಹೆಣ್ಣು ನಿಶ್ಚಯ ಮಾಡೋಕೆ ನೀವು ಯಾರ್ರಿ?' ಎಂದು ಕೇಳುವ ಮನಸ್ಸಾಯಿತು. ಆದರೆ ಸಂಯಮದಿಂದ ವರ್ತಿಸುವ ಜಾಣತನದಿಂದ ದೂರವಾಗಲೂ ಇಷ್ಟಪಡಲಿಲ್ಲ.

"ಸದ್ಯಕ್ಕೆ ಆ ವಿಷಯದ ಪ್ರಸ್ತಾಪವಿಲ್ಲ. ಅದ್ರ ತೀರ್ಮಾನವೆಲ್ಲ ನಮ್ಮ ತಾಯ್ತಂದೆಗೆ ಸೇರಿದ್ದು" ಕಳಚಿಕೊಳ್ಳುವ ಜಾಣತನ ಕಂಡಿತು ರಾಮನಾಥ್‌ಗೆ. ಆದರೆ ಅಷ್ಟಕ್ಕೆ ಕೈಬಿಡಲು ಅವರು ಸಿದ್ಧರಿಲ್ಲ.

"ಆಯ್ತು, ಅವ್ರನ್ನ ವಿಚಾರಿಸೋಣ. ಬೇಡ ಅನ್ನೋಕೆ ಕಾರಣವೇ ಇಲ್ಲ" ತಾವೇ ನಕ್ಕರು.

ಪ್ರಭಾಕರನಿಗೆ ಬೇಸರವಾಯಿತು. ಸದ್ಯಕ್ಕೆ ಈ ಪ್ರಸ್ತಾಪ ಮತ್ತೊಮ್ಮೆ ಮಾಡುವುದು ಅವನಿಗೆ ಇಷ್ಟವಿರಲಿಲ್ಲ. ಇಂಥ ದೊಡ್ಡಸ್ಥಿಕೆಗೆ ಬಗ್ಗುವ ಜಾಯಮಾನ ಅವನದಲ್ಲ.

"ನಮ್ಮ ಪಾರ್ಥನ ಮದ್ವೆ ಯೋಚನೆ ಸದ್ಯಕ್ಕಿಲ್ಲ. ಸರಳ ಬಗ್ಗೆನೇ ಒಂದು ನಿರ್ಧಾರಕ್ಕೆ ಬಂದಿಲ್ಲ. ನಮ್ಗೂ ಸಾಕಷ್ಟು ತಲೆ ಬಿಸಿ ಇದೆ" ನವಿರಾಗಿ ಹೇಳಿದರೂ ಈ ಪ್ರಸ್ತಾಪ ಕೈ ಬಿಡಿಯೆಂದೇ ಪರೋಕ್ಷವಾಗಿ ಹೇಳಿದ.

"ಸರಳ ಬಗ್ಗೆ ಯೋಚ್ನೆ ಮಾಡೋದ್ಬೇಡ. ಹೇಗೂ ವಾಸಂತಿಗೆ ಐವತ್ತು ಸಾವಿರ ವರದಕ್ಷಿಣೆ ಕೊಟ್ಟು ಮದ್ವೆ ಮಾಡೋ ತೀರ್ಮಾನ ಮಾಡಿದ್ದೀವಿ. ನಿಮ್ಮ ತಮ್ಮನಿಗೆ ಸೇರ್ದ ಮೇಲೆ ಅದ್ನ ನೀವು ಉಪಯೋಗಿಸ್ಕೋಬಹ್ದು!" ಸರಳ ವಿವಾಹಕ್ಕೆ ರಾಮನಾಥ್ ಪರಿಹಾರೋಪಾಯ ಸೂಚಿಸಿದರು.

ಅರಿವಾಗದಂತೆ ಪ್ರಭಾಕರನ ಹುಬ್ಬುಗಳು ಬಿಗಿದುಕೊಂಡವು. ಮೆಡಿಕಲ್ ಓದುತ್ತಿರುವ ತಮ್ಮನಿಂದಾಗಿ ದೊಡ್ಡ ಮೊತ್ತದ ವರದಕ್ಷಿಣೆ ವಸೂಲು ಮಾಡಬೇಕೆಂದು ಎಂದೂ ಯೋಚಿಸಿರಲೇ ಇಲ್ಲ. ಮನಸ್ಸು ಕಹಿಯಾಯಿತು.

"ದಯವಿಟ್ಟು ಕ್ಷಮ್ಸಿ. ನಮ್ಗೆ ಅಂಥ ಆಲೋಚನೆ ಇಲ್ಲ ಬೇರೆ ಕಡೆ ನೀವು ಪ್ರಯತ್ನ ಮಾಡ್ಬಹ್ದು. ನನ್ನ ತಮ್ಮ ಪಾರ್ಥ ಕೂಡ ನನ್ನ ಹಾಗೆನೇ. ನಿಮ್ಮ ಮಗ್ಳನ್ನ ಬೇರೆ ಕಡೆ ಕೊಟ್ಟು ಮಾಡಿ" ಮತ್ತೊಮ್ಮೆ ಹೇಳಿದ.

"ಸ್ವಲ್ಪ ಯೋಚ್ಸಿ. ದುಡುಕೋದು ಒಳ್ಳೇದಲ್ಲ. ನಮ್ಮ ಹುಡ್ಗಿಗೆ ಅಂಥ ಹತ್ತು ಡಾಕ್ಟ್ರುಗಳನ್ನ ತರಬಲ್ಲೆ. ತಿಳ್ದ ಜನ - ನಮ್ಮ ವೇಣುಗೂ ಫ್ರೆಂಡ್ ಅನ್ನೋ ದೃಷ್ಟಿಯಲ್ಲಿ ಯೋಚಿಸಿದ್ದು. ನಿಮ್ಮ ತಂಗಿಗೆ ಎಲ್ಲಾದ್ರೂ ನಾನೇ ಕೆಲ್ಸ ಕೊಡುಸ್ತೀನಿ. ಅಷ್ಟರವರ್ಗೇ ಇರ್ಲಿ."

ತಟ್ಟನೇ ವೇಣು ಮಧ್ಯದಲ್ಲಿ ಬಾಯಿ ಹಾಕಿದ.

"ಏನೇನೋ ಮಾತಾಡ್ಬೇಡಿ. ವಾಸಂತಿ ಮದ್ವೆ ಪ್ರಸ್ತಾಪಕ್ಕಾಗಿ ಅವ್ರು ಇಲ್ಲಿ ಬಂದಿಲ್ಲ. ಈಗ್ಲೇ ಮದ್ವೆ ಮಾಡೋಲ್ಲಾಂದ್ರೆ ನಿಮ್ಮ ಒತ್ತಾಯವೇಕೆ?"

ಅಶೋಕ ಈ ವಿಷಯ ತನಗೆ ಸಂಬಂಧಿಸಿದ್ದಲ್ಲವೆಂದು ಎದ್ದುಹೋದ. ಅವನ ವರ್ತನೆ ಯಾರಿಗೂ ವಿಚಿತ್ರವಾಗಿ ಕಾಣಲಿಲ್ಲ. ಅವನು ಹೋದತ್ತಲೇ ನೋಡಿ ವಿನುತಮ್ಮ ನಿಟ್ಟುಸಿರು ದಬ್ಬಿದರು.

ಮೊದಲು ವೇಣು ಎದ್ದು ನಿಂತ.

"ಬೆಳಗಿನ ಐದಕ್ಕೆ ಒಂದು ಬಸ್ಸು ಇದೆ. ಬೇಗ ಮಲ್ಗಿದ್ರೆ ಜಾಗ್ರತೆ ಏಳ್ಬಹ್ದು!" ರಾಮನಾಥ್‌ಗೆ ಮಗನ ಮಾತಿನಿಂದ ಮುಖ ತಗ್ಗಿಸುವಂತಾಯಿತು. ಆದರೂ ಕೆಳಗೆ ಬಿದ್ದವರಂತೆ ತೋರಿಸಿಕೊಳ್ಳಲಾರರು. "ಇಲ್ಲಿ ನನ್ನ ಸ್ವಾರ್ಥವೇನು ಇಲ್ಲ. ವಾಸಂತಿ ತಿಳ್ದ ಕಡೆ ಸೇರ್ತಾಳೆ ಅನ್ನೋ ಉದ್ದೇಶವಲ್ಲದೆ ಕೈಲಾದ ಸಹಾಯ ಕೂಡ ಮಾಡೋಣಾಂತಿದ್ದೆ. ಆ ಹುಡ್ಗಿಗೆ ಇಲ್ಲೇ ಒಂದು ಕೆಲ್ಸ ಕೊಡುಸ್ತಾ ಇದ್ದೆ. ನಮ್ಮಲ್ಲಿಯೇ ಇರಬಹುದಾಗಿತ್ತು!"

ಯಾರ ಸಹಾನುಭೂತಿಯೂ ಪ್ರಭಾಕರನ ಕುಟುಂಬಕ್ಕೆ ಬೇಕಿರಲಿಲ್ಲ. ಎದೆ ಬೆಂಕಿಯ ಹೊಂಡವಾಯಿತು.

"ಎಕ್ಸ್‌ಕ್ಯೂಜ್ ಮೀ.... ನಿಮ್ಗೆ ನಿರಾಶೆಪಡಿಸದೆ ಬೇರೆ ದಾರಿನೇ ಇಲ್ಲ." ಮೇಲಕ್ಕೆದ್ದ. ಹೆಜ್ಜೆಗಳು ಸರಿದವು.

ವೇಣು, ಪ್ರಭಾಕರ್ ಬಾಗಿಲಿನತ್ತ ನಡೆದರು. ಅತ್ತಿಗೆ, ನಾದಿನಿಯರು ಮುಖ ಮುಖ ನೋಡಿಕೊಂಡರು.

"ಬರ್ತೀವಿ" ಅವರ ಪ್ರತಿಕ್ರಿಯೆ ಗಮನಿಸದೆ ಒಳಗೆ ನಡೆದರು.

ಇವರು ಬಂದಾಗ ಪ್ರಭಾಕರ್ ಹಾಸಿಗೆಯ ಮೇಲೆ ಮಲಗಿ ಛಾವಣಿಯನ್ನ ದಿಟ್ಟಿಸುತ್ತಿದ್ದ.

"ಎಕ್ಸ್‌ಕ್ಯೂಜ್ ಮಿ ಪ್ರಭಾಕರ್.... ನಾನಾಗಿ ಕರೆತಂದು ನಿಮ್ಮ ಮನಸ್ಸಿಗೆ ಬೇಸರವನ್ನುಂಟು ಮಾಡಿದೆ." ಸ್ವರದಲ್ಲಿ ನೋವಿನ ಮಿಡಿತವಿತ್ತು.

"ನೋ.... ನೋ...." ಎದ್ದು ಕೂತ. ಪ್ರಭಾಕರನ ಕೈ ವೇಣುವಿನ ತೋಳಿನ ಮೇಲೆ ಬಿತ್ತು. "ಹಾಗೆಲ್ಲ ತಿಳ್ಕೋಬೇಡ.... ನೊಂದುಕೊಳ್ಳಬಾರ್ದು. ಇದ್ರಲ್ಲಿ ನಿನ್ನ ತಪ್ಪೇನು? ನಾವಾಗಿ ತಾನೇ ಬಂದಿದ್ದು! ಅವ್ರು ಕೇಳಿದ್ದರಲ್ಲಿ ತಾನೇ ತಪ್ಪೇನಿದೆ? ತಲೆ ಕೆಡ್ಸಿಕೊಳ್ಳೋದ್ಬೇಡ!" ಮೃದುವಾಗಿ ಅದುಮಿದ.

ಸರಳ, ಲೀಲಾರತ್ತ ನೋಟ ಹರಿಸಲೇ ನಾಚಿದ. ಅವನ ಕಣ್ಣುಗಳು ಕಿರಿದಾದವು. ಭೂಮಿ ಇಂಚು ಇಂಚಾಗಿ ಅವನನ್ನು ನುಂಗಿದ ಅನುಭವವಾಯಿತು. ಮುಖದಲ್ಲಿ ಜಿಗುಪ್ಸೆ ಬೆರೆತ ನಿರಾಶೆ ಮಿನುಗಿತು.

"ನೀವು ಮಲ್ಗೀ" ಅರೆ ಮನಸ್ಸಿನಿಂದಲೇ ಮೇಲಕ್ಕೆದ್ದ. ಪ್ರಬಾಕರ ಅವನ ಕೈಹಿಡಿದ. "ಇಲ್ಲೇ ಮಲಕ್ಕೋ.... ಬೆಳಿಗ್ಗೆ ನಿನ್ನ ಎಲ್ಲಿ ಹುಡ್ಕೋದು! ಮತ್ತೆ.... ಮಿಸ್... ಆಗೋದ್ಬೇಡ."

ಅಷ್ಟರಲ್ಲಿ ಅಶೋಕ ಒಳಗೆ ಬಂದ. ವೇಣು ಮುಖ ಮೇಲಕ್ಕೆತ್ತಿ ಹೇಳಿದ.

"ಬೆಳಿಗ್ಗೆ ಹೊರಡುತ್ತಾ ಇದ್ದೀವಿ. ನಿನ್ನ ಕೋಣೆ ಕೀಲಿ ಏನಾಡ್ಲಿ?"

"ಅಮ್ಮನ ಕೈಯಲ್ಲಿ ಕೊಡು. ನಾನ್ಬಂದು ಇಸ್ಕೋತೀನಿ. ಮತ್ಯಾರು ಮೇಲೆ ಹತ್ತಿ ಬರೋ ಸಾಹಸ ಮಾಡೋಲ್ಲ." ಅದ್ರ ಬಗ್ಗೆ ಮೊದ್ಲೇ ತೀರ್ಮಾನವಾಗಿದೆ ನಗುತ್ತ ಹೇಳಿದ.

ಎದುರು ಕೋಣೆಯ ಕೀಲಿ ವೇಣುವನ್ನ ಅಣಕಿಸಿತು. ಇನ್ನೊಬ್ಬ ಅಣ್ಣ ಅದಕ್ಕೆ ಬೀಗ ಜಡಿದಿದ್ದ. ತುಟಿಯಂಚಿನಲ್ಲಿ ತೆಳುವಾದ ನಗುವರಳಿತು.

"ಆಯ್ತು ಕೊಡ್ತೀನಿ."

ಔಪಚಾರಿಕವಾಗಿ ಒಂದೆರಡು ಮಾತುಗಳನ್ನ ಆಡಿ ಅಶೋಕ ಹೊರಗೆ ನಡೆದಾಗ ಪ್ರಭಾಕರ ಸರಿಯಾಗಿ ಮಲಗಿದ. ಲೀಲಾ ಸರಳ ತೆಪ್ಪಗೆ ಸ್ಪ್ರಿಂಗ್ ಮಂಚದ ಮೇಲೆ ಮಲಗಿದರು. ಅವರಿಗೇನು ಇಕ್ಕಟ್ಟೆನಿಸಲಿಲ್ಲ.

"ನಾನು ಕೆಳ್ಗೇ ಮಲಕ್ಕೋತಾ ಇದ್ದೆ" ವೇಣು ಅನುಮಾನಿಸಿದ. ಪ್ರಭಾಕರ ಅವನ ಕೈಯನ್ನು ಭದ್ರವಾಗಿ ಹಿಡಿದ. "ಆ ಜನರಲ್ಲಿ ನಿನ್ನನ್ನು ಹುಡುಕೋಕೆ ನನ್ನಿಂದ ಸಾಧ್ಯವಿಲ್ಲ. ನಮ್ಮನ್ನ ಕಳ್ಸಿ ನೀನು ಬೇಕಾದ್ರೆ ನಾಲ್ಕು ದಿನವಿದ್ದು ಬಾ." ಪದ್ಮಿನಿಯ ಜ್ಞಾಪಕವಿಲ್ಲದೆ ನುಡಿದ.

"ಅಮ್ಮ.... ಕರೀತಾರೆ" ಪ್ರಮೀಳನೇ ಹತ್ತಿಬಂದಳು. ಅವಳ ಮುಖದ ಮೇಲೆ ಆಯಾಸದ ರೇಖೆಗಳು ಸ್ಪಷ್ಟವಾಗಿದ್ದವು. "ಯಾಕೆ?" ಕಟುವಾಗಿಯೇ ಕೇಳಿದ. ಪ್ರಮೀಳ ನಾಲಿಗೆ ತಡವರಿಸಿತು. ಬಾಯಿಬಿಟ್ಟು ಹೇಳಲೇಬೇಕಿತ್ತು. "ನಿಮ್ಗೇ ಕೆಳಗಿನ ಕೋಣೆಯಲ್ಲಿ ಹಾಸ್ಗೇ ಬಿಡಿಸಿದೆ" ಪ್ರಭಾಕರನ ಕೈ ಸಡಿಲವಾಯಿತು. "ಸೋ ಸಾರಿ... ಪೆದ್ದಾಗಿ ವರ್ತಿಸಿಬಿಟ್ಟೆ!" ಲೀಲಾ ಬಾಯಿಗೆ ಕೈಅಡ್ಡ ಹಿಡಿದು ನಕ್ಕಳು.

ವೇಣು ಮುಖ ಕೆಂಪಗಾಯಿತು. ಕೆಟ್ಟ ಕೋಪ ಬಂತು. ಬೊಂಬೆಯಂತೆ ನಿಂತ ಪ್ರಮೀಳ ಕೆನ್ನೆಗೆ ಬಾರಿಸಬೇಕೆನ್ನುವಷ್ಟರ ಮಟ್ಟಿಗೆ ಕೈಮುಂದೆ ಹೋಯಿತು.

"ಗುಡ್ ನೈಟ್..." ಗೋಡೆಯತ್ತ ಮುಖ ಮಾಡಿದ ಪ್ರಭಾಕರ ಮೆಲುವಾಗಿ ಹೇಳಿದ. ಸಂಕೋಚ ವೇಣುವನ್ನು ಬಾಧಿಸಿತು. ದಢದಢನೆ ಕೆಳಗಿಳಿದು ಹೋದ.

ತಾಯಿಯ ಕೋಣೆಯ ದೀಪ ಆರಿಹೋಗಿತ್ತು. ಅದಕ್ಕೆ ಎದುರಿನ ಕೋಣೆಯಲ್ಲಿ ದೀಪ ಉರಿಯುತ್ತಿತ್ತು. ಅತ್ತ ಕೈ ತೋರಿ ಪ್ರಮೀಳ ತನ್ನ ಪಾಡಿಗೆ ತಾನು ಹೋದಳು. ಹಲ್ಲುಗಳನ್ನು ಕಚ್ಚಿ ಹಿಡಿದ. ಕಣ್ಣು ಕೆಂಪಗೆ ಮಾಡಿಕೊಂಡು ಕೋಣೆಯೊಳಕ್ಕೆ ನುಗ್ಗಿದ.

ಮೊದಲೇ ಚೆಂದವಾಗಿದ್ದ ಪದ್ಮಿನಿ ಮತ್ತಷ್ಟು ಶೃಂಗರಿಸಿಕೊಂಡು ದಂತದ ಪುತ್ಥಳಿಯಂತೆ ಕಂಡಳು. ತುಟಿಯಂಚಿನಲ್ಲಿ ನೋವಿನ ನಗು ಚಿಮ್ಮಿತ್ತು. ಇಂಥ ವಿಷಯಗಳಲ್ಲಿ ತಾಯಿ ಜಾಣೆಯಾಗಿ ಕಂಡಳು. ಆದರೆ ಪದ್ಮಿನಿಯ ಬಗ್ಗೆ ಯಾವ ನಿರ್ಧಾರಕ್ಕೂ ಬರದಾಗಿದ್ದ.

ತುಂಬಿದ ಜನರಲ್ಲಿ ಗೊಂದಲವೆಬ್ಬಿಸಿ ಹಾಸ್ಯಾಸ್ಪದ ವ್ಯಕ್ತಿಯಾಗಲು ಇಷ್ಟಪಡಲಿಲ್ಲ.

ಅವಳತ್ತ ನೋಡದವನಂತೆ ಹೋಗಿ ಮಲಗಿದ. ಸನಿಹದಲ್ಲಿದ್ದರೂ ಬಹಳಷ್ಟು ಅಂತರ. ಸಮೀಪಕ್ಕೆ ಒಂದೆಜ್ಜೆ ಇಡಲಾರದ ಸ್ಥಿತಿ ಅವನದು.

ದೀಪವಾರಿತು. ಲ್ಯಾವೆಂಡರ್ ಪರಿಮಳ ಎಲ್ಲಾ ಕಡೆ ವ್ಯಾಪಿಸಿತು. ತೋಳುಗಳು ಕೊರಳಿಗೆ ಹಾರವಾದವು. ಬಾಲಿಶ ನಡವಳಿಕೆ ಹೆಣ್ಣು ಇಂದು ವ್ಯತಿರಿಕ್ತವಾಗಿ ಗೋಚರಿಸಿದಳು.

ಬಿಸಿಯಾಗಬೇಕಾದ ಅವನ ಶರೀರ ಮಂಜಿನಂತೆ ಕೊರೆಯಿತು. ಬಯಕೆ ಬಾಯಿ ತೆರೆಯಲಿಲ್ಲ. ಮೌನವಾಗಿ ಬಿದ್ದುಕೊಂಡಿತು. ಬೆಚ್ಚಿದ ಮಿದುಳಿನಲ್ಲಿ ಗೊಂದಲ ಶುರುವಾಯಿತು. ವಿರಸ ಸಾಕಷ್ಟಿದ್ದರೂ ಚೆಲುವೆಯಾದ ಮಡದಿ ತಬ್ಬಿದಾಗ - ಗಂಡಸುತನಕ್ಕೆ ಸವಾಲೆನಿಸಿತು.

"ಮಲಕ್ಕೋ...." ಕೈ ಬಿಡಿಸಿಕೊಂಡು ಪಕ್ಕಕ್ಕೆ ತಿರುಗಿದ. ಮಾನಸಿಕವಾಗಿ ಅವಳನ್ನ ಸ್ವೀಕರಿಸುವ ಸ್ಥಿತಿಯಲ್ಲಿರಲಿಲ್ಲ. ಇಡೀ ರಾತ್ರಿ ನಿದ್ರಿಸಲಿಲ್ಲ.

ಬೆಳಗಿನ ಜಾವಕ್ಕೆ ಎಚ್ಚೆತ್ತವನೇ ಮಲಗಿದ್ದವಳ ಕೆನ್ನೆ ಸವರಿ ಹೊರಗೆದ್ದು ಬಂದ. ಭಾವನೆಗಳನ್ನ ಮಿಡಿಸಿದ ಬಂಧನಕ್ಕೆ ಯಾವ ಅರ್ಥವೂ ಕಾಣಲಿಲ್ಲ. ಮೆಟ್ಟಲು ಹತ್ತಿ ಮೇಲಕ್ಕೆ ಬಂದ. ಕೋಣೆಯಲ್ಲಿ ದೀಪ ಉರಿಯುತ್ತಿತ್ತು. ಜಡೆ ಹೆಣೆಯುತ್ತಿದ್ದ ಸರಳ ಬಂದು ಬಾಗಿಲು ತೆರೆದಳು. ಅವಳ ಮುಖವನ್ನ ಮಂಕುತನ ಆವರಿಸಿಕೊಂಡಿತ್ತು. ಹುಬ್ಬೇರಿಸಿ ಕಿರುನಗು ನಕ್ಕ.

"ಪ್ರಭಾಕರ್ ಎದ್ದಿದ್ದಾನ?" ಪಕ್ಕಕ್ಕೆ ಸರಿದಳು.

ಲೀಲಾ ಸೂಟ್‌ಕೇಸ್‌ಗೆ ಬಟ್ಟೆಗಳನ್ನ ಜೋಡಿಸಿಡುತ್ತಿದ್ದವಳು, ಹಿಂದಕ್ಕೆ ತಲೆ ತಿರುಗಿಸಿ ಸಣ್ಣಗೆ ನಕ್ಕಳು. "ನಿಮ್ಗೇ ಹೇಳ್ದೀನೆ ಎಲ್ಲಿ ಹೊರಡ್ಬೇಕಾಗುತ್ತೋ ಅಂದ್ಕೊಂಡಿದ್ವಿ" ವೇಣು ತಟಸ್ಥನಾದ. ತಾನು ಇಲ್ಲೇ ಉಳಿಯುವನೆಂಬ ಯೋಚನೆ ಇವರಿಗಿದೆ. "ಅಂದ್ರೆ ನನ್ನ ಇಲ್ಲೇ ಬಿಟ್ಹೋಗೋ ಪ್ಲಾನ್.... ನಿಮ್ದು!" ಕಣ್ಣಲ್ಲಿಯೇ ನಕ್ಕಳು. ಸಂಕೋಚದಿಂದ ಮುಖ ಬಿಳುಪೇರಿತು.

ಮಲಗಿದ್ದ ಪ್ರಭಾಕರ ಎದ್ದು ಕೂತ. ಕಣ್ಣುಗಳು ನಿದ್ದೆಗಾಗಿ ಇನ್ನೂ ಹಂಬಲಿಸುವಂತೆ ಕಂಡವು. ವೇಣು ಬಲವಾಗಿ ಬೆನ್ನ ಮೇಲೆ ಗುದ್ದಿದಾಗ ಕೈಯಿಂದ ಸವರಿಕೊಂಡು ಮುಖ ಮೇಲೆತ್ತಿ ಹುಬ್ಬೇರಿಸಿ ಕಣ್ಣಲ್ಲಿಯೇ ಪ್ರಶ್ನಿಸಿದ. ಅಷ್ಟು ಸರಾಗವಾಗಿ ವೇಣು ವರ್ತಿಸಿ ಎಷ್ಟೋ ದಿನಗಳಾಗಿತ್ತು.

"ಬೇಗ ಏಳು, ಬಸ್ಸು ತಪ್ಪಿಹೋಗುತ್ತೆ. ಆಮೇಲೆ ನಾನು ಜವಾಬ್ದಾರನಲ್ಲ" ವೇಣು ಕೈಯೆತ್ತಿ ಹೇಳಿದ.

ತುಟಿ ಸವರಿಕೊಂಡು ಮೇಲಕ್ಕೆದ್ದ ಪ್ರಭಾಕರ ಮೈ ಮುರಿದ. ಬಿದ್ದ ಏಟು ಭಾರಿಯೆನಿಸಿತು. ವೇಣುವಿನ ಕಣ್ಣಲ್ಲಿ ಆಳವಾಗಿ ನೋಟ ನೆಟ್ಟು ಹುಡುಕಿ ನೋಡಿದ.

"ಏನು ಸಮಾಚಾರ?" ಕಣ್ಣು ಮಿಟುಕಿಸಿದ.

ಬಾಯಿಗೆ ಬಂದ ಕಹಿಯನ್ನು ನುಂಗಿಕೊಂಡ. ಭಾರವಾದ ಮನ, ಕಣ್ಣನ್ನ ಅವನ

ಮುಂದೆ ಮುಚ್ಚಿಡಲೇ ಈ ಉತ್ಸಾಹದ ನಾಟಕವಾಡಿದ್ದ. ಯಶಸ್ವಿಯಾದಾಗ ಮೋಜೆನಿಸಿತು.

"ಆಮೇಲೆ ಅದೆಲ್ಲ ವಿಚಾರಿಸ್ಬೋದು. ಮೊದ್ಲು ರೆಡಿಯಾಗು" ಅವಸರಿಸಿದ.

ಕೈಗೆ ಸಿಕ್ಕಿದ ಪ್ರಭಾಕರನ ಬಟ್ಟೆಗಳನ್ನು ಸೇರಿಸಿ ತನ್ನ ಸೂಟ್‌ಕೇಸ್‌ಗೆ ತುಂಬಿದ ಐದು ನಿಮಿಷದಲ್ಲಿ ಸ್ನಾನ ಮುಗಿಸಿ ಬಂದ. ಕೈಗಡ್ಡದ ಮೇಲಾಡಿದಾಗ ಒರಟಾಗಿ ಚುಚ್ಚಿತು.

"ಷೇವ್ ಮಾಡ್ಬೋದಾಗಿತ್ತು" ಪ್ರಭಾಕರನ ಕೈ ಟವಲಿನತ್ತ ಹೋಯಿತು. "ಪರ್ವಾಗಿಲ್ಲ, ಬೇಗ ರೆಡಿಯಾಗ್ಬೇಕು" ಬೆಲ್ಟ್‌ಗಾಗಿ ಹುಡುಕಾಡಿದ. ಅಲ್ಲೇ ಕಂಡರೂ ಅಶೋಕನ ಬಟ್ಟೆಗಳನ್ನೆಲ್ಲ ಕಿತ್ತುಕಿತ್ತು ಎಸೆದ. ಸರಳ ಜೋರಾಗಿಯೇ ನಕ್ಕಳು. ಅವಳತ್ತ ಕತ್ತು ತಿರುಗಿಸಿದ. ಹೃದಯದಲ್ಲಿ ಸ್ಥಾನಗಿಟ್ಟಿಸಿದ ಹೆಣ್ಣಿನ ಸುಂದರ ನಗು ಬೆಳದಿಂಗಳಂತೆ ಆಹ್ಲಾದಕರವಾಗಿ ಕಂಡಿತು. "ಯಾಕೆ ನಗು?" ಕಣ್ಣುಗಳು ತೀಕ್ಷ್ಣ ನೋಟವನ್ನ ಬೀರಿದವು. ಅವಳ ಮುಖದ ನಗು ಮಾಸಿ ಹೋಗಲಿಲ್ಲ. "ಬೆಲ್ಟ್ ಎದುರಿನಲ್ಲೇ ಇಟ್ಕೊಂಡು ಹುಡುಕಾಡ್ತೀರಲ್ಲ!" ಅವನೇನು ಪೆಚ್ಚಾಗಲಿಲ್ಲ. "ಅದು ಸಹಜನೇ!" ಭಾರವಾದ ಉಸಿರನ್ನ ಹೊರಗೆ ದಬ್ಬಿದ.

ಎಲ್ಲರೂ ಹೊರಟು ಕೆಳಗೆ ಬಂದಾಗ ಅಡಿಗೆಯ ಮನಯೆಲ್ಲಿ ಪಾತ್ರೆಗಳ ಸದ್ದು ಆರಂಭವಾಗಿತ್ತು. ಕಾಫಿಯ ನವಿರಾದ ಪರಿಮಳ ಮೂಗಿಗೆ ಬಂದು ಬಡಿಯಿತು. ಅದರ ಜೊತೆ ನಗು, ಮಾತು ಕೂಡ ಕೇಳಿಸಿತು.

ತಾಯಿಯ ಕೋಣೆಯ ಬಳಿಗೆ ಬಂದಾಗ ಕೈಯಲ್ಲಿದ್ದ ಬ್ರೀಫ್‌ಕೇಸನ್ನ ಕೆಳಗಿಟ್ಟು ಕೆಮ್ಮಿ ಸದ್ದು ಮಾಡಿದ. ದೀಪ ಹತ್ತಿಕೊಂಡಿತು. ವಿನುತಮ್ಮ ಹೊರಗೆ ಬಂದರು.

"ಆಗ್ಲೇ ಹೊರಟೇಬಿಟ್ರಾ!" ಮೃದುವಾಗಿ ಕೇಳಿದರು.

ಪ್ರಮೀಳ ಮುಖ ಗಂಟಾಕಿಕೊಂಡೇ ಕಾಫಿ ತಂದುಕೊಟ್ಟಳು. ವೇಣು ಮಾತ್ರ ಕೈಗೆ ತೆಗೆದುಕೊಳ್ಳಲಿಲ್ಲ. ಅವರು ಅರೆ ಮನಸ್ಸಿನಿಂದ ಕುಡಿದರು.

ಇಣಕಿದ ಮೀನಾಕ್ಷಮ್ಮ ಹಿಂದಕ್ಕೆ ಸರಿದುದ್ದನ್ನ ವೇಣು ಕಂಡ. ಎಷ್ಟೋ ಸಲ ಈ ಮನೆಗೆ ತಾಯಿನಾ, ಯಜಮಾನಿ, ಮೀನಾಕ್ಷಮ್ಮನಾ? ಎಂದು ಯೋಚಿಸಿದ್ದ ಅಥವಾ ಬೇರೆ ಯಾರಾದರೂ ಇದ್ದಾರ? ಅತ್ತ ಕೂಡ ಅವನ ಗಮನಹರಿದಿತ್ತು.

"ಕುಂಕುಮ ಕೊಡ್ತೀನಿ" ನೆರಿಗೆಗಳನ್ನ ಸರಿಪಡಿಸಿಕೊಳ್ಳುತ್ತ ಒಳಗೆ ಹೋದ ವಿನುತಮ್ಮ ಹೊರಗೆ ಬರಲು ಹತ್ತು ನಿಮಿಷಗಳೇ ಬೇಕಾದವು.

ವೇಣುವಂತೂ ಪದೇ ಪದೇ ವಾಚು ನೋಡುತ್ತ ಒಳಕ್ಕೂ ಹೊರಕ್ಕೂ ಓಡಾಡಿದ. ಕಡೆಗೆ ತನ್ನ ಬ್ರೀಫ್‌ಕೇಸ್ ಎತ್ತಿಕೊಂಡು ಹೊರಗೆ ನಡೆದುಬಿಟ್ಟಾಗ ಪ್ರಭಾಕರ ಏನೂ ಮಾಡಲಾರದೆ ಪೇಚಾಡಿಕೊಂಡ. ಸಭ್ಯತೆಗಾಗಿಯಾದರೂ ಅವನು ಕಾಯಬೇಕಿತ್ತು.

ವಿನುತಮ್ಮ ಕುಂಕುಮದ ಜೊತೆ ಒಂದೊಂದು ಸೀರೆಯ ಪ್ಯಾಕೆಟ್ ಇಟ್ಟಾಗ

ಲೀಲಾ, ಸರಳ ಕೈ ಮುಂದೋಗಲಿಲ್ಲ. ಮದುವೆ ಪ್ರಸ್ತಾಪ ಬೇರೆ ಬಂದಿದ್ದರಿಂದ ದಾಕ್ಷಿಣ್ಯಕ್ಕೆ ಒಳಗಾಗಲು ಅವರು ಇಷ್ಟಪಡಲಿಲ್ಲ.

"ಇದೆಲ್ಲ ಬೇಡ. ನಾವು ತಾಂಬೂಲ ಮಾತ್ರ ತಗೋತೀವಿ" ಕೈಗಳು ಮಂಜಿನ ಸ್ಪರ್ಶಕ್ಕೆ ಬಿಗಿದುಕೊಂಡಂತೆ ಬಿಗಿದುಕೊಂಡು ಕೂತವು.

"ಪರ್ವಾಗಿಲ್ಲ ತಗೊಳ್ಳಿ. ನೀವುಗಳು ಈ ಮನೆಗೆ ಹೆಣ್ಣು ಮಕ್ಳಿದ್ದ ಹಾಗೇನೇ!"

ಬಲವಂತ ಅಧಿಕವಾದಾಗ ಅರೆಮನಸ್ಸಿನಿಂದಲೇ ತೆಗೆದುಕೊಂಡರು. ಅಷ್ಟರಲ್ಲಿ ವಾಸಂತಿ ಎದ್ದು ಬಂದಳು. ಬಿಗಿಯಾದ ಉಡುಪು ತೊಟ್ಟಿದ್ದಳು.

"ಮಮ್ಮಿ, ನಾನ್ಹೋಗಿ.... ಬರ್ತೀನಿ." ಸೈಕಲ್ ತಳ್ಳಿಕೊಂಡು ಹೊರಟಳು.

ಲೀಲಾಗೆ ಪಾರ್ಥನ ನೆನಪು ಬಂತು. ಅವನು ಪ್ರಭಾಕರನಿಗಿಂತಲೂ ಮೃದು. ಮೌಲ್ಯಕ್ಕೆ ಕಟ್ಟುಬಿದ್ದ ವ್ಯಕ್ತಿ. ಆಕಾಶಕ್ಕೂ, ಭೂಮಿಗೂ ಇರುವಷ್ಟೇ ಅಂತರವೆನಿಸಿತು.

"ಅವ್ಳು ತುಂಬ ಚೂಟಿ. ಪಾದರಸದಂತೆ ಒಂದು ಕಡೆ ನಿಲ್ಲೋಲ್ಲ. ಆದರೆ ನಮ್ಮ ಮಾತೂಂದ್ರೆ ವೇದವಾಕ್ಯ. ನೀವುಗಳು ಒಪ್ಪಿದ ಗಂಡನ್ನೇ ಮದ್ವೆ ಮಾಡ್ಕೋತೀನಿಂತ ಹೇಳ್ತಾಳೆ" ಅತಿಶಯವೆನ್ನುವಂತೆ ವಿನುತಮ್ಮ ಹೇಳಿದರು.

ಇವರುಗಳು ತಮ್ಮ ಪ್ರತಿಕ್ರಿಯೆ ವ್ಯಕ್ತಪಡಿಸದೆ ತುಟಿಗಳನ್ನು ಬಿಗಿದುಕೊಂಡು ಹೊರಗೆ ಬಂದರು.

ಎದ್ದು ಹೊರಗೆ ಬಂದ ರಾಮನಾಥ್ ಮತ್ತೊಮ್ಮೆ ಹೇಳಿದರು.

"ಸ್ವಲ್ಪ ಯೋಚ್ಸಿ. ಇಂಥ ಸಂಬಂಧ ಸಿಕ್ಕೋದು ಕಷ್ಟ. ಕ್ಯಾಷ್ ಐವತ್ತು ಸಾವಿರ ಕೊಡ್ತೀನಿ. ಎರಡೂ ಖರ್ಚು ಹಾಕಿ ಮದ್ವೆ ಮಾಡಿಕೊಡ್ತೀನಿ. ಒಂದ್ಮನೆ ಬೇಕಾದ್ರೆ ತೆಗ್ಸಿಕೊಡ್ತೀನಿ!"

ಪ್ರಭಾಕರ ಮುಗುಳ್ನಕ್ಕು ಹೊರಗೆ ನಡೆದ. ರೋಡಿಗೆ ಬಂದು ನೋಡಿದಾಗ ವೇಣು ಆ ತಿರುವಿನಲ್ಲಿ ನಿಂತಿದ್ದ. ಕೈ ಮೇಲಕ್ಕೆತ್ತಿದ.

"ವೇಣು ನಿಮ್ಮ ಜೊತೆ ಬರ್ತಾನಾ?" ರಾಮನಾಥ್ ಪಂಚೆ ಸರಿಮಾಡಿಕೊಳ್ಳುತ್ತ ಕೇಳಿದರು.

ತಕ್ಷಣ ಲೀಲಾ ಹೇಳಿದಳು.

"ನಮ್ಗೇ ಗೊತ್ತಿಲ್ಲ" ಕಣ್ಣಿನಲ್ಲಿಯೇ ಪ್ರಭಾಕರನನ್ನ ಸುಮ್ಮನಿರುವಂತೆ ಹೇಳಿದಳು.

ಆದರೆ ಆನಂದ್ ಬಂದಾಗ ಎಲ್ಲರಿಗೂ ಹಿಂಸೆಯಾಯಿತು. ಮಾತನಾಡುತ್ತಾ ನಡೆದು ವೇಣುವನ್ನ ಸೇರಿದರು. ಆನಂದನನ್ನು ನೋಡಿದ ಕೂಡಲೇ ಅವನ ಕೈ ಪ್ಯಾಂಟು ಜೇಬಿನಲ್ಲಿಳಿಯಿತು. ಕೆಳತುಟಿಯನ್ನ ಕಚ್ಚಿ ಹಿಡಿದು ಬೇರೆಡೆ ನೋಡಿದ.

"ನೀವು ಹೊರಟ್ರಾ?" ಸೊರಗಿತ್ತು.

"ಹೌದು, ರಜ ಇಲ್ಲ. ಹೋಗ್ಲೇಬೇಕು. ಇದ್ದು ತಾನೆ ಮಾಡೋದೇನಿದೆ! ಸುಮ್ನೇ.... ಬೋರು!" ಸ್ಪಷ್ಟವಾಗಿಯೇ ಹೇಳಿದ.

ವಿನುತಮ್ಮ ಹೇಳಿದ ಆಶ್ವಾಸನೆಗಳ ಮೇಲೆ ದೊಡ್ಡ ಬಂಡೆಯನ್ನ ಎಳೆದ. ಅರೆಮನಸ್ಸಿನಿಂದಲೇ ಇಲ್ಲಿಗೆ ಹೊರಟಾಗ ಕೃಷ್ಣಸ್ವಾಮಿ ತಗ್ಗಿದ ಸ್ವರದಲ್ಲಿ ಹೇಳಿದ್ದ.

"ಎಲ್ಲಾ ಗೊತ್ತಾಯಿತಲ್ಲ! ಇವ್ರನ್ನ ಇಟ್ಕೊಂಡು ಏನ್ಮಾಡ್ತೀ? ಸುಮ್ನೇ ಕಳ್ಸಿ ಬಂದ್ಬಿಡು. ಕಟ್ಟಿಕೊಂಡವ್ನು ಅನುಭವಿಸ್ಲಿ! ನಾವೇನು ತಲೆ ಚಚ್ಚಿಕೊಳ್ಳೋಣ! ಇಂಥ ಹುಚ್ಚಾಟ... ಮಂಗಾಟಗಳ ಸುಳಿವು ಸಿಕ್ದ ಕೂಡ್ಲೇ ಮದ್ವೆ ಮಾಡ್ದೇ! ಸಂಗೀತ, ನೃತ್ಯ, ಸಾಹಿತ್ಯ ಇಂತಹ ಮುಗಿಲಿನಲ್ಲಿ ಬಾಳೋ ಹೆಣ್ಣುಗಳ ತಲೆಗೆ ಹತ್ತೋಲ್ಲ! ಸುಮ್ನೇ ಬಿಟ್ಟು ಬಂದ್ಬಿಡು."

ಅವನ ಕಣ್ಮುಂದೆ ಮಂಜು ಹರಡಿಕೊಂಡಿತು. ಅದು ದಟ್ಟವಾಗುತ್ತ ಹೋಯಿತೇ ವಿನಃ ಕರಗುವ ಲಕ್ಷಣ ಕಾಣಲಿಲ್ಲ.

ಈಗ ಎಲ್ಲರ ಹೆಜ್ಜೆಗಳು ಭಾರವಾದವು. ಅವನ ಪ್ರಕಾರ ಪದ್ಮಿನಿಯಲ್ಲಿ ಅಂತಹ ಬದಲಾವಣೆಯೇನು ಕಂಡಿರಲಿಲ್ಲ. ತಾತ್ಕಾಲಿಕವಾಗಿ ಸ್ವಲ್ಪ ಬದಲಾವಣೆ ಕಂಡರೂ ಮರುಕ್ಷಣ ಹಿಂದಿನ 'ಅಹಂ'ನಲ್ಲಿಯೇ ವಿಜೃಂಭಿಸುತ್ತಿದ್ದಳು.

"ಹೇಗೂ ಬಂದಿದ್ದೀರಿ, ಬನ್ನಿ" ಪ್ರಭಾಕರ್ ಆನಂದ್‌ಗೆ ಆಹ್ವಾನ ನೀಡಿದ. ಮುಖ ಮೇಲೆತ್ತಿದ್ದ ಆನಂದ್ ಕಣ್ಣುಗಳಲ್ಲಿ ನಿರಾಶೆ ಕಾಣಿಸಿಕೊಂಡಿತು. "ಈಗಂತೂ ಬರೋಲ್ಲ. ಆಮೇಲೆ ಒಂದು ದಿನ ಬರ್ತೀನಿ" ಒಗಟಾಗಿ ಹೇಳಿದ.

ಅದನ್ನ ನೇರವಾಗಿ ಸುಲಭವಾಗಿ ಅರಗಿಸಿಕೊಂಡ ವೇಣು. ಸ್ವರವೆತ್ತಿ "ಬರುವ ಅಗತ್ಯವಿಲ್ಲ" ಎಂದು ಹೇಳಬೇಕೆಂದುಕೊಂಡಿದ್ದವನು ಸುಮ್ಮನಾದ.

ಆನಂದ್ ಬಸ್ಸಿನವರೆಗೂ ಬಂದು ಬೀಳ್ಕೊಟ್ಟ. ಮನೆಗೆ ಬಂದಾಗ ರಾಮನಾಥ್ ದೊಡ್ಡ ಧ್ವನಿಯಲ್ಲಿ ರೇಗಾಡುತ್ತಿದ್ದರು. ಮಗನ ಪ್ರೀತಿಯ ಬಗ್ಗೆ ಅವನ ಹಾರಟವಿಲ್ಲ. ಆದರೆ ಇಲ್ಲಿ ಎಲ್ಲರ ಎದುರು ಅಭಿಮಾನ ಭಂಗವಾಗಿತ್ತು. ಆದರೂ ಒಪ್ಪಿಕೊಳ್ಳಲಾರರು.

"ಆನಂದ್ ನೋಡಿದ್ರಾ, ಎಂದೂ ಹೇಳ್ದೇ ಹೋಗೋಂಥವನಲ್ಲ ವೇಣು. ಇವತ್ತು ಸುಮ್ನೇ ಹೊರಟುಬಿಟ್ಟಿದ್ದಾನೆ. ಒಟ್ಟಿನಲ್ಲಿ ನಿಮ್ಮ ಸಂಬಂಧ ಮಾಡಿದ್ದು ನಮ್ಮ ತಪ್ಪು!" ಮುಲಾಜಿಲ್ಲದೆ ಅವರ ಮೇಲೆ ಹೊರೆಸಿಬಿಟ್ಟರು.

ಅದನ್ನೇನು ಆನಂದ ಹೀಗಳೆಯಲಾರ. ಆದರೆ ತಮ್ಮತಮ್ಮಲ್ಲಿ ಅನ್ಯೋನ್ಯ ಸಂಬಂಧವಿದೆಯೆಂದು ಕೊಚ್ಚಿಕೊಳ್ಳುವುದು ಮಾತ್ರ ಅವನಿಗಿಷ್ಟವಿಲ್ಲ.

ಸುಮ್ಮನೆ ಕೋಣೆಯತ್ತ ನಡೆದ. ತಂಗಿಯೊಡನೆ ಹೊರಗೆ ಬಂದ. ಅಳೆದು ಸುರಿದು ಬಹಳ ಯೋಚಿಸಿ ತಾನೇ ಬಂದಿದ್ದ. ಇದೊಂದು ಸದವಕಾಶ ಪದ್ಮಿನಿಯ ಪಾಲಿಗೆ ಎಂದುಕೊಂಡಿದ್ದ.

"ಬರ್ತೀವಿ" ಹೊರಟೇಬಿಟ್ಟ.

ವಿನುತಮ್ಮನ ಕರೆಗೆ ಕೂಡ ಅವನು ಕಿವುಡನಾಗಿದ್ದ. ಪದ್ಮಿನಿ ಸುಮ್ಮನೆ ಅವನನ್ನ

ಹಿಂಬಾಲಿಸುತ್ತಿದ್ದಳು. ತನ್ನ ಯೌವನಭರಿತ ಶರೀರ, ಲಾವಣ್ಯ ವೇಣುವನ್ನ ಆಕರ್ಷಿಸಲಿಲ್ಲ ಎನ್ನುವ ಕಟುಸತ್ಯ ಅವಳಿಗೆ ಆಘಾತವನ್ನುಂಟು ಮಾಡಿತ್ತು.

"ಪದ್ಮಿನಿ, ನಾನು ಇನ್ನೇನೂ ಮಾಡ್ಲಾರೆ. ನೀನು ಇಷ್ಟಪಟ್ರೆ ಅಲ್ಲಿಗೇ ಕಳ್ಸಿಕೊಡ್ತೀನಿ. ವೇಣು ಕೂಡ ಮನುಷ್ಯ. ಎಂದಾದ್ರೂ ನಿನ್ನ ಬಾಲಿಶ ನಡವಳಿಕೆಗೆ ಕ್ಷಮೆ ಸಿಗ್ಬಹ್ದು. ನೀನು ಪೂರ್ತಿ ಬದಲಾಗಿಯೇ ಹೋಗ್ಬೇಕು..." ನಿರ್ಧಾರದ ಸ್ವರದಲ್ಲಿ ಹೇಳಿದ.

ಅವಳ 'ಅಹಂ', ಯೌವನ, ಪ್ರತಿಭೆ, ಅಭಿಮಾನಿಗಳು ಕಾಲಡಿಯಲ್ಲಿ ಬಿದ್ದು ಹೊರಳಾಡಿ ಬೋರೆಂದು ಅಳುವ ಅನುಭವವಾಯಿತು.

"ಇಲ್ಲ.... ಹೋಗೋಲ್ಲ. ನನ್ಕಂಡ್ರೆ ಅವ್ರಿಗೆ ದ್ವೇಷ!" ತೊದಲಿದಳು.

ಆನಂದ ವ್ಯಂಗ್ಯ ನಗು ನಕ್ಕು ಕಹಿಯಾದ ಉಗುಳನ್ನ ನುಂಗಿ ಹೆಜ್ಜೆಯ ವೇಗವನ್ನ ಹೆಚ್ಚಿಸಿದ. ಬಸ್ಸಿನಲ್ಲಿ ಕೂಡುವವರೆಗೂ ತುಟಿ ಎರಡು ಮಾಡಲಿಲ್ಲ.

ವಾರೆಗಣ್ಣಿನಿಂದ ಅವಳತ್ತ ನೋಡಿದ. ಉಗುರಿಗೆ ಹಚ್ಚಿದ ಬಣ್ಣದತ್ತ ನೋಡುತ್ತಿದ್ದಳು. ವಿಲಕ್ಷಣ ಹೆಣ್ಣಾಗಿ ಕಂಡಳು.

* * * *

ಜೀಪು ಬಂದು ನಿಂತಾಗ ಪ್ರಭಾಕರನ ಜೊತೆ ವೇಣುನು ಇಳಿದ. ಈಚೆಗೆ ಅಷ್ಟು ಮುಖೇಡಿಯಾಗಿರಲಿಲ್ಲ. ಆಗಾಗ ಬರುತ್ತಿದ್ದ. ಪ್ರಮೋದನನ್ನ ಆಟವಾಡಿಸುತ್ತಿದ್ದ. ಮನೆಗೆ ಒಯ್ಯುತ್ತಿದ್ದ. ಆಗಾಗ ಮ್ಲಾನವದನನಾಗಿ ಕಂಡರೂ ಚಟುವಟಿಕೆಯಿಂದಲೇ ದಿನಗಳನ್ನ ದೂಡುತ್ತಿದ್ದ.

ಬಗ್ಗಿ ಗಿಡಗಳಿಗೆ ನೀರು ಹಾಕುತ್ತಿದ್ದ ಸರಳ ಸೊಂಟ ನೇರವಾಯಿತು. ಹೆಗಲಿನ ಮೇಲೆ ತೂಗಿ ಬಿದ್ದ ಜಡೆಯನ್ನು ಹಿಂದಕ್ಕೆ ಎಸೆದಳು. ಕಣ್ಣುಗಳು ಕಿರಿದಾದವು.

"ಪಾರ್ಥನಿಂದ ಕಾಗದ ಬಂತಾ!" ಪ್ರಭಾಕರ ತಲೆಯ ಮೇಲಿನ ಹ್ಯಾಟನ್ನ ತೆಗೆದು ಕೈಯಲ್ಲಿಡಿದ. ತಕ್ಷಣ ಸರಳ ಮುಖ ಗಂಭೀರವಾಯಿತು. ನೋಟ ನೆಲದತ್ತ ವಾಲಿತು. "ಇಲ್ಲ" ಕೇಳಿಯೂ ಕೇಳಿಸದಂತೆ ಹೇಳಿದಳು. ಅವನು ಹುಬ್ಬೇರಿತು. ಭುಜದ ಮೇಲೆ ಕೈಹಾಕಿ ಕಣ್ಣಲ್ಲಿ ಕಣ್ಣಿಟ್ಟು ಕೇಳಿದಳು. "ಯಾಕೆ ಒಂದು ತರಹ ಇದ್ದಿ?"

ಬೆಳಿಗ್ಗೆ ಟಪಾಲಿನಲ್ಲಿ ಪತ್ರ ಬರೆದಾಗಿನಿಂದ ಅವನ ಮನಕ್ಕೆ ದೊಡ್ಡ ಆಘಾತವಾಗಿತ್ತು. ಅಕ್ಕರೆಯಿಂದ ಬೆಳೆಸಿದ ತಾಯಿತಂದೆಯರು ಯಾವ ಒತ್ತಡವನ್ನೂ ಹೇರಲಾರರು. ಆದರೂ ಅವನ ಮನಸ್ಸಿಗೆ ಕಷ್ಟವಾಗುವಂತೆ ನಡೆದುಕೊಳ್ಳಲು ಇಷ್ಟವಿಲ್ಲ.

"ಯಾರ್ದೋ ಪತ್ರ ಬಂದಿದೆ."

ಪ್ರಭಾಕರ ಸುಲಭವಾಗಿ ಅರ್ಥ ಮಾಡಿಕೊಂಡ. ಕಣ್ಣಲ್ಲಿಯೇ ಸಮಾಧಾನಿಸಿ ವೇಣುವಿನತ್ತ ತಿರುಗಿದ. ಅವನು ಬೇರೆಡೆ ನೋಡುತ್ತ ನಿಂತಿದ್ದ.

"ಯಾವೊತ್ತಿನಿಂದ ನೀವು ಕವಿ ಆದದ್ದು?" ನಕ್ಕು ಕೇಳಿದ.

"ಹೀಗೇ ನೋಡ್ತಾ ನಿಂತವರೆಲ್ಲ ಕವಿ ಆಗ್ತಾರೇಂತ ಯಾರು ನಿಂಗೆ ಹೇಳಿದ್ದು!" ನಕ್ಕು ಒಳಗೆ ನಡೆದರು. ಸರಳ ಶೂನ್ಯದಲ್ಲಿ ನೋಟ ನೆಟ್ಟಳು.

ಸದ್ಯಕ್ಕೆ ಕೆಲಸ ಸಿಕ್ಕಿದರೇ ಅವಳು ತೊಡಕಿನಲ್ಲಿ ಸಿಕ್ಕಿಕೊಳ್ಳಬೇಕಾದ ಅವಶ್ಯಕತೆ ಇರಲಿಲ್ಲ. ಏನಾದರೊಂದು ಹೇಳಬಹುದಿತ್ತು. ಚೇತನಗೆ ವರಾನ್ವೇಷಣೆ ಮಾಡುವಾಗ ಸಾಕಷ್ಟು ತೊಂದರೆಗಳನ್ನು ಅನುಭವಿಸಿದ್ದರು. ಈಗ ಒಳ್ಳೆಯ ಕಡೆ ಸಂಬಂಧ ಕೂಡಿಬಂದಾಗ ಕೈ ಬಿಡುವ ಮೂರ್ಖತನ ಹೇಗೆ ಮಾಡಿಯಾರು!?

"ಸರಳ, ಅತ್ತೆ ಕರೀತಾರೆ" ಲೀಲಾ ಹೇಳಿದಾಗ ಒಳಗೆ ನಡೆದಳು.

ಪ್ರಭಾಕರನ ತಂದೆ ಸರಳ ವ್ಯಕ್ತಿ. ವೇಣುವಿನ ಎದುರಿನಲ್ಲಿಯೇ ವಿಷಯ ಪ್ರಸ್ತಾಪಿಸಿದರು.

"ಮತ್ತೆ ಅವ್ರು ಪತ್ರ ಬರ್ದಿದ್ದಾರೆ. ಏನೂಂತ ಪತ್ರ ಬರ್ಯೋದು?" ಪ್ರಭಾಕರ ಉಗುಳು ನುಂಗಿದ. ತಂಗಿಯ ಮನಸ್ಸಿಗೆ ವಿರುದ್ಧವಾಗಿ ಅವನು ನಡೆಯಲಾರ.

ವೇಣುಗೆ ತಟ್ಟನೆ ವಿಷಯದ ಅರಿವಾಗಲಿಲ್ಲ. ತಂದೆ, ಮಗನ ಮುಖವನ್ನು ಬದಲಿಸಿ ಬದಲಿಸಿ ನೋಡಿದ. ಕಣ್ಣುಗಳಲ್ಲಿ ಕುತೂಹಲವಿತ್ತು.

"ಅವ್ರು ಸ್ವಲ್ಪ ನಿಧಾನ್ಸಿದ್ರೆ ಒಳ್ಳೆದಿತ್ತು. ನಾವುಗಳು ಚೇತರಿಸಿಕೊಳ್ಳೋ ಅಗತ್ಯವಿದೆ. ಪಾರ್ಥನ ಕೋರ್ಸು ಮುಗ್ಯೋವರ್ಗೂ ಸರಳ ಮದ್ವೆ ಪ್ರಸ್ತಾಪ ಬೇಡಾಂತ."

ಅವರು ತಲೆ ಕೆರೆದುಕೊಂಡರು. ಮಗನ ಮಾತನ್ನ ಅಲ್ಲಗಳೆಯಲಾರರು. ಅವರ ಕಣ್ಣುಗಳು ಕಿರಿದಾದವು. ಹಣೆಯಲ್ಲಿನ ಗೆರೆಗಳು ಆಳವಾದವು.

"ನಿನ್ನ ಮಾತು ಒಪ್ಪೋಂಥದ್ದೇ! ಆದ್ರೆ ಅವ್ರುಗಳು ಅದುವರೆಗೂ ಕಾಯಬೇಕಲ್ಲ! ಮುಂದೆ ನಾವಾಗಿ ಹುಡ್ಕಿದ್ರೂ - ಇಂಥ ಸಂಬಂಧ ಸಿಕ್ಕೋದು ಕಷ್ಟ!"

ತಂದೆಯ ಕೊನೆಯ ಮಾತು ಅವನ ಮನಸ್ಸಿನಾಳವನ್ನು ಹೊಕ್ಕಿತು. ಚಡಪಡಿಸಿದ. ವಾರೆಗಣ್ಣಿನಿಂದ ವೇಣುವಿನತ್ತ ನೋಡಿದ, ಬಳಲಿದಂತೆ ಕಂಡ. ಬಂದಾಗಿನ ಮುಖದ ಗೆಲುವು ತಗ್ಗಿತ್ತು.

"ಹೇಗಿದ್ರೂ ಸಾಲನೇ ಮಾಡ್ಬೇಕು.... ನಮ್ಮಂಥವ್ರು ಕೈಯಲ್ಲಿ ಕ್ಯಾಷ್ ಇಟ್ಕೊಂಡ್ ಮದ್ವೆ ಮಾಡೋಕೆ ಸಾಧ್ಯನಾ! ಅವ್ರುಗಳು ಆಡಂಬರದ ಮದ್ವೆ ಬೇಡ. ಸರಳವಾಗಿ ಮಾಡಿಕೊಡಿ ಅಂದಿದ್ದಾರೆ!"

ಪ್ರಭಾಕರ ಮುಖ ಮೇಲೆತ್ತಿ ಛಾವಣಿಯ ಕಡೆ ನೋಡಿದ. ಅತ್ತಿತ್ತ ನೋಟವರಿಸಿದ. ಕಣ್ಣುಗಳು ಸರಳಗಾಗಿ ಅರಸಿದವು. ತಟ್ಟನೆ ತುಟಿಗಳ ಮೇಲೆ ನಗುಮಿಂಚಿತು. ವೇಣುವಿನತ್ತ ನೋಡಿದ. ಜೊಂಪೆಯಾಗಿ ಮಿರುಗುವ ಕೂದಲು ಆಕರ್ಷಕ ಮುಖ, ಎತ್ತಿ ತೋರಿಸುವಂಥ ವ್ಯಕ್ತಿತ್ವ - ಇದಿಷ್ಟೇ ಸರಳ ಅವನನ್ನ ಪ್ರೀತಿಸಲು ಕಾರಣವಾಯಿತೇ? ಮಿದುಳು ಪಾದರಸದಂತೆ ಕೆಲಸ ಮಾಡತೊಡಗಿತು. ಕಾಲೇಜಿನಲ್ಲಿ ಕಲಿತ ಹೆಣ್ಣು. ಎಂದೂ ಪ್ರೇಮದ ಬಗ್ಗೆ ತಲೆ ಕೆಡಿಸಿಕೊಂಡಿದ್ದಿಲ್ಲ. ಅವನು ಮನೆಯವನಂತೆ ಬಂದು ಹೋಗಲು ಶುರು ಮಾಡಿದ ಮೇಲೆ ವಿಶ್ವಾಸ ಆತ್ಮೀಯತೆ

ಎಲ್ಲಾ ಇತ್ತು. ಪರಿಸ್ಥಿತಿಯ ಸಹಾನುಭೂತಿಯ ಪ್ರೇಮದತ್ತ ತಳ್ಳಿರಬಹುದೇ? ತಲೆ ಸಿಡಿತದಿಂದ ನರಳಾಡುವ ವೇಣು, ನಿರ್ಲಿಪ್ತಳಂತೆ ಕುಳಿತ ಪದ್ಮಿನಿ ಒಂದೇ ದೃಶ್ಯದಲ್ಲಿ ಅವನ ಕಣ್ಮುಂದೆ ಮೂಡಿ ಬಂದರು. ಹುಬ್ಬುಗಳು ಬೆಸೆದುಕೊಂಡವು. ಕಣ್ಣಿನ ಕೆಳಗೆ ಗೆರೆಗಳು ಮೂಡಿದವು.

"ಮೊದ್ಲು ಯೋಚನೆ ಮಾಡು. ಆಮೇಲೆ ಪತ್ರ ಬರೀಬಹುದ್ದು!" ಅವರು ವಾಕಿಂಗ್ ಸ್ಟಿಕ್ ಹಿಡಿದು ಹೊರಗೆ ನಡೆದರು.

ವೇಣು ಕೈ ಪೇಪರಿನತ್ತ ಹೋಯಿತು. ಸಿಡಿಯುವ ಮೆದುಳನ್ನು ಸಮಾಧಾನಿಸಬೇಕಾಗಿತ್ತು. ಸರಳ ಅವನ ಕೈತಪ್ಪಿ ಹೋಗುವುದನ್ನ ಸಹಿಸಲಾರ. ಮೈಲಿಯ ಅಂತರದಲ್ಲಿದ್ದ ಪದ್ಮಿನಿಯನ್ನ ಸೇರಲು ಧಾವಿಸುವ ಮನಸ್ಥಿತಿಯಲ್ಲಿ ಅವನು ಇಲ್ಲ. ಹೃದಯ ಭೋರೆಂದು ಬಿದ್ದು ನರಳಾಡಿತು.

"ತಗೊಳ್ಳಿ" ಸರಳ ಧ್ವನಿಗೆ ಇಬ್ಬರೂ ತಮ್ಮ ಯೋಚನಾ ದಿಕ್ಕುಗಳನ್ನು ಬಿಟ್ಟು ಮರಳಿದರು. ಮೆಸ್‌ನಲ್ಲಿ ಕಾಫಿ ಕುಡಿದಿದ್ವಿ.... ಈಗೇನು ಬೇಕಿರಲಿಲ್ಲ ಎನ್ನುತ್ತಲೇ ಪ್ರಭಾಕರ್ ಕೈಮುಂದೆ ಮಾಡಿದ. ಆದರೆ ವೇಣು ಕೈಮುಂದೆ ಹೋಗಲಿಲ್ಲ.

"ನಂಗೆ ಬೇಡ; ಆರೋಗ್ಯ ಅಷ್ಟೇನು ಚೆನ್ನಾಗಿಲ್ಲ;?

ಸರಳ ಬೆಚ್ಚಿದಳು. ಅವನ ಕಣ್ಣುಗಳಲ್ಲಿ ಗಾಬರಿ ಕಾಣಿಸಿಕೊಂಡಿತು. ಓದಿಕೊಂಡ ವೇಣು ತಟ್ಟನೆ ನೋಟ ತಗ್ಗಿಸಿದ. ಹುಸಿ ಸುಳ್ಳೊಂದನ್ನು ಹೇಳಿದ.

"ಯಾವಾಗ್ಲಾದ್ರೂ ಹೊಟ್ಟೆ ನೋವು ಬರುತ್ತೆ. ಡಾಕ್ಟ್ರು ಕಾಫಿ ಕುಡಿಬೇಡಾಂತ ಹೇಳಿದ್ದಾರೆ."

ವಿಸ್ಮಯ ಇಣಕಿತು ಪ್ರಭಾಕರನ ಕಣ್ಣುಗಳಲ್ಲಿ. ಇದು ಅವನಿಗೆ ಹೊಸ ಸುದ್ದಿ. ಮನೆಗೆ ಬರುವ ಮುನ್ನ ಮೆಸ್‌ನಲ್ಲಿ ಕಾಫಿ ಕುಡಿದಿದ್ದರು. ಆಗ ಈ ಪ್ರಸ್ತಾಪವಿರಲಿಲ್ಲ. ಎಂದೂ ಈ ಸುದ್ದಿಯನ್ನೇ ಅವನಿಗೆ ಹೇಳಿರಲಿಲ್ಲ. ಇದು ಸುಳ್ಳ? ಇಲ್ಲ, ನಿಜ ಸಂಗತಿಯನ್ನು ನನ್ನಿಂದ ಮುಚ್ಚಿಟ್ಟಿದ್ದಾನಾ? ಅರ್ಥವಾಗದಾಯಿತು.

"ನನ್ಹತ್ರ ಯಾಕೆ ಹೇಳ್ಲಿಲ್ಲ!" ಗಡುಸಾಗಿಯೇ ಕೇಳಿದ.

ವೇಣು ಹಗುರವಾಗಿ ನಕ್ಕುಬಿಟ್ಟ. ಮುಖ ಗಂಭೀರವಾಯಿತು. ಎದೆ ಭಾರವಾಯಿತು.

"ಎಲ್ಲಾ ಒದರಿಬಿಡೋಕೆ ಸಾಧ್ಯವಿಲ್ಲ! ಕೆಲವು ಮುಚ್ಚಿಡಲೇಬೇಕು! ಅವು ಹೃದಯದಲ್ಲಿ ಹುಟ್ಟಿ ಅಲ್ಲೇ ಸಾಯಬೇಕು! ಹೊರಗೆ ಚೆಲ್ಲಿ ಬೇರೆಯವ್ರ ಮಾನಸಿಕ ನೆಮ್ಮದಿಯನ್ನು ಹಾಳು ಮಾಡ್ಬಾರ್ದು!" ಗಂಟಲು ಕಟ್ಟಿದಂತಾಯಿತು. ತಡವರಿಸಿದ. ಪ್ರಭಾಕರ ಗಾಬರಿಯಾದ. ಲೋಟವಿಡಿದ ಸರಳ ಕೈ ಮೃದುವಾಗಿ ಕಂಪಿಸಿತು.

"ಎಲ್ಲಿ ಕಲಿತೇ?" ನಿಧಾನವಾಗಿ ಕೇಳಿದ ಪ್ರಭಾಕರ.

"ಇದೆಲ್ಲಾ ಸ್ವಾನುಭವದಿಂದ ಕಲಿತಿದ್ದು!" ಪ್ರಭಾಕರನ ಕೈಯಲ್ಲಿದ್ದ ಲೋಟ ಕೆಳಗಿಳಿಯಿತು. ವೇಣುವಿನ ಮುಖದಲ್ಲಿ ಹರಡಿದ್ದ ದಟ್ಟವಾದ ಚಿಂತನೆಯು ನೆರಳನ್ನೇ

ದಿಟ್ಟಿಸಿದ. "ಆ ಅಭಿಪ್ರಾಯ ತಪ್ಪು ಅನ್ತೀನಿ." ವೇಣು ತಟ್ಟನೇ ಅದ್ದೇನು. ನನ್ನ ಅನುಭವದಲ್ಲಿ ಸತ್ಯವಾಗಿ ಕಂಡದ್ದು, ನಿನ್ನ ಅಭಿಪ್ರಾಯದಲ್ಲಿ ಸುಳ್ಳು ಆಗಿರ್ಬೋದು! ಅದಕ್ಯಾಕೆ ತಲೆ ಕೆಡಿಸ್ಕೋಬೇಕು! ಹಗುರವಾಗಿ ತೇಲಿಸಿದ. ವಾದ ಮಾಡುವ ಸ್ಥಿತಿಯಲ್ಲಿ ಅವನು ಇರಲಿಲ್ಲ.

ಹೊಟ್ಟೆನೋವಿಗೂ ಹೃದಯದ ಬಗ್ಗೆ ಹೇಳಿದ ವಿಷಯಕ್ಕೂ ಯಾವುದೇ ಸಂಬಂಧವಿಲ್ಲವೆನಿಸಿತು ಪ್ರಭಾಕರನಿಗೆ. ಅಪ್ಪಿತಪ್ಪಿಯೂ ಅವನು ಪದ್ಮಿನಿ ವಿಚಾರದ ಬಗ್ಗೆ ಮಾತನಾಡುತ್ತಿರಲಿಲ್ಲ. ಆ ಅಧ್ಯಾಯವನ್ನು ಪೂರ್ತಿಯಾಗಿ ಮುಚ್ಚಿಬಿಟ್ಟಿದ್ದ. ಒಮ್ಮೆ ನಿರಾಶೆಯಿಂದ ಮನದಾಳದ ನೋವನ್ನು ಕಕ್ಕಿದ್ದ.

"ಬರೀ ಸಹಾನುಭೂತಿ ಅಥವಾ ಕರುಣೆಯಿಂದ ಒಂದಾಗಿ ಬಾಳೋಕೆ ಸಾಧ್ಯವಿಲ್ಲ. ಅಂಥ ಬಾಳಿಗೂ ಅರ್ಥವೂ ಇಲ್ಲ. ಅದರಿಂದ ತೀವ್ರತರನಾದ ಮನಃಕ್ಲೇಶ ಅನುಭವಿಸ್ಬೇಕು! ನಂಗೆ ಪದ್ಮಿನಿ ಮೇಲೆ ಇರೋದು ಬರೀ ಕರುಣೆ. ಮಧುರ ಭಾವನೆಗಳು ಸುಟ್ಟು ಅದ್ರ ಅವಶೇಷವನ್ನೂ ಸಹ ಉಳಿಸಿ ಹೋಗಿಲ್ಲ!"

ಒಳಗೆದ್ದು ಹೋದ ವೇಣು ಪ್ರಮೋದನನ್ನು ಎತ್ತಿಕೊಂಡು ಬಂದ. ಬೆರಳಿನಿಂದ ಹಣೆಯ ಮೇಲೆ ಹರಡಿದ್ದ ಕೂದಲನ್ನ ಸರಿ ಮಾಡಿದ. ಹಾಲುಗೆನ್ನೆಗೆ ಮುತ್ತಿಟ್ಟ.

"ನಿಧಾನವಾಗಿ ಯೋಚ್ಸು. ನಾನು ಇವನ್ನ ಕರ್ಕೊಂಡ್ಹೋಗ್ತೀನಿ." ಕೈ ಪ್ರಮೋದನ ಬೆನ್ನು ಮೇಲೆ ಇತ್ತು. ಹೆಜ್ಜೆಗಳು ಬಾಗಿಲಿನತ್ತ ಸರಿದವು. ಪ್ರಭಾಕರನ ತುಟಿಗಳು ಬಿಗಿದುಕೊಂಡವು.

ಲೀಲಾ ಬಂದಾಗ ದಟ್ಟವಾದ ಯೋಚನೆಯಲ್ಲಿ ಮುಳುಗಿದ್ದ. ಸರಳ ಮದುವೆ ಅಥವಾ ಕೆಲಸದ ವಿಷಯದಲ್ಲಿ ಅಷ್ಟಾಗಿ ತಲೆಕೆಡಿಸಿಕೊಂಡಿರಲಿಲ್ಲ. ಪಾರ್ಥ ಬುದ್ಧಿವಂತ ವಿದ್ಯಾರ್ಥಿ ಮಾತ್ರವಲ್ಲ; ಪ್ರಾಮಾಣಿಕ ಸೋದರ. ಲೆಕ್ಕಾಚಾರವಾಗಿಯೇ ದಿನಗಳನ್ನು ದೂಡುತ್ತಿದ್ದ.

"ಏನಪ್ಪ ಅಂಥ ಯೋಚ್ನೆ!? ಸೊಂಟದ ಮೇಲೆ ಕೈಯಿಟ್ಟುಕೊಂಡು ನಿಂತ ಮಡದಿಯ ಕಡೆ ಮುಗುಳ್ನಗೆ ಬೀರಿದ. "ಯಾರು ಹೇಳಿದ್ರೂ ನಾನು ಯೋಚಿಸ್ತಾ ಇದ್ದೀನೀಂತ!" ಮೇಲಕ್ಕೆದ್ದ. ಲೀಲಾ ಗಂಭೀರವಾದಳು. ಈ ಮನೆಯಲ್ಲಿ ಮುಚ್ಚಿಡುವ ಸಂಗತಿಗಳೇ ಇರಲಿಲ್ಲ. ಆದರೆ ಈಚೆಗೆ ಒಂಟಿಯಾಗಿ ಪ್ರಭಾಕರ ಕೂತಾಗ ಗಹನವಾದ ಯೋಚನೆಯಲ್ಲಿ ಮುಳುಗಿಬಿಡುತ್ತಿದ್ದ. ನೋಡಿದರೂ ನೋಡದಂತೆ ಇದ್ದುಬಿಡುತ್ತಿದ್ದಳು. ಇಂದು ಸಹನೆ ಸಡಿಲವಾಯಿತು. "ಯಾರಾದ್ರೂ ಯಾಕೆ ಹೇಳ್ಬೇಕೂ! ನಿಮ್ಮನ್ನ ಅಷ್ಟು ಅರ್ಥಮಾಡಿಕೊಳ್ಳದಿದ್ಮೇಲೆ ಪ್ರಯೋಜನವೇನು! ಏನು ವಿಷ್ಯ?" ಕಡೆಯಲ್ಲಿ ಕುತೂಹಲ ಇಣಕಿದಾಗ ಹಗುರವಾಗಿ ನಕ್ಕುಬಿಟ್ಟ.

ಇದ್ದಿದ್ದರಲ್ಲಿ ಸಂತೃಪ್ತಿಯಿಂದ ದಿನಗಳನ್ನು ದೂಡುತ್ತಿದ್ದ ಕುಟುಂಬದ ವ್ಯಕ್ತಿಗಳ ಮುಖದ ಮೇಲೆ ಸಂದಿಗ್ಧದ ನೆರಳಾಡುವುದು ಅವನಿಗಿಷ್ಟವಿಲ್ಲ. ಮೇಲ್ನುಖಕ್ಕೆ ಸರಸ ಗೆಲುವಾಗಿ ಕಂಡರೂ ಆಂತರಂಗಿಕವಾಗಿ ಬಹಳಷ್ಟು ವೇದನೆಗೆ ಗುರಿಯಾಗಿದ್ದಾಳೆಂದು ಅವನಿಗೆ ಗೊತ್ತು. 'ಪ್ರೀತಿ'ಯ ಶಕ್ತಿಯ ಬಗ್ಗೆ ಕೆಲವೊಮ್ಮೆ ದಂಗುಬಡಿಯಬಹುದಾದ

ಪ್ರಸಂಗಗಳು ನಡೆದು ಹೋಗುತ್ತಿದ್ದವು. ಚಿಗುರುವ ಬದುಕಿನಡೆಯಲ್ಲಿಯೇ ಸಾವಿನ ನೆರಳಿಗೆ ದೂಡುವಷ್ಟು ಪ್ರೀತಿ ಕೆಲವರಿಗೆ ಮಾರಕವಾಗಿಬಿಡುತ್ತಿತ್ತು.

"ಎಂಥದ್ದೂ ಇಲ್ಲ. ಒಟ್ಟಿನಲ್ಲಿ ನಿಂಗೆ ಸಂಬಂಧಪಟ್ಟಿದ್ದಲ್ಲ!" ಕೆನ್ನೆ ತಟ್ಟಿ ಕೋಣೆಯ ಕಡೆ ನಡೆದ. ಲೀಲಾ ಮುಖ ಪೆಚ್ಚಾಯಿತು.

ರಾತ್ರಿ ಊಟಕ್ಕೆ ಕೂಡುವ ಮುನ್ನ ಲೀಲಾ ಪ್ರಮೋದನ ಬಗ್ಗೆ ಹೇಳಿದಳು.

"ಮೊದ್ಲು ಮಗುನ ಕರ್ಕೊಂಡ್ಬನ್ನಿ. ಅವ್ನು ಇಲ್ಲಿಗಿಂತ ವೇಣುನ್ನೇ ಹೆಚ್ಚಾಗಿ ಹಚ್ಚಿಕೊಂಡಿದ್ದಾನೆ. ಸದಾ ಎತ್ತಿಕೊಂಡು ತಿರುಗ್ತಾರೆ. ಆರಾಮಾಗಿದ್ದುಬಿಡ್ತಾನೆ."

ಕೂತಿದ್ದ ಪ್ರಭಾಕರ ಮೇಲಕ್ಕೆದ್ದ. ಅವನ ಹಸಿವು ಕೂಡ ಬತ್ತಿಹೋಗಿತ್ತು. ಸ್ವಲ್ಪ ರಿಲೀಫ್ ಬೇಕಾಗಿತ್ತು.

"ಅಣ್ಣ, ನೀವು ಊಟ ಮಾಡ್ಬಿಡಿ. ನಾನು, ಸರಳ ಬಂದು ಮಾಡ್ತೀವಿ. ಅವ್ನೇನಾದ್ರೂ ಬಲವಂತ ಮಾಡಿದ್ರೆ ಅಲ್ಲೇ ತಿನ್ನಬೇಕಾಗುತ್ತೆ. ಇಲ್ದಿದ್ರೆ ಬೇಜಾರು ಮಾಡ್ಕೋತಾನೆ. ಒಂದು ದಿನ ಮಧ್ಯಾಹ್ನ ಇಲ್ಲಿ ಊಟ ಮಾಡ್ಕೊಂಡ್ಹೋಗಿದ್ದೆ. ಅವ್ನು ನಂಬ್ಲಿಲ್ಲ. ಕಡೆಗೆ ಎರಡು ತುತ್ತು ತಿಂದ ಶಾಸ್ತ್ರ ಮಾಡ್ಬೇಕಾಯಿತು. ಈ ನಡುವೆ ಒಂದು ತರಹ ಆಗಿಹೋಗಿದ್ದಾನೆ. ಸಣ್ಣ ವಿಷ್ಯಗಳ್ನೆಲ್ಲ ತಪ್ಪು ತಿಳ್ಕೊಂಡು ಬೇಜಾರು ಮಾಡ್ಕೋತಾನೆ!"

ಅವನ ತಂದೆ ಕಣ್ಣುಗಳಲ್ಲಿ ಸಹಾನುಭೂತಿ ಉಕ್ಕಿತು. ವೇಣುನ ತುಂಬ ಹಚ್ಚಿಕೊಂಡಿದ್ದರು. ಮಗನಿಗೆ ಆಕ್ಸಿಡೆಂಟಾದಾಗ ಅವನು ಮಾಡಿದ ಉಪಕಾರ ಬದುಕಿರೋವರೆಗೂ ಮರೆಯಲಾರರು. ಅದಕ್ಕೆ ಕೈಯಲ್ಲಾದ ಪ್ರತ್ಯುಪಕಾರ ಮಡಲು ಯಾವಾಗಲೂ ಸಿದ್ಧ.

ಇವರು ಬಂದ ಕೂಡಲೇ ಎಲ್ಲಾ ಲೀಲಾ ಹೇಳಿಕೊಂಡು ಗಳಗಳನೆ ಅತ್ತಿದ್ದಳು.

"ಮಾವ, ವೇಣು ಇಲ್ದಿದ್ರೆ ನಾವೆಲ್ಲ ಏನಾಗ್ತಾ ಇದ್ವೋ! ಹಗ್ಲು ರಾತ್ರಿ ಆಸ್ಪತ್ರೆಯಲ್ಲಿದ್ದು ನೋಡ್ಕೊಂಡಿದ್ದಾರೆ. ಮಗುನ ಇಡೀ ರಾತ್ರಿ ಹೆಗಲ ಮೇಲೆ ಹಾಕಿಕೊಂಡು ಸಮಾಧಾನಿಸಿದ್ದಾರೆ."

ಅದನ್ನೆಲ್ಲ ಮರೆತುಬಿಡುವಷ್ಟು ಅವರು ಕೃತಘ್ನರಲ್ಲ. ಅವನ ವಿರಸ ದಾಂಪತ್ಯ ನೆನೆದು ನಿಟ್ಟುಸಿರನ್ನ ದಬ್ಬಿದರು.

"ಎಷ್ಟೋ ದಿನ ಈ ಹುಡ್ಗ ಒಂಟಿಯಾಗಿರ್ತಾನೆ! ಆ ಮಗೂಗೆ ತಾನೇ ಬುದ್ಧಿ ಯಾಕಿಲ್ಲ! ನೀನಾದ್ರೂ ಒಂದ್ಮಾತು ಹೇಳು." ಅಕ್ಕರೆಯಿಂದ ಹೇಳಿದಾಗ ಪ್ರಭಾಕರ ತುಟಿ ಕಚ್ಚಿಕೊಂಡ.

"ಪ್ರಯೋಜನ ಇಲ್ಲಣ್ಣ. ಈಗ ಒಂದು ತರಹ ಹೇಗೋ ಇದ್ಕೊಂಡಿದ್ದಾನೆ. ಪದ್ಮಿನಿ ಇದ್ರೆ ಅವ್ನ ಮನಸ್ಸಿನ ಸ್ಥಿತಿನೇ ಸರಿ ಇರೋಲ್ಲ. ಪ್ರಾರಂಭದ ದೆಸೆಯಲ್ಲಿಯೇ ದೊಡ್ಡವ್ರು ಸ್ವಲ್ಪ ಇತ್ತ ಗಮನವರಿಸಿ ಪದ್ಮಿನಿನ ತಿದ್ದಬಹುದಿತ್ತು. ಅಂಥ ಹಿರಿಯರು ಇಲ್ಲದ ಕಾರಣ ಈ ಮಟ್ಟಕ್ಕೆ ಇಳೀತು!" ಅವನ ಗಂಟಲು ಭಾರವಾಯಿತು. ವೇಣು ಬಗ್ಗೆ ಅವನ

ಪ್ರೀತಿ, ಕಾತರ ಎಷ್ಟಿತ್ತೆಂದರೆ ತಲೆಯ ಮೇಲೆ ಬೆಟ್ಟ ಬಿದ್ದವನಂತೆ ಚಡಪಡಿಸುತ್ತಿದ್ದ. ಯಾಕೆ? ಈ ಪ್ರಶ್ನೆಗೆ ಅವನಲ್ಲಿ ಉತ್ತರವಿಲ್ಲ.

"ಏನೋ...." ಕನಿಕರದಿಂದ ಗೊಣಗಾಡಿದರು.

"ಸರಳ, ಲೀಲಾ ಬಡಿಸ್ತಾಳೆ. ನಾವಿಬ್ರೂ ಹಾಗೆ ತಿರ್ಗಾಡಿಕೊಂಡು ಪ್ರಮೋದನನ್ನ ಕರ್ಕೊಂಡ್ಬರೋಣ." ಅವಳ ಕೈಯಲ್ಲಿದ್ದ ಪಾತ್ರೆ ಲೀಲಾ ಕೈಗೆ ಬಂತು.

ಇಲ್ಲಿ ಅಸೂಯೆ ಬಾಧಿಸದು. ಮೊದಲ ರಾತ್ರಿಯೇ ಮಡದಿಯ ಕಿವಿಯಲ್ಲಿ ಉಸುರಿದ್ದ. 'ಲೀಲಾ ಅರ್ಥ ಮಾಡ್ಕೊ, ನಿಂಗೆ ನೀಡಬಹುದಾದ ಪ್ರೀತಿಯಲ್ಲಿ ಯಾವಾಗ್ಲೂ ಕೊರತೆ ಇಲ್ಲ. ಆದರೆ ಅಂತಃಕರಣ ಬಾಧಿಸುವ ಸೋದರ ಪ್ರೀತಿ, ತಾಯಿ ತಂದೆಗೆ ನೀಡಬಹುದಾದ ಅಮೂಲ್ಯ ಪ್ರೀತಿಯ ಸಿಂಧು ಒರತೆ ಎಂದೂ ಬತ್ತಿಹೋಗಲಾರ್ದು. ಅದ್ಕೇ ನೀನು ಅಸೂಯೆ ಪಡ್ಬಾರ್ದು!" ಬಾಹುಗಳಲ್ಲಿ ಕರಗುತ್ತ ಅರ್ಥಮಾಡಿಕೊಂಡಿದ್ದಳು. ಎಂದೂ ಅಸೂಯೆಯಿಂದ ಅತ್ತ ನೋಡುತ್ತಿರಲಿಲ್ಲ; ಹೆಮ್ಮೆಪಡುತ್ತಿದ್ದಳು.

ತಲೆತಗ್ಗಿಸಿಯೇ ಅಣ್ಣನ ಜೊತೆ ಹೊರಟಳು ಸರಳ. ಅವನು ಪ್ರಸ್ತಾಪಿಸಬಹುದಾದ ವಿಷಯದ ಪ್ರಜ್ಞೆ ಇತ್ತು. ಅವಳಂತೂ ಏನೂ ಹೇಳಲಾರದ ಸ್ಥಿತಿಯಲ್ಲಿದ್ದಳು.

"ಸರಳ...." ಅವನ ಧ್ವನಿ ತಗ್ಗಿತು.

ಮುಖ ಮೇಲಕ್ಕೆ ಎತ್ತಿದ್ದಳು. ಹೆಜ್ಜೆಗಳ ವೇಗ ತಗ್ಗಿತು. ಪ್ರಯಾಸಪಟ್ಟು ಏನೋ ಹೇಳಲು ಬಯಸಿದಳು. ಸ್ವರ ಹೊರಡಲಿಲ್ಲ. ತುಟಿಗಳು ಬಿಗಿದು ಕೂತವು.

"ಅಣ್ಣನಿಗೆ ಏನ್ಹೇಳ್ಲಿ?" ಮೃದುವಾಗಿ ಪ್ರಶ್ನಿಸಿದ.

ಅಪರೂಪಕ್ಕೆ ಅವಳ ಕಣ್ಣಂಚಿನಲ್ಲಿ ಕಂಬನಿ ಜಿನುಗಿತು. ಬೆಳದಿಂಗಳಲ್ಲಿ ಅವಳ ಮುಖದ ಭಾವನೆಗಳನ್ನೇ ಅವಲೋಕಿಸುತ್ತಿದ್ದ ಪ್ರಭಾಕರನಿಗೆ ಕಂಬನಿಧಾರೆಯಾಗಿ ಕೆನ್ನೆಗಳ ಮೇಲೆ ಹರಿದಾಗ ಎದೆಯೊಡೆದಂತಾಯಿತು.

"ಏಯ್.... ಸರಳ" ಹೆಗಲ ಮೇಲೆ ಕೈಹಾಕಿ ತನ್ನತ್ತ ತಿರುಗಿಸಿಕೊಂಡ. ಅವನದೆಯ ಮೇಲೆ ತಲೆಯಿಟ್ಟು ಬಿಕ್ಕಿದಳು. ಪ್ರಭಾಕರನ ಪ್ರಕಾರ ಅವಳು ದಿಟ್ಟ ಹೆಣ್ಣು; ದುರ್ಬಲ ಮನಸ್ಸಿನವಳಲ್ಲ. "ಅಳೋಂಥದ್ದು ಏನಾಯ್ತು" ಬೆರಳಿನಿಂದ ಕಂಬನಿಯನ್ನ ತೊಡೆದ. ಪತ್ರ ಬಂದಾಗಿನಿಂದ ಯೋಚಿಸಿ ಸೋತು ಹೋಗಿದ್ದಳು. ಅತ್ತ ಮೇಲೆ ಸಮಾಧಾನಕ್ಕೆ ಬಂದಳು.

ನನ್ನ ಮೌನ ಅಣ್ಣನಿಗೆ ಒಪ್ಪಿಗೆ ಅನ್ನಿಸಿರಬಹುದು, ಮತ್ತೇನು ಬರ್ಯೋದು ಬೇಡ. ಇದ್ರಿಂದ ಅಣ್ಣ, ಅಮ್ಮ ಮೇಲೆ ಏನು ಹೇಳದಿದ್ರೂ ಬೇಸರ ಪಟ್ಕೋತಾರೆ. ಮದ್ವೆಯಾದ್ಮೇಲೆ ಮರ್ಯೋಕೆ ಸುಲಭವಾಗ್ಬಹುದು!

ಹೃದಯದ ತುಮುಲ ಅರ್ಥವಾದರೂ ಪ್ರಭಾಕರನ ಕಣ್ಣುಗಳಲ್ಲಿ ಮೆಚ್ಚಿಗೆ ಮೂಡಿತು. ಮೌನವಾಗಿ ಅವಳ ಕೈ ಹಿಡಿದೇ ಹೆಜ್ಜೆ ಹಾಕಿದ. ಈಗ ವೇಣುವಿನ ಬಗ್ಗೆ

ಯೋಚಿಸಿದ. ಅವನ ಹೃದಯದಾಳದ ಪ್ರೀತಿಯ ಬಗ್ಗೆ ಅನುಮಾನವಿದ್ದರೂ ಅವನಿಗೇನು ಗೊತ್ತಿಲ್ಲ.

ಕಣ್ಣೊರೆಸಿಕೊಂಡು ಉತ್ಸಾಹದಿಂದಲೇ ಹೆಜ್ಜೆ ಹಾಕಿದಳು.

ಕ್ವಾರ್ಟರ್ಸ್ ಬಳಿ ಬಂದಾಗ ಸಣ್ಣದಾಗಿ ರಿಕಾರ್ಡ್ ಹಚ್ಚಿದ್ದ. ಪ್ರೇಮದ ದುರಂತದಲ್ಲಿ ನೊಂದ ಪ್ರೇಮಿ ಭಾವೋದ್ವೇಗದಿಂದ ಹಾಡುತ್ತಿದ್ದ. ಸರಳಳ ಹೃದಯ ನಿಂತಂತಾಯಿತು.

ಸುಮ್ಮನೆ ಮುಚ್ಚಿದ ಬಾಗಿಲನ್ನು ತಳ್ಳಿ ಹೊರಗೆ ನಡೆದ. ಸರಳ ಅವನನ್ನು ಹಿಂಬಾಲಿಸಿದಳು. ಪುಟ್ಟ ಪ್ರಮೋದ್ ಸೋಫಾ ಮೇಲೆ ನಿದ್ರಿಸುತ್ತಿದ್ದ. ಅವನ ಪಕ್ಕ ಕೂತಿದ್ದ ವೇಣು ಯಾವುದೋ ಪತ್ರಿಕೆಯನ್ನು ಹಿಡಿದಿದ್ದ.

"ಅಂತೂ ನಾವು ಬರೋಹಾಗೇ ಮಾಡ್ದೆ" ಹುಸಿ ಬೇಸರ ವ್ಯಕ್ತಪಡಿಸಿದ. ನಿರೀಕ್ಷಿಸಿದ್ದ. ಆದರೆ ಸರಳನ ಜೊತೆಯಲ್ಲಿ ಕಂಡಾಗ ಮನದಲ್ಲಿ ಹರ್ಷದ ಅಲೆಗಳು ಎದ್ದವು. ಕೈಯಲ್ಲಿದ್ದ ಪತ್ರಿಕೆ ಕೆಳಗಿಳಿದು ತೊಡೆಯ ಮೇಲೆ ಸ್ವಸ್ಥವಾಗಿ ಮಲಗಿತು.

ಕ್ಯಾರಿಯರ್‌ನ ಕಣ್ಣಲ್ಲಿಯೇ ತೋರಿಸಿದ. ಪುಟ್ಟ ಕ್ಯಾರಿಯರ್‌ಗೆ ಬದಲಾಗಿ ದೊಡ್ಡ ಕ್ಯಾರಿಯರ್ ಇತ್ತು.

"ಎಂದಿನಿಂದ ಹೊಟ್ಟೆಬಾಕನಾದದ್ದು! ಇದ್ಕೇನು ಡಾಕ್ಟ್ರು ಸಲಹೆ ಕೊಡ್ಲಿಲ್ವಲ್ಲಾ?" ತಮಾಷೆ ಮಾಡಿದ. ಹಾಗೇ ಸೋಫಾ ಮೇಲೆ ಜಾರಿದ.

ಅವನತ್ತ ನೋಟ ಚೆಲ್ಲಲು ಸರಳಳ ಕಣ್ಣುಗಳು ಸಂಕೋಚಿಸಿದವು. ಅಪರಾಧಭಾವ ಮೂಡಿತು. ಹೃದಯ ಒಡೆದು ಚೂರುಚೂರು ಆದಂತಹ ವೇದನೆ.

"ಕೂತ್ಕೊಳ್ಳಿ. ನಿಮ್ಗೇನಾದ್ರೂ ಉಪಚಾರ ಹೇಳ್ಬೇಕಾ!" ಅವನು ಸಹಜವಾಗಿ ಆಡಿದನೇ ಹೊರತು ಅದರಲ್ಲಿ ವ್ಯಂಗ್ಯವಿರಲಿಲ್ಲ. ಆದರೆ ತಟ್ಟನೆ ಸರಳ ಕಣ್ಣಂಚಿನಲ್ಲಿ ಕಂಬನಿ ಶೇಖರವಾಯಿತು. "ವ್ಯಂಗ್ಯವಾಗಿ ಮಾತಾಡೋದ್ನ ಎಂದಿನಿಂದ ಕಲಿತಿರಿ? ನಾವುಗಳೆಂದೂ ಹೊಸಬ್ರಂತೆ ಉಪಚಾರ ಬಯಸಿ ಈ ಮನೆಗೆ ಬಂದಿಲ್ಲ" ಅವಳ ಗಂಟಲು ಗದ್ಗದವಾಯಿತು. ಈ ನೋವು ಅವನ ಮಾತಿಗಾಗಿ ಸಿಡಿದಿದ್ದಲ್ಲ. ಅದರ ಹಿಂದಿನ ನಿರಾಶೆಯ ಅರಿವು ಪ್ರಭಾಕರನಿಗಿತ್ತು.

ವೇಣು ನಾಲಿಗೆ ಕಚ್ಚಿಕೊಂಡ. ಖಂಡಿತ ಸರಳ ಮನಸ್ಸಿಗೆ ನೋವಾಗಬಹುದೆಂದು ತಿಳಿದಿದ್ದರೆ ಆ ಮಾತನ್ನು ಆಡುತ್ತಿರಲಿಲ್ಲ. ಅಂತಹ ಎಷ್ಟೋ ಮಾತುಗಳು ಬಂದಿದ್ದರೂ ಹಿಂದೆಲ್ಲ ಹಗುರವಾಗಿ ತೇಲಿಸಿಬಿಡುತ್ತಿದ್ದಳು. ಇಂದೇಕೆ? ಅವಳ ಮುಖದ ಮೇಲೆ ನೋವಿನ ಛಾಯೆ ಸ್ಪಷ್ಟವಾಗಿತ್ತು.

"ಸೋ ಸಾರಿ.... ಮೇಡಮ್, ತಮಾಷೆಗೆ ಅಂದಿದ್ದು ಅಷ್ಟೆ. ಎಂದೂ ಆ ಭಾವನೆಗಳು ನನ್ನ ಮನಸ್ಸಿಗೆ ಬಂದೇ ಇಲ್ಲ. ಈ ಜಗತ್ತಿನಲ್ಲಿ ನನ್ನ ಪ್ರೀತಿಸೋರು ಪ್ರಭಾಕರ್ ಕುಟುಂಬದವ್ರು ಮಾತ್ರ ಅಂತ ನಂಗೆ ಗೊತ್ತು. ಬರೀ ವ್ಯವಹಾರಿಕ ಪ್ರೀತಿಯ ಮಧ್ಯೆ ಬೆಳೆದಿದ್ದ ನಂಗೆ.... ಪದ್ಮಿನಿಯಿಂದಲೂ ನಿರಾಶನಾದ್ಮೇಲೆ ಪ್ರೀತಿ, ಪ್ರೇಮ,

ಸಂಬಂಧಗಳ ಬಗ್ಗೆ ತಿಳಿದಿದ್ದು ಪ್ರಭಾಕರನಿಂದ ಮಾತ್ರ. ಬದ್ಕಿನ ದಿಕ್ಕು ಬದಲಾದದ್ದು ಇಲ್ಲೇ." ಹೃದಯದಲ್ಲಿದ್ದುದ್ದನ್ನು ಯಾವುದೋ ಶಕ್ತಿ ಸ್ಪಷ್ಟವಾಗಿ ಅವನ ಬಾಯಿಂದ ಆಡಿಸಿತು.

ಅವಳು ತಲೆ ಎತ್ತಲಾರದಾದಳು.

"ಎಕ್ಸ್‌ಕ್ಯೂಜ್ ಮೀ..." ಮೆಲುವಾಗಿ ಅಂದಳು.

ವೇಣು ಮನದ ದುಗುಡ, ದೌರ್ಬಲ್ಯ ಎಲ್ಲಿ ಹೊರಗೆ ಇಣಕಿಬಿಡುತ್ತದೆಯೋ ಎಂದು ಹೆದರಿ ಒಳಗೆ ಎದ್ದು ಹೋದವನು ಡೈನಿಂಗ್ ಟೇಬಲ್ ಮೇಲೆ ತಟ್ಟೆಗಳನ್ನು ಹಾಕಿ ನೀರನ್ನು ತುಂಬಿಟ್ಟ. ಮುಂದಿನ ಭವಿಷ್ಯ ಮಂಜಿನ ಮಧ್ಯೆ ಅಸ್ಪಷ್ಟವಾಗಿತ್ತು.

"ಪ್ರಭಾ, ಕ್ಯಾರಿಯರ್ ತಗೊಂಡ್ಬಾ" ವಾಟರ್ ಜಗ್‌ಗೆ ನೀರು ತುಂಬಿಡುತ್ತ ಹೇಳಿದ. ಅವನ ಬದಲು ಸರಳ ತಂದಾಗ ಕಣ್ಣರಳಿಸಿದ. ನಸುನಕ್ಕಳು.

"ಪ್ರಭಣ್ಣ.... ಬಾರಪ್ಪ, ಅತ್ಗೇ ಅಲ್ಲಿ ಕಾಯೋದ್ಬೇಡ" ಕ್ಯಾರಿಯರ್ ಟೇಬಲಿನ ಮೇಲೆ ಆಸೀನವಾಯಿತು.

ತಾನೇ ಉತ್ಸಾಹದಿಂದ ಬಡಿಸಿದಳು. ದುರ್ಬಲತೆ ಪ್ರಕಟವಾದ ಮೇಲೆ ಸಂಕೋಚದಿಂದ ಕುಸಿದಿದ್ದಳು. ಆದರೆ ಪ್ರಭಾಕರನ ನವಿರ ನೋಟ ಅವಳನ್ನ ಸಂತೈಸಿ ಉತ್ಸಾಹ ತುಂಬಿತು.

"ನಂಗೆ ಮೊದ್ಲೇ ಗೊತ್ತಿತ್ತು. ಅದ್ಕೇ ಊಟ ಮಾಡ್ದೇ ಬಂದೆ" ಅನ್ನ ಕಲೆಸುತ್ತ ಹೇಳಿದ. ವೇಣು ನಸುನಕ್ಕ.

ಅವರಿಬ್ಬರಿಗೂ ಬಡಿಸಿದ ಸರಳ ಸುಮ್ಮನೆ ನಿಂತಳು. ಅವಳು ಖಂಡಿತ ತುತ್ತು ಎತ್ತುವ ಸ್ಥಿತಿಯಲ್ಲಿರಲಿಲ್ಲ. ತನ್ನ ನಿರ್ಧಾರ ತಿಳಿಸಿದ ಮೇಲೆ ಹಗುರವಾಗಿರಬಹುದೆಂದುಕೊಂಡಳು. ಆದರೆ ಅದಕ್ಕೆ ಭಿನ್ನ ನೋವು ಅನುಭವಿಸುತ್ತಿದ್ದಳು. ಯಾರ ಸಾಂತ್ವನದಿಂದ ಇದು ಕಡಿಮೆಯಾಗಬಹುದು? ನಿಶ್ಚಯವಾದ ಗಂಡು ಮೆಲುನಗೆ ನಗುತ್ತಾ ಕಣ್ಮುಂದೆ ಮೂಡಿದಾಗ, ಹೃದಯ ಆವೇಗದಿಂದ ಹೊಡೆದುಕೊಳ್ಳತೊಡಗಿತು.

"ಸರಳ, ನೀನೂ ಊಟ ಮಾಡು" ವೇಣು ಕೈ ತೊಳೆದ.

ಪ್ರಭಾಕರ ಬೇರೆಯ ಗುಂಗಿನಲ್ಲಿದ್ದ. ಇಂದಲ್ಲ ಸ್ವಲ್ಪ ಕಾಲದ ಮೇಲಾದರೂ ವೇಣುವಿನ ಸಂಸಾರ ಸರಿಯಾಗಬಹುದು! ಅಡ್ಡಗೋಡೆಯ ಮೇಲೆ ದೀಪವಿಟ್ಟಂತೆ ನಿರ್ಧಾರಕ್ಕೆ ಬಂದ. ಅಲ್ಲಿಗೆ ಆ ವಿಷಯ ಕೈಬಿಟ್ಟ. ಅವಳ ಮಾತಿನ ಪ್ರಕಾರ ಮದುವೆಯಾದ ಮೇಲೆ ತಾನಾಗಿ ಸರಿಹೋಗಬಹುದು. ಅಲ್ಲಿ ಹೊಂಗಿರಣ ಗೋಚರಿಸಿತು.

"ನಂಗೆ ಬೇಡ; ಹಸಿವಿಲ್ಲ."

"ಅದೆಲ್ಲ ಸಾಧ್ಯವಿಲ್ಲ. ಊಟ ಮಾಡ್ಬೇಕು. ಸೇರಿದಷ್ಟು ಮಾಡಿ. ಏನು....

ಪ್ರಭಾಕರ್" ಅವನತ್ತ ತಿರುಗಿದಾಗ ಕೈ ತೊಳೆದು ಎದ್ದ. "ಸೇರಿದಷ್ಟು ಮಾಡು" ಪ್ರಮೋದನ ಧ್ವನಿ ಕೇಳಿ ಹೊರಗೆ ಬಂದ.

"ಅದೆಲ್ಲ ಬೆಳಿಗ್ಗೆ ಹುಸೇನಮ್ಮ ತೆಗೀತಾಳೆ. ಅವ್ರು ಇರೋಹೊತ್ಗೆ ಈ ಮನೆ ಅಲ್ಪಸ್ವಲ್ಪವಾದ್ರೂ ಅಚ್ಚುಕಟ್ಟಾಗಿದೆ." ಉಪ್ಪಿನಕಾಯಿ ಜಾಡಿ ಮುಚ್ಚಳ ತೆಗೆದು ಕೈ ಅಡ್ಡ ಹಿಡಿದಳು.

"ಪ್ಲೀಸ್, ಬಡಿಸ್ಬೇಡಿ. ನಂಗೆ ಸ್ವಲ್ಪ ಕೂಡ ಹಸಿವಿಲ್ಲ. ಅತ್ಗೇ ಕೈಯಲ್ಲಿ ಬೈಸಿಕೊಳ್ಳೋದು ತಪ್ಪುತ್ತೇಂತ ಇಲ್ಗೆ ಬಂದೆ." ನಗುವ ಪ್ರಯತ್ನ ಮಾಡಿದಳು.

ಅವನ ಮೈಯಲ್ಲಿ ವಿದ್ಯುತ್ ಸಂಚಾರವಾಯಿತು. ಕೈ ಹಿಡಿದು ಕೂಡಿಸಿದ.

"ಹಸಿವಿಲ್ದಿದ್ರೂ ಪರ್ವಾಗಿಲ್ಲ, ನಂಗೋಸ್ಕರ ಸ್ವಲ್ಪ ಊಟ ಮಾಡಿ." ಮೈಯಿನ ರಕ್ತವೆಲ್ಲ ಅವನ ಮುಖದ ಮೇಲೆ ನುಗ್ಗಿತ್ತು. ಆವೇಗದಿಂದ ಅವನೆದೆ ಏರಿಳಿಯುತ್ತಿತ್ತು. ಅವಳ ತುಟಿಗಳು ಕಂಪಿಸಿದವು. ಎರಡು ಕಂಬನಿಯ ಬಿಂದುಗಳು ತಟ್ಟೆಯಲ್ಲಿ ಬಿತ್ತು.

"ಪ್ರಮೋದ್ ತುಂಬ ಹಸಿದುಕೊಂಡಿರ್ಬೇಕು" ಪ್ರಮೋದನ ಅಳುವಿನ ಧ್ವನಿ ಹತ್ತಿರವಾಯ್ತು. ಪ್ರಭಾಕರ ಅವನನ್ನ ಎತ್ತಿಕೊಂಡು ಬಂದ.

"ಸ್ವಲ್ಪ ಅನ್ನ ತಿನ್ನಿಸಿದ್ರಾಯ್ತು" ಕೈ ಮುಂದೆ ಮಾಡಿದಳು.

"ನಾನು ತಿನ್ನಿಸ್ತೀನಿ. ಊಟ ಮಾಡ್ಬಿಡು. ಒಳ್ಳೆ ಛಾನ್ಸ್.... ವೇಣುನೇ ಬಡಿಸೋಕೆ ನಿಂತಿದ್ದಾನೆ". ನಕ್ಕು ಡಬ್ಬಿಯಲ್ಲಿದ್ದ ಪುಟ್ಟ ಬಟ್ಟಲಿಗೆ ಸ್ವಲ್ಪ ಬಗ್ಗಿಸಿದ.

ವೇಣು ಆ ಬಟ್ಟಲನ್ನ ಎಳೆದುಕೊಂಡು ತಿಳಿಸಾರು ಹಾಕಿ ಸ್ಪೂನ್ ಆಡಿಸಿ ಅವನ ಮುಂದೆ ತಳ್ಳಿದ. ಪ್ರಮೋದ ಸರಳಳತ್ತ ಕೈಚಾಚಿ ಅಳತೊಡಗಿದ. ಒಂದೊಂದು ತುತ್ತಿಗೂ ನೀರು ಕುಡಿದು ನುಂಗಿ ಎದ್ದಳು.

"ತಗೋ...." ಅವನನ್ನ ಸರಳಳತ್ತ ನೀಡಿದ.

ಅವಳು ಹೊರಗೆ ಹೋದ ಮೇಲೆ ಇವರಿಬ್ಬರೇ ಉಳಿದರು. ಪೂರ್ತಿ ವಿಷಯ ಹೊರಗೆ ಚೆಲ್ಲದಿದ್ದರೂ ಸರಳ ಮದುವೆ ವಿಚಾರವಾದರೂ ಹೇಳಬೇಕೆನಿಸಿತು. ಈ ಪ್ರಸ್ತಾಪ ಅವನ ಹೃದಯಕ್ಕೆ ಮಾರಕವೆನ್ನುವ ಸಂಗತಿ ಅವನಿಗೆ ಗೊತ್ತಿಲ್ಲ.

"ನಮ್ಮ ಚೇತನ ಹೋದ್ಮೇಲೆ ಅರ್ಧ ಮನೆ ಬರಿದಾಯ್ತು. ಸರಳ ಹೋದ್ರೆ ಎಲ್ಲಿ ಮನೆಯ ಚೇತನವೇ ಉಡುಗಿಹೋಗುತ್ತೋ ಅನ್ನೋ ಭಯ. ಆದ್ರೂ ಸಹಿಸಿಕೊಳ್ಳಬೇಕು! ಮಧ್ಯಾಹ್ನ ನಿಮ್ಮುಂದೆನೇ ಹೇಳಿದ್ರಲ್ಲ. ಒಳ್ಳೆ ಜನ.... ಆದಷ್ಟು ಬೇಗ ಮದ್ವೆ ಪ್ರಯತ್ನ ಮಾಡ್ಬೇಕು!"

ಬಲವಾದ ಸುತ್ತಿಗೆಯ ಪೆಟ್ಟು ತಲೆಗೆ ಬಿದ್ದಂತಾಯಿತು. ಸಾವರಿಸಿಕೊಳ್ಳಲಾರದೆ ನಿಂತಲ್ಲಿಯೇ ಚಡಪಡಿಸಿದ. ಒಂದು ಲೋಟ ನೀರು ಎತ್ತಿ ಗಟಗಟನೆ ಕುಡಿದು ಬರಿದಾದ ಲೋಟ ಡೈನಿಂಗ್ ಟೇಬಲಿನ ಮೇಲಿಟ್ಟು ಅದರ ಕಡೆನೇ ನೋಡಿದ. ಬರಿದಾದ ಲೋಟಕ್ಕೆ ಸಹಾನುಭೂತಿ ಅವಶ್ಯಕವೆನಿಸಿತು. ತಟ್ಟನೆ ತಳ್ಳಿಹಾಕಿದ. ಅದಕ್ಕೆ ಬೇಕಾದದ್ದು ಒಣ ಸಹಾನುಭೂತಿಯಲ್ಲ; ತುಂಬುವ ನೀರಿನ ಅವಶ್ಯಕತೆ ಇತ್ತು.

ನಿಮ್ಮ ತಂದೆಯವ್ರ ಹತ್ತಿರ ತುಂಬ ಕಟುವಾಗಿ ಮಾತಾಡ್ದೇ ಅಂತ ನಿಂಗೇನಾದ್ರೂ ಬೇಜಾರ! ನಮ್ಮನೆ ಸುದ್ದಿ ನಿಂಗೆ ಗೊತ್ತೇ ಇದೆ. ನಮ್ತಂದೆ ಮೆಡಿಕಲ್ ಓದ್ತೀನಿ ಅಂದಾಗ ದೊಡ್ಡದಾಗಿ ಏನು ಆಸೆಗಳ್ನ ಇಟ್ಟುಕೊಳ್ಳಲಿಲ್ಲ. ವರದಕ್ಷಿಣೆ ಅಂಥ ವಿಷ್ಯಗಳಿಗೆ ಅವ್ರು ಎಂದೂ ವಿರೋಧನೆ. ಈಗ್ಲೂ ನಮ್ಮ ಸರಳನ ಒಪ್ಪಿರೋ ಗಂಡಿಗೆ ಏನೂ ಕೊಡ್ತಾ ಇಲ್ಲ. ಅವ್ರುಗಳು ಒಳ್ಳೆ ಜನ ಅದ್ರ ಬಗ್ಗೆ ಪ್ರಸ್ತಾಪನೇ ಮಾಡ್ಲಿಲ್ಲ. ಈಗ್ಲೂ ಪಾರ್ಥನಿಗೆ ಹೆಂಡ್ತಿಯಾಗಿ ಬರೋ ಹೆಣ್ಣು ಕೂಡ ತರ್ಬೇಕಿಲ್ಲ.

ತಟ್ಟನೆ ತಡೆದು ವೇಣು ಹೇಳಿದ.

"ಅದಕ್ಯಾಕೆ ತಲೆಕೆಡ್ಸಿಕೊಳ್ಳಿ!" ನಂಗೇನು ಬೇಸರರಿಲ್ಲ. ಅಸಲು ನೀವುಗಳು ಇಷ್ಟಪಟ್ರೇ ವಾಸಂತಿ ಪಾರ್ಥನಿಗೆ ಹೆಂಡ್ತಿಯಾಗಿ ಈ ಮನೆಗೆ ಬರೋದ್ನ ವಿರೋಧಿಸ್ತಾ ಇದ್ದೆ. ನಮ್ಮನೆ ಪುನರಾವರ್ತನೆ ಇನ್ನೆಲ್ಲೂ ಆಗೋದು ನಂಗಿಷ್ಟವಿಲ್ಲ.

ಪ್ರಭಾಕರನ ನೋಟ ಆಳವಾಯಿತು. ಆ ಕ್ಷಣದಲ್ಲಿ ವೇಣು ವೇದನೆ ಮೂರ್ತಿಭವಿಸಿ ಬಂದಂತೆ ಕಂಡ. ಸಹಾನುಭೂತಿ ಅವನ ದೇಹದ ಮೇಲೆಲ್ಲ ಚೆಲ್ಲಾಡಿತು.

"ತಪ್ಪು ತಿಳ್ಕೋಬೇಡ. ಪದ್ಮಿನಿ ಅಲ್ಲಿ, ನೀನು ಇಲ್ಲಿ. ಈ ತರಹ ಬಾಳುವೆಗೆ ಏನಾದ್ರೂ ಅರ್ಥವಿದ್ಯಾ? ಕಾಲೇಜಿನಿಂದ ನೇರವಾಗಿ ಇಲ್ಲೇ ಧುಮುಕಿದ ಹೆಣ್ಣು. ಕನಸಿನಲ್ಲಿ ತೇಲಾಡಿದಂತೆ ಬಾಲಿಶವಾಗಿ ವರ್ತಿಸಿರಬಹುದು. ಈಗ ತಿದ್ದಿಕೊಂಡಿದ್ದಾಳು. ಮುಂದೆ ಸರಿಹೋದೀತು" ವೇಣು ಕೈಯೆತ್ತಿ ತಳ್ಳಿಹಾಕಿದ.

"ಆ ಪ್ರಸ್ತಾಪ ಬೇಡ. ಎಂದೂ ಸರ್ಯೋಗೋಲ್ಲ. ಹಾಯಾಗಿ ತಾಯಿ ಮನೆಯಲ್ಲಿದ್ದಾಳೆ. ಇದ್ದುಕೊಳ್ಳಿ. ಬೇಕಾದ್ರೆ ಡ್ರೈವರ್ ಕೊಡ್ತೀನಿ. ಬೇರೆ ಮದ್ವೆ ಮಾಡಿಕೊಳ್ಳಿ. ಜೀವನಾಂಶ ಬೇಕೆಂದರೂ ನಾನು ರೆಡಿ. ಇಲ್ದಿದ್ರೆ ನನ್ನ ಕಾಡ್ಲೇಬೇಕೂಂತ ತೀರ್ಮಾನ ಮಾಡಿದ್ರೆ ಅದೂ... ಸೈ. ಬಂದು ಇದ್ಕೊಳ್ಳಿ, ಅನ್ಯೋನ್ಯತೆ ಮಾತ್ರ ಸಾಧ್ಯವಿಲ್ಲ." ವೇಣುವಿನ ಸ್ವರದಲ್ಲಿ ದೃಢ ನಿರ್ಧಾರವಿತ್ತು.

ಅವನ ಹಣೆಯ ಮೇಲೆ ಸಾಲುಗಟ್ಟಿ ನಿಂತ ಬೆವರಿನ ಬಿಂದುಗಳನ್ನೇ ನೋಡಿದ.

"ಅತ್ತೇ ಹುಡುಕ್ಕೊಂಡು ಬರ್ತಾರೆ ಅಷ್ಟೆ." ಕೈಯಲ್ಲಿದ್ದ ಪಾತ್ರೆಯನ್ನ ಟೇಬಲಿನ ಮೇಲಿಟ್ಟಳು.

ಅವರಿಬ್ಬರೂ ಹೊರಗೆ ಬಂದಾಗ ವೇಣು ಕೂಡ ಬಂದ. ಆಕಾಶದಲ್ಲಿ ನಕ್ಷತ್ರಗಳು ಬೆಳದಿಂಗಳಿನ ಅಡಿಯಲ್ಲಿ ತಲೆ ಮರೆಸಿಕೊಂಡಿದ್ದವು. ತುಂಬು ಚಂದಿರ ಹೆಮ್ಮೆಯಿಂದ ಬೀಗುತ್ತಿದ್ದ.

"ಬರ್ತೀವಿ" ವೇಣು ಕೈಯನ್ನ ಮೃದುವಾಗಿ ಹಿಡಿದು ಅದುಮಿದ. "ಗುಡ್‌ನೈಟ್... ಸ್ವೀಟ್ ಡ್ರೀಮ್ಸ್...." ತುಟಿ ಕಚ್ಚಿಕೊಂಡ.

ಅಷ್ಟು ದೂರ ಬೀಳ್ಕೊಟ್ಟು ಬಂದ ವೇಣು ಸೋತವನಂತೆ ಸೋಫಾ ಮೇಲೆ ಕೂತ. ಸರಳ ಕಣ್ಣಿಂದ ಉದುರಿದ ಕಂಬನಿಯ ಬಿಂದುಗಳನ್ನ ಆಧಾರವಾಗಿಟ್ಟುಕೊಂಡು

ಅವಲೋಕಿಸತೊಡಗಿದ. ಅನುಮಾನ ಮೂಡಿ ಗಾಢವಾಗುತ್ತ ಹೋಗಿ ಕೊನೆಯಲ್ಲಿ ದಟ್ಟವಾಗಿ ನಿಂತಿತು.

"ಮದುವೆಯನ್ನ ನಿರಾಕರಿಸುವಷ್ಟರ ಮಟ್ಟಿನ ಜೀವಂತಿಕೆ ಅವಳ ಪ್ರೀತಿಯಲ್ಲಿದೆ" ಎದ್ದು ಶತಪಥ ತಿರುಗಿದ.

ಈ ವಿಷಯ ಪ್ರಭಾಕರನಿಗೂ ಗೊತ್ತು. ಆದರೂ ತನ್ನ ಮುಂದಿಡಲಾರ. ಮಿದುಳು ಸಿಡಿಯತೊಡಗಿತು. ಎರಡು ಕೈಯಲ್ಲೂ ಒತ್ತಿ ಹಿಡಿದ. ಒಂದು ಕ್ಯಾಪ್ಸೂಲ್ಸ್ ನುಂಗಿ ನೀರು ಕುಡಿದು ಮಲಗಿದ.

* * * *

ತಟ್ಟನೆ ತನ್ನ ನಿರ್ಧಾರ ಹೇಳದಿದ್ದರೂ ನಾಲ್ಕೈದು ದಿನಗಳ ನಂತರ ತಿಳಿಸಿದ. ಅರೆಮನಸ್ಸಿನಿಂದಲೇ, ಯಾವುದೋ ದುಗುಡ, ವೇದನೆ ಅವನನ್ನು ಕಂಗೆಡಿಸುತ್ತಲೇ ಇತ್ತು. ಒಮ್ಮೆ ಹೋಗಿ ಆನಂದನನ್ನು ಕಂಡು ಬರಲೇ? ಎಂದು ಯೋಚಿಸುತ್ತಿದ್ದ. ಮತ್ತೊಮ್ಮೆ ರಾಮನಾಥ್, ವಿನುತಮ್ಮ ಜೊತೆ ಹೋಗಿ ಮಾತಾಡಿಬರಲೇ? ತನ್ನನ್ನು ಏನನ್ನಬಹುದು? ಅವರಿಬ್ಬರ ಮಧ್ಯೆ ವಿರಸವನ್ನು ನಿರಾಯಾಸವಾಗಿ ಸರಳ ತಲೆಗೆ ಕಟ್ಟಬಹುದು. ದೋಷಿಯ ಸ್ಥಾನದಲ್ಲಿ ತನ್ನನ್ನು ನಿಲ್ಲಿಸಬಹುದು. ಇದು ಅಲ್ಲಿಂದಿಲ್ಲಿಗೆ ಇಲ್ಲಿಂದಲ್ಲಿಗೆ ರೆಕ್ಕೆಪುಕ್ಕ ಹುಟ್ಟಿಕೊಂಡು ಹರಡಬಹುದು. ನಾಳೆ ಸರಳ ಭವಿಷ್ಯಕ್ಕೆ ಇದರಿಂದ ತೊಂದರೆಯಾದರೆ? ಪ್ರಭಾಕರ ಮನ ಗೊಂದಲದಿಂದ ತುಂಬಿಹೋಯಿತು.

"ಅವ್ರಿಗೆ ಪತ್ರ ಬರೀಲಾ?" ತಂದೆ ಪ್ರಶ್ನಿಸಿದಾಗ ತುಮುಲವನ್ನು ಬಚ್ಚಿಟ್ಟುಕೊಂಡು ತಾನೇ ಉಸುರಿದ. "ನಾನೇ ಬರೀತೀನಿ. ಸರಳ ಯಾವ್ದೂ ಬಾಯ್ಬಿಟ್ಟು ಹೇಳ್ಲಿಲ್ಲ, ನೀವೊಮ್ಮೆಹೇಳಿದ್ರೆ ಚೆನ್ನಾಗಿತ್ತು" ಅವರು ಹಗುರವಾಗಿ ನಕ್ಕುಬಿಟ್ಟರು.

"ನಿನ್ನ ಹತ್ರ ಬಾಯಿ ಬಿಡ್ಸೋದೇ ಕಷ್ಟವಾಗಿತ್ತು. ಅವ್ಳು ನಿನ್ತಂಗಿ, ಏನಾದ್ರೂ ಗಡುಸಾಗಿ ಹೇಳಿಯಾಳೇ?" ತೆಪ್ಪಗಾದ.

ಮಧ್ಯಾಹ್ನ ಡ್ಯಾಮ್ ಕನ್‌ಸ್ಟ್ರಕ್ಷನ್ ಬಳಿ ಸಿಕ್ಕಿದ ವೇಣು ಸ್ವಲ್ಪ ಗಾಬರಿಯಾಗಿಯೇ ಹೇಳಿದ.

"ನಮ್ಮ ವಾಸಂತಿಗೆ ಆಕ್ಸಿಡೆಂಟ್ ಆಗಿದೆಯಂತೆ. ನಾನ್ಹೋಗಿ ನೋಡ್ಕೊಂಡ್ಬರ್ತೀನಿ."

ಅವನ ಕೈಯಲ್ಲಿದ್ದ ಟೆಲಿಗ್ರಾಮ್ ಕಿತ್ತುಕೊಂಡು ನೋಡಿದ. ಗಾಬರಿಯಿಲ್ಲದಿದ್ದರೂ ಪೂರ್ಣ ವಿಷಯ ಅಲ್ಲಿಗೆ ಹೋದ ಮೇಲೆನೇ ತಿಳಿಯಬೇಕು.

"ಅಂಥದ್ದೇನು ಇರೋಲ್ಲ. ನಾಲ್ಕಾರು ಸಲ ಸಣ್ಣಪುಟ್ಟ ಆಕ್ಸಿಡೆಂಟ್ ಆಗಿತ್ತು." ಇಲ್ಲಿ ಗಾಬರಿ ತಗ್ಗಿತ್ತು; ಒಂದು ತರಹ ಉದಾಸೀನ ಇಣಕಿ ನೋಡಿದ.

ಪ್ಯಾಂಟ್ ಜೇಬಿನಲ್ಲಿದ್ದ ಕ್ವಾರ್ಟರ್ಸ್ ಬೀಗದ ಕೈ ಅವನ ಕೈಯಲ್ಲಿಟ್ಟು ಜೀಪು ಕಡೆ ನಡೆದ. ಹತ್ತಿದ ಬಸ್ಸು ಕೆಟ್ಟು ಮಧ್ಯ ದಾರಿಯಲ್ಲಿ ನಿಂತಿತು. ಊರು ತಲುಪಿ ಮನೆಗೆ

ಹೋದಾಗ ಮಧ್ಯರಾತ್ರಿ ಮೀರಿತ್ತು. ಪೂರ್ಣ ನೀರವತೆ ಆವರಿಸಿಕೊಂಡಿತು. ಎರಡು, ಮೂರು ಸಲ ಬೆಲ್ ಮಾಡಿದ ಮೇಲೇನೇ ಬಾಗಿಲು ತೆರೆದಿದ್ದು.

ಅವನ ನಿರೀಕ್ಷಣೆಯ ಪ್ರಕಾರ ಪ್ರಮೀಳ ಬದಲು ರಾಮನಾಥ್ ನಿಂತಿದ್ದರು. ಮುಖದ ಮೇಲಿನ ರಾಜಗಾಂಭೀರ್ಯ ತಗ್ಗಿದಂತಿತ್ತು. ಮುಖದ ಮೇಲಿನ ಗೆರೆಗಳು ಅಧಿಕವಾಗಿತ್ತು. ಅನಿರೀಕ್ಷಿತವಾಗಿ ಮುಪ್ಪಿಗೆ ತುತ್ತಾದವರಂತೆ ಕಂಡರು. ಈ ವಿಲಕ್ಷಣ ಬದಲಾವಣೆಗೆ ಗಾಬರಿಗೊಂಡ.

"ಈಗ ಬಂದ್ಯಾ! ನಾಳೇನೋ, ನಾಳಿದ್ದೋ ಬಂದಿದ್ರಾಗಿತ್ತು. ಅಷ್ಟು ಯಾಕೆ ತೊಂದರೆ ತಗೊಂಡೆ? ನಿಮ್ಮಮ್ಮನ ಗಲಾಟೆಗೆ ಟೆಲಿಗ್ರಾಮ್ ಕೊಟ್ಟಿದ್ದು."

ನಿಂತಲ್ಲಿಯೇ ಅವನ ಪಾದಗಳು ನೆಲದಲ್ಲಿ ಹೂತುಹೋದ ಅನುಭವವಾಯಿತು. ಇಡೀ ವ್ಯಕ್ತಿತ್ವವನ್ನೇ ನುಂಗಲು ಸಿದ್ಧವಾಗಿರುವಂತೆ ಕಂಡಿತು.

"ಒಳ್ಗಡೆ.... ಬಾ" ಸಹನೆಗೆಟ್ಟವರಂತೆ ಕಂಡರು.

ನಿಧಾನವಾಗಿ ಒಳಗೆ ಬಂದು ತಾಯಿಯ ಕೋಣೆಯಲ್ಲಿ ಇಣಕಿದ. ಗಾಢ ನಿದ್ದೆಯಲ್ಲಿದ್ದರು. ಅವ್ರು ಡ್ರಗ್ ಆಡಿಟ್ ಎಂದು ಅವನಿಗೆ ಗೊತ್ತು. ಇಂಜಕ್ಷನ್ ತೆಗೆದುಕೊಂಡೇ ನಿದ್ದೆ ಮಾಡುತ್ತಿದ್ದರು. ಇದು ಹಲವು ವರ್ಷಗಳ ಅಭ್ಯಾಸ. ಮಾತ್ರೆಗಳಿಂದ ಶುರುವಾದದ್ದು ಇಂಜಕ್ಷನ್ ಮಧ್ಯೆ ತೂಗಾಡುತ್ತಿತ್ತು.

"ಹಾಸ್ಗೇ ಬಿಡ್ಸಿಕೊಂಡು ಮಲಕ್ಕೋ" ಕೋಣೆಯತ್ತ ನಡೆದರು.

ಸೋಫಾ ಮೇಲೆ ಕುಕ್ಕರಿಸಿದ. ಗಂಟಲು, ಬಾಯಿ, ನಾಲಿಗೆಯೆಲ್ಲ ಒಣಗಿ ಹೋಯಿತು. ಅತ್ತಿತ್ತ ನೋಡಿದ. ಹಾಲ್‌ನಲ್ಲಿ ಯಾರೂ ಇರಲಿಲ್ಲ. ಷೂ ಬಿಚ್ಚಿ ಪಕ್ಕಕ್ಕೆ ತಳ್ಳಿ ನೀರಿಗಾಗಿ ಅಡಿಗೆಯ ಮನೆಯತ್ತ ನಡೆದ. ತಟ್ಟನೇ ನಿಂತ. ಪಕ್ಕದ ಕೋಣೆಯಲ್ಲಿ ಗೊರಕೆಯ ಸದ್ದು ಕೇಳಿಸುತ್ತಿತ್ತು. ಕೆಮ್ಮಿದ. ಯಾರೂ ಏಳುವ ಸೂಚನೆ ಕಾಣದಾದಾಗ ಅಡಿಗೆಯಮನೆಗೆ ಹೋಗಿ ನೀರು ಕುಡಿದು ಬಂದ.

ಮೆಟ್ಟಲು ಬಳಿ ನಿಂತು ಯೋಚಿಸಿದ. ಹೇಗಾದರೂ ವಾಸಂತಿ ಅವನ ಬೆನ್ನಿನಲ್ಲಿ ಹುಟ್ಟಿದ ತಂಗಿ. ವಿಷಯ ತಿಳಿಯುವವರೆಗೂ ಮನಸ್ಸಿಗೆ ಸಮಾಧಾನವಿಲ್ಲ. ನಿಧಾನವಾಗಿ ಮೆಟ್ಟಲು ಹತ್ತಿ ಮೇಲಕ್ಕೆ ಹೋದ. ತಟ್ಟುವ ಮುನ್ನವೇ ಕದ ತೆರೆದುಕೊಂಡಿತು. ಯಾರೂ ಇರುವ ಸೂಚನೆ ಕಾಣದಾದಾಗ ಒಳಗೆ ಅಡಿಯಿಟ್ಟು ಲೈಟು ಸ್ವಿಚ್ ಅದುಮಿದ. ಬೆಳಕಾಯಿತು. ಇಡೀ ಕೋಣೆ ಸ್ವಚ್ಛವಾಗಿತ್ತು.

ಮಂಚ, ಸ್ಟೀರಿಯೋ, ಸೋಫಾಸೆಟ್ಟು ಇದ್ದ ಕಡೆ ಅವುಗಳ ಅವಶೇಷವೇ ಇರಲಿಲ್ಲ. ಮೂಲೆಯಲ್ಲಿದ್ದ ಮೊಂಡು ಪರಕೆ ನಕ್ಕಂತಾಯಿತು. ಇದೇನು ಅನಿರೀಕ್ಷಿತವೆನಿಸಿತು. ಆದರೂ ಅಶೋಕನ ಪ್ರಕಾರ ಈ ದೋಣಿ ಮುಳುಗುವ ಸ್ಥಿತಿಗೆ ಬಂದಿತೆ? ತುಟಿ ಕಚ್ಚಿಕೊಂಡು ಹೊರಗೆ ಬಂದ. ಇನ್ನೊಂದು ಕೋಣೆಯೂ ಅದೇ ಸ್ಥಿತಿಯಲ್ಲಿತ್ತು. ಈ ದೋಣಿ ಮುಳುಗುವ ದಿನಗಳು ದೂರವಿಲ್ಲವೆನ್ನುವ ನಿರ್ಧಾರಕ್ಕೆ ಬಂದ. ಅವರುಗಳು ಸುರಕ್ಷಿತವಾಗಿ ತಮ್ಮ ನಾವೆಗೆ ಹಾರಿಕೊಂಡಿದ್ದರು.

ಭಾರವಾದ ಹೆಜ್ಜೆಗಳನ್ನು ಇಡುತ್ತ ಕೆಳಗಿಳಿದು ಬಂದ. ಬೆಳಗಾಗುವವರೆಗೂ ಸೋಫಾ ಮೇಲೆ ಕೂತೇ ಕಳೆದ. ಕ್ಷಣಗಳು ದೂಡಲು ಬಹಳ ಪ್ರಯಾಸವನ್ನೇ ಪಟ್ಟಿದ್ದ.

ಹಾಲಿನವನು ಬಂದಾಗ ತಾನೇ ಸೀಸೆಗಳನ್ನು ಒಳಗೆ ತಂದ. ಪ್ರಮೀಳ ಎದ್ದ ಏಟಿಗೆ ಗೊಣಗಾಡತ್ತೊಡಗಿದಳು. ಸ್ವಲ್ಪ ಸ್ವರವೇರಿಸಿಯೇ ಕೆಲಸದವಳಿಗೆ ಬಯ್ದುಳು.

"ಯಾವಾಗ್ಬಂದ್ರಿ?" ಸಿಗಿಸಿದ್ದ ನೆರಿಗೆಗಳನ್ನು ಕೆಳಗೆ ಚೆಲ್ಲಿದಳು. ಸದ್ಯಕ್ಕೆ ಮಾತನಾಡೋಕೆ, ವಿಚಾರಿಸೋಕೆ ಅವಳೊಬ್ಬಳೇ ವ್ಯಕ್ತಿ. ಉದಾಸೀನ ಮಾಡಬಾರದೆನಿಸಿತು. "ಬಹಳ ಹೊತ್ತಾದ್ಮೇಲೆ ಬಂದೆ. ವಾಸಂತಿ ಎಲ್ಲಿದ್ದಾಳೆ? ತುಂಬ ಪೆಟ್ಟೇನಾದ್ರೂ ಆಗಿದ್ಯಾ?" ಭಾರವಾದ ಧ್ವನಿಯಲ್ಲಿಯೇ ವಿಚಾರಿಸಿದ.

"ಎಂಥ ಪೆಟ್ಟು ಬಿಡಿ. ಹಾಗೆ ಮೆರೆದ್ರೆ ಏನಾದ್ರೂ ಆಗ್ಲೇಬೇಕು? ಕೈಯೋ, ಕಾಲೋ ಮುರಿದಿದ್ರೆ ಎಷ್ಟೋ ಚೆನ್ನಾಗಿತ್ತು!" ಇಲ್ಲಿ ಅವಳ ಸ್ಥಾನದ ಅರಿವು ಮರೆತುಹೋಯಿತು.

"ನಾನು ಕೇಳಿದ್ದಕ್ಕೆ ಉತ್ತರ ಸಾಕು." ಗಡುಸಾಗಿಯೇ ಸಿಡಿದ.

"ನರ್ಸಿಂಗ್ ಹೋಂನಲ್ಲಿದ್ದಾಳೆ. ನೋಡಿದ್ರೆ ಗೊತ್ತಾಗುತ್ತೆ" ಉದಾಸೀನದಿಂದ ಸಿಟ್ಟು ನೆತ್ತಿಗೇರಿತು. ಇಲ್ಲಿ ಕೋಪ, ಉದಾಸೀನ, ಅಂತಃಕರಣಕ್ಕೆ ಬೆಲೆ ಇಲ್ಲವೆನಿಸಿ ಸುಮ್ಮನಾದ.

ಎದ್ದು ಬಚ್ಚಲು ಮನೆಗೆ ನಡೆದ. ಮುಖ ತೊಳೆದು ಹೊರಗೆ ಬಂದಾಗ ಒಂದು ಲೋಟ ಕಾಫಿ ತಂದಿಟ್ಟಳು. ಆ ಸ್ಥಿತಿಯಲ್ಲಿ ಅಗತ್ಯವಿತ್ತು. ಲೋಟ ಕೈಗೆತ್ತಿಕೊಂಡ. ಕಾಫಿ ರುಚಿಯಾಗಿತ್ತು. ಕೊನೆಯ ತೊಟ್ಟಿನವರೆಗೂ ಹೀರಿದ.

ಪ್ರಮೀಳ ಬಾಗಿಲು ತಳ್ಳಿಕೊಂಡು ತಾಯಿ ತಂದೆ ಮಲಗುವ ಕೋಣೆ ಹೊಕ್ಕಳು. ಮಾತು, ನಗು ಕೇಳಿಸಿತು. ಎದ್ದಿರಬೇಕೆಂದುಕೊಂಡ. ಸಹಿಸಲಾರದ ಉದಾಸೀನದಿಂದ ನರಳಿದ. ಈಗ ಅಣ್ಣಂದಿರು ಸ್ವಾರ್ಥಿಗಳಾಗಿ ಕಾಣಲಿಲ್ಲ. ತಮ್ಮ ಸ್ವಸುಖ ಕಂಡುಕೊಂಡ ಸಾಧಾರಣ ಮನುಷ್ಯರಾಗಿ ಕಂಡರು.

"ಕೂಗ್ತಾರೆ, ನೋಡಿ" ಮತ್ತೆ ನೆರಿಗೆ ಸಿಕ್ಕಿಸಿಕೊಂಡು ಒಳಗೆ ಹೋದಳು. ವೇಣು ಎದ್ದು ಕೋಣೆಯತ್ತ ನಡೆದ.

ಇನ್ನೂ ವಿನುತಮ್ಮ ಎದ್ದಿರಲಿಲ್ಲ. ರಾಮನಾಥ್ ಮಂಚದ ಮೇಲೆನೇ ಕೂತು ಕಾಫಿ ಗುಟುಕರಿಸುತ್ತಿದ್ದರು. ಬರುವಂತೆ ಕಣ್ಣಿನಲ್ಲಿಯೇ ಸನ್ನೆ ಮಾಡಿದರು. ಉಸಿರು ಕಟ್ಟಿಕೊಂಡಂತಾಯಿತು. ತಂದೆಯೆನಿಸಿಕೊಂಡಿದ್ದ ಆ ವ್ಯಕ್ತಿ ಬರೀ ಕರ್ತವ್ಯದ ಕಡೆ ಗಮನಕೊಟ್ಟಿದ್ದನೇ ವಿನಃ ಎಂದೂ ಪ್ರೀತಿಯಿಂದ ನೋಡಿರಲಿಲ್ಲ.

"ಕೂತ್ಕೋ, ಅಲ್ಲಿನ ವಿಶೇಷವೇನು? ಎಷ್ಟು ಮಾಡಿದ್ರೇನು ನಿನ್ನ ಅಣ್ಣಂದಿರು ಕೃತಜ್ಞತೆ ಇಲ್ಲೋರು. ಗಂಟುಮೂಟೆ ಕಟ್ಟಿಕೊಂಡು ಹೊರಟ್ಬಿಟ್ರು. ನಿಮ್ಮಮ್ಮನಿಗೆ ಅದೇ ಕೊರಗಾಯ್ತು. ಲಕ್ಷಗಟ್ಟಲೆ ಸುರಿದಿದ್ದು ಅವ್ರ ಹೆಣಕ್ಕಾಯ್ತು" ಸಿಡಿದರು. ವೇಣು ಕೆಳತುಟಿಯನ್ನು ಕಚ್ಚಿ ಹಿಡಿದ.

ಅವರಿಗೆ ಟೆಲಿಗ್ರಾಮ್ ಕೊಟ್ಟಿದ್ದ ಸುದ್ದಿ ದೊಡ್ಡದಾಗಿ ಕಾಣಲಿಲ್ಲ.

"ಪ್ರಭಾಕರ್ ಏನಾದ್ರೂ ಹೇಳಿದ್ನಾ? ಬದುಕೋದು ಗೊತ್ತಿಲ್ದ ಜನ. ಅನಾಯಾಸವಾಗಿ ಇಂಥ ಸಂಬಂಧ ಎಲ್ಲಿ ಸಿಕ್ತಾ ಇತ್ತು? ಸಾಕು ಸಾಕಾದಷ್ಟು ಬಾಳೋದೇ ಅವ್ರ ಹಣೆಬರಹವಾದ್ರೆ ಯಾರೇನು ಮಾಡೋಕೆ ಸಾಧ್ಯ! ಒಬ್ಬ ಇಂಜಿನಿಯರ್ ಅಂದ್ರೆ ಹೇಗಿರ್ಬೇಕೂ! ಎರಡನೇ ದರ್ಜೆಯ ಗುಮಾಸ್ತನಿಗಿಂತ ಕಡೆಯಾಗಿದ್ದಾನೆ. ಹಣ ಸಂಪಾದ್ನೇ ಮಾಡೋಕೆ ಗಟ್ಸ್ ಬೇಕು. ಇಂಥವ್ರು ದನ ಕಾಯೋಕೆ ಲಾಯಕ್ಕು!" ಗಹಗಹಿಸಿ ನಕ್ಕರು.

"ನಿಮ್ಮ ಮಾತುಗಳನ್ನೆಲ್ಲ ಹಿಂದಕ್ಕೆ ತಗೊಂಡ್ಬಿಡಿ. ಪ್ರಭಾಕರನ ಬಗ್ಗೆ ಮಾತಾಡೋ ಯೋಗ್ಯತೆ ಕೂಡ ನಿಮ್ಗಿಲ್ಲ! ಹಣ ಬಾಚಿಕೊಳ್ಳೋದು ಮಾತ್ರ ಕಲಿತ್ರಿ! ಮನುಷ್ಯನಾಗಿ ಬಾಳೋದು ಕಲೀಲಿಲ್ಲ!" ಬಲವಾದ ಚಾಟಿಯ ಪೆಟ್ಟಿನಂತಿತ್ತು ವೇಣುವಿನ ಮಾತುಗಳು ಅವರ ಪಾಲಿಗೆ. ದಿಗ್ಮೂಢರಾದರು. ಅವರಿಗೆ ಇದು ಅನಿರೀಕ್ಷಿತ.

ಅವರ ಕೈಯಲ್ಲಿದ್ದ ಕಾಫಿ ಲೋಟ ಕೆಳಗೆ ಬಿತ್ತು. ಅಶೋಕ, ಗೋಪಾಲ ಎದುರು ನಿಂತು ಹೀಯಾಳಿಸದಿದ್ದರೂ ಉದಾಸೀನವಾಗಿಯೇ ಕಾಣುತ್ತಿದ್ದರು. ಆದರೆ ಅತ್ತ ಇವನ ಗಮನವಿರಲಿಲ್ಲ.

"ನಂಗೆ ಟೆಲಿಗ್ರಾಮ್ ಕೊಟ್ಟ ಕಾರಣ?" ಮುಖಕ್ಕೆ ಅಪ್ಪಳಿಸುವಂತೆ ಕೇಳಿದ.

ಅಷ್ಟರಲ್ಲಿ ಎಚ್ಚರಗೊಂಡ ವಿನುತಮ್ಮ ಎದ್ದು ಕೂತರು. ಗಂಡ, ಮಗನ ಮುಖ ನೋಡಿ ಹೆದರಿದರು. ಅವರ ನಾಲಿಗೆ ಉಡುಗಿಹೋಯಿತು. ವೇಣು ಎದ್ದು ಹೊರಗೆ ಹೋದ.

ನೇರವಾಗಿ ಅಶೋಕನ ಮನೆಗ ಬಂದ. ಅತ್ತಿಗೆ ಬಾಗಿಲಿನಲ್ಲಿ ಎದುರುಗೊಂಡು ಆತ್ಮೀಯತೆಯಿಂದಲೇ ಆಹ್ವಾನಿಸಿದಳು.

"ಯಾವಾಗ್ಬಂದೆ? ನೀನು ಬರೋ ವಿಷ್ಯನೇ ಗೊತ್ತಿರಲಿಲ್ಲ. ನೆನ್ನೆ ನಿಮ್ಮಮ್ಮ ಬಂದಿದ್ದಾಗ ನಿನ್ನ ಸುದ್ದಿನೇ ಎತ್ತಲಿಲ್ಲ."

ಏನಾದರೂ ಹೇಳಬೇಕೆನಿಸಲಿಲ್ಲ. ಸುಮ್ಮನೆ ಒಳಗೆ ನಡೆದ. ತಲೆಯಲ್ಲಿ ಭಯಂಕರವಾದ ಸಿಡಿತ. ಅಸ್ತವ್ಯಸ್ತಗೊಂಡ ಕೂದಲನ್ನು ಬೆರಳಿನಿಂದಲೇ ಸರಿಪಡಿಸಿಕೊಂಡ.

"ಬಾರೋ ವೇಣು....." ಅಶೋಕನ ಸ್ವರ ಬಂದ ಕೋಣೆಯತ್ತ ನಡೆದ. ಅವನಿನ್ನ ಮಲಗೇ ಇದ್ದ. "ಟೆಲಿಗ್ರಾಮ್ ನೋಡಿ ಬಂದ್ಯಾ?" ಮೆಲುನಗೆ ನಕ್ಕ. ನಗುವಿನಲ್ಲಿ ಅಪಹಾಸ್ಯ ಕಂಡಂತಾಯಿತು. ಬ್ಲಾಂಕೆಟನ್ನು ಪಕ್ಕಕ್ಕೆ ಸರಿಸಿ ಮಂಚದ ಅಂಚಿನಲ್ಲಿಯೇ ಕೂತ "ವಾಸಂತಿಗೆ ಆಕ್ಸಿಡೆಂಟ್ ಆಗಿರೋದು ಸುಳ್ಳಾ?" ಅವನ ಕಣ್ಣುಗಳು ಕಿರಿದಾದವು. ಅಶೋಕ ನಗುತ್ತ ಎದ್ದು ಕೂತ.

ಅದಷ್ಟೇ ಆಗಿದ್ರೆ ಟೆಲಿಗ್ರಾಮ್ ಕೊಡೋ ಕಷ್ಟ ತಗೋತಾ ಇರ್ಲಿಲ್ಲ. ಈಗ ಪರಿಸ್ಥಿತಿ ಪ್ರತಿಕೂಲವಾಗಿದೆ. ಮಾಡ್ದ ಸಾಲ ತಲೆ ಮೇಲೆ ಬಂದಿದೆ. ಅದ್ಕೇ ದೊಡ್ಡ ಮನೆ

ಮಾರೋ ಯೋಚ್ನೆ ಇದೆ. ತಗೊಳ್ಳೋ ಅವ್ರು ಹಿಂದೆ ಮುಂದೂ ಯೋಚಿಸ್ತಾರೆ. ನಿಮ್ಮ ಮಕ್ಕಳೆಲ್ಲ ಸಹಿ ಹಾಕ್ಬೇಕೂಂದ್ರು. ಅದ್ಕೇ ಇವ್ರ ಆಕ್ಸಿಡೆಂಟ್‌ನ ಒಂದು ನೆವ ಮಾಡ್ಕೊಂಡು ಟೆಲಿಗ್ರಾಮ್ ಕೊಟ್ರು.

ಕೂತಲ್ಲಿಯೇ ವೇಣು ಶಿಲೆಯಾದ. ಹತ್ತಾರು ಭರ್ಜಿಗಳು ಇರಿದಂಥ ನೋವು ಅನುಭವಿಸಿದ.

"ಹಾಗಂತ್ಲೇ ತಿಳ್ಸಬಹುದಾಗಿತ್ತು. ನಾನೇನು ಬರೋಲ್ಲ ಅಂತಿದ್ನಾ! ಸಹಿ ಹಾಕೋಲ್ಲ ಅಂತ ಹೇಳ್ತಾ ಇದ್ನಾ?" ಬೇಸರದಿಂದ ಹಣೆಯುಜ್ಜಿದ.

ಅಶೋಕನ ಕೈ ಬ್ಲಾಂಕೆಟ್‌ನ ತಳ್ಳಿತು. ಅವನ ಕೆನ್ನೆಯ ಬಳಿ ಬಗ್ಗಿದ.

"ನೀನು ಸಹಿ ಹಾಕೋಕೆ ಒಪ್ಕೋಬೇಡ. ನಾವಿಬ್ರೂ ನಮ್ಮ ಪಾಲಿನ ಹಣ ಕೊಟ್ರೆ ಮಾತ್ರ ಸಹಿ ಹಾಕ್ತೀವೀಂತ ಹೇಳಿದ್ದೀವಿ. ಕೊಡ್ಲಿಬಿಡು, ಕಂಡವರ ಸಂಸಾರಕ್ಕೆ ಸುರ್ದು ಹಾಳು ಮಾಡಿದ್ರು. ದಿನ ಬೆಳಗಾದ್ರೆ ಪ್ರವಾಸಗಳು, ಪೂಜೆ ಪುರಸ್ಕಾರದ ನೆವದಲ್ಲಿ ಬೇಕಾದವ್ರು ಕೂಡ್ಸಿಕೊಂಡು ಮಜಾಮಾಡೋದು!" ಅಸಹನೆಯನ್ನು ಕಕ್ಕಿದ.

"ಅಣ್ಣ, ಯಾವಾಗ ಸಾಲ ಮಾಡಿದ್ದು?" ವೇಣು ಪ್ರಶ್ನೆಗೆ ಜೋರಾಗಿ ನಕ್ಕುಬಿಟ್ಟ.

"ನನ್ನ ವ್ಯಾಪಾರಕ್ಕೆ ಒಂದೆರಡು ಲಕ್ಷ ಕೊಟ್ರು. ಒಂದೆರಡು ಕಡೆಯ ಸಾಲದ ಹಣವೇ, ನಾನು ತೀರ್ಸಿಲ್ಲ. ಬರೀ ನಷ್ಟನೇ ತೋರಿಸ್ದೆ. ನೇರವಾಗಿ ಬಂದು ತಲೆ ಮೇಲೆ ಕೂತ್ಕೋತೂ... ಈಗ ಇರೋದು ಮಾರಿ ಸಾಲ ತೀರ್ಸದಿದ್ರೆ ಸುಮ್ನೇ ಬಿಡ್ತಾರಾ!?"

ಮಗನಾಗಿ ಮಾತನಾಡಿದಂತೆ ಕಾಣಲಿಲ್ಲ. ದಾಯಾದಿಯಂತೆ ಕಂಡು ಸೋತ ಶತ್ರುವಿನಂತೆ ಕಂಡ ಅಶೋಕ. ವೇಣು ಮೇಲಕ್ಕೆದ್ದ. ಇನ್ನೊಬ್ಬನ ಅಣ್ಣನ ಮನೆ ಎಲ್ಲಿದೆಯೆಂದು ವಿಚಾರಿಸುವುದು ಅವನಿಗೆ ಬೇಕಾಗಲಿಲ್ಲ. ಇವನಿಗಿಂತ ಅವನೇನು ಭಿನ್ನ ಸ್ವಭಾವದವನಾಗಿ ಕಾಣಲಿಲ್ಲ.

"ಸ್ವಲ್ಪ ವಾಸಂತಿನ ನೋಡ್ಕೊಂಡ್ಬರ್ತೀನಿ. ಎಷ್ಟನೇ ವಾರ್ಡ್‌ನಲ್ಲಿದ್ದಾಳೆ?" ವೇಣು ನಿಟ್ಟುಸಿರನ್ನು ಹೊರಗೆ ದಬ್ಬಿದ.

"ಅವಳೇನು ಬಡವರ ಮನೆ ಹೆಣ್ಣಾ. ಸರ್ಕಾರಿ ಆಸ್ಪತ್ರೆ ವಾರ್ಡ್‌ನಲ್ಲಿ ಕೊಳ್ಯೋಕೆ? ಲೀಲಾ ನರ್ಸಿಂಗ್ ಹೋಂನ ಸ್ಪೆಷಲ್ ವಾರ್ಡ್‌ನಲ್ಲಿದ್ದಾಳೆ. ಅಲ್ಲಿ ಕೂಡ ರಾಜೋಪಚಾರ!" ಅಶೋಕ ವ್ಯಂಗ್ಯವಾಗಿ ನಕ್ಕ.

ಹೊರಗೆ ಬಂದ. ಕಾಫಿ ಲೋಟ ಹಿಡಿದು ಬಂದ ಅತ್ತಿಗೆ ಎದುರಾದರು. ಅಲ್ಲೇ ಕೂತು ಹಾಲು ಕುಡಿಯುತ್ತಿದ್ದ ಮಕ್ಕಳ ಕಡೆ ನೋಟವರಿಸಿದ. ಇವನ ಮನಸ್ಸು ಅರಿತವಳಂತೆ ನುಡಿದಳು.

"ಅಲ್ಲಿ ಕಾನ್ವೆಂಟ್ ದೂರ. ಇಲ್ಗೇ ಕರ್ಕೊಂಡ್ಬಂದ್ಬಿಟ್ಟೆ."

ವೇಣು ತುಟಿಯಂಚಿನಲ್ಲಿ ಕಿರುನಗು ಮೂಡಿತು. ಅಂದು ಹತ್ತಿರವಾಗಿ ಕಂಡು ಬಂದ ಕಾನ್ವೆಂಟ್ ಬೇರೆಯಾದ ಕೂಡಲೇ ದೂರವಾಗಿರಬಹುದು!

"ಈಗ ತಾನೇ ಕಾಫಿ ಕುಡ್ದು ಬಂದೆ. ನರ್ಸಿಂಗ್ ಹೋಂಗೆ ಹೋಗಿ ಬಂದ್ಬಿಡ್ತೀನಿ." ಅವರ ಪ್ರತಿಕ್ರಿಯೆಗೆ ಕಾಯದೆ ಹೊರಗೆ ನಡೆದ.

ಲೀಲಾ ನರ್ಸಿಂಗ್ ನಗರದ ಗಣ್ಯರ ವಿಶ್ರಾಂತಿಧಾಮವೆನಿಸಿತ್ತು. ಬಡವರು, ಮಧ್ಯಮ ದರ್ಜೆಯ ಜನ ಅತ್ತ ಇಣುಕಲೇ ಭಯಪಡುತ್ತಿದ್ದರು. ಸಾಕಷ್ಟು ಸಲ ಅಲ್ಲಿಗೆ ಬಂದಿದ್ದರಿಂದ ಪ್ರಯಾಸವೆನಿಸಲಿಲ್ಲ. ಆಗಾಗ ವಿನುತಮ್ಮ ಅನಾರೋಗ್ಯದ ನೆಪದಲ್ಲಿ ವಿಶ್ರಾಂತಿ ಪಡೆಯುತ್ತಿದ್ದರು.

ಪರಿಚಿತಳಾದ ನರ್ಸು ಮುಗುಳ್ನಕ್ಕು ಸ್ಪೆಷಲ್ ವಾರ್ಡಿಗೆ ಕರೆದೊಯ್ದಳು. ಅಲ್ಲಿಂದ ಪಕ್ಕದ ಕೋಣೆಯತ್ತ ಬೆಟ್ಟು ಮಾಡಿ ತೋರಿಸಿದಳು. ಕದದ ಮೇಲೆ ಮೃದುವಾಗಿ ಬೆರಳಿನಿಂದ ತಟ್ಟಿದ. ಬಾಗಿಲು ತೆರೆಯಿತು.

ಒಳಗಿದ್ದ ಪ್ರಮೀಳ ಅಕ್ಕನ ಮಗಳು ಹೊರಗೆ ಬಂದಳು. ಒಳಗಡಿಯಿಟ್ಟ. ಮೂಲೆಯಲ್ಲಿ ಟೇಪ್‌ರಿಕಾರ್ಡರ್ ಮತ್ತು ಮಂಚದ ಪಕ್ಕದಲ್ಲಿದ್ದ ಟೇಬಲಿನ ಮೇಲೆ ಚೆಸ್, ಆಸ್ಕರ್ ವೈಲ್ಡ್‌ನ ಕಾದಂಬರಿಗಳು ಜೋಡಿಸಲ್ಪಟ್ಟಿದ್ದವು. ಗಾಜಿನ ತೆರೆಯ ಬೀರುವಿನಲ್ಲಿ ಹಣ್ಣುಗಳು ಜೋಡಿಸಲ್ಪಟ್ಟಿದ್ದವು. ವಾಸಂತಿ ಕಣ್ಮುಚ್ಚಿ ಮಲಗಿದ್ದಳು. ಮುಖದ ಮೇಲೆ ಬಳಲಿಕೆಯ ಚಿಹ್ನೆಗಳಿರಲಿಲ್ಲ.

ಛೇರ್ ಮೇಲೆ ಕೂತು ಕೆಮ್ಮಿದ. ನಿಧಾನವಾಗಿ ಕಣ್ತೆರೆದ ವಾಸಂತಿ ಮುಗುಳ್ನಕ್ಕು ಎದ್ದು ಕೂತಳು. ಎಡಗೈ ಮಂಡಿಯ ಬಳಿ ಬ್ಯಾಂಡೇಜ್ ಕಟ್ಟಲಾಗಿತ್ತು.

"ಕಾಫಿ ಕೊಡು..." ಅತ್ತಿತ್ತ ನೋಟವರಿಸಿದಳು. ವೇಣುನೆ ಫ್ಲಾಸ್ಕಿನಲ್ಲಿದ್ದ ಕಾಫಿಯನ್ನು ಲೋಟಕ್ಕೆ ಬಗ್ಗಿಸಿ ಕೊಟ್ಟ.

"ಹೇಗಾಯ್ತು?" ಅವಳ ಕೈಯಲ್ಲಿದ್ದ ಲೋಟ ಕೆಳಗಿಳಿಯಿತು. ಕಣ್ಣುಗಳು ಮಿಂಚಿದವು.

"ಏನೇಳ್ತೀಯಾ! ತುಂಬಾ... ಥ್ರಿಲ್ ಎನ್ನಿಸ್ತು!" ಬೆಪ್ಪಾದ.

"ಆಕ್ಸಿಡೆಂಟ್ ಮಾಡ್ಕೊಳ್ಳೋದ್ರಲ್ಲೂ ಥ್ರಿಲ್ ಇರುತ್ತಾ?" ಅವನ ಮುಖ ಗಂಟಾಯಿತು. ಹಗುರವಾಗಿ ನಕ್ಕಳು. "ಮತ್ತೆಲ್ಲಿ ಪೆಟ್ಟಾಗಿದೆ?" ಹೊದ್ದಿಕೆಯನ್ನು ಸವರಿ ಕಾಲಿನತ್ತ ತೋರಿಸಿದಳು. ಒಂದು ಸಣ್ಣ ಬ್ಯಾಂಡೇಜ್ ಆವರಿಸಿತ್ತು.

"ಇಷ್ಟಕ್ಯಾಕೆ ಇಲ್ಲಿರಬೇಕು! ಹಾಯಾಗಿ ಮನೆಯಲ್ಲಿರೋದು ಬಿಟ್ಟು" ರೇಗಿದ.

ಲೋಟ ಅತ್ತ ಸರಿಸಿ, ಎರಡು ಕೈ ಬೆರಳುಗಳನ್ನು ಬೆಸೆದಳು. ಹುಬ್ಬು ಕುಣಿಸಿ ನಕ್ಕಳು.

"ತುಂಬ ಬೋರಾಗಿದೆ. ಸ್ವಲ್ಪ ಛೇಂಜ್ ಇರಲೀಂತ. ಮಮ್ಮಿ, ಡ್ಯಾಡಿ ಇದ್ರಾ?" ವೇಣು ಹುಬ್ಬೇರಿತು.

"ಮಮ್ಮಿ ಈ ಕಡೆ ಬಂದು ಮೂರು ದಿನವಾಯ್ತು. ಡ್ಯಾಡಿ ನೆನ್ನೆ ಒಂದ್ನಿಮಿಷ ಬಂದ್ಹೋದ್ರು. ನನ್ನ ಫ್ರೆಂಡ್ಸ್ ಬರ್ತಾರೆ. ಹಾಯಾಗಿ ಕಾರ್ಡ್ಸ್ ಆಡ್ಬಹ್ದು. ಟೈಮ್ ಕ್ಲೀನಾಗಿ ಪಾಸಾಗುತ್ತೆ" ತಲೆ ಕುಣಿಸಿದಳು.

ವೇಣು ಎದ್ದು ನಿಂತ. ಕಡೇ ಪಕ್ಷ ಕರ್ತವ್ಯಕ್ಕಾಗಿಯಾದರೂ ವಿಚಾರಿಸಬೇಕಾಗಿತ್ತು.

"ಏನಾದ್ರೂ ಬೇಕಾಗಿತ್ತಾ?" ಬಿರುಸಾಗಿಯೇ ಕೇಳಿದ.

ಬೆರಳುಗಳನ್ನು ಮಡಚಿ ನೆಟಿಗೆ ಮುರಿಯುತ್ತಿದ್ದ ವಾಸಂತಿ ತಲೆಯೆತ್ತಿದಳು.

"ನೂರೋ, ಇನ್ನೂರೋ ಕೊಟ್ಹೋಗು. ಡ್ಯಾಡಿ ಕೂಡ ಕೈ ಹಿಡಿತ ಮಾಡ್ಬೇಕಾಗಿದೆ. ಅದ್ಕಿಂತ ಹೆಚ್ಚಾಗಿ ಅವ್ರ ಮನಸ್ಸು ಕೆಟ್ಹೋಗಿದೆ. ಈಗ ಮೀನಾಕ್ಷಮ್ಮ ಸುಂದರಮ್ಮ ಮಿಕ್ಕವ್ರು ಬರೋಲ್ಲ. ಅವ್ರಿಗೂ ಜೇನು ಮುಗೀತಾ ಬಂದಿದೇಂತ ಗೊತ್ತಾಗಿರ್ಬೇಕೂ! ಅದ್ರಿಂದ ಡ್ಯಾಡಿಗೆ ಒಂದು ತರಹ ಮುಜುಗರ!" ಕಿಸಕ್ಕನೇ ನಕ್ಕಳು.

ಪೂರ್ಣ ಚಿತ್ರದ ದರ್ಶನ ಕಂಡಂತಾಯಿತು.

"ಮತ್ಯಾಕೆ ನೀನು ಇಲ್ಲಿ ಉಳ್ದು ಇಷ್ಟೆಲ್ಲ ಖರ್ಚು ಮಾಡಿಸ್ಬೇಕು!" ಖಾರವಾಗಿಯೇ ಕೇಳಿದ. ಅವಳ ಮುಖ ಬಿರುಸಾಯಿತು.

"ಅದ್ನ ಕಟ್ಟಿಕೊಂಡು ನಾನೇನು ಮಾಡ್ಲಿ? ಬೇಕು ಬೇಕಾದವ್ರಿಗೆ ಸಾಕಷ್ಟು ಮಾಡಿದ್ದಾರೆ. ಲಕ್ಷಾಂತರ ರೂಪಾಯಿ ಸಾಲ ಹೊರಿಸ್ದ ಅಶೋಕ. ಇನ್ನೊಬ್ಬು ಏನು ಕಡಿಮೆನಾ? ನಂಗೂ ಮಾಡ್ಲಿ! ನಾನ್ಯಾಕೆ ಇವ್ರ ಕಷ್ಟಗಳ ಬಗ್ಗೆ ತಲೆ ಕೆಡ್ಸಿಕೊಳ್ಳಿ!"

ಜೇಬಿನಲ್ಲಿದ್ದ ಪರ್ಸು ತೆಗೆದು ಇನ್ನೂರು ರೂಪಾಯಿ ಅವಳತ್ತ ತೂರಿ ದಾಪುಗಾಲು ಹಾಕುತ್ತ ನಡೆದ. ಅವನ ಕಣ್ಮುಂದೆ ಎಲ್ಲರೂ ವರ್ತುಲಾಕಾರವಾಗಿ ನಿಂತರು. ಯಾರದು ಹೆಚ್ಚು ಅಪರಾಧವೆಂದು ಬೆಟ್ಟು ಮಾಡಿ ತೋರಿಸುವುದು? ತಲೆ ಕೆಟ್ಟಂತಾಯಿತು.

ಆಟೋ ಹಿಡಿದು ಮನೆಗೆ ಬಂದ. ರಾಮನಾಥ್, ವಿನುತಮ್ಮನ ಧ್ವನಿ ಕಾಂಪೌಂಡ್‌ನಲ್ಲಿ ಕಾಲಿಟ್ಟ ಕೂಡಲೇ ಕೇಳಿಸಿತು. ಕೆನ್ನೆಯುಜ್ಜಿದ. ಭಾರವಾದ ಹೆಜ್ಜೆಗಳನ್ನು ಎತ್ತಿಟ್ಟ.

ಹಾಲ್‌ನೊಳಕ್ಕೆ ಬಂದವನೇ ಗಂಭೀರವಾಗಿ ಹೇಳಿದ.

"ಸಹಿ ಹಾಕ್ಬೇಕಾದ ಪತ್ರ ರೆಡಿ ಇದ್ಯಾ? ಇಲ್ದಿದ್ರೆ ಬೇಗ ರೆಡಿ ಮಾಡ್ಸಿ. ಮತ್ತೆ ಬರೋಕಾಗೋಲ್ಲ."

ಸ್ನಾನ ಮುಗಿಸಿ ಬರುವ ವೇಳೆಗೆ ನಾಲ್ಕಾರು ಜನರ ಜೊತೆ ರಾಮನಾಥ್ ಮಾತಾಡುತ್ತಿದ್ದರು. ಬಟ್ಟೆ ಧರಿಸಿ ಬಂದ. ಅವರು ತೋರಿದತ್ತ ಸಹಿ ಹಾಕಿ ತನ್ನ ಕರ್ತವ್ಯ ಮುಗಿಯಿತೆನ್ನುವಂತೆ ಮೇಲಕ್ಕೆದ್ದ.

"ಇಷ್ಟೇನಾ?" ಅವರತ್ತ ಬೆನ್ನು ಹಾಕಿ ಕೇಳಿದ.

ಅವರಿಂದ ಯಾವ ಪ್ರತಿಕ್ರಿಯೆಯೂ ಬರದಾಗ ಕೋಣೆಗೆ ಬಂದ. ವಿನುತಮ್ಮ ಕೂತಿದ್ದರು. ಮಗನ ಅಂತಃಕರಣ ಅವರ ಕಾಲದಡಿಯಲ್ಲಿ ಬಿದ್ದು ಮೌನವಾಗಿ ರೋದಿಸುತ್ತಿದೆಯೆನಿಸಿತು. ತಲೆ ತಗ್ಗಿಸಿ ಹೇಳಿದ.

"ವಾಸಂತಿನ ನೋಡ್ಬಂದೆ. ಪತ್ರಕ್ಕೆ ಸಹಿ ಹಾಕಿದ್ದೀನಿ. ಇನ್ನ ಹೊರಡ್ಬಹುದಲ್ಲ!"

ವಿನುತಮ್ಮನ ಕಣ್ಣಂಚಿನಲ್ಲಿ ಕಂಬನಿ ಇಣಕಿತು. ಯಾಕೆ? ಉತ್ತರ ಹುಡುಕುವುದು ಅಸಾಧ್ಯವೆನಿಸಿತು. ಬೇಕಾಗೂ ಕಾಣಲಿಲ್ಲ.

"ಪದ್ಮಿನಿ ವಿಷ್ಯ ಏನಾಮ್ದ್ದೇ" ಮೆಲುವಾಗಿ ಕೇಳಿದರು.

"ಅದ್ಕೇ ನೀವೇನು ತಲೆ ಕೆಡಿಸ್ಕೋಬೇಕಾಗಿಲ್ಲ." ಉಸಿರು ದಬ್ಬಿ ಹೊರನಡೆದ.

ಷೂ ಕಟ್ಟಿ ಹೊರಗೆ ನಡೆದ. ಕಾಂಪೌಂಡ್‌ನಿಂದ ಹೊರಗೆ ಹೋದವನು ಹಿಂದಕ್ಕೆ ತಿರುಗಿ ನೋಡಿದ. ಎದೆಯ ಮೇಲೆ ಬಂಡೆ ಹೇರಿದಂತಾಯಿತು. ತುಟಿಯಂಚಿನಲ್ಲಿ ನೋವಿನ ನಗು ಮಿನುಗಿತು. ಸ್ಪಂದಿಸದ ಸಂಬಂಧಗಳಿಗೆ ಅರ್ಥವಿಲ್ಲವೆನಿಸಿತು. ಬಸ್ಸಿನಲ್ಲಿ ಬಂದು ಕೂತ. ಕಣ್ಮುಂದೆ ಮಂಜು ಹರಡಿಕೊಂಡಿತು. ಅಸ್ಪಷ್ಟವಾಗಿ ಕಾಣಿಸಿಕೊಂಡರೂ ರಾಮನಾಥ್, ವಿನುತಮ್ಮ, ಪದ್ಮಿನಿ - ಕರ್ಚಿಫ್‌ನಿಂದ ಕಣ್ಣು ಉಜ್ಜಿದ.

*   *   *   *

ಪೆರುಮಾಳ್ ಬಂದು ವೇಣು ಬಂದಿರುವ ಸುದ್ದಿ ತಿಳಿಸಿದಾಗ ಪ್ರಭಾಕರನಿಗೆ ಆಶ್ಚರ್ಯವಾಯಿತು. ತೀರಾ ಗೊಂದಲವಾಗಿ ಕಂಡಿತು. ನಿಧಾನವಾಗಿ ಅವನನ್ನು ಅರಸಿಕೊಂಡು ಕ್ವಾರ್ಟರ್ಸ್‌ಗೆ ಬಂದ.

ನಾಲ್ಕಾರು ಸಲ ಕಾಲಿಂಗ್ ಬೆಲ್ ಒತ್ತಿದ ಮೇಲೆನೇ ಬಾಗಿಲು ತೆರೆದುಕೊಂಡಿದ್ದು. ಈಗ ಪ್ರಭಾಕರನ ಬರುವು ಕೂಡ ವೇಣುವಿಗೆ ಬೇಡವಾಗಿತ್ತು. ಹತಾಶೆಯ ಹಂತಕ್ಕೆ ಜಾರುವ ಸಿದ್ಧತೆಯಲ್ಲಿದ್ದ.

ಕೈಯಲ್ಲಿದ್ದ ಸಿಗರೇಟನ್ನು ನಂದಿಸಿ ಹೊರಗೆಸೆದ. ಹತ್ತಾರು ವಿಲ್ಸ್‌ಪ್ಯಾಕ್ ಸಿಗರೇಟುಗಳ ಕೇಸ್‌ಗಳನ್ನು ಕೊಂಡು ತಂದಿದ್ದ. ಸಿಗರೇಟಿನ ಹೊಗೆಯಲ್ಲಿಯೇ ಎಲ್ಲರನ್ನು ಚಿತ್ರಿಸಿಕೊಂಡು ಅಳಿಸಿ ಹಾಕುತ್ತಿದ್ದ.

ಅಸ್ತವ್ಯಸ್ತ ಕೂದಲು, ಮುಖದ ಮೇಲಿನ ಉದಾಸ ಭಾವ, ಕೆಂಪಾದ ಕಣ್ಣುಗಳು, ಹೊಸದಾದ ಇತಿಹಾಸವನ್ನೇ ಸೃಷ್ಟಿಸಿ ಪ್ರಭಾಕರನ ಮುಂದೆ ಇಟ್ಟಂತಾಯಿತು. ಓದಲಾರದೆ ತಡವರಿಸಿದ.

"ಹೇಗಿದ್ದಾಳೆ ವಾಸಂತಿ? ಬಲವಾದ ಪೆಟ್ಟೇನು ಆಗಿಲ್ವಾ?" ಮೆಲುವಾಗಿ ಕೇಳಿದ. ವೇಣು ನಕ್ಕುಬಿಟ್ಟ. ತಕ್ಷಣ ಗಂಭೀರವಾದ.

ಸೋಫಾ ಮೇಲೆ ಕೂತು ಸಿಗರೇಟು ಪ್ಯಾಕಿನತ್ತ ಕೈಚಾಚಿದ. ಪ್ರಭಾಕರ ಉಗುಳು ನುಂಗಿದ ಲೈಟರ್ ಉರಿಸಿ ಹೇಳಿದ.

"ಆಕ್ಸಿಡೆಂಟ್ ಆಗಿರೋದು ಈ ಹೃದಯಕ್ಕೆ." ಅವನ ಕೈ ಎದೆಯ ಮೇಲಾಡಿತು. ಆರಿದ ಲೈಟರ್ ಕೆಳಗೆ ಜಾರಿತು.

ಯಾವ ರೀತಿ ಸಾಂತ್ವನ ನೀಡಬೇಕೆಂಬುದು ಪ್ರಭಾಕರನಿಗೆ ಗೊತ್ತಾಗದಾಯಿತು. ಮೌನವಾಗಿ ಎದ್ದು ಹೊರಗೆ ಬಂದ.

ಎರಡು ದಿನ ಕಾದು ನೋಡಿದ. ವೇಣು ಹೊರಗೆ ತಲೆ ಹಾಕಲಿಲ್ಲ. ಅವನಿಗೆ ಗಾಬರಿಯಾಯಿತು. ಮನೆಯಲ್ಲಿ ಕೇಳಿದವರಿಗೆ ಜಾರಿಕೆಯ ಉತ್ತರಗಳನ್ನೀಯುತ್ತಿದ್ದ.

"ಅಪ್ಪಿಗೆ ಪತ್ರ ಬರೆದ್ಯಾ?" ತಂದೆ ಪ್ರಶ್ನಿಸಿದಾಗ ತಲೆ ಕೆಳಗೆ ಹಾಕಿದ. ಆ ಸಂಗತಿಯನ್ನೇ ಮರೆತುಬಿಟ್ಟಿದ್ದ. "ಬರೀತೀನಿ" ಎಂದ.

ಸಂಜೆ ಮನೆಗೆ ಬಂದವನೇ ಪ್ರಮೋದನನ್ನು ಎತ್ತಿಕೊಂಡು ಹೊರಟ. ಎದುರಿಗೆ ಬಂದ ಸರಳಳ ಕಣ್ಣುಗಳು ಕಿರಿದಾದವು.

"ವೇಣುಗೆ ಹುಷಾರಿಲ್ವ?" ಯಾವ ಭಾವೋದ್ವೇಗಕ್ಕೂ ಒಳಗಾಗದೆ ಸಹಜವಾಗಿ ಪ್ರಶ್ನಿಸಿದಳು. ಮನದಲ್ಲಿಯೇ ಅವಳ ಮನದ ದೃಢತೆಗೆ ಶಭಾಷ್‌ಗಿರಿ ಕೊಟ್ಟ. "ಹಾಗೇನು ಇಲ್ಲ. ಮಾಮೂಲು.... ಊರಿಗೆ ಹೋಗ್ಬಂದಾಗಿಂದ ತಲೆ ಕೆಡ್ಸಿಕೊಂಡಿದ್ದಾನೆ." ಅವ ಕೈಬೆರಳು ಪ್ರಮೋದನ ಕೆನ್ನೆಯ ಮೇಲಾಡಿತು.

ಇವನು ಬಂದಾಗ ಬಾಗಿಲಿನಲ್ಲಿ ನಿಂತಿದ್ದ ಪೆರುಮಾಳ್ ಭಯಗೊಂಡವನಂತೆ ಸರಿದು ಹೋದ. ಯಾಕೆ? ಮನ ಊಹಾಪೋಹಾಗಳ ನಡುವೆ ಜೋತುಬಿದ್ದಿತು. ಭಯ ಆವರಿಸಿತು.

ಬಾಗಿಲು ತಳ್ಳಿಕೊಂಡು ಒಳಗೆ ನಡೆದ. ಎಲ್ಲಾ ಕಡೆ ಅವ್ಯವಸ್ಥೆ ಎದ್ದು ಕಾಣಿಸುತ್ತಿತ್ತು. ಕೋಣೆಯಲ್ಲಿ ಬಂದು ಇಣುಕಿದ. ಸಿಗರೇಟು ವಾಸನೆಯಿಂದ ತುಂಬಿಹೋಗಿತ್ತು. ವೇಣು ಅರ್ಧ ಕುಳಿತಂತೆ ದಿಂಬಿಗೆ ಒರಗಿ ಮಲಗಿದ್ದ ಅವನೆದೆಯೊಡೆದಂತಾಯಿತು.

ಪ್ರಮೋದನನ್ನ ಕೆಳಗೆ ಕೂಡಿಸಿ ಒಳಗೆ ಹೋದ. ನಾಲ್ಕು ದಿನದ ಗಡ್ಡ, ಕೆಂಪಗೆ ನಿಗಿನಿಗಿ ಹೊಳೆಯುವ ಕಣ್ಣುಗಳು ಅಸ್ತವ್ಯಸ್ತವಾಗಿ ಹರಡಿಕೊಂಡ ಕೂದಲು ಅವನ ಹುಬ್ಬೇರಿತು.

"ಏಯ್... ವೇಣು! ಇದೇನು ಹುಚ್ಚಾಟ!" ಕೈಯಲ್ಲಿದ್ದ ಸಿಗರೇಟು ಕಿತ್ತೆಸೆದು ಗದರಿದ.

ಪ್ರೀತಿಸಬಲ್ಲವನಿಗೆ ದಂಡಿಸುವ ಅಧಿಕಾರರೂ ಇರುತ್ತೆ. ಇದು ವೇಣುವಿಗೆ ಗೊತ್ತು. ಕಣ್ಣರಳಿಸಿ ನೋಡಿದ. ವೇದನೆ ಉಕ್ಕಲು ಶುರುವಾಯಿತು. ಪ್ರಭಾಕರನ ಮುಖ ನೋವಿನಿಂದ ಹಿಂಡಿತು. ಪ್ರೀತಿಯಿಂದ ಅವನ ಹಣೆಯ ಮೇಲೆ ಕೈಯಿಟ್ಟ. ಕೆಂಡದ ಮೇಲೆ ಇಟ್ಟಂತಾಯಿತು. ಚಡಪಡಿಸಿದ. ಕೊರಳು, ಹಣೆ ಮತ್ತೆ ಮತ್ತೆ ಮುಟ್ಟಿ ನೋಡಿದ.

"ಓ ಮೈ ಗಾಡ್... ಜ್ವರ ಕೂಡ ಇದೆ" ಅವನ ಬೆನ್ನಹಿಂದೆ ಇದ್ದ ದಿಂಬು ತೆಗೆದು ಮುಖದ ಮೇಲೆ ಕೈಯಾಡಿಸಿದ. ಕಣ್ಮುಚ್ಚಿ ಮಲಗಿದ.

"ಪ್ರಭಾ, ಮನುಷ್ಯ ಸಾಯುವಾಗ ಭಿಕಾರಿಯಾಗಿ ಸಾಯಬಾರ್ದು. ಅವ್ನಿಗಾಗಿ ಪ್ರಾಮಾಣಿಕವಾಗಿ ಅಳುವಂಥವ್ರು ಯಾರಾದ್ರೂ ಇರ್ಬೇಕು. ಸತ್ಮೇಲೆ ಪ್ರಾಮಾಣಿಕವಾಗಿ ಎರಡು ಕಣ್ಣೀರಿನ ಬಿಂದುಗಳು ಅಶ್ರುತರ್ಪಣ ಅಗತ್ಯ. ಆ ಕೆಲ್ಸ ಪ್ರೀತಿಸೋರಿಂದ್ಲೇ ಆಗ್ಬೇಕು.... ಅಂಥ ಅದೃಷ್ಟ ನಂಗಿದ್ಯ!;" ಪ್ರಭಾಕರ ಕೈಬೆರಳುಗಳನ್ನು ಅವನ ಬಾಯಿಗೆ ಅಡ್ಡವಾಗಿಡಿದ.

ವೇಣುವಿನಲ್ಲಿ ಸಾಯುವಂಥ ವೈರಾಗ್ಯ ಉದಯಿಸಲು ಕಾರಣವೇನು? ಅಶೋಕನ ಸ್ವಾರ್ಥ ಮುಖ, ವಿನುತಮ್ಮನ ನಟನೆಯ ಸೋಗು, ರಾಮನಾಥರ ಬಯಲು ಆಡಂಬರದ ಗತ್ತು, ಪದ್ಮಿನಿಯ ಭ್ರಮಾಲೋಕ ಇಷ್ಟು ಜನರಿಂದ ಅವನಿಗೆ ಸಿಕ್ಕಿದ್ದು ಬರೀ ನೋವು ನಿರಾಶೆ ಮಾತ್ರ.

"ಹೀಗೆಲ್ಲ ಮಾತಾಡ್ಬಾರ್ದು. ಸಾಯೋ ಅಂಥ ವಯಸ್ಸ ನಿಂದು! ಜ್ವರದ ತಾಪಕ್ಕೆ ಏನೇನೋ ಬಡಬಡಿಸುತ್ತಿ" ಪಕ್ಕದಲ್ಲಿ ಕೂತ ವೇಣು ಅವನ ಕೈ ಹಿಡಿದು ಕಣ್ಮುಚ್ಚಿಯೇ ಎದೆಗೊತ್ತಿಕೊಂಡ. ಆ ತಂಪಿನ ಹಸ್ತದಿಂದ ಒಳಗಿನ ಉರಿ ಕಮ್ಮಿಯಾಗಿರಬಹುದು. ಮುಖದಲ್ಲಿ ಒಂದು ತರಹ ಮಂದಹಾಸ ನೆಲೆಸಿತು.

ಒಂದು ಗಳಿಗೆ ಯೋಚಿಸಿದ. ಕೂಡಲೇ ಎಲ್ಲರಿಗೂ ಟೆಲಿಗ್ರಾಮ್ ಕೊಡಲೇ? ಮನ ಬೇಡವೆಂದು ಪ್ರತಿಭಟಿಸಿತು. ಹೊರಗೆ ಬಂದು ಸುತ್ತಲೂ ನೋಡಿದ. ಪೆರುಮಾಳ್ ಅಷ್ಟು ದೂರದಲ್ಲಿ ನಿಂತು ಕತ್ತು ತುರಿಸುತ್ತಿದ್ದ. ರೇಗಿತ್ತು, ಚಪ್ಪಾಳೆ ಸದ್ದು ಮಾಡಿ ಬರುವಂತೆ ಕಣ್ಸನ್ನೆ ಮಾಡಿದ. ಹತ್ತಿರ ಬಂದಾಗ ರೇಗಬೇಕೆನಿಸಲಿಲ್ಲ.

"ನಮ್ಮನೆಗೆ ಹೋಗಿ...." ತಟ್ಟನೆ ಒಳಗೆ ಹೋದ. ಒಂದು ಸ್ಲಿಪ್ ತಂದು ಅವನ ಕೈಯಲ್ಲಿಟ್ಟು "ಇದ್ನ ಕೊಡು" ಎಂದ. ಒಳಗೆ ಬಂದು ಪ್ರಮೋದನನ್ನು ಎತ್ತಿಕೊಂಡು ಅಡ್ಡಾಡತೊಡಗಿದ. ಲೀಲಾ, ಸರಳ ಓಡುತ್ತಲೇ ಬಂದರು.

"ಇವ್ನ ಕರ್ಕೊ.... ಮೊದ್ಲು ಹೋಗಿ ಡಾಕ್ಟ್ರನ ಕರ್ಕೊಂಡ್ಬರ್ತೀನಿ. ಸ್ವಲ್ಪ ವೇಣು ಹತ್ರ ಇರೀ." ಓಡುತ್ತಲೇ ನಡೆದವನು ವಾಪಸ್ಸು ಬಂದು ಸ್ಕೂಟರನ್ನು ಹೊರಗೆ ತಳ್ಳಿಕೊಂಡು ಹೋದ.

ಸರಳ ಅತ್ತಿತ್ತ ಬಿದ್ದಿದ್ದ ಪತ್ರಿಕೆಗಳನ್ನು ಜೋಡಿಸಿಟ್ಟು ಗಾಬರಿಯಿಂದ ಕೋಣೆಯೊಳಕ್ಕೆ ಬಂದಳು. ವೇಣುವಿನ ಸ್ಥಿತಿ ನೋಡಿ ಅವಳ ಹೃದಯ ಕಿತ್ತು ಬಾಯಿಗೆ ಬಂದಂತಾಯಿತು. ಕಲ್ಲಿನಂತೆ ನಿಂತುಬಿಟ್ಟಳು.

ಒಳಗೆ ಬಂದ ಲೀಲಾ ಪೇಚಾಡಿಕೊಂಡಳು.

"ಎಂಥಾ ಕೆಲ್ಸವಾಯ್ತು! ನಮಗಾದ್ರೂ ಹೇಳಿ ಕಳ್ಸಬಹುದಿತ್ತು! ಒಂಟಿಯಾಗಿ ಮನೆಯಲ್ಲಿ ಮಲ್ಗಿದ್ರೆ ಯಾರು ನೋಡ್ಕೋಬೇಕು!"

ವೇಣುವಿನ ಹಣೆ, ಕತ್ತು ಮುಟ್ಟಿ ನೋಡಿದಳು ಲೀಲಾ. ಕಣ್ಣುಗಳಲ್ಲಿ ಗಾಬರಿ ಕಾಣಿಸಿಕೊಂಡಿತು. ತುಟಿಗಳು ಒಣಗಿದವು.

"ತುಂಬ ಜ್ವರ ಇದೆ. ಹುಸೇನಮ್ಮನಾದ್ರೂ ಒಂದ್ಮಾತು ಬಂದು ಹೇಳ್ಲಿಲ್ವಲ್ಲ." ನಡುಗುವ ಕೈಯಿಂದಲೇ ಹೊದ್ದಿಕೆ ಸರಿ ಮಾಡಿದಳು.

ಸ್ವಲ್ಪ ಚಲನೆ ಬಂದಂತಾದ. ಸರಳ ಸಿಗರೇಟು ತುಂಡುಗಳನ್ನು ಹೊರಗೆತ್ತಿ ಎಸೆದು ಅಷ್ಟಿಷ್ಟು ಅವ್ಯವಸ್ಥೆಯನ್ನು ಸರಿ ಮಾಡಿದಳು. ವೇಣು ಪಕ್ಕಕ್ಕೆ ಹೊರಳಿದ. ಲೀಲಾ ಕೈಯಲ್ಲಿದ್ದ ಪ್ರಮೋದ್ ಸರಳ ತೋಳಲ್ಲಿ ಸೇರಿದ.

"ವೇಣು..." ಲೀಲಾ ಕೈ ಅವನ ಹಣೆಯ ಮೇಲಾಡಿತು. ಮೆಲ್ಲಗೆ ಕಣ್ತೆರೆದ. ಜ್ವರ

ಜಾಸ್ತಿಯಾದುದ್ದರಿಂದ ಪೂರ್ತಿ ಕಣ್ಣುಬಿಡಲೇ ಪ್ರಯಾಸಪಡುತ್ತಿದ್ದ. ನಾಲಿಗೆಯಿಂದ ಒಣಗಿದ ತುಟಿಗಳನ್ನು ಸವರಿಕೊಂಡ "ನೀವಾ....." ಸ್ವರ ಬಳಲಿತು. ಅಂತಹ ಸಂದರ್ಭದಲ್ಲೂ ಲೀಲಾಗೆ ಕೋಪ ಬಂತು "ನಾವು ನಿಂಗೇನು ಅಲ್ವಾ! ಇಷ್ಟು ಜ್ವರದಲ್ಲಿ ಮಲ್ಗಿದ್ರೂ ನಮಗ್ಯಾಕೆ ಹೇಳಿ ಕಳಿಸ್ಲಿಲ್ಲ?" ಕಂಬನಿ ಕೆನ್ನೆಯ ಮೇಲೆ ಜಾರಿತು. ಇಂತಹ ಸಾಂತ್ವನ, ಪ್ರೀತಿ ಸ್ವಂತ ಅಣ್ಣನ ಕೈ ಹಿಡಿದ ಅತ್ತಿಗೆಯಿಂದಲೂ ಸಾಧ್ಯವಿಲ್ಲ. ಎದೆ ತುಂಬಿ ಬಂತು. ತಡೆಯಲಾರದೆ ಕಣ್ಮುಚ್ಚಿಕೊಂಡ. ನಕ್ಷತ್ರಗಳ ಮಧ್ಯೆ ಹಗುರವಾಗಿ ಹಾರಾಡಿದ ಅನುಭವವಾಯಿತು.

ಹೊರಗೆ ಬಂದ ಸರಳ ಗೋಡೆಗೆ ಕಣ್ಣೀರಿನ ಅಭಿಷೇಕ ಮಾಡಿದಳು.

ಸ್ಕೂಟರ್‌ನಲ್ಲಿಯೇ ಡಾಕ್ಟರ್ ಬಂದರು, ಪರೀಕ್ಷಿಸಿದರು. ಸಹಾನುಭೂತಿಯಿಂದ ಮಿಡುಕಿದರು. ಪೂರ್ತಿ ವಿಷಯ ತಿಳಿಯದಿದ್ದರೂ ಗಂಡಹೆಂಡಿರ ಮಧ್ಯದ ವಿರಸ ಇಡೀ ಕಾಲೋನಿಗೆ ತಿಳಿದಿತ್ತು.

"ತುಂಬ ಮನಸ್ಸು ಕೆಡ್ಸಿಕೊಂಡಿದ್ದಾರೆ." ಇಂಜಕ್ಷನ್ ಚುಚ್ಚಿದರು. ಪ್ರಭಾಕರನತ್ತ ತಿರುಗಿ ಹೇಳಿದರು. "ಮನೆಯಲ್ಲಿ ಯಾರೂ ನೋಡ್ಕೊಳ್ಳೋರು ಇಲ್ಲ. ಆಸ್ಪತ್ರೆಯಲ್ಲಿ ಅಡ್ಮಿಟ್ ಮಾಡ್ಬಿಡಿ". ಪ್ರಭಾಕರನ ಹಣೆ ಸುಕ್ಕಾಯಿತು.

"ನಾವು ಮನೆಯಲ್ಲೇ ನೋಡ್ಕೊತೀವಿ..." ಅವನ ಸ್ವರದಲ್ಲಿ ಅನುಮಾನ ಇಣಕಿತು. "ಆಲ್‌ರೈಟ್.... ಹಾಗೇ ಮಾಡಿ.... ನಾನ್ಬಂದು ಆಗಾಗ ನೋಡ್ತೀನಿ." ಅವರೇ ಸ್ಕೂಟರನ್ನು ಕೊಂಡೊಯ್ದರು.

ಒಳಗೆ ಬಂದ ಪ್ರಭಾಕರ ಸೋಫಾ ಮೇಲೆ ತಲೆಯ ಮೇಲೆ ಕೈಯೊತ್ತು ಕುಸಿದ. ದುಃಖ ಒತ್ತಿಕೊಂಡು ಬರುತ್ತಿತ್ತು. ಸಹಿಸಲಾರದೆ ಹೃದಯ ಎಲ್ಲಿ ನಿಷ್ಕ್ರಿಯವಾಗಿಬಿಡುತ್ತೋ?

"ಡಾಕ್ಟ್ರು... ಏನಂದ್ರೂ?" ಮೃದುಹಸ್ತ ಅವನ ತೋಳು ಸೋಕಿದಾಗ ತಲೆ ಮೇಲೆತ್ತಿ ದೀರ್ಘ ನೋವು ತುಂಬಿದ ಉಸಿರನ್ನು ಹೊರಗೆದಬ್ಬಿದ. "ಏನಿಲ್ಲ... ಮೆಂಟಲ್ ಡಿಪ್ರೆಷನ್" ಗೆಲುವಿನ ನಟನೆ ಮಾಡಿದ.

"ನಂಗ್ಯಾಕೋ ವೇಣುನ ನೋಡಿದ್ರೆ ಭಯವಾಗುತ್ತೆ" ಭಯವಿದ್ದವನ ಮೇಲೆ ಕಪ್ಪೆ ಎಸೆದಂತಾಯಿತು ಪ್ರಭಾಕರನ ಪರಿಸ್ಥಿತಿ. ಕಣ್ಣಲ್ಲಿ ಕಂಬನಿ ತುಂಬಿಕೊಂಡರೂ ನಕ್ಕ. "ಯಾಕೆ ಭಯ? ಜ್ವರ ಅಂಥ ದೊಡ್ಡ ಕಾಯಿಲೆ ಏನು ಅಲ್ಲ. ಸುಮ್ನೇ ಏನೇನೋ ಮನಸ್ಸಿಗೆ ಹಚ್ಕೊಂಡ. ಮಿದುಳು ಕೂಡ ಬಳಲಿರಬೇಕು. ಜೀವನದಲ್ಲಿ ಇಂಥದ್ದೆಲ್ಲ ಸಹಜ. ಸದ್ಯಕ್ಕೆ ನಾನು ಇಲ್ಲೇ ಇರ್ತೀನಿ ಪ್ರಮೋದನ್ನ ಕರ್ಕೊಂಡ್ ಮನೆಗೆ ಹೋಗು. ಯಾವ್ದು ಎಲ್ಲಾದ್ರೂ ಹಾಳಾಗ್ಲಿ. ಸದ್ಯಕ್ಕೆ ರಜ ಬರ್ದು ಹಾಕ್ತೀನಿ!"

"ಅವ್ರ ತಾಯ್ತಂದೆ, ಪದ್ಮಿನಿಗೆ ತಿಳ್ಸೋದು ಬೇಡ್ವಾ?" ಅನುಮಾನದಿಂದಲೇ ಕೇಳಿದಳು. ಪ್ರಭಾಕರ ಕಣ್ಣುಗಳು ಕಿರಿದಾದವು. ಹಣೆ ಸುಕ್ಕಾಯಿತು. ಕಣ್ಣಿನ ಕೆಳಗೆ ಗೆರೆಗಳು ಮೂಡಿದವು. ತಲೆಯಾಡಿಸಿದ, ಏನೂ ಹೇಳಲು ಹೋಗಲಿಲ್ಲ.

ಅಷ್ಟು ದೂರ ಲೀಲಾನ ಕಳಿಸಿಕೊಟ್ಟು ಬಂದ. ಆಮೇಲೆ ಹುಸೇನಮ್ಮ ಊರಿನಲ್ಲಿ ಇರದ ಸಂಗತಿ ತಿಳಿದಿದ್ದು. ಸರಳ ಅಡಿಗೆಯ ಮನೆಯ ಅವ್ಯವಸ್ಥೆಯನ್ನೆಲ್ಲ ಸರಿಪಡಿಸುತ್ತಿದ್ದಳು.

ಪ್ರಭಾಕರ ತಾಯಿ ತಂದೆ ಗಾಬರಿಯಿಂದಲೇ ಬಂದರು. ಮಗ ಇಷ್ಟಾಗಿ ವೇಣುಗೆ ಹೊಂದಿಕೊಳ್ಳುವುದು ಅವರಿಗೆ ಅತಿಶಯವೆನಿಸಲಿಲ್ಲ. ಅಸಹನೀಯವೂ ಅಲ್ಲ. ಪ್ರೀತಿಯ ವಿಷಯದಲ್ಲಿ ಅವರು ಸಿರಿವಂತರು. ಸದಾ ಪ್ರೀತಿಯ ದೋಣಿಯಲ್ಲಿ ಸಾಗಿ ಬೇರೆಯವರನ್ನು ಸ್ವಾಗತಿಸುವ ಸಹೃದಯತೆ ಅವರಿಗಿತ್ತು.

"ಜೋಪಾನವಾಗಿ ನೋಡ್ಕೋ, ಇಲ್ದಿದ್ರೆ ನಮ್ಮನೆಗೆನೇ ಕರ್ಕೊಂಡ್ಹೋಗೋಣ. ವೇಣು ನಮ್ಗೇ ಬೇರೆಯಲ್ಲ" ಪ್ರಭಾಕರ ಮೂಕನಾದ.

ತಂದೆಯ ಎರಡು ಕೈಗಳನ್ನು ಹಿಡಿದು ಕಣ್ಣಿಗೊತ್ತಿಕೊಂಡ ಅವರ ಪ್ರೇಮ ಜಲದಲ್ಲಿ ಮಿಂದ ಅವನು ಸಂಪೂರ್ಣ ತೃಪ್ತ.

"ನೋಡೋಣ, ಸದ್ಯಕ್ಕೆ ಹುಷಾರಾಗ್ಬಿಟ್ರೆ ಸಾಕು. ಬೇರೆಡೆ ತಿರುಗಿ ಕರವಸ್ತ್ರದಿಂದ ಮೂಗು, ಕಣ್ಣು ಉಜ್ಜಿದ."

ರಾತ್ರಿ ಪೂರ್ತಿ ಎಚ್ಚರವಾಗಿದ್ದು ವೇಣುವನ್ನು ನೋಡಿಕೊಂಡ. ಸರಳ ಬರೀ ನಿದ್ದೆ ಮಾಡುವ ನಟನೆ ಮಾಡಿದರೂ ಆಗಾಗ ಎದ್ದು ವಿಚಾರಿಸಿಕೊಂಡಳು.

ಬೆಳಿಗ್ಗೆ ಎದ್ದ ಕೂಡಲೆ ಪ್ರಭಾಕರ, ವೇಣು ಕತ್ತು, ತಲೆ, ಮುಟ್ಟಿ ನೋಡಿದ. ಜ್ವರದ ತಾಪ ಕಮ್ಮಿಯಾಗಿದ್ದರೂ ಮೆಲ್ಲನೆ ನರಳಿದ ಬೆವರಿನ ತಾಪಕ್ಕೆ ಅಂಟಿದ ಹಣೆಯ ಮೇಲಿನ ಒದ್ದೆ ಕೂದಲನ್ನು ಹಿಂದಕ್ಕೆ ಸರಿಸಿದ.

"ಸರಳ ಸ್ವಲ್ಪ ನೋಡ್ಕೋ. ನಾನು ಮನೆಗೆ ಹೋಗಿ ಬೇಗ ಬಂದ್ಬಿಡ್ತೀನಿ." ಕೋಣೆಯಿಂದ ಹೊರಗೆ ಬಂದವನು ಮತ್ತೆ ಹೇಳಿದ. "ಬೇಡ, ಡಾಕ್ಟ್ರು ಬರೋವರ್ಗೂ ನಾನಿರ್ತೀನಿ. ನೀನು ಹೋಗಿ ಸ್ವಲ್ಪ ಹಾಲು, ಕಾಫೀನ ಲೀಲಾ ಕೈಯಲ್ಲಿ ಕಳ್ಸಿಕೊಡು. ಅಣ್ಣ ಪದೇ ಪದೇ ಓಡಾಡೋದ್ಬೇಡ. ಸ್ವಲ್ಪ ಪರ್ವಾಗಿಲ್ಲಾಂತ ಹೇಳು" ತಗ್ಗಿದ ಮುಖದತ್ತಲೇ ನೋಡಿದ. ಹೆಜ್ಜೆಗಳು ಅತ್ತ ಸರಿದವು.

ಸರಳ ಈಗ ವೇಣುನ ಪ್ರೀತಿಸಿದ ಹೆಣ್ಣು. ಸಮಸ್ಯೆಯ ಜ್ವಾಲೆಗೆ ಎಲ್ಲರನ್ನು ಒಡ್ಡಿ ಕಂಗೆಡಿಸಿದೆ. ದಿಟ್ಟವಾಗಿ ಒಂದು ನಿರ್ಧಾರಕ್ಕೆ ಬಂದರೂ ಅವಳ ಎದೆಯಲ್ಲಿ ಮುಚ್ಚಿಟ್ಟ ಅಗ್ನಿಕುಂಡವೇ ಇದೆ.

"ಸರಳ, ಸರಳ" ಕ್ಷೀಣ ಧ್ವನಿಯಲ್ಲಿ ವೇಣು ನರಳಿದಾಗ ಪ್ರಭಾಕರನ ಹೆಜ್ಜೆಗಳು ಸ್ತಬ್ಧವಾದವು. ಅಡಗಿದ್ದ ಅನುಮಾನದ ಹಾವು ಹೆಡೆಯೆತ್ತಿ ಭುಸುಗುಟ್ಟಿತು.

ಸರಳ ಬಾಯಿಗೆ ಕೈಅಡ್ಡ ಹಿಡಿದು ಬಿಕ್ಕಳಿಸಿದಳು. ನೋವು, ವೇದನೆ, ನಿರಾಶೆ, ನಿಸ್ಸಹಾಯಕ ಅಳುವಿನ ರೂಪದಲ್ಲಿ ಅಲೆಅಲೆಯಾಗಿ ಹೊರಹೊಮ್ಮಿತು. ಎಂತಹ ಕ್ಲಿಷ್ಟ ಸಮಯದಲ್ಲೂ ಪ್ರಭಾಕರ ವಾತ್ಸಲ್ಯಮಯ ಅಣ್ಣನೇ ಅವಳ ಪಾಲಿಗೆ. ಮಮತೆಯಿಂದ ಅವಳ ಬೆನ್ನ ಮೇಲೆ ಕೈಯಾಡಿಸಿದ.

"ನಾನು ಅರ್ಥ ಮಾಡ್ಕೋ ಬಲ್ಲೆ. ಹೃದಯ ಒಂದು ದಿವ್ಯದೇಗುಲ ಅದ್ರಲ್ಲಿ ನಿಂತ ಪ್ರತಿಮೆನ ಅಳಿಸಿಹಾಕೋದು ಕಷ್ಟವೇ? ಆ ಪ್ರತಿಮೆಗೆ ಸ್ವಲ್ಪ ನೋವಾದರೂ ಸಹಿಸೋಕಾಗೋಲ್ಲ ಹೃದಯಕ್ಕೆ" ಇದೊಂದು ನಿತ್ಯ ಸತ್ಯ.

ವೇಣು ನರಳಿಕೆ ಜಾಸ್ತಿಯಾಯಿತು. ಪ್ರಭಾಕರ ಅತ್ತ ನಡೆದ. ಸರಳ ಮುಖವನ್ನೊರೆಸಿಕೊಂಡು ಮನೆಯತ್ತ ನಡೆದಳು. ತಂಗಾಳಿಯು ಬಿಸಿಯಾದಂತೆ ಭಾಸವಾಗುತ್ತಿತ್ತು. ಮಂಜಿನಲ್ಲಿ ಮಿಂದು ತೊಯ್ದು ಪರಿಶುಭ್ರವಾಗಿ ಕಂಗೊಳಿಸುತ್ತಿದ್ದ ಹಸಿರು ವನರಾಜಿಯಲ್ಲೂ ಯಾವ ಶೋಭೆಯನ್ನು ಕಾಣುವುದೂ ಅವಳಿಂದಾಗಲಿಲ್ಲ. ಜಗತ್ತಿನ ಚೆಲುವೆಲ್ಲ ನಾಶವಾಗಿದೆಯೆನ್ನುವ ಭ್ರಮೆ!

ಮನೆಯ ಒಳಗೆ ಬರುವ ವೇಳೆಗೆ ಅವಳ ತಂದೆ ಫ್ಲಾಸ್ಕ್ ಹಿಡಿದು ಹೊರಗೆ ಬಂದರು. ಅವರ ನೋಟದಿಂದ ತನ್ನನ್ನು ತಪ್ಪಿಸಿಕೊಳ್ಳಲು ಹೆಣಗಾಡಿದಳು.

"ವೇಣುಗೆ ಎಚ್ಚರವಾಗಿತ್ತ? ಡಾಕ್ಟ್ರು ಮತ್ತೆ ಬಂದಿದ್ರಾ? ಜ್ವರ ಕಮ್ಮಿಯಾಗಿತ್ತಾ?" ಪ್ರಶ್ನೆಗಳ ಸರಮಾಲೆ ಅವಳ ಮೇಲೆರಗಿತು.

"ಪರ್ವಾಗಿಲ್ಲ" ಎಲ್ಲಕ್ಕೂ ಚುಟುಕಾದ ಉತ್ತರ.

ಬಚ್ಚಲು ಮನೆಗೆ ಹೋಗಿ ಬಾಗಿಲು ಹಾಕಿಕೊಂಡು ಮನದಣಿಯ ಅತ್ತು ಸಮಾಧಾನ ಮಾಡಿಕೊಂಡಳು. ಸ್ನಾನ ಮುಗಿಸಿ ಬಂದು ಪ್ರಮೋದನನ್ನು ಎತ್ತಿಕೊಂಡಳು.

"ನಾವು ವೇಣುನ ನೋಡ್ಕೊಂಡ್ಬರ್ತೀವಿ." ಅತ್ತೆ, ಸೊಸೆ ಹೊರಟಾಗ ಮೌನವಾಗಿ ತಲೆಯಾಡಿಸಿದಳು.

ಅವನನ್ನು ಎತ್ತಿಕೊಂಡು ಆಡಿಸುತ್ತಲೇ ಅಡಿಗೆಯ ಕೆಲಸ ಮುಗಿಸಿದಳು ನಿದ್ದೆ ಮಾಡಿಸಿ ಬಟ್ಟೆ ಒಗೆದು ಹಾಕಿದಳು.

"ಅಮ್ಮ ಇನ್ನು ಸ್ವಲ್ಪ ಪಾಲು ಕೊಡಬೇಕಂತೆ" ಪೆರುಮಾಳ್ ಬಾಗಿಲಿನಲ್ಲಿ ಇಣಕಿದ. ತುಟಿಯವರೆಗೂ ಬಂದ ಪ್ರಶ್ನೆಯನ್ನು ನುಂಗಿಕೊಂಡಳು.

ಹಾಲನ್ನ ಡಬ್ಬಿಗೆ ಸುರಿದು ಒಂದು ವೈರ್‌ಬ್ಯಾಗಿನಲ್ಲಿಟ್ಟು ಅವನ ಕೈಯಲ್ಲಿ ಕೊಟ್ಟಳು. ಕುಡಿತಕ್ಕೆ ಬೇಕಾದ ಹಣಕ್ಕಾಗಿ ಕೆಲವು ವೇಳೆ ಏನಾದರೂ ಮಾಡಬಲ್ಲ. ಆದರೆ ಪೂರ್ಣವಾಗಿ ಓದು ತಿಳಿಯದವನಾದರೂ ಪ್ರಾಮಾಣಿಕತೆಯನ್ನು ಕೆಲವು ಸಂದರ್ಭಗಳಲ್ಲಿ ಉಳಿಸಿಕೊಳ್ಳುವಂಥ ವ್ಯಕ್ತಿ.

ಒಳಕ್ಕೂ ಹೊರಕ್ಕೂ ಹತ್ತಾರು ಬಾರಿ ಓಡಾಡಿದಳು. ಮನ ಸಮಾಧಾನಕ್ಕೆ ಬರಲೊಲ್ಲದು. ವೇಣುಗೆ ಏನಾದರೂ ಆದರೆ.... ಹೊಟ್ಟೆಯಲ್ಲಿನ ಕರುಳು ಕತ್ತರಿಸಿದಂತಾಗುತ್ತಿತ್ತು.

ಹೊರ ಬಾಗಿಲಿನ ಬಳಿ ಬಂದು ನಿಂತಳು. ಪಕ್ಕದ ಕ್ವಾರ್ಟರ್ಸ್‌ಗೆ ಹೊಸದಾಗಿ ಬಂದ ಮಾಮಿ ಇತ್ತ ತಿರುಗಿದಾಗ ಒಳಕ್ಕೆ ಬಂದಳು. ಯಾರ ಬಳಿಯಲ್ಲೂ

ಮಾತನಾಡುವುದು ಅವಳಿಗೆ ಬೇಕಿರಲಿಲ್ಲ. ನೀರವತೆ ಸಹಿಸಲಾರದೆ ಪ್ರಮೋದನನ್ನು ಎಬ್ಬಿಸಿದಳು.

ಪ್ರಭಾಕರನ ಮುಖ ಕಂಡಾಗ ಅವಳೆದೆಯ ಮೇಲಿನ ದೊಡ್ಡ ಕಲ್ಲನ್ನ ಇಳಿಸಿದಂತಾಯಿತು. ಹಿಂದೆನೇ ತಾಯಿ, ತಂದೆ ಬರುತ್ತಿರುವುದು ಕಂಡಿತು.

"ಡಾಕ್ಟ್ರು ಬಂದಿದ್ರಾ? ಏನ್ಹೇಳಿದ್ರೂ?" ಧಾವಂತ ಬಚ್ಚಿಟ್ಟುಕೊಳ್ಳಲಾರದೆ ಪ್ರಶ್ನಿಸಿದಳು.

"ಅಂಥದ್ದು ಏನಿಲ್ಲಾಂದ್ರು. ಈಗ ಜ್ವರನೂ ಕಮ್ಮಿ ಆಗಿದೆ" ಅರೆ ಮನಸ್ಸಿನಿಂದ ಹೇಳಿದಂತಿತ್ತು.

ವೇಣುವಿನ ಜ್ವರ, ಮಾನಸಿಕ ಒತ್ತಡ ಕಣ್ಣು ಮುಚ್ಚಾಲೆಯಾಡಿಸತೊಡಗಿತು. ಅರೆಪ್ರಜ್ಞೆಯಲ್ಲಿದ್ದಾಗ ಏನೇನೋ ಬಡಬಡಿಸುತ್ತಿದ್ದ. ಮುಖ್ಯವಾಗಿ "ಸಾವು.... ಸರಳ.... ದುರಾದೃಷ್ಟ... ಪ್ರೀತಿ... ಪ್ರೇಮ.... ನಿರಾಶೆ..." ಈ ಶಬ್ದಗಳೇ ಅಧಿಕವಾಗಿರುತ್ತಿದ್ದವು. ವೇಣುವಿನ ಮನಸ್ಸನ್ನು ಪೂರ್ಣವಾಗಿ ಅರಿತುಕೊಳ್ಳುವುದಕ್ಕೆ ಇದೊಂದು ಅವಕಾಶವಾಯಿತು ಪ್ರಭಾಕರನಿಗೆ. ಪದ್ಮಿನಿ, ತನ್ನ ಬದುಕಿಗೆ ಪೂರ್ತಿಯಾಗಿ ತೆರೆ ಎಳೆದುಬಿಟ್ಟಿದ್ದ. ಆ ಅಧ್ಯಾಯಕ್ಕೆ ಮಂಗಳ ಹಾಡಿದ್ದ. ಅವನ ಪ್ರೀತಿ ಸರಳ ಕಡೆ ಹೊಮ್ಮಿತ್ತು. ತಾಯಿ, ತಂದೆ, ಅಣ್ಣಂದಿರು, ತಂಗಿ, ಪದ್ಮಿನಿ ಎಲ್ಲಾ ಸ್ವಾರ್ಥಿಗಳಾಗಿ ಕಂಡಾಗ ಸರಳಳ ಸಹಾನುಭೂತಿ ಆ ಆಪ್ಯಾಯಮಾನವಾಗಿರಬಹುದು. ಹಂಬಲ ಅಧಿಕವಾಗಬಹುದು. ಕಡೆಯದಾಗಿ ಊರಿಗೆ ಹೋದಾಗ ಬಿದ್ದ ಪೆಟ್ಟು ಭಯಂಕರವಾಗಿರಬೇಕು. ಚೇತರಿಸಿಕೊಳ್ಳಲು ದಿಕ್ಕು ಕಾಣದಾದಾಗ ಸಾವಿನ ಅಂಚಿಗೆ ಜಾರಬೇಕೆನ್ನುವ ಬಯಕೆ ಬೃಹದಾಕಾರವಾಗಿ ತಲೆಯೆತ್ತಿ ನಿಂತಿದೆಯೆನಿಸಿತು. ಇತ್ತ ಸರಳ ಪ್ರೀತಿ ಕೂಡ ಗಗನಕುಸುಮಾಗಿ ಕಂಡಾಗ ಬದುಕು ಭಾರವೆನಿಸುವುದು ಸಹಜವೆನಿಸಿತು.

ಕಡೆಗೆ ವೇಣು ಸ್ಥಿತಿ ಸಾವು-ಬದುಕಿನ ಅಂಚಿನ ಮಧ್ಯೆ ತೂಗುಯ್ಯಾಲೆಯಾದಾಗ ಪ್ರಭಾಕರ ದೃಢ ನಿರ್ಧಾರಕ್ಕೆ ಬಂದ. ತಂದೆಯ ಬಲವಂತಕ್ಕೆ ಎರಡು ದಿನಕ್ಕೆ ಮುನ್ನವೇ ಗಾಬರಿಯಾಗದಂತೆ ಟೆಲಿಗ್ರಾಮ್ ಕೊಟ್ಟಿದ್ದ. ಬಂದ ಅಶೋಕ ತಾಯಿ, ತಂದೆ, ಪ್ರವಾಸದಲ್ಲಿರುವ ವಿಷಯ ತಿಳಿಸಿ ಕೈ ಚೆಲ್ಲಿದ.

"ಡಾಕ್ಟ್ರು ಏನ್ಹೇಳ್ತಾರೆ. ಬೇಕಾದ್ರೆ ಅಲ್ಲೇ ನರ್ಸಿಂಗ್ ಹೋಂನಲ್ಲಿ ಕರ್ಕೊಂಡ್ಹೋಗಿ ಅಡ್ಮಿಟ್ ಮಾಡ್ತೀನಿ. ನಾನಂತೂ ಇಲ್ಲಿ ನಿಲ್ಲೋಕಾಗೋಲ್ಲ ಅವ್ನು ಗೌರ್ನಮೆಂಟ್ ಕೆಲ್ಸದಲ್ಲಿದ್ದಾನೆ. ಒಟ್ಟಿಗೆ ನಾಲ್ಕಾರು ದಿನ ರಜ ಸಿಕ್ಕುತ್ತೆ? ಇಂಥ ಸಮಯದಲ್ಲಿ ಪದ್ಮಿನಿ ನೋಡ್ಕೋಬೇಕು."

"ಪರ್ವಾಗಿಲ್ಲ. ನಾವು ನೋಡ್ಕೋತೀವಿ. ವೇಣು ನಂಗೆ ಬೇರೆಯಲ್ಲ. ಎಲ್ಲರಿಗಿಂತ ಹೆಚ್ಚಾಗಿ ಅವನ್ನ ಬದ್ಕಿಸಿಕೊಳ್ಳಬೇಕೆನ್ನೋ ಹಟ ನಂಗೆ." ಪ್ರಭಾಕರನಿಗೆ ಸ್ವರದಲ್ಲಿ ದುಃಖದ ಆವೇಗ ತುಂಬಿಕೊಂಡಿತು. ಅಶೋಕ ತಣ್ಣಗೆ ಹೊರಟುಹೋದ.

ಮೂರನೆಯ ದಿನ ಚಿದಂಬರಯ್ಯ, ಪಂಕಜಮ್ಮ ಜೊತೆ ಪದ್ಮಿನಿ ಬಂದಳು.

"ನಮಗ್ಯಾಕೆ ಟೆಲಿಗ್ರಾಮ್ ಕೊಟ್ರಿ? ಇಲ್ಲಿದ್ದಾಗ ನಮ್ಹುಡ್ಗಿಗ್ನ ಉರ್ದುಕೊಂಡು ತಿಂದ್ಬಿಟ್ಟ. ಇವ್ನ ಏನೇನು ಹೇಳಿದ್ನೋ! ಆನಂದ ಪದ್ಮಿನಿನ ಕಾಡ್ಸಿ ಹಿಂಸೆ ಮಾಡ್ಬಿಟ್ಟ. ನಮ್ಮ ಹೆಸರಿನಲ್ಲಿರೋ ಆಸ್ತಿನ ಅವ್ನ ಹೆಸರಿಗೆ ಬರೀತೀವಿ. ಹಾಯಾಗಿ ಅವ್ನು ನಮ್ಮ ಮನೆಯಲ್ಲಿಯೇ ಇದ್ದುಕೊಳ್ಳಲಿ. ಪಂಕಜಮ್ಮ ಸ್ವಲ್ಪ ಖಾರವಾಗಿಯೇ ಹೇಳಿದರು. ಆನಂದನಿಗೆ ಕೆಲಸ ಕಲ್ಕತ್ತಾದಲ್ಲಿ ಸಿಕ್ಕಿದ್ದು ಹೇಳಿದರು."

ಮಗಳ ಸುಖ, ಸಂತೋಷಕ್ಕೆ ಒಂದು ಸ್ಥಿಮಿತ ಪರಧಿಯನ್ನು ಹಾಕಿದ್ದ. ಹಾಗೆ ಕಂಡಿತು.

ಮರುದಿನವೇ ಹೊರಟು ನಿಂತರು. ಪ್ರಭಾಕರನ ತಾಯಿ ತಂದೆ ಹೇಳಿದ ಸಮಾಧಾನ ಮಾತುಗಳಿಗೆ ಬೆಲೆ ಇಲ್ಲದಂತಾಯಿತು. ಪದ್ಮಿನಿ ಆ ಕೋಣೆಯ ಕಡೆ ಇಣಕಿ ಕೂಡ ನೋಡಲಿಲ್ಲ.

"ಪದ್ಮಿನಿನ ಬಿಟ್ಹೋಗಿ. ಸ್ವಲ್ಪ ವೇಣು ಚೇತರಿಸ್ಕೋಳ್ಳೋಕೆ ಅವಕಾಶವಾಗುತ್ತೆ. ನೀವು ತಿಳ್ದಂಗೆ ವೇಣು ಕೆಟ್ಟೋನಲ್ಲ. ನಿಮ್ಮ ಮಗ್ಳು ಮನಸ್ಸಿನಲ್ಲಿ ಏನೇನೋ ತುಂಬಿಕೊಂಡು ಹಿಂಸೆ ಮಾಡಿದ್ಲು ಅಷ್ಟೆ."

ಪ್ರಭಾಕರನ ಮಾತುಗಳಿಗೆ ಚಿದಂಬರಯ್ಯನವರು ದಂಗಾದರು. ಬಾಯಿ ಬಂದಂಗೆ ರೇಗಾಡಿ ತಕ್ಷಣ ಮಗಳು, ಹೆಂಡತಿಯನ್ನ ಹೊರಡಿಸಿಕೊಂಡು ಹೊರಟೇಬಿಟ್ಟರು.

ಸರಳ ಫ್ಲಾಸ್ಕ್ ಹಿಡಿದು ಹೊರಟಾಗ ಡಾಕ್ಟರನ್ನ ಬಿಟ್ಟುಬರುತ್ತಿದ್ದ ಪ್ರಭಾಕರ ಎದುರಾದ ಸ್ಕೂಟರನ್ನ ನಿಲ್ಲಿಸಿ ಹತ್ತಿಸಿಕೊಂಡು ನಡೆದ. ಯಾವುದೋ ನಿರ್ಧಾರಕ್ಕೆ ಬಂದಿದ್ದ. ಪ್ರೀತಿಗೆ ಮಾತ್ರ ಅವನನ್ನ ಉಳಿಸಿಕೊಳ್ಳುವ ಶಕ್ತಿ ಇತ್ತು.

"ಸ್ವಲ್ಪ ಇಲ್ಲೇ ಇರು. ಬರ್ತೀನಿ" ಸ್ಕೂಟರು ಹೋದತ್ತಲೇ ನೋಡಿದಳು. ಎದುರಾದ ಹುಸೇನಮ್ಮ ಗೊಣಗಾಡುತ್ತಲೇ ಇದ್ದಳು. "ನಾನು ಮನೆಗೆ ಹೋಗ್ಲಾ?" ಕಲಿತ ಕನ್ನಡದಲ್ಲಿ ಕೇಳಿದಳು. ಹೋಗುವಂತೆ ಸನ್ನೆ ಮಾಡಿ ಒಳಗೆ ಬಂದಳು.

ಕೋಣೆಗೆ ಬಂದಾಗ ವೇಣು ಕಣ್ಮುಚ್ಚಿ ಮಲಗಿದ್ದ. ದುಃಖ ತಡೆಯಲಾರದ ಸ್ಥಿತಿ ಅವಳದು. ಹತ್ತಿರ ಬರುವುದನ್ನೇ ಕಡಿಮೆ ಮಾಡಿದ್ದಳು. ಬಗ್ಗಿ ಹಣೆಯ ಮೇಲೆ ಕೈಯಿಟ್ಟಳು. ಬಿಸಿಯುಸಿರು ಅವಳ ಮುಖಕ್ಕೆ ರಾಚುತ್ತಿತ್ತು.

"ವೇಣು... ವೇಣು..." ಪ್ರೀತಿಯ ಮಧುರ ಸಿಂಚನವಿತ್ತು ಸ್ವರದಲ್ಲಿ. ಮೆಲ್ಲಗೆ ಕಣ್ತೆರೆದ. ಬಳಲಿಕೆ, ಜ್ವರದ ತಾಪದಿಂದ ಕಣ್ಣುಗಳು ಮಂಜಾದರೂ ಹೃದಯ ಅವಳನ್ನ ಗುರ್ತಿಸಬಲ್ಲದು. "ಸರಳ..." ಒಣಗಿದ ತುಟಿಗಳ ನಡುವೆ ತೂರಿಬಂತು ಸ್ವರ. ಕಣ್ಣು ಗುಡ್ಡೆಗಳು ಕಂಬನಿಯ ಸರೋವರದಲ್ಲಿ ಈಜಾಡಿದವು. ಕೂದಲಲ್ಲಿ ಕೈಯಾಡಿಸಿದಾಗ ಒಣಗಲು ಸಿದ್ಧವಾದ ಶರೀರದಲ್ಲಿ ಚೈತನ್ಯವನ್ನ ಹರಿಸಿರಬೇಕು.

ಅಂದು ರಾತ್ರಿ ಜ್ವರ ಕಮ್ಮಿಯಾಯಿತು. ಬಳಲಿಕೆ, ನಿತ್ರಾಣವಿದ್ದರೂ ಮುಖದ ಮೇಲೆ ಗೆಲುವು ಕಂಡಂತಾಯಿತು. ಎರಡೇ ದಿನದಲ್ಲಿ ಸ್ವಲ್ಪ ಚೇತರಿಸಿಕೊಳ್ಳುವಷ್ಟರ

ಮಟ್ಟಿಗಾದ. ಸರಳ ದಿನವಿಡೀ ಅಲ್ಲೇ ಉಳಿದು ಅವನ ಎಲ್ಲ ಕೆಲಸಗಳನ್ನ ಮಾಡುತ್ತಿದ್ದಳು.

ಡಾಕ್ಟರ್ ಕೂಡ ಅವನ ಆರೋಗ್ಯದ ಬಗ್ಗೆ ಭರವಸೆ ಕೊಟ್ಟರು.

"ಇನ್ನೇನು ಭಯವಿಲ್ಲ, ಮತ್ತೇನಾದ್ರೂ ಟೆಂಪರೇಚರ್ ಏರಿ ಬಡಬಡಿಕೆ ಶುರುವಾದ್ರೆ ನಾವು, ನೀವು ಕೈಚೆಲ್ಲಿ ಬೇರೆ ಡಾಕ್ಟುಗಳ ಮೊರೆ ಹೋಗ್ಬೇಕು."

ಹೊರಗೆ ಬಂದ ಡಾಕ್ಟರ್ ಪ್ರಭಾಕರನನ್ನು ಕರೆದರು.

"ಯು ಆರ್ ಗ್ರೇಟ್. ಅವ್ರ ಮನೆಯವರೇ ಉದಾಸೀನ ಮಾಡಿದಾಗ ರಾತ್ರಿ-ಹಗ್ಲು ಕಷ್ಟಪಟ್ಟು ವೇಣುನ ಉಳ್ಸಿಕೊಂಡ್ರಿ. ಅಷ್ಟೇ ಸಾಲ್ದು! ಅವ್ರು ನಾಲ್ಕು ಜನದ ಹಾಗೆ ಸಂತೋಷವಾಗಿ ಬಾಳ್ವೆ ಮಾಡ್ಬೇಕು.... ಅವರಿಗೆ ಪದ್ಮಿನಿಯ ನೆನಪು ಬಂದಿರಬೇಕು. ಹೋಪ್‌ಲೆಸ್, ಕೇಸ್.... ಇಂಥ ಜನನ.... ನಾನು ಕಂಡೇ ಇಲ್ಲ. ಛಿ! ಛಿ!..." ಕಹಿ ತಿಂದವರಂತೆ ಮುಖ ಮಾಡಿದರು. ಪ್ರಭಾಕರ ತುಟಿ ಕಚ್ಚಿದ.

ಇವನು ಕೋಣೆಯೊಳಗೆ ಹೋದಾಗ ವೇಣು ದಿಂಬಿಗೊರಗಿ ಮಲಗಿದ್ದ. ಸದ್ದಿಗೆ ಕಣ್ತೆರೆದ. ಕೈಚಾಚಿ ಪ್ರಭಾಕರನ ಕೈ ಹಿಡಿದುಕೊಂಡ. ಅಲ್ಲೇ ಕೂತು ಅವನ ಮುಖ ದಿಟ್ಟಿಸಿದ. ಕೈಯೆತ್ತಿ ಎದೆಗೊತ್ತಿಕೊಂಡ.

"ನಾನು ತೀರಾ ದುರಾದೃಷ್ಟವಂತ ಅಂದ್ಕೊಂಡಿದ್ದೆ. ಆದರೆ ಅದೃಷ್ಟ ಎಲ್ಲಿಂದ್ಲೋ ಬೆನ್ನಟ್ಟಿಕೊಂಡು ಬಂದಿದೆ. ಸಾಯೋವಾಗ ತನ್ನನ್ನು ಪ್ರೀತಿಸೋ ಅಂಥ ವ್ಯಕ್ತಿ ಬಳಿಯಲ್ಲಿರಬೇಕೂಂತ ಬಯಸೋದು ಹುಚ್ಚಾ! ಸತ್ಮೇಲೆ ತನಗಾಗಿ ಕಂಬನಿ ಮಿಡಿಯುವವರು ಬೇಕೆನ್ನೋದು ಸ್ವಾರ್ಥನಾ!" ಪ್ರಭಾಕರನ ಗಂಟಲು ಬಿಗಿಯಾಗಿ ಕೈಯನ್ನು ಬಾಯಿಗೆ ಅಡ್ಡವಿಟ್ಟು ಮಾತನಾಡಬೇಡವೆಂದು ಸನ್ನೆ ಮಾಡಿದ.

"ಸ್ವಲ್ಪ ಹಾಲು ಕುಡಿ."

ಎದ್ದು ಹಾಲನ್ನು ಲೋಟಕ್ಕೆ ಬಗ್ಗಿಸಿ ಅವನ ಮುಂದಿಡಿದ. ತಾನೇ ಕುಡಿಸಿದ. ವಿಷಯ ಮರೆಸಲು ಏನೋ ಹೇಳಿದ.

"ಪಾರ್ಥನ ಪರೀಕ್ಷೆ ಮುಗೀತಂತೆ. ನಾಳೆ ಬರ್ತೀನಿಂತ ಕಾಗ್ದ ಬರೆದಿದ್ದಾನೆ. ಫಸ್ಟ್ ಕ್ಲಾಸಂತೂ ಗ್ಯಾರಂಟಿ. ಸದ್ಯಕ್ಕೆ ಎರಡು ತಿಂಗ್ಳು ಅವ್ನ ಎಲ್ಲಿಗೂ ಕಳ್ಸೋಲ್ಲ. ನಿಂಗೆ ಒಳ್ಳೆ ಸ್ನೇಹಿತನಾಗ್ತಾನೆ."

ವೇಣುವಿನ ಕಣ್ಣುಗಳು ಮಿನುಗಿದವು.

"ಇಲ್ಲಿಗೂ ಅಲ್ಲಿಗೂ ಓಡಾಡೋದ್ಬೇಡಾಂತ ಲೀಲಾ ರೇಗಾಟ. ಸದ್ಯಕ್ಕೆ ನಿನ್ನ ಅಲ್ಗೆ ಶಿಫ್ಟ್ ಮಾಡ್ಬೇಕು" ವೇಣುವಿನ ತುಟಿಯಂಚಿನಲ್ಲಿ ನೋವಿನ ನಗೆ ಮಿನುಗಿತು.

ತಾನು ಬದುಕಿದರೂ ಈ ಹೃದಯದ ಪ್ರೀತಿ ಹೀಗೆಯೇ ಸತ್ತು ಹೋಗಬೇಕು. ಆ ಮನೆಗೆ ಇದರ ತಾಪ ಬಡಿಯುವುದು ಬೇಡ. ಸರಳ ಹಾಗೇ ಜೀವನನ ಎದುರಿಸುವುದನ್ನ ಕಲಿಯಬೇಕು.

"ಅಷ್ಟೆಲ್ಲ ಯಾಕೆ? ಹೇಗೋ ಹುಷಾರಾಗ್ತಾ ಇದ್ದೀನಲ್ಲ!" ಸ್ವರದಲ್ಲಿ ಅನುಮಾನ ಇಣಕಿದಾಗ ಪ್ರಭಾಕರ ಬೆಚ್ಚಿದ.

"ಇದ್ದೀನಲ್ಲ.... ಅನ್ನೋದ್ಬೇಡ. ಹುಷಾರಾಗ್ಬೇಕು! ಮುಂದಿನ ಸೊಗಸಾದ ಬದ್ಕು ನಿನ್ನದಾಗ್ಬೇಕು!" ಹೃದಯ ತುಂಬಿ ಹೇಳಿದ.

ವೇಣು ಮುಖವನ್ನು ಪಕ್ಕಕ್ಕೆ ತಿರುಗಿಸಿಕೊಂಡ. ಕಣ್ಮುಚ್ಚಿ ಮಲಗಿದ. ಮೆಲ್ಲನೆ ನಿದ್ದೆಯ ಜೊಂಪು ಹತ್ತತೊಡಗಿತು. ಒಂದು ಕನಸು...

ಸಾಗರದ ಮಧ್ಯೆ ಒಂದು ದೋಣಿಯಲ್ಲಿ ಕುಳಿತಿದ್ದ. ಅವನೊಬ್ಬನಲ್ಲದೇ ಅಶೋಕ, ಗೋಪಾಲ್, ಅವರ ಹೆಂಡತಿಯರು, ತಾಯಿ ತಂದೆಯ ಮಧ್ಯೆ ವಾಸಂತಿ. ಅವರ ಸುತ್ತ ಪ್ರಮೀಳ, ಮೀನಾಕ್ಷಮ್ಮ, ಸುಂದರಮ್ಮ ಮತ್ತು ಎಣಿಸಲಾರದಷ್ಟು ಮಂದಿ ತುಂಬಿಕೊಂಡಿದ್ದರು. ದೋಣಿ ಅಲುಗಾಡತೊಡಗಿತು. ಸೋತು ಮುಳುಗುವ ಮಟ್ಟಕ್ಕೆ ಬಂತು. ಒಬ್ಬೊಬ್ಬರಾಗಿ ಹಾರಿಕೊಳ್ಳತೊಡಗಿದರು. ವಿನುತಮ್ಮ, ರಾಮನಾಥರ ಚೀರುವಿಕೆ ಮಾತ್ರ ಇವನಿಗೆ ಕೇಳಿಸಿತು. ಅಷ್ಟರಲ್ಲಿ ನೀರಿನ ಮಧ್ಯೆ ಇದ್ದ. ಈಜಿ ದಡ ಸೇರುವ ಹುಮ್ಮಸ್ಸು ಬತ್ತಿ ಹೋದಾಗ ದೂರದಲ್ಲಿ ಒಂದು ದೋಣಿ ಕಾಣಿಸಿತು. ಬೆಳ್ಳಿಯ ಹೊದ್ದಿಕೆಯೊದ್ದ ಅದು ಫಳಫಳನೆ ಹೊಳೆಯುತ್ತ ಇವನತ್ತ ಬರತೊಡಗಿತು. ಸರಳ ಹುಟ್ಟು ಹಾಕುತ್ತಿದ್ದಳು. ಇವನ ಕಣ್ಣಲ್ಲಿ ಮಿಂಚು ಕಾಣಿಸಿತು.

ಪೂರ್ತಿ ಬೆವತು ಕಣ್ಣು ತೆರೆದ.

—0—